എന്തു ചെയ്യണം

enthu cheyyanam

•

lenin

•

first chintha edition
august 2012

•

second edition
october 2019

•

typesetting
megha

•

published
chintha publishers, thiruvananthapuram

•

printed
akshara offset, thiruvananthapuram

•

cover
vinod

•

price
rupees three hundred and forty only

Distribution

DESHABHIMANI BOOK HOUSE

H O Thiruvananthapuram 695035
phone: 0471-2303026, 6063026
Email: chinthapublishers@gmail.com
Website: www.chinthapublishers.com

Branch

Head Office Kunnukuzhi • Statue Thiruvananthapuram • KSRTC Bus Station Alappuzha • KSRTC Bus Station Ernakulam • Machingal Lane Thrissur • IG Road Kozhikode • Mavoor Road Kozhikode • NGO Union Building Kannur • Central Bus Terminal Complex Thavakkara Kannur

---

CR - 2148 / 5160
ISBN - 978-93-82328-00-1

എന്തു ചെയ്യണം

ലെനിൻ

ചിന്ത പബ്ലിഷേഴ്സ്
തിരുവനന്തപുരം-695 035
വില : ₹ 340

വി ഐ ലെനിൻ (1870– 1924)

ഉള്ളടക്കം

അനുബന്ധം

മുഖവുര

'**എ**വിടെ നിന്നു തുടങ്ങണം'[1] (*ഇസ്ക്ര*[2], ലക്കം4; 1901 മെയ്) എന്ന ലേഖനത്തിൽ അവതരിപ്പിച്ച ആശയങ്ങൾ കൂടുതൽ സവിസ്തരമായി പ്രതിപാദിക്കുകയെന്നതായിരുന്നു ഈ ലഘുലേഖയെ സംബന്ധിച്ചിട ത്തോളം ഗ്രന്ഥകാരന് ആദ്യം ഉണ്ടായിരുന്ന ലക്ഷ്യം. ആ ലേഖനത്തിൽ പുറപ്പെടുവിച്ചിരുന്നതും, പിന്നീട് പലരുടേയും സ്വകാര്യമായ ചോദ്യ ങ്ങൾക്കും കത്തുകൾക്കുമുള്ള വാഗ്ദാനം നിറവേറ്റുന്നതിൽ പറ്റിയ കാല താമസത്തിനു ഞങ്ങൾ വായനക്കാരോട് ഒന്നാമതായിത്തന്നെ മാപ്പു ചോദിക്കേണ്ടതുണ്ട്. വിദേശങ്ങളിലുള്ള എല്ലാ സോഷ്യൽഡെമോക്രാറ്റിക് സംഘടനകളേയും[3] കൂട്ടിയോജിപ്പിക്കാൻവേണ്ടി കഴിഞ്ഞകൊല്ലം (1901) ജൂണിൽ ഒരു പരിശ്രമം നടത്തിയെന്നതാണ് ഈ കാലതാമസത്തിനുള്ള ഒരു കാരണം. ഈ പരിശ്രമത്തിന്റെ ഫലമെന്തായിരിക്കുമെന്നു കാണു ന്നതുവരെ കാത്തിരിക്കുക സ്വാഭാവികമാണല്ലോ. പരിശ്രമം വിജയിച്ചി രുന്നെങ്കിൽ, ഒരു പക്ഷേ ഇപ്പോഴത്തേതിൽനിന്ന് ഏറെക്കുറെ വ്യത്യസ്ത മായ ഒരു വീക്ഷണകോണിന്റെ അടിസ്ഥാനത്തിലായിരിക്കും സംഘട നയെ സംബന്ധിച്ച് *ഇസ്ക്രയ്*ക്കുള്ള അഭിപ്രായങ്ങളെ വിശദീകരി ക്കേണ്ടിവന്നേക്കുക; എന്തായാലും ശരി, ആ പരിശ്രമം വിജയിച്ചിരുന്നെ ങ്കിൽ, റഷ്യൻ സോഷ്യൽഡെമോക്രാറ്റിക് പ്രസ്ഥാനത്തിനകത്തുതന്നെ രണ്ടു വ്യത്യസ്ത പ്രവണതകളുണ്ടാവുകയെന്ന നില കഴിയുംവേഗം അവ സാനിപ്പിക്കാമായിരുന്നു. എന്നാൽ, വായനക്കാർക്കറിയാവുന്നതുപോലെ, ആ പരിശ്രമം പരാജയത്തിലാണ് കലാശിച്ചത്. മാത്രമല്ല; *റബോച്ചെയെ ദ്യെലൊ*[4] അതിന്റെ 10–ാം ലക്കത്തിൽ 'സാമ്പത്തികസമരവാദ'[5]ത്തിലേ ക്കുള്ള അതിന്റെ പുതിയ ആട്ടം ആരംഭിച്ചസ്ഥിതിക്ക് മേൽപ്പറഞ്ഞ പരി ശ്രമം പരാജയപ്പെട്ടത് അനിവാര്യവുമാണ് — ഇതെങ്ങനെയെന്നു ഞങ്ങൾ

ഈ ലഘുലേഖയിൽ തെളിയിക്കാൻ ശ്രമിക്കാം. ആവണക്കെണ്ണപ്രായവും, അവ്യക്തതയിൽ പൊതിഞ്ഞതും, എങ്കിലും അതേ കാരണം കൊണ്ടുതന്നെ വിടാതെ നിലനിൽക്കുന്നതും വിവിധരൂപങ്ങളിൽ ഇനിയും പൊന്തിവന്നേക്കാനിടയുള്ളതുമായ ഈ ചിന്താഗതിക്കെതിരായി ഒരു ഉറച്ച സമരം നടത്തേണ്ടത് അത്യാവശ്യമാണെന്നു തെളിഞ്ഞു. അതിനനുസൃതമായി ലഘുലേഖയുടെ പ്ലാൻ ഞങ്ങൾ മാറ്റുകയും, ഇതിനെ വളരെയധികം വിപുലീകരിക്കുകയും ചെയ്തിട്ടുണ്ട്.

ലഘുലേഖയിലെ പ്രധാനപ്രതിപാദ്യം 'എവിടെ നിന്നു തുടങ്ങണം' എന്ന ലേഖനത്തിലുന്നയിച്ചിട്ടുള്ള ആ മൂന്നു വിഷയങ്ങൾതന്നെയാവണമെന്നാണ് ഞങ്ങളുദ്ദേശിച്ചിരുന്നത് — അതായത്, നമ്മുടെ രാഷ്ട്രീയപ്രക്ഷോഭത്തിന്റെ സ്വഭാവത്തിന്റെയും ഉള്ളടക്കത്തിന്റെയും പ്രശ്നം; നമ്മുടെ സംഘടനാപരമായ കടമകൾ; പിന്നെ ഒരേസമയത്തുതന്നെ നാനാഭാഗത്തുനിന്നും ദേശവ്യാപിയായ ഒരു സമരസംഘടന കെട്ടിപ്പടുക്കേണ്ടതെങ്ങനെയെന്ന പ്രശ്നവും. ഈ പ്രശ്നങ്ങൾ വളരെക്കാലം ഈ ഗ്രന്ഥകാരന്റെ ചിന്തയെ ആകർഷിച്ചിട്ടുള്ളതാണ്. *റബോച്ചയഗസേത്ത*[6] എന്ന പത്രത്തെ പുനരുദ്ധരിക്കാൻവേണ്ടി നടത്തിയ പല നിഷ്ഫല പരിശ്രമങ്ങളിലൊന്നിനിടയിൽ മുമ്പൊരിക്കൽ ഈ ഗ്രന്ഥകാരൻ ഈ പ്രശ്നങ്ങളെ മുമ്പോട്ടുകൊണ്ടുവരാൻ യത്നിച്ചിട്ടുമുണ്ട് (അഞ്ചാം അധ്യായം കാണുക). പക്ഷേ, ഈ മൂന്നു പ്രശ്നങ്ങളെ മാത്രം വിശകലനം ചെയ്യുകയെന്നതിൽ ഈ ലഘുലേഖയെ ഒതുക്കിനിർത്തണമെന്നും, വാദപ്രതിവാദത്തിൽ ഒട്ടുംതന്നെ, അല്ലെങ്കിൽ നിവൃത്തിയുള്ളിടത്തോളം, ഏർപ്പെടാതെ കഴിയുന്നത്ര ക്രിയാത്മകമായ രൂപത്തിൽ ഞങ്ങൾക്കുള്ള അഭിപ്രായങ്ങൾ പ്രകടിപ്പിക്കണമെന്നുമുള്ള ഞങ്ങളുടെ ആദ്യത്തെ പ്ലാൻ രണ്ടുകാരണങ്ങളാൽ അപ്രായോഗികമായിത്തീർന്നു. ഒന്നാമത്, സാമ്പത്തികസമരവാദം ഞങ്ങൾ ആദ്യം കരുതിയിരുന്നതിനേക്കാൾ എത്രയോ കൂടുതൽ കരുത്തോടുകൂടി ഈട്ടം കൂടിക്കിടക്കുന്നുണ്ട്. (ഇവിടെ ഞങ്ങൾ 'സാമ്പത്തികസമരവാദ'മെന്ന പദം വിപുലമായ ഒരർത്ഥത്തിലാണുപയോഗിക്കുന്നത്; 1901 ഡിസംബറിലെ 12–ാം ലക്കം *ഇസ്ക്ര*യിൽ 'സാമ്പത്തികസമരവാദത്തിന്റെ പ്രണേതാക്കളുമായി ഒരു സംഭാഷണ'മെന്ന ലേഖനത്തിൽ ഇതു വ്യക്തമാക്കിയിട്ടുണ്ട്; ആ ലേഖനം ഈ ലഘുലേഖയുടെ ഏതാണ്ടൊരു സംക്ഷേപവുമായിരുന്നു). ഈ മൂന്നു പ്രശ്നങ്ങൾക്കുള്ള പരിഹാരത്തെ സംബന്ധിച്ചുണ്ടായ അഭിപ്രായവ്യത്യാസങ്ങളുടെ അടിസ്ഥാനകാരണം ചില്ലറ കാര്യങ്ങളിലുള്ള ഭിന്നിപ്പൊന്നുമല്ലെന്നും റഷ്യൻ സോഷ്യൽ ഡമോക്രാറ്റിക് പ്രസ്ഥാനത്തിലെ രണ്ടു ചിന്താഗതികൾ തമ്മിലുള്ള മൗലികമായ വൈരുധ്യംതന്നെയാണെന്നും സംശയത്തിനിടംകൊടുക്കാത്തവിധം വ്യക്തമായിക്കഴിഞ്ഞിട്ടുണ്ട്. രണ്ടാമത്, *ഇസ്ക്ര*യിലെ ഞങ്ങളുടെ അഭിപ്രായങ്ങൾ പ്രായോഗികമായി നടപ്പിൽവരുത്തുന്നതു സംബന്ധിച്ചു സാമ്പത്തികസമരവാദികൾ കാട്ടിക്കൂട്ടുന്ന അമ്പരപ്പിൽ നിന്നു തികച്ചും തെളിയുന്നതു വാസ്തവത്തിൽ നാം സംസാരിക്കുന്നതു

തന്നെ രണ്ടു ഭിന്ന ഭാഷകളിലാണെന്നാണ്; 'ഹരിശ്രീ' തൊട്ടു തുടങ്ങിയാലല്ലാതെ യാതൊരു തരം യോജിപ്പിലും നമുക്കിനി എത്താൻ സാധ്യമല്ലെന്നാണ്; എല്ലാ സാമ്പത്തികസമരവാദികളുമായും ഞങ്ങൾക്കുള്ള എല്ലാ മൗലികമായ അഭിപ്രായഭേദങ്ങളെയും അങ്ങേയറ്റം ലളിതമായ രീതിയിൽ, വ്യക്തമായ ധാരാളം ദൃഷ്ടാന്തങ്ങളോടുകൂടി, 'വ്യക്തമാക്കാ'നുള്ള ഒരു ചിട്ടയായ പരിശ്രമം ഇനി നടത്തിയേ കഴിയൂ എന്നാണ്. അഭിപ്രായവ്യത്യാസങ്ങൾ അങ്ങനെ 'വ്യക്തമാക്കാ'നുള്ള ഒരു പരിശ്രമം നടത്താൻ തന്നെ ഞാൻ തീരുമാനിച്ചു. ഇതിന്റെ ഫലമായി ലഘുലേഖ വളരെയധികം വലുതാവുമെന്നും അതിന്റെ പ്രസിദ്ധീകരണം വൈകിപ്പോകുമെന്നും ഞാൻ തികച്ചും മനസിലാക്കിയിരുന്നു. പക്ഷേ, അതേസമയംതന്നെ, 'എവിടെ നിന്നു തുടങ്ങണം' എന്ന ലേഖനത്തിൽ ഞാൻ ചെയ്ത വാഗ്ദാനം ഈ വിധത്തിലല്ലാതെ നിറവേറ്റാൻ ഞാൻ വേറെ വഴി കണ്ടതുമില്ല. അങ്ങനെ, ലഘുലേഖയുടെ പ്രസിദ്ധീകരണം വൈകിപ്പോയതിനു മാപ്പു ചോദിക്കുന്നതിനുപുറമേ, ഇതിലുള്ള സാഹിത്യപരമായ നിരവധി കുറ്റങ്ങൾക്കും കുറവുകൾക്കും കൂടി ഞാൻ മാപ്പു ചോദിക്കുന്നു. സമയത്തോടു മല്ലിട്ടുകൊണ്ടാണ് എനിക്കിതെഴുതേണ്ടി വന്നത്; പോരെങ്കിൽ മറ്റു ജോലികൾ നിമിത്തമുള്ള തടസവും കൂടെക്കൂടെയുണ്ടായിരുന്നു.

മേൽപ്പറഞ്ഞ മൂന്നു പ്രശ്നങ്ങളേയും പരിശോധിക്കുകയെന്നതു തന്നെയാണിപ്പോഴും ഈ ലഘുലേഖയിൽ പ്രധാനമായും ചെയ്തിട്ടുള്ളത്; എന്നാൽ, കൂടുതൽ പൊതുസ്വഭാവമുള്ള മറ്റു രണ്ടു പ്രശ്നങ്ങളുടെ ചർച്ചയോടുകൂടി വേണം ഇതുതന്നെ തുടങ്ങാൻ എന്ന് എനിക്കു തോന്നി– അതായത്, എന്തുകൊണ്ടാണ് 'വിമർശനസ്വാതന്ത്ര്യ'ത്തിനുള്ള കേവലം 'നിരുപദ്രവ'വും 'സ്വാഭാവിക'വുമായ ഒരു മുറവിളി നമുക്കിപ്പോൾ ഒരു സമരത്തിനുള്ള വെല്ലുവിളിയായിത്തന്നെ ഏറ്റെടുക്കേണ്ടിവന്നിരിക്കുന്നതെന്നു നാം ചിന്തിക്കണം. പിന്നെ, 'സ്വയമേവ' ഇളകിവരുന്ന ബഹുജനപ്രസ്ഥാനത്തിൽ സോഷ്യൽഡെമോക്രാറ്റുകാർ വഹിക്കേണ്ട പങ്കെന്താവണമെന്ന മൗലികപ്രശ്നത്തിന്മേൽപോലും നമുക്കു യോജിക്കാൻ സാധിക്കാത്തതെന്തുകൊണ്ടാണെന്നും നാം ആലോചിക്കണം. ഇതിനുപുറമേ, നമ്മുടെ രാഷ്ട്രീയപ്രക്ഷോഭത്തിന്റെ സ്വഭാവത്തേയും ഉള്ളടക്കത്തേയും പറ്റിയുള്ള ഞങ്ങളുടെ അഭിപ്രായങ്ങൾക്ക് ഇവിടെ നൽകിയിട്ടുള്ള വിശദീകരണം കേവലം ഒരു ട്രേഡ്യൂണിയനിസ്റ്റ് നയവും ഒരു സോഷ്യൽ ഡെമോക്രാറ്റിക് നയവും തമ്മിലുള്ള വ്യത്യാസമെന്തെന്നതിന്റെ ഒരു വിശദീകരണമായി വളർന്നിട്ടുണ്ട്; സംഘടനാപരമായ കടമകളെ സംബന്ധിച്ച ഞങ്ങളുടെ അഭിപ്രായപ്രകാശനമാവട്ടെ, സാമ്പത്തികസമരവാദികൾക്കു തൃപ്തികരമായിത്തോന്നുന്ന വെറും പ്രാകൃതമായ പ്രവർത്തനരീതികളും, ഞങ്ങൾ അത്യന്താപേക്ഷിതമായിക്കരുതുന്ന വിപ്ലവകാരികളുടേതായ ഒരു സംഘടനയും തമ്മിലുള്ള വ്യത്യാസമെന്തെന്ന വിശദീകരണമായും പരിണമിച്ചു. പിന്നെ, അഖില റഷ്യൻ രാഷ്ട്രീ

യപത്രത്തിനുള്ള 'പദ്ധതി' മുമ്പത്തെക്കാൾ നിർബന്ധത്തോടുകൂടി ഞാൻ മുമ്പോട്ടുവച്ചിട്ടുണ്ട്; കാരണം, അതിനെതിരായി കൊണ്ടുവന്നിട്ടുള്ള വാദങ്ങൾ ബാലിശമാണ്; നമുക്കാവശ്യമായിരിക്കുന്ന സംഘടനയെ ഒരേസമയത്തുതന്നെ എല്ലാഭാഗത്തുനിന്നുംകൂടി ഉയർത്തേണ്ടതെങ്ങനെയെന്നതുസംബന്ധിച്ച് 'എവിടെ നിന്ന് തുടങ്ങണം' എന്ന ലേഖനത്തിൽ ഞാൻ ഉന്നയിച്ചിട്ടുള്ള ചോദ്യത്തിന് യഥാർഥമായ യാതൊരു സമാധാനവും ആരും നൽകിയിട്ടുമില്ല. അവസാനമായി, ഈ ലഘുലേഖയുടെ അന്ത്യത്തിൽ ഏതാനും കാര്യങ്ങൾ വ്യക്തമാക്കാൻ ഞാൻ മുതിർന്നിട്ടുണ്ട്: സാമ്പത്തികസമരവാദികളിൽനിന്നു നീക്കുപോക്കില്ലാത്ത ഒരു 'തെറ്റിപ്പിരിയൽ' കൂടാതെ കഴിക്കാൻ ഞങ്ങളാലാവുംവിധം ഞങ്ങൾ പരിശ്രമിച്ചിട്ടുണ്ട്; പക്ഷേ, അത് അനിവാര്യമായിത്തീരുകയാണുണ്ടായത്. *റബോച്ചെയെ ദ്യെലൊ*വിന് ഈയിടെ ഉണ്ടായിട്ടുള്ള പ്രാധാന്യം ഒരു വിശേഷാൽപ്രാധാന്യം മാത്രമല്ല, അതൊരു 'ചരിത്രപരമായ' പ്രാധാന്യം കൂടിയാണെന്നു വേണമെങ്കിൽ പറയാം; കാരണം, വെള്ളംകൂട്ടാത്ത വെറും 'സാമ്പത്തികസമരവാദ'ത്തിനല്ല, പിന്നെയോ, റഷ്യൻ സോഷ്യൽ ഡെമോക്രാറ്റിക് പ്രസ്ഥാനത്തിന്റെ ചരിത്രത്തിലെ ഒരു *കാലഘട്ടത്തിന്റെ മുഴുവനും* പ്രത്യേകസ്വഭാവമായ ആശയക്കുഴപ്പത്തിനും ചാഞ്ചാട്ടങ്ങൾക്കുമാകെ ഏറ്റവും പൂർണമായ വിധം പ്രകാശനവും ചിത്രീകരണവും നൽകുകയാണ് അതു ചെയ്തിട്ടുള്ളത്. അതുകൊണ്ട്, *റബോച്ചയെ ദ്യെലൊ*വുമായി നടത്തിയിട്ടുള്ള ഞങ്ങളുടെ ഈ വാദ പ്രതിവാദം ആവശ്യത്തിലധികം നിസ്സാരകാര്യങ്ങളിലേക്കിറങ്ങിച്ചെല്ലുന്നുണ്ടെന്ന് ആദ്യം പെട്ടെന്നു തോന്നിപ്പോകുന്നെങ്കിൽക്കൂടി, അതും അർഥവത്തായിത്തീരുന്നു; കാരണം, ഈ കാലഘട്ടത്തിന് ഒരു പൂർണവിരാമമിടാതെ ഇനി പുരോഗതി സാധ്യമല്ലതന്നെ.

1902 ഫെബ്രുവരി

വി ഐ ലെനിൻ

1

വരട്ടുതത്വവാദവും 'വിമർശനസ്വാതന്ത്ര്യ'വും

(എ) 'വിമർശനസ്വാതന്ത്ര്യം' എന്നാലെന്ത്?

'വിമർശനസ്വാതന്ത്ര്യം' — ഇതാണിന്ന് ഏറ്റവുമധികം ഒരു ഫാഷനായിത്തീർന്നിട്ടുള്ള മുദ്രാവാക്യമെന്നതിനു സംശയമില്ല; എല്ലാ രാജ്യങ്ങളിലും സോഷ്യലിസ്റ്റുകാരും ജനാധിപത്യവാദികളും തമ്മിൽ നടക്കുന്ന ചർച്ചകളിൽ ഏറ്റവും പ്രചുരപ്രചാരമായിട്ടുള്ള വാക്കും ഇതാണ്. തർക്കത്തിലിടപെട്ടിട്ടുള്ള ഒരു കക്ഷി വിമർശനസ്വാതന്ത്ര്യത്തിനുവേണ്ടി എത്രയും ഗൗരവത്തിൽ പുറപ്പെടുവിക്കുന്ന ഈ അഭ്യർഥനകൾ അങ്ങേയറ്റം അസാധാരണമായിട്ടാണ് പ്രഥമദൃഷ്ടിയിൽ ഒരാൾക്കു തോന്നുക. ശാസ്ത്രത്തിനും ശാസ്ത്രീയഗവേഷണത്തിനും സ്വാതന്ത്ര്യമുണ്ടായിരിക്കുമെന്നുറപ്പുനൽകിയിട്ടുള്ള ഭൂരിപക്ഷം യൂറോപ്യൻ രാജ്യങ്ങളിലെ ഭരണഘടനകളുടെ നിയമത്തിനെതിരായി പുരോഗമനപരമായ വല്ല പാർട്ടികളിലുംപെട്ടവർ ശബ്ദമുയർത്തുകയുണ്ടായോ? തർക്കിക്കുന്നവരുടെ തർക്കവിഷയങ്ങളെപ്പറ്റി പൂർണവിവരമൊന്നുമില്ലാതെ കാര്യങ്ങളെ കേവലം 'നോക്കിക്കാണുക' മാത്രം ചെയ്യുന്ന ഒരാൾക്ക്, 'ഇതിലെന്തോ ഒരു തകരാറു പിണഞ്ഞിരിക്കു'മെന്നാണ് ഓരോ വഴിവക്കിലുംവച്ച് ഈ മുദ്രാവാക്യം ഒരു ഫാഷനായി ആവർത്തിക്കുന്നതു കേൾക്കുമ്പോൾ പറയാൻ തോന്നുക. ഒടുവിലയാൾ തീർച്ചപ്പെടുത്തും 'നിശ്ചയമായും ഇതു നമ്മുടെ മാമൂൽ മുദ്രാവാക്യങ്ങളിലൊന്നാണ്; ഉപയോഗംകൊണ്ട് സ്ഥിരപ്പെട്ടുപോയ ഒരു പരിഹാസപ്പേരുപോലെ ഇതും നിയമാനുസൃതമായിത്തീർന്നതാണ്; മിക്കവാറും ഇതൊരു സാധാരണ പദമായിത്തീർന്നിരിക്കുകയാണ്.'

വാസ്തവത്തിൽ ഇന്നത്തെ സാർവദേശീയമായ സോഷ്യൽഡെമോക്രസിയിൽ രണ്ടു വിഭിന്നപ്രവണതകൾ രൂപമെടുത്തു കഴിഞ്ഞിട്ടുണ്ടെ

ന്നുള്ളത് ഒരു രഹസ്യമല്ല.* ഈ ചിന്താഗതികൾ തമ്മിലുള്ള പോരാട്ടം ചിലപ്പോൾ ഉജ്ജ്വലമായി ആളിക്കത്തും; ചിലപ്പോൾ "ഒത്തുതീർപ്പിനുള്ള പ്രമേയങ്ങളുടെ" നിബന്ധനയിൻകീഴിൽ തൽക്കാലം കെട്ടടങ്ങി വെണ്ണീറിൽ കിടന്നു പുകഞ്ഞുകൊണ്ടിരിക്കും. 'കാലഹരണം' വന്നുകഴിഞ്ഞ 'ഡോഗ്മാറ്റിക്' മാർക്സിസത്തിന്റെനേരെ 'വിമർശനപര'മായ ഒരു മനോഭാവം കൈക്കൊള്ളാനുള്ള ഈ പുതിയ പ്രവണത എന്തിനെയാണു പ്രതിനിധീകരിക്കുന്നതെന്ന് ബെർൺഷ്ടൈൻ വേണ്ടത്ര വ്യക്തമായിത്തന്നെ പറഞ്ഞിട്ടുണ്ട്; മില്യെറാൻ അത് സ്വയം തെളിയിച്ചുകാട്ടിയിട്ടുണ്ട്.

ഒരു സോഷ്യൽ ഡെമോക്രസി, സാമൂഹ്യവിപ്ലവപാർട്ടിയെന്ന നില വിട്ട്, സാമൂഹ്യപരിഷ്കാരങ്ങൾക്കുവേണ്ടി പ്രവർത്തിക്കുന്ന 'ജനാധിപത്യപര'മായ ഒരു പാർട്ടിയായി മാറിയേ കഴിയൂ — ഈ രാഷ്ട്രീയാവശ്യത്തിനു ചുറ്റും പല 'പുതിയ' വാദമുഖങ്ങളും ന്യായവിചാരങ്ങളും വളരെ ചന്തത്തിൽ അണിനിരത്തി, തികച്ചുമൊരു സമരവ്യൂഹംതന്നെ ചമയ്ക്കുകയാണ് ബെർൺഷ്ടൈൻ ചെയ്തിട്ടുള്ളത്. സോഷ്യലിസത്തിനു ശാസ്ത്രീയമായ ഒരടിസ്ഥാനം നൽകാനുള്ള സാധ്യതയെ അദ്ദേഹം നിഷേധിച്ചു. ചരിത്രത്തിന്റെ ഭൗതികവ്യാഖ്യാനത്തിന്റെ വെളിച്ചത്തിൽ അത് ആവശ്യവും അനിവാര്യവുമാണെന്നു തെളിയിക്കാനുള്ള സാധ്യതയെ നിഷേധിച്ചു. മാത്രമല്ല, ദാരിദ്ര്യത്തിന്റെ വർധനവ് ബഹുജനങ്ങൾ അധികമധികം പാപ്പരായിത്തീരൽ, മുതലാളിത്തത്തിന്റെ വൈരുധ്യങ്ങൾ അധികമധികം നിശിതമായിത്തീരൽ - ഈ യാഥാർഥ്യങ്ങളേയും

---

* കൂട്ടത്തിൽ പറയട്ടെ, സോഷ്യലിസ്റ്റ് പ്രസ്ഥാനത്തിനകത്തുള്ള വിവിധചിന്താഗതികൾ തമ്മിലുള്ള തർക്കങ്ങൾ ദേശീയപരിധിവിട്ട് സാർവദേശിയപരിധിയിലേക്ക് ഉയരുകയെന്നത് ആധുനിക സോഷ്യലിസത്തിന്റെ ചരിത്രത്തിൽ ഒരുപക്ഷേ ഇപ്പോൾ ആദ്യമായി സംഭവിക്കുകയാണ്. ഇത് അങ്ങേയറ്റം ആശ്വാസജനകവുമാണ്. മുമ്പൊക്കെ ലസ്സാൽപക്ഷക്കാരും ഐസനക്ക് ഗ്രൂപ്പുകാരും[7] തമ്മിലും ഗേദിസ്റ്റുകളും 'സാധ്യതാവാദി'[8] കളും തമ്മിലും, ഫേബിയന്മാരും സോഷ്യൽഡെമോക്രാറ്റുകാരും[9] തമ്മിലും, 'നറോദ്നയ വോല്യ' പക്ഷക്കാരും സോഷ്യൽഡെമോക്രാറ്റുകാരും[10] തമ്മിലും നടന്നിരുന്ന തർക്കങ്ങൾ കേവലം ദേശീയപരിധിക്കുള്ളിൽ ഒതുങ്ങിനിന്നിരുന്നു. ദേശീയപ്രത്യേകതകളെ മാത്രമേ അവ പ്രതിബിംബിപ്പിച്ചിരുന്നുള്ളു; ഭിന്നമായ മണ്ഡലങ്ങളിലാണവ നടന്നുകൊണ്ടിരുന്നത്. ഇന്നാകട്ടെ, ഇംഗ്ലീഷ് ഫേബിയന്മാരും, ഫ്രഞ്ചുമിനിസ്റ്റീരിയലിസ്റ്റുകളും[11], ജർമൻ ബെർൺഷ്ടൈനിസ്റ്റുകളും[12] റഷ്യൻ 'വിമർശകരു'[13] മെല്ലാം തന്നെ ഒരേ കുടുംബത്തിലെ അംഗങ്ങളാണ് (ഇത് ഇന്നു തികച്ചും വ്യക്തമായിട്ടുണ്ട്). അവരെല്ലാം അന്യോന്യം സ്തുതിക്കുന്നു; അന്യോന്യമുള്ള നിലപാടുകളിൽനിന്നു കണ്ടുപഠിക്കുന്നു; 'ഡോഗ്മാറ്റിക്' മാർക്സിസത്തിനെതിരായി അവരൊക്കെത്തന്നെ തങ്ങളുടെ ശക്തികളെ അണിനിരത്തുകയും ചെയ്യുന്നു. ഒരുവേള സോഷ്യലിസ്റ്റ് അവസരവാദത്തിനെതിരായ ഈ ഒന്നാമത്തെ യഥാർഥസാർവദേശീയസമരത്തിന്റെ ഫലമായി ദീർഘകാലം യൂറോപ്പിൽ വാഴ്ച തുടർന്നിട്ടുള്ള രാഷ്ട്രീയപ്രതിലോമ ശക്തികളെ തുടച്ചുനീക്കാൻ വേണ്ട ശക്തി വിപ്ലവാത്മകമായ സാർവദേശീയ സോഷ്യൽഡെമോക്രസിക്കു നേടാൻ കഴിഞ്ഞെന്നു വരികയില്ലേ?

(തുടർന്നുള്ള അടിക്കുറിപ്പുകളിൽ, പരിഭാഷകന്റേതെന്നു പ്രത്യേകം പ്രതിപാദിക്കാത്ത എല്ലാ കുറിപ്പുകളും ലെനിൻ എഴുതിയിട്ടുള്ളതാകുന്നു. പ്രസാധകക്കുറിപ്പുകൾ ഗ്രന്ഥത്തിന്റെ അവസാനത്തിൽ കൊടുത്തിട്ടുണ്ട്.)

അദ്ദേഹം നിഷേധിച്ചു; അവസാനലക്ഷ്യമെന്ന ആശയംതന്നെ അസംബന്ധമാണെന്നു പറഞ്ഞു; തൊഴിലാളിസർവാധിപത്യമെന്ന ആശയത്തെപാടേ നിരാകരിച്ചു; "ലിബറലിസ"വും സോഷ്യലിസവും തമ്മിൽ താത്വികമായി യാതൊരു വ്യത്യാസവുമില്ലെന്നു വാദിച്ചു. ഭൂരിപക്ഷത്തിന്റെ ഇച്ഛയനുസരിച്ചു ഭരിക്കപ്പെടുന്ന തികച്ചും ജനാധിപത്യപരമായ ഒരു സമുദായത്തിനു *വർഗസമരസിദ്ധാന്തം* ബാധകമല്ലെന്നു പറഞ്ഞ് ആ സിദ്ധാന്തത്തേയും ബെർൺഷ്ടൈൻ നിഷേധിച്ചു, അങ്ങനെ പലതും.

അങ്ങനെ വിപ്ലവകരമായ സോഷ്യൽഡമോക്രസിയിൽനിന്ന് ബൂർഷ്വാ 'സോഷ്യൽ'മിതവാദത്തിലേക്ക് വ്യക്തമായും കാലുമാറണമെന്ന ആവശ്യത്തോടൊപ്പം മൗലികമായ എല്ലാ മാർക്സിസ്റ്റ് ആശയങ്ങളേയും ബൂർഷ്വാമട്ടിൽ വിമർശിക്കുന്നതിലേക്കും അത്രതന്നെ വ്യക്തമായ ഒരു കാലുമാറ്റമുണ്ടായി. രാഷ്ട്രീയവേദികളിൽനിന്നും, സർവകലാശാലകളുടെ പീഠങ്ങളിൽനിന്നും, നിരവധി ലഘുലേഖകളിൽനിന്നും ഒട്ടനവധി ശാസ്ത്രീയകൃതികളിൽനിന്നും മാർക്സിസത്തിനെതിരായ ഈ വിമർശനം കുറേക്കാലമായല്ലോ നടക്കാൻ തുടങ്ങിയിട്ട്. അഭ്യസ്ത വർഗങ്ങളിലുള്ള യുവതലമുറയെ ആകെത്തന്നെ അനേകം ദശകങ്ങളായിട്ട് ഈ വിമർശനത്തിന്റെ അടിസ്ഥാനത്തിലാണ് സംഘടിതമായി ചമയിച്ചൊരുക്കിയിട്ടുള്ളതും. അങ്ങനെയിരിക്കെ, ജൂപ്പിറ്ററിന്റെ ശിരസിൽനിന്നു മിനർവ[14] പ്രത്യക്ഷപ്പെട്ടതുപോലെ ഈ വിമർശനത്തിനുള്ള 'നവീനമായ വാസന' പെട്ടെന്ന് അതിന്റെ പൂർണരൂപത്തിൽ സോഷ്യൽഡമോക്രസിക്കകത്തു തലപൊക്കിയതിൽ യാതൊരത്ഭുതവുമില്ല. അതിന്റെ ഉള്ളടക്കത്തിനു വളരാനും വികസിക്കാനുംവേണ്ട സമയം ആവശ്യമില്ലായിരുന്നു. അതിനെയാകെത്തന്നെ അപ്പടി ബൂർഷ്വാസാഹിത്യത്തിൽനിന്ന് സോഷ്യലിസ്റ്റ് സാഹിത്യത്തിലേക്ക് പകർത്തുകയാണല്ലോ ഉണ്ടായത്.

വിഷയം തുടരട്ടെ. ബെർൺഷ്ടൈന്റെ താത്വികവിമർശനവും രാഷ്ട്രീയാദർശസംഹിതയും ഇനിയും വല്ലവർക്കും മനസിലാവാതെ കിടപ്പുണ്ടെങ്കിൽ, ഫ്രഞ്ചുകാർ ഈ 'പുതിയ മാർഗ'ത്തെ പ്രയോഗത്തിൽത്തന്നെ കാണിച്ചുതരാൻ മിനക്കെട്ടിട്ടുണ്ട്. 'ചരിത്രപ്രധാനമായ വർഗസമരങ്ങൾ ഓരോ തവണയും ഒരവസാനതീരുമാനമെത്തുംവരെ നടന്നിട്ടുള്ള മറ്റെവിടെക്കാളുമധികം' ഫ്രാൻസിലാണല്ലോ (എംഗൽസ്; മാർക്സിന്റെ *പതിനെട്ടാം ബ്രൂമേർ* എന്ന ഗ്രന്ഥത്തിനെഴുതിയ മുഖവുരയിൽനിന്ന്); അങ്ങനെയുള്ള ഫ്രാൻസ് ഈ കാര്യത്തിലും അതിന്റെ പേരിനെ ന്യായീകരിച്ചിരിക്കുന്നു. ഫ്രഞ്ച് സോഷ്യലിസ്റ്റുകാർ തത്വവിചാരം ചെയ്യാനല്ല, പ്രവർത്തിക്കാൻ തന്നെയാണ് തുടങ്ങിയിട്ടുള്ളത്. കൂടുതൽ ജനാധിപത്യപരമായ രാഷ്ട്രീയപരിത:സ്ഥിതികൾ ഫ്രാൻസിൽ വളർന്നുവന്നിട്ടുള്ളതുകൊണ്ട് 'ബെർൺഷ്ടൈനിസം നടപ്പിൽ വരുത്താൻ' ഉടനടി അവർക്ക് സാധിച്ചു; അതിന്റെ എല്ലാ ഭവിഷ്യത്തുകളും അവിടെ കാണാം താനും. പ്രായോഗികമായ ബെർൺഷ്ടൈനിസത്തിന്റെ ഒന്നാംതരം ദൃഷ്ടാന്തമാണ് മില്യെറാൻ; വെറുതെയല്ല അദ്ദേഹത്തെ ശരിവെക്കാനും

വാഴ്ത്താനും ബെർൺഷ്ടൈനും ഫോൽമരും ഇത്രയും ആവേശഭരിതരായി ചാടിപ്പുറപ്പെട്ടത്! എന്നല്ല, യഥാർഥത്തിൽ സോഷ്യൽ ഡെമോക്രസി മൗലികമായി ഒരു മിതവാദിപ്പാർട്ടിമാത്രമാണെങ്കിൽ — അക്കാര്യം പരസ്യമായി സമ്മതിക്കാൻ അതിനു ധൈര്യമുണ്ടെങ്കിൽ — പിന്നെ ഒരു സോഷ്യലിസ്റ്റിന് ഒരു ബൂർഷ്വാമന്ത്രിസഭയിൽ ചേരാനുള്ള അവകാശം മാത്രമല്ല ഉള്ളത്; അതിൽ ചേരാൻ എല്ലായ്പ്പോഴും ശ്രമിക്കേണ്ടത് അയാളുടെ കടമകൂടിയാണ്. ജനാധിപത്യത്തിന്റെ മൗലികമായ അർഥം വർഗമേധാവിത്വത്തെ അവസാനിപ്പിക്കലാണെങ്കിൽ, പിന്നെ വർഗസഹകരണത്തെക്കുറിച്ചുള്ള പർവതപ്രസംഗങ്ങൾ നടത്തി എന്തുകൊണ്ടൊരു സോഷ്യലിസ്റ്റ് മന്ത്രിക്ക് ബൂർഷ്വാലോകത്തെ മുഴുവൻ ആനന്ദിപ്പിച്ചുകൂടാ? തൊഴിലാളികളെ രാഷ്ട്രീയപ്പൊലീസ് വെടിവച്ചുവീഴ്ത്തുന്നതിന്റെ ഫലമായി 'ജനാധിപത്യപര'മായ വർഗസഹകരണത്തിന്റെ തനിനിറം നൂറാമത്തെയോ ആയിരാമത്തെയോ തവണ വെളിച്ചത്തു വന്നുകൊള്ളട്ടെ; എന്നാൽക്കൂടി — അതിനുശേഷവും — എന്തുകൊണ്ടൊരു സോഷ്യലിസ്റ്റിനു മന്ത്രിസഭയിൽ പിന്നെയും ഇരുന്നുകൂടാ? ഫ്രഞ്ചു സോഷ്യലിസ്റ്റുകാരുടെ ഇന്നത്തെ അഭിപ്രായത്തിൽ തൂക്കുമരത്തിന്റെയും ചമ്മട്ടിയുടെയും നാടുകടത്തലിന്റെയും വിദഗ്ധൻ (Knouteur, pendeur et deporteur) എന്ന പേരല്ലാതെ മറ്റൊന്നും അർഹിക്കാത്ത സാർചക്രവർത്തിയെ എതിരേൽക്കുന്നതിൽ എന്തുകൊണ്ട് അയാൾക്കു നേരിട്ടു പങ്കെടുത്തുകൂടാ? എന്നാൽ ലോകത്തിന്റെ മുഴുവൻ മുമ്പിൽവച്ചു സോഷ്യലിസത്തെ ഇങ്ങനെ തികച്ചും അപമാനിക്കുന്നതിലും സ്വയം അധ:പതിപ്പിക്കുന്നതിനും സമ്മാനമായി — നമ്മുടെ വിജയത്തിനുള്ള ഉറപ്പിന്റെ ഒരേയൊരടിസ്ഥാനമായ തൊഴിലാളിവർഗത്തിന്റെ സോഷ്യലിസ്റ്റ് ബോധത്തിൽ ഇങ്ങനെ വിഷം കുത്തിക്കയറ്റുന്നതിനു പ്രതിഫലമായി— കിട്ടുന്നതെന്താണ്? വെറും ചില നക്കാപ്പിച്ച പരിഷ്കാരങ്ങൾക്കുള്ള കൂറ്റൻ 'പ്ലാനു'കൾമാത്രം! ഇതിലും വലിയ നേട്ടങ്ങൾ ബൂർഷ്വാ ഗവൺമെന്റുകളിൽനിന്നുതന്നെ ഇതിനുമുമ്പു കിട്ടിയിട്ടുണ്ട്. അത്രയും നക്കാപ്പിച്ചയാണ് വാസ്തവത്തിൽ ഈ പുതിയ 'പ്ലാനു'കൾ!

സോഷ്യലിസത്തിലുള്ള ഈ പുതിയ 'വിമർശനമനോഭാവം' ഒരു പുതിയ തരം അവസരവാദമല്ലാതെ മറ്റൊന്നുമല്ലെന്ന് മന:പൂർവം കണ്ണടച്ചിരുട്ടാക്കുന്നവർക്കൊഴികെ ബാക്കി സകലർക്കും കാണാവുന്നതാണ്. ഏതാനും ആളുകൾ സ്വയം ചന്തം ചാർത്താൻവേണ്ടി അണിയുന്ന മിന്നുന്ന യൂണിഫോറങ്ങൾ നോക്കിയിട്ടോ, അവർതന്നെ സ്വയം സ്വീകരിക്കുന്ന ഉന്നതമായ ബഹുമതിമുദ്രകൾ നോക്കിയിട്ടോ അല്ല അക്കൂട്ടരെപ്പറ്റി നാം അഭിപ്രായം രൂപീകരിക്കുന്നതെങ്കിൽ — നേരേമറിച്ച്, അവരുടെ പ്രവൃത്തികളെന്തെന്നും, വാസ്തവത്തിലവർ എന്തിനുവേണ്ടിയാണ് വാദിക്കുന്നതെന്നും, സൂക്ഷിച്ചിട്ടാണ് നാം അഭിപ്രായമുണ്ടാക്കുന്നതെങ്കിൽ — ഈ 'വിമർശനസ്വാതന്ത്ര്യ'ത്തിന്റെ അർഥം വ്യക്തമാകും: സോഷ്യൽ ഡെമോക്രസിയിൽ അവസരവാദപരമായ അഭിപ്രായഗതിക്കുള്ള സ്വാത

ന്ത്ര്യമാണത്; സോഷ്യൽഡെമോക്രസിയെ 'ജനാധിപത്യ'പരമായ ഒരു പരിഷ്കരണവാദിപ്പാർട്ടിയാക്കി മാറ്റാനുള്ള സ്വാതന്ത്ര്യമാണത്; സോഷ്യ ലിസത്തിനകത്തു ബൂർഷ്വാ ആശയങ്ങളെയും ബൂർഷ്വാവിഭാഗക്കാരെയും കടത്തിക്കൊണ്ടുവരാനുള്ള സ്വാതന്ത്ര്യമാണത്.

'സ്വാതന്ത്ര്യം' ഗംഭീരമായ ഒരു വാക്കുതന്നെയാണ്; എന്നാൽ, സ്വ തന്ത്രമായ വ്യവസായത്തിന്റെ കൊടിക്കീഴിൽ അങ്ങേയറ്റം അക്രമപര മായ യുദ്ധങ്ങൾ നടന്നിട്ടുണ്ട്; സ്വതന്ത്രമായ അധ്വാനത്തിന്റെ കൊടിക്കീ ഴിലാണ് അധ്വാനിക്കുന്ന ബഹുജനങ്ങൾ കൊള്ളചെയ്യപ്പെട്ടിട്ടുള്ളത്. 'വിമർ ശനസ്വാതന്ത്ര്യ'മെന്ന വാക്കിന്റെ ഇന്നത്തെ ഉപയോഗത്തിലും ആന്തരി കമായ ഇതേ കള്ളത്തരം ഒളിഞ്ഞുകിടപ്പുണ്ട്. തങ്ങൾ ശാസ്ത്രത്തെ അഭിവൃദ്ധിപ്പെടുത്തുകയാണെന്ന് ആത്മാർഥമായും വിശ്വസിക്കുന്നവർ പഴ യഅഭിപ്രായങ്ങളോടൊപ്പം പുതിയ അഭിപ്രായങ്ങൾക്കും നിലനിൽക്കാൻ സ്വാതന്ത്ര്യം വേണമെന്നല്ല ആവശ്യപ്പെടുക; എന്നു മാത്രമല്ല, പഴയവ യുടെ സ്ഥാനത്ത് പുതിയവയെ പ്രതിഷ്ഠിക്കണമെന്നായിരിക്കും. 'വിമർശ നസ്വാതന്ത്ര്യം നീണാൾ വാഴട്ടെ' എന്ന മുറവിളി ഇന്നു പൊങ്ങിക്കേൾ ക്കുമ്പോൾ 'കുരയ്ക്കും പട്ടി കടിക്കില്ലെ'ന്ന പഴഞ്ചൊല്ലാണോർമ വരു ന്നത്.

ചെങ്കുത്തായ, വിഷമം പിടിച്ച ഒരു മാർഗത്തിലൂടെയാണ്, ദൃഢമായി അന്യോന്യം കൈയ്ക്കു പിടിച്ചുകൊണ്ട്, ഒരുമയുള്ള ഒരു ഗ്രൂപ്പായി നാം മാർച്ചു ചെയ്യുന്നത്. ശത്രുക്കൾ നമ്മെ നാലുഭാഗത്തുനിന്നും വളഞ്ഞിരി ക്കയാണ്, മിക്കവാറും തുടരെത്തുടരെയുള്ള അവരുടെ വെടിയെ അഭി മുഖീകരിച്ചുവേണം നമുക്ക് മുന്നേറാൻ. നാം സ്വമേധയാ ആണ് സംഘ ടിച്ചിട്ടുള്ളത്; അത് ശത്രുവിനോടു പടവെട്ടാൻവേണ്ടിത്തന്നെയാണു താനും; അല്ലാതെ, തൊട്ടുകിടക്കുന്ന ചളിക്കുണ്ടിലേക്ക് പിൻവാങ്ങാനൊ ന്നുമല്ല. ചളിക്കുണ്ടിലെ നിവാസികളാണെങ്കിൽ, നാം ഒരു പ്രത്യേകഗ്രൂ പ്പായി വേർതിരിഞ്ഞുപോയതിനും, സന്ധിക്കുപകരം സമരത്തിന്റെ മാർഗം നാം സ്വീകരിച്ചതിനും ആദ്യം മുതൽക്കേ നമ്മെ ആക്ഷേപിച്ചിട്ടുണ്ട്. എന്നി ട്ടിപ്പോഴിതാ, നമ്മുടെ ഇടയിൽനിന്നുതന്നെ ചിലർ ഉറക്കെ നിലവിളിക്കാൻ തുടങ്ങുന്നു, 'നമുക്കും ഈ ചളിക്കുണ്ടിലേക്കിറങ്ങുക' എന്ന്! ഇതുകേട്ട് നാം അവർക്കു ലജ്ജയില്ലല്ലോ എന്നു പറയാൻ തുടങ്ങുമ്പോൾ, അവ രുണ്ട് തിരിഞ്ഞുനിന്നു പറയുന്നു: "നിങ്ങളെന്തു യാഥാസ്ഥിതികന്മാരാ ണ്! കൂടുതൽ നല്ല പാതയിലേക്ക് നിങ്ങളെ ക്ഷണിക്കാനുള്ള സ്വാത ന്ത്ര്യംപോലും ഞങ്ങൾക്കു നിഷേധിക്കാൻ നിങ്ങൾക്ക് ലജ്ജയില്ലേ?" ഓഹോ, മാന്യന്മാരേ! നിങ്ങൾക്ക് ഞങ്ങളെ ക്ഷണിക്കാനെന്നല്ല, നിങ്ങ ളുടെ ഇഷ്ടമനുസരിച്ച് എവിടെ വേണമെങ്കിലും പോകാനുള്ള സ്വാത ന്ത്ര്യമുണ്ട്; ചളിക്കുണ്ടിലേക്കുകൂടി ഇറങ്ങാൻ സ്വാതന്ത്ര്യമുണ്ട്. വാസ്ത വത്തിൽ ചളിക്കുണ്ടുതന്നെയാണ് നിങ്ങൾക്കു പറ്റിയ സ്ഥലമെന്ന് ഞങ്ങൾക്കഭിപ്രായമുണ്ട്; അവിടെ നിങ്ങളെ എത്തിച്ചുതരാനും നിങ്ങൾക്കുവേണ്ട എല്ലാ ഒത്താശകളും ചെയ്തുതരാനും ഞങ്ങൾ തയാ റാണ്. ഒന്നുമാത്രം: ഞങ്ങളുടെ കൈ വിട്ടേക്കിൻ; ഞങ്ങളുടെമേൽ പിടി

ച്ചുതൂങ്ങേണ്ട; 'സ്വാതന്ത്ര്യ'മെന്ന മഹത്തായ വാക്കിന്മേൽ ചളിവാരിത്തേക്കുകയും വേണ്ട. കാരണം, ഞങ്ങൾക്കുമുണ്ട് ഞങ്ങൾക്കിഷ്ടമുള്ളേടത്തേക്കു പോകാനുള്ള സ്വാതന്ത്ര്യം. ചളിക്കുണ്ടിനെതിരായി മാത്രമല്ല, ചളിക്കുണ്ടിലേക്കു പോകുന്നവർക്കെതിരായിട്ടുകൂടി സമരംനടത്താനുള്ള സ്വാതന്ത്ര്യം ഞങ്ങൾക്കും ഉണ്ട്.

(ബി) 'വിമർശനസ്വാതന്ത്ര്യ'ത്തിന്റെ പുതിയ വക്താക്കൾ

എന്നാൽ 'റഷ്യൻ സോഷ്യൽഡെമോക്രാറ്റുകാരുടെ വിദേശയൂണിയ[15]'ന്റെ മുഖപത്രമായ *റബോച്ചെയെ ദ്യെലൊ* ഈ അടുത്ത കാലത്തായി (അതിന്റെ 10–ാം ലക്കത്തിൽ) 'വിമർശനസ്വാതന്ത്ര്യ'മെന്ന ഈ മുദ്രാവാക്യത്തെ ഒരു താത്വികാഭിപ്രായമെന്ന നിലയ്ക്കൊന്നുമല്ല വലിയ ഗൗരവത്തിൽ ഉന്നയിച്ചിട്ടുള്ളത്; തികച്ചും ഒരു രാഷ്ട്രീയാവശ്യമെന്ന നിലയ്ക്കാണ്; "വിദേശങ്ങളിൽ പ്രവർത്തിക്കുന്ന സോഷ്യൽ ഡെമോക്രാറ്റിക് സംഘടനകളെ കൂട്ടിയിണക്കാൻ സാധ്യമാണോ?" എന്ന ചോദ്യത്തിനുള്ള ഒരു സമാധാനമെന്ന നിലയ്ക്കാണ്. ചോദ്യത്തിനുള്ള ഉത്തരം: "ഐക്യത്തെ സ്ഥിരമായി ഉറപ്പിക്കുന്നതിന് വിമർശനസ്വാതന്ത്ര്യം കൂടിയേ കഴിയൂ"

ഈ പ്രസ്താവനയിൽനിന്ന് വളരെ വ്യക്തമായ രണ്ടു നിഗമനങ്ങളിൽ നാമെത്തേണ്ടിയിരിക്കുന്നു: (1) സാർവദേശീയ സോഷ്യൽഡെമോക്രസിയിൽ അവസരവാദപരമായ ചിന്താഗതിയുടെ വക്കാലത്താണ് *റബോച്ചെയെ ദ്യെലൊ* ഏറ്റെടുത്തിട്ടുള്ളത്; (2) റഷ്യൻ സോഷ്യൽ ഡെമോക്രസിയിൽ അവസരവാദത്തിനുള്ള സ്വാതന്ത്ര്യമാണ് *റബോച്ചെയെ ദ്യെലൊ* ആവശ്യപ്പെടുന്നത്. ഈ നിഗമനങ്ങളെ നമുക്ക് പരിശോധിക്കുക.

'സാർവദേശീയ സോഷ്യൽഡെമോക്രസിയിൽ മൊൺടാണും ജിറോണ്ടും'[16] തമ്മിൽ തെറ്റിപ്പിരിയുമെന്നു പ്രവചിക്കാനുള്ള ഒരാഗ്രഹം' *ഇസ്ക്രയ്ക്കും* *സര്യാ*[17]യ്ക്കും ഉണ്ടെന്നു കണ്ടു *റബോച്ചെയെ ദ്യെലൊ*വിനു 'പ്രത്യേകിച്ചും' നീരസമുളവായിരിക്കുന്നു.*

---

* വിപ്ലവകാരിയായ തൊഴിലാളി വർഗത്തിനടിയിലുള്ള വിപ്ലവപരവും അവസരവാദപരവുമെന്ന രണ്ടഭിപ്രായഗതികളെ 18–ാം നൂറ്റാണ്ടിലെ വിപ്ലവകാരിയായ മുതലാളിവർഗത്തിനിടയിലുണ്ടായിരുന്ന രണ്ടു ചിന്താഗതികളുമായി — 'മൊൺടാൺ' എന്നറിയപ്പെട്ടിരുന്ന ജക്കോബിൻപക്ഷക്കാരും, എതിർപക്ഷമായ ജിറോണ്ടിസ്റ്റ് ഗ്രൂപ്പുമായി — താരതമ്യപ്പെടുത്തിക്കൊണ്ടൊരു മുഖലേഖനം 1901 ഫെബ്രുവരിയിലെ *ഇസ്ക്രയുടെ* രണ്ടാം ലക്കത്തിൽ പുറത്തുവന്നിരുന്നു. പ്ലെഹാനൊവാണ് ആ ലേഖനമെഴുതിയിരുന്നത്. കോൺസ്റ്റിറ്റ്യൂഷണൽ ഡെമോക്രാറ്റുകാർക്കും,[18] *ബെസ് സഗ്ലാവിയ* എന്ന പത്രത്തിന്റെ അനുയായികൾക്കും മെൻഷെവിക്കുകൾക്കും[19] റഷ്യൻ സോഷ്യൽ ഡെമോക്രസിയിലെ 'ജക്കോബിനിസ'ത്തെപ്പറ്റി എടുത്തുപറയാൻ ഇന്നും വലിയ ഇഷ്ടമാണ്; എന്നാൽ, സോഷ്യൽ ഡെമോക്രസിയിലെ വലതുപക്ഷത്തിനെതിരായി പ്ലെഹാനൊവ് ഈ വാക്ക് ഒന്നാമതായി ഉപയോഗിക്കേണ്ടിവന്ന സാഹചര്യത്തെപ്പറ്റി അവർ മൗനമവലംബിക്കാനാണ് ഇഷ്ടപ്പെടുന്നത്, അഥവാ അതവർ വിസ്മരിക്കുകയാണ്.

"പൊതുവിൽ പറയുകയാണെങ്കിൽ" — *റബോച്ചെയെ ദ്യെലൊ*വിന്റെ പത്രാധിപർ ബി ക്രിച്ചേവ്സ്കിയ് എഴുതുകയാണ്:

> സോഷ്യൽ ഡെമോക്രസിയുടെ അണികളിലിപ്പോൾ കേട്ടുവരുന്ന ഈ '*മൊൺടാണിനെ*'ക്കുറിച്ചും '*ജിറോണ്ടി*'നെക്കുറിച്ചുമുള്ള വാദം ചരിത്രദൃഷ്ട്യാ ആഴംകുറഞ്ഞ ഒരു താരതമ്യപഠനത്തെയാണ് കുറിക്കുന്നത്. ഒരു മാർക്സിസ്റ്റിന്റെ പേനത്തുമ്പിൽനിന്നു പുറപ്പെടുമ്പോൾ ഇതത്ഭുതകരമായിത്തോന്നുന്നു. സാമൂഹ്യചിന്തയുടെ ചരിത്രകാരന്മാർ വിചാരിക്കുംപോലെ വ്യത്യസ്തമായ രണ്ടു സ്വഭാവങ്ങളെയോ ആശയപരമായ പ്രവണതകളെയോ അല്ല 'മൊൺടാണും' 'ജിറോണ്ടും' പ്രതിനിധീകരിച്ചിരുന്നത്; പിന്നെയോ? രണ്ടു ഭിന്നവർഗങ്ങളെ — അഥവാ, ജനവിഭാഗങ്ങളെ ആണ്; അതായത്, ഒരു വശത്ത് ഇടത്തരക്കാരായ ബൂർഷ്വാസിയെയായിരുന്നെങ്കിൽ മറുവശത്ത് പെറ്റിബൂർഷ്വാസിയെയും തൊഴിലാളിവർഗത്തേയുമായിരുന്നു. ഇന്നത്തെ സോഷ്യലിസ്റ്റ് പ്രസ്ഥാനത്തിലാകട്ടെ വർഗതാൽപ്പര്യങ്ങളുടെ വൈരുധ്യമൊന്നും ഇല്ല; സോഷ്യലിസ്റ്റ് പ്രസ്ഥാനം മുഴുവനുംതന്നെ – അങ്ങേയറ്റത്തെ ബെർൺഷ്ടൈൻ പക്ഷക്കാരുൾപ്പെടെയുള്ള അതിന്റെ എല്ലാ വിവിധവിഭാഗങ്ങളുംതന്നെ തൊഴിലാളിവർഗത്തിന്റെ താൽപ്പര്യങ്ങളിന്മേലും രാഷ്ട്രീയവും സാമ്പത്തികവുമായ മോചനത്തിനുവേണ്ടിയുള്ള അവരുടെ വർഗസമരത്തിന്മേലുമാണ് നിലയുറപ്പിച്ചിട്ടുള്ളത്.

കൂസലില്ലാത്ത പ്രഖ്യാപനം! സോഷ്യലിസ്റ്റ് പ്രസ്ഥാനത്തിൽ 'പ്രൊഫസർ' വിഭാഗം വിപുലമായ തോതിൽ പങ്കെടുക്കാൻ ഇടക്കാലത്തു സമാരംഭിച്ചതിന്റെ ഫലമായിട്ടുതന്നെയാണ് ബെർൺഷ്ടൈനിസം ഇത്രയും വേഗം പടർന്നുപിടിച്ചിട്ടുള്ളതെന്ന വസ്തുത എത്രയോ നാളായി ഞങ്ങൾ ശ്രദ്ധിച്ചിട്ടുള്ളതാണ്. ബി ക്രിച്ചേവ്സ്കിയ് അതിനെപ്പറ്റി കേട്ടിട്ടില്ലേ? എന്നല്ല, ഏറ്റവും പ്രധാനമായ ഒരു ചോദ്യം: എന്തടിസ്ഥാനത്തിന്മേലാണ് നമ്മുടെ ലേഖകൻ 'അങ്ങേയറ്റത്തെ ബെർൺഷ്ടൈൻപക്ഷക്കാർ'പോലും തൊഴിലാളിവർഗത്തിന്റെ രാഷ്ട്രീയ സാമ്പത്തിക മോചനത്തിനുവേണ്ടിയുള്ള വർഗസമരത്തിന്റെ അടിസ്ഥാനത്തിലാണ് നിലകൊള്ളുന്നതെന്ന തന്റെ അഭിപ്രായത്തെ രൂപീകരിച്ചിട്ടുള്ളത്? ആർക്കും നിശ്ചയമില്ല! ഏറ്റവും കടുത്ത ബെർൺഷ്ടൈനിസ്റ്റുകൾക്കുവേണ്ടിയുള്ള ഈ വാശിപിടിച്ച വക്കാലത്തിന് ഉപോൽബലകമായി ഒരൊറ്റ വാദമുഖം പോലുമില്ല! ഏറ്റവും കടുത്ത ബെർൺഷ്ടൈനിസ്റ്റുകൾ തങ്ങളെപ്പറ്റിത്തന്നെ ഉരിയാടുന്നത് താൻ ആവർത്തിച്ചാൽമതി, കൂടുതലായി തന്റെ അഭിപ്രായത്തിനു തെളിവൊന്നും ആവശ്യമില്ലെന്നായിരിക്കാം ഒരുപക്ഷേ ഈ ലേഖകന്റെ ധാരണ. എന്നാൽ, ഒരാശയഗതിയെക്കുറിച്ചു മുഴുവൻ അഭിപ്രായം രൂപീകരിക്കുന്നതിന് ആ ആശയഗതിയുടെ പ്രതിനിധികൾ തങ്ങളെപ്പറ്റിത്തന്നെ പറയുന്ന അഭിപ്രായത്തെമാത്രം ആസ്പദമാക്കുന്നതിനേക്കാൾ 'ആഴം കുറഞ്ഞ'തായി മറ്റെന്തുണ്ട്? എന്നിട്ട്, അതിനെത്തു

ടർന്ന്, പാർട്ടിയുടെ വളർച്ചയിൽ അന്യോന്യഭിന്നവും കടകവിരുദ്ധവുമായ രണ്ടുരീതികൾ അഥവാ, മാർഗങ്ങൾ ഉണ്ടെന്നും മറ്റും 'പാതിരിപ്രസംഗം' തുടങ്ങിയാൽ അതിൽപ്പരം 'ആഴം കുറഞ്ഞ' മറ്റെന്താണുള്ളത് (റബോച്ചെയെ ദെ്യലൊ, പേജ് 34–35)? ജർമൻ സോഷ്യൽഡെമോക്രാറ്റുകാർ പൂർണമായും വിമർശനസ്വാതന്ത്ര്യത്തെ അംഗീകരിക്കുന്നുണ്ടുപോലും! പക്ഷേ, ഫ്രഞ്ചുകാർ അതു ചെയ്യുന്നില്ല, കണ്ടോ? അതുകൊണ്ടു ഫ്രഞ്ചുകാരാണുപോലും 'അസഹിഷ്ണുതയെക്കൊണ്ടുള്ള ദ്രോഹത്തിന്' ഇന്നുദാഹരണമായി വർത്തിക്കുന്നത്.

ഇതിനു ഞങ്ങൾക്കുള്ള മറുപടിയിതാണ്: ചരിത്രത്തെ കേവലം 'ഇലൊവായ്സ്കിയുടെ നിലപാടിൽനിന്ന്' വീക്ഷിക്കുന്നവർകൂടി ചിലപ്പോൾ തങ്ങൾ മാർക്സിസ്റ്റുകാരാണെന്ന് സ്വയം പറയാറുണ്ടെന്നുള്ളതിന് ബി ക്രിച്ചേവ്സ്കിയുടെ മാതൃകതന്നെ തെളിവാണ്. ജർമൻ സോഷ്യലിസ്റ്റ് പാർട്ടിയുടെ ഐക്യത്തിനും ഫ്രഞ്ചു സോഷ്യലിസ്റ്റ് പാർട്ടിയുടെ അനൈക്യത്തിനും കാരണം കണ്ടുപിടിക്കുമ്പോൾ, രണ്ടു രാജ്യങ്ങളുടേയും ചരിത്രപരമായ പ്രത്യേകതകളാരായേണ്ട ആവശ്യമേ ഇല്ല പോൽ: ഒരു രാജ്യത്തുള്ള പട്ടാളപരമായ അർധസ്വേഛാധിപത്യവും മറ്റേതിലെ റിപ്പബ്ലിക്കൻ പാർലമെന്ററി സമ്പ്രദായവും തമ്മിൽ ഒരു താരതമ്യവിവേചനവും ചെയ്യേണ്ടതില്ല! അതുപോലെ, പാരീസ്കമ്യൂണി"[20]ന്റെ അനന്തരഫലങ്ങളേയും ജർമനിയിലെ സോഷ്യലിസ്റ്റ് വിരുദ്ധനിയമ[21]ത്തിന്റെ പ്രത്യാഘാതങ്ങളേയും വിശകലനം ചെയ്യേണ്ട ആവശ്യവുമില്ല! രണ്ടു രാജ്യങ്ങളുടെയും സാമ്പത്തികജീവിതത്തെയും സാമ്പത്തികവളർച്ചയെയും പരസ്പരം തട്ടിച്ചുനോക്കേണ്ട ആവശ്യമില്ല; 'ജർമൻ സോഷ്യൽ ഡെമോക്രസി അനിതരസാധാരണമായ വിധത്തിൽ വളർന്നിട്ടുണ്ടെ'ങ്കിൽ, അതോടൊപ്പംതന്നെ, തെറ്റായ സിദ്ധാന്തങ്ങൾക്കെതിരായിട്ടു മാത്രമല്ല (ഉദാ: മ്യൂൽബെർഗെർ, ദൂറിങ്*, കത്തേഡർ സോഷ്യലിസ്റ്റു

* ദൂറിങ്ങിനുനേരെ എംഗൽസ് തന്റെ ആക്രമണം നടത്തിയകാലത്ത് ജർമൻ സോഷ്യൽ ഡെമോക്രസിയുടെ അനേകം പ്രതിനിധികൾക്ക് ദൂറിങ്ങിന്റെ അഭിപ്രായങ്ങളോടായിരുന്നു അടുപ്പം. കാർക്കശ്യം, അസഹിഷ്ണുത, ഒരു സഖാവിനു ചേരാത്തവിധത്തിലുള്ള ചർച്ചാരീതി മുതലായ ആക്ഷേപവാക്കുകൾ പാർട്ടി കോൺഗ്രസിൽവെച്ച് പരസ്യമായിട്ടുപോലും എംഗൽസിനുനേരെ ചിലർ എടുത്തെറിയുകയുണ്ടായി. എംഗൽസിന്റെ ലേഖനങ്ങൾ, 'അവയിൽ ബഹുഭൂരിപക്ഷം വായനക്കാർക്കു താൽപ്പര്യമില്ലെ'ന്ന കാരണത്താൽ *ഫോർവെർട്ട്സ്*[22] പത്രത്തിൽ പ്രസിദ്ധീകരിക്കേണ്ടാ എന്നൊരു നിരോധനപ്രമേയം മോസ്തും അദ്ദേഹത്തിന്റെ അനുയായികളും 1877–ലെ കോൺഗ്രസിൽ[23] അവതരിപ്പിച്ചു; വാൾറ്റൈക്കാകട്ടെ പ്രസ്തുത ലേഖനങ്ങളുടെ പ്രസിദ്ധീകരണം നിമിത്തം പാർട്ടിക്കു വമ്പിച്ച ഇടിച്ചിൽ തട്ടിയിട്ടുണ്ടെന്നും; ദൂറിങ്ങും സോഷ്യൽഡെമോക്രസിക്കു സേവനങ്ങൾ ചെയ്തിട്ടുണ്ടെന്നും പ്രഖ്യാപിച്ചു. "പാർട്ടിയുടെ ഗുണത്തിനു വേണ്ടി നാം എല്ലാവരേയും ഉപയോഗപ്പെടുത്തണം. പണ്ഡിതന്മാർ വേണമെങ്കിൽ തർക്കങ്ങൾ നടത്തിക്കൊള്ളട്ടെ; പക്ഷേ അതു നടത്തുന്നതു *ഫോർവെർട്ട്സിൽ* വെച്ചു വേണ്ടാ" (*ഫോർവെർട്ട്സ്*, 65–ാം ലക്കം, 1877 ജൂൺ 6). ഇതാ, 'വിമർശനസ്വാതന്ത്ര്യ'ത്തിനുള്ള വക്കാലത്തിന്റെ മറ്റൊരു മാതൃക! ജർമൻ മാതൃകകൾ ഇത്ര ധാരാളം ഉദ്ധരിക്കുന്ന നമ്മുടെ വിധേയരായ വിമർശകന്മാരും ഒളിസേവക്കാരായ അവസരവാദികളും ഇതിനെസംബന്ധിച്ചു ഗാഢമായി ചിന്തിച്ചുനോക്കുന്നത് അവർക്കുതന്നെ നന്നായിരിക്കും!

കാർ[24]), വഴിപിഴച്ച അടവുകൾക്കെതിരായിട്ടുകൂടി (ഉദാ: ലസ്സാൽ) തീവ്രമായ സമരവും നടത്തിയിട്ടുണ്ടെന്നു മനസിലാക്കേണ്ട ആവശ്യമില്ല; മറ്റും മറ്റും. അതൊക്കെ തീരെ അനാവശ്യം! ഫ്രഞ്ചുകാർ അന്യോന്യം കലഹിക്കുന്നത് അവർക്കു സഹിഷ്ണുതയില്ലാത്തതുകൊണ്ടാണ്; ജർമൻകാർക്ക് ഒരുമയുള്ളത് അവർ നല്ല കുട്ടികളായതുകൊണ്ടുമാണ്!

മാത്രമല്ല, നോക്കണം: ബെർൺഷ്ടൈനിസത്തിന്റെ വക്കാലത്തു പിടിക്കുന്നതുവരെനിലം പരിശാക്കുന്ന യാഥാർഥ്യത്തെ 'ഖണ്ഡിക്കാ'നാണുതാനും ഈ ഹിമാലയൻവങ്കത്തം അടിച്ചിറക്കിയിട്ടുള്ളത്. തൊഴിലാളിവർഗസമരത്തിന്റെ അടിസ്ഥാനത്തിൽത്തന്നെയാണോ ബെർൺഷ്ടൈനിസ്റ്റുകൾ വാസ്തവത്തിൽ നിലകൊള്ളുന്നതെന്ന ചോദ്യത്തിന് പൂർണമായും നീക്കുപോക്കില്ലാത്ത വിധത്തിലും ചരിത്രാനുഭവം മാത്രമാണ് സമാധാനം നൽകുക. അതുകൊണ്ട് ഫ്രാൻസിന്റെ ഉദാഹരണമാണ് ഇക്കാര്യത്തിൽ ഏറ്റവും പ്രാധാന്യമർഹിക്കുന്നത്; കാരണം, ഫ്രാൻസിൽ മാത്രമാണ് ബെർൺഷ്ടൈനിസ്റ്റുകൾ സ്വതന്ത്രമായും തങ്ങളുടെ സ്വന്തം കാലിന്മേലും ഒന്നു 'നിലകൊള്ളാൻ' ശ്രമിച്ചിട്ടുള്ളത്; അവരുടെ ജർമൻ സഹപ്രവർത്തകന്മാർ ഇതിലവരെ ഉള്ളഴിഞ്ഞു ശ്ലാഘിച്ചു (കുറേയൊക്കെ റഷ്യൻ അവസരവാദികളും ഇതിലവരെ വാഴ്ത്തിയിട്ടുണ്ട്— ഉദാ: *റബോച്ചെയെ ദ്യെലൊ*, ലക്കം 2–3, പേജ് 83–84 നോക്കുക). ഫ്രഞ്ചുകാരുടെ 'അസഹിഷ്ണുത'യെപ്പറ്റി പറഞ്ഞിട്ടുള്ളതിന്റെ 'നൊസ്ദ്ര്യോവ്[25] മട്ടിലു'ള്ള 'ചരിത്രപര'മായ അർഥം ഒഴിച്ചാൽ പിന്നെ അതു കേവലം കൊള്ളരുതാത്ത ഒരു യാഥാർഥ്യത്തെ ശുണ്ഠിപിടിച്ച ശകാരംകൊണ്ടു മറച്ചുവെയ്ക്കാനുള്ള ഒരു പരിശ്രമമായിട്ടേ പരിണമിക്കുന്നുള്ളു.

എന്നാൽ, ബി ക്രിച്ചേവ്സ്കിക്കും 'സ്വതന്ത്രവിമർശന'ത്തിന്റെ മറ്റു നിരവധി വക്താക്കളും ജർമൻ ഉദാഹരണവും കേവലം അങ്ങുവകവെച്ചുതരാൻഞങ്ങൾ തയാറായില്ല. 'അങ്ങേയറ്റത്തെ ബെർൺഷ്ടൈൻപക്ഷക്കാരെ' ജർമൻ പാർട്ടിയണികളിൽ ഇപ്പോഴും ഇരിക്കാനനുവദിക്കുന്നുണ്ടെങ്കിൽ, അതിനു കാരണം ഹാനോവർപ്രമേയത്തിനും[26] ലൂബെക്ക് പ്രമേയത്തിനും[27] അവർ കീഴ്വഴങ്ങിനിൽക്കുന്നുവെന്നതാണ്: ഇതിലാദ്യത്തേതു ബെർൺഷ്ടൈന്റെ ഭേദഗതികളെ ദൃഢമായി തള്ളിക്കളഞ്ഞു; രണ്ടാമത്തേതിലാകട്ടെ, നയകുശലതയോടുകൂടിയ ഭാഷയിലാണതു പ്രകടിപ്പിച്ചിട്ടുള്ളതെങ്കിൽക്കൂടി, ബെർൺഷ്ടൈന്നുള്ള പ്രത്യക്ഷമായ ഒരു താക്കീതാണടങ്ങിയിട്ടുള്ളത്. ജർമൻ പാർട്ടിയുടെ താൽപ്പര്യത്തെ മുൻനിർത്തിയാലോചിക്കുമ്പോൾ ഈ നയകുശലത ഉചിതമായോ എന്നും, ഇങ്ങനെയൊരു സന്ദർഭത്തിൽ അസുഖകരമായ ഒരു സന്ധിയാണോ ഒരു തുറന്ന സമരത്തേക്കാൾ മെച്ചപ്പെട്ടതെന്നും ഉള്ളതു വാദവിഷയമാക്കാവുന്നതാണ്; അതായത് ചുരുക്കത്തിൽ, ബെർൺഷ്ടൈനിസത്തെ നിരാകരിക്കാൻവേണ്ടി ജർമൻ പാർട്ടി എടുത്ത ഏതെങ്കിലും അടവുകൾ സന്ദർഭോചിതമായിരുന്നുവോ അല്ലയോ എന്നതിനെപ്പറ്റി അഭി

പ്രായഭേദങ്ങളുണ്ടാവാമെന്നർഥം. എന്നാൽ, ജർമൻപാർട്ടി, ഈ രണ്ടവസരങ്ങളിലും ബെർൺഷ്ടൈനിസത്തെ നിരാകരിക്കുകയാണുണ്ടായതെന്ന പരാമർശത്തിന്റെനേരെ കണ്ണടയ്ക്കാൻ ഒരാൾക്കും സാധ്യമല്ല. അതുകൊണ്ട് "അങ്ങേയറ്റത്തെ ബെർൺഷ്ടൈൻ പക്ഷക്കാർപോലും തൊഴിലാളിവർഗത്തിന്റെ രാഷ്ട്രീയ–സാമ്പത്തിക മോചനത്തിനുവേണ്ടി തൊഴിലാളികളുടെ വർഗസമരത്തിന്റെ അടിസ്ഥാനത്തിലാണ് നിലകൊള്ളുന്നതെ"ന്ന അഭിപ്രായത്തെ ജർമൻ ഉദാഹരണം സാധൂകരിക്കുന്നുവെന്നു കരുതുന്നത് കൺമുമ്പിൽ നടക്കുന്ന സംഭവങ്ങളുടെ അർഥം മനസിലാവാതിരിക്കൽ മാത്രമാണ്.*

പക്ഷേ, അതുമാത്രവുമല്ല, നാം കണ്ടുകഴിഞ്ഞപോലെ, *റബോച്ചെയെ ദ്യെലൊ* റഷ്യൻ സോഷ്യൽഡെമോക്രസിയുടെ മുമ്പിൽ വന്നുനിന്നാണ് 'വിമർശനസ്വാതന്ത്ര്യ'മാവശ്യപ്പെടുന്നത്, ബെർൺഷ്ടൈനിസത്തിന്റെ വക്കാലത്തു പിടിക്കുന്നത്. ഞങ്ങളുടെ 'വിമർശകന്മാ'രോടും ബെർൺഷ്ടൈനിസ്റ്റുകളോടും ഞങ്ങൾ മര്യാദകാണിച്ചില്ലെന്ന തീരുമാനത്തിലാണ് ആ പത്രം എത്തിയതെന്ന് തോന്നുന്നു. ആരോടാണ് ഞങ്ങൾ മര്യാദകേടു കാണിച്ചത്? എപ്പോൾ? എവിടെവച്ച്? എന്തായിരുന്നു ഞങ്ങളുടെ മര്യാദകേട്? ഇതിനെപ്പറ്റി മിണ്ടുന്നേയില്ല. *റബോച്ചെയെ ദ്യെലൊ* ഒരൊറ്റ റഷ്യൻ വിമർശകന്റെയോ ബെർൺഷ്ടൈൻ പക്ഷപാതിയുടെയോ പേരെടുത്തുപറയുന്നില്ല. ഞങ്ങൾക്കതുകൊണ്ടു സാധ്യമായിട്ടുള്ളത് രണ്ടിലൊരു ഊഹം പാസാക്കുക മാത്രമാണ്. ഒന്നാമത്തെ ഊഹം ഈ മര്യാദകേടിനു വിധേയമായ കക്ഷി *റബോച്ചെയെ ദ്യെലൊ*

---

* ജർമൻ പാർട്ടിക്കുള്ളിലെ ബെർൺഷ്ടൈനിസത്തെസംബന്ധിച്ച വസ്തുതകൾ വെളിപ്പെടുത്തുകയെന്നതിൽക്കവിഞ്ഞ് അതേപ്പറ്റി തങ്ങൾക്കുള്ള അഭിപ്രായം പറയാൻ തികഞ്ഞ 'വൈമുഖ്യ'മാണ് *റബോച്ചെയെ ദ്യെലൊ* പ്രദർശിപ്പിച്ചതെന്ന സംഗതി പ്രസ്താവ്യമാണ്. ഉദാഹരണത്തിന് ഷ്റ്റുട്ട്ഗർട്ട് കോൺഗ്രസി[28]നെപ്പറ്റി ലക്കം 2–3–ൽ (പേജ് 66) കൊടുത്തിട്ടുള്ള റിപ്പോർട്ടുകൾ നോക്കുക. അഭിപ്രായഭിന്നതകൾ മുഴുവൻ വെറും "അടവുകളെ"സംബന്ധിച്ചാണെന്നു വരുത്തിത്തീർക്കുകയും ബഹുഭൂരിപക്ഷവും നേരത്തേയുള്ള വിപ്ലവപരമായ അടവുകളോടു കൂറുള്ളവരാണെന്നു പ്രസ്താവിക്കുകയും മാത്രമാണ് അതിൽ ചെയ്തിട്ടുള്ളത്. അല്ലെങ്കിൽ ലക്കം 4–5 (പേജ് 25 മുതൽ) നോക്കുക. ഹാനോവർകോൺഗ്രസിലെ പ്രസംഗങ്ങളുടെ ഒരു പരാവർത്തനവും ബെബലിന്റെ പ്രമേയത്തിന്റെ ശരിപ്പകർപ്പുമല്ലാതെ മറ്റൊന്നും അതിലില്ല. ലക്കം 2–3–ലെപ്പോലെ ഇത്തവണയും ബെർൺഷ്ടൈന്റെ അഭിപ്രായങ്ങളെക്കുറിച്ചുള്ള വിശകലനവും വിമർശനവും നീട്ടിവയ്ക്കുകയാണ് ചെയ്തിട്ടുള്ളത്. അതൊരു 'പ്രത്യേക ലേഖന'ത്തിൽ ചർച്ചചെയ്യുമത്രെ. വിചിത്രമെന്നേ പറയേണ്ടൂ, ലക്കം 4–5–ൽ (പേജ് 33) ഇങ്ങനെ എഴുതിക്കാണുന്നു: "....കോൺഗ്രസിലെ ബഹുഭൂരിപക്ഷവും ബെബലിന്റെ അഭിപ്രായഗതികളെ പിന്താങ്ങുന്നു." കുറച്ചുകൂടി താഴെ എഴുതിയിരിക്കുന്നത് ഇങ്ങനെയാണ്: "....ബെർൺഷ്ടൈന്റെ അഭിപ്രായങ്ങളെ ഡാവീഡ് അനുകൂലിച്ചു.... എന്തൊക്കെപ്പറഞ്ഞാലും (!) ബെർൺഷ്ടൈനും ചങ്ങാതികളും വർഗസമരത്തിന്റെ അടിസ്ഥാനത്തിലാണ് നിലയുറപ്പിച്ചിരിക്കുന്നതെന്നു സ്ഥാപിക്കാനാണ്.... അദ്ദേഹം ഒന്നാമതായി ശ്രമിച്ചത്...." ഇതെഴുതിയത് 1899 ഡിസംബറിലാണ്. എന്നാൽ 1901 സെപ്തംബറായപ്പോഴേയ്ക്കും ബെബൽ പറഞ്ഞത് ശരിയായിരുന്നുവെന്ന വിശ്വാസം 'റബോച്ചെയെ ദ്യെലൊ'വിന് പ്രത്യക്ഷത്തിൽ നശിച്ചിരിക്കുന്നു; ഡാവീഡിന്റെ അഭിപ്രായങ്ങൾ തങ്ങളുടേതായി ഉരുവിടുകമാത്രമാണ് അത് ചെയ്യുന്നത്!

തന്നെയല്ലാതെ മറ്റാരുമല്ലെന്നാണ് (*റബോച്ചെയെ ദ്യെലൊ*വിന്റെ 10–ാം ലക്കത്തിലെ രണ്ടുലേഖനങ്ങളിൽ *സര്യാ*യും *ഇസ്ക്ര*യും തങ്ങളുടെമേൽ ചൊരിഞ്ഞ അപമാനങ്ങളെക്കുറിച്ചേ ആവലാതിപ്പെട്ടിട്ടുള്ളുവെന്നത് ഈ ഊഹത്തെ ഉപോൽബലപ്പെടുത്തുന്നു). ഇതാണ് വാസ്തവമെങ്കിൽ, ബെർൺഷ്ടൈനിസവുമായി തങ്ങൾക്കു ബന്ധമില്ലെന്ന് എല്ലായ്പ്പോഴും വീറോടെ ശഠിക്കാറുള്ള *റബോച്ചെയെ ദ്യെലൊ*വിന്, 'അങ്ങേയറ്റത്തെ ബെർൺഷ്ടൈൻപക്ഷക്കാരു'ടേയും വിമർശനസ്വാതന്ത്ര്യത്തിന്റേയും വക്കാലത്തുപിടിച്ചുകൊണ്ടല്ലാതെ സ്വയം ന്യായീകരിക്കാൻ എന്തുകൊണ്ടു കഴിഞ്ഞില്ല എന്ന ചോദ്യത്തിന് ഉത്തരമെവിടെ? രണ്ടാമത്തെ ഊഹം മൂന്നാമതു ചിലരോടാവാം, മര്യാദകേടു കാട്ടിയതെന്നുള്ളതാണ്. രണ്ടാമത്തെ ഊഹമാണ് ശരിയെങ്കിൽ, എന്താണാവോ ഈ വിദ്വാന്മാരുടെ പേരു പറഞ്ഞാൽ വൈഷമ്യം?

അപ്പോൾ, *റബോച്ചെയെ ദ്യെലൊ* അതിന്റെ പ്രസിദ്ധീകരണം സമാരംഭിച്ചതുമുതൽ നാളിതുവരെ നടത്തിപ്പോന്നിട്ടുള്ള (ഇതു ഞങ്ങൾ വഴിയേ തെളിയിച്ചുകാട്ടാൻ ഭാവമുണ്ട്) അതേ ഒളിച്ചുകളിയാണ് ഇപ്പോഴും തുടരുന്നത്. എന്നല്ല, ഇത്രയുമേറെ ഊതിവലുതാക്കുന്ന 'വിമർശനസ്വാതന്ത്ര്യ'ത്തിന്റെ ഈ ആദ്യത്തെ പ്രായോഗികപ്രകടനംതന്നെ പരിശോധിച്ചുനോക്കുക. യഥാർഥത്തിൽ എല്ലാ വിമർശനവും നിർത്തിവെക്കുകയെന്ന നിലവരെ അത് അധഃപതിച്ചുവെന്നു മാത്രമല്ല, സ്വതന്ത്രമായ എല്ലാ അഭിപ്രായപ്രകടനങ്ങളുംതന്നെ തീരെ നിർത്തിവെയ്ക്കലായി അതു പരിണമിച്ചിരിക്കുന്നു. 'പറയാൻ കൊള്ളരുതാത്ത' ഒരു രോഗമാണോ ബെർൺഷ്ടൈനിസമെന്നു തോന്നുമാറ് (സ്തറൊവ്യേരുടെ ആ കുറിക്കുകൊള്ളുന്ന വാക്കുകൾതന്നെ ഞങ്ങളുപയോഗിക്കട്ടെ) റഷ്യൻ ബെർൺഷ്ടൈനിസത്തെപ്പറ്റി മിണ്ടാതെ കഴിക്കുന്ന *റബോച്ചെയെ ദ്യെലൊ* തന്നെ, ആ ദീനത്തിന്റെ ചികിത്സയ്ക്ക്, ദീനത്തിന്റെ ജർമൻ മാതൃകയ്ക്കുള്ള ഏറ്റവും പുതിയ ജർമൻ ചികിത്സാക്രമമാണ്, അതേപടി, അക്ഷരംപ്രതി, പകർത്തിയെഴുതാൻ നിർദേശിക്കുന്നത്! വിമർശനസ്വാതന്ത്ര്യത്തിനുപകരം കേവലം അടിമകൾക്കുചേർന്ന — പോരാ, കുരങ്ങുകൾക്കുചേർന്ന — അനുകരണം! ഇന്നത്തെ സാർവദേശീയമായ അവസരവാദത്തിന്റെ സാമൂഹ്യവും രാഷ്ട്രീയവുമായ ഒരേ ഉള്ളടക്കംതന്നെ അതാതിടത്തെ ദേശീയപ്രത്യേകതകൾക്ക് അനുയോജ്യമാംവിധം പലവിധരൂപത്തിലാണ് സ്വയം പ്രത്യക്ഷപ്പെടുന്നത്. ഒരു രാജ്യത്ത് അവസരവാദികൾ എത്രയോ മുമ്പുതന്നെ വ്യത്യസ്തമായ ഒരു കൊടിക്കീഴിൽ പരസ്യമായി അണിനിരന്നു; മറ്റൊരു രാജ്യത്തു സിദ്ധാന്തമെല്ലാം തോട്ടിൽ വലിച്ചെറിഞ്ഞ് പ്രായോഗികമായി റാഡിക്കൽ സോഷ്യലിസ്റ്റുകാരുടെ നയം നടപ്പാക്കുകയാണവർ ചെയ്തത്. മൂന്നാമതൊരു രാജ്യത്ത് വിപ്ലവപാർട്ടിയിലെ ഏതാനും അംഗങ്ങൾ അവസരവാദത്തിന്റെ ചേരിയിലേക്ക് കൂറുമാറിക്കഴിഞ്ഞിരിക്കുന്നു; എന്നാൽ, തത്വങ്ങൾക്കുവേണ്ടിയും പുതിയ അടവുകൾക്കുവേണ്ടിയുമുള്ള പരസ്യമായ സമരംമുഖേനയല്ല, സാവധാ

നത്തിലും, പ്രത്യക്ഷമല്ലാത്തവിധത്തിലും, ശിക്ഷിക്കാൻ കഴിയാത്തവിധത്തിലും (എന്നുപറയട്ടെ) തങ്ങളുടെ പാർട്ടിയെ മലിനപ്പെടുത്തിക്കൊണ്ടാണവർ തങ്ങളുടെ ലക്ഷ്യങ്ങൾ നേടാൻ ശ്രമിക്കുന്നത്. നാലാമതൊരു രാജ്യത്തിലാകട്ടെ, ഇതേ തരത്തിൽ ചേരിമാറുന്നവർ ഇതേതരം അടവുകൾ രാഷ്ട്രീയ അടിമത്തത്തിന്റെ ഇരുളിലും. 'നിയമവിധേയവും' 'നിയമവിരുദ്ധ'വുമായ പ്രവർത്തനത്തെ തികച്ചും അന്യാദൃശമായ മട്ടിൽ കൂട്ടിയിണക്കിക്കൊണ്ടുമാണ് പ്രയോഗിക്കുന്നത്; മറ്റും, മറ്റും. റഷ്യൻ സോഷ്യൽഡമോക്രാറ്റുകാരെ കൂട്ടിയോജിപ്പിക്കാനുള്ള ഒരു ഉപാധിയെന്നോണം 'വിമർശനസ്വാതന്ത്ര്യ'ത്തെക്കുറിച്ചും ബെർൺഷ്ടൈനിസത്തെക്കുറിച്ചും സംസാരിക്കുക, അതേയവസരത്തിൽത്തന്നെ റഷ്യൻ ബെർൺഷ്ടൈനിസം ഏതുവിധത്തിലാണ് സ്വയം ആവിഷ്കരിച്ചിട്ടുള്ളതെന്നും എന്തു ഫലങ്ങളാണതിൽനിന്നുളവായിട്ടുള്ളതെന്നും വിശദീകരിക്കാതിരിക്കുകയും ചെയ്യുക — ഇതിനർഥം വിശേഷിച്ചു യാതൊന്നും പറയാതെ കഴിക്കാൻവേണ്ടി ചുമ്മാ ചിലയ്ക്കുകയെന്നു മാത്രമാണ്.

എന്താണ് *റബോച്ചെയെ ദ്യെലൊ* പറയാതെ കഴിക്കാൻ ശ്രമിച്ചത്, അഥവാ എന്താണവർക്ക് ഒരുപക്ഷേ മനസിലാവാതെപോലും ഇരുന്നിട്ടുള്ളത്, എന്നു ചുരുക്കം വാക്കുകളിലെങ്കിലും ഞങ്ങൾ ചൂണ്ടിക്കാട്ടാൻ ശ്രമിക്കാം.

(സി) 'വിമർശനം'– റഷ്യയിൽ

നാം പരിശോധിക്കുന്ന വിഷയത്തെ സംബന്ധിച്ചിടത്തോളം റഷ്യയുടെ നിലയ്ക്കൊരു പ്രത്യേകതയുള്ളതിതാണ്: ഒരുവശത്തു തൊഴിലാളിപ്രസ്ഥാനം സ്വയമേവ പൊന്തിവരികയും, മറുവശത്ത് പുരോഗമനപരമായ പൊതുജനാഭിപ്രായമാകെ മാർക്സിസത്തിലേക്കു തിരിയുകയും ചെയ്ത ആ കാലഘട്ടത്തിന്റെ തുടക്കത്തിൽത്തന്നെ, പ്രത്യക്ഷത്തിൽ പലേ തരക്കാരുമായ ആളുകൾ ഒരു പൊതുശത്രുവിനെതിരായി– അതായത്, കാലഹരണം വന്ന സാമൂഹ്യരാഷ്ട്രീയ ചിന്താഗതികൾക്കെതിരായി — പോരാടാൻ വേണ്ടിമാത്രം ഒരേയൊരു കൊടിക്കീഴിൽ സംഘടിക്കുകയാണുണ്ടായത്. 'നിയമവിധേയമാർക്സിസ'[29]ത്തിന്റെ ആ സുവർണകാലത്തെക്കുറിച്ചുതന്നെയാണിവിടെ വിവക്ഷ. പൊതുവിൽ പറഞ്ഞാൽ ഇത് അങ്ങേയറ്റം വിചിത്രമായ ഒരു സംഭവവികാസമാണ്; 1880–90ലോ 1890–1900–ത്തിന്റെ ആദ്യഘട്ടത്തിലോ ഇത് സംഭവ്യമാവുമെന്ന് ആരും കരുതുമായിരുന്നില്ല. താന്തോന്നിഭരണം നടമാടുന്നതും പത്രങ്ങളെയാകെ ചങ്ങലയ്ക്കിട്ടുകെട്ടിയിട്ടുള്ളതുമായ ഒരു രാജ്യത്ത്, രാഷ്ട്രീയ അതൃപ്തിയുടേയും പ്രതിഷേധത്തിന്റേയും ഏറ്റവും ചെറിയ ജ്വാലകളെപ്പോലും മർദിച്ചൊതുക്കുന്ന അതിഭയങ്കരമായ രാഷ്ട്രീയപ്രതിലോമശക്തികൾ നാട്ടിൽ തേർവാഴ്ചനടത്തിയിരുന്ന ഒരു കാലഘട്ടത്തിൽ, വിപ്ലവകരമായ മാർക്സിസ്റ്റ് സിദ്ധാന്തം ഗവൺമെന്റ് സെൻസർ ചെയ്തു കഴിഞ്ഞ സാഹിത്യത്തിലേക്കുണ്ട് പെട്ടെന്ന് കടന്നുവരുന്നു; ഭാഷ വ്യംഗ്യപ്രധാന

മായിരിക്കും; പക്ഷേ, അതിന്റെ അർഥം അതിൽ 'താൽപ്പര്യ'മുള്ളവർക്കെല്ലാം മനസിലായിരുന്നു. ഗവൺമെന്റാണെങ്കിൽ 'നറോദ്നയ വോല്യ'യുടെ (വിപ്ലവ) സിദ്ധാന്തത്തെമാത്രമേ അതുവരെ ആപൽക്കരമായി കണക്കാക്കുക പതിവായിരുന്നുള്ളു; ആ സിദ്ധാന്തത്തിന്റെ ആഭ്യന്തരവളർച്ച മനസിലാവാതിരിക്കുക ഗവൺമെന്റിനെ സംബന്ധിച്ചിടത്തോളം സ്വാഭാവികമാണല്ലോ. അതിനെതിരായി വരുന്ന വിമർശനത്തിൽ, അത് ഏതു ഭാഗത്തുനിന്നു വന്നാലും ശരി, ഗവൺമെന്റ് സന്തോഷിച്ചു. കുറേയധികംകാലം കഴിഞ്ഞതിനുശേഷമേ (അതും നമ്മുടെ റഷ്യൻ കണക്കുകൾപ്രകാരമുള്ള കാലനിർണയമാണ്!) എന്താണ് സംഭവിച്ചതെന്നു ഗവൺമെന്റിന്റെ ബുദ്ധിയിലുദിച്ചുള്ളു; എന്നിട്ടേ ആ തടിമാടൻ സെൻസർ പട്ടാളവും പൊലീസും പുതിയ ശത്രുവിനെ കണ്ടുപിടിച്ച് അവന്റെമേൽ ചാടിവീണുള്ളു! ഇതിനിടയ്ക്ക് അനേകം മാർക്സിസ്റ്റ് പുസ്തകങ്ങൾ ഒന്നിനു പിറകെ ഒന്നായി പുറത്തുവന്നു; മാർക്സിസ്റ്റ് മാസികകളും ദിനപ്പത്രങ്ങളും സ്ഥാപിതമായി; ഏതാണ്ടെല്ലാവരും മാർക്സിസ്റ്റുകാരായി; മാർക്സിസ്റ്റുകാരെ വാനോളം വാഴ്ത്തലും, മാർക്സിസ്റ്റുകാരെ കാക്കപിടിക്കലും സർവസാധാരണമായി; പുസ്തകങ്ങളുടെ പ്രസാധകന്മാർ മാർക്സിസ്റ്റ് സാഹിത്യം ഇത്ര അത്ഭുതകരമായ വേഗതയോടുകൂടി വിറ്റഴിയുന്നതുകണ്ട് ആനന്ദത്തിലാറാടി. ആ സ്ഥിതിക്ക് ഈ അന്തരീക്ഷത്തിന്റെ പ്രവാഹത്തിൽപ്പെട്ട പുത്തൻ മാർക്സിസ്റ്റുകൾക്കിടയിൽ 'തലക്കനംവച്ച ഗ്രന്ഥകാരൻ'[30] ഒന്നിലധികംപേരുണ്ടായെങ്കിൽ അതിലൊരാശ്ചര്യവുമില്ല.

ഇപ്പോൾ നമുക്ക് ഈ കാലഘട്ടത്തെപ്പറ്റി ഒരു ഭൂതകാലസ്മരണപോലെ ശാന്തമായി സംസാരിക്കാം. അങ്ങേയറ്റത്തെ തീവ്രവാദികളും അങ്ങേയറ്റത്തെ മിതവാദികളും തമ്മിലുണ്ടായ ഒരു സഖ്യമാണ് നമ്മുടെ സാഹിത്യത്തിന്റെ മുകൾപ്പരപ്പിൽ മാർക്സിസത്തെ മൊട്ടിട്ടുവിരിയിച്ച ആ ചുരുങ്ങിയ കാലഘട്ടത്തെ ഉൽഘാടനം ചെയ്തതെന്നുള്ളത് ഒരു രഹസ്യമൊന്നുമല്ല. രണ്ടാമത് പറഞ്ഞവർ യഥാർഥത്തിൽ ബൂർഷ്വാ ജനാധിപത്യവാദികളായിരുന്നു; ഈ അഭിപ്രായം, ആ 'സഖ്യം' ദൃഢമായി നിലനിന്നിരുന്ന കാലത്തുതന്നെ, ചില വ്യക്തികളുടെ മനസിൽ തോന്നിയിട്ടുമുണ്ട്.* അക്കൂട്ടരുടെ പിന്നീടുണ്ടായ 'വിമർശനമനോഭാവം' ഈ അഭിപ്രായത്തെ സ്പഷ്ടമായും ഉറപ്പിക്കുകയും ചെയ്തിരിക്കുന്നു.

അങ്ങനെയാണെങ്കിൽ, ഭാവിയിലെ ഈ വിമർശകന്മാരുമായി അന്നു സഖ്യത്തിലേർപ്പെട്ട ആ വിപ്ലവകാരികളായ സോഷ്യൽഡെമോക്രാറ്റുകളല്ലേ പിന്നീടുണ്ടായ ആശയക്കുഴപ്പത്തിനു മുഖ്യമായും ഉത്തരവാദിത്വം വഹിക്കേണ്ടത്? ഈ ചോദ്യവും ഇതിന് "അതേ" എന്നുള്ള ഒരുത്തരവും, ചില 'ഇസ്ത്രി'ക്കി, അഭിപ്രായങ്ങൾ വെച്ചുപുലർത്തുന്നവരിൽനിന്ന്

---

* സ്ട്രുവെക്കെതിരായി കെ തൂലിൻ എന്നൊരാൾ എഴുതിയിരുന്ന ഒരു ലേഖനത്തെക്കുറിച്ചാണിവിടെ വിവക്ഷ. 'ബൂർഷ്വാസാഹിത്യത്തിൽ മാർക്സിസത്തിന്റെ പ്രതിഫലനം' എന്ന പ്രബന്ധത്തിൽനിന്നുദ്ധരിച്ചുകൊടുത്തതായിരുന്നു ആ ലേഖനം.

കേൾക്കാറുണ്ട്. പക്ഷേ, ഇവർ പറയുന്നത് തീരെ തെറ്റാണ്. ആത്മവിശ്വാസം ഇല്ലാത്തവർക്ക് മാത്രമാണ് വിശ്വസിക്കാൻ കൊള്ളരുതാത്തവരായിട്ടുപോലും ചില താൽക്കാലികസഖ്യങ്ങളിലേർപ്പെടാൻ ഭയം തോന്നുക; അത്തരം സഖ്യങ്ങളിലേർപ്പെടാതെ ഒരൊറ്റ രാഷ്ട്രീയ പാർട്ടിക്കും നിലനിൽക്കാൻ സാധ്യമല്ല. 'നിയമവിധേയമാർക്സിസ്റ്റുകളു'മായി സോഷ്യൽഡെമോക്രാറ്റുകാരുണ്ടാക്കിയ ആ കൂട്ടുകെട്ട് യഥാർഥത്തിൽ രാഷ്ട്രീയമായ നമ്മുടെ ആദ്യത്തെ സഖ്യമായിരുന്നു. ആ സഖ്യത്തിന്റെ ഫലമായിട്ടാണ് ഇത്രയും വിസ്മയാവഹമായ വേഗത്തിൽ നറോദിസം മണ്ണുകപ്പിയതും, മാർക്സിസ്റ്റ് ആശയങ്ങൾ (വികൃതമായ രൂപത്തിലാണെങ്കിൽക്കൂടി) ഇത്രവളരെ പടർന്നുപിടിച്ചതും. മാത്രമല്ല, കേവലം 'ഉപാധികളോ'ടുകൂടാത്ത ഒരു സഖ്യമായിരുന്നില്ലാതാനും അത്. 1895-ൽ സെൻസർമാർ ചുട്ടെരിച്ച 'നമ്മുടെ സാമ്പത്തികവികസനം നിർണയിക്കുന്നതിനു സഹായകമായ വസ്തുതകൾ'[31] എന്ന മാർക്സിസ്റ്റ് ലേഖനസമാഹാരമാണ് ഇതിനു തെളിവ്. 'നിയമവിധേയ മാർക്സിസ്റ്റുകളു'മായുള്ള സാഹിത്യപരമായ യോജിപ്പിനെ ഒരു രാഷ്ട്രീയസഖ്യത്തോടുപമിക്കാമെങ്കിൽ, ആ പുസ്തകത്തെ ഒരു രാഷ്ട്രീയക്കരാറിന്റെ രേഖയായിട്ടും കണക്കാക്കാം.

കൂട്ടുകെട്ടു തകർന്നത് തീർച്ചയായും 'കൂട്ടാളികൾ' ബൂർഷ്വാജനാധിപത്യവാദികളായതുകൊണ്ടല്ല. നേരേമറിച്ച്, റഷ്യയിലെ നിലവിലുള്ള പരിതഃസ്ഥിതിയിൽ നിന്നുളവാകുന്ന ജനാധിപത്യകടമകളെ പരിഗണിച്ചാൽ, ബൂർഷ്വാജനാധിപത്യവാദത്തിന്റെ പ്രതിനിധികൾ സോഷ്യൽ ഡെമോക്രസിയുടെ ബന്ധുക്കളാവുകയെന്നത് സ്വാഭാവികവും അഭിലഷണീയവുമാണ്. പക്ഷേ, തൊഴിലാളിവർഗത്തിന്റെ താൽപ്പര്യങ്ങൾ മുതലാളിവർഗത്തിന്റെ താൽപ്പര്യങ്ങൾക്ക് കടകവിരുദ്ധമാണെന്ന് തൊഴിലാളികൾക്കു കാണിച്ചുകൊടുക്കാൻ സോഷ്യലിസ്റ്റുകാർക്ക് പരിപൂർണസ്വാതന്ത്ര്യമുണ്ടായിരിക്കണമെന്നതാണ് ഇത്തരമൊരു സഖ്യത്തിന്റെ മൗലികമായ ഉപാധി. എന്നാൽ, 'നിയമവിധേയമാർക്സിസ്റ്റുകളി'ൽ ഭൂരിപക്ഷവും സ്വീകരിക്കാൻ തുടങ്ങിയ ബെർൺഷ്ടൈനിസവും 'വിമർശനമനോഭാവ'വും സോഷ്യലിസ്റ്റുകാരുടെ ഈ സ്വാതന്ത്ര്യത്തെ ഹനിച്ചുവെന്ന് മാത്രമല്ല; മാർക്സിസത്തെ വികൃതപ്പെടുത്തുക, സാമൂഹ്യവൈരുധ്യങ്ങളുടെ മൂർച്ച കുറയുന്നുണ്ടെന്നു വാദിക്കുക, സാമൂഹ്യ വിപ്ലവവും തൊഴിലാളിവർഗസർവാധിപത്യവുമെല്ലാം അസംബന്ധമായ ആശയമാണെന്ന് പ്രഖ്യാപിക്കുക, തൊഴിലാളിപ്രസ്ഥാനത്തെ സങ്കുചിതമായ ട്രേഡ് യൂണിയനിസമായും, വർഗസമരത്തെ സാവധാനത്തിലുള്ള വെറും ചില നിസ്സാര പരിഷ്കാരങ്ങൾക്കുവേണ്ടി നടത്തുന്ന 'യാഥാർഥ്യബോധത്തോടുകൂടിയ സമരമായും ഒതുക്കിനിർത്തുക — ഇത്തരം മാർഗങ്ങളിലൂടെ സോഷ്യലിസ്റ്റ് ബോധത്തെ അവർ ചെളിയിൽപ്പൂഴ്ത്തുക കൂടി ചെയ്തു. ഇത് സോഷ്യലിസത്തിന്റെ സ്വതന്ത്രമായ നിലനിൽപ്പിനുള്ള അവകാശത്തെ— എന്നുവച്ചാൽ അതിന്റെ നിലനിൽപ്പിനുള്ള അവകാശത്തെത്തന്നെ —

ബൂർഷ്വാജനാധിപത്യവാദികൾ നിഷേധിക്കുന്നതിനു തുല്യമായിരുന്നു: ഫലത്തിൽ ഇതിനർത്ഥം ശൈശവാവസ്ഥയിലുള്ള തൊഴിലാളിപ്രസ്ഥാനത്തെ മിതവാദികളുടെ വാലാക്കിത്തീർക്കാൻ പരിശ്രമിക്കുകയെന്നതായിരുന്നു.

സ്വാഭാവികമായിത്തന്നെ ഇങ്ങനെയൊരു പരിതഃസ്ഥിതിയിൽ ആ കൂട്ടുകെട്ടു തകരേണ്ടത് ഒരാവശ്യമാണ്. എന്നാൽ, റഷ്യയുടെ 'പ്രത്യേകത' ഇവിടെയും സ്വയം പ്രത്യക്ഷമായിക്കണ്ടു. സോഷ്യൽഡെമോക്രാറ്റുകാർ ഏറ്റവും വിപുലവും എല്ലാവർക്കും പ്രവേശനമുള്ളതുമായ 'നിയമവിധേയ' സാഹിത്യത്തിൽനിന്ന് ചുമ്മാ പുറംതള്ളപ്പെടുകയെന്നു മാത്രമായിരുന്നു ഈ വിയോഗത്തിന്റെ അർത്ഥം. 'വിമർശന'ത്തിന്റെ കൊടി പൊക്കിപ്പിടിക്കുകയും, മാർക്സിസത്തിനെതിരായ 'വിമർശന'ത്തിന്റെ കുത്തകതന്നെ മിക്കവാറും കൈക്കലാക്കുകയും ചെയ്ത ഇന്നലത്തെ 'മാർക്സിസ്റ്റുകാർ' ഈ സാഹിത്യത്തെ തങ്ങളുടെ ഒരു കോട്ടയാക്കിമാറ്റി. 'മാമൂലിനെതിരെ', 'വിമർശനസ്വാതന്ത്ര്യം നീണാൾ വാഴട്ടെ' മുതലായ മുദ്രാവാക്യങ്ങൾ (ഇന്നു *റബോച്ചെയെ ദ്യെലൊ* ആവർത്തിക്കുന്നവ) പെട്ടെന്നൊരു ഫാഷനായിത്തീർന്നു. എന്നല്ല, സെൻസർമാർക്കോ പൊലീസിനോകൂടി ഈ ഫാഷനെതിർനിൽക്കാൻ സാധിച്ചില്ലെന്നതിനു തെളിവുകളായിട്ടാണ് ബെർൺഷ്ടൈന്റെ പ്രശസ്ത പുസ്തകം (ഹെറൊസ്ട്രാറ്റസിന്റെ രീതിയിലുള്ള പ്രശസ്തിയാണിത്!) മൂന്നു പതിപ്പുകളായി റഷ്യയിൽ പുറത്തുവന്നതും[32], ബെർൺഷ്ടൈൻ, പ്രൊക്കോപ്പോവിച്ച് മുതലായവരെഴുതിയ ഗ്രന്ഥങ്ങളെ സുബാത്തൊവ് ശുപാർശചെയ്തതും (*ഇസ്ക്ര*, 10-ാം ലക്കം). പുതിയ പ്രവണതകൾക്കെതിരായി പട വെട്ടുകയെന്ന വിഷമം പിടിച്ച കടമ ഇതോടുകൂടി സോഷ്യൽഡെമോക്രാറ്റുകാർക്ക് ഏറ്റെടുക്കേണ്ടിവന്നു; കേവലം ബാഹ്യമായ പ്രതിബന്ധങ്ങൾ ഈ കടമയെ കൂടുതൽ വിഷമതരമാക്കിത്തീർക്കുകയും ചെയ്തു. പുതിയ പ്രവണത സാഹിത്യരംഗത്തു മാത്രമല്ല പ്രകടമായിക്കണ്ടതും. 'വിമർശന'ത്തിലേക്കുള്ള ചായ്ച്ചിലോടൊപ്പം തന്നെ സോഷ്യൽഡെമോക്രസിയുടെ പ്രായോഗികപ്രവർത്തകന്മാർ 'സാമ്പത്തികസമരവാദ'ത്തിലേക്കും നീങ്ങി.

നിയമവിധേയമായ 'വിമർശന'വും നിയമവിരുദ്ധവുമായ സാമ്പത്തികസമരവാദവും തമ്മിലുള്ള ബന്ധങ്ങളും അന്യോന്യാശ്രയവും ഉണ്ടായതെങ്ങനെ, വളർന്നുവന്നതെങ്ങനെ എന്ന സംഗതിതന്നെ വളരെ രസംപിടിച്ച ഒരു വിഷയമാണ്: അതിനെപ്പറ്റി ചർച്ചചെയ്യണമെങ്കിൽ വേറിട്ടൊരു ലേഖനംതന്നെ വേണ്ടിവരും. ഈ ബന്ധങ്ങൾ സംശയമെന്യേ നിലനിന്നിരുന്നുവെന്നു ചൂണ്ടിക്കാട്ടേണ്ട ആവശ്യമേ തൽക്കാലം നമുക്കിവിടെയുള്ളു. ഈ ബന്ധങ്ങളേയും 'സാമ്പത്തികസമരവാദ'ത്തിന്റെ മൗലികമായ രാഷ്ട്രീയ പ്രവണതകളേയും വെളിച്ചത്തുകൊണ്ടുവന്നതിൽ 'ക്രെഡോ' പ്രകടിപ്പിച്ച സത്യസന്ധതമാത്രമാണ് ആ രേഖയെ അതർഹിക്കുന്ന ദുഷ്പ്പേരിനിരയാക്കിയത്; അതായത് തൊഴിലാളികൾ സാമ്പത്തി

കസമരംമാത്രം നടത്തിയാൽമതിപോലും (ട്രേഡ് യൂണിയൻസമരം എന്നു പറയുന്നതായിരിക്കും കൂടുതൽ ശരി; എന്തുകൊണ്ടെന്നാൽ തൊഴിലാളികളെ സംബന്ധിച്ച, രാഷ്ട്രീയകാര്യങ്ങളും അതിലുൾപ്പെടും); മാർക്സിസ്റ്റ് ബുദ്ധിജീവികൾ ലിബറലുകളുമായി ഇണചേർന്നു രാഷ്ട്രീയ 'സമര'വും നടത്തിക്കൊള്ളട്ടെ! അപ്പോൾ 'ജനമധ്യത്തിൽ ഇറങ്ങി'ക്കൊണ്ടുള്ള ട്രേഡ്യൂണിയൻ പ്രവർത്തനംകൊണ്ട് ഇതിലാദ്യത്തെ ഭാഗം നിറവേറ്റുന്നു; നിയമവിധേയമായ 'വിമർശനം' രണ്ടാമത്തെ ഭാഗവും നിർവഹിക്കുന്നു. ഈ പ്രസ്താവന സാമ്പത്തിക സമരവാദത്തിനെതിരായ ഒരൊന്നാന്തരം ആയുധമായിത്തീർന്നു. 'ക്രെഡോ' എന്നൊന്നില്ലെങ്കിൽ അങ്ങനെയൊന്നു കെട്ടിച്ചമച്ചാൽകൂടി തരക്കേടില്ലെന്നുതോന്നി!

പക്ഷേ, 'ക്രെഡോ' ആരും കെട്ടിച്ചമച്ചതല്ല; അതിന്റെ ലേഖകന്മാരുടെ സമ്മതം കൂടാതെയും, ഒരുപക്ഷേ അവരുടെ ഇഷ്ടത്തിനെതിരായിട്ടുകൂടിയും പ്രസിദ്ധീകരിച്ച ഒരു രേഖയായിരുന്നു അത്. ഇതെഴുതുന്നയാൾ എന്തായാലും ആ പുതിയ 'പരിപാടി' വെളിച്ചത്തുകൊണ്ടുവന്നിട്ടുള്ളതിനു കുറേയൊക്കെ ഉത്തരവാദിത്വം വഹിക്കുന്നുണ്ട്.* തങ്ങളുടെ അഭിപ്രായങ്ങളുടെ ഒരു സമാഹാരത്തിനു 'ക്രെഡോ' എന്നുപേരിട്ട് അതിന്റെ കുറേകോപ്പികൾ ആരോ വിതരണം ചെയ്തുവെന്നും, പ്രതിഷേധത്തോടുകൂടി അതു പത്രങ്ങളിൽപ്പോലും പ്രസിദ്ധീകരിച്ചുവെന്നും അർഥം വരുന്ന വിധത്തിൽ പല ആവലാതികളും ആക്ഷേപങ്ങളും ഇതെഴുതുന്നയാൾതന്നെ കേട്ടിട്ടുമുണ്ട്! ഈ സംഭവം ഞങ്ങളിവിടെ പൊക്കിക്കൊണ്ടുവരുന്നതു മറ്റൊന്നുംകൊണ്ടല്ല, നമ്മുടെ സാമ്പത്തികസമരവാദികളുടെ ഒരു പ്രത്യേകമനോഭാവം — സംഗതികൾ പരസ്യമാവുന്നതിലുള്ള ഭയം — ഇതിൽ സ്പഷ്ടമാവുന്നുണ്ട്; അത്രയേയുള്ളൂ. ഇത് 'ക്രെഡോ'വിന്റെ കർത്താക്കളുടെ മാത്രമല്ല, സാമ്പത്തിക സമരവാദത്തിന്റെയാകെ ഒരു പൊതുസ്വഭാവമാണ്. ഉള്ളുതുറന്നും ആത്മാർഥമായും സാമ്പത്തികസമരവാദത്തിന്റെ വക്കാലത്തു പിടിക്കുന്ന സാക്ഷാൽ *റബോച്ചെയെ മിസ്ലി*[34]; സാമ്പത്തികസമരവാദികളുടെ രേഖകൾ *വഡെമേക്കും*[35]; മുഖേന പരസ്യംചെയ്തപ്പോൾ കോപംകൊണ്ടു കലികേറിത്തുള്ളിയ *റബോച്ചെയെ ദ്യെലൊ*; തങ്ങളുടെ തന്നെ 'പ്രൊഫെസ്യൊൻ ഡി ഫാ' ('വിശ്വാസപ്രഖ്യാപനം') യും[36] അതിന്റെ നേരെയുള്ള ഒരു

---

* 'ക്രെഡോ'വിനെതിരായി 'പതിനേഴാളുകൾ ഒപ്പിട്ട പ്രതിഷേധം' പുറത്തുവന്നതിനെക്കുറിച്ചാണിവിടെ വിവക്ഷ. 1899–ന്റെ അവസാനത്തിൽ പ്രസ്തുത പ്രതിഷേധം ഉയർത്തുന്നതിൽ ഇതെഴുതുന്നയാൾ പങ്കെടുത്തിട്ടുണ്ട്.[33] പ്രതിഷേധവും 'ക്രെഡോ'വും കൂടി 1900–ലെ വസന്തത്തിൽ മറുനാട്ടിൽവെച്ചാണ് പ്രസിദ്ധീകരിച്ചത്. മദാം കുസ്ക്കോവയായിരുന്നു 'ക്രെഡോ'വിന്റെ ഗ്രന്ഥകർത്രിയെന്നും, മറുനാടൻ 'സാമ്പത്തികസമരവാദികളി'ൽ മി. പ്രൊക്കൊപ്പോവിച്ച് അക്കാലത്തു വളരെ പ്രധാനിയായിരുന്നുവെന്നും (*ബിലോയെ* എന്ന പത്രത്തിലാണെന്നു തോന്നുന്നു) കുസ്ക്കോവതന്നെ എഴുതിയ ഒരു ലേഖനത്തിൽനിന്ന് ഇന്നെല്ലാവർക്കും മനസിലായിട്ടുണ്ട്.

പ്രതിഷേധവുംകൂടി ഒന്നിച്ചു പ്രസിദ്ധീകരിക്കുന്നതിനെ വിലക്കിയ കീയെവ് കമ്മിറ്റി;* സാമ്പത്തികസമരവാദത്തിന്റെ പ്രതിനിധികളായ മറ്റനവധി വ്യക്തികൾ – ഇവരെല്ലാം ഈ സ്വഭാവം തെളിയിച്ചുകാട്ടിയിട്ടുള്ളവരാണ്.

'വിമർശനസ്വാതന്ത്ര്യ'ത്തിന്റെ വക്താക്കൾ പ്രദർശിപ്പിക്കുന്ന ഈ വിമർശനഭീരുത്വത്തിനു കാരണം കേവലം തന്ത്രമാണെന്നു പറഞ്ഞുകൂടാ (എന്നാൽ, കുറെയൊക്കെ ഒരുതരം തന്ത്രവും അതിലടങ്ങിയിട്ടുണ്ട്; ഇന്നും ഇളംപ്രായത്തിലിരിക്കുന്ന യുവപ്രസ്ഥാനങ്ങളെ ചുമ്മാ ശത്രുക്കളുടെ ആക്രമണത്തിനു വിട്ടുകൊടുക്കുന്നതു ബുദ്ധിപൂർവകമല്ലല്ലോ!). താത്വികമായ എല്ലാ വാദപ്രതിവാദങ്ങളും, ഗ്രൂപ്പുകൾ തമ്മിലുള്ള അഭിപ്രായഭേദങ്ങളും, വിശാലമായ രാഷ്ട്രീയപ്രശ്നങ്ങളെ സംബന്ധിച്ച ചർച്ചകളും വിപ്ലവകാരികളെ സംഘടിപ്പിക്കാനുള്ള പദ്ധതികളും, മറ്റും മറ്റും തീരെ അനാവശ്യമാണെന്നു തികച്ചും ആത്മാർഥമായിത്തന്നെ ബഹുഭൂരിപക്ഷം സാമ്പത്തികസമരവാദികളും വിശ്വസിക്കുന്നുണ്ട് (ഇത് സാമ്പത്തികസമരവാദത്തിന്റെ മൗലികസ്വഭാവത്തിനുതന്നെ അനുയോജ്യവുമാണല്ലോ). 'ഈ വക കാര്യങ്ങളെല്ലാം വിദേശങ്ങളിൽപ്പാർക്കുന്നവർക്ക് വിട്ടുകൊടുത്തേക്കുക!' എന്നിങ്ങനെ ഏറെക്കുറെ അഭിപ്രായസ്ഥൈര്യമുള്ള ഒരു സാമ്പത്തികസമരവാദി ഒരു ദിവസം എന്നോടു പറയുകയുണ്ടായി. അയാൾ പ്രകടിപ്പിച്ചത് പലർക്കും പരക്കെയുള്ള ഒരഭിപ്രായഗതിയാണ് (ഇതു വെറുമൊരു ട്രേഡ്‌യൂണിയനിസ്റ്റ് അഭിപ്രായഗതിയുമാണ്). നമ്മുടെ ചുമതല (അയാൾ പറഞ്ഞു) ഇവിടത്തെ തൊഴിലാളിപ്രസ്ഥാനമാണ്, അതായത് പ്രദേശങ്ങളിലെ തൊഴിലാളിസംഘടനകൾ മാത്രമാണ്; ബാക്കി വിഷയങ്ങളൊക്കെയും കേവലം സിദ്ധാന്തവാദികൾ കെട്ടിച്ചമച്ചുണ്ടാക്കിയതാണുപോലും. അതാത്, 12–ാം ലക്കം *ഇസ്ക്രയിൽ* പ്രസിദ്ധീകരിച്ച കത്തിന്റെ ലേഖകന്മാർ പ്രഖ്യാപിക്കുകയും, 10 ാം ലക്കം *റബോച്ചെയെ ദ്യെലൊ* ശരിവയ്ക്കുകയും ചെയ്തപോലെ, ബാക്കിയെല്ലാം, 'ആശയങ്ങൾക്കുള്ള പ്രാധാന്യത്തെ പർവതീകരിക്കലാ'ണ്!

ഇവിടെ ഒരു ചോദ്യമുത്ഭവിക്കുന്നു: റഷ്യൻ 'വിമർശന'ത്തിന്റേയും റഷ്യൻ ബർൺഷ്ടൈനിസത്തിന്റേയും പ്രത്യേകസ്വഭാവങ്ങൾ ഇതെല്ലാമായിരിക്കേ വാക്കിൽ മാത്രമല്ല പ്രവൃത്തിയിലും അവസരവാദത്തെ എതിർക്കണമെന്നുള്ളവർ പിന്നെ ചെയ്യേണ്ടിയിരുന്നതെന്താണ്? ഒന്നാമതായിത്തന്നെ 'നിയമവിധേയമാർക്സിസ'ത്തിന്റെ കാലഘട്ടത്തിൽ കേവലം തുടങ്ങിവെച്ചിരുന്നതും, നിയമവിരുദ്ധ പ്രവർത്തകന്മാർക്ക് വീണ്ടും ഏറ്റെടുക്കേണ്ടിവന്നതുമായ താത്വികപ്രവർത്തനം പുനരാരംഭിക്കാൻ അവർ ശ്രമിക്കേണ്ടതായിരുന്നു. ഈ പ്രവൃത്തി നാം ഏറ്റെടുത്തില്ലെങ്കിൽ പ്രസ്ഥാനത്തെ വിജയകരമായി വളർത്തിക്കൊണ്ടുവരാൻ സാധി

---

* കീയെവ് കമ്മിറ്റിയുടെ ഘടനയിൽ അതിനുശേഷം മാറ്റം വന്നിട്ടുണ്ടെന്നാണ് നമ്മുടെ അറിവ്.

ക്കുകയില്ല. രണ്ടാമതവർ ചെയ്യേണ്ടിയിരുന്നത് ജനങ്ങളുടെ മനസിൽ വളരെയധികം വിഷം കുത്തിക്കയറ്റാൻ തുടങ്ങിയിട്ടുള്ള നിയമവിധേയമായ 'വിമർശന'ത്തെ സജീവമായി ചെറുക്കുകയെന്നതാണ്. മൂന്നാമതായി, പ്രായോഗിക പ്രവർത്തനത്തിലുള്ള ആശയക്കുഴപ്പത്തേയും ചാഞ്ചാട്ടങ്ങളേയും അവർ സജീവമായി എതിർക്കേണ്ടതായിരുന്നു; നമ്മുടെ പരിപാടിയേയും അടവുകളേയും അധ:പതിപ്പിക്കാൻ അറിഞ്ഞും അറിയാതെയും പലരും നടത്തുന്ന എല്ലാ പരിശ്രമങ്ങളേയും അവർ തുറന്നുകാട്ടേണ്ടതായിരുന്നു, അപലപിക്കേണ്ടതായിരുന്നു.

റബോച്ചെയെ ദ്യെലൊ ഇതൊന്നുംതന്നെ ചെയ്തിട്ടില്ലെന്നുള്ളത് പരസ്യമായ ഒരു പരമാർഥമാണ്; ഈ പരസ്യമായ പരമാർഥത്തിന്റെ വിവിധവശങ്ങളെ പിന്നീടു ഞങ്ങൾ വിശദമായി പരിശോധിക്കുകയും ചെയ്തുകൊള്ളാം. എന്നാൽ, 'വിമർശനസ്വാതന്ത്ര്യം' വേണമെന്ന ആവശ്യത്തിന് നമ്മുടെ നാടൻ 'വിമർശന'ത്തിന്റെയും റഷ്യൻ സാമ്പത്തികസമരവാദത്തിന്റെയും സവിശേഷതകളായി തട്ടിച്ചുനോക്കുമ്പോൾ, എത്ര ഭയങ്കരമായ പൊരുത്തക്കേടാണുള്ളതെന്നുമാത്രം തെളിയിച്ചുകാട്ടാൻ തൽക്കാലം ഞങ്ങിളിവിടെ ആഗ്രഹിക്കുന്നു. വാസ്തവത്തിൽ, *റബോച്ചെയെ ദ്യെലൊ*വിന്റെ നിലപാടിനെ ശരിവച്ചുകൊണ്ട് 'റഷ്യൻ സോഷ്യൽ ഡെമോക്രാറ്റുകളുടെ വിദേശയൂണിയൻ' അംഗീകരിച്ച പ്രമേയത്തിന്റെ അസ്സൽ ഒന്നോടിച്ചു നോക്കിയാൽ മതിയാകുന്നതാണ്:

> സോഷ്യൽഡെമോക്രസിയുടെ ആശയപരമായ വളർച്ചയെ കൂടുതൽ പുരോഗമിപ്പിക്കുന്നതിനു പാർട്ടിസാഹിത്യത്തിനകത്ത് സോഷ്യൽഡെമോക്രാറ്റിക് സിദ്ധാന്തത്തെ വിമർശിക്കാനുള്ള സ്വാതന്ത്ര്യം ഞങ്ങൾ അംഗീകരിക്കുന്നു; എന്നാൽ ഈ വിമർശനം ആ സിദ്ധാന്തത്തിന്റെ വർഗസ്വഭാവത്തിനും വിപ്ലവസ്വഭാവത്തിനും എതിരായിത്തീരാൻ പാടില്ലാത്തതുമാകുന്നു (രണ്ടു കോൺഗ്രസുകൾ, പേജ് 10).

ഈ പ്രമേയത്തിന്റെ പിന്നിലുള്ള വാദമെന്താണ്? പ്രമേയത്തിന്റെ 'പൂർവാർദ്ധം ബെർൺഷ്ടൈനെപ്പറ്റിയുള്ള ലൂബെക്ക് പാർട്ടി കോൺഗ്രസ് പ്രമേയവുമായി യോജിക്കുന്നുണ്ട്.....' എന്നാൽ ഈ അനുകരണഭ്രാന്തുകൊണ്ട് 'യൂണിയനിസ്റ്റുകൾ' തങ്ങൾക്കുതന്നെ നൽകുന്ന testimonium paupertatis (പാപ്പർ സർട്ടിഫിക്കറ്റ്) അവർ അവരുടെ മനസിന്റെ ശുദ്ധത നിമിത്തം കാണുന്നില്ല..... 'പക്ഷേ... അതിന്റെ ഉത്തരാർധത്തിൽ ലൂബെക്ക് പാർട്ടി കോൺഗ്രസിനേക്കാളുമധികം അത് വിമർശനസ്വാതന്ത്ര്യത്തിനു കടിഞ്ഞാണിടുന്നുണ്ടുതാനും.'

അപ്പോൾ, 'യൂണിയ'ന്റെ പ്രമേയം റഷ്യൻ ബെർൺഷ്ടൈനിസത്തിനെതിരായിട്ടാണോ ഉദ്ദേശിച്ചിട്ടുള്ളത്? അല്ലെങ്കിൽ, ലൂബെക്കിനെക്കുറിച്ച് പറയുന്നതുതന്നെ അസംബന്ധം! പക്ഷേ, ഇതു 'വിമർശനസ്വാത

ന്ത്ര്യത്തിനു കടിഞ്ഞാണിടുന്നുണ്ടെ'ന്നു പറയുന്നതു വാസ്തവമല്ല ജർമൻകാർ അവരുടെ ഹാനോവർപ്രമേയം പാസാക്കുന്ന അവസരത്തിൽ ബെർൺഷ്ടൈൻ കൊണ്ടുവന്ന ഭേദഗതികളെത്തന്നെയാണ് കാര്യകാരണസഹിതം തള്ളിക്കളഞ്ഞത്; ലൂബെക്ക് പ്രമേയത്തിലാകട്ടെ, ബെർൺഷ്ടൈനെ വ്യക്തിപരമായി അവർ താക്കീതു ചെയ്യുകയും, പ്രമേയത്തിൽ അദ്ദേഹത്തിന്റെ പേർ എടുത്തുപറയുകയും ചെയ്തു. എന്നാൽ, നമ്മുടെ 'സ്വതന്ത്ര'രായ അനുകരണഭ്രാന്തന്മാർ റഷ്യൻ 'വിമർശന' ത്തിന്റെയാകട്ടെ, റഷ്യൻ സാമ്പത്തികസമരവാദത്തിന്റെയാകട്ടെ ഒരൊറ്റ ഉദാഹരണമെങ്കിലും ഒരൊറ്റ പ്രാവശ്യംപോലും എടുത്തുകാട്ടുന്നില്ല; എന്നല്ല ഈ ഉപേക്ഷ വരുത്തിയ സ്ഥിതിക്ക്, സിദ്ധാന്തത്തിന്റെ വർഗസ്വഭാവത്തെക്കുറിച്ചും വിപ്ലവസ്വഭാവത്തെക്കുറിച്ചും വെറുമൊരു സൂചന മാത്രം നൽകിയത് — വിശേഷിച്ചും 'സാമ്പത്തികസമരവാദമെന്നു പറയപ്പെടുന്നത്' അവസരവാദംതന്നെയാണെന്നുറപ്പിച്ചുപറയാൻ 'യൂണിയൻ' കൂട്ടാക്കാതിരുന്നിട്ടുള്ളതുകൊണ്ട് — പലതരം തെറ്റായ വ്യാഖ്യാനങ്ങൾക്കും ധാരാളം സൗകര്യം നൽകുകയാണ് ചെയ്തിട്ടുള്ളത് ('രണ്ടു കോൺഗ്രസുകൾ,' പേജ് 8, ഖണ്ഡിക 1). പക്ഷേ, ഇതെല്ലാം കൂട്ടത്തിൽ പറഞ്ഞുവെന്നേയുള്ളൂ. റഷ്യയിലെ വിപ്ലവകാരികളായ സോഷ്യൽ ഡെമോക്രാറ്റുകാരുടെ നേരെ റഷ്യൻ അവസരവാദികൾ എടുത്തുവരുന്ന നയം ജർമനിയിലേതിൽനിന്നു നേരെ വിപരീതമാണെന്നുള്ളതാണ് മുഖ്യമായും നാം ശ്രദ്ധിക്കേണ്ട സംഗതി. ജർമനിയിൽ വിപ്ലവകാരികളായ സോഷ്യൽ ഡെമോക്രാറ്റുകൾ ശ്രമിക്കുന്നത്, നിലവിലുള്ള അവസ്ഥ തുടർന്നുപോകാനാണെന്നു നമുക്കറിയാം: അതായത്, സകലർക്കും പരക്കെ അറിവുള്ളതും, അനേകം ദശവർഷക്കാലങ്ങളിലെ അനുഭവത്തിന്റെ ഫലമായി ഓരോ വള്ളിപുള്ളിയും തികച്ചും വ്യക്തമായിക്കഴിഞ്ഞതുമായ പഴയ പരിപാടിയേയും അടവുകളേയും തന്നെയാണവർ അനുകൂലിക്കുന്നത്. 'വിമർശക'ന്മാരാണവിടെ മാറ്റങ്ങൾ വരുത്താൻ വെമ്പുന്നത്; പക്ഷേ, ഈ 'വിമർശകന്മാർ' അംഗുലീപരിമിതമായ ഒരു ന്യൂനപക്ഷമായതിനാലും, മാർക്സിസം തിരുത്താൻ അവർ പരിശ്രമിക്കുന്നതു പരുങ്ങലോടും സംശയത്തോടുംകൂടിയാകയാലും, 'പുത്തൻ പരിഷ്കാരങ്ങളെ' ചുമ്മാ നിരാകരിക്കുകമാത്രം ചെയ്താൽ മതിയെന്ന് അവിടത്തെ ഭൂരിപക്ഷം തീരുമാനിച്ചതിന്റെ ന്യായം മനസിലാക്കാൻ സാധിക്കും. എന്നാൽ, റഷ്യയിലാകട്ടെ, 'വിമർശകന്മാ'രും സാമ്പത്തികസമരവാദികളുമാണ് നിലവിലുള്ളതു നിലനിർത്താനാഗ്രഹിക്കുന്നവർ: 'വിമർശകന്മാ'ർക്ക് അവരെ ഇനിയും നാം മാർക്സിസ്റ്റുകാരായി കണക്കാക്കണമെന്നും അവരുടെ 'വിമർശനസ്വാതന്ത്ര്യം' വകവച്ചു കൊടുക്കണമെന്നുമാണ് ആവശ്യം (യഥാർഥത്തിൽ ഈ 'സ്വാതന്ത്ര്യം' അവർക്കു പൂർണമായും കിട്ടിയിട്ടുണ്ട്; കാരണം, യാതൊരുതരം പാർട്ടി ബന്ധങ്ങ

ളേയും ഒരുകാലത്തും അവർ മാനിച്ചിട്ടില്ല;* പോരെങ്കിൽ, ഉപദേശം നൽകിയിട്ടുപോലും വിമർശനസ്വാതന്ത്ര്യത്തിനു 'കടിഞ്ഞാണിടാൻ' പര്യാപ്തമായ ഒരു പാർട്ടിക്കമ്മിറ്റി — പൊതുവിലങ്ങനെ അംഗീകരിക്കപ്പെട്ട ഒന്നും — ഒരിക്കലും നമുക്കുണ്ടായിട്ടുമില്ല). സാമ്പത്തികസമരവാദികളുടെ ആവശ്യം 'ഇന്നത്തെ പ്രസ്ഥാനത്തിന്റെ ന്യായയുക്തത'യെ വിപ്ലവകാരികൾ അംഗീകരിക്കണമെന്നതാണ് (*റബോച്ചെയെ ദ്യെലൊ*, ലക്കം 10, പേജ് 25); അതായത്, നിലവിലുള്ളതിന്റെ 'ന്യായത' വകവച്ചുകൊടുക്കണമെന്നതാണ്. 'ഭൗതികഘടകങ്ങളും ഭൗതികപരിസരങ്ങളും തമ്മിലുള്ള പരസ്പരപ്രവർത്തനത്താൽ നിശ്ചയിക്കപ്പെടുന്ന' ആ മാർഗത്തിൽനിന്നു 'തത്വസംഹിതക്കാർ' പ്രസ്ഥാനത്തെ 'വഴിതെറ്റിച്ചുകൊണ്ടുപോകുന്നത്' അവർക്കിഷ്ടമല്ല (12-ാം ലക്കം *ഇസ്ക്ര*യിൽ പ്രസിദ്ധപ്പെടുത്തിയ 'കത്ത്'). 'തൊഴിലാളികൾക്ക് ഇന്നത്തെ പരിതഃസ്ഥിതിയിൽ നടത്താൻ കഴിയുന്ന സമരത്തിന്' മാത്രം അംഗീകരണം കിട്ടുകയാണ് അവർക്കാവശ്യം; ഈ സമരമാകട്ടെ; അവരുടെ അഭിപ്രായത്തിൽ, "ഈ നിമിഷത്തിൽ അവർ യഥാർഥത്തിൽ നടത്തിക്കൊണ്ടിരിക്കുന്ന സമരം തന്നെയാണുതാനും" ('റബോച്ചയ മിസ്ല്', പ്രത്യേക അനുബന്ധം[37], പേജ് 14). വിപ്ലവകരമായ സോഷ്യൽ ഡെമോക്രസിയിൽ വിശ്വസിക്കുന്ന ഞങ്ങൾ, നേരെമറിച്ച്, ഇത്തരം 'സ്വയമേവ'യുള്ള പ്രവർത്തനത്തിന്റെയെല്ലാം മുമ്പിൽ — 'ഈ നിമിഷം' നിലവിലുള്ളതിന്റെയൊക്കെ മുമ്പിൽ — ഭക്തിപൂർവം കൈകൂപ്പുന്ന മനോഭാവത്തിൽ അതൃപ്തിയുള്ളവരാണ്; അടുത്ത കുറേ കൊല്ലങ്ങളായി നിലനിന്നുപോന്നിട്ടുള്ള ഈ അടവു

---

* പരസ്യമായ പാർട്ടിബന്ധങ്ങളും പാർട്ടിപാരമ്പര്യങ്ങളും നമുക്കിവിടെയില്ലെന്നുള്ളതു തന്നെ റഷ്യയും ജർമനിയും തമ്മിലുള്ള അടിസ്ഥാനപരമായ ഒരു വ്യത്യാസമാണ്; അതുതന്നെ അന്ധമായ അനുകരണത്തിനെതിരായി എല്ലാ ബുദ്ധിയുള്ള സോഷ്യലിസ്റ്റുകാർക്കും ഒരു താക്കീതാവേണ്ടതാണ്. എന്നാൽ, റഷ്യയിൽ വിമർശനസ്വാതന്ത്ര്യം പോകുന്ന പോക്കിന്റെ ഒരു സാമ്പിൾ ഇവിടെ കൊടുക്കാം. റഷ്യൻ വിമർശകനായ മി. ബുൽഗാക്കൊവ് ആസ്ത്രിയൻ വിമർശകനായ ഹെർത്സിനെ താഴെപ്പറയുംപ്രകാരം കുറ്റപ്പെടുത്തുന്നു. "ഹെർത്സ് എത്തിച്ചേരുന്ന അഭിപ്രായങ്ങൾ സ്വതന്ത്രാഭിപ്രായങ്ങളാണെങ്കിൽക്കൂടി ഈ വിഷയത്തിൽ (അതായതു സഹകരണസംഘങ്ങളെ സംബന്ധിച്ച്) ഇപ്പോഴുമദ്ദേഹം തന്റെ പാർട്ടിയുടെ അഭിപ്രായത്തിന്റെ ചങ്ങലക്കെട്ടിൽത്തന്നെയാണ് കെട്ടിക്കിടക്കുന്നത്; അവിടെയും ഇവിടെയും അദ്ദേഹത്തിനഭിപ്രായവ്യത്യാസമുണ്ടെങ്കിലും, പൊതുതത്വങ്ങളുടെ നിരാകരിക്കാൻ അദ്ദേഹത്തിനു ധൈര്യംപോരാ." ('*മുതലാളിത്തവും കൃഷിയും*,' വാള്യം 2, പേജ് 287). രാഷ്ട്രീയമായി അടിമത്തത്തിലാണ്ട ഒരു രാജ്യത്തിലെ പ്രജ – രാഷ്ട്രീയമായ കീഴ്‌വഴക്കം നിമിത്തം 1000-ൽ 999 പേരും ആശയപരമായി അധഃപതിച്ച് പാർട്ടിയുടെ മാനത്തെക്കുറിച്ചോ പാർട്ടിബന്ധങ്ങളെക്കുറിച്ചോ സങ്കൽപ്പിക്കാനുള്ള കഴിവുപോലും തീരെ അസ്തമിച്ചുപോയ ഒരു നാട്ടിലെ ജീവി-ഭരണഘടനയിൻകീഴിൽ ഭരിക്കപ്പെടുന്ന ഒരു രാഷ്ട്രത്തിലെ പൗരനെ പുച്ഛരസത്തിൽ കുറ്റപ്പെടുത്തുകയാണ്. വേണ്ടതിലുമധികം അയാൾ 'തന്റെ പാർട്ടിയുടെ അഭിപ്രായത്തിന്റെ ചങ്ങലക്കെട്ടിൽ' കെട്ടിക്കിടക്കുകയാണെന്ന്! തീർച്ചയായും നമ്മുടെ നിയമവിരുദ്ധസംഘടനകൾക്ക് വിമർശനസ്വാതന്ത്ര്യത്തെപ്പറ്റി പ്രമേയം പാസാക്കലല്ലാതെ വേറെ പണിയില്ല!

കൾ മാറ്റിയേ കഴിയൂ എന്നു ഞങ്ങളാവശ്യപ്പെടുന്നു: "യോജിക്കുന്നതിനുമുൻപ് — യോജിപ്പിക്കാനുള്ള സാധ്യതയുണ്ടാക്കാൻവേണ്ടിത്തന്നെ — ഒന്നാമതായി നാം ഏതേതു കാര്യങ്ങളിലാണ് ഭിന്നിച്ചു നിൽക്കുന്നതെന്നു ദൃഢമായും വ്യക്തമായും ചൂണ്ടിക്കാട്ടണ"മെന്നു ഞങ്ങൾ പ്രഖ്യാപിക്കുന്നു (*ഇസ്ക്ര*യുടെ പ്രസിദ്ധീകരണം സംബന്ധിച്ച വിജ്ഞാപനം നോക്കുക.) അപ്പോൾ ചുരുക്കത്തിൽ, ജർമൻകാർ നിലവിലുള്ളതിനുവേണ്ടി നിലകൊള്ളുന്നു; മാറ്റങ്ങൾ വേണ്ടെന്നു പറയുന്നു. ഞങ്ങളാകട്ടെ, മാറ്റങ്ങളാവശ്യപ്പെടുന്നു; നിലവിലുള്ളതിനോടുള്ള കീഴ്വഴക്കത്തേയും സന്ധിമനോഭാവത്തേയും നിരാകരിക്കുന്നു.

ഈ 'ചെറിയൊ'രു വ്യത്യാസം നമ്മുടെ ജർമൻ പ്രമേയങ്ങളുടെ 'സ്വതന്ത്രരാ'യ പകർപ്പുഗുമസ്തന്മാർ കാണാതെപോയി!

(ഡി) താത്വികസമരത്തിന്റെ പ്രാധാന്യത്തെപ്പറ്റി എംഗൽസ്

'ഡോഗ്മാറ്റിസം, സിദ്ധാന്തവാദം,' "പാർട്ടി നിർജീവമായിത്തീരൽ— ചിന്തയെ അക്രമപരമായി 'ഇസ്ത്രി'ക്കിടുന്നതിനു കിട്ടുന്ന അനിവാര്യമായ ശിക്ഷ" — ഇതിന്റെയെല്ലാം നേർക്കാണ് ശത്രുക്കളുടെ നേർക്കെന്നപോലെ *റബോച്ചെയെ ദ്യെലൊ*വിലെ 'വിമർശനസ്വാതന്ത്ര്യ'ത്തിന്റെ ക്ഷാത്രവീര്യം നിറഞ്ഞ വക്കീലന്മാർ ആയുധവുമേന്തി നിൽക്കുന്നത്. ഈ പ്രശ്നം മുന്നോട്ടുകൊണ്ടുവന്നതിൽ ഞങ്ങൾക്കതിയായ സന്തോഷമുണ്ട്. ഇതോടൊപ്പം മറ്റൊരു ചോദ്യം മാത്രമേ ചോദിക്കാൻ ഞങ്ങളുദ്ദേശിക്കുന്നുള്ളൂ:

ആരാണ് വിധികൽപ്പിക്കേണ്ടവർ?

രണ്ടു പ്രസിദ്ധീകരണകേന്ദ്രങ്ങളുടെ വിജ്ഞാപനങ്ങൾ ഞങ്ങളുടെ മുമ്പിലിതാ കിടക്കുന്നുണ്ട്. ഒന്ന്, 'റഷ്യൻ സോഷ്യൽ ഡെമോക്രാറ്റുകാരുടെ വിദേശയൂണിയന്റെ മുഖപത്രമായ *റബോച്ചെയെ ദ്യെലൊ*വിന്റെ പരിപാടി' (*റബോച്ചെയെ ദ്യെലൊ* 1-ാം ലക്കത്തിൽ നിന്നെടുത്തു വീണ്ടും പ്രസിദ്ധീകരിച്ചത്); മറ്റേതോ, 'തൊഴിലാളിമോചന' ഗ്രൂപ്പി[38]ന്റെ പ്രസിദ്ധീകരണങ്ങൾ വീണ്ടും തുടങ്ങുന്നതു സംബന്ധിച്ചുള്ള വിജ്ഞാപനവും. രണ്ടിന്റേയും തീയതി 1899 ആണ്; അതായത്, മാർക്സിസത്തിന്റെ വിഷമസന്ധി'യെക്കുറിച്ചുള്ള തർക്കങ്ങൾ കുറേക്കാലമായി നടന്നുകൊണ്ടിരിക്കുന്ന ഒരു ഘട്ടം. എന്നിട്ടെന്താണ് നാം കാണുന്നത്? ആ സ്ഥിതിഗതികളെക്കുറിച്ച് എന്തെങ്കിലുമൊരു സൂചനയോ, ആ പ്രശ്നത്തിന്മേൽ പുതിയ മുഖപത്രം എടുക്കാനുദ്ദേശിക്കുന്ന നിലപാടിനെക്കുറിച്ചു വ്യക്തമായ ഒരു പ്രസ്താവനയോ ആദ്യത്തെ പ്രസിദ്ധീകരണത്തിൽ എത്ര മുങ്ങിത്തപ്പിയാലും നിങ്ങൾക്കു കിട്ടുകയില്ല. താത്വിക പ്രവർത്തനങ്ങളെക്കുറിച്ചാകട്ടെ, അതു സംബന്ധിച്ചുള്ള ഇന്നത്തെ അടിയന്തരകടമകളെക്കുറിച്ചാകട്ടെ, ഈ പരിപാടിയിലെന്നല്ല, ഇതിനൊരു അനുബന്ധമായി 1901-ൽ യൂണിയന്റെ മൂന്നാം കോൺഗ്രസ്[39] പാസാക്കിയ രേഖയിലും

('രണ്ടു കോൺഗ്രസുകൾ,' പേജ് 15–18) ഒറ്റവാക്കും ഉരിയാടയിട്ടില്ല. ലോകമാസകലമുള്ള എല്ലാ സോഷ്യൽഡെമോക്രാറ്റുകാരേയും അന്ന് താത്വികപ്രശ്നങ്ങൾ അലട്ടിക്കൊണ്ടിരുന്നുവെങ്കിലും ഈ കാലംമുഴുക്കെ *റബോച്ചെയെ ദ്യെലൊ*വിന്റെ പത്രാധിപസമിതി അത്തരം പ്രശ്നങ്ങളെ കേവലം അവഗണിക്കുകയാണുണ്ടായത്.

രണ്ടാമത്തെ വിജ്ഞാപനമാകട്ടെ, നേരെമറിച്ച്, അടുത്തകാലത്തായി താത്വികവിഷയങ്ങളിലുള്ള താൽപ്പര്യം കുറഞ്ഞുവന്നിട്ടുണ്ടെന്ന് ആദ്യമേതന്നെ ചൂണ്ടിക്കാട്ടുകയും 'തൊഴിലാളിവർഗത്തിന്റെ വിപ്ലവപ്രസ്ഥാനത്തിനുള്ള താത്വികവശത്തിൽ ജാഗ്രതയോടുകൂടി ശ്രദ്ധ പതിപ്പിക്കണ'മെന്നാവശ്യപ്പെടുകയും ചെയ്യുന്നു; നമ്മുടെ പ്രസ്ഥാനത്തിനകത്തുള്ള 'ബെർൺഷ്ടൈനിസത്തേയും മറ്റു വിപ്ലവവിരുദ്ധമായ ആശയഗതികളേയും നിഷ്കരുണം വിമർശിക്കണ'മെന്നും അതാവശ്യപ്പെട്ടിട്ടുണ്ട്. ഈ പരിപാടി എങ്ങനെയാണ് നിറവേറ്റിയിട്ടുള്ളതെന്ന് ഇതിനകം പുറത്തുവന്ന *സര്യാ*യുടെ ലക്കങ്ങൾ കാണിച്ചുതരുന്നുണ്ട്.

അപ്പോൾ താത്വികമായ ചിന്തയെ വളർത്തുന്നതിലുള്ള ഉദാസീനതയും അതിനുള്ള കഴിവില്ലായ്മയുമാണ് 'ചിന്ത നിർജീവമായിത്തീരുന്നു'വെന്നും മറ്റുമുള്ള വലിയ വലിയ വാക്കുകളുടെ ശബ്ദത്തിനു പിന്നിൽ മറഞ്ഞുകിടക്കുന്നതെന്ന്, നാം കാണുന്നു. റഷ്യൻസോഷ്യൽ ഡെമോക്രാറ്റുകാരുടെ ഈ ഉദാഹരണം, യൂറോപ്പിലാകെ കാണാവുന്നതും, ജർമൻ മാർക്സിസ്റ്റുകാർ പണ്ടേ ചൂണ്ടിക്കാട്ടിയിട്ടുള്ളതുമായ ഒരു വാസ്തവത്തെയാണ് തെളിയിച്ചുകാട്ടുന്നത്: അതായത്, വിമർശനസ്വാതന്ത്ര്യത്തെ ചൊല്ലിയുള്ള ഈ വീമ്പിളക്കലിന്റെ താൽപ്പര്യം, ഒരു സിദ്ധാന്തത്തിന്റെ സ്ഥാനത്ത് മറ്റൊന്നിനെ പ്രതിഷ്ഠിക്കുകയെന്നതല്ല, പിന്നെയോ, പൂർണവും പരിചിന്തിതവുമായ എല്ലാത്തരം സിദ്ധാന്തത്തിൽനിന്നും സ്വാതന്ത്ര്യം നേടുകയെന്നുള്ളതാണ്; എന്നുവെച്ചാൽ ആശയപരമായ എക്ലെക്ടിസിസവും യാതൊരാദർശങ്ങളുമില്ലാതിരിക്കലുമെന്നർഥം. മാർക്സിസം വിപുലമായതോതിൽ പടർന്നു പിടിച്ചതോടൊപ്പംതന്നെ നമ്മുടെ സിദ്ധാന്തപരമായ നിലവാരം കുറെ അധഃപതിച്ചിട്ടുണ്ടെന്ന് നമ്മുടെ പ്രസ്ഥാനത്തിന്റെ യഥാർഥ സ്ഥിതിഗതികളുമായി കുറച്ചെങ്കിലും പരിചയമുള്ള ആർക്കും കാണാതിരിക്കാൻവയ്യാ. താത്വികപരിശീലനം വളരെക്കുറച്ചുമാത്രം സിദ്ധിച്ചവരും ഒട്ടുംതന്നെ സിദ്ധിക്കാത്തവരുമായ ധാരാളം ആളുകൾ പ്രസ്ഥാനത്തിന്റെ പ്രായോഗികമായ മെച്ചവും വിജയങ്ങളും കണ്ട് അതിൽ ചേർന്നിട്ടുണ്ട്. അങ്ങനെയിരിക്കേ, 'യഥാർഥപ്രസ്ഥാനത്തിന്റെ' ഓരോ കാൽവെപ്പും ഒരുഡസൻ പരിപാടികളേക്കാളധികം പ്രധാനമാണ്[40] എന്ന മാർക്സിന്റെ പ്രസ്താവന *റബോച്ചെയെ ദ്യെലൊ* വലിയ വിജയഭാവത്തിൽ ഉദ്ധരിക്കുമ്പോൾ അതിന്റെ കഥയില്ലായ്മ നമുക്ക് മനസിലാക്കാൻ കഴിയും. സിദ്ധാന്തപരമായ അരാജകത്വം കൊടുമ്പിരിക്കൊണ്ടിട്ടുള്ള ഒരു കാലഘട്ടത്തിൽ ഈ വാക്കുകളാവർത്തിക്കുന്നത് ഒരു ശവസംസ്കാരവേളയിൽ അവിടെ കൂടുന്ന ആളുകളെ 'ഈ സുദിനം

നിങ്ങൾക്കു വീണ്ടും വീണ്ടും കൈവരട്ടേ' എന്നു പറഞ്ഞനുഗ്രഹിക്കുന്നതിനോടു തുല്യമാണ്. മാത്രമല്ല, ഗോഥാപരിപാടി[41]യെ സംബന്ധിച്ചുള്ള മാർക്സിന്റെ കത്തിൽനിന്നാണ് അദ്ദേഹത്തിന്റെ ഈ വാക്കുകളുദ്ധരിക്കുന്നത്. അതിൽത്തന്നെ അദ്ദേഹം, തത്വങ്ങൾ രൂപീകരിക്കുന്നതിലുള്ള ആശയപരമായ എക്ലെക്ടിസിസത്തെ നിശിതമായി ആക്ഷേപിക്കുന്നുണ്ട്: മറ്റുള്ളവരുമായി നിങ്ങൾക്കു യോജിക്കണമെങ്കിൽ, പ്രസ്ഥാനത്തിന്റെ പ്രായോഗികമായ കാര്യനിർവഹണത്തിനുവേണ്ടി ഒത്തുതീർപ്പുകളിലേർപ്പെട്ടുകൊള്ളുക; പക്ഷേ, തത്വങ്ങളുടെ മുകളിൽ വിലപേശാൻ പാടില്ല; സിദ്ധാന്തപരമായി 'വിട്ടുവീഴ്ചകൾ' ചെയ്യരുത് — ഇതാണ് പാർട്ടി നേതാക്കന്മാർക്ക് മാർക്സ് എഴുതിയത്. ഇതായിരുന്നു മാർക്സിന്റെ ആശയം; എന്നിട്ടും സിദ്ധാന്തത്തിന്റെ പ്രാധാന്യത്തെ — അതും അദ്ദേഹത്തിന്റെ പേരിൽ! — വെട്ടിച്ചുരുക്കാനുള്ള യത്നമാണ് നമ്മുടെ ഇടയിൽ ചിലർ നടത്തുന്നത്.

ഒരു വിപ്ലവസിദ്ധാന്തം കൂടാതെ ഒരു വിപ്ലവപ്രസ്ഥാനം സാധ്യമല്ല. അവസരവാദം പ്രസംഗിക്കൽ ഒരു ഫാഷനായിത്തീരുന്നതോടൊപ്പംതന്നെ അങ്ങേയറ്റം സങ്കുചിതമായ പ്രായോഗികപ്രവർത്തനങ്ങളിൽ മുഴുകുകയെന്നത് ഒരു കമ്പവുമായിത്തീർന്നിട്ടുള്ള ഒരു കാലഘട്ടത്തിൽ ഈ ആശയം എത്രതന്നെ ഊന്നിയൂന്നിപ്പറഞ്ഞാലും അധികമാവില്ല. റഷ്യൻ സോഷ്യൽഡമോക്രാറ്റുകാർക്കാകട്ടെ, സിദ്ധാന്തത്തിന്റെ പ്രാധാന്യം മിക്കപ്പോഴും നാം വിസ്മരിക്കാറുള്ള വേറെ മൂന്ന് കാരണങ്ങളാൽ ഇരട്ടിക്കുകയും ചെയ്യുന്നു. ഒന്നാമത്, നമ്മുടെ പാർട്ടി രൂപമെടുത്തുവരുന്നതേയുള്ളൂ; അതിന്റെ ഒരേകദേശഛായ പ്രത്യക്ഷപ്പെടുന്നേയുള്ളൂ; പ്രസ്ഥാനത്തെ ശരിയായ മാർഗത്തിൽനിന്നു വ്യതിചലിപ്പിക്കാൻ ശ്രമിക്കുന്ന മറ്റു വിപ്ലവചിന്താഗതികളുമായി അതിനിയും കണക്കു തീർത്തു കഴിഞ്ഞിട്ടില്ല. എന്നല്ല, നേരെ മറിച്ച്, സോഷ്യൽ ഡെമോക്രസിക്ക് അനുയോജ്യമല്ലാത്ത മറ്റു വിപ്ലവചിന്താഗതികൾ ഈയിടെതന്നെയാണ് വീണ്ടും തല പൊക്കുന്നതു നാം കണ്ടത് (ഇതുണ്ടാവുമെന്ന് എത്രയോ മുമ്പുതന്നെ ആക്സെൽ റൊഡ് സാമ്പത്തികസമരവാദികളെ താക്കീതു ചെയ്തിരുന്നു). ഇങ്ങനെയുള്ള ഒരു പരിത:സ്ഥിതിയിൽ പ്രഥമദൃഷ്ടിയിൽ കേവലം 'നിസ്സാര'മായിത്തോന്നുന്ന ഒരു തെറ്റുപോലും ഏറ്റവും പരിതാപകരമായ അനുഭവങ്ങൾക്കു കാരണമായിത്തീരാം. അതുകൊണ്ട് ഗ്രൂപ്പുകൾ തമ്മിലുള്ള വാദപ്രതിവാദങ്ങളും അഭിപ്രായഭേദങ്ങളെ നിഷ്കൃഷ്ടമായി വേർതിരിക്കലും അനാവശ്യമാണെന്നും അനവസരമാണെന്നും ദീർഘദൃഷ്ടിയില്ലാത്ത കൂട്ടർക്കുമാത്രമേ തോന്നുകയുള്ളൂ. ഏതഭിപ്രായഭേദമാണ് ശക്തിപ്പെടാൻ പോകുന്നതെന്നതിനെ ആശ്രയിച്ചായിരിക്കും റഷ്യൻ സോഷ്യൽ ഡെമോക്രസിയുടെ വളരെ വളരെക്കാലത്തേക്കുള്ള ഭാവി തീരുമാനിക്കപ്പെടുക.

രണ്ടാമത്, സോഷ്യൽ ഡെമോക്രാറ്റിക് പ്രസ്ഥാനം മൗലികമായി സാർവദേശീയമാണ്. ഇതിനർഥം നാം സങ്കുചിതദേശീയവാദത്തെ ചെറു

ക്കണമെന്നു മാത്രമല്ല; പിന്നെയോ? പുതിയൊരു രാജ്യത്തു പൊന്തിവരുന്ന ഒരു പ്രസ്ഥാനം അന്യരാജ്യങ്ങളുടെ അനുഭവംകൂടി ഉൾക്കൊണ്ടാൽ മാത്രമേ വിജയകരമായിത്തീരൂ എന്നുകൂടി ഇതിനർഥമുണ്ട്. ഈ അനുഭവം ഉൾക്കൊള്ളാനാകട്ടെ, ചുമ്മാ അതുമായി ഒരു പരിചയം സമ്പാദിച്ചതുകൊണ്ടായില്ല; ഏറ്റവും പുതിയ പ്രമേയങ്ങളെ കേവലം പകർത്തിയെഴുതിയതുകൊണ്ടുമായില്ല. അതിന് ആ അനുഭവത്തെ വിമർശനപരമായി വിശകലനം ചെയ്യാനും സ്വതന്ത്രബുദ്ധ്യാ അതിന്റെ മാറ്റുരച്ചുനോക്കാനും തക്ക പ്രാപ്തി കൂടിയേ കഴിയൂ. ഈ കടമ നിർവഹിക്കാൻ സാധിക്കണമെങ്കിൽ, താത്വികമായി എത്ര വമ്പിച്ച കരുത്തും, രാഷ്ട്രീയമായും വിപ്ലവപരമായും എത്രമാത്രം പരിചയവും ആവശ്യമാണെന്ന് ആധുനിക തൊഴിലാളിപ്രസ്ഥാനത്തിന്റെ അന്യാദൃശമായ വളർച്ചയെപ്പറ്റിയും അതെത്ര ശാഖോപശാഖയായിത്തീർന്നിട്ടുണ്ടെന്നുള്ളതിനെപ്പറ്റിയും ബോധമുള്ള ആർക്കും മനസിലാക്കാൻ സാധിക്കും.

മൂന്നാമത്, ലോകത്തിലെ മറ്റേതൊരു സോഷ്യലിസ്റ്റ് പാർട്ടിയേയും ഒരിക്കലും അഭിമുഖീകരിച്ചിട്ടില്ലാത്തത്ര വമ്പിച്ച ദേശീയകടമകളാണ് റഷ്യൻ സോഷ്യൽ ഡെമോക്രസിക്കു നിർവഹിക്കാനുള്ളത്. ഏകാധിപത്യത്തിന്റെ നുകത്തിൻകീഴിൽനിന്ന് ഒരു ജനതയെ മുഴുവൻ മോചിപ്പിക്കുകയെന്ന ചുമതലയിൽനിന്നുളവാകുന്ന നമ്മുടെ രാഷ്ട്രീയവും സംഘടനാപരവുമായ കടമകളെ സംബന്ധിച്ചു പിന്നീടു പ്രതിപാദിക്കാൻ ഞങ്ങൾക്കവസരം ലഭിക്കും. തൽക്കാലം ഞങ്ങൾ ഇതുമാത്രം പ്രസ്താവിക്കാനാഗ്രഹിക്കുന്നു: പുരോഗമനപരമായ ഒരു സിദ്ധാന്തത്താൽ നയിക്കപ്പെടുന്ന ഒരു പാർട്ടിക്കു മാത്രമേ ഒരു മുന്നണിയോദ്ധാവിന്റെ പങ്കുവഹിക്കാൻ കഴിയുകയുള്ളൂ. എന്താണിതിന്റെ വ്യക്തമായ അർഥമെന്നറിയണമെങ്കിൽ, റഷ്യൻ സോഷ്യൽ ഡെമോക്രസിയുടെ മുൻഗാമികളായ ഗേർത്സെനേയും ബെലീൻസ്ക്കിയേയും ചെർനിഷേവ്സ്ക്കിയേയും 1870 –80 കാലഘട്ടത്തിലെ ഉജ്വലചിന്തകന്മാരായ വിപ്ലവകാരികളേയും വായനക്കാർ ഒന്നോർമിച്ചുനോക്കട്ടെ; റഷ്യൻ സാഹിത്യത്തിന് ഇന്നുണ്ടായിക്കൊണ്ടിരിക്കുന്ന സാർവലൗകിക പ്രാധാന്യത്തെപ്പറ്റി ഗാഢമായി അവർ ചിന്തിച്ചുനോക്കട്ടെ; പിന്നെ... പക്ഷേ, ഇത്രമതി!

സോഷ്യൽ ഡെമോക്രാറ്റിക് പ്രസ്ഥാനത്തിൽ സിദ്ധാന്തത്തിനുള്ള പ്രാധാന്യത്തെപ്പറ്റി 1874–ൽ എംഗൽസ് പറഞ്ഞത് ഞങ്ങളിവിടെ ഉദ്ധരിക്കാം. സോഷ്യൽ ഡെമോക്രസിയുടെ മഹനീയസമരത്തിന് രാഷ്ട്രീയം, സാമ്പത്തികം എന്നിങ്ങനെ രണ്ടു രൂപങ്ങളല്ല (അതാണ് നമ്മുടെ ഫാഷനെങ്കിലും) എംഗൽസ് കൽപ്പിക്കുന്നത്; മൂന്നു രൂപങ്ങളാണ്: ആദ്യത്തെ രണ്ടിനും പുറമേ താത്വികസമരത്തെക്കൂടി അദ്ദേഹം പ്രധാനമായെണ്ണുന്നു. പ്രായോഗികമായും രാഷ്ട്രീയമായും സുശക്തമായിക്കഴിഞ്ഞ ജർമൻ തൊഴിലാളിപ്രസ്ഥാനത്തിന് അദ്ദേഹം കൊടുത്ത നിർദേശങ്ങൾ ഇന്നത്തെ പ്രശ്നങ്ങളുടെയും വാദവിഷയങ്ങളുടെയും പശ്ചാത്തലത്തിൽ തുലോം വിജ്ഞാനപ്രദമായതുകൊണ്ട് വളരെക്കാലമായി ദുർലഭമായി

ക്കഴിഞ്ഞിരിക്കുന്ന ഒരു ലഘുലേഖയായ 'ജർമനിയിലെ കർഷകയുദ്ധ' ത്തിനുള്ള അദ്ദേഹത്തിന്റെ ആമുഖക്കുറിപ്പിൽനിന്ന് ഒരു നീണ്ട ഭാഗം ഞങ്ങളിവിടെ ഉദ്ധരിച്ചാൽ വായനക്കാർ ഞങ്ങളോടു മുഷിയുകയില്ലെന്നാശിക്കുന്നു:

> ജർമൻ തൊഴിലാളികൾക്ക് മറ്റു യൂറോപ്യൻ തൊഴിലാളികളെ അപേക്ഷിച്ച് രണ്ടു പ്രധാനമായ മെച്ചങ്ങളുണ്ട്. ഒന്നാമത്, യൂറോപ്പിൽവെച്ച് ഏറ്റവുമധികം താത്വികമായി വളർന്ന ഒരു ജനതയുടെ ഭാഗമാണവർ; ജർമനിയിലെ 'അഭ്യസ്തവിദ്യ'രെന്നു പറയപ്പെടുന്നവർ തീരെ കളഞ്ഞു കുളിച്ചു കഴിഞ്ഞ ആ സിദ്ധാന്തപരമായ മനോവൃത്തി ജർമൻ തൊഴിലാളികളിൽ ഇപ്പോഴും നിലനിൽക്കുന്നുണ്ട്. ജർമൻ തത്വശാസ്ത്രം — വിശേഷിച്ചും ഹെഗലിന്റെ തത്വശാസ്ത്രം — മുമ്പുതന്നെ ആവിർഭവിച്ചിരുന്നില്ലെങ്കിൽ, ജർമൻ ശാസ്ത്രീയ സോഷ്യലിസം (എന്നുവച്ചാൽ നാളിതുവരെയുണ്ടായിട്ടുള്ള ഒരേയൊരു ശാസ്ത്രീയ സോഷ്യലിസം) സംജാതമാകുമായിരുന്നില്ല. സിദ്ധാന്തപരമായ ഒരു മനോവൃത്തി തൊഴിലാളികൾക്കില്ലായിരുന്നുവെങ്കിൽ, ഈ ശാസ്ത്രീയ സോഷ്യലിസം അവരുടെ രക്തത്തിലും മാംസത്തിലും ഇപ്പോൾ അലിഞ്ഞുചേർന്നിട്ടുള്ളതുപോലെ ചേരുമായിരുന്നില്ല. എത്ര അപാരമായ ഒരു നേട്ടമാണിതെന്നു കാണാൻ എല്ലാത്തരം സിദ്ധാന്ത പ്രശ്നങ്ങളോടും ഇംഗ്ലീഷ് തൊഴിലാളിപ്രസ്ഥാനം കൈക്കൊള്ളുന്ന ഉദാസീനത നോക്കിയാൽ മതി. ഇതാണ്, അവരുടെ ഓരോ യൂണിയന്റേയും ഒറ്റയ്ക്കൊറ്റയ്ക്കുള്ള സംഘടന എത്രതന്നെ മെച്ചപ്പെട്ടതായാലും, അവരുടെ പ്രസ്ഥാനമാകെ ഇത്ര സാവധാനത്തിൽ മാത്രം മുന്നോട്ടു നീങ്ങാനുള്ള മുഖ്യമായ കാരണങ്ങളിലൊന്ന്. മറുവശത്താകട്ടെ, ഫ്രഞ്ചുകാർക്കും ബൽജിയക്കാർക്കുമിടയിൽ പ്രുദോനിസം[42]—അതിന്റെ ആദ്യരൂപത്തിലുള്ളത് — വമ്പിച്ച ദ്രോഹവും ആശയക്കുഴപ്പവും വരുത്തിവച്ചു; കൂടുതൽ പരിഹാസരൂപത്തിലുള്ള പ്രുദോനിസം — ബക്കൂനിൻ മുഖേന — സ്പെയിൻകാരുടെയും ഇറ്റലിക്കാരുടെയും ഇടയിലും ദ്രോഹം വിതച്ചു.
>
> രണ്ടാമത്തെ മെച്ചം, കാലഗണനയനുസരിച്ചു നോക്കിയാൽ ജർമൻകാരാണ് മിക്കവാറും എല്ലാറ്റിലുമവസാനം തൊഴിലാളിപ്രസ്ഥാനത്തിലേക്കു കടന്നുവന്നതെന്നുള്ളതാണ്. ജർമൻ സോഷ്യലിസ്റ്റ് സിദ്ധാന്തം അതിന്റെ നിലയുറപ്പിച്ചിട്ടുള്ളത് സേൻ സിമോന്റേയും ഫുറ്യേയുടേയും ഓവന്റേയും ചുമലുകളിലാണെന്നുള്ളത് ഒരിക്കലും വിസ്മരിക്കപ്പെടുകയില്ല; ഇപ്പറഞ്ഞവരുടെ ആശയങ്ങൾ എത്രതന്നെ സ്വപ്നമയവും സാങ്കൽപ്പികവുമാണെങ്കിലും, എല്ലാക്കാലത്തേയും ഏറ്റവും മുന്തിയ ചിന്തകന്മാരുടെ കൂടെ ഈ മൂന്നു പേർക്കും സ്ഥാനം ഉറച്ചിരിക്കുന്നു. ഇന്ന് ശാസ്ത്രം നമുക്ക് തെളി

യിച്ചു കാട്ടിത്തരുന്ന അസംഖ്യം കാര്യങ്ങളെ അവരുടെ പ്രതിഭ ദീർഘദർശനം ചെയ്യുകയുണ്ടായിട്ടുണ്ട്. ജർമനിയിലെ പ്രായോഗികമായ തൊഴിലാളിപ്രസ്ഥാനവും ഇതുപോലെ ഇംഗ്ലീഷ് - ഫ്രഞ്ചു പ്രസ്ഥാനങ്ങളുടെ പാരമ്പര്യത്തിന്റെ മീതെയാണ് സ്വയം വളർന്നിട്ടുള്ളതെന്നും ആ പ്രസ്ഥാനങ്ങൾ ചോര നീരാക്കി സമ്പാദിച്ച പരിചയത്തെ അതിനു ചുമ്മാ എടുത്തുപയോഗപ്പെടുത്തുവാൻ സാധിച്ചുവെന്നും, അക്കാലത്തു മിക്കവാറും അനിവാര്യമായിരുന്ന തെറ്റുകൾ ഇപ്പോൾ അതിന് ആവർത്തിക്കാതിരിക്കാൻ സാധിച്ചിട്ടുണ്ടെന്നും ഉള്ളത് ഒരിക്കലും മറന്നുകൂടാത്തതാകുന്നു. ഇംഗ്ലീഷ് ട്രേഡ് യൂണിയനുകളും ഫ്രഞ്ചു തൊഴിലാളികളുടെ രാഷ്ട്രീയ സമരങ്ങളും മുമ്പുതന്നെ ആവിർഭവിച്ചിരുന്നില്ലെങ്കിൽ — വിശേഷിച്ചും പാരീസ് കമ്യൂൺ നൽകിയ ഗംഭീരമായ പ്രചോദനമില്ലായിരുന്നുവെങ്കിൽ — ഇപ്പോൾ നാം എവിടെയാകുമായിരുന്നു?

ജർമൻ തൊഴിലാളികൾ തങ്ങളുടെ പരിത:സ്ഥിതിയുടെ ഈ മെച്ചങ്ങളെ അന്യാദൃശമായ ബോധത്തോടുകൂടി ഉപയോഗപ്പെടുത്തിയിട്ടുണ്ടെന്നുള്ളത് അവരുടെ മേന്മയായിത്തന്നെ വകവെച്ചുകൊടുക്കണം. തൊഴിലാളിപ്രസ്ഥാനമുണ്ടായതിനുശേഷം ഇപ്പോൾ ഒന്നാമതായി അതിന്റെ മൂന്നു വശങ്ങളിൽനിന്നും സമരം നടത്തപ്പെടുന്നു; താത്വികം, രാഷ്ട്രീയം, പ്രായോഗിക-സാമ്പത്തികം (മുതലാളിമാർക്കെതിരായ ചെറുത്തു നിൽപ്പ്) - ഈ മൂന്നു വശങ്ങളിൽ നിന്നുമുള്ള സമരം അന്യോന്യം പൊരുത്തത്തോടുകൂടിയും, കൂട്ടിയണക്കിക്കൊണ്ടും, ഒരുപ്ലാൻ പ്രകാരവും നടത്തപ്പെടുന്നു. ഈ കേന്ദ്രീകൃതമായ (എന്നു പറയട്ടെ) ആക്രമണത്തിലാണ് ജർമൻ പ്രസ്ഥാനത്തിന്റെ ശക്തിയും അജയ്യതയും സ്ഥിതി ചെയ്യുന്നത്.

ഇങ്ങനെയൊരു മെച്ചപ്പെട്ടനില അവർക്ക് കൈവന്നതുകൊണ്ടും, പിന്നെ ഇംഗ്ലീഷ് പ്രസ്ഥാനത്തിന്റെ ദ്വീപുസഹജമായ പ്രത്യേകതകൾ നിമിത്തവും, ഫ്രഞ്ചുപ്രസ്ഥാനം അക്രമപരമായി അടിച്ചമർത്തപ്പെട്ടതു നിമിത്തവുമാണ് ജർമൻ തൊഴിലാളികൾ തൊഴിലാളിവർഗത്തിന്റെയാകെ സമരത്തിന്റെ മുന്നണിസ്ഥാനത്തു തൽക്കാലം നിലകൊള്ളുന്നത്. ഈ മാന്യസ്ഥാനം അലങ്കരിക്കാൻ സംഭവഗതികൾ എത്രകാലം അവരെ അനുവദിക്കുമെന്നു മുൻകൂട്ടിപ്പറയാൻ വയ്യാ. പക്ഷേ, ആ സ്ഥാനത്ത് അവർ നിൽക്കുന്ന കാലത്തോളം അതിനെ അവർ മലിനപ്പെടുത്തുകയില്ലെന്നു നമുക്കാശിക്കുക. ഇതു സാധ്യമാവാൻ ഓരോ സമരരംഗത്തിലും പ്രക്ഷോഭ രംഗത്തിലും കൂടുതൽ അധ്വാനിച്ചു പണിയെടുക്കേണ്ടതുണ്ട്. എല്ലാ താത്വികപ്രശ്നങ്ങളിലേക്കും കൂടുതൽ കൂടുതൽ കൺതെളിഞ്ഞ ഒരു കാഴ്ചകിട്ടാനും, പഴയ ലോകവീക്ഷണത്തിന്റെ ഒസ്യത്തായ വെറും മാമൂൽപ്രകാരമുള്ള വാക്കുകളുടെ സ്വാധീനത്തിൽനിന്നു സ്വയം

വിടുതി നേടാനും, സോഷ്യലിസം ഇപ്പോൾ ഒരു ശാസ്ത്രീയമായ സ്ഥിതിക്ക് ഒരു ശാസ്ത്രമെന്ന നിലയിൽത്തന്നെ അതിനെ പിന്തുടരേണ്ടതുണ്ടെന്ന് — അതായത് സോഷ്യലിസം പഠിക്കുകതന്നെ വേണമെന്ന് — എല്ലായ്പ്പോഴും ഓർമവെക്കാനും ശ്രമിക്കേണ്ടത് നേതാക്കന്മാരുടെ വിശേഷിച്ചും കടമയാണ്. ഇങ്ങനെ സമ്പാദിക്കുന്ന കൂടുതൽ കൂടുതൽ കറകളഞ്ഞ ജ്ഞാനത്തെ കൂടുതൽ കൂടുതൽ ഉത്സാഹത്തോടുകൂടി തൊഴിലാളി ബഹുജനങ്ങൾക്കിടയിൽ പരത്തുക, പാർട്ടിയുടേയും ട്രേഡ്യൂണിയനുകളുടേയും സംഘടനയെ അധികമധികം ദൃഢമായി ഏകീകരിക്കുക — ഇതാണ് കർത്തവ്യം.....

ഈ വഴിക്ക് ജർമൻ തൊഴിലാളികൾ മുമ്പോട്ടു നീങ്ങിയാൽ, ശരിക്കും പ്രസ്ഥാനത്തിന്റെ നേതൃസ്ഥാനത്ത് അവർ മാർച്ചു ചെയ്യുമെന്നു പറഞ്ഞുകൂടെങ്കിൽക്കൂടി (അങ്ങനെ ഏതെങ്കിലുമൊരു രാജ്യത്തിലെ തൊഴിലാളികൾ പ്രസ്ഥാനത്തിന്റെ നേതൃസ്ഥാനത്ത് മാർച്ചുചെയ്യുന്നത് പ്രസ്ഥാനത്തിന്റേതന്നെ താൽപ്പര്യത്തിന് ഒട്ടും നല്ലതല്ല) മാന്യമായ ഒരു സ്ഥാനം സമരമുന്നണിയിലവർക്കു കിട്ടും; മാത്രമല്ല, വിചാരിച്ചതിലുമധികം ഗൗരവമുള്ള ചില വിഷമഘട്ടങ്ങളുടെയോ, ലോകം കുലുക്കുന്ന ചില സംഭവങ്ങളുടെയോ ഫലമായി നൂറിരട്ടി ധൈര്യത്തോടും ദൃഢനിശ്ചയത്തോടുംകൂടി അവർക്ക് ഇളകി പ്രവർത്തിക്കേണ്ടിവന്നാൽ, ആ അവസരത്തിൽ അവർ ആയുധപാണികളായി — സമരസന്നദ്ധരായി — നിൽക്കുന്നുണ്ടാവും.

എംഗൽസ് പ്രവചിച്ചതുപോലെതന്നെ സംഭവിച്ചു. ഏതാനും സംവത്സരങ്ങൾക്കുള്ളിൽ അവിചാരിതമായ വിഷമതകളെ — സോഷ്യലിസ്റ്റ് വിരുദ്ധനിയമത്തിന്റെ രൂപത്തിൽ — ജർമൻ തൊഴിലാളികൾക്കു നേരിടേണ്ടിവന്നു. ജർമൻ തൊഴിലാളികൾ സമരത്തിനുള്ള ആയുധവുമേന്തി അവയെ ശരിയായി നേരിട്ടുവെന്നുമാത്രമല്ല, വിജയശ്രീലാളിതരായി അതിൽനിന്നു പുറത്തുവരികയും ചെയ്തു.

ഇതിലും എത്രയോമടങ്ങ് ഗൗരാവഹമായ വിഷമതകൾ റഷ്യൻ തൊഴിലാളിവർഗത്തിനു സഹിക്കേണ്ടിവരും; അവർക്കു പടവെട്ടാനുള്ളത് ഒരു കടുവയോടാണ്; അതുമായി താരതമ്യപ്പെടുത്തിനോക്കുമ്പോൾ ഒരു വ്യവസ്ഥാപിത ഭരണഘടന നിലവിലുള്ള രാജ്യത്തിലെ സോഷ്യലിസ്റ്റ് വിരുദ്ധനിയമം ഒരെലി മാത്രമാണ്. ഏതൊരു രാജ്യത്തിലേയും തൊഴിലാളിവർഗത്തെ അഭിമുഖീകരിക്കുന്ന എല്ലാ അടിയന്തരകടമകളിലുംവെച്ച് ഏറ്റവും വിപ്ലവകരമായ ഒരടിയന്തരകടമയാണ് ചരിത്രം നമ്മുടെ മുമ്പിലിപ്പോൾ വെച്ചിട്ടുള്ളത്. യൂറോപ്പിലെ മാത്രമല്ല, ഏഷ്യയിലെക്കൂടി (എന്നിപ്പോൾ പറയാം) പ്രതിലോമശക്തികളുടെയാകെ ഏറ്റവും കരുത്തുള്ള ഈ കോട്ടയെ ഇടിച്ചുതകർക്കുകയെന്ന കടമ നിർവഹിക്കുന്നതിന്റെ ഫല

മായി റഷ്യൻ തൊഴിലാളിവർഗം വിപ്ലവകാരിയായ ലോക തൊഴിലാളി വർഗത്തിന്റെ മുന്നണിപ്പട്ടാളമായിത്തീരും. എന്നല്ല, നമ്മുടെ മുൻഗാമികളായ 1870–80 കാലഘട്ടത്തിലെ വിപ്ലവകാരികൾ ഇതിനകം തന്നെ നേടിക്കഴിഞ്ഞ ആ മാന്യപദവി നമുക്കും ന്യായമായും കിട്ടുമെന്നുറപ്പിക്കാം; പക്ഷേ, ഒന്നുമാത്രം: അന്നത്തെക്കാൾ ആയിരമിരട്ടി അഗാധവും വിപുലവുമായിത്തീർന്നിട്ടുള്ള നമ്മുടെ പ്രസ്ഥാനത്തെ അത്രതന്നെ കൂറുനിറഞ്ഞ ദൃഢനിശ്ചയത്തോടും വീറോടും കൂടി നമുക്കാവേശം കൊള്ളിക്കാനും നയിക്കാനും കഴിയണം.

2

ബഹുജനങ്ങളുടെ 'സ്വയമേവ'യുള്ള പ്രവർത്തനവും സോഷ്യൽ ഡെമോക്രാറ്റുകാരുടെ വർഗബോധവും

ആയിരത്തി എണ്ണൂറ്റി എഴുപത്, എൺപത് കാലഘട്ടത്തിലെ പ്രസ്ഥാനത്തിന്റെ സ്വഭാവമായിരുന്ന ആ കൂറുനിറഞ്ഞ ദൃഢനിശ്ചയവും വീറും അന്നത്തേക്കാൾ എത്രയോ വിപുലവും അഗാധവുമായിത്തീർന്നിട്ടുള്ള നമ്മുടെ ഇന്നത്തെ പ്രസ്ഥാനത്തിലും അതേതോതിൽ നാം കുത്തിവെയ്ക്കണമെന്ന് ഞങ്ങൾ പറഞ്ഞുവല്ലോ. ബഹുജനങ്ങളുടെ – വിശേഷിച്ചും വ്യവസായതൊഴിലാളി വർഗത്തിന്റെ ഉണർവിലാണ് ഇന്നത്തെ പ്രസ്ഥാനത്തിന്റെ ശക്തി കിടക്കുന്നതെന്നും, എന്നാൽ വിപ്ലവനേതാക്കന്മാരുടെ ബോധക്കുറവും ഉശിരില്ലായ്മയുമാണതിന്റെ ദൗർബല്യമെന്നും ഉള്ള യാഥാർഥ്യത്തെ വാസ്തവത്തിലാരും ഇന്നേവരെ ചോദ്യം ചെയ്തിട്ടുണ്ടെന്നു തോന്നുന്നില്ല.

എന്നാൽ, നാളിതുവരെ ഈ പ്രശ്നത്തെ സംബന്ധിച്ചിടത്തോളം നിലനിന്നുപോന്നിട്ടുള്ള എല്ലാ അഭിപ്രായങ്ങളേയും തകിടം മറിക്കാൻ പര്യാപ്തമായ അങ്ങേയറ്റം ആശ്ചര്യകരമായ ഒരു കണ്ടുപിടിത്തം ഈയിടെയുണ്ടായിരിക്കുന്നു. *റബോച്ചെയെ ദ്യെലൊ*വിന്റെ കണ്ടുപിടിത്തമാണിത്. *ഇസ്ക്ര*യും *സര്യാ*യുമായുള്ള അതിന്റെ വാദപ്രതിവാദത്തിനിടയിൽ പ്രത്യേകം പ്രത്യേകം കാര്യങ്ങളുടെ മുകളിലുള്ള എതിരഭിപ്രായപ്രകടനം കൊണ്ടുമാത്രം അത് തൃപ്തിപ്പെട്ടിട്ടില്ല. അതിനുപുറമെ, 'പൊതുവിലുള്ള അഭിപ്രായഭേദങ്ങൾ'ക്കെല്ലാം അടിസ്ഥാനമായി കൂടുതൽ മൗലികമായ ഒരു കാരണമുണ്ടെന്നുകൂടി ചൂണ്ടിക്കാട്ടാൻ അത് ശ്രമിച്ചിരിക്കുന്നു; ഇതാകട്ടെ, 'ബഹുജനങ്ങളുടെ സ്വയമേവയുള്ള പ്രവർത്തനത്തിനോ ബോധപൂർവമായ 'ക്രമീകൃത' പ്രവർത്തനത്തിനോ കൂടുതൽ പ്രാധാന്യമെന്നതുസംബന്ധിച്ചുള്ള അഭിപ്രായഭേദ'മാണുതാനും. 'വളർച്ചയുടെ വസ്തുനിഷ്ഠമായ വശത്തിന് —അഥവാ, സ്വയം പ്രവർത്തനാത്മകമായ

വശത്തിന് — ഉള്ള പ്രാധാന്യത്തെ ലഘൂകരിക്കുന്നു'വെന്നതാണ് ഞങ്ങളുടെ നേരെ *റബോച്ചെയെ ദ്യെലൊ*വിനുള്ള ആക്ഷേപം.* ഇതിനു ഞങ്ങൾക്കു പറയാനുള്ളതിതാണ്. *ഇസ്ക്രയും സര്യായു*മായുള്ള വാദപ്രതിവാദത്തിന്റെ ഫലമായി ഇങ്ങനെ 'പൊതുവിലുള്ള അഭിപ്രായഭേദങ്ങളിൽ മാത്രമേ' *റബോച്ചെയെ ദ്യെലൊ* ചെന്നെത്തിയിട്ടുണ്ടായിരുന്നുള്ളുവെങ്കിൽക്കൂടി ആ ഒരൊറ്റ പരിണാമംകൊണ്ടുമാത്രം ഞങ്ങൾ അത്യന്തം തൃപ്തിപ്പെടുമായിരുന്നു; കാരണം, അത്രയും പ്രധാനമായ ഒരു കണ്ടുപിടിത്തമാണിത്, റഷ്യൻ സോഷ്യൽഡെമോക്രാറ്റുകാർക്കിടയിലുള്ള താത്വികവും രാഷ്ട്രീയവുമായ ഇന്നത്തെ അഭിപ്രായവ്യത്യാസങ്ങളുടെ കാതലെന്തെന്ന് അത്രയും വ്യക്തമായി ഇതു തെളിയിച്ചു കാട്ടുന്നുണ്ട്.

അതുകൊണ്ടുതന്നെ, ബോധപൂർവമായ പ്രവർത്തനവും 'സ്വയമേവയുള്ള' പ്രവർത്തനവും തമ്മിലുള്ള ബന്ധത്തിന്റെ പ്രശ്നം വളരെ പൊതുപ്രാധാന്യമുള്ള ഒരു പ്രശ്നമായിത്തീരുന്നു; അതുകൊണ്ടാണതിനെപ്പറ്റി സവിസ്തരമായി പ്രതിപാദിക്കേണ്ടിയിരിക്കുന്നതും.

(എ) 'സ്വയമേവ'യുളവായ പുനരുത്ഥാനത്തിന്റെ ആരംഭം

1890–1900 കാലഘട്ടത്തിന്റെ നടുവിൽ റഷ്യയിലെ അഭ്യസ്തവിദ്യരായ യുവജനങ്ങളാകെത്തന്നെ മാർക്സിസ്റ്റ് ആശയങ്ങളിൽ എത്രമാത്രം മുഴുകിയിരുന്നുവെന്നു കഴിഞ്ഞ അധ്യായത്തിൽ ഞങ്ങൾ ചൂണ്ടിക്കാട്ടിയല്ലോ. സെന്റ് പീറ്റേഴ്സ്ബർഗിലെ സുപ്രസിദ്ധമായ 1896–ലെ വ്യാവസായികയുദ്ധ[43]ത്തെത്തുടർന്നുള്ള പണിമുടക്കങ്ങളും അതുപോലെ സാർവത്രികമായിരുന്നു. അവ റഷ്യയിലാകമാനം പടർന്നുപിടിച്ചുവെന്നതിൽനിന്നുതന്നെ ജനകീയമായ പുനരുത്ഥാനപ്രസ്ഥാനം എത്ര അടിയിൽകൊണ്ടതായിരുന്നുവെന്ന് തെളിഞ്ഞിരുന്നു. 'സ്വയംപ്രവർത്തനാത്മകമായ വശ'ത്തെക്കുറിച്ചു പറയുകയാണെങ്കിൽ, തീർച്ചയായും ഈ പണിമുടക്കുപ്രസ്ഥാനത്തിന് ആ സ്വഭാവമാണുണ്ടായിരുന്നത്. പക്ഷേ, 'സ്വയമേവയുള്ള' പ്രവർത്തനം തന്നെ പലേ തോതിലുമുണ്ട്. 1870–80 കാലത്തും 1860–70 കാലത്തും (മാത്രമല്ല, 19–ാം നൂറ്റാണ്ടിന്റെ പൂർവാർധത്തിലും) റഷ്യയിൽ പണിമുടക്കങ്ങളുണ്ടായിട്ടുണ്ട്; ഈ പണിമുടക്കങ്ങളോടൊപ്പം യന്ത്രങ്ങളും മറ്റും 'സ്വയമേവ'തന്നെ നശിപ്പിച്ചുകളയലും സംഭവിച്ചിട്ടുണ്ട്. ഇത്തരം 'ലഹളകളു'മായി താരതമ്യപ്പെടുത്തി നോക്കുമ്പോൾ 1890–1900 കാലഘട്ടത്തിലെ പണിമുടക്കങ്ങൾ 'ബോധപൂർവ' പ്രവർത്തനങ്ങളായിരുന്നുവെന്നും പറയാം. കാരണം, അത്രയും കാലത്തിനിടയ്ക്ക് തൊഴിലാളിപ്രസ്ഥാനം എത്രത്തോളം പുരോഗമിച്ചിട്ടുണ്ടെന്ന് അവ വെളിപ്പെടുത്തുന്നു. അപ്പോൾ, 'സ്വയംപ്രവർത്തനാത്മകമായ വശം' തന്നെ യഥാർഥത്തിൽ 'ബോധ'ത്തിന്റെ ശൈശവരൂപമല്ലാതെ മറ്റൊന്നുമല്ലെന്ന്

---

* *റബോച്ചെയെ ദ്യെലൊ*, ലക്കം 10, സെപ്തംബർ 1901, പേജ് 17–18.

ഇതിൽനിന്നു തെളിയുന്നു. പ്രാകൃതമായ ലഹളകൾപോലും ഏറെക്കുറേ ബോധത്തിന്റെ ഉദയത്തെയാണ് പ്രകാശിപ്പിച്ചിരുന്നത്: തങ്ങളെ ഇടിച്ച മർത്തുന്ന ഈ വ്യവസ്ഥ ശാശ്വതമാണെന്നുള്ള തൊഴിലാളികളുടെ കാലാകാലമായ വിശ്വാസം അതോടുകൂടി അവർ വലിച്ചെറിയുന്നുവെന്നു സാരം. കൂട്ടായ ചെറുത്തുനിൽപ്പിന്റെ ആവശ്യകത അവർ..... മനസിലാക്കിത്തുടങ്ങുന്നുവെന്നു ഞാൻ പറയുന്നില്ല; പക്ഷേ, അതവർ മണത്തറിയുവാൻ തുടങ്ങുന്നു. മേലാളികൾക്കു കേവലം അടിമകളെപ്പോലെ കീഴടങ്ങാനുള്ള തങ്ങളുടെ വാസന അവർ വ്യക്തമായും ഉപേക്ഷിക്കുന്നു. എന്നാൽ, ഇതിനെല്ലാം കേവലം ചില നൈരാശ്യപ്രകടനങ്ങളുടേയും പകവീട്ടലിന്റേയും സ്വഭാവമേ ഉണ്ടായിരുന്നുള്ളൂ, ഇതൊന്നും ഒരു സമരമായിരുന്നില്ല. 1890–1900 കാലഘട്ടത്തിലെ പണിമുടക്കങ്ങളിൽ ബോധത്തിന്റെ കൂടുതൽ ഉജ്ജ്വലമായ ലക്ഷണങ്ങൾ പ്രത്യക്ഷപ്പെട്ടു: തൊഴിലാളികൾ വ്യക്തമായ ചില ആവശ്യങ്ങൾ മുന്നോട്ടുവച്ചു; പണിമുടക്കത്തിനുള്ള സമയം സശ്രദ്ധം തെരഞ്ഞെടുത്തു; മറ്റു സ്ഥലങ്ങളിലെ മാതൃകകളെക്കുറിച്ചും അനുഭവങ്ങളെക്കുറിച്ചും ചർച്ചകളും മറ്റും നടന്നു. ലഹളകൾ കേവലം മർദിത ബഹുജനങ്ങളുടെ കലാപങ്ങൾ മാത്രമായിരുന്നുവെങ്കിൽ, സംഘടിതമായ പണിമുടക്കങ്ങൾ ശൈശവാസ്ഥയിലുള്ള വർഗ സമരത്തെയാണ് പ്രതിനിധീകരിച്ചത്. (പക്ഷേ, ശൈശവാവസ്ഥയിലുള്ളതുമാത്രം). ഈ പണിമുടക്കുകൾ — അവയെ ഒറ്റതിരിച്ച് എടുത്തുപരിശോധിച്ചാൽ — കേവലം ട്രേഡ്യൂണിയനിസ്റ്റ് സമരങ്ങളായിരുന്നു; ഇനിയും അവ സോഷ്യൽഡെമോക്രാറ്റിക് സമരങ്ങളായിട്ടുണ്ടായിരുന്നില്ല. തൊഴിലാളിയും മുതലാളിയും തമ്മിലുള്ള വൈരുധ്യം പൊന്തിപുറത്തുവരുന്നതിനു തെളിവായിരുന്നു അവ; പക്ഷേ, ഇന്നത്തെ രാഷ്ട്രീയ-സാമൂഹ്യവ്യവസ്ഥയോടു മുഴുവനുംതന്നെ തീർത്താൽ തീരാത്തവിധം വിരുദ്ധമാണ് തങ്ങളുടെ താൽപ്പര്യങ്ങളെന്നുള്ള ബോധം തൊഴിലാളികൾക്കിനിയും ഉണ്ടായിക്കഴിഞ്ഞിരുന്നില്ല; അതിനു നിവൃത്തിയുമില്ലായിരുന്നു — അതായത്, അവരുടെ ബോധം ഇനിയും സോഷ്യൽഡെമോക്രാറ്റിക് ബോധമായിട്ടുണ്ടായിരുന്നില്ലെന്നർഥം. ഈ നിലയ്ക്കു നോക്കിയാൽ, 1890–1900 കാലഘട്ടത്തിലെ പണിമുടക്കുകൾ — പഴയ 'ലഹളകളു'മായി താരത്മ്യപ്പെടുത്തുമ്പോൾ അവ വമ്പിച്ച ഒരു പുരോഗതിയായിരുന്നുവെങ്കിൽക്കൂടി — കേവലം 'സ്വയമേവ' ഉളവായ ('സ്വയം പ്രവർത്തനാത്മക'മായ) ഒരു പ്രസ്ഥാനമായിരുന്നുവെന്ന് കാണാം.

സോഷ്യൽ ഡെമോക്രാറ്റിക് ബോധം തൊഴിലാളികൾക്കിടയിൽ വളരാൻ അന്നു നിവൃത്തിയില്ലായിരുന്നുവെന്നു ഞങ്ങൾ പറഞ്ഞുവല്ലോ. ഈ ബോധം പുറമേനിന്ന് അവർക്കെത്തിച്ചുകൊടുക്കാനേ സാധിക്കൂ. തൊഴിലാളിവർഗത്തിന് അതിന്റെതന്നെ പ്രവർത്തനംകൊണ്ടുമാത്രം കേവലം ട്രേഡ്യൂണിയൻബോധം മാത്രമേ സ്വയം വളർത്തിക്കൊണ്ടുവരാൻ കഴിയുകയുള്ളുവെന്ന് എല്ലാ രാജ്യങ്ങളുടെയും ചരിത്രം തെളിയിക്കുന്നു; അതായത്, യൂണിയനുകളിൽ സ്വയം സംഘടിക്കേണ്ടതിന്റെയും, തക്കതായ മുതലാളിമാരോടു പോരാടേണ്ടതിന്റെയും, തക്കതായ തൊഴിൽനി

യമങ്ങളുണ്ടാക്കാൻ ഗവൺമെന്റിനെ നിർബന്ധിക്കേണ്ടതിന്റെയും ആവശ്യകത തൊഴിലാളിവർഗത്തിനു തനിയേതന്നെ ബോധ്യപ്പെട്ടുവെന്നുവരാമെന്നർഥം.* എന്നാൽ, സോഷ്യലിസ്റ്റ് സിദ്ധാന്തം വളർന്നുവന്നിട്ടുള്ളത് സ്വത്തുടമവർഗങ്ങളുടെ അഭ്യസ്തവിദ്യരായ പ്രതിനിധികൾ — അതായത് ബുദ്ധിജീവികൾ — വളർത്തിക്കൊണ്ടുവന്നിട്ടുള്ള തത്വശാസ്ത്രപരവും, ചരിത്രസംബന്ധവും, ധനശാസ്ത്രപരവുമായ സിദ്ധാന്തങ്ങളുടെ ഉള്ളിൽനിന്നാണ്. ആധുനികശാസ്ത്രീയ സോഷ്യലിസത്തിന്റെ സ്ഥാപകന്മാരായ മാർക്സും എംഗൽസുംതന്നെ, അവരുടെ സാമൂഹ്യപദവി നോക്കിയാൽ, ബൂർഷ്വാബുദ്ധിജീവികളായിരുന്നുവെന്നു കാണാം. റഷ്യയിലും അതുപോലെ സോഷ്യൽഡമോക്രസിയുടെ താത്വികസിദ്ധാന്തം തൊഴിലാളി പ്രസ്ഥാനത്തിന്റെ 'സ്വയമേവയുള്ള' വളർച്ചയുമായി യാതൊരുബന്ധവുമില്ലാതെയാണ് വളർന്നുപൊങ്ങിയത്; വിപ്ലവകാരികളായ സോഷ്യലിസ്റ്റ് ബുദ്ധിജീവികൾക്കിടയിലുള്ള ആശയങ്ങളുടെ വളർച്ചയിൽനിന്നു സ്വഭാവികമായും അനിവാര്യമായും അതുയർന്നുവരികയാണുണ്ടായത്. നാമിവിടെപ്പറയുന്ന ആ കാലഘട്ടത്തിൽ — അതായത് 1890 –1900–ത്തിന്റെ മധ്യത്തിൽ — 'തൊഴിലാളിമോചന ഗ്രൂപ്പി'ന്റെ പൂർണമായി വികസിപ്പിക്കപ്പെട്ട പരിപാടി ഈ സിദ്ധാന്തത്തെ പ്രതിനിധീകരിച്ചിരുന്നുവെന്നു മാത്രമല്ല, റഷ്യയിലെ വിപ്ലവകാരികളായ യുവതീയുവാക്കളിൽ ഭൂരിപക്ഷത്തിന്റേയും ആനുകൂല്യം ഇതിനകം തന്നെ അതിനു ലഭിക്കുകകൂടി ചെയ്തിരുന്നു.

അങ്ങനെ, തൊഴിലാളി ബഹുജനങ്ങൾക്കിടയിലുണ്ടായ 'സ്വയമേവ'യുള്ള ആ ഇളക്കത്തോടൊപ്പം — അതായത്, ബോധപൂർവകമായ ജീവിതത്തിലേക്കും സമരത്തിലേക്കുമുള്ള ആ ഉണർന്നെഴുന്നേൽപ്പിനോടൊപ്പം — സോഷ്യൽഡെമോക്രാറ്റിക് സിദ്ധാന്തങ്ങളാകുന്ന ആയുധങ്ങളുമേന്തി നമ്മുടെ യുവവിപ്ലവകാരികൾ തൊഴിലാളിമധ്യത്തിലേക്കിറങ്ങിച്ചെല്ലാൻ ശ്രമിക്കുകകൂടി ചെയ്തു. രണ്ടും ഒരേസമയംതന്നെ നടന്നു. ഈയവസരത്തിലാണ്, പലപ്പോഴും വിസ്മരിക്കപ്പെടുന്നതും, താരതമ്യേന വളരെപ്പേർ അറിയാത്തതുമായ ഒരു പരമാർഥം ഇവിടെ പ്രസ്താവിക്കേണ്ടതു വിശേഷിച്ചും ആവശ്യമായിരിക്കുന്നത്; ഈ കാലഘട്ടത്തിൽത്തന്നെ ആദ്യം മുമ്പോട്ടുവന്ന സോഷ്യൽഡെമോക്രാറ്റുകാർ സാമ്പത്തിക പ്രക്ഷോഭം ഉത്സാഹപൂർവം നടത്തിയിരുന്നുവെങ്കിൽപ്പോലും (ഇതിലവർക്ക്, അന്നൊരു കൈയെഴുത്തുകോപ്പിമാത്രമായിരുന്ന 'പ്രക്ഷോഭം നടത്തേണ്ടതെങ്ങനെ'യെന്ന ലഘുലേഖയിലെ യഥാർഥത്തിൽ പ്രയോജന

---

* ട്രേഡ് യൂണിയനിസത്തിൽ 'രാഷ്ട്രീയകാര്യങ്ങൾ'ക്കു തീരെ സ്ഥാനമില്ലെന്ന് ചിലർ കരുതുന്നത് ശരിയല്ല. ട്രേഡ് യൂണിയനുകൾ എല്ലായ്പ്പോഴും രാഷ്ട്രീയമായിട്ടുകൂടി പ്രക്ഷോഭവും സമരവും നടത്തിയിട്ടുണ്ട്; അതു സോഷ്യൽ ഡെമോക്രാറ്റിക് പ്രക്ഷോഭമോ സമരമോ അല്ലെന്നേയുള്ളു. ട്രേഡ്യൂണിയനിസ്റ്റ് രാഷ്ട്രീയവും സോഷ്യൽ ഡെമോക്രാറ്റിക് രാഷ്ട്രീയവും തമ്മിലുള്ള വ്യത്യാസത്തെപ്പറ്റി അടുത്ത അധ്യായത്തിൽ ഞങ്ങൾ പ്രതിപാദിക്കാം.

കരമായ ചില നിർദേശങ്ങൾ വഴികാട്ടിക്കൊടുക്കുകയും ചെയ്തു.) ഇതു മാത്രമാണ് തങ്ങളുടെ ഒരേയൊരു കടമയെന്നു കരുതി അവർ അടങ്ങിയിരുന്നില്ല. നേരെമറിച്ച്, റഷ്യൻ സോഷ്യൽഡെമോക്രസിയുടെ ചരിത്രപരമായ കടമകളെ — വിശേഷിച്ചും ഏകാധിപത്യത്തെ അട്ടിമറിക്കുകയെന്ന കടമയെ — അവയുടെ ഏറ്റവും വ്യാപകമായ അർഥത്തിൽ അവർ ആദ്യംമുതൽക്കേ ഉന്നയിച്ചുകൊണ്ടിരുന്നു. ഉദാഹരണത്തിന്, 'തൊഴിലാളി വർഗവിമോചനസമരലീഗ്'[44] എന്ന സംഘടനയുടെ സ്ഥാപകന്മാരായ സെന്റ് പീറ്റേഴ്സ്ബർഗിലെ സോഷ്യൽ ഡെമോക്രാറ്റുകളുടെ ഗ്രൂപ്പ് 1895-ന്റെ അവസാനത്തോടുകൂടി *റബോചെയ്യെ ദ്യെലൊ* എന്ന പത്രത്തിന്റെ ആദ്യലക്കം തയ്യാറാക്കി. ഈ ലക്കം പ്രസ്സിലേക്കു കൊടുത്തയയ്ക്കാൻ തയാറായപ്പോഴേക്കുമാണ് പൊലീസ് അതു പിടിച്ചെടുത്തത്; 1895 ഡിസംബർ 8നു രാത്രി ഈ ഗ്രൂപ്പിലെ അംഗങ്ങളിലൊരാളായ അനത്തോലിയ അലെക്സേയെവിച്ച് വന്യേയെവി*ന്റെ വീട് പൊലീസ് കയ്യേറുകയും, അങ്ങനെ *റബോചെയ്യെ ദ്യെലൊ*വിന്റെ ആദ്യത്തെ പതിപ്പ് വെളിച്ചത്തു വരാതെ കഴിയുകയും ചെയ്തു (ഒരുപക്ഷേ വല്ല *റൂസ്കയ സ്തരിനാ*[45]യും പൊലീസ് ഡിപ്പാർട്ടുമെന്റിന്റെ റിക്കാർഡുകെട്ടുകൾക്കുള്ളിൽനിന്ന് ഈ ആദ്യലക്കം ഒരു മുപ്പതുകൊല്ലത്തിനുശേഷമോ മറ്റോ സമുദ്ധരിച്ചു പുറത്തുകൊണ്ടുവരുമായിരിക്കും). ഈ ലക്കത്തിന്റെ മുഖപ്രസംഗത്തിൽ റഷ്യൻ തൊഴിലാളിവർഗത്തിന്റെ ചരിത്രപരമായ കടമകൾ വിവരിച്ചിട്ടുണ്ട്; ഈ കടമകളിൽവെച്ച് ഏറ്റവും പ്രധാനമായത് രാഷ്ട്രീയസ്വാതന്ത്ര്യസമ്പാദനമാണെന്ന് പറഞ്ഞിട്ടുണ്ട്. 'നമ്മുടെ മന്ത്രിമാരുടെ ചിന്താവിഷയമെന്ത്?' എന്ന തലക്കെട്ടിൽ മറ്റൊരു ലേഖനവും ആ ലക്കത്തിലുണ്ടായിരുന്നു; പ്രാഥമികവിദ്യാഭ്യാസക്കമ്മിറ്റികളെ പൊലീസ് തച്ചുപൊളിക്കുന്നതിനെപ്പറ്റിയായിരുന്നു ആ ലേഖനം. അതിനുപുറമെ, സെന്റ് പീറ്റേഴ്സ്ബർഗിൽനിന്നും റഷ്യയുടെ മറ്റു ഭാഗങ്ങളിൽനിന്നും ഉള്ള ചില കത്തുകളുമുണ്ടായിരുന്നു. (ഉദാ: യറൊസ്ലാവ്ൽ പ്രദേശത്ത് തൊഴിലാളികളുടെനേരെ നടന്ന ആക്രമണ[46]ത്തെപ്പറ്റി ഒരു കത്ത്). 1890-1900 കാലത്തിലെ റഷ്യൻ സോഷ്യൽ ഡെമോക്രാറ്റുകാരുടെ 'കടിഞ്ഞൂൽ പരിശ്രമ'മായ ഈ പത്രം (അങ്ങനെ പറയുന്നതിൽ തെറ്റില്ലെന്നു തോന്നുന്നു) വെറും പ്രാദേശികമായ ഒന്നായിരുന്നില്ല; തീർച്ചയായും അതൊരു 'സാമ്പത്തിക' പത്രവുമല്ലായിരുന്നു. പണിമുടക്കുപ്രസ്ഥാനത്തെ ഏകാധിപത്യത്തിനെതിരായ വിപ്ലവപ്രസ്ഥാനവുമായി കൂട്ടിയിണക്കുകയും പ്രതിലോമപരമായ അജ്ഞാതഭാരത്തിന് ഇരയായിത്തീർന്ന സകലരേയും സോഷ്യൽഡെമോക്രസിയുടെ ഭാഗത്തേക്കാകർഷിക്കുകയുമെന്ന ലക്ഷ്യത്തോടുകൂടിയ ഒരു പത്രമായിരുന്നു അത്. തലസ്ഥാന

---

* എ എ വന്യേയെവ് ക്ഷയരോഗം നിമിത്തം 1899-ൽ കിഴക്കൻ സൈബീരിയയിൽവെച്ചു നിര്യാതനായി. നാടുകടത്തലിനുമുമ്പ് അദ്ദേഹത്തിനനുഭവിക്കേണ്ടിവന്ന ഏകാന്തത്തടവാണ് അദ്ദേഹത്തിന് ഈ രോഗം സമ്മാനിച്ചത്. അങ്ങനെയാണ് മേൽക്കൊടുത്ത വിവരം പ്രസിദ്ധീകരിക്കാൻ ഞങ്ങൾക്കു കഴിവുണ്ടായത്. ഇതു സത്യം തന്നെയാണെന്ന് ഞങ്ങൾക്കുറപ്പുപറയാൻ കഴിയും. കാരണം, എ എ വന്യേയെവുമായി നേരിട്ടു പരിചയവും അടുപ്പവുമുള്ളവരിൽ നിന്നാണ് ഞങ്ങൾക്കിതു കിട്ടിയിട്ടുള്ളത്.

നഗരിയിലെ തൊഴിലാളികളും വിപ്ലവകാരികളായ ബുദ്ധിജീവികളും അത്തരമൊരു പത്രത്തെ തീർച്ചയായും തികച്ചും സ്വാഗതം ചെയ്യുമായിരുന്നു; വിപുലമായ പ്രചാരവും അതിനു സിദ്ധിക്കുമായിരുന്നു; അക്കാലത്തെ പ്രസ്ഥാനത്തിന്റെ നിലയുമായി കുറച്ചെങ്കിലും പരിചയമുള്ള ആർക്കും ഇതിനെപ്പറ്റി സംശയത്തിനവകാശമില്ല. ആ പരിശ്രമം പൊളിഞ്ഞുപോയതിൽനിന്നു വ്യക്തമായത്; അന്നത്തെ സോഷ്യൽഡെമോക്രാറ്റുകാർക്ക് വിപ്ലവപരമായ പരിചയമാകട്ടെ, പ്രായോഗിക പരിശീലനമാകട്ടെ ഉണ്ടായിരുന്നില്ലെന്നും, അതുകൊണ്ടവർക്ക് ആ കാലഘട്ടത്തിന്റെ അടിയന്തരാവശ്യങ്ങളെ നേരിടാൻ കഴിഞ്ഞില്ലെന്നുമാണ്. ഇതുതന്നെയാണ് *സൻക്ത്പ്യെത്യെർബൂർഗ്സ്ക്കിയ റബോച്ചിയ് ലിസ്തോക്കി*[47]നെക്കുറിച്ചും പ്രത്യേകിച്ചും *റബോച്ചയ ഗസേത്ത*യെക്കുറിച്ചും 1898–ലെ വസന്തത്തിൽ സ്ഥാപിതമായ റഷ്യൻ സോഷ്യൽഡമോക്രാറ്റിക് ലേബർപാർട്ടിയുടെ 'പ്രകടനപത്രിക'[48]യെക്കുറിച്ചും പറയേണ്ടതായിട്ടുള്ളത്. തീർച്ചയായും അന്നത്തെ സോഷ്യൽഡെമോക്രാറ്റുകാരെ ഈ ഒരുക്കം പോരായ്മയ്ക്ക് കുറ്റപ്പെടുത്താനൊന്നും ഞങ്ങളൊരിക്കലും ഭാവമില്ല. പക്ഷേ, ആ പ്രസ്ഥാനത്തിന്റെ അനുഭവസത്തിൽനിന്നു മെച്ചമെടുക്കാനും, അതിൽനിന്നു പ്രായോഗികമായ പാഠങ്ങൾ പഠിക്കാനും നമുക്കു കഴിയണമെങ്കിൽ, ഓരോ ദൗർബല്യത്തിന്റെയും കാരണങ്ങളും അർഥവും നാം തികച്ചും മനസിലാക്കണം. 1895–98 കാലത്തു പ്രവർത്തിച്ചിരുന്ന സോഷ്യൽഡെമോക്രാറ്റുകാരിലൊരു വിഭാഗം (ഒരുപക്ഷേ അവരിൽ ഭൂരിപക്ഷംതന്നെ) അന്നുപോലും — അതായത്, 'സ്വയമേവ' ഇളകിവരുന്ന ആ പ്രസ്ഥാനത്തിന്റെ തുടക്കത്തിൽപോലും — വിപുലമായ ഒരു പരിപാടിയും സമരതന്ത്രങ്ങളുമായി മുന്നോട്ടുവരാനുള്ള സാധ്യത ന്യായമായും കണ്ടിരുന്നുവെന്നുള്ള പരമാർഥം ഇവിടെ സ്ഥാപിക്കേണ്ടത് അതുകൊണ്ട് വളരെ വളരെ പ്രധാനമായ ഒരു കാര്യമായിരിക്കുന്നു.* ഭൂരി

---

* സാമ്പത്തികസമരവാദികൾ അവരുടെ 'റഷ്യൻ സോഷ്യൽഡെമോക്രാറ്റിക് മുഖപത്രങ്ങൾക്കുള്ള കത്തി'ൽ പ്രഖ്യാപിക്കുകയാണ്: 1890–1900 കാലഘട്ടത്തിന്റെ അവസാനകാലത്തെ സോഷ്യൽഡെമോക്രാറ്റുകാരുടെ പ്രവർത്തനങ്ങളോട് വിരോധമനോഭാവം കാണിക്കുന്ന *ഇസ്ക്ര*, അന്നത്തെ പരിതഃസ്ഥിതിയിൽ നിസ്സാരമായ ആവശ്യങ്ങൾക്കു വേണ്ടിയുള്ള സമരമല്ലാതെ മറ്റു യാതൊന്നും സാധ്യമായിരുന്നില്ലെന്ന വസ്തുതയെ വിസ്മരിക്കുന്നു (*ഇസ്ക്ര*, ലക്കം 12). 'ഉപാധികളുടെ അഭാവത്തെ'ക്കുറിച്ചുള്ള ഈ പ്രഖ്യാപനം സത്യത്തിനു കടകവിരുദ്ധമാണെന്നു മേൽക്കൊടുത്ത സംഗതികൾ തെളിയിക്കുന്നുണ്ടല്ലോ. 1890–1900 കാലഘട്ടത്തിന്റെ അവസാനത്തിൽ മാത്രമല്ല, മധ്യവേളയിൽപ്പോലും നിസ്സാരമായ ആവശ്യങ്ങൾക്കു വേണ്ടിയുള്ള പോരാട്ടത്തിനു പുറമെ മറ്റു പ്രവർത്തനങ്ങൾക്കുള്ള എല്ലാ ഉപാധികളും നിലവിലുണ്ടായിരുന്നു. ഒന്നുമാത്രം: നേതാക്കന്മാർക്ക് വേണ്ടത്ര പരിശീലനം ലഭിച്ചിരുന്നില്ല. നമ്മുടെ — അതായത്, ബുദ്ധിജീവികളുടെ, നേതാക്കന്മാരുടെ — ഈ പരിശീലനക്കുറവ് തുറന്നു സമ്മതിക്കുന്നതിനുപകരം കുറ്റമെല്ലാം 'ഉപാധികളുടെ അഭാവ'ത്തിലും ഭൗതിക പരിസരങ്ങളുടെ സ്വാധീനശക്തിയിലും ചുമത്താനാണ് സാമ്പത്തികസമരവാദികളുടെ ശ്രമം. ഈവക പരിസരങ്ങളാൽ നിശ്ചിതമായ പാതയിൽനിന്ന് പ്രസ്ഥാനത്തെ വ്യതിചലിപ്പിക്കാൻ ഒരു ബുദ്ധിജീവിക്കും സാധ്യമല്ലപോൽ! 'സ്വയമേവ' പൊന്തിവരുന്നതിന്റെയെല്ലാം മുമ്പിൽ അടിമകളെപ്പോലെ മുട്ടുകുത്തലും, 'ബുദ്ധിജീവികൾ' തങ്ങളുടെതന്നെ ദൗർബല്യങ്ങളെ സ്വയം മാറോടണച്ചു പുൽകലുമല്ലാതെ മറ്റെന്താണിത്?

പക്ഷം വിപ്ലവകാരികൾക്കും പരിശീലനം ലഭിച്ചിരുന്നില്ലെന്നുള്ളത് തികച്ചും സ്വാഭാവികമായതുകൊണ്ട് അതിൽ പ്രത്യേകിച്ച് പരിഭ്രമിക്കാനൊന്നുമില്ലായിരുന്നു. കടമകളെന്തെന്നു വ്യക്തമായി നിർവഹിച്ചുകഴിഞ്ഞിരുന്നതിനാലും, ആ കടമകൾ നിർവഹിക്കാൻ വീണ്ടും വീണ്ടും പരിശ്രമിക്കുന്നതിനുള്ള വീറും വാശിയും പ്രവർത്തകന്മാർക്ക് ധാരാളമുണ്ടായിരുന്നതിനാലും താൽക്കാലികപരാജയങ്ങൾ അത്ര ഭയങ്കരമായ ഒരു നിർഭാഗ്യമൊന്നുമായിരുന്നില്ല. വിപ്ലവപരിചയവും സംഘടനാസാമർഥ്യവും പരിശ്രമംകൊണ്ടു നേടാൻ കഴിയുന്ന ഗുണങ്ങളാണ്. ഒന്നുമാത്രം: അതു നേടണമെന്ന ആഗ്രഹമുണ്ടായിരിക്കണം; സ്വന്തം പോരായ്മകൾ സ്വയം കണ്ടറിയുകയും വേണം — കാരണം, വിപ്ലവപ്രവർത്തനത്തിൽ പോരായ്മകൾ കണ്ടറിയുകയെന്നുവച്ചാൽ അവ നീക്കം ചെയ്യാനുള്ള പണി പാതിയും തീർന്നുകഴിഞ്ഞുവെന്നാണർഥം!

എന്നാൽ, ഈ ബോധം മങ്ങിത്തുടങ്ങിയതോടുകൂടി (മേൽപ്പറഞ്ഞ ഗ്രൂപ്പുകളിലെ പ്രവർത്തകന്മാർക്കിടയിൽ ഈ ബോധം സജീവമായിത്തന്നെ നിലനിന്നു.) വലിയൊരു നിർഭാഗ്യംതന്നെ സംഭവിച്ചു: പോരായ്മകളെ ഗുണങ്ങളായി കണക്കാക്കാൻ തയാറുള്ള ചില ആളുകളും സോഷ്യൽഡെമോക്രാറ്റിക് പത്രങ്ങൾപോലും ആവിർഭവിച്ചു; 'സ്വയമേവയുള്ള' പ്രവർത്തനത്തിനുമുമ്പിൽ അടിമകളെപ്പോലെ കുമ്പിടുന്നതിന് താത്വികമായ ഒരടിസ്ഥാനം കണ്ടുപിടിക്കാൻപോലും ഇവർ പരിശ്രമിച്ചു. ഈ പ്രവണതയെ സംക്ഷിപ്തമായൊന്നു പരിശോധിക്കാൻ സന്ദർഭമെത്തിക്കഴിഞ്ഞു; ഇതിനു നൽകിയിട്ടുള്ള 'സാമ്പത്തികസമരവാദ'മെന്ന നിർവചനം അപര്യാപ്തവും സങ്കുചിതവുമാണ്.

(ബി) 'സ്വയമേവ'യുള്ള പ്രവർത്തനത്തിനു മുമ്പിൽ കുമ്പിടൽ: റബോച്ചയെ മിസ്ൽ

'സ്വയമേവ'യുള്ള പ്രവർത്തനത്തിനുമുമ്പാകെയുള്ള ഈ കീഴടങ്ങൽ മനോഭാവത്തിന്റെ സാഹിത്യപരമായ പ്രകാശനത്തെപ്പറ്റി പ്രതിപാദിക്കുന്നതിനുമുമ്പ് താഴെക്കൊടുക്കുന്ന അർഥഗർഭമായ ഒരു സംഗതി ഇവിടെ ചൂണ്ടിക്കാട്ടാൻ ഞങ്ങളാഗ്രഹിക്കുന്നു (ഇതും ഞങ്ങൾക്ക് മേൽപ്പറഞ്ഞ ആൾക്കാരിൽനിന്നു കിട്ടിയ വർത്തമാനമാണ്); റഷ്യൻ സോഷ്യൽഡെമോക്രസിയിൽ പിന്നീടുളവായ ഈ രണ്ടു വിരുദ്ധപ്രവണതകൾ സെന്റ് പീറ്റേഴ്സ്ബർഗിൽ പ്രവർത്തിച്ചിരുന്ന സഖാക്കൾക്കിടയിൽ മുളച്ചുപൊന്തിയതും വളർന്നതുമെങ്ങനെയെന്നു കാണാൻ ഇതു കുറെ സഹായിക്കും. 1897–ന്റെ തുടക്കത്തിൽ എ എ വന്യേയെവും അദ്ദേഹത്തിന്റെ പല സഖാക്കളും അവരുടെ നാടുകടത്തലിനുമുമ്പ് ഒരു രഹസ്യയോഗത്തിൽ[49] പങ്കെടുക്കുകയുണ്ടായി; 'തൊഴിലാളിവർഗവിമോചനസമരലീഗി'ലെ 'പഴയ' അംഗങ്ങളും ചില 'പുതിയ' അംഗങ്ങളും അവിടെ സമ്മേളിച്ചിരുന്നു. സംഭാഷണം മുഖ്യമായും കേന്ദ്രീകരിച്ചതു സംഘടനാപ്രശ്നത്തിന്റെ മുകളിലും, 'ഒരു തൊഴിലാളി രക്ഷാഫണ്ടിനുവേണ്ടി

യുള്ള നിയമങ്ങളെ' സംബന്ധിച്ചുമായിരുന്നു; ഈ നിയമങ്ങൾ അവയുടെ അവസാനരൂപത്തിൽ, *ലിസ്തോക്ക് റബോത്നിക്ക്*[50]യിൽ പ്രസിദ്ധീകരിച്ചിട്ടുണ്ടായിരുന്നു (ലക്കം 9–10, പേജ് 46). 'പഴയ' അംഗങ്ങളും ചില 'പുതിയ' അംഗങ്ങളും തമ്മിൽ നിശിതമായ അഭിപ്രായ വ്യത്യാസങ്ങൾ ഉടൻ പുറത്തുവന്നു ('പഴയ'കൂട്ടരെ, 'ഡിസംബ്രിസ്റ്റുകൾ' എന്നാണ് സെന്റ് പീറ്റേഴ്സ്ബർഗ് സോഷ്യൽ ഡെമോക്രാറ്റുകൾ തമാശയായി വിളിച്ചത്; 'പുതിയ' കൂട്ടരാകട്ടെ, പിന്നീട് *റബോച്ചയ മിസ്ലു*മായി സജീവമായി സഹകരിച്ചവരുമാണ്). വളരെ വാശിപിടിച്ച വാദപ്രതിവാദം നടന്നു. തൊഴിലാളിഫണ്ടിനുള്ള നിയമങ്ങളുടെ മുഖ്യതത്വങ്ങൾ — അവ പ്രസിദ്ധീകരിച്ചിരുന്ന ആ രൂപത്തിൽത്തന്നെ — ശരിയാണെന്നു 'പുതിയ' അംഗങ്ങൾ വാദിച്ചു. 'പഴയ' അംഗങ്ങളാകട്ടെ അതല്ല ആവശ്യമായിട്ടുള്ളതെന്നു പറഞ്ഞു; ആദ്യമേതന്നെ 'സമരലീഗി'നെ വിപ്ലവകാരികളുടെ ഒരു സംഘടനയായി ഉറപ്പിക്കുകയും, തൊഴിലാളി രക്ഷാഫണ്ടുകൾ, വിദ്യാർഥി പ്രചരണസർക്കിളുകൾ മുതലായ എല്ലാത്തരം ഏർപ്പാടുകളേയും ആ സംഘടനയുടെ നിയന്ത്രണത്തിൻകീഴിൽ കൊണ്ടുവരികയുമാണ് വേണ്ടതെന്നവർ വാദിച്ചു. ഈ അഭിപ്രായ വ്യത്യാസങ്ങൾ ഒരു വഴിതിരിയലിന്റെ ആരംഭമാണെന്ന് അക്കാലത്ത് ആ തർക്കത്തിലേർപ്പെട്ടിരുന്നവർ തെല്ലും ശങ്കിച്ചിരുന്നില്ലെന്ന് പറയേണ്ടതില്ലല്ലോ; നേരേമറിച്ച് അതിനെയെല്ലാം കേവലം ഒറ്റതിരിഞ്ഞതും യാദൃഛികവുമായ ചില ഇനങ്ങളായിട്ടേ അവർ കണക്കാക്കിയുള്ളൂ. എന്നാൽ, 'പഴയ' സോഷ്യൽഡെമോക്രാറ്റുകാർക്കെതിരെ സമരം നടത്താതെയല്ല റഷ്യയിലും 'സാമ്പത്തികസമരവാദം' തലപൊക്കിയതും പടർന്നുപിടിച്ചതുമെന്ന് ഈ വസ്തുത തെളിയിക്കുന്നുണ്ടല്ലോ (ഇന്നത്തെ സാമ്പത്തികസമരവാദികൾ ഇതു വിസ്മരിച്ചേക്കാനിടയുണ്ട്). ഈ സമരത്തിന്റെ 'രേഖമൂല'മായ യാതൊരു തെളിവുകളും ഇന്നവശേഷിച്ചിട്ടില്ലെങ്കിൽ, അതിനുള്ള ഒരേയൊരു കാരണം അക്കാലത്തു പ്രവർത്തിച്ചിരുന്ന ഗ്രൂപ്പുകളുടെ മെമ്പർഷിപ്പ് എല്ലായ്പ്പോഴും മാറിമാറിക്കൊണ്ടിരുന്നുവെന്നതാണ്; തൽഫലമായി തുടർച്ചയായ പ്രവർത്തനം സാധ്യമായില്ലെന്നതാണ്; അതുകൊണ്ട് അഭിപ്രായവ്യത്യാസങ്ങളൊന്നും രേഖകളായി സൂക്ഷിച്ചുവച്ചിട്ടില്ലെന്നതാണ്.

*റബോച്ചയ മിസ്ലി*ന്റെ ആവിർഭാവത്തോടുകൂടി സാമ്പത്തിക സമരവാദം വെളിച്ചത്തുവന്നു. പക്ഷേ, ഇതും ഒറ്റയടിക്കല്ല സംഭവിച്ചത്. അന്നത്തെ ഭൂരിപക്ഷം റഷ്യൻ സ്റ്റഡിസർക്കിളുകളും പ്രവർത്തിച്ചിരുന്ന ആ പരിത:സ്ഥിതിയും അവയുടെ ക്ഷണികസ്വഭാവവും വ്യക്തമായി നാം മനസാ സങ്കൽപ്പിച്ചുനോക്കണം (അതനുഭവിച്ചവർക്കു മാത്രമേ അതിനെപ്പറ്റി ശരിയായ ഒരു ബോധമുണ്ടാവുകയുള്ളൂ); ഈ ബോധമുണ്ടായാൽ മാത്രമേ ഓരോ പട്ടണത്തിലും പുതിയ ചിന്താഗതിക്കുണ്ടായ വിജ

യങ്ങളും തോൽവികളും എത്രത്തോളം യാദൃച്ഛികമായിരുന്നുവെന്നു മനസിലാവുകയുള്ളു; എങ്കിൽ മാത്രമേ ഇത് യഥാർഥത്തിൽ ഒരു 'പുതിയ' പ്രവണതതന്നെയാണോ, അതോ കേവലം ചില വ്യക്തികളുടെ പരിശീലനക്കുറവിന്റെ ഒരു പ്രകടനം മാത്രമാണോ എന്നു തീരുമാനിക്കാൻ അതിന്റെ അനുയായികൾക്കും എതിരാളികൾക്കും ഒരുപോലെ സാധിക്കാതെ വന്നതെന്തുകൊണ്ടെന്നു തെളിയുകയുള്ളൂ (യഥാർഥത്തിൽ ഇതു തീരുമാനിക്കാൻ അവർക്കൊരവസരംകൂടി ലഭിച്ചിരുന്നില്ല). ഉദാഹരണത്തിന്, കല്ലച്ചിൽ പകർത്തിയെടുത്ത *റബോച്ചയ മിസ്ലി*ന്റെ ആദ്യ കോപ്പികൾ ബഹുഭൂരിപക്ഷം സോഷ്യൽഡെമോക്രാറ്റുകാരുടെ കയ്യിൽ എത്തുകതന്നെയുണ്ടായിരുന്നില്ല. അതിന്റെ ആദ്യലക്കത്തിലെ മുഖപ്രസംഗത്തെപ്പറ്റി ഞങ്ങൾക്കു സൂചിപ്പിക്കാൻ കഴിയുന്നത് വി ഐ[51] അതു മറ്റൊരിടത്തു പുനരുദ്ധരിച്ചതുകൊണ്ടുമാത്രമാണ് (*ലിസ്തോക്ക് റബോത്നിക്ക*, ലക്കം 9–10; പേജ് 47 മുതൽ). അദ്ദേഹമാവട്ടെ, പുതിയ പത്രത്തെ ഉത്സാഹത്തോടുകൂടിയാണെങ്കിലും വിവേകശൂന്യമായവിധം വാനോളം വാഴ്ത്തി—കാരണം, മുൻപറഞ്ഞ പത്രങ്ങളിൽനിന്നും പത്രത്തിനുള്ള പ്ലാനുകളിൽനിന്നുമൊക്കെ എത്രയും വ്യത്യസ്തമായിരുന്ന ഒരു പത്രമായിരുന്നു അത്.* ഈ മുഖപ്രസംഗത്തെപ്പറ്റി കൂടുതൽ സവിസ്തരമായി പ്രതിപാദിക്കേണ്ടതുണ്ട്; കാരണം, *റബോച്ചയ മിസ്ലി*ന്റെയും പൊതുവിൽ സാമ്പത്തികസമരവാദത്തിന്റെയുമാകെ കാതൽ അതിൽ ശക്തിയായി പ്രതിബിംബിച്ചിട്ടുണ്ട്.

'നീലക്കുപ്പായക്കാരുടെ'[52] ബാഹുബലത്തിന് തൊഴിലാളി പ്രസ്ഥാനത്തിന്റെ പുരോഗതിയെ ഒരിക്കലും തടഞ്ഞുനിറുത്താൻ സാധ്യമല്ലെന്നു പറഞ്ഞശേഷം ആ മുഖപ്രസംഗത്തിൽ തുടർന്നു പറയുന്നു: "....തൊഴിലാളി പ്രസ്ഥാനത്തിന്റെ ഓജസിനു കാരണം തൊഴിലാളികൾതന്നെ തങ്ങളുടെ വിധി നേതാക്കന്മാരുടെ കയ്യിൽനിന്നു തങ്ങളുടെ സ്വന്തം ഹസ്തങ്ങളിലേക്ക് അവസാനം ഏറ്റെടുത്തിരിക്കുന്നുവെന്നതാണ്"– ഈ മൗലികമായ അഭിപ്രായപ്രകടനത്തെ കൂടുതൽ സവിസ്തരമായി പിന്നീട് വിശദീകരിച്ചിട്ടുമുണ്ട്. യഥാർഥത്തിൽ ഈ നേതാക്കന്മാരെ (എന്നുവെച്ചാൽ സോഷ്യൽഡെമോക്രാറ്റുകാരെ; സമരലീഗിന്റെ സംഘാടകന്മാരെ) തൊഴിലാളികളുടെ നടുവിൽനിന്നു പൊലീസ് പറിച്ചുചീന്തിക്കൊണ്ടുപോ

---

* 1898 നവംബറിൽ — അതായത്, സാമ്പത്തികസമരവാദം വിശേഷിച്ചും വിദേശങ്ങളിൽ തികച്ചും വ്യക്തരൂപം കൈക്കൊണ്ടു കഴിഞ്ഞശേഷം —'റബോച്ചയ മിസ്ലി'നു പ്രശംസ നൽകിയ ഇതേ വി ഐ തന്നെയാണ് ഏറെത്താമസിയാതെ *റബോച്ചെയെ ദ്യെലൊ*വിന്റെ പത്രാധിപന്മാരിലൊരാളായിത്തീർന്നതെന്നതും കൂട്ടത്തിൽ ഇവിടെ പറഞ്ഞുവയ്ക്കേണ്ടതുണ്ട്. എന്നിട്ടും റഷ്യൻ സോഷ്യൽഡെമോക്രസിയിൽ രണ്ടു പ്രവണതകളുണ്ടെന്ന സംഗതിയെ നിഷേധിക്കുകയാണ് അന്നുമുതൽ ഇന്നേവരെ *റബോച്ചെയെ ദ്യെലൊ* ചെയ്തിട്ടുള്ളത്.

വുകയാണുണ്ടായതെന്നു പറയാം.* എന്നിട്ടും ഇവർ വരുത്തിത്തീർക്കാൻ ശ്രമിക്കുന്നു, തൊഴിലാളികൾ നേതാക്കന്മാരുമായി വഴക്കിലായിരുന്നുവെന്ന്! അവസാനം നേതാക്കന്മാരുടെ നുകത്തിൻകീഴിൽനിന്ന് അവർ മോചനം നേടുകയാണ് ചെയ്തതെന്ന്! വിപ്ലവസംഘടനയെ ഉറപ്പിക്കുന്നതിലേക്കും രാഷ്ട്രീയപ്രവർത്തനത്തെ വിപുലീകരിക്കുന്നതിലേക്കും മുന്നോട്ടു നീങ്ങാൻ തൊഴിലാളികളോടാവശ്യപ്പെടുന്നതിനു പകരം വെറും ട്രേഡ് യൂണിയൻ സമരത്തിലേക്ക് പിൻവാങ്ങാനാണവർ അവർക്ക് ആഹ്വാനം കൊടുത്തുതുടങ്ങിയത്. "രാഷ്ട്രീയാദർശം ഒരിക്കലും വിസ്മരിക്കാതിരിക്കാനുള്ള യത്നത്തിന്റെ ഫലമായി പ്രസ്ഥാനത്തിന്റെ സാമ്പത്തികാടിസ്ഥാനം വിസ്മരിക്കപ്പെടുകയാണ് ചെയ്യുന്നതെ" ന്നും, "സാമ്പത്തികനില മെച്ചപ്പെടുത്തുന്നതിനുവേണ്ടി സമരം ചെയ്യുക" എന്നതായിരിക്കണം പ്രസ്ഥാനത്തിന്റെ ആപ്തവാക്യമെന്നും; അത്രയുമല്ല, "തൊഴിലാളികൾ തൊഴിലാളികൾക്കുവേണ്ടി" എന്ന മുദ്രാവാക്യം അതിലും മെച്ചപ്പെട്ടതാണെന്നും അവർ പ്രഖ്യാപിച്ചു. പണിമുടക്കുഫണ്ടാണ് "വേറെ നൂറു സംഘടനകളേക്കാളുമധികം പ്രസ്ഥാനത്തിനു വിലപിടിച്ചതെ"ന്നവർ പറഞ്ഞു (1897 ഒക്ടോബറിൽ ചെയ്ത ഈ പ്രഖ്യാപനത്തെ 1897 ആദ്യത്തിൽ 'ഡിസമ്പ്രിസ്റ്റുകളും' പുതിയ അംഗങ്ങളും തമ്മിലുണ്ടായ ചർച്ചയുമായി തട്ടിച്ചുനോക്കുക); മറ്റും മറ്റും. തൊഴിലാളികളിൽവച്ച് ഏറ്റവും 'ഉത്തമ'നായ തൊഴിലാളിയിലല്ല, പിന്നെയോ, സാധാരണക്കാരനായ 'ശരാശരി' തൊഴിലാളിയിലാണ് നാം ശ്രദ്ധ കേന്ദ്രീകരിക്കേണ്ടത്;" "രാഷ്ട്രീയകാര്യങ്ങൾ എല്ലായ്പ്പോഴും സാമ്പത്തികകാര്യങ്ങളെ അനുസരണബുദ്ധ്യാ അനുഗമിച്ചുകൊള്ളും"** എന്നിങ്ങനെ തുടങ്ങിയ അനേകമനേകം ആപ്തവാക്യങ്ങൾ ഒരു ഫാഷനായിത്തീർന്നു. പ്രസ്ഥാനത്തിലേയ്ക്ക് സ്വയം ആകൃഷ്ടരായി വന്നവരും, എന്നാൽ മാർക്സിസത്തിന്റെ

---

* ഈ ഉപമ എത്ര ശരിയായിരുന്നുവെന്ന് താഴെക്കൊടുക്കുന്ന സംഭവത്തിൽനിന്ന് തെളിയും. ഒരു ദന്തവൈദ്യനായ എൻ എൻ മിഹൈലൊവ് എന്ന ഒരു പൊലീസ് ചാരനാണ് 'ഡിസമ്പ്രിസ്റ്റുകളെ' കണ്ടുപിടിക്കാനും അറസ്റ്റു ചെയ്യാനും പൊലീസിനെ സഹായിച്ചതെന്ന വാർത്ത അവരുടെ അറസ്റ്റുകൾക്കുശേഷം ഷ്ളിസ്സൽബർഗ് റോഡിലെ തൊഴിലാളികൾക്കിടയിൽ പരന്നപ്പോൾ തൊഴിലാളികൾ കോപാന്ധരായി അയാളെ കൊല്ലാൻ തീരുമാനിച്ചു (ഡിസമ്പ്രിസ്റ്റുകളുമായി ബന്ധപ്പെട്ട ഒരു ഗ്രൂപ്പുമായി ഇയാൾ ബന്ധം പുലർത്തിയിരുന്നു).

** ഈ വാക്യങ്ങൾ ഉദ്ധരിച്ചിട്ടുള്ളതു മുൻപ്രസ്താവിച്ച 'റബോച്ചയ മിസ്ലി'ന്റെ ആദ്യലക്കത്തിലെ മുഖപ്രസംഗത്തിൽനിന്നാണ്. ഇതിൽനിന്ന് ഈ 'റഷ്യൻ സോഷ്യൽ ഡെമോക്രസിയിലെ വി വി[53]മാർ'ക്കുണ്ടായിരുന്ന താത്വികപരിശീലനത്തിന്റെ നിലവാരം മനസിലാക്കാൻ സാധിക്കുമല്ലോ. ശരിയായ വി വി ക്കെതിരായി മാർക്സിസ്റ്റുകാർ സാഹിത്യപരമായി ഒരു യുദ്ധംതന്നെ നടത്തിക്കൊണ്ടിരുന്ന അവസരത്തിലാണ് 'സാമ്പത്തികഭൗതികവാദ'ത്തെ ഇക്കൂട്ടർ വീണ്ടും വീണ്ടും വളച്ചൊടിച്ചുകൊണ്ടിരുന്നത്. മാത്രമല്ല, രാഷ്ട്രീയകാര്യങ്ങളും സാമ്പത്തികകാര്യങ്ങളും തമ്മിലുള്ള ബന്ധത്തെപ്പറ്റി ഇതുപോലെതന്നെയുള്ള അഭിപ്രായം പറഞ്ഞതിനു 'പഴക്കവും തഴക്കവും ചെന്ന പ്രതിലോമവാദി'യെന്ന പേർ പണ്ടേക്കുപണ്ടേ വി വി സമ്പാദിക്കുകയും ചെയ്തിരുന്നു.

'നിയമവിധേയ'മായ പ്രതിപാദ്യശകലങ്ങളുമായി മാത്രം ഏറിയകൂറും പരിചയം സമ്പാദിച്ചവരുമായ യുവബഹുജനങ്ങളുടെമേൽ ഈ വാക്യങ്ങൾ അനിവാര്യമായ ഒരു സ്വാധീനം ചെലുത്തി.

സ്വയമേവയുള്ള പ്രവർത്തനത്തിന്റെ ചിന്താഗതി ബോധപൂർവമായ ചിന്താഗതിയെ തീരെ മുക്കിക്കളഞ്ഞു. മി. വി വി യുടെ 'ആശയ'ങ്ങളെ അതേപടി ആവർത്തിച്ചിരുന്ന 'സോഷ്യൽഡെമോക്രാറ്റു'കാരുടെ ചിന്താഗതിയായിരുന്നു അത്; ഒരു റൂബിളിന്മേൽ ഒരു കോപ്പക്കുവീതമുള്ള കൂലിക്കൂടുതലാണ് സോഷ്യലിസത്തേക്കാളും രാഷ്ട്രീയത്തേക്കാളുമധികം വിലപിടിച്ച നേട്ടമെന്നും, 'എന്തോ ഭാവി തലമുറയ്ക്കുവേണ്ടിയൊന്നുമല്ല, തങ്ങൾക്കും തങ്ങളുടെ കുട്ടികൾക്കും വേണ്ടിയാണ് തങ്ങൾ പോരാടുന്നതെന്ന അറിവോടുകൂടിവേണം തൊഴിലാളികൾ സമരം ചെയ്യാനെ'ന്നും ഉള്ള വാദങ്ങളുടെ ഒഴുക്കിൽപ്പെട്ടുപോയ തൊഴിലാളികളുടെ ചിന്താഗതിയായിരുന്നു അത് (1–ാം ലക്കം *റബോച്ചയ മിസ്ലി*ലെ മുഖപ്രസംഗം). ഇത്തരം പദപ്രയോഗങ്ങൾ പടിഞ്ഞാറൻ യൂറോപ്പിലെ മുതലാളിവർഗം എല്ലായ്പ്പോഴും ഉപയോഗിച്ചുവന്നിട്ടുള്ള ആയുധമാണ്; സോഷ്യലിസത്തെ വെറുക്കുന്നതോടൊപ്പം അവർ തങ്ങളുടെ സ്വന്തം നാട്ടിൽ ഇംഗ്ലീഷ് ട്രേഡ് യൂണിയനിസം വെച്ചുപിടിപ്പിക്കാൻ യത്നിച്ചിട്ടുണ്ട് (ഉദാ: ജർമൻ 'സോഷ്യൽ പൊളിറ്റിക്കർ' ഹിർഷ്). 'ശുദ്ധ' ട്രേഡ്യൂണിയൻ സമരമാണ് — അല്ലാതെ ഏതോ ഒരു ഭാവിതലമുറയ്ക്കു പറ്റിയ ഏതോ ഒരു തരം സോഷ്യലിസത്തിനു വേണ്ടിയുള്ള സമരമൊന്നുമല്ല— തൊഴിലാളികൾക്കും അവരുടെ സന്താനങ്ങൾക്കും വേണ്ടിയുള്ള സമരമെന്ന് അവർ തൊഴിലാളികളോട് പ്രസംഗിക്കുന്നത്.* എന്നിട്ടിപ്പോൾ നമ്മുടെ 'റഷ്യൻ സോഷ്യൽ ഡെമോക്രസിയിലെ വി വി മാർ' ഈ ബൂർഷ്വാപദപ്രയോഗങ്ങൾ അങ്ങനെതന്നെ ആവർത്തിക്കുകയാണ് ചെയ്യുന്നത്! നിലവിലുള്ള അഭിപ്രായവ്യത്യാസങ്ങളെ** കൂടുതൽ വിശകലനം ചെയ്യാൻ സഹായകമായ മൂന്നു സംഗതികൾ ഇവിടെ ചൂണ്ടികാണിക്കേണ്ടതത്യാവശ്യമായിരിക്കുന്നു.

ഒന്നാമതായി സ്വയമേവയുള്ള പ്രവർത്തനത്തിന്റെ പ്രവണത ബോധപൂർവമായതിനെ മുക്കിക്കളഞ്ഞുവെന്ന് ഞങ്ങൾ മുകളിൽ പറഞ്ഞുവല്ലോ; ഇതും സംഭവിച്ചതു സ്വയമേവതന്നെയാണ്. കേട്ടാൽ ഇതു

* ജർമൻകാർക്ക് ഇതിനൊരു പ്രത്യേകവാക്കുണ്ട്; 'നൂർഗെ വേർക്ക് ഷഫ്ട്ലർ;' എന്നു വെച്ചാൽ 'ശുദ്ധ' ട്രേഡ് യൂണിയൻസമരത്തിനുവേണ്ടി വാദിക്കുന്ന ഒരാൾ.

** നിലവിലുള്ള എന്ന വാക്ക് ഞങ്ങളിവിടെ ഊന്നിക്കൊള്ളുന്നു; *റബോച്ചയ മിസ്ലി*നെ ഇപ്പോൾ ആക്ഷേപിക്കുന്നതെളുപ്പമാണ്; പക്ഷേ അതൊക്കെ പുരാതന കഥയല്ലേ? എന്നു പൂച്ചസന്യാസികളെപ്പോലെ ചോദിക്കുന്നവർക്കുവേണ്ടിയാണുതാനും അത്. Mutato nomine de te fabula narratur (പേർ മാറ്റുകയേ വേണ്ടൂ, കഥ നിങ്ങൾക്ക് ബാധകമാണ്) എന്നാണ് നമ്മുടെ സമകാലീനന്മാരായ പൂച്ചസന്യാസികളോട് ഞങ്ങൾക്കു മറുപടി പറയാനുള്ളത്. മാനസികമായി ഇവർ *റബോച്ചയ മിസ്ലി*ന് എത്ര തികച്ചും കീഴ്പ്പെട്ടുകൊണ്ടാണ് വർത്തിക്കുന്നതെന്ന് വഴിയേ ഞങ്ങൾ തെളിയിക്കാൻ തന്നെ ഭാവമുണ്ട്.

വാക്കുകൊണ്ടുള്ള ഒരു കളിയാണെന്നു തോന്നാം; പക്ഷേ, കഷ്ടം! അതാണ് കടുത്ത പരമാർഥം. കടകവിരുദ്ധമായ രണ്ടു നിലപാടുകൾ തമ്മിലുള്ള ഒരു തുറന്ന സംഘട്ടനത്തിന്റെ ഫലമായി ഒന്നു മറ്റേതിന്റെ മേൽ ജയംനേടിയിട്ടൊന്നും സംഭവിച്ചതല്ല ഇത്. 'പഴയ' വിപ്ലവകാരിക ളിൽ അധികമധികംപേരെ പൊലീസ് 'പറിച്ചു ചീന്തി'ക്കൊണ്ടുപോയതി നാലും, 'പുതിയ' കൂട്ടരായ 'റഷ്യൻ സോഷ്യൽഡെമോക്രസിയിലെ വി വി മാർ' അധികമധികം അരങ്ങത്തു വന്നതിനാലും മാത്രം സംഭവിച്ച താണിത്. ഇതാണ് പരമാർഥമെന്ന്, സമകാലീനമായ റഷ്യൻ പ്രസ്ഥാന ത്തിൽ — 'പങ്കെടുത്തിട്ടുള്ള' എന്നു ഞാൻ പറയുന്നില്ല, അതിന്റെ വായു ശ്വസിക്കുകയെങ്കിലും ചെയ്തിട്ടുള്ള — ആർക്കും നല്ലപോലെ അറിയാ വുന്നതാണ്. എന്നിട്ടും തങ്ങളുടെ 'ജനാധിപത്യസ്വഭാവ'ത്തെക്കുറിച്ച് വീര വാദംപറയുന്ന ചിലർ ബഹുജനങ്ങൾക്ക് — അഥവാ, തീരെ പ്രായം കുറഞ്ഞ യുവാക്കൾക്ക് — ഈ വസ്തുതകളെപ്പറ്റിയുള്ള അജ്ഞത ചൂഷണം ചെയ്യുന്നുണ്ട്. അതുകൊണ്ടുമാത്രമാണ് മേൽപ്പറഞ്ഞ പരമാർ ഥത്തെപ്പറ്റി, അതെല്ലാവർക്കും അറിയാവുന്നതാണെങ്കിലും, ഗാഢമായാ ലോചിക്കാൻ ഞങ്ങൾ വായനക്കാരോടു ശക്തിയായഭ്യർഥിക്കുന്നത്. അതു കൊണ്ടാണ് *റബോച്ചെയെ ദ്യെലൊ*വിന്റെ ഒന്നാമത്തെ പതിപ്പിനെപ്പറ്റി യും, 1897 ആദ്യത്തിൽ 'പഴയ' കൂട്ടരും 'പുതിയ' കൂട്ടരും തമ്മിലുണ്ടായ തർക്കത്തെപ്പറ്റിയും കേവലം ചില ദൃഷ്ടാന്തങ്ങളെന്ന നിലയ്ക്കുമാത്രം ഞങ്ങൾ ചില വസ്തുതകളെടുത്തുദ്ധരിച്ചത്. ഇതുസംബന്ധിച്ചു ഞങ്ങൾ കുറേക്കഴിഞ്ഞു വീണ്ടും ചർച്ച ചെയ്യുന്നതാണ്.

രണ്ടാമതായി, സമകാലീനരായ സോഷ്യൽഡെമോക്രാറ്റുകാർ തമ്മി ലുള്ള അഭിപ്രായവ്യത്യാസങ്ങളുടെ സാരം ഗ്രഹിക്കാൻ വളരെ സഹാ യിക്കുന്നതും, അങ്ങേയറ്റം വിചിത്രവുമായ ഒരു വസ്തുത ഞങ്ങളിവിടെ ചൂണ്ടിക്കാട്ടിക്കൊള്ളട്ടെ; അതായത്, ഈ 'ശുദ്ധതൊഴിലാളിപ്രസ്ഥാന' ത്തിന്റെ അനുയായികൾക്ക് — തൊഴിലാളി സമരവുമായുള്ള ഏറ്റവും അടുത്ത, ഏറ്റവും 'സജീവമായ' (*റബോച്ചെയെ ദ്യെലൊ* ഉപയോഗിച്ചി ട്ടുള്ള വാക്കാണിത്) ബന്ധത്തിന്റെ ഈ ആരാധകന്മാർക്ക് — തൊഴിലാ ളികളല്ലാത്ത ബുദ്ധിജീവികളുടെ (അവർ സോഷ്യലിസ്റ്റ് ബുദ്ധി ജീവികളാ യാൽ കൂടി) ശത്രുക്കളായ ഇവർക്ക് — തങ്ങളുടെ നിലപാടുകൾ ശരി യാണെന്നു സമർഥിക്കാൻ 'ശുദ്ധ ട്രേഡ് യൂണിയനിസ്റ്റു'കളായ ബൂർഷ്വാ പ്രവർത്തകന്മാരുടെ വാദങ്ങളിലാണ് ചെന്നഭയം തേടേണ്ടിവരുന്നത്. ഇതിൽനിന്നു തെളിയുന്നത് *റബോച്ചയ മിസ്ല്* ആദ്യം മുതൽക്കേതന്നെ 'ക്രെഡോ'വിന്റെ പരിപാടി നടപ്പിൽവരുത്താനാണ് അറിയാതെ ഒരുമ്പെ ട്ടതെന്നാണ്. ഇതിൽനിന്നു തെളിയുന്നത് (*റബോച്ചെയെ ദ്യെലൊ*വിനതു മനസിലാക്കാൻ സാധിക്കുന്നില്ലെങ്കിൽക്കൂടി) തൊഴിലാളി പ്രസ്ഥാന ത്തിന്റെ സ്വയമേവയുള്ള വളർച്ചയ്ക്കു നൽകുന്ന എല്ലാ പുഷ്പാഞ്ജ ലികളും 'ബോധപൂർവമായ വശ'ത്തിനുള്ള പ്രാധാന്യത്തെ-- സോഷ്യൽഡെമോക്രസിക്കുള്ള പങ്കിന്റെ പ്രാധാന്യത്തെ — ലഘൂകരി

ക്കാനുള്ള എല്ലാ പരിശ്രമവും, ആ പരിശ്രമത്തിലേർപ്പെടുന്ന ആൾക്ക് അതിഷ്ടമായാലും ശരി, അല്ലെങ്കിലും ശരി, തൊഴിലാളികൾക്കിടയിൽ ബൂർഷ്വാ ആശയഗതിക്കുള്ള സ്വാധീനത്തെ ശക്തിപ്പെടുത്തലാണെ ന്നാണ്. തൊഴിലാളികൾ തങ്ങളുടെ വിധി നേതാക്കന്മാരുടെ ഹസ്തങ്ങ ളിൽ നിന്ന് 'സ്വയം ഏറ്റെടുക്കുക'യേ വേണ്ടൂ, 'ശുദ്ധ' തൊഴിലാളി പ്രസ്ഥാ നത്തിനു തൊഴിലാളികൾക്കു വേണ്ടിയുള്ള സ്വതന്ത്രമായ ഒരാശയഗതി തനിയേ രൂപീകരിക്കാൻ സാധിക്കും അതങ്ങനെ ചെയ്യുക തന്നെ ചെയ്യും— ഇതാണ് 'ആശയങ്ങൾക്കുള്ള പ്രാധാന്യത്തെ പർവതീകരി ക്കുന്ന'തിനെപ്പറ്റിയും* ബോധപൂർവമായ വശത്തിന് ഉള്ളതിലുമേറെ പ്രാധാന്യം കൽപ്പിക്കുന്നതിനെപ്പറ്റിയും** മറ്റും മറ്റും പിറുപിറുക്കുന്ന സകലർക്കുമുള്ള ധാരണ. എന്നാൽ ഇതു ഭീമമായ ഒരബദ്ധമാണ്. ആസ്ത്രിയൻ സോഷ്യൽഡെമോക്രാറ്റിക് പാർട്ടിയുടെ കരടുപരിപാടിയെ സംബന്ധിച്ചു കാറൽ കൗട്സ്കി പുറപ്പെടുവിച്ച താഴെപ്പറയുന്ന പ്രസ്താ വനകൾ — അവ അങ്ങേയറ്റം പരമാർഥവും പ്രധാനവുമാണ് — മേൽക്കൊടുത്തതിനെല്ലാമൊരനുബന്ധമെന്ന നിലയിൽ ഞങ്ങളുദ്ധരി ക്കാം.***

സാമ്പത്തികമായ വളർച്ചയും വർഗസമരവും സോഷ്യലിസ്റ്റ് ഉൽപ്പാ ദനത്തിനുള്ള ഉപാധികളെ മാത്രമല്ല, അതിന്റെ അനിവാര്യതയെക്കുറി ച്ചുള്ള "ബോധ"ത്തെക്കൂടി (ഊന്നൽ പ്രത്യക്ഷത്തിൽ സൃഷ്ടിക്കുമെന്ന് മാർക്സിസ്റ്റുകളുടേത്) പ്രഖ്യാപിച്ചിട്ടുള്ളതായി തിരുത്തൽവാദികളായ നമ്മുടെ വിമർശകരിൽ പലരും വിശ്വസിക്കുന്നുണ്ട്. അതേസമയം മുത ലാളിത്തപരമായി ഏറ്റവുമധികം വളർച്ച പ്രാപിച്ച ഇംഗ്ലണ്ടാണ് മറ്റേതു രാജ്യത്തേക്കാളുമധികം ഈ ബോധത്തിൽനിന്നു വിട്ടുനിൽക്കുന്നതെന്ന് ഈ വിമർശകന്മാർ വാദിക്കുന്നു. ഇങ്ങനെ ഖണ്ഡിക്കപ്പെട്ടിരിക്കുന്ന, 'അധി കൃത'മെന്നു പറയപ്പെടുന്ന ഈ 'മാർക്സിയൻ' അഭിപ്രായമാണ് ആസ്ത്രിയൻ പരിപാടിയുടെ കരട് തയാറാക്കിയ കമ്മിറ്റിക്കുള്ളതെന്ന് കരടു കണ്ടിട്ടു തോന്നുന്നു. കരടുപരിപാടിയിൽ ഇങ്ങനെ പ്രസ്താവിച്ചി ട്ടുണ്ട്: "മുതലാളിത്തപരമായ വളർച്ചയുടെ ഫലമായി തൊഴിലാളികളുടെ എണ്ണം എത്രകണ്ടു വർധിക്കുന്നുവോ, അത്രകണ്ടു തൊഴിലാളിവർഗം മുതലാളിത്തത്തിനെതിരായി പോരാടാൻ നിർബന്ധിതമായിത്തീരുന്നു, അതിനുള്ള പ്രാപ്തിയും സമ്പാദിക്കുന്നു." സോഷ്യലിസത്തിനുള്ള സാധ്യതയെക്കുറിച്ചും അതിന്റെ ആവശ്യകതയെക്കുറിച്ചും 'തൊഴിലാ ളിവർഗത്തിനു ബോധമുളവാകുന്നു.' തൊഴിലാളികളുടെ വർഗസമര ത്തിന്റെ അനിവാര്യമായ ഒരു പ്രത്യക്ഷപരിണാമമായിട്ടാണ് സോഷ്യലിസ്റ്റ്

---

* 'സാമ്പത്തികസമരവാദിക'ളുടെ കത്ത്, *ഇസ്ക്ര*, ലക്കം 12.

** *റബോച്ചെയ ദ്യെലൊ*, ലക്കം 10.

*** *നോയെത്സൈറ്റ്* [54], 1901–02, XX,I, ലക്കം 3 പേജ് 79. കൗട്സ്കി ഇവിടെ വിവക്ഷി ക്കുന്ന കമ്മിറ്റിയുടെ കരട് കഴിഞ്ഞകൊല്ലം അവസാനം കൂടിയ വിയന്നാ കോൺഗ്രസ്[55] അൽപ്പം ചില ഭേദഗതികളോടുകൂടി പാസാക്കുകയുണ്ടായി.

ബോധത്തെ ഇവിടെ ചിത്രീകരിച്ചിട്ടുള്ളത്. എന്നാൽ, ഇത് തീരെ അവാസ്തവമാകുന്നു. തീർച്ചയായും തൊഴിലാളികളുടെ വർഗസമരമെന്നപോലെതന്നെ സോഷ്യലിസവും ഒരു സിദ്ധാന്തമെന്ന നിലയിൽ ആധുനിക സാമ്പത്തികബന്ധങ്ങളിലാണ് വേരൂന്നിനിൽക്കുന്നത്; മുതലാളിത്തനിർമിതമായ ബഹുജനദാരിദ്ര്യത്തിനും ദുരിതത്തിനുമെതിരായ സമരത്തിൽനിന്നാണ് രണ്ടും വളർന്നു വരുന്നതും. പക്ഷേ, സോഷ്യലിസവും വർഗസമരവും അന്യോന്യം സമാന്തരമായിട്ടാണ് വളർന്നുവരുന്നത്; ഒന്നുമറ്റേതിൽ നിന്നുളവാവുകയല്ല; രണ്ടും രണ്ടു വ്യത്യസ്തപരിതഃസ്ഥിതികളിൽ ജന്മമെടുക്കുന്നു. ആധുനിക സോഷ്യലിസ്റ്റ് ബോധം അഗാധമായ ശാസ്ത്രവിജ്ഞാനത്തിന്റെ അടിസ്ഥാനത്തിലേ വളർന്നുവരികയുള്ളൂ. ഉദാഹരണത്തിന് നവീനസങ്കേതം സോഷ്യലിസ്റ്റ് ഉൽപ്പാദനത്തിന് എത്രത്തോളം ഒരാവശ്യമാണോ അത്ര തന്നെ ആധുനികശാസ്ത്രവും അതിന്റെ ഒരുപാധിയാണ്; ഇതു രണ്ടും സൃഷ്ടിക്കാൻ, എത്രതന്നെ ആഗ്രഹിച്ചാലും ശരി, തൊഴിലാളിവർഗത്തിനു സാധ്യമല്ല; രണ്ടിന്റേയും ഉത്ഭവം ആധുനികസാമൂഹ്യവികാസത്തിൽനിന്നാണ്. ശാസ്ത്രത്തെ മുന്നോട്ടുകൊണ്ടുപോകുന്നവർ തൊഴിലാളിവർഗമല്ല; ബൂർഷ്വാബുദ്ധിജീവികളാണ് (കീഴ്‌വര കൗട്സ്കിയുടേതുതന്നെ): ഈ വിഭാഗത്തിൽപ്പെട്ട ചിലരുടെ മനസിലാണ് ആധുനികസോഷ്യലിസവും ആദ്യം ജന്മമെടുത്തത്; അവരാണ് തൊഴിലാളികളിൽത്തന്നെ കൂടുതൽ ബുദ്ധിപരമായി വളർന്നവർക്കതു പകർന്നുകൊടുത്തത്; ഈ തൊഴിലാളികളാണ് പിന്നീടത് തൊഴിലാളികളുടെ വർഗസമരത്തിൽ (അതിനുള്ള പരിത:സ്ഥിതിയുളവായ പ്രദേശങ്ങളിലെല്ലാം) സംക്രമിപ്പിച്ചത്. അപ്പോൾ, സോഷ്യലിസ്റ്റ്ബോധം തൊഴിലാളികളുടെ വർഗസമരത്തിനിടയിൽ പുറമേനിന്നു കൊണ്ടുവന്നിറക്കിയ ഒരിനം (vonauben Hineingetragenes)മാണ്, അല്ലാതെ അതിനകത്തുനിന്നുതന്നെ സ്വയമേവ ഉയർന്നുവന്ന ഒരിനമല്ല. അതുകൊണ്ട്, തൊഴിലാളിവർഗത്തിനിടയിൽ തങ്ങളുടെ നിലയെക്കുറിച്ചും തങ്ങളുടെ കടമകളെക്കുറിച്ചും ഉള്ള ബോധം വളർത്തുകയാണ് (ശരിക്കു തർജമ ചെയ്താൽ, ആ ബോധം അവരിൽ നിറയ്ക്കുകയാണ്) സോഷ്യൽഡെമോക്രസിയുടെ കടമയെന്ന് പഴയ ഹൈൻഫെൽഡ് പരിപാടിയിൽ പറഞ്ഞിട്ടുള്ളത് തികച്ചും ശരിയാണ്. ബോധം വർഗസമരത്തിൽനിന്ന് തനിയേ ഉളവാകുന്ന ഒന്നായിരുന്നെങ്കിൽപ്പിന്നെ ഇതിന്റെ ആവശ്യമില്ലായിരുന്നല്ലോ. പഴയ പരിപാടിയിൽനിന്ന് ഈ അഭിപ്രായം പുതിയ കരടിൽ അങ്ങനെതന്നെ പകർത്തിയെഴുതുകയും, എന്നിട്ടതിനെ മേൽക്കൊടുത്ത അഭിപ്രായത്തോടു ചുമ്മാ തുന്നിച്ചേർക്കുകയുമാണ് ചെയ്തിരിക്കുന്നത്! പക്ഷേ, ഇതിന്റെ ഫലമായി വാദഗതിയുടെ ചരടുമുഴുവൻ മുറിഞ്ഞു......

തൊഴിലാളിബഹുജനങ്ങൾ അവരുടെ പ്രസ്ഥാനത്തിലൂടെ ഒരു സ്വതന്ത്രമായ ആശയഗതി സ്വയം വളർത്തിക്കൊണ്ടുവരുമെന്നു പറയുന്നതു

തന്നെ അസംബന്ധമാകയാൽ* രണ്ടിലൊന്നേ സ്വീകാര്യമായിട്ടുള്ളൂ: ഒന്നുകിൽ ബൂർഷ്വാ ആശയഗതി; അല്ലെങ്കിൽ സോഷ്യലിസ്റ്റ് ആശയഗതി. നടുവിലൊരു മാർഗം ഇല്ലതന്നെ (കാരണം,'മൂന്നാമത്തെ' ഒരാശയഗതി മനുഷ്യസമുദായം സൃഷ്ടിച്ചിട്ടില്ല; എന്നല്ല, വർഗവൈരുധ്യങ്ങളെക്കൊണ്ടു കീറിമുറിഞ്ഞ ഒരു സമുദായത്തിനകത്ത് വർഗാധിഷ്ഠിതമല്ലാത്തതോ വർഗങ്ങൾക്കുപരിയായതോ ആയ ഒരാശയഗതി ഒരിക്കലുമുണ്ടാവാൻ സാധ്യവുമല്ല). അങ്ങനെയിരിക്കേ, സോഷ്യലിസ്റ്റ് ആശയഗതിക്കുള്ള പ്രാധാന്യത്തെ ഏതെങ്കിലുംവിധത്തിൽ ലഘൂകരിക്കുകയെന്നുവച്ചാൽ ലവലേശംപോലും അതിൽനിന്നു മുഖംതിരിക്കുകയെന്നുവെച്ചാൽ — ബൂർഷ്വാ ആശയഗതിയെ ശക്തിപ്പെടുത്തുകയെന്നാണതിനർഥം. സ്വയമേവയുള്ള പ്രവർത്തനത്തെപ്പറ്റി പലരും ഇപ്പോൾ ഒരുപാടു പറയുന്നുണ്ട്; പക്ഷേ, തൊഴിലാളിപ്രസ്ഥാനം സ്വയമേവ വളർന്നുവരികയെന്നതിന്റെ ഫലം അത് ബൂർഷ്വാ ആശയഗതിക്ക് കീഴ്പ്പെട്ടുപോവുകയെന്നതാണ്; 'ക്രെഡോ'വിന്റെ പരിപാടിയനുസരിച്ച് അതു വളർന്നുവരികയെന്നതാണ്. കാരണം, സ്വയമേവയുള്ള തൊഴിലാളിപ്രസ്ഥാനം ശുദ്ധ ട്രേഡ്യൂണിയനിസമായിരിക്കും; 'നുർഗേവേർക്ക്ഷഫ്ട്ട്ലെറൈ' ആയിരിക്കും; ശുദ്ധ ട്രേഡ്യൂണിയനിസമാകട്ടെ, തൊഴിലാളികളെ മുതലാളിവർഗത്തിന് ആശയപരമായി അടിമപ്പെടുത്തലുമാണ്. അതുകൊണ്ട്, നമ്മുടെ കടമ– സോഷ്യൽഡെമോക്രസിയുടെ കടമ സ്വയമേവയുള്ള പ്രവർത്തനത്തിന്റെ പ്രവണതയെ ചെറുക്കുകയാണ്. മുതലാളിവർഗത്തിന്റെ വരുതിയിൽ നിൽക്കാൻ തൊഴിലാളിപ്രസ്ഥാനത്തിനു സ്വയമേവ ഉണ്ടാവുന്ന ആ

---

* തൊഴിലാളികൾക്ക് ഇങ്ങനെയൊരാശയഗതി വളർത്തിക്കൊണ്ടുവരുന്നതിൽ യാതൊരു പങ്കുമില്ലെന്ന് തീർച്ചയായും ഇതിനർഥമില്ല. പക്ഷേ, അപ്പോൾ അവർ തൊഴിലാളികളെന്ന നിലയ്ക്കല്ല, സോഷ്യലിസ്റ്റ് സിദ്ധാന്തവാദികൾ — പ്രുദോൻ, വൈത്‌ലിങ്മാർ – എന്ന നിലയ്ക്കാണ് അതിൽ പങ്കെടുക്കുന്നത്; മറ്റുവാക്കുകളിൽപ്പറയുകയാണെങ്കിൽ, എത്രത്തോളം അവർക്കു തങ്ങളുടെ കാലത്തിന്റെ സംഭാവനയായ ജ്ഞാനത്തെ ഉൾക്കൊള്ളാനും അതിനെ പുരോഗമിപ്പിക്കാനും കഴിയുന്നുവോ, അത്രത്തോളമേ അവരതിൽ പങ്കുകൊള്ളുവെന്നു സാരം. ഇങ്ങനെ പങ്കുവഹിക്കാൻ തൊഴിലാളികൾക്ക് ഇതിലും കൂടുതലായി സാധ്യമാവുന്നതിന് തൊഴിലാളികളുടെയാകെ ബോധത്തിന്റെ നിലവാരത്തെ ഇനിയും ഉയർത്തുവാൻ ശ്രമിക്കുകയാണ് വേണ്ടത്; കേവലം 'തൊഴിലാളികൾക്കുള്ള സാഹിത്യ'ത്തിന്റെ അതിർത്തിക്കുള്ളിൽ മാത്രം അവരെ കൃത്രിമമായി ഒതുങ്ങിനിൽക്കാനനുവദിക്കാതെ പൊതുവിൽ എല്ലാ സാഹിത്യവും അവരെക്കൊണ്ടു വായിപ്പിക്കാൻ നിഷ്കർഷ ചെലുത്തുകയാണാവശ്യം. ഇവിടെ 'ഒതുങ്ങിനിൽക്കാനനുവദിക്കാതെ' എന്നു പറയുന്നതിനേക്കാൾ 'ഒതുക്കിനിർത്താതെ' എന്നുതന്നെ പറയുന്നതായിരിക്കും കൂടുതൽ ശരി; കാരണം, ബുദ്ധിജീവികൾക്കുവേണ്ടി എഴുതുന്നതൊക്കെയും വായിക്കാൻ തൊഴിലാളികൾ സ്വയം ആഗ്രഹിക്കുന്നുണ്ട്, അവർ അതൊക്കെ വായിക്കുന്നുമുണ്ട്. ഏതാനും ചില (കൊള്ളരുതാത്ത) ബുദ്ധിജീവികൾ മാത്രമേ ഇന്നു വിശ്വസിക്കുന്നുള്ളൂ, ഫാക്ടറിയിലെ സ്ഥിതിഗതികളെപ്പറ്റിമാത്രം ചില കാര്യങ്ങൾ പറഞ്ഞാൽ 'തൊഴിലാളികൾക്കു മതിയാവു'മെന്ന് പണ്ടേക്കുപണ്ടേ അറിയാവുന്ന കാര്യങ്ങൾ വീണ്ടും വീണ്ടുമാവർത്തിക്കുകയേ വേണ്ടൂ. ' അവർക്കു തൃപ്തിയാവു'മെന്ന്!

ട്രേഡ്‌യൂണിയനിസ്റ്റ് വാസനയിൽനിന്ന് അതിനെ വ്യതിചലിപ്പിക്കുകയും, വിപ്ലവകരമായ സോഷ്യൽഡെമോക്രസിയുടെ വരുതിയിൻകീഴിൽ അതിനെ കൊണ്ടുവരികയുമാണ്. ഭൗതികഘടകങ്ങളും ഭൗതിപരിസരങ്ങളും തമ്മിലുള്ള പരസ്പരപ്രവർത്തനത്താൽ നിയന്ത്രിതമായ മാർഗത്തിൽനിന്നു തൊഴിലാളിപ്രസ്ഥാനത്തെ വ്യതിചലിപ്പിക്കാൻ ഏറ്റവും ആവേശഭരിതരായ പ്രത്യയശാസ്ത്രജ്ഞന്മാർക്കുപോലും സാധ്യമല്ലെന്നും മറ്റുമുള്ള 12-ാം ലക്കം *ഇസ്ക്രയിലെ* 'സാമ്പത്തിക'ക്കത്തിന്റെ കർത്താക്കളുടെ വാഗ്ധോരണികൾ സോഷ്യലിസം ഉപേക്ഷിക്കുന്നതിനു തുല്യമാണെന്നേ പറയേണ്ടതുള്ളു. ഈ കത്തിന്റെ കർത്താക്കൾ (സാഹിത്യരംഗത്തിലോ പൊതുപ്രവർത്തനത്തിലോ ഇറങ്ങുന്ന മറ്റെല്ലാവരേയും പോലെ) തങ്ങൾ പറയുന്നതിന്റെയെല്ലാം അർഥം എന്തായിരിക്കുമെന്ന് അങ്ങേയറ്റം ധീരമായും അചഞ്ചലമായും പര്യാലോചിക്കാൻ തയാറാവുമെങ്കിൽ, അവർക്കു പിന്നെ 'ചുമ്മാ കയ്യും കെട്ടിയിരിക്കുക'യല്ലാതെ വേറെ പണിയൊന്നുമുണ്ടാവില്ല; പണിയെല്ലാം പിന്നെ തൊഴിലാളിപ്രസ്ഥാനത്തെ ഏറ്റവും 'അഹിംസാമയമായ' വഴിക്കു നയിക്കുന്ന — അതായത്, ബൂർഷ്വാ ട്രേഡ്‌യൂണിയനിസത്തിന്റെ വഴിക്കു നയിക്കുന്ന — സ്ട്രൂവെമാരും പ്രൊക്കൊപ്പോവിച്ചുമാരും നിർവഹിച്ചുകൊള്ളും; അല്ലെങ്കിലോ പാതിരിമാരുടെയും പൊലീസിന്റെയും "ആശയഗതി"ക്കൊത്തവിധം പ്രസ്ഥാനത്തെ വലിച്ചിഴച്ചുകൊണ്ടുപോകുന്ന സുബാത്തൊവ്[56]മായിരിക്കും പിന്നെ പണിയെടുക്കാൻ!

ജർമനിയുടെ ദൃഷ്ടാന്തം ഓർത്തുനോക്കുക. എന്തായിരുന്നു ജർമൻ തൊഴിലാളിപ്രസ്ഥാനത്തിനു ലസ്സാൽ നൽകിയ ചരിത്രപ്രധാനമായ സേവനം? (ഷുൽത്സെ - ദെലിച്ചിന്റേയും അദ്ദേഹത്തെപ്പോലുള്ളവരും സദയം സഹായിച്ചുകൊണ്ടിരുന്ന ആ പ്രസ്ഥാനം പ്രോഗ്രസിസ്റ്റ് ട്രേഡ്‌യൂണിയനിസത്തിന്റെയും സഹകരണത്തിന്റെയും മാർഗത്തിലൂടെ സ്വയമേവ അങ്ങനെ സഞ്ചരിച്ചുകൊണ്ടിരുന്നപ്പോൾ അദ്ദേഹമതിനെ ആ മാർഗത്തിൽ നിന്നു വ്യതിചലിപ്പിച്ചുവെന്നതാണത്. ഇങ്ങനെയൊരു കടമ നിർവഹിക്കണമെങ്കിൽ, 'സ്വയം പ്രവർത്തനാത്മകമായ വശ'ത്തിന്റെ പ്രാധാന്യത്തെ ലഘൂകരിക്കുന്നതിനെപ്പറ്റിയും, അടവുകളുടെ സ്വയമേവയുള്ള വളർച്ചയെപ്പറ്റിയും, ഘടകങ്ങളും പരിസരങ്ങളും തമ്മിലുള്ള പരസ്പരപ്രവർത്തനത്തെപ്പറ്റിയും, മറ്റും മറ്റും ബഡായിപറഞ്ഞിരുന്നാൽപ്പോരാ, വേറെ ചിലതൊക്കെ ചെയ്യണം. സ്വയമേവയുള്ള പ്രവർത്തനത്തിന്റെ ചിന്താഗതിക്കെതിരായി ഒരു ജീവന്മരണസമരംതന്നെ നടത്തേണ്ടതുണ്ടായിരുന്നു; അനേകവർഷം നീണ്ടുനിന്ന അത്തരമൊരു സമരത്തിനുശേഷം മാത്രമേ ബർളിനിലെ തൊഴിലാളി ജനവിഭാഗത്തെ പ്രോഗ്രസിസ്റ്റ് പാർട്ടിയുടെ ഒരു കോട്ടയല്ലാതാക്കിത്തീർക്കാനും, സോഷ്യൽഡെമോക്രസിയുടെ ഏറ്റവും ഉറച്ച കോട്ടകളിലൊന്നായി അവരെ ഉയർത്താനും സാധ്യമായുള്ളു. ഇപ്പോഴും ഈ സമരം അവസാനിച്ചിട്ടൊന്നുമില്ല (ജർമൻ പ്രസ്ഥാനത്തിന്റെ ചരിത്രം പ്രൊക്കൊപ്പോവിച്ചിൽനിന്നും, അതിന്റെ തത്വ

ശാസ്ത്രം സ്ട്രൂവെയിൽനിന്നും പഠിക്കുന്ന കൂട്ടർ അങ്ങനെ വിശ്വസിക്കുന്നുണ്ടെങ്കിൽ അത് ശരിയല്ലെന്നർഥം). ഇപ്പോഴും ജർമൻ തൊഴിലാളി വർഗം അനേകം ആശയഗതികളുടെ അടിസ്ഥാനത്തിൽ ചിന്നിച്ചിതറിക്കിടക്കുകയാണ്. ഒരുവിഭാഗം തൊഴിലാളികൾ കത്തോലിക്കാട്രേഡ്യൂണിയനുകളിലും രാജവാഴ്ചക്കാരുടെ യൂണിയനുകളിലുമാണ് സംഘടിച്ചിട്ടുള്ളത്; ഇംഗ്ലീഷ് ട്രേഡ് യൂണിയനിസത്തിന്റെ ബൂർഷ്വാപൂജകന്മാരാൽ സ്ഥാപിതമായിട്ടുള്ള ഹിർഷ് - ദുങ്കർ യൂണിയനുകളി[57]ലാണ് മറ്റൊരു വിഭാഗം സംഘടിപ്പിച്ചിട്ടുള്ളത്; മൂന്നാമതൊരു വിഭാഗം സോഷ്യൽഡെമേക്രാറ്റിക് യൂണിയനുകളിൽ സംഘടിച്ചിരിക്കുന്നു. ഒടുവിൽപ്പറഞ്ഞ യൂണിയനുകൾ എണ്ണംകൊണ്ട് മറ്റുള്ളവയെക്കാളെല്ലാം എത്രയോമടങ്ങ് വലുതാണ്; പക്ഷേ, സോഷ്യൽഡെമോക്രസിക്ക് ഈ മേന്മ നേടാൻ സാധിച്ചത് അതു മറ്റെല്ലാ ആശയഗതികളോടും വിട്ടുവീഴ്ചയില്ലാതെ പോരാടിയതുകൊണ്ടു മാത്രമാണ്, ആ വഴിക്കുമാത്രമേ ഇനി ആ മേന്മ നിലനിർത്താനും അതിനു കഴിയുകയുള്ളു.

പക്ഷേ, എന്തുകൊണ്ടാണ് ഈ സ്വയമേവയുള്ള പ്രസ്ഥാനം ഏറ്റവും എളുപ്പവഴിക്കുള്ള പ്രസ്ഥാനം — ബൂർഷ്വാ ആശയഗതിയുടെ മേധാവിത്വത്തിനു വഴിവെട്ടുമെന്നു പറയുന്നതെന്ന് വായനക്കാർ ചോദിക്കും, കാരണം ഇതുതന്നെ. ബൂർഷ്വാ ആശയഗതി സോഷ്യലിസ്റ്റ് ആശയഗതിയെക്കാൾ എത്രയോ പണ്ടുണ്ടായതാണ്; അതിനെ എത്രയോ കൂടുതൽ പൂർണമായി വികസിപ്പിച്ചിരിക്കുന്നു; കൂടുതൽ പടർന്നുപിടിക്കാൻ അതിന് അപാരമായ സൗകര്യങ്ങളുണ്ട്.* എത്രത്തോളം ശൈശവാസ്ഥയിലാണോ ഒരു നാട്ടിലെ സോഷ്യലിസ്റ്റ് പ്രസ്ഥാനം, അത്രയും കൂടുതൽ ഉഷാറായി അത് സോഷ്യലിസത്തിൽനിന്നു ഭിന്നമായ ആശയഗതിയെ അരക്കിട്ടുറപ്പിക്കാനുള്ള എല്ലാ പരിശ്രമങ്ങൾക്കുമെതിരായി പോരാടണം; അത്രയും കൂടുതൽ ശക്തിയായി അത് എല്ലാ ദുരുപദേഷ്ടാ

---

* തൊഴിലാളിവർഗം സ്വയമേവ സോഷ്യലിസത്തിലേക്കാകൃഷ്ടരാവുന്നുവെന്ന് സാധാരണ പറയാറുണ്ടല്ലോ. ഒരർഥത്തിൽ ഇതു തികച്ചും പരമാർഥമാണ്; അതായത്, സോഷ്യലിസ്റ്റ് സിദ്ധാന്തമെന്ന് തൊഴിലാളിവർഗത്തിന്റെ ദുരിതത്തിനുള്ള കാരണങ്ങളെ മറ്റേത് സിദ്ധാന്തങ്ങളേക്കാളുമധികം ശരിയായും അവഗാഢമായും നിർവചിക്കുന്നതെന്ന കാരണത്താൽ തൊഴിലാളികൾക്ക് അത് എത്രയും എളുപ്പത്തിൽ മനസിലാക്കാൻ സാധിക്കുന്നുണ്ട്; പക്ഷേ ഇത് ഈ സിദ്ധാന്തം സ്വയമേവയുള്ള സിദ്ധാന്തത്തിനു വഴിമാറിക്കൊടുക്കാതിരുന്നാൽ മാത്രമാണ്; സ്വയമേവയുള്ള സിദ്ധാന്തത്തെ ഇതും തികച്ചും തനിക്കുതന്നെ കീഴ്പ്പെടുത്തുകയാണു വേണ്ടത്. ഇതൊക്കെ സാധാരണഗതിയിൽ സ്വയം സ്പഷ്ടമാണെന്ന് മനസിലാക്കുകയാണ് ചെയ്യാറ്. പക്ഷേ, ഈ സ്പഷ്ടമായ പരമാർഥത്തെ വിസ്മരിക്കുകയോ വികൃതപ്പെടുത്തകയോ ആണ്. *റബോച്ചെയെ ദ്യെലൊ* ചെയ്യുന്നത്. തൊഴിലാളിവർഗം സ്വയമേവ സോഷ്യലിസത്തിലേക്കടുക്കുന്നുണ്ട്; എന്നാൽ, കൂടുതൽ വിപുലമായി പടർന്നു പിടിച്ചുകിടുക്കുന്നതും, ഏറ്റവും വിവിധമായ രൂപങ്ങളിൽ തുടർച്ചയായി തലപൊക്കിക്കൊണ്ടിരിക്കുന്നതുമായ ബൂർഷ്വാ ആശയഗതിയാണ് തൊഴിലാളിവർഗത്തിന്റെമേൽ സ്വയമേവതന്നെ അതിലുമധികം മേധാവിത്വം ചെലുത്തുക.

ക്കൾക്കുമെതിരായി — 'ബോധപൂർവമായ വശത്തിനു വേണ്ടതിലുമധികം പ്രാധാന്യം കൽപ്പിക്കുന്നു'വെന്നും മറ്റുമുള്ള ആക്ഷേപക്കാർക്കെതിരായി— തൊഴിലാളികളെ താക്കീതു ചെയ്യണം. പ്രസ്ഥാനത്തിന്റെ ശൈശവാവസ്ഥയുടെ ഒരു സ്വഭാവസവിശേഷമായ അസഹിഷ്ണുതയുടെ നേരെ 'സാമ്പത്തിക'ക്കത്തിന്റെ കർത്താക്കളും *റബോച്ചെയെ ദ്യെലൊ*വും ഒന്നായി നിന്നു ശകാരം വർഷിക്കുന്നുണ്ടല്ലോ. ഇതിനു ഞങ്ങൾക്കുള്ള മറുപടിയിതാണ്: അതേ, നമ്മുടെ പ്രസ്ഥാനം വാസ്തവത്തിൽ അതിന്റെ ശൈശവദശയിൽത്തന്നെയാണ്; അതുകൊണ്ടുതന്നെ, കൂടുതൽ വേഗത്തിൽ അതിനു വളർന്നുവരാറാവാൻവേണ്ടി, സ്വയമേവയുള്ള പ്രവർത്തനത്തിന്റെ ചിന്താഗതിക്ക് കീഴ്പ്പെടുകയും, തദ്വാരാ അതിന്റെ വളർച്ചയെ തടസപ്പെടുത്തുകയും ചെയ്യുന്ന സകലർക്കുമെതിരായി ഒരസഹിഷ്ണുത അതിന്റെ ശരീരത്തിലാകമാനം വ്യാപിച്ചേ മതിയാവൂ. സമരത്തിന്റെ എല്ലാ സുനിശ്ചിതഘട്ടങ്ങളുടെയും അനുഭവം മുഴുവൻ എന്നേ സമ്പാദിച്ചു കഴിഞ്ഞ — 'പഴക്കവും തഴക്കവും' സിദ്ധിച്ചു കഴിഞ്ഞ - കൂട്ടരാണ് നാമെന്നു നടിക്കുന്നതിനേക്കാൾ പരിഹാസ്യവും ആപൽക്കരവുമായി മറ്റൊന്നുമില്ലതന്നെ!

മൂന്നാമതായി, 'സാമ്പത്തികസമരവാദ'മെന്ന പദം ഈ പുതിയ പ്രവണതയുടെ യഥാർഥസ്വഭാവത്തെ വേണ്ടത്ര വെളിപ്പെടുത്തുന്നില്ലെന്ന് *റബോച്ചയ മിസ്ലി*ന്റെ ആദ്യലക്കത്തിൽനിന്നു വ്യക്തമാകുന്നുണ്ട് (എങ്കിലും ആ പദം ഉപേക്ഷിക്കാൻ തീർച്ചയായും ഞങ്ങളുദ്ദേശിക്കുന്നില്ല; കാരണം ഏറെക്കുറെ ആ ഓമനപ്പേർ ഉറച്ചു കഴിഞ്ഞിരിക്കുന്നുവെന്നതുതന്നെ). *റബോച്ചയ മിസ്ല്* രാഷ്ട്രീസമരത്തെ തീരെ പരിത്യജിക്കുന്നൊന്നുമില്ല; 1-ാം ലക്കം *റബോച്ചയ മിസ്ലിൽ* പ്രസിദ്ധീകരിച്ചിട്ടുള്ള തൊഴിലാളിരക്ഷാഫണ്ടിന്റെ നിയമാവലിയിൽ ഗവൺമെന്റിനെതിരായ സമരത്തെപ്പറ്റി ഒരു സൂചനയുണ്ട്. എന്നാൽ, 'രാഷ്ട്രീയകാര്യങ്ങൾ എല്ലായ്പ്പോഴും സാമ്പത്തികകാര്യങ്ങളെ അനുസരണബുദ്ധ്യാ അനുഗമിക്കുകയാണ് ചെയ്യുന്നതെ'ന്ന് *റബോച്ചയ മിസ്ല്* വിശ്വസിക്കുന്നു (*റബോച്ചെയെ ദ്യെലൊ*വാകട്ടെ, 'മറ്റേതു രാജ്യത്തേക്കാളുമധികം റഷ്യയിൽ വിശേഷിച്ചും സാമ്പത്തികസമരത്തെ രാഷ്ട്രീയസമരത്തിൽനിന്നു വേർതിരിക്കാൻ സാധ്യമല്ലെ'ന്ന് തങ്ങളുടെ പരിപാടിയിൽ പറയുമ്പോൾ, ഇതേ ആശയത്തെ മറ്റൊരു രൂപത്തിൽ പ്രകടിപ്പിക്കുകമാത്രമാണ് ചെയ്യുന്നത്). രാഷ്ട്രീയമെന്നുവച്ചാൽ സോഷ്യൽഡെമോക്രാറ്റിക് രാഷ്ട്രീയപ്രവർത്തനമെന്നാണർഥമെങ്കിൽ, *റബോച്ചയ മിസ്ലും റബോച്ചെയെ ദ്യെലൊ*വും ഉന്നയിച്ചിട്ടുള്ള ഈ ആശയങ്ങൾ തീരെ അബദ്ധമാണ്. തൊഴിലാളികളുടെ സാമ്പത്തികസമരം ബൂർഷ്വാരാഷ്ട്രീയ പ്രവർത്തനവും പുരോഹിതന്മാരുടെ രാഷ്ട്രീയപ്രവർത്തനവും മറ്റും മറ്റുമായി മിക്കപ്പോഴും ബന്ധപ്പെട്ടുകിടക്കുന്നുണ്ടെന്ന് (ഈ ബന്ധം വേർതിരിക്കാൻ വയ്യാത്തതൊന്നുമല്ലെങ്കിലും) നാം ഇതിനകംതന്നെ കണ്ടുകഴിഞ്ഞുവല്ലോ. രാഷ്ട്രീയകാര്യങ്ങളെന്നുവച്ചാൽ, ട്രേഡ് യൂണിയനുകളുടെ രാഷ്ട്രീയകാര്യങ്ങളെന്നാണർഥ

മെങ്കിൽ — തൊഴിലാളികളുടെ സ്ഥിതിയിലുള്ള ദുരിതത്തെ അൽപ്പം ലഘൂകരിക്കാൻ പര്യാപ്തമെങ്കിലും ആ സ്ഥിതിയാകെ മാറ്റിമറിക്കാൻ പര്യാപ്തമല്ലാത്ത, അതായത്, അധ്വാനം മൂലധനത്തിന് അടിപ്പെട്ടിരിക്കുന്ന അവസ്ഥയ്ക്ക് വിരാമമിടാൻ അപര്യാപ്തമായ, ചില നടപടികൾ ഗവൺമെന്റിനെക്കൊണ്ടംഗീകരിപ്പിക്കാൻ വേണ്ടി എല്ലാ തൊഴിലാളികളും കൂട്ടായി നടത്തുന്ന ആ പരിശ്രമമെന്നാണതിനർഥമെങ്കിൽ — *റബോചെയെ ദ്യെലൊ*വിന്റെ ആശയം ശരിയാണ്. സോഷ്യലിസത്തെ വെറുക്കുന്ന ബ്രിട്ടീഷ് ട്രേഡ് യൂണിയനിസ്റ്റുകൾ, കത്തോലിക്കത്തൊഴിലാളികൾ, 'സുബാത്തൊാവ്' തൊഴിലാളികൾ മുതലായവയെല്ലാം യഥാർഥത്തിൽ ആ പരിശ്രമത്തിൽ പങ്കുകൊള്ളുന്നവരാണ്. രാഷ്ട്രീയംതന്നെ പലവിധമുണ്ട്. അപ്പോൾ, കേവലം രാഷ്ട്രീയസമരത്തെ *റബോച്ചയ മിസ്ല്* നിഷേധിക്കുന്നില്ല; പിന്നെയോ? അതിന്റെ സ്വയമേവയുള്ള ആ പ്രവർത്തനത്തിനു മുമ്പിൽ — ബോധപൂർവമായ പ്രവർത്തനത്തിന്റെ അഭാവത്തിനു മുമ്പിൽ — അതു കുമ്പിടുന്നുവെന്നുമാത്രം. തൊഴിലാളി പ്രസ്ഥാനത്തിൽനിന്നുതന്നെ സ്വയമേവ ഉയർന്നുവരുന്ന രാഷ്ട്രീയസമരത്തെ (അഥവാ, അങ്ങനെ ഉയർന്നുവരുന്ന തൊഴിലാളികളുടെ രാഷ്ട്രീയാഭിലാഷങ്ങളെയും ആവശ്യങ്ങളെയുമെന്ന് പറയുന്നതാവും കൂടുതൽ ശരി) അതു തികച്ചും അംഗീകരിക്കുന്നുണ്ടെങ്കിലും, സോഷ്യലിസത്തിന്റെ പൊതു കടമകൾക്കും റഷ്യയിലെ നിലവിലുള്ള പരിത:സ്ഥിതികൾക്കും അനുയോജ്യമായ ഒരു സോഷ്യൽഡെമോക്രാറ്റിക് നയം സ്വതന്ത്രമായി രൂപീകരിക്കാൻ അതു തീരെ കൂട്ടാക്കുന്നില്ല. ഇതേ തെറ്റുതന്നെയാണ് *റബോചെയെ ദ്യെലൊ*വും കാട്ടുന്നതെന്ന് വഴിയേ ഞങ്ങൾ വ്യക്തമാക്കിത്തരാം.

(സി) 'സ്വയംമോചനഗ്രൂപ്പും' റബോച്ചെയെ ദ്യെലൊവും

അധികംപേരുമറിയാത്തതും ഇപ്പോഴേക്ക് മിക്കവാറും വിസ്മൃതപ്രായമായിക്കഴിഞ്ഞതുമായ *റബോച്ചയ മിസ്ല്* 1–ാം ലക്കത്തിലെ ആ മുഖപ്രസംഗത്തെപ്പറ്റി ഇത്രയും സുദീർഘമായി പ്രതിപാദിപ്പിക്കാൻ ഞങ്ങൾക്കു കാരണമുണ്ട്: ഏതൊരു പൊതുചിന്താപ്രവാഹമാണോ പിന്നീട് നിരവധി കൊച്ചരുവികളായി പ്രത്യക്ഷപ്പെട്ടത്, അതിന്റെ ആദ്യത്തെ ഏറ്റവും സ്പഷ്ടമായ പ്രകടനമായിരുന്നു ആ മുഖപ്രസംഗം. *റബോച്ചയ മിസ്ലി*ന്റെ 1–ാം ലക്കവും മുഖപ്രസംഗവും എഴുതിയിട്ടുള്ളത് 'മൂർച്ചയും വീറും നിറഞ്ഞ'ഭാഷയിലാണെന്നു പറഞ്ഞ് വി ഐ അതിനെ വാഴ്ത്തിയിട്ടുള്ളത് (*ലിസ്തോക്ക് റബോത്നിക്ക* ലക്കം 9–10, പേജ് 49) തികച്ചും ന്യായമായിട്ടുണ്ട്. ഉറച്ച അഭിപ്രായങ്ങളുള്ള ഏതൊരാളും പുതുതായി ചിലത് തനിക്കു പറയാനുണ്ടെന്നു കരുതുമ്പോൾ 'വീറു'നിറഞ്ഞ ഭാഷയിലാണെഴുതുക. ശക്തിയോടുകൂടിയാണ് തന്റെ അഭിപ്രായങ്ങൾ പ്രകടിപ്പിക്കുക. രണ്ടുതോണിയിലും നിന്നു ശീലിച്ചിട്ടുള്ളവർക്കു മാത്രമേ ഈ 'വീറു' ഇല്ലാതിരിക്കുകയുള്ളു; അവർക്കു മാത്രമേ *റബോച്ചയ മിസ്ലി*ന്റെ

വീറിനെ ഒരുദിവസം വാഴ്ത്താനും, അതിന്റെ എതിരാളികളുടെ 'വീറേറിയ വിമർശനങ്ങളെ' പിറ്റേദിവസം ആക്ഷേപിക്കാനും കഴിയുകയുള്ളു.

*റബോച്ചയ മിസ്ലി*ന്റെ പ്രത്യേക അനുബന്ധത്തെപ്പറ്റി ഞങ്ങളിവിടെ ഒന്നും മിണ്ടുന്നില്ല (ഈ കൃതിയെപ്പറ്റി പലേ നിലയ്ക്കും പിന്നീട് ഞങ്ങൾക്ക് എടുത്തുപറയാൻ അവസരം കിട്ടും; ഇതിലാണ് മറ്റേതു കൃതിയിലെക്കാളുമധികം ഉറച്ച രീതിയിൽ സാമ്പത്തിക സമരവാദത്തിന്റെ ആശയങ്ങൾ പ്രകാശിതമായിട്ടുള്ളത്.) എന്നാൽ, 'തൊഴിലാളികളുടെ സ്വയം മോചനഗ്രൂപ്പി[58]ന്റെ അപ്പീലി'നെപ്പറ്റി ഞങ്ങൾ ചുരുക്കിപ്പറയാം (1899 മാർച്ചിൽ പുറത്തുവന്ന ഇത് 1899 ജൂലൈയിലെ ലണ്ടൻ *നക്കനൂന്യെ*[59] യുടെ 7–ാം ലക്കത്തിൽ പുനരുദ്ധരിച്ചിട്ടുണ്ട്). ഈ അപ്പീലിന്റെ കർത്താക്കൾ പറയുന്നത് തികച്ചും ശരിയാണ്: "റഷ്യയിലെ തൊഴിലാളികൾ ഉണർന്നെഴുന്നേൽക്കുന്നേയുള്ളൂ, കണ്മിഴിച്ചു നാലുപാടും നോക്കുന്നേയുള്ളു; ആദ്യമേതന്നെ കയ്യിൽ കിട്ടുന്ന സമരോപകരണങ്ങളിന്മേൽ അവർ സഹജജ്ഞാനത്തോടുകൂടി മുറുകെപ്പിടിക്കുന്നു." എന്നാൽ, ഇതിൽനിന്ന് അവർ എത്തിച്ചേരുന്നത് *റബോച്ചയ മിസ്ലി*ന്റെ തെറ്റായ അനുമാനത്തിൽത്തന്നെയാണ്; സഹജജ്ഞാനമെന്നുവെച്ചാൽ ബോധക്കുറവാണെന്നും, 'സ്വയമേവ'യുള്ള പ്രവർത്തനമാണെന്നും, അവിടെയാണ് സോഷ്യലിസ്റ്റുകാർ സഹായത്തിനെത്തേണ്ടതെന്നും അവർ വിസ്മരിക്കുന്നു; ഇന്നത്തെ സമുദായത്തിൽ 'ആദ്യമേതന്നെ കയ്യിൽക്കിട്ടുന്ന സമരോപകരണങ്ങൾ' എല്ലായ്പ്പോഴും ട്രേഡ്‌യൂണിയനുകളുടേതായിരിക്കുമെന്നും, 'ആദ്യം കയ്യിൽകിട്ടുന്ന' ആശയഗതി ബൂർഷ്വാ (ട്രേഡ്‌യൂണിയനിസ്റ്റ്) ആശയഗതിയായിരിക്കുമെന്നും അവർ വിസ്മരിക്കുന്നു. അതുപോലെ, ഈ അപ്പീലിന്റെ കർത്താക്കളും രാഷ്ട്രീയപ്രവർത്തനത്തെ 'നിഷേധിക്കു'ന്നൊന്നുമില്ല; രാഷ്ട്രീയകാര്യങ്ങൾ ഒരു മേൽക്കൂടാണെന്ന് മിസ്റ്റർ വി വി പറഞ്ഞതിനെ കേവലം (കേവലം!) ആവർത്തിക്കുകമാത്രമേ ചെയ്യുന്നുള്ളൂ; അതായത്, 'സാമ്പത്തികസമരത്തിനുവേണ്ടി നടത്തുന്ന പ്രക്ഷോഭത്തിനൊരു മേൽക്കൂടുമാത്രമാവണം രാഷ്ട്രീയപ്രക്ഷോഭം; ആ സമരത്തിന്റെ അടിസ്ഥാനത്തിൽ വേണം അതുയർന്നുവരാൻ; അതിനെ അനുഗമിക്കുകയേ ഇതു വേണ്ടൂ.'

*റബോച്ചെയെ ദ്യെലൊ*വിനെ സംബന്ധിച്ചാണെങ്കിൽ, സാമ്പത്തികസമരവാദികളെ 'സാധൂകരിച്ചു'കൊണ്ടാണത് അതിന്റെ പ്രവർത്തനമാരംഭിച്ചത്. സാമ്പത്തികസമരവാദികൾക്കൊരു താക്കീത് നൽകിക്കൊണ്ടുള്ള ആക്സെൽറൊഡിന്റെ സുപ്രസിദ്ധലഘുലേഖയിൽ* 'ഏതു ചെറുപ്പക്കാരായ സഖാക്കളെക്കുറിച്ചാണ് ആക്സെൽറൊഡ് സൂചിപ്പിച്ചിട്ടുള്ളതെന്നു ഞങ്ങൾക്കറിഞ്ഞുകൂടെ'ന്നു തങ്ങളുടെ ആദ്യ ലക്കത്തിൽതന്നെ (ലക്കം 1, പേജ് 141–42) പ്രഖ്യാപിച്ച *റബോച്ചെയെ ദ്യെലൊ* ഒരു ശുദ്ധനു

---

* 'റഷ്യൻ സോഷ്യൽഡെമോക്രാറ്റുകാരുടെ ഇന്നത്തെ കടമകളും അടവുകളും', ജനീവ, 1898. ആക്സെൽറൊഡ് 1897–ൽ *റബോച്ചയ ഗസേത്ത*യിലേക്കെഴുതിയ രണ്ടു കത്തുകളാണിത്.

ണയാണ് തട്ടിവിട്ടത്. ഈ നുണയുടെ മുകളിൽ ആക്സെൽറൊഡും പ്ലെഹാനൊവുമായി തങ്ങൾ നടത്തിയ ചർച്ചയ്ക്കിടയിൽ *റബോച്ചെയെ ദ്യെലൊ*വിനു സമ്മതിക്കേണ്ടി വന്നു: "അന്യായമായ ഈ ആക്ഷേപത്തിൽനിന്നു വിദേശവാസികളായ യുവസോഷ്യൽഡെമോക്രാറ്റുകാരെയെല്ലാം രക്ഷിക്കാൻവേണ്ടിയാണ് തങ്ങൾ ആ അറിവില്ലായ്മ പ്രകടിപ്പിച്ചത്." സാമ്പത്തിക സമരവാദികൾക്കൊരു സങ്കുചിത വീക്ഷണമേ ഉള്ളുവെന്നായിരുന്നു ആക്സെൽറൊഡിന്റെ ആക്ഷേപം. വാസ്തവത്തിൽ ഈ ആക്ഷേപം തികച്ചും ന്യായമായിരുന്നു; എന്നല്ല, തങ്ങളുടെ പത്രാധിപസമിതിയിലെ ഒരംഗമായ വി ഐ യ്ക്കുകൂടി മറ്റുള്ളവർക്കു പുറമേ, അതു ബാധകമായിരുന്നുവെന്നും *റബോച്ചെയെ ദ്യെലൊ*വിനസലായറിയാം. 'റഷ്യൻ സോഷ്യൽഡെമോക്രാറ്റുകാരുടെ കടമകളെ'ന്ന എന്റെ ലഘുലേഖയ്ക്ക് ഈ ചർച്ചയ്ക്കിടയിൽ ആക്സെൽറൊഡ് നൽകിയ വ്യാഖ്യാനം തികച്ചും ശരിയായിരുന്നുവെന്നും, *റബോച്ചെയെ ദ്യെലൊ*വിന്റെ വ്യാഖ്യാനം തീരെ തെറ്റായിരുന്നുവെന്നുംകൂടി കൂട്ടത്തിൽ പറഞ്ഞുകൊള്ളട്ടെ. ആ ലഘുലേഖ 1897-ലാണെഴുതിയിരുന്നത്, *റബോച്ചയമിസ്ലി*ന്റെ ആവിർഭാവത്തിനുമുമ്പാണ്. മുകളിൽ ഞാൻ വിവരിച്ച സെന്റ് പീറ്റേഴ്സ്ബർഗ് സമരലീഗിന്റെ ആദ്യത്തെ പ്രവണതയാണ് മുന്തിനിൽക്കുന്ന പ്രവണതയെന്ന് അന്ന് ഞാൻ കരുതിയിരുന്നു; അന്ന് അത് ശരിയുമായിരുന്നു. ആ പ്രവണതയാണ് എന്തായാലും 1898 മധ്യംവരെ മുന്തിനിന്നിരുന്നത്. അങ്ങനെയിരിക്കെ, 1897-98-ൽ സെന്റ് പീറ്റേഴ്സ്ബർഗിൽനിന്നും സാമ്പത്തികസമരവാദികളുടെ അഭിപ്രായങ്ങളാൽ ഞെക്കിപ്പുറംതള്ളപ്പെട്ട ചില അഭിപ്രായങ്ങളെ പ്രകടിപ്പിച്ചിരുന്ന ഒരു ലഘുലേഖയെച്ചൂണ്ടി സാമ്പത്തികസമരവാദമെന്നൊന്നില്ലെന്നു വരുത്തിത്തീർക്കാനും അതുകൊണ്ടുള്ള ആപത്തുകളെ നിഷേധിക്കാനും *റബോച്ചെയെ ദ്യെലൊ*വിനു യാതൊരധികാരവുമുണ്ടായിരുന്നില്ല.*

---

* തങ്ങളുടെ ആദ്യത്തെ അസത്യപ്രസ്താവത്തെ ('ആക്സെൽറൊഡ് പരാമർശിച്ചത് ഏതു യുവസഖാക്കളെയാണെന്ന് ഞങ്ങൾക്കറിയില്ല') ന്യായീകരിക്കാനുള്ള ശ്രമത്തിൽ *റബോച്ചെയെ ദ്യെലൊ* സത്യവിരുദ്ധമായ മറ്റൊന്നുകൂടി കൂട്ടിച്ചേർക്കുകയാണ് ചെയ്തത്. 'മറുപടി'യിൽ അതെഴുതിയത് ഇപ്രകാരമാണ്: 'കടമകൾ' എന്ന ലഘുലേഖയുടെ റിവ്യൂ ഞങ്ങൾ പ്രസിദ്ധീകരിച്ചതിനുശേഷം ചില റഷ്യൻ സോഷ്യൽ ഡെമോക്രാറ്റുകാർക്കിടയിൽ സാമ്പത്തികപക്ഷപാതിത്വത്തിനുള്ള പ്രവണതകൾ പൊന്തിവന്നിരിക്കുന്നു. അഥവാ മിക്കവാറും വ്യക്തമായിരിക്കുന്നു. 'കടമകൾ' എന്ന ലഘുലേഖയിൽ വിവരിച്ചിരിക്കുന്ന, നമ്മുടെ പ്രസ്ഥാനത്തിന്റെ നിലയിൽനിന്നും പുറകോട്ടുള്ള ഒരു കാൽവെയ്പാണിത്" (പേജ് 9). ഇങ്ങനെയെഴുതിയിരിക്കുന്നത് 1900-ൽ പ്രസിദ്ധീകരിച്ച "മറുപടി"യിലാണെന്നോർക്കണം. എന്നാൽ റിവ്യൂ ഉൾക്കൊള്ളുന്ന *റബോച്ചെയെ ദ്യെലൊ*വിന്റെ ആദ്യലക്കം 1899 ഏപ്രിൽ മാസത്തിലാണ് പുറത്തുവന്നത്. സാമ്പത്തികസമരവാദം യഥാർഥത്തിൽ സംജാതമായത് 1899-ൽ മാത്രമാണോ? അല്ല, സാമ്പത്തികസമരവാദത്തിനെതിരായി റഷ്യൻ സോഷ്യൽഡെമോക്രാറ്റുകാരുടെ ആദ്യത്തെ പ്രതിഷേധശബ്ദമുയർന്നത് ('ക്രഡോ'വിനെതിരായ പ്രതിഷേധം) 1899-ലാണ്. സാമ്പത്തികസമരവാദം 1897-ൽത്തന്നെ ആവിർഭവിച്ചിരിക്കുന്നു. ഇക്കാര്യം *റബോച്ചെയെ ദ്യെലൊ*വിനു നല്ലതുപോലെ അറിയുകയും ചെയ്യാം. കാരണം, 1898 നവംബറിൽത്തന്നെ വി ഐ *റബോച്ചയ മിസ്ലി*നെക്കുറിച്ച് പുകഴ്ത്തിപ്പറയുന്നുണ്ടായിരുന്നു (*ലിസ്തേക്ക് റബോത്നിക്ക* ലക്കം 9-10 നോക്കുക).

എന്നാൽ, *റബോച്ചെയ ദ്യെലൊ* സാമ്പത്തികസമരവാദികളെ "സാധൂകരിക്കുക" മാത്രമല്ല ചെയ്തുള്ളൂ; സാമ്പത്തികസമരവാദത്തിന്റെ അടിസ്ഥാനപരമായ തെറ്റുകളിൽ അതുതന്നെ സ്വയം ചെന്നുചാടുകയും ചെയ്തു. ഈ തെറ്റുകൾക്കുള്ള കാരണം കാണണമെങ്കിൽ, *റബോച്ചെയ ദ്യെലൊ*വിന്റെ പരിപാടിയിലെ താഴെകൊടുക്കുന്ന അഭിപ്രായത്തിനു നൽകാവുന്ന ദ്വയാർഥം നോക്കിയാൽമതി: "റഷ്യൻ ജീവിതത്തിലെ ഏറ്റവും മുഖ്യമായ സംഭവവികാസം – അതായത്, യൂണിയന്റെ സാഹിത്യപരമായ പ്രവർത്തനത്തിന്റെ കടമകൾ നിർണയിക്കുന്നതും സ്വഭാവം തീരുമാനിക്കുന്നതുമായ സംഭവവികാസം – അടുത്തകൊല്ലങ്ങളിലായി വളർന്നുവന്നിട്ടുള്ള തൊഴിലാളിബഹുജനപ്രസ്ഥാനമാണെന്ന് ഞങ്ങൾ കരുതുന്നു. ബഹുജനപ്രസ്ഥാനം ഏറ്റവും മുഖ്യമായ ഒരു സംഭവവികാസമാണെന്നത് തർക്കമറ്റ ഒരു പരമാർഥം തന്നെയാണ്. പക്ഷേ, പ്രശ്നത്തിന്റെ കാതലായ ഭാഗം ഇതാണ്; ബഹുജനപ്രസ്ഥാനം "കടമകൾ നിർണയിക്കു"മെന്ന് പറഞ്ഞാൽ എന്താണതിനർഥം? ഇതിനെ രണ്ടുവിധത്തിൽ വ്യാഖ്യാനിക്കാം. ഒന്നുകിൽ ഈ പ്രസ്ഥാനത്തിന്റെ സ്വയമേവയുള്ള സ്വഭാവത്തെ ആരാധിക്കുകയെന്നാണിതിനർഥം; അതായത്, "വെറും" തൊഴിലാളിപ്രസ്ഥാനത്തിനു കീഴ്പ്പെട്ടുനിൽക്കുകയെന്ന നിലവാരത്തിലേക്കു സോഷ്യൽഡെമോക്രസിക്കുള്ള പങ്കിനെ അധഃപതിപ്പിക്കുകയെന്നർഥം (*റബോച്ചെയ ദ്യെലൊ*വിന്റേയും സ്വയംമോചനഗ്രൂപ്പിന്റെയും മറ്റു സാമ്പത്തികസമരവാദികളുടെയും വ്യാഖ്യാനമാണിത്); അല്ലെങ്കിൽ ഈ ബഹുജനപ്രസ്ഥാനത്തിന്റെ ഫലമായി താത്വികമായും രാഷ്ട്രീയമായും സംഘടനാപരമായും പുതിയ കടമകൾ നമ്മെ അഭിമുഖീകരിക്കുന്നുണ്ടെന്നും, ബഹുജനപ്രസ്ഥാനത്തിന്റെ ഉയർച്ചയ്ക്കു മുമ്പുണ്ടായിരുന്ന കാലഘട്ടത്തിലേക്കാളധികം വിഷമംപിടിച്ചതാണ് ഈ കടമകളെന്നും ആണ് ഇതിനർഥം. ഇതിൽ ആദ്യം പറഞ്ഞ വ്യാഖ്യാനത്തിലേക്കാണ് *റബോച്ചെയ ദ്യെലൊ* ചാഞ്ഞുനിന്നിരുന്നത് — ഇന്നും ചാഞ്ഞുനിൽക്കുന്നത്; കാരണം പുതിയ കടമകളെപ്പറ്റി വ്യക്തമായി അതു യാതൊന്നും ഉരിയാടിയിട്ടില്ല; നേരെമറിച്ച് 'ബഹുജനപ്രസ്ഥാനം' അതു നമ്മുടെ മുമ്പിൽ വയ്ക്കുന്ന കടമകളെന്തെന്ന് വ്യക്തമായി മനസിലാക്കേണ്ട ആവശ്യകതയിൽനിന്നും, അവയെ നിർവഹിക്കേണ്ട ആവശ്യകതയിൽനിന്നും, നമ്മെ ഒഴിവാക്കുന്നുവെന്നമട്ടിലാണ് *റബോച്ചെയ ദ്യെലൊ*വിന്റെ നിരന്തരമായ വാദം. ഏകാധിപത്യത്തെ അട്ടിമറിക്കൽ തൊഴിലാളിബഹുജനപ്രസ്ഥാനത്തിന്റെ പ്രാഥമിക കടമയായെണ്ണുവാൻ സാധ്യമല്ലെന്നാണ് *റബോച്ചെയ ദ്യെലൊ* കണക്കാക്കിയതെന്നും ബഹുജനപ്രസ്ഥാനത്തിന്റെ പേരിൽ ഈ കടമയെ ചില അടിയന്തിരരാഷ്ട്രീയാവശ്യങ്ങൾക്കുവേണ്ടിയുള്ള സമരത്തിന്റെ നിലവാരത്തിലേക്ക് അധഃപതിപ്പിക്കുകയാണത് ചെയ്തതെന്നും മാത്രമേ കൂടുതലായി ഞങ്ങൾക്കു പറയേണ്ടതായിട്ടുള്ളൂ ('മറുപടി', പേജ്25).

*റബോച്ചെയെ ദ്യെലൊ*വിന്റെ പത്രാധിപരായ ബി ക്രിച്ചേവ്സ്കിയ് ആ പത്രത്തിന്റെ 7–ാം ലക്കത്തിൽ 'റഷ്യൻ പ്രസ്ഥാനത്തിലെ സാമ്പത്തികവും രാഷ്ട്രീയവുമായ സമരം' എന്ന തലക്കെട്ടിൽ പ്രസിദ്ധീകരിച്ചിരുന്ന ലേഖനത്തിൽ ഇതേ തെറ്റുകൾതന്നെ ആവർത്തിച്ചിട്ടുണ്ട്;* പക്ഷേ, ആ ലേഖനത്തെ സ്പർശിക്കാതെ ഞങ്ങൾ *റബോച്ചെയെ ദ്യെലൊ*വിന്റെ 10–ാം ലക്കം പരിശോധിക്കട്ടെ. *സര്യാ*യുടേയും *ഇസ്ക്രയു*ടേയും നേരെ ബി ക്രിച്ചേവ്സ്കിയും മർത്തീനൊവും കൊണ്ടുവന്നിട്ടുള്ള നാനാതരം ആക്ഷേപങ്ങളിലേക്കു തീർച്ചയായും ഞങ്ങളിവിടെ സവിസ്തരമായി പ്രവേശിക്കുന്നില്ല. *റബോച്ചെയെ ദ്യെലൊ* അതിന്റെ 10–ാം ലക്കത്തിലെടുത്തിരിക്കുന്ന താത്വികമായ നിലയിൽ മാത്രമാണ് തൽക്കാലം ഞങ്ങൾക്കിവിടെ താൽപ്പര്യമുള്ളത്. ഉദാഹരണത്തിന്, താഴെ കൊടുക്കുന്ന രണ്ടു പ്രഖ്യാപനങ്ങളും തമ്മിൽ *റബോച്ചെയെ ദ്യെലൊ* ഒരു 'കടകവൈരു

---

* ഉദാഹരണത്തിന് 'പടിപടിയായ സമര'ത്തിന്റെ സിദ്ധാന്തം – അഥവാ 'സംശയിച്ചുകൊണ്ടും വളഞ്ഞുപുളഞ്ഞുകൊണ്ടും' ഉള്ള രാഷ്ട്രീയസമരത്തിന്റെ സിദ്ധാന്തം – ഈ ലേഖനത്തിൽ വിവരിച്ചിരിക്കുന്നത് ഇങ്ങനെയാണ്: "എന്നാൽ, റഷ്യയ്ക്കാകെ പൊതുവിൽ താൽപ്പര്യമുള്ള രാഷ്ട്രീയാവശ്യങ്ങൾ അതാതു തൊഴിലാളിവിഭാഗത്തിന് സാമ്പത്തികസമരത്തിൽ നേടാൻ കഴിഞ്ഞിട്ടുള്ള പരിചയത്തിനനുയോജ്യമായ വിധത്തിൽ വേണം ആദ്യമാദ്യം മുന്നോട്ടു കൊണ്ടുവരാൻ (ഇത് 1900 ആഗസ്റ്റിൽ എഴുതിയതാണേ!). ഈ പരിചയത്തിന്റെ അടിസ്ഥാനത്തിൽ മാത്രമേ (!) രാഷ്ട്രീയപ്രക്ഷോഭം തുടങ്ങാൻ പാടുള്ളൂ," മറ്റും, മറ്റും (പേജ് 11). സാമ്പത്തികസമരവാദത്തിലേക്ക് താൻ വ്യതിചലിച്ചുവെന്ന അങ്ങേയറ്റം അടിസ്ഥാനരഹിതമായ ചാർജിനെതിരായി പ്രതിഷേധിച്ചുകൊണ്ട് ലേഖകൻ 4–ാം പേജിൽ ദയനീയമായി നിലവിളികൂട്ടുന്നു: "മാർക്സിന്റെയും എംഗൽസിന്റെയും സിദ്ധാന്തങ്ങൾപ്രകാരം വിവിധവർഗങ്ങളുടെ സാമ്പത്തികതാൽപ്പര്യങ്ങളാണ് ചരിത്രത്തിന്റെ നിയാമകശക്തികളെന്നും, അതുകൊണ്ട്, തൊഴിലാളിവർഗം അതിന്റെ സാമ്പത്തിക താൽപ്പര്യസംരക്ഷണത്തിനുവേണ്ടി നടത്തുന്ന സമരം അതിന്റെ വർഗപരമായ വളർച്ചയിലും മോചനപ്പോരാട്ടത്തിലും പ്രഥമമായ പ്രാധാന്യമർഹിക്കുന്നുണ്ടെന്നും ഏതു സോഷ്യൽഡെമോക്രാറ്റിനാണറിയാത്തത്?" ഇവിടെ 'അതുകൊണ്ട്' എന്ന പദം തീരെ അസ്ഥാനത്തത്രേ. സാമ്പത്തിക താൽപ്പര്യങ്ങൾ നിയാമകപ്രാധാന്യമുള്ള ഒരു ഘടകമാണെന്നുവെച്ച് സാമ്പത്തിക (അതായത്, ട്രേഡ് യൂണിയൻ) സമരമായിരിക്കണം മുഖ്യമായ ഘടകമെന്ന് ഒരു വിധത്തിലും അർഥമാക്കേണ്ടതില്ല; കാരണം, മൗലികമായ രാഷ്ട്രീയപരിവർത്തനങ്ങൾ പൊതുവിൽ വരുത്തിയാൽ മാത്രമേ വർഗങ്ങളുടെ യഥാർഥവും 'നിയാമക'വുമായ താൽപ്പര്യങ്ങൾക്കു രക്ഷ ലഭിക്കുകയുള്ളൂ. തൊഴിലാളിവർഗത്തിന്റെ മൗലികസാമ്പത്തിക താൽപ്പര്യങ്ങൾക്കു വിശേഷിച്ചും രക്ഷകിട്ടാൻ മുതലാളിസർവാധിപത്യത്തിന്റെ സ്ഥാനത്ത് തൊഴിലാളി സർവാധിപത്യത്തെ വാഴിച്ചുകൊണ്ടുള്ള ഒരു രാഷ്ട്രീയവിപ്ലവം കൂടിയേ കഴിയൂ. ബി ക്രിച്ചേവ്സ്കിയ് പുറപ്പെടുവിക്കുന്ന വാദങ്ങൾ 'റഷ്യൻ സോഷ്യൽഡെമോക്രസിയിലെ വി വിമാരും' (ഉദാ: രാഷ്ട്രീയകാര്യങ്ങൾ സാമ്പത്തികകാര്യങ്ങളെ അനുഗമിക്കുന്നു, മറ്റും മറ്റും) ജർമൻ സോഷ്യൽഡെമോക്രസിയിലെ ബെർൺഷ്ടൈനിസ്റ്റുകളും പറഞ്ഞിരുന്നതിന്റെ ആവർത്തനം മാത്രമാണ് (ഉദാ: ഇത്തരം വാദങ്ങൾ പുറപ്പെടുവിച്ചുകൊണ്ടാണ് തൊഴിലാളികൾ രാഷ്ട്രീയവിപ്ലവത്തെപ്പറ്റി ചിന്തിക്കുന്നതിനുമുമ്പ് ആദ്യമേതന്നെ 'സാമ്പത്തികശക്തി' കരസ്ഥമാക്കണമെന്ന് വോൾട്ട്മൻ തെളിയിക്കാൻ ശ്രമിച്ചത്).

ധ്യം' കണ്ടുപിടിച്ചുവെന്നതിലടങ്ങിയിട്ടുള്ള വിചിത്രവസ്തുത ഞങ്ങൾ പരിശോധിക്കുന്നതേയില്ല:

> 1) സോഷ്യൽഡെമോക്രസി അതിന്റെ ഹസ്തങ്ങളെ സ്വയം കെട്ടിയിടുന്നില്ല; മുൻകൂട്ടി തീരുമാനിച്ച ഒരു പ്ലാനിലോ രാഷ്ട്രീയ സമരരീതിയിലോ അത് അതിന്റെ പ്രവർത്തനങ്ങളെ ഒതുക്കിനിർത്തുന്നില്ല; അത് എല്ലാത്തരം സമരരീതികളേയും അംഗീകരിക്കുന്നു — പാർട്ടിയുടെ കൈവശമുള്ള ശക്തികൾക്കനുയോജ്യമായ സമരരീതികളാവണം അവ എന്നു മാത്രം..... (*ഇസ്ക്ര*, ലക്കം 1)
>
> 2) എല്ലാ പരിത:സ്ഥിതിയിലും എല്ലാ കാലഘട്ടത്തിലും രാഷ്ട്രീയസമരം നടത്താൻ കെൽപ്പുള്ള ഒരു സുശക്തമായ സംഘടനയില്ലാതെ ക്രമീകൃതമായ ഒരു പ്രവർത്തനപദ്ധതിയെപ്പറ്റി സംസാരിക്കുന്നതിനുതന്നെ അർഥമില്ല; ഈ പദ്ധതിയാകട്ടെ, ഉറച്ച തത്വങ്ങളുടെ വെളിച്ചത്തിലും നീക്കുപോക്കില്ലാതെയും നടപ്പാക്കുകയും വേണം — എങ്കിൽമാത്രമേ ഇതെല്ലാം അടവ് എന്ന പേർതന്നെ അർഹിക്കുകയുള്ളൂ (*ഇസ്ക്ര*, ലക്കം 4).

എല്ലാത്തരം സമരമാർഗങ്ങളും പ്ലാനുകളും രീതികളും (അവ ഉചിതമായിരിക്കുന്ന കാലത്തോളം) സ്വീകാര്യമാണെന്ന് താത്വികമായി സമ്മതിക്കുന്നതും, ഒരു പ്രത്യേകരാഷ്ട്രീയസന്ദർഭത്തിൽ ഒരുറച്ച പ്ലാൻ ദൃഢമായി നടപ്പിൽവരുത്തുകതന്നെ വേണമെന്നുകണ്ടാൽ മാത്രമേ അടവുകളെക്കുറിച്ച് സംസാരിക്കുന്നതിനുപോലും അർഥമുള്ളുവെന്നു പറയുന്നതും രണ്ടും രണ്ടാണെങ്കിൽ, വൈദ്യശാസ്ത്രം രോഗങ്ങൾക്ക് എല്ലാത്തരം ചികിത്സാക്രമങ്ങളും ആവാമെന്നംഗീകരിക്കുന്നതും, അതേസമയംതന്നെ ഒരു പ്രത്യേകരോഗത്തിനു വ്യക്തമായ ഒരു പ്രത്യേകചികിൽസാക്രമം സ്വീകരിക്കുന്നതും തമ്മിൽ പൊരുത്തക്കേടുണ്ട്. എന്നാൽ, 'സ്വയമേവയുള്ള പ്രവർത്തന'ത്തിന്റെ പേരിലുള്ള ഭക്തിയെന്നു ഞങ്ങൾ നാമകരണം ചെയ്തിട്ടുള്ള ഒരു രോഗം പിടിച്ചു *റബോച്ചെയെ ദ്യെലൊ* കിടപ്പിലാണെങ്കിലും ആ രോഗത്തിനുള്ള യാതൊരു 'ചികിത്സാക്രമ'വും അതംഗീകരിക്കുന്നില്ലെന്നുള്ളതാണ് മുഖ്യമായ സംഗതി. അതുകൊണ്ടാണ്, 'അടവുകളെക്കുറിച്ച് പ്ലാനുണ്ടാക്കുന്നത് മാർക്സിസത്തിന്റെ മൗലികമായ സ്പിരിട്ടിനെതിരാണെ'ന്നു (ലക്കം10, പേജ് 18), അടവുകൾ 'പാർട്ടിയോടൊപ്പംതന്നെ വളർന്നുവരുന്ന പാർട്ടികടമകളുടെ ഒരു വികാസപ്രക്രിയയാണെ'ന്നും (പേജ് 11) ഉള്ള അത്ഭുതകരമായ കണ്ടുപിടിത്തത്തിൽ അത് എത്തിച്ചേർന്നത്. ഇതിൽ രണ്ടാമത്തെ നിർവചനം ഒരു സുപ്രസിദ്ധ മുദ്രാവാക്യമായിട്ടുതന്നെ — *റബോച്ചെയെ ദ്യെലൊ*വിനുണ്ടായിരുന്ന ആ 'പ്രവണത'യ്ക്ക് ഒരു ശാശ്വതസ്മാരകമായിട്ടുതന്നെ — തീരാൻ എല്ലാം കൊണ്ടും ഇടയുണ്ട്. 'എങ്ങോട്ട്?' എന്ന ചോദ്യത്തിന് ഒരു പാർട്ടി മുഖപത്രം ഉത്തരം പറയുകയാണ്: ചലനമെന്നതു പ്രാരംഭസ്ഥലത്തിനും ചലനത്തിന്റെ പിന്നത്തെ ഘട്ടങ്ങൾക്കുമിടയിലുള്ള ദൂരത്തെ മാറ്റിമറി

ച്ചുകൊണ്ടിരിക്കുന്ന ഒരു പ്രക്രിയയാണെന്ന്! ആശയപരമായ 'ആഴ' ത്തിന്റെ ഈ ഉത്തമോദാഹരണം കാഴ്ചബംഗ്ലാവിലെടുത്തുവെയ്ക്കേണ്ട ഒരു സാഹിത്യാത്ഭുതം മാത്രമല്ല (അത്ര മാത്രമായിരുന്നെങ്കിൽ അതിനെ ഇത്രയും സുദീർഘമായി പരിശോധിക്കേണ്ടിവരില്ലായിരുന്നു); ഒരു പ്രത്യേക ചിന്താഗതിയുള്ളവരുടെ മുഴുവൻ പരിപാടിയാണത്; *റബോച്ചയ മിസ്ലി*ന്റെ പ്രത്യേക അനുബന്ധത്തിൽ ആർ എം താഴെപ്പറയുന്ന വാക്കുകളിൽ പ്രകടമാക്കിയ പരിപാടിയാണിത്: "ഏതു സമരമാണോ സാധ്യമായിട്ടുള്ളത്, അതാണ് അഭിലഷണീയം; സാധ്യമായിട്ടുള്ള സമരമോ, അതാതവസരത്തിൽ സ്വയം നടന്നുകൊണ്ടിരിക്കുന്ന സമരമാണ്." ഇതാണ് 'സ്വയംപ്രവർത്തന'വുമായി അനുസരണയോടെ ഇണങ്ങിച്ചേരുന്ന അനിയന്ത്രിതമായ അവസരവാദത്തിന്റെ പോക്ക്.

'അടവുകളെക്കുറിച്ച് പ്ലാനുണ്ടാക്കുന്നത് മാർക്സിസത്തിന്റെ മൗലികമായ സ്പിരിട്ടിനെതിരാണ്'ത്രേ! പക്ഷേ, ഇത് മാർക്സിസത്തിനെതിരായ ഒരപവാദപ്രചരണമാണ്; ഇത് നറോദ്നിക്കുകൾ[60] നമുക്കെതിരായ അവരുടെ സമരത്തിനിടയിൽ മാർക്സിസത്തിന്റെ ഹാസ്യചിത്രം വരച്ചതിനോടു സാമ്യംവഹിക്കുന്നു. വർഗബോധമുള്ള പോരാളികളുടെ മുൻകയ്യിനേയും ഉത്സാഹത്തേയും കടിഞ്ഞാണിട്ടു തടയുകയെന്നാണിതനർഥം; നേരെമറിച്ച്, മാർക്സിസമാകട്ടെ, സോഷ്യൽഡെമോക്രാറ്റുകാരുടെ മുൻകയ്യിനും ഉത്സാഹത്തിനും വമ്പിച്ച പ്രചോദനമാണ് നൽകുന്നത്, അങ്ങേയറ്റം വിപുലമായ സാധ്യതകളാണവരുടെ മുമ്പിൽ തുറന്നുവയ്ക്കുന്നത്, സമരത്തിലേക്ക് 'സ്വയമേവ'തള്ളിവരുന്ന ലക്ഷോപലക്ഷം തൊഴിലാളികളുടെ വമ്പിച്ചശക്തി മുഴുവനുമാണ് അവരുടെ കയ്യിൽ സമർപ്പിക്കുന്നത് (എന്നുപറയട്ടെ). സാർവദേശീയസോഷ്യൽ ഡെമോക്രസിയുടെ ചരിത്രമാകെത്തന്നെ, ആദ്യം ഒരു രാഷ്ട്രീയ നേതാവും, പിന്നീട് മറ്റൊരാളും മുന്നോട്ടു കൊണ്ടുവന്നിട്ടുള്ള പ്ലാനുകളെക്കൊണ്ട് നിറഞ്ഞിരിക്കുന്നു. ചില പ്ലാനുകൾ അവയുടെ പ്രണേതാക്കളുടെ ദീർഘദൃഷ്ടിയേയും, രാഷ്ട്രീയവും സംഘടനാപരവുമായ നിരീക്ഷണൗചിത്യത്തെയുമാണ് തെളിയിച്ചുകാട്ടിയിട്ടുള്ളതെങ്കിൽ, മറ്റുള്ളവ അവരുടെ ഹ്രസ്വദൃഷ്ടിക്കും, ശരിയായ രാഷ്ട്രീയവീക്ഷണത്തിനുള്ള കഴിവുകേടിനുമാണ് സാക്ഷ്യംവഹിച്ചിട്ടുള്ളത്. ജർമനി അതിന്റെ ചരിത്രത്തിലെ പരിവർത്തനഘട്ടങ്ങളിലൊന്നിലായിരുന്ന അവസരത്തിൽ — ജർമൻ സാമ്രാജ്യം സ്ഥാപിതമാവുകയും, റൈക്സ്റ്റാഗ് ഉൽഘാടനം ചെയ്യപ്പെടുകയും, പ്രായപൂർത്തിവോട്ടവകാശം അനുവദിക്കപ്പെടുകയും ചെയ്ത ഒരവസരത്തിൽ — സോഷ്യൽഡെമോക്രസിയുടെ നയത്തെയും പ്രവർത്തനത്തെയും സംബന്ധിച്ചു ലീബ്ക്നെക്ടിനു ഒരു പ്ലാനും, ഷ്വൈത്സർക്ക് മറ്റൊരു പ്ലാനുമാണുണ്ടായിരുന്നത്. സോഷ്യലിസ്റ്റ് വിരുദ്ധനിയമം ജർമൻ സോഷ്യലിസ്റ്റുകാരുടെ തലയിൽ വന്നുവീണപ്പോൾ മോസ്തിനും ഹാസ്സൽമനും ഒരു പ്ലാനുണ്ടായിരുന്നു — അതായത്, അക്രമത്തിനും ഭീകരപ്രവർത്തനത്തിനും ആഹ്വാനം നൽകാൻ അവർ ഒരുക്കമായിരുന്നു. ഹോഹ്ബെർഗിനും, ഷ്റാമിനും,

കുറേയൊക്കെ ബെർൺഷ്ടൈനും മറ്റൊരു പ്ലാനുണ്ടായിരുന്നു; അതവർ ഏതാണ്ട് താഴെപ്പറയുംവിധം സോഷ്യൽഡെമോക്രാറ്റുകാരോട് പ്രസംഗിക്കുകയും ചെയ്തു: അതായത്, സോഷ്യൽഡെമോക്രാറ്റുകാർ കണക്കിലേറെ അവിവേകികളും വിപ്ലവകാരികളുമായതുകൊണ്ടാണ് സോഷ്യലിസ്റ്റ് വിരുദ്ധനിയമം പാസാക്കാനുള്ള പ്രകോപനം ലഭിച്ചത്; അതുകൊണ്ട് ഇനി മാതൃകാപരമായ പ്രവർത്തനം വഴി മാപ്പുകിട്ടാനുള്ള അർഹത തങ്ങൾക്കുണ്ടെന്ന് തെളിയിച്ചുകൊള്ളുക! ഇനി വേറെ ചിലർ മൂന്നാമതൊരു പ്ലാനും നിർദേശിക്കുകയുണ്ടായി; അവരാണ് പിന്നീട് ഒരു രഹസ്യപത്രത്തിന്റെ പ്രസിദ്ധീകരണത്തിനു വഴിയൊരുക്കിയതും അതു പ്രസിദ്ധീകരിച്ചുകൊണ്ടിരുന്നതും[61]. ഏതു മാർഗം സ്വീകരിക്കണമെന്ന് സംബന്ധിച്ചുള്ള സമരം അവസാനിച്ചു വളരെ നാൾ കഴിഞ്ഞശേഷം — ഒടുവിൽ, സ്വീകരിക്കപ്പെട്ട മാർഗത്തിന്റെ ഔചിത്യത്തെക്കുറിച്ച് ചരിത്രം അതിന്റെ വിധി പ്രഖ്യാപിച്ചുകഴിഞ്ഞശേഷം — തിരിഞ്ഞുനോക്കിക്കൊണ്ട് 'പാർട്ടിയോടൊപ്പംതന്നെ വളർന്നുവരുന്ന പാർട്ടികടമകളുടെ വികാസ'ത്തെക്കുറിച്ചും മറ്റും ചില കനത്ത അഭിപ്രായഭേദങ്ങൾ തട്ടിമൂളിക്കാൻ തീർച്ചയായും എളുപ്പമാണ്. പക്ഷേ, കുഴപ്പം നിറഞ്ഞ ഒരു കാലഘട്ടത്തിൽ* — റഷ്യൻ 'വിമർശകന്മാ'രും സാമ്പത്തികസമരവാദികളും സോഷ്യൽഡെമോക്രസിയെ വെറും ട്രേഡ്യൂണിയനിസത്തിന്റെ നിലവാരത്തിലേക്ക് അധഃപതിപ്പിക്കുകയും ഭീകരകക്ഷിക്കാരാണെങ്കിൽ പഴയ തെറ്റുകളെ ആവർത്തിച്ചുകൊണ്ടുള്ള 'പ്ലാനനുസരിച്ച അടവുക'ളുടെ അംഗീകരണത്തിനുവേണ്ടി ശക്തിയായി വാദിക്കുകയും ചെയ്തുകൊണ്ടിരിക്കുന്ന ഒരു സന്ദർഭത്തിൽ — കേവലം അത്തരം ചില 'കനത്ത' അഭിപ്രായപ്രകടനങ്ങൾകൊണ്ടു തൃപ്തിയടയുകയെന്നുവെച്ചാൽ അർഥം സ്വന്തം 'മാനസികമായ പാപ്പർസർട്ടിഫിക്കറ്റ്' എഴുതിക്കൊടുക്കുകയെന്നു മാത്രമായിരിക്കും. റഷ്യയിലെ അനേകം സോഷ്യൽഡെമോക്രാറ്റുകാർക്ക് വേണ്ടത്ര മുൻകയ്യും വീറുമില്ലാതിരിക്കുമ്പോൾ, അവരുടെ 'രാഷ്ട്രീയ പ്രചാരവേലയും പ്രക്ഷോഭവും സംഘടനയും വേണ്ടത്ര വിപുല'**മാകാതിരിക്കുമ്പോൾ, വിപ്ലവപ്രവർത്തനത്തിനാവശ്യമായ കൂടുതൽ വിപുലമായ ഒരു സംഘടനയ്ക്കുവേണ്ടിയുള്ള 'പ്ലാനുകൾ' ഒന്നും ഇല്ലാതിരിക്കുമ്പോൾ, — അതേ, ഇങ്ങനെയൊരു കാലഘട്ടത്തിൽ 'അടവുകളെക്കുറിച്ചു പ്ലാനുണ്ടാക്കുന്നത് മാർക്സിസത്തിന്റെ മൗലികമായ സ്പിരിട്ടിനെതിരാണെ'ന്നു പറഞ്ഞാൽ അത് മാർക്സിസത്തെ താത്വികമായി അധഃപതിപ്പിക്കലാണെന്നു മാത്രമല്ല, പ്രായോഗികമായി പാർട്ടിയെ പിറ

---

* മേറിങ് തന്റെ *ജർമൻ സോഷ്യൽഡെമോക്രസിയുടെ ചരിത്ര*മെന്ന പുസ്തകത്തിലെഴുതിയിട്ടുള്ള ഒരധ്യായത്തിന്റെ തലക്കെട്ടാണ് 'കുഴപ്പംനിറഞ്ഞ കൊല്ലം' (Ein Jahr der Verwirrung) എന്നുള്ളത്. പുതിയ പരിത:സ്ഥിതിക്കനുയോജ്യമായ വിധം ഒരു 'പ്ലാനനുസരിച്ച് അടവുകൾ' കണ്ടുപിടിക്കുന്നതിൽ സോഷ്യലിസ്റ്റുകാർ ആദ്യം പ്രദർശിപ്പിച്ച ചാഞ്ചല്യവും ദൃഢതയില്ലായ്മയും ഈ അധ്യായത്തിൽ വിവരിച്ചിരിക്കുന്നു.

** ഒന്നാം ലക്കം *ഇസ്ക്രയുടെ* മുഖപ്രസംഗം.

കോട്ടുപിടിച്ചുവലിക്കൽ കൂടിയാണ്. *റബോച്ചെയെ ദ്യെലൊ* പിന്നെയും തങ്ങളുടെ പർവതപ്രസംഗം തുടരുന്നു:

> വസ്തുനിഷ്ഠമായ വളർച്ചയെ തന്റെ ബോധപൂർവമായപ്രവർത്തനംകൊണ്ട് ത്വരിതപ്പെടുത്തുകയെന്ന കടമ മാത്രമേ വിപ്ലവകാരിയായ സോഷ്യൽഡെമോക്രാറ്റിനെ അഭിമുഖീകരിക്കുന്നുള്ളൂ; ഇതിനെ ഇല്ലായ്മചെയ്യലോ, ഈ വളർച്ചയുടെ സ്ഥാനത്ത് തന്റെ സ്വന്തം മനോനിഷ്ഠമായപ്ലാനുകൾ നടപ്പിൽവരുത്തലോ അയാളുടെ കടമയല്ല, തത്വത്തിൽ *ഇസ്ക്രയ്ക്ക്* ഇതെല്ലാമറിയാം. എന്നാൽ ബോധപൂർവമായ വിപ്ലവപ്രവർത്തനത്തിനു മാർക്സിസം ന്യായമായും കൽപ്പിക്കുന്ന വമ്പിച്ച പ്രാധാന്യം *ഇസ്ക്രയെ* അടവുകളെസംബന്ധിച്ച അതിന്റെ കേവലം സിദ്ധാന്തപരമായ കാഴ്ചപ്പാട് നിമിത്തം, വളർച്ചയുടെ വസ്തുനിഷ്ഠമായ, അഥവാ, സ്വയം പ്രവർത്തനാത്മകമായ, വശത്തിന്റെ പ്രാധാന്യത്തെ ലഘൂകരിക്കാൻ പ്രേരിപ്പിക്കുകയാണ് ഫലത്തിൽ ചെയ്യുന്നത് (പേജ് 18).

മി. വി വിക്കും അക്കൂട്ടത്തിൽപ്പെട്ടവർക്കും ചേർന്ന അനന്യസാധാരണമായ ആ താത്വികചിന്താക്കുഴപ്പത്തിന്റെ മറ്റൊരുദാഹരണം! ഞങ്ങൾ ഈ തത്വചിന്തകനോടു ചോദിച്ചുകൊള്ളട്ടെ; മനോനിഷ്ഠമായ പ്ലാനുകളുണ്ടാക്കുന്ന ഒരാൾ എങ്ങനെയാണ് വസ്തുനിഷ്ഠമായ വളർച്ചയെ 'ലഘൂകരിക്കു'ന്നത്? തീർച്ചയായും ഈ വസ്തുനിഷ്ഠമായ വളർച്ചയുടെ ഫലമായി ചില വർഗങ്ങളും, ജനവിഭാഗങ്ങളും, ഗ്രൂപ്പുകളും, രാഷ്ട്രങ്ങളും, രാഷ്ട്രങ്ങളുടെ ഗ്രൂപ്പുകളും, മറ്റും, മറ്റും വളർന്നുവരുന്നുണ്ട്, ശക്തിപ്പെടുന്നുണ്ട് — അല്ലെങ്കിൽ തകർന്നുപോകുന്നുണ്ട്, ക്ഷീണിച്ചുവരുന്നുണ്ട്— എന്ന പരമാർഥം കാണാതിരുന്നിട്ട്; ഇതിൻ ഫലമായിട്ടെല്ലാം സാർവദേശീയമായ തോതിൽ രാഷ്ട്രീയശക്തികളുടെ ചില വ്യക്തമായ അണിനിരപ്പുകളുണ്ടാവുന്നുണ്ടെന്നും, ഇതാണ് വിപ്ലവപ്പാർട്ടികളുടെ നിലയും മറ്റും നിർണയിക്കുന്നതെന്നും കാണാതിരുന്നിട്ട് പ്ലാനുണ്ടാക്കുന്ന ഒരാൾ ഇതൊന്നും കാണുന്നില്ലെങ്കിൽ, അയാളുടെ തെറ്റ് സ്വയമേവയുള്ള വശത്തിന്റെ പ്രാധാന്യത്തെ ലഘൂകരിക്കുന്നുവെന്നതായിരിക്കില്ല; പിന്നെയോ? ബോധപൂർവമായ വശത്തിന്റെ പ്രാധാന്യത്തെ ലഘൂകരിക്കുന്നുവെന്നതായിരിക്കും; കാരണം വസ്തുനിഷ്ഠമായ വളർച്ച ശരിക്കും കണ്ടു മനസിലാക്കാൻ അത്യാവശ്യമായ ആ 'ബോധ'മാണ് അയാൾക്കപ്പോൾ ഇല്ലെന്നു തെളിയുക. സ്വയമേവയുള്ളതും ബോധപൂർവവുമായ വശങ്ങളുടെ 'ആപേക്ഷികമായ പ്രാധാന്യം തുലനം ചെയ്തുനോക്കണ'മെന്നും മറ്റും പറയുന്നതിൽനിന്നുതന്നെ തെളിയുന്നത് 'ബോധ' മില്ലായ്മയുടെ പരമകാഷ്ഠയാണ്. 'വളർച്ചയുടെ സ്വയമേവയുള്ള ചില വശങ്ങളെ' മനുഷ്യന്റെ ബുദ്ധിക്ക് മനസിലാക്കാൻ കുറച്ചെങ്കിലും സാധിക്കുമെങ്കിൽ, പിന്നെ അവയെ ശരിയാംവിധം ഗൗനിക്കാതിരിക്കുന്നത് 'ബോധപൂർവമായ വശത്തെ ലഘൂകരിക്കുന്ന'തിനു തുല്യമായിരിക്കും.

അതൊന്നും മനസിലാക്കാൻ നമുക്ക് സാധ്യമല്ലെങ്കിലോ, അതിനർഥം നമുക്ക് അതേപ്പറ്റി അറിഞ്ഞുകൂടെന്നാണ്, അതേപ്പറ്റി പറയാൻ നമുക്ക് കഴിവില്ലെന്നാണ്. എന്തിനെക്കുറിച്ചാണ്, അപ്പോൾ, ക്രിച്ചേവ്സ്കിയ് വാദിക്കുന്നത്? *ഇസ്ക്ര*യുടെ 'മനോനിഷ്ഠമായ പ്ലാനുകൾ' തെറ്റാണെന്ന് അദ്ദേഹത്തിന് അഭിപ്രായമുണ്ടെങ്കിൽ (അങ്ങനെയാണല്ലോ യഥാർഥത്തിലദ്ദേഹം പ്രഖ്യാപിച്ചിരിക്കുന്നത്) ഏതെല്ലാം വസ്തുനിഷ്ഠമായ യാഥാർഥ്യങ്ങളെയാണ് ആ പ്ലാനുകളിൽ അവഗണിച്ചിട്ടുള്ളതെന്ന് അദ്ദേഹം എടുത്തുകാട്ടുകയാണ് വേണ്ടത്; എന്നിട്ട് ആ വസ്തുതകളെ അവഗണിച്ചതിൽ *ഇസ്ക്ര* കാണിച്ച രാഷ്ട്രീയ ബോധമില്ലായ്മയ്ക്ക് — അദ്ദേഹത്തിന്റെതന്നെ വാക്കുകളിൽ പറയുകയാണെങ്കിൽ, 'ബോധപൂർവമായ വശത്തെ ലഘൂകരിച്ച'തിന് — *ഇസ്ക്ര*യെ അദ്ദേഹം കുറ്റപ്പെടുത്തട്ടെ. ഇതൊന്നും ചെയ്യാതെ, മനോനിഷ്ഠമായപ്ലാനുകളിൽ തനിക്കുള്ള നീരസത്തെ ന്യായമായി 'സ്വയമേവയുള്ള വശത്തെ ലഘൂകരിക്കുന്നു'വെന്ന ഒരൊറ്റ വാദം മാത്രമേ അദ്ദേഹത്തിനു മുന്നോട്ടുകൊണ്ടുവരാനുള്ളുവെങ്കിൽ (!) അദ്ദേഹം തെളിയിച്ചുകാട്ടുന്നതിത്രമാത്രമായിരിക്കും: 1) ബേൽത്തൊാവ്[62] വേണ്ടത്ര പരിഹസിച്ചുവിട്ടിട്ടുള്ള കരേയെവ് – മിഹൈലൊവ്സ്കിയ് പ്രഭൃതികളോളം മാത്രമേ മാർക്സിസത്തെ താത്വികമായി ഗ്രഹിക്കാനദ്ദേഹത്തിന് കഴിയുന്നുള്ളൂ; 2) പ്രായോഗികമായിട്ടാണെങ്കിൽ, 'നിയമവിധേയ മാർക്സിസ്റ്റു'കളെ ബെർൺഷ്ടൈനിസത്തിലേക്കും, സോഷ്യൽഡെമോക്രാറ്റുകാരുടെ സാമ്പത്തികസമരവാദത്തിലേക്കും ആകർഷിച്ചിട്ടുള്ള 'വളർച്ചയുടെ സ്വയമേവയുള്ള വശ'ത്തിൽ അദ്ദേഹത്തിനു തികച്ചും സന്തോഷവും, നേരെമറിച്ച്, റഷ്യൻ സോഷ്യൽഡമോക്രസിയെ ഏതുവിധേനയും ഈ 'സ്വയമേവയുള്ള' വളർച്ചയുടെ മാർഗത്തിൽനിന്നു വ്യതിചലിപ്പിക്കാൻതന്നെ കച്ചകെട്ടിയിറങ്ങിയിട്ടുള്ളവരോടാകട്ടേ, അദ്ദേഹത്തിന് വമ്പിച്ച രോഷവും ആണുള്ളത്.

> തികച്ചും രസകരമായ സംഗതികളാണ് പിന്നീടങ്ങോട്ടുള്ളത്. പ്രകൃതിശാസ്ത്രത്തിന്റെ കണ്ടുപിടിത്തങ്ങളെല്ലാമുണ്ടായിട്ടും മനുഷ്യർ സന്താനോൽപ്പാദനം നടത്തുന്നത് പഴയ രീതിയിൽത്തന്നെയാണല്ലോ. അതുപോലെതന്നെ, സാമൂഹ്യശാസ്ത്രത്തിലുണ്ടായിട്ടുള്ള കണ്ടുപിടിത്തങ്ങൾ എന്തുതന്നെയായാലും, പ്രബുദ്ധരായ പേരാളികളുടെ എണ്ണം എത്ര കണ്ടു വർധിച്ചാലും, ഒരു പുതിയ സാമൂഹ്യക്രമം ഭാവിയിലും മുഖ്യമായി സ്വയമേവയുള്ള പൊട്ടിത്തെറിക്കലുകളുടെ ഫലമായിട്ടായിരിക്കും ഉടലെടുക്കുന്നത് (പേജ് 19).

സന്താനോൽപ്പാദനം നടത്തുകയെന്നത് ആർക്കുമാവാം എന്നു നമ്മുടെ പഴമക്കാരായ അപ്പൂപ്പന്മാർ പറയാറുള്ളതുപോലെ, ഒരു പുതിയ സാമൂഹ്യക്രമത്തിന്റെ സ്വയമേവയുള്ള പിറവിയിൽ ആർക്കും പങ്കെടുക്കാമെന്നാണ് 'ആധുനികസോഷ്യലിസ്റ്റുകാർ' (നർത്സീസ് തുപ്പൊറീലൊവിന്റെ ഭാഷയിൽ[63]) അരുളുന്നത് ആർക്കുമാകാമെന്നാണ് ഞങ്ങളുടേയും അഭി

പ്രായം. അങ്ങനെ പങ്കെടുക്കുന്നതിന് ഇത്രമാത്രം മതി: സാമ്പത്തികസ മരവാദത്തിന് സ്വാധീനമുള്ളപ്പോൾ അതിനു കീഴടങ്ങുക, ഭീകരപ്രവർ ത്തനം ശക്തിയാർജിക്കുമ്പോൾ അതിനു വഴങ്ങുക. ഉദാഹരണത്തിന്, ഈ വസന്തത്തിൽ ഭീകരപ്രവർത്തനത്തിൽ ഭ്രമിച്ചുവശാകുന്നതിനെതി രായി ഒരു താക്കീത് നൽകേണ്ടത് വളരെ പ്രധാനമായിരുന്ന അവസര ത്തിൽ *റബോച്ചെയെ ദ്യെലൊ* അത്ഭുതസ്ബ്ധമായി നിൽക്കുകയാണു ണ്ടായത്; ഇതേവരെ അഭിമുഖീകരിച്ചിട്ടില്ലാത്ത ഒരു 'പുതിയ' പ്രശ്നമാ യിരുന്നു അത്. ഇപ്പോഴിതാ ആറുമാസം കഴിഞ്ഞു. ആ പ്രശ്നത്തിന്റെ സമകാലീനപ്രാധാന്യം തുലോം കുറഞ്ഞിരിക്കുന്ന അവസരത്തിൽ അത് പ്രഖ്യാപിക്കുന്നു: "ഭീകരപ്രവർത്തനത്തിനുള്ള പ്രവണതകളുടെ വളർ ച്ചയെ എതിർക്കുകയെന്നത് സോഷ്യൽഡെമോക്രസിയുടെ കടമയല്ല, കട മയായിരിക്കാൻ പാടില്ല എന്നാണ് ഞങ്ങളുടെ അഭിപ്രായം" (*റബോച്ചെയെ ദ്യെലൊ*, ലക്കം 10, പേജ് 23). എന്നാൽ അതേ ശ്വാസത്തിൽ അത് ഈ കോൺഗ്രസ് പ്രമേയം നമ്മുടെ മുമ്പിൽവയ്ക്കുന്നുമുണ്ട്: "സംഘടിതവും അക്രമാസക്തവുമായ ഭീകരപ്രവർത്തനം അനവസരമാണെന്ന് ഞങ്ങൾ കരുതുന്നു" ('രണ്ടു കോൺഗ്രസുകൾ', പേജ് 18). എത്ര വ്യക്തമായിരി ക്കുന്നു! പൂർവാപരവൈരുധ്യം തെല്ലുപോലുമില്ല! എതിർക്കുന്നില്ല, പക്ഷേ അനവസരമാണെന്ന് പ്രഖ്യാപിക്കുന്നു. അതുതന്നെ, അസംഘടിതവും ആത്മരക്ഷാർഥവുമായ ഭീകരപ്രവർത്തനത്തെ 'പ്രമേയ'ത്തിന്റെ പരിധി യിൽപ്പെടുത്തിയിട്ടുമില്ല. ഇത്തരമൊരു പ്രമേയം തികച്ചും സുരക്ഷിതവും യാതൊരുവിധത്തിലുള്ള പിശകിനും ഇടനൽകാത്തതുമാണെന്ന് സമ്മ തിച്ചേ തീരൂ — സംസാരിക്കുന്നുണ്ടെങ്കിലും യാതൊന്നും പറയാത്ത ഒരാൾക്ക് തെറ്റു പറ്റാത്തതുപോലെ. പ്രസ്ഥാനത്തിന്റെ ഏറ്റവും പുറകി ലത്തെ അറ്റത്തു നിൽക്കാനുള്ള കഴിവുമാത്രം മതി ഇത്തരമൊരു പ്രമേ യം എഴുതിയുണ്ടാക്കാൻ. ഭീകരപ്രവർത്തനത്തിന്റെ പ്രശ്നം പുതുതാ ണെന്ന് പ്രഖ്യാപിച്ചതിനു *റബോച്ചെയെ ദ്യെലൊ*വിനെ *ഇസ്ക്ര* പരിഹ സിച്ചപ്പോൾ, "വിദേശത്തു താമസമുറപ്പിച്ചിട്ടുള്ള ഒരു കൂട്ടം എഴുത്തു കാർ അടവുസംബന്ധമായ പ്രശ്നങ്ങൾക്കു പതിനഞ്ചിൽപ്പരം വർഷങ്ങൾ ക്കുമുമ്പേ നിർദേശിച്ച പരിഹാരമാർഗങ്ങൾ പാർട്ടിസംഘടനയുടെമേൽ അടിച്ചേൽപ്പിക്കാനുള്ള അവിശ്വസനീയമായ ധിക്കാരം കാട്ടുന്നു"വെന്നു പറഞ്ഞു ആ പത്രം *ഇസ്ക്ര*യുടെമേൽ രോഷാകുലമായി കുറ്റമാരോപി ക്കുകയാണുണ്ടായത് (പേജ് 24) ശരിതന്നെ, ബോധപൂർവമായ വശ ത്തിനെ എത്രകണ്ട് ഊതിപ്പെരുപ്പിച്ചിരിക്കുന്നുവെന്നു നോക്കുക — ആദ്യം പ്രശ്നങ്ങൾക്ക് മുൻകൂട്ടി താത്വികമായ പരിഹാരം കാണുക, പിന്നീട് ആ പരിഹാരമാർഗം ശരിയാണെന്നു സംഘടനയേയും പാർട്ടിയേയും ബഹുജനങ്ങളേയും ബോധ്യപ്പെടുത്താൻ ശ്രമിക്കുക!* ഇതിൽപ്പരം

* ഭീകരപ്രവർത്തനത്തിന്റെ പ്രശ്നത്തിന് 'താത്വികമായ' പരിഹാരം തേടുന്ന അവസര ത്തിൽ തൊഴിലാളിമോചനഗ്രൂപ്പ് ഇതിനുമുമ്പുള്ള വിപ്ലവപ്രസ്ഥാനത്തിന്റെ അനുഭവ ങ്ങളെ സാമാന്യവൽക്കരിച്ചിട്ടുണ്ടെന്ന സംഗതി വിസ്മരിച്ചുകൂടാ.

ധിക്കാരം വേറെന്തുണ്ട്? ആരുടെമേലും യാതൊന്നും 'അടിച്ചേൽപ്പിക്കാൻ' ശ്രമിക്കാതെ ഉള്ളത് അതുപോലെ ആവർത്തിക്കുകയും ഓരോ 'ആട്ടത്തിനു'മനുസരിച്ച് ആടുകയും ചെയ്യുക— സാമ്പത്തികസമരവാദത്തെ ലക്ഷ്യമാക്കിയായാലും ഭീകരപ്രവർത്തനത്തെ ലക്ഷ്യമാക്കിയായാലും ശരി — ഇതെത്രയോ കൂടുതൽ മെച്ചമായിരുന്നേനെ. ലോകപരിജ്ഞാനത്തിന്റെ ഈ മഹൽസൂക്തിയെ *റബോച്ചെയെ ദ്യെലൊ* ഒരു പൊതുതത്വമായി പ്രഖ്യാപിക്കുകകൂടി ചെയ്യുന്നുണ്ട്. "അരൂപമായ പ്രളയത്തിനു മീതെ ചിറകുംവിരുത്തി നിൽക്കുന്ന ഒരു 'ചൈതന്യത്തെ'പ്പോലെ, പ്രസ്ഥാനത്തിനെതിരായി തങ്ങളുടെ സ്വന്തം പരിപാടിയെ അഴിച്ചുവിടുകയാണ്" *ഇസ്ക്രയും സര്യായും* ചെയ്യുന്നതെന്നാണ് അതിന്റെ ആക്ഷേപം (പേജ് 29). എന്നാൽ 'സ്വയമേവയുള്ള പ്രസ്ഥാനത്തിനുമീതെ ചിറകുംവിരുത്തി നിൽക്കുക' മാത്രമല്ല, പ്രസ്ഥാനത്തെ 'സ്വന്തം പരിപാടി'യുടെ നിലവാരത്തിലേക്കുയർത്തുകകൂടി ചെയ്യുന്ന ഒരു 'ചൈതന്യ'മായി വർത്തിക്കുകയെന്നതല്ലെങ്കിൽ പിന്നെ മറ്റെന്താണാവോ സോഷ്യൽഡെമോക്രസിയുടെ കടമ? തീർച്ചയായും പ്രസ്ഥാനത്തിന്റെ വാലിൽതൂങ്ങിക്കൊണ്ടു പോവലല്ല അതിന്റെ ചുമതല: ഏറ്റവും ശുഭപ്രതീക്ഷയോടുകൂടി നോക്കിയാൽത്തന്നെ അതുകൊണ്ട് പ്രസ്ഥാനത്തിനു യാതൊരു നേട്ടവുമുണ്ടാവുകയില്ല; നേരെമറിച്ച് അതു വളരെ വളരെ ആപൽക്കരമായിരിക്കുകയും ചെയ്യും. പക്ഷേ, *റബോച്ചെയെ ദ്യെലൊ* ഈ 'വികാസ പ്രക്രിയ'യെന്ന നിലയ്ക്കുള്ള അടവുകളാണ് അനുവർത്തിക്കുന്നതെന്നുമാത്രമല്ല, ഇതിനെ ഒരു തത്വത്തിന്റെ നിലവാരത്തിലേക്ക് ഉയർത്തുകകൂടി ചെയ്യുന്നുണ്ട്; അതായത് *റബോച്ചെയെ ദ്യെലൊ*വിന്റെ ഈ പോക്കിന് അവസരവാദമെന്നു പറയുന്നതിനേക്കാളധികം വാലിൽതൂങ്ങിവാദമെന്നു പറയുന്നതായിരിക്കും കൂടുതൽ ശരി.* എല്ലായ്പ്പോഴും പ്രസ്ഥാനത്തിന്റെ വാലായിട്ടേപോവൂ എന്നുള്ള ദൃഢവ്രതക്കാർക്ക് 'പ്രസ്ഥാനത്തിന്റെ സ്വയമേവയുള്ള വശത്തിന്റെ പ്രാധാന്യത്തെ ലഘൂകരിക്കുക'യെന്ന തെറ്റിൽനിന്നു പരിപൂർണവും ശാശ്വതവുമായ മുക്തി തീർച്ചയായും കിട്ടുമെന്നുള്ളത് സമ്മതിച്ചേ തീരൂ!

അപ്പോൾ, റഷ്യൻ സോഷ്യൽഡെമോക്രസിയിലുള്ള ഈ 'പുതിയ പ്രവണത'യുടെ മൗലികമായ തെറ്റു കിടക്കുന്നത് 'സ്വയംപ്രവർത്തന'ത്തോടുള്ള കീഴ്വഴക്കത്തിലാണെന്നും, ബഹുജനങ്ങളുടെ സ്വയമേവയുള്ള ഇളക്കം സോഷ്യൽഡെമോക്രാറ്റുകാരായ നമ്മിൽനിന്ന് അത്രയും കൂടുതൽ 'ബോധ'മാണാവശ്യപ്പെടുന്നതെന്നു കാണാത്തതിലാണെന്നും ഞങ്ങൾക്ക് ബോധ്യമായിരിക്കുന്നു. ബഹുജനങ്ങളുടെ സ്വയവേയുള്ള മുന്നേറ്റം എത്രകണ്ടു വലുതാവുന്നുവോ, പ്രസ്ഥാനം എത്ര കണ്ടു വിപുലമായ തോതിൽ പടർന്നുപിടിക്കുന്നുവോ, അത്രയും വേഗത്തിൽ സോഷ്യൽഡെമോക്രസിയുടെ താത്വികവും രാഷ്ട്രീയവും സംഘടനാ

---

* 'ഹ്വൊസ്തിസം' എന്ന വാക്കാണ് ലെനിൻ പ്രയോഗിച്ചിട്ടുള്ളത്. 'ഹ്വൊസ്ത്' എന്ന റഷ്യൻ വാക്കിനു 'വാൽ' എന്നാണർഥം. – പരിഭാഷകൻ.

പരവുമായ പ്രവർത്തനത്തിൽ കൂടുതൽ 'ബോധം' അത്യാവശ്യമായിത്തീരുന്നു.

യുവാക്കളായ സോഷ്യൽഡെമോക്രാറ്റുകാർക്ക് തങ്ങളെ അഭിമുഖീകരിക്കുന്ന വമ്പിച്ച കടമകൾ നിറവേറ്റത്തക്ക തയാറെടുപ്പുണ്ടായിരുന്നില്ല — അത്രയും വേഗത്തിലാണ് റഷ്യയിലെ ബഹുജനങ്ങളുടെ സ്വയമേവയുള്ള ഇളക്കം ഇതുവരേയും ഇന്നും മുന്നോട്ടു നീങ്ങിക്കൊണ്ടിരിക്കുന്നത്. ഈ തയാറെടുപ്പില്ലായ്മ നമ്മുടെ പൊതുവിലുള്ള നിർഭാഗ്യമാണ്, റഷ്യയിലെ എല്ലാ സോഷ്യൽഡെമോക്രാറ്റുകാരുടേയും നിർഭാഗ്യമാണ്. ബഹുജനങ്ങളുടെ മുന്നേറ്റം ഇടതടവില്ലാതെയും തുടർച്ചയായും നീങ്ങിക്കൊണ്ടിരുന്നു, വ്യാപിച്ചുകൊണ്ടിരുന്നു; അത് ആദ്യമാരംഭിച്ച സ്ഥലങ്ങളിൽ പിന്നെയും തുടർന്നുവെന്നുമാത്രമല്ല, പുതിയ പ്രദേശങ്ങളിലേക്കും പുതിയ ജനവിഭാഗങ്ങളിലേക്കും പടർന്നുപിടിച്ചു (തൊഴിലാളിപ്രസ്ഥാനത്തിന്റെ സ്വാധീനശക്തിയുടെ ഫലമായി വിദ്യാർഥികൾക്കിടയിലും ബുദ്ധിജീവികൾക്കിടയിൽ പൊതുവെയും, കൃഷിക്കാർക്കിടയിൽപ്പോലുമുള്ള അസ്വാസ്ഥ്യങ്ങൾ കൂടുതൽ രൂക്ഷമായി). എന്നാൽ, വിപ്ലവകാരികൾ തങ്ങളുടെ 'സിദ്ധാന്തങ്ങ'ളിലും പ്രായോഗികപ്രവർത്തനത്തിലും ഒരുപോലെ ഈ ബഹുജനമുന്നേറ്റത്തിന്റെ പിന്നിൽക്കിടന്നുകളിക്കുകയേ ചെയ്തിട്ടുള്ളു; ഇടതടവില്ലാതെ പ്രവർത്തിക്കുന്നതും പ്രസ്ഥാനത്തെയാകെ നയിക്കാൻ കെൽപ്പുള്ളതുമായ ഒരു സംഘടന സ്ഥാപിക്കാൻ ഇതുവരെ അവർക്കു കഴിഞ്ഞിട്ടില്ല.

ഒന്നാം അധ്യായത്തിൽ ഞങ്ങൾ തെളിയിച്ചുകാട്ടിയത് *റബോച്ചെയെ ദ്യെലൊ* നമ്മുടെ താത്വികകടമകളെ ഇടിച്ചുതാഴ്ത്തിയെന്നാണ്, വെറുമൊരു ഫാഷനായിത്തീർന്നിട്ടുള്ള 'വിമർശനസ്വാതന്ത്ര്യ'മെന്ന മുദ്രാവാക്യത്തെ കേവലം 'സ്വയമേവ' ആവർത്തിക്കുകയാണതു ചെയ്തതെന്നതാണ്. ഈ മുദ്രാവാക്യം ആവർത്തിച്ചവർക്കാകട്ടെ, ജർമനിയിലും റഷ്യയിലുമുള്ള അവസരവാദികളായ 'വിമർശക'ന്മാരും, വിപ്ലവകാരികളും എടുക്കുന്ന നിലപാടുകൾ അന്യോന്യം കടകവിരുദ്ധമാണെന്ന് മനസിലാക്കാനുള്ള 'ബോധം'പോലും ഇല്ലെന്നും ഞങ്ങൾ ചൂണ്ടിക്കാട്ടുകയുണ്ടായി.

'സ്വയംപ്രവർത്തന'ത്തോടുള്ള ഈ ഭക്തി സോഷ്യൽഡെമോക്രസിയുടെ രാഷ്ട്രീയകടമകളുടേയും സംഘടനാപരമായ പ്രവർത്തനത്തിന്റേയും രംഗത്തിൽ ഏതു രൂപത്തിലാണ് പ്രത്യക്ഷപ്പെട്ടിട്ടുള്ളതെന്ന് അടുത്ത അധ്യായങ്ങളിൽ ഞങ്ങൾ ചൂണ്ടിക്കാട്ടാം.

3

ട്രേഡ്‌യൂണിയനിസ്റ്റ് രാഷ്ട്രീയവും സോഷ്യൽഡെമോക്രാറ്റിക് രാഷ്ട്രീയവും

വീണ്ടും ഞങ്ങൾ *റബോച്ചെയെ ദ്യെലൊവിനെ* പ്രശംസിച്ചുകൊണ്ട് സമാരംഭിക്കട്ടെ. *റബോച്ചെയെ ദ്യെലൊവിന്റെ* 10–ാം ലക്കത്തിൽ *ഇസ്ക്രയുമായുള്ള* തന്റെ അഭിപ്രായവ്യത്യാസങ്ങളെ പരാമർശിക്കുന്ന തന്റെ ലേഖനത്തിന് 'അനാചരാദനസാഹിത്യവും തൊഴിലാളി സമരവും' എന്ന തലക്കെട്ടാണ് മർത്തീനൊവ് നൽകിയിട്ടുള്ളത്. ഈ അഭിപ്രായ വ്യത്യാസങ്ങളുടെ കാതൽ അദ്ദേഹം താഴെപ്പറയുംപ്രകാരം വിവരിച്ചിരിക്കുന്നു:

> കേവലം അതിന്റെ (തൊഴിലാളിപ്പാർട്ടിയുടെ) വളർച്ചയുടെ മാർഗം മുടക്കുന്ന ഈ വ്യവസ്ഥയെ തുറന്നുകാട്ടിയതുകൊണ്ട് മാത്രം ഞങ്ങൾക്കു തൃപ്തിപ്പെടാൻ നിവൃത്തിയില്ല. തൊഴിലാളിവർഗത്തിന്റെ അടിയന്തിരവും താൽക്കാലികവുമായ താൽപ്പര്യങ്ങളിലും നമുക്ക് ശ്രദ്ധപതിപ്പിക്കേണ്ടതുണ്ട്. .... *ഇസ്ക്ര* വാസ്തവത്തിൽ..... വിപ്ലവകരമായ പ്രതിപക്ഷത്തിന്റെ മുഖപത്രമാണ്; നമ്മുടെ നാട്ടിലുള്ള സ്ഥിതിഗതികളെ — വിശേഷിച്ചും രാഷ്ട്രീയസ്ഥിതിഗതികളെ — അതു തുറന്നുകാട്ടുന്നു..... ഞങ്ങളാകട്ടെ, തൊഴിലാളികളുടെ സമരവുമായി അടുത്ത സജീവബന്ധങ്ങൾ പുലർത്തിക്കൊണ്ട് തൊഴിലാളിവർഗത്തിന്റെ താൽപ്പര്യങ്ങൾക്കുവേണ്ടി യത്നിക്കുന്നു; ഇനിയും യത്നിക്കുകയും ചെയ്യും.

ഈ പ്രഖ്യാപനത്തിനു മർത്തീനൊവോടു നന്ദി തോന്നാതിരിക്കാൻ വയ്യ തന്നെ. പൊതുവിൽ ഇതിന് അന്യാദൃശമായ പ്രാധാന്യമുണ്ട്; കാരണം, *റബോച്ചെയെ ദ്യെലൊവുമായി* ഞങ്ങൾക്കുള്ള അഭിപ്രായവ്യത്യാസങ്ങളെ മാത്രമല്ല, രാഷ്ട്രീയസമരത്തെ സംബന്ധിച്ചിടത്തോളം ഞങ്ങളും

'സാമ്പത്തികസമരവാദികളും' തമ്മിൽ പൊതുവിലുള്ള അഭിപ്രായഭേദത്തെയാകെ ഇതു ഫലത്തിൽ പരാമർശിക്കുന്നുണ്ട്. 'സാമ്പത്തികസമരവാദികൾ' 'രാഷ്ട്രീയകാര്യങ്ങളെ' നിശ്ശേഷം നിരാകരിക്കുന്നില്ലെന്നും, രാഷ്ട്രീയകാര്യങ്ങളെ സംബന്ധിച്ചുള്ള സോഷ്യൽഡെമോക്രാറ്റിക് ബോധത്തിൽനിന്ന് ട്രേഡ്‌യൂണിയനിസ്റ്റ് ബോധത്തിലേക്ക് സദാപി അവർ വഴുതിപ്പൊയ്ക്കൊണ്ടിരിക്കുന്നുണ്ടെന്നു മാത്രമേ ഉള്ളുവെന്നും മുമ്പുതന്നെ ഞങ്ങൾ ചൂണ്ടിക്കാണിച്ചുവല്ലോ. ശരിക്കും ഇതേമട്ടിലാണ് മർത്തീനൊവും വഴുതിക്കൊണ്ടിരിക്കുന്നത്; അതുകൊണ്ട് ഈ പ്രശ്നത്തിൽ സാമ്പത്തികസമരവാദികൾക്കു പറ്റുന്ന തെറ്റിനു മാതൃകയായി അദ്ദേഹത്തിന്റെ ആവലാതിപറയാൻ *റബോച്ചയ മിസ്ലി*നുള്ള പ്രത്യേക അനുബന്ധത്തിന്റെ കർത്താക്കൾക്കാകട്ടെ, 'സ്വയംമോചനഗ്രൂപ്പ്' പുറപ്പെടുവിച്ച ലഘുലേഖയുടെ കർത്താക്കൾക്കാകട്ടെ, 12–ാം ലക്കം *ഇസ്ക്ര*യിൽ പ്രസിദ്ധീകരിച്ച സാമ്പത്തികസമരവാദികളുടെ കത്തിന്റെ കർത്താക്കൾക്കാകട്ടെ യാതൊരവകാശവുമുണ്ടാവില്ലെന്ന് തെളിയിച്ചുകാട്ടാനും ഞങ്ങൾ ശ്രമിക്കുന്നതാണ്.

(എ) രാഷ്ട്രീയപ്രക്ഷോഭം: അതിന്റെ വ്യാപ്തിയെ സാമ്പത്തികസമരവാദികൾ വെട്ടിച്ചുരുക്കുന്നതെങ്ങനെ?

സാമ്പത്തികമായ പരിത:സ്ഥിതികളെ — എന്നുവെച്ചാൽ ഫാക്ടറികൾക്കകത്തും വ്യവസായങ്ങളിലുമുള്ള പരിത:സ്ഥിതികളെ — തുറന്നുകാട്ടുന്ന ഒരു 'സാഹിത്യ'ത്തിന്റെ സൃഷ്ടിയോടൊപ്പമാണ് റഷ്യൻ തൊഴിലാളികളുടെ സാമ്പത്തികസമരം* പടർന്നുപിടിച്ചതും ശക്തിപ്പെട്ടതുമെന്ന് എല്ലാവർക്കും അറിയാമല്ലോ. ഈ 'ലഘുലേഖകൾ' മുഖ്യമായും ഫാക്ടറികൾക്കകത്തുള്ള സ്ഥിതിഗതികളെ തുറന്നുകാട്ടാനാണ് വിനിയോഗിച്ചിരുന്നത്; ഉടൻതന്നെ തൊഴിലാളികൾക്കിടയിൽ തങ്ങളുടെ സ്ഥിതിഗതികൾ തുറന്നുകാട്ടാനുള്ള ഒരു വെമ്പൽ വർധിച്ചുവശാവുകയും ചെയ്തു. ദാരിദ്ര്യത്തിലാണ്ട തങ്ങളുടെ ജീവിതത്തെ സംബന്ധിച്ചും, എല്ലു വെള്ളമാക്കുന്ന തങ്ങളുടെ അധ്വാനത്തെ സംബന്ധിച്ചും, യാതൊരവകാശങ്ങളും തങ്ങൾക്കില്ലാത്തതുസംബന്ധിച്ചും ഉള്ള പരമാർഥം മുഴുവൻ തുറന്നു പറയുന്ന ഒരു പുതിയതരം ലഘുലേഖ അവർക്കുവേണ്ടി എഴുതിക്കൊടുക്കാൻ സോഷ്യൽഡെമോക്രാറ്റിക് സ്റ്റഡി സർക്കിളുകൾക്ക്

---

* തെറ്റിദ്ധാരണകൾ കൂടാതെ കഴിക്കാൻ ഒരു സംഗതി വ്യക്തമാക്കേണ്ടതാവശ്യമാണെന്നു ഞങ്ങൾ കരുതുന്നു; സാമ്പത്തികസമരമെന്ന പദംകൊണ്ട് ഇവിടെയെന്നല്ല ഈ ലഘുലേഖയിലങ്ങോളമിങ്ങോളം ഞങ്ങളുദ്ദേശിച്ചിട്ടുള്ളത്, എംഗൽസിന്റെ മുമ്പൊരിടത്തുദ്ധരിച്ച ഒരു വാചകത്തിൽ 'മുതലാളികളോടുള്ള ചെറുത്തുനിൽപ്പ്' എന്നദ്ദേഹം വിവരിച്ചുപറഞ്ഞിട്ടുള്ള ആ 'പ്രായോഗിക സാമ്പത്തികസമര'മാണ്; സ്വതന്ത്രരാജ്യങ്ങളിൽ ഇതിനു ട്രേഡ്‌യൂണിയൻ സമരമെന്നു പറയുന്നു. ഞങ്ങൾ 'സാമ്പത്തികസമര'മെന്ന വാക്കുപയോഗിച്ചിട്ടുള്ളത് നമ്മുടെയെല്ലാം ഇടയിൽ പ്രചുരപ്രചാരമായിത്തീർന്നിട്ടുള്ള ആ അർഥത്തിൽത്തന്നെയാണ്.

കഴിവും ആഗ്രഹവുമുണ്ടെന്ന് തൊഴിലാളികൾക്കു ബോധ്യം വന്നതോടുകൂടി ഫാക്ടറികളിൽനിന്നും വർക്ക്ഷോപ്പുകളിൽനിന്നും കത്തുകൾ തുരുതുരെ വന്നുതുടങ്ങി. ഈ 'തുറന്നുകാട്ടൽസാഹിത്യ'ത്തിന്റെ ഫലമായി ഏതെങ്കിലുമൊരു പ്രത്യേകലഘുലേഖയിൽ വിവരിച്ചിട്ടുള്ള ആ പ്രത്യേക ഫാക്ടറിയിൽ മാത്രമല്ല വമ്പിച്ച ഒരു കോളിളക്കമുണ്ടായുള്ളൂ; പിന്നെയോ? കാര്യങ്ങൾ വെളിച്ചത്തായതു സംബന്ധിച്ച് ഏതെല്ലാം ഫാക്ടറികളിലേക്കു വർത്തമാനം വ്യാപിച്ചുവോ, അവിടേക്കെല്ലാം ആ ഇളക്കവും വ്യാപിച്ചു. വിവിധവ്യവസായങ്ങളിലും കമ്പനികളിലും തൊഴിലാളികളുടെ ദാരിദ്ര്യവും അവശതയും ഏതാണ്ടൊരേവിധത്തിൽത്തന്നെയായതുകൊണ്ട് 'തൊഴിലാളികളുടെ ജീവിതത്തെ സംബന്ധിച്ച പരമാർഥം' എല്ലാവരിലും ചലനമുണ്ടാക്കി. ഏറ്റവും പിന്നണിയിൽ കിടക്കുന്ന തൊഴിലാളികൾക്കിടയിൽപോലും 'ഇതെല്ലാം അച്ചടിപ്പിക്കാൻ' ഒരു വല്ലാത്ത ആവേശം ഇളകിവശായി: കൊള്ളയുടേയും മർദനത്തിന്റെയും അടിസ്ഥാനത്തിൽ കെട്ടിപ്പടുത്തിട്ടുള്ള ഇന്നത്തെ സാമൂഹ്യവ്യവസ്ഥയ്ക്ക് മുഴുവനും എതിരായ ഒരു യുദ്ധത്തിന്റെ വെറും പ്രാഥമികമായ ഒരു രൂപത്തിനുവേണ്ടിയുള്ള ശ്രേഷ്ഠമായ ഒരാവേശം! വാസ്തവത്തിൽ ഈ 'ലഘുലേഖകളി'ൽ ബഹുഭൂരിപക്ഷവും ഒരു യുദ്ധപ്രഖ്യാപനമായിരുന്നുതാനും, എന്തെന്നാൽ ഈ തുറന്നുകാട്ടലുകളുടെ ഫലമായി തൊഴിലാളികൾ വളരെയേറെ പ്രക്ഷുബ്ധരായി; ഏറ്റവും നഗ്നമായ അക്രമങ്ങളെ നീക്കം ചെയ്യാൻവേണ്ടിയുള്ള പൊതു ആവശ്യങ്ങൾ മുന്നോട്ടുകൊണ്ടുവരാൻ ഇത് അവരെ പ്രേരിപ്പിക്കുകയും ആ ആവശ്യങ്ങൾക്കുവേണ്ടി പണിമുടക്കങ്ങൾ നടത്താനുള്ള സന്നദ്ധത അവരിലുളവാക്കുകയും ചെയ്തു. അവസാനമായി, ഈ ലഘുലേഖകൾക്ക് ഒരു യുദ്ധപ്രഖ്യാപനമെന്ന നിലയ്ക്കുതന്നെയുള്ള അർഥം കാണാൻ മുതലാളിമാർതന്നെ നിർബന്ധിതരായി; തന്മൂലം മിക്കപ്പോഴും സമരനടപടികൾ പൊട്ടിപ്പുറപ്പെടുന്നതുവരെ അവർ കാത്തിരിക്കുകപോലും ചെയ്തില്ല. ഈ വക ഉള്ളുകള്ളികൾ വെറുതെ ഒന്ന് പ്രസിദ്ധീകരിച്ചാൽത്തന്നെ ഫലം കണ്ടിരുന്നു; അത് സ്വാഭാവികമാണല്ലോ. സുശക്തമായ ഒരു ധാർമികനിർബന്ധത്തിന്റെ ഗൗരവം അവയ്ക്കുണ്ടായി. തൊഴിലാളികൾ മുന്നോട്ടുവച്ച ആവശ്യങ്ങൾ മുഴുവനുമോ അവയിൽ ചിലവയോ ഉടൻതന്നെ അനുവദിച്ചുകിട്ടുന്നതിനു കേവലം ഒരു ലഘുലേഖയുടെ ആവിർഭാവം മാത്രം ഒന്നിലധികം തവണ മതിയായിരുന്നു. ചുരുക്കത്തിൽ, സാമ്പത്തികമായ (അതായത്, ഫാക്ടറികൾക്കകത്തുള്ള സ്ഥിതിഗതികളുടെ) തുറന്നുകാട്ടലുകൾ സാമ്പത്തികസമരത്തിന്റെ ഒരു പ്രധാന ആയുധമായിരുന്നിട്ടുണ്ട്, ഇന്നും അങ്ങനെയാണ്; മുതലാളിത്തവും തൽഫലമായി തൊഴിലാളികൾ സ്വന്തം താൽപ്പര്യം തന്നത്താൻ കാത്തുരക്ഷിക്കേണ്ടതിന്റെ ആവശ്യകതയും നിലനിൽക്കുന്ന കാലത്തോളം അവ ഇനിയുമാവശ്യമായിരിക്കും. യൂറോപ്പിൽ ഇന്ന് ഏറ്റവുമധികം മുന്നണിയിലെത്തിയ രാജ്യങ്ങളിൽപ്പോലും പിന്നോക്കം നിൽക്കുന്ന ഏതെങ്കിലും വ്യവസായത്തിലോ, ദേശീയവ്യവസായ

ത്തിന്റെ വല്ല വിസ്മൃതപ്രായമായ ശാഖയിലോ ഉള്ള അക്രമങ്ങൾ വെളിച്ചത്തുകൊണ്ടുവരുന്നതോടുകൂടിയാണ് തൊഴിലാളികളുടെ വർഗബോധം ഉണർന്നെഴുന്നേൽക്കുന്നതും, ട്രേഡ്യൂണിയൻസമരം സമാരംഭിക്കുന്നതും, സോഷ്യലിസത്തിനു പ്രചാരം ലഭിക്കുന്നതും.*

ഫാക്ടറികൾക്കകത്തുള്ള പരിത:സ്ഥിതികൾ സംഘടിതമായി വെളിച്ചത്തുകൊണ്ടുവരികയെന്ന ഈയൊരു പ്രവൃത്തിയിലാണ് അടുത്ത കാലത്തായി റഷ്യൻ സോഷ്യൽഡെമോക്രാറ്റുകാരിൽ ബഹുഭൂരിപക്ഷവും ഏതാണ്ടു മുഴുവൻ സമയവും വ്യാപൃതരായിരുന്നത്. *റബോച്ചയ മിസ്ലി*ന്റെ പംക്തിയിൽ ഒന്നു പരിശോധിക്കുകയേ വേണ്ടൂ, എത്രത്തോളമാണ് അവരിതിൽ മുഴുകിയിരുന്നതെന്നു വ്യക്തമാവാൻ, ഇത്, ഇതുമാത്രമായാൽ, മൗലികമായി സോഷ്യൽ ഡെമോക്രാറ്റിക് പ്രവർത്തനമല്ലെന്നും, ഇതു വെറും ട്രേഡ്യൂണിയൻ പ്രവർത്തനമാണെന്നുമുള്ള പരമാർഥംപോലും ഇതിൻഫലമായി അവർ വിസ്മരിച്ചു. യഥാർഥത്തിൽ ഈ തുറന്നുകാട്ടലുകൾ ഏതെങ്കിലുമൊരു പ്രത്യേകവ്യവസായത്തിലുള്ള തൊഴിലാളികളും അവരുടെ നേരെമുകളിലുള്ള മുതലാളിമാരും തമ്മിലുള്ള ബന്ധങ്ങളെക്കുറിച്ചുമാത്രമേ പ്രതിപാദിച്ചിരുന്നുള്ളു; അധ്വാനശക്തി വിൽക്കുന്നവർ കൂടുതൽ നല്ല വിലയ്ക്കു തങ്ങളുടെ 'ചരക്കു' വിറ്റഴിക്കേണ്ടതെങ്ങനെയെന്നും, അതു വാങ്ങുന്നവർക്കെതിരായി കേവലം കച്ചവടപരമായ ഒരു കരാറിന്മേൽ മാത്രം പോരാടേണ്ടതെങ്ങനെയെന്നും പഠിച്ചുവെന്നതാണ് ഇതുകൊണ്ടെല്ലാം ആകെയുണ്ടായിട്ടുള്ള നേട്ടം. വിപ്ലവകാരിക

---

* ഈ അധ്യായത്തിൽ ഞങ്ങൾ രാഷ്ട്രീയ സമരത്തെക്കുറിച്ചുമാത്രമേ (ഇതിനെ അതിന്റെ വിപുലമായ അർഥത്തിൽ മനസിലാക്കണമോ, അതോ സങ്കുചിതാർഥത്തിൽ മതിയോ എന്നതിനെക്കുറിച്ചുമാത്രമേ) പ്രതിപാദിക്കുന്നുള്ളൂ. അതുകൊണ്ട്, വെറും കൗതുകത്തിനുവേണ്ടിമാത്രം *ഇസ്ക്ര*യുടെ നേരെ *റബോച്ചെയെ ദ്യെലൊ* ഉന്നയിച്ചിരിക്കുന്ന ഒരാക്ഷേപത്തെപ്പറ്റി ഇവിടെ അൽപ്പമൊന്നു സൂചിപ്പിക്കാം: സാമ്പത്തികസമരത്തോട് *ഇസ്ക്ര* 'വലിയ ഉദാസീനത' കാണിക്കുന്നുപോലും! ('രണ്ടു കോൺഗ്രസുകൾ', പേജ് 27; ഇതുതന്നെ മർത്തീനൊവ് തന്റെ സോഷ്യൽഡെമോക്രസിയും തൊഴിലാളിവർഗവുമെന്ന ലഘുലേഖയിൽ ഒന്നു പുതുക്കി എഴുതിയിട്ടുണ്ട്). *ഇസ്ക്ര*യുടെ വ്യാവസായികപംക്തിയിൽ ഈ ഒരു കൊല്ലത്തിനകം സാമ്പത്തികസമരത്തെപ്പറ്റി ചേർത്തിട്ടുള്ള കിന്റലും റീമുമായിട്ടു തന്നെ മേൽപ്പറഞ്ഞ ആക്ഷേപക്കാർ കണക്കാക്കിനോക്കട്ടെ (അങ്ങിനെയാണല്ലൊ അവരുടെ പതിവ്!); എന്നിട്ട് അതിനെ *റബോച്ചെയെ ദ്യെലൊ*വിന്റെയും *റബോച്ചയ മിസ്ലി*ന്റേയും വ്യാവസായികപംക്തികൾ കൂട്ടിച്ചേർത്തിട്ടുള്ള ആകത്തുകയുമായി തട്ടിച്ചുനോക്കട്ടെ – എന്നാൽക്കൂടി തങ്ങളാണ് ഇതിലും വളരെ വളരെ പിന്നിൽ കിടക്കുന്നതെന്ന് ആക്ഷേപക്കാർക്ക് കാണാൻ കഴിയും. ഒരുവേള ഈ പച്ചപ്പരമാർഥം മനസിലാക്കിയതുകൊണ്ടാവാം സ്വന്തം ചിന്താക്കുഴപ്പത്തെ വിളിച്ചുപറയുന്ന വാദമുഖങ്ങളിൽ അഭയം തേടാൻ അവർ നിർബന്ധിതരാവുന്നത്. അവർ എഴുതുകയാണ്: "ജീവിതത്തിന്റെ അപ്രതിരോധ്യമായ ആവശ്യങ്ങളിൽ ശ്രദ്ധപതിപ്പിക്കാനും, തൊഴിലാളിപ്രസ്ഥാനത്തെ സംബന്ധിക്കുന്ന ചില കത്തുകളെങ്കിലും (!!) പ്രസിദ്ധീകരിക്കാനും *ഇസ്ക്ര* മനസില്ലാമനസോടെ (!) നിർബന്ധിതമാവുന്നുണ്ട"ത്രെ! ('രണ്ടു കോൺഗ്രസുകൾ,' പേജ് 27). തീർച്ചയായും ഇത് എതിരാളിയെ പൊടിഭസ്മമാക്കുന്ന ഒരു വാദമുഖം തന്നെയാണ്!

ളുടേതായ ഒരു സംഘടന ഇതിനെയെല്ലാം വേണ്ടവിധം ഉപയോഗപ്പെടുത്തിയിരുന്നുവെങ്കിൽ ഈ തുറന്നുകാട്ടലുകൾതന്നെ സോഷ്യൽഡെമോക്രാറ്റിക് പ്രവർത്തനത്തിന്റെ ഒരു പ്രാരംഭമായിരുന്നേനെ, ഒരവിഭാജ്യഘടകമായിരുന്നേനെ; എന്നാൽ, അതേ സമയംതന്നെ, ഇതെല്ലാം 'വെറു'മൊരു ട്രേഡ്യൂണിയൻ സമരത്തിലേക്കും, സോഷ്യൽഡെമോക്രസിക്കു ചേർന്നതല്ലാത്ത ഒരുതരം തൊഴിലാളി പ്രസ്ഥാനത്തിലേക്കും വഴിവെട്ടാൻ പര്യാപ്തമായിരുന്നു ('സ്വയം പ്രവർത്തന'ത്തെ ആരാധിക്കുകയെന്ന മനോഭാവത്തിന്റെ പശ്ചാത്തലത്തിലാകട്ടെ, രണ്ടാമത്തേതാണ് അനിവാര്യമായിട്ടുള്ളതും). സോഷ്യൽഡെമോക്രാറ്റുകാർ തൊഴിലാളിവർഗത്തിന്റെ സമരത്തെ നയിക്കുന്നത് അധ്വാനശക്തി കൂടുതൽ നല്ല വിലയ്ക്കു വിറ്റഴിപ്പിക്കാൻ മാത്രമല്ല, പിന്നെയോ, സ്വത്തില്ലാത്തവരെ ധനികവർഗത്തിനു സ്വയം വിൽക്കാൻ നിർബന്ധിക്കുന്ന ഈ സാമൂഹ്യവ്യവസ്ഥയെത്തന്നെ ഇല്ലായ്മ ചെയ്യാൻവേണ്ടിയാണ്. സോഷ്യൽഡെമോക്രസി തൊഴിലാളി വർഗത്തെ പ്രതിനിധീകരിക്കുന്നതു കുറേ മുതലാളിമാരുടെ ഒരു പ്രത്യേകഗ്രൂപ്പുമായുള്ള ബന്ധത്തിന്റെ ചുറ്റുപാടിലല്ല, പിന്നെയോ, ആധുനിക സമുദായത്തിലെ എല്ലാ വർഗങ്ങളുമായുള്ള ബന്ധത്തിന്റെ ചുറ്റുപാടിലാണ്, ഒരു സംഘടിതരാഷ്ട്രീയശക്തിയായ ഭരണകൂടവുമായുള്ള ബന്ധത്തിന്റെ ചുറ്റുപാടിലാണ്. അപ്പോൾ, സോഷ്യൽഡെമോക്രാറ്റുകാർ കേവലം സാമ്പത്തികസമരത്തിനുള്ളിൽ ഒതുങ്ങിനിന്നാൽപോരാ എന്നു മാത്രമല്ല സാമ്പത്തികമായ തുറന്നുകാട്ടലുകൾ സംഘടിപ്പിക്കുകയെന്ന പണി അവരുടെ പ്രവർത്തനങ്ങളുടെ പ്രധാനഭാഗമായിത്തീരാൻതന്നെ അനുവദിച്ചുകൂടാത്തതാകുന്നു. തൊഴിലാളിവർഗത്തിന്റെ രാഷ്ട്രീയവിദ്യാഭ്യാസവും അതിന്റെ രാഷ്ട്രീയബോധത്തെ വളർത്തിക്കൊണ്ടുവരലും നാം സജീവമായി ഏറ്റെടുക്കേണ്ടിയിരിക്കുന്നു; ഇപ്പോഴിതാ, *സര്യ*യും *ഇസ്ക്ര*യും സാമ്പത്തികസമരവാദത്തിന്റെ നേരെ ഒന്നാമതായി ഒരാക്രമണം നടത്തിയശേഷം, ഇക്കാര്യത്തിൽ 'എല്ലാവരും യോജിച്ചിരിക്കുന്നു' താനും (പക്ഷേ, ചിലർ നാമമാത്രമായിട്ടുമാത്രമേ യോജിച്ചിട്ടുള്ളൂ — ഇതു ഞങ്ങൾ ഉടനേ തെളിയിച്ചു കാട്ടിത്തരാം).

ഇവിടെ ഒരു ചോദ്യമുത്ഭവിക്കുന്നു: എന്തൊക്കെയാണ് ഈ രാഷ്ട്രീയവിദ്യാഭ്യാസത്തിലുൾപ്പെടേണ്ടത്? സ്വേചരാധിപത്യഭരണത്തിനെതിരായി തൊഴിലാളിവർഗത്തിന്റെ വെറുപ്പിനെ ആളിക്കത്തിക്കാൻതക്കപ്രചാരവേലമാത്രം മതിയോ? തീർച്ചയായും പോരാ. തൊഴിലാളികളുടെ താൽപ്പര്യങ്ങൾ മുതലാളിമാരുടേതിനെതിരാണെന്ന് ചുമ്മാ അവർക്കു വിവരിച്ചുകൊടുത്താൽ മാത്രം മതിയാവാത്തതുപോലെ, തൊഴിലാളികൾ രാഷ്ട്രീയമായി മർദിതരാണെന്നും കേവലം അവർക്കു വിവരിച്ചുകൊടുത്തതുകൊണ്ടുമാത്രം മതിയാവുകയില്ല. സാമ്പത്തികമർദനത്തിന്റെ വ്യക്തമായ ഉദാഹരണങ്ങളെടുത്തുകാട്ടി പ്രക്ഷോഭംകൂട്ടാൻ നാം ആരംഭിച്ചിട്ടുണ്ടല്ലൊ. അതേപ്രകാരംതന്നെ രാഷ്ട്രീയമർദനത്തിന്റെയും ഓരോ വ്യക്തമായ ഉദാഹരണത്തെയുമുപയോഗിച്ചു പ്രക്ഷോഭംകൂട്ടേണ്ടതുണ്ട്. സമു

ദായത്തിലെ അങ്ങേയറ്റം വിഭിന്നങ്ങളായ വർഗങ്ങളെ രാഷ്ട്രീയമർദനം ബാധിക്കുന്നതുകൊണ്ട് — വ്യാവസായികവും പൗരാവകാശപരവും, വ്യക്തിപരവും കൗടുംബികവും മതപരവും ശാസ്ത്രസംബന്ധവും മറ്റും, മറ്റുമായ ജീവിതവ്യാപാരങ്ങളുടെ നാനാതുറകളിലും അതു പ്രകടമാകുന്ന സ്ഥിതിക്ക് — സ്വേഛാധിപത്യത്തെ അതിന്റെ എല്ലാവശങ്ങളിലും രാഷ്ട്രീയമായി തുറന്നുകാട്ടുകയെന്ന കടമ നാം സംഘടിതമായി ഏറ്റെടുക്കാത്തപക്ഷം തൊഴിലാളികളുടെ രാഷ്ട്രീയബോധത്തെവളർത്തുകയെന്ന കർത്തവ്യം നാം പരിപാലിക്കാതിരിക്കലായിരിക്കും ഫലമെന്നു വ്യക്തമല്ലേ? സാമ്പത്തികപ്രക്ഷോഭം നടത്താൻവേണ്ടി ഫാക്ടറികൾക്കകത്തുള്ള അഴിമതികൾ തുറന്നുകാട്ടേണ്ടതാവശ്യമായിരുന്നതുപോലെ, രാഷ്ട്രീയമർദനത്തിന്റെ വ്യക്തമായ ഉദാഹരണങ്ങളുടെ ചുറ്റും പ്രക്ഷോഭം നടത്താൻവേണ്ടി ആ ഉദാഹരണങ്ങളേയും തുറന്നുകാട്ടേണ്ടതാവശ്യമാണ്.

ഇതെല്ലാം വേണ്ടത്ര വ്യക്തമായിക്കഴിഞ്ഞിട്ടുണ്ടെന്നാണ് ഒരാൾ വിചാരിച്ചേക്കുക, എന്നാൽ, രാഷ്ട്രീയബോധത്തെ അതിന്റെ എല്ലാവശങ്ങളിലും വളർത്തേണ്ടതിന്റെ ആവശ്യകത 'എല്ലാവരും' സമ്മതിച്ചിട്ടുള്ളതു വെറും വാക്കുകളിൽ മാത്രമാണെന്നു കാണുന്നു. ഉദാഹരണത്തിന്, രാഷ്ട്രീയമായ തുറന്നുകാട്ടൽ വ്യാപകമായി സംഘടിപ്പിക്കുകയെന്ന കടമ — അല്ലെങ്കിൽ, ആ പണി ഒന്നു തുടങ്ങിവയ്ക്കുകയെങ്കിലുമെന്നത് — *റബോച്ചെയെ ദ്യെലൊ* സ്വയം നിർവഹിച്ചിട്ടില്ലെന്നു മാത്രമല്ല, ആ പണി ഏറ്റെടുത്തുകഴിഞ്ഞ *ഇസ്ക്രയെ* അതിൽനിന്നു പിറകോട്ടു പിടിച്ചുവലിക്കാൻകൂടി പരിശ്രമിക്കുന്നതായിക്കാണുന്നു. ഇതൊന്നു ശ്രദ്ധിച്ചുനോക്കുക: "തൊഴിലാളിവർഗത്തിന്റെ രാഷ്ട്രീയസമരം അതിന്റെ സാമ്പത്തികസമരത്തിന്റെ ഏറ്റവുമധികം വിപുലവും, വളർച്ചപ്രാപിച്ചതും, ഫലപ്രദവുമായ രൂപംമാത്രമാണ്" (*റബോച്ചെയെ ദ്യെലൊവിന്റെ* 1-ാം ലക്കത്തിൽ 3-ാം പേജിൽ പ്രസിദ്ധീകരിച്ചിട്ടുള്ള പരിപാടി). ഇത്ര 'മാത്ര' മല്ലെന്നുള്ളതാണ് പരമാർഥം! "സാമ്പത്തികസമരത്തിനു തന്നെ കഴിവുള്ളടത്തോളം ഒരു രാഷ്ട്രീയസ്വഭാവം നൽകുകയെന്ന കടമയാണ് (സോഷ്യൽ ഡെമോക്രാറ്റുകാരെ ഇപ്പോൾ അഭിമുഖീകരിക്കുന്നത്" (മർത്തീനൊവ്, *റബോച്ചെയെ ദ്യെലൊ*, ലക്കം 10, പേജ് 42). "സജീവമായ രാഷ്ട്രീയസമരത്തിലേക്ക് ബഹുജനങ്ങളെ ആകർഷിക്കുന്നതിന് ഏറ്റവും വിപുലമായതോതിൽ ഉപയോഗിക്കാവുന്ന ഒരു മാർഗമാണ് സാമ്പത്തികസമരം" (യൂണിയന്റെ[64] കോൺഗ്രസ് പാസാക്കിയ പ്രമേയവും അതിനുള്ള 'ഭേദഗതി'കളും; 'രണ്ടു കോൺഗ്രസുകൾ' പേജ് 11, 17). *റബോച്ചെയെ ദ്യെലൊവിന്റെ* ആദ്യലക്കം മുതൽ അതിന്റെ ഏറ്റവും ഒടുവിലത്തെ 'പത്രാധിപന്മാർക്കുള്ള നിർദേശങ്ങൾ' വരെ നോക്കിയാൽ ഇത്തരം നിർവചനങ്ങളെക്കൊണ്ട് അതു നിറഞ്ഞിരിക്കുന്നതായി വായനക്കാർക്കു കാണാം; അവയെല്ലാംതന്നെ രാഷ്ട്രീയപ്രക്ഷോഭത്തെസംബന്ധിച്ചും ഒരൊറ്റ അഭിപ്രായമാണ് പ്രകടിപ്പിക്കുന്നതെന്നുള്ളതും സ്പഷ്ടമാണ്. ഈ അഭിപ്രാ

യത്തെ, എല്ലാ സാമ്പത്തികസമരവാദികൾക്കും ഇടയിലുള്ള ഒരു വീക്ഷണകോണത്തിന്റെ അടിസ്ഥാനത്തിൽ — അതായത്, രാഷ്ട്രീയപ്രക്ഷോഭം സാമ്പത്തികപ്രക്ഷോഭത്തെ അനുഗമിക്കുകമാത്രമേ ചെയ്യൂ എന്ന അടിസ്ഥാനത്തിൽ — ഒന്നു പരിശോധിച്ചുനോക്കുക. സാമ്പത്തികസമരം ബഹുജനങ്ങളെ രാഷ്ട്രീയസമരത്തിലേക്കാർകർഷിക്കുവാൻവേണ്ടി 'ഏറ്റവും വിപുലമായി ഉപയോഗിക്കാവുന്ന ഒരു മാർഗ'മാണെന്നത് പൊതുവിൽ* വാസ്തവമാണോ? ഇതു തീരെ അവാസ്തവമാണ്. സാമ്പത്തികസമരത്തോടു ബന്ധപ്പെട്ട അഴിമതികൾക്കു പുറമേ, പൊലീസ് താന്തോന്നിത്തത്തിന്റേയും സ്വേഛാധിപത്യഭരണത്തിന്റെ തോന്ന്യവാസങ്ങളുടേയും നാനാമുഖമായ എല്ലാത്തരം പ്രകടനങ്ങളും ബഹുജനങ്ങളെ 'ആകർഷി'ക്കുന്നതിന് അത്രതന്നെ 'വിപുലമായ തോതിൽ ഉപയോഗിക്കാവുന്ന' ഉപാധികളാണ്. സെംസ്ക്കിയ് നച്ചാൽനിക്കു (ഗ്രാമസൂപ്രണ്ടു) കളുടെ[65] താന്തോന്നിത്തങ്ങൾ, കൃഷിക്കാരെ ചാട്ടവാറുകൊണ്ടടിക്കൽ, ഉദ്യോഗസ്ഥന്മാരുടെ കൈക്കൂലിയഴിമതികൾ, പട്ടണങ്ങളിലെ, 'സാധാരണജനങ്ങളോടു'ള്ള പൊലീസിന്റെ പെരുമാറ്റങ്ങൾ, പട്ടിണിയിലാണ്ടവരോടുള്ള സമരം, വെളിച്ചത്തിനും വിജ്ഞാനത്തിനുംവേണ്ടിയുള്ള ജനകീയപരിശ്രമങ്ങളെ അടിച്ചമർത്തൽ, നികുതികൾ പിടിച്ചുപറിക്കൽ, മതവിഭാഗങ്ങൾക്കെതിരായ മർദനം, പട്ടാളത്തിനകത്തുള്ള കഠോരമായ ശിക്ഷണം, വിദ്യാർഥികളോടും ഉൽപ്പതിഷ്ണുക്കളായ ബുദ്ധിജീവികളോടുമുള്ള പട്ടാളപരമായ പെരുമാറ്റങ്ങൾ — ഇതൊക്കെയും, ഇതുപോലുള്ള വേറെ ഒരായിരം സ്വേഛാധിപത്യപ്രകടനങ്ങളും (ഇവയൊന്നും പ്രത്യക്ഷത്തിൽ 'സാമ്പത്തികസമര'വുമായി ബന്ധപ്പെട്ടതല്ലെങ്കിൽക്കൂടി) രാഷ്ട്രീയപ്രക്ഷോഭത്തിന് അത്രതന്നെ പറ്റിയ വിഷയങ്ങളും, ബഹുജനങ്ങളെ രാഷ്ട്രീയ സമരത്തിലേക്കാകർഷിക്കുന്നതിന് അത്രതന്നെ, 'വിപുലമായ തോതിൽ ഉപയോഗിക്കാവുന്ന' ഉപാധികളുമല്ലെന്നുണ്ടോ? നേരെ

---

* പൊതുതത്വങ്ങളെക്കുറിച്ചും പാർട്ടിയുടെ മൊത്തത്തിലുമുള്ള പൊതുകടമകളെക്കുറിച്ചും മാത്രമേ *റബോചെയ്യെ ദ്യെലൊ* പ്രതിപാദിക്കുന്നുള്ളൂ; അതുകൊണ്ടാണ് ഞങ്ങളും 'പൊതുവിൽ' എന്നുപറയുന്നത്. രാഷ്ട്രീയപ്രവർത്തനം സാമ്പത്തിക പ്രവർത്തനത്തിനു ശേഷമേ നിവൃത്തിയുള്ളുവെന്ന ഒരു നില പലപ്പോഴും പ്രായോഗികപ്രവർത്തനത്തിൽ തീർച്ചയായും ഉളവാകും; പക്ഷേ, റഷ്യക്കു മുഴുവൻ ബാധകമാക്കാൻ ഉദ്ദേശിക്കപ്പെട്ടിട്ടുള്ള ഒരു പ്രമേയത്തിൽ അങ്ങനെയൊരു സംഗതി എടുത്തുപറയാൻ സാമ്പത്തികസമരവാദികൾക്കു മാത്രമേ സാധിക്കുകയുള്ളൂ. 'സാമ്പത്തികമായ ഒരടിസ്ഥാനത്തിൽ മാത്രം' രാഷ്ട്രീയപ്രക്ഷോഭം നടത്താൻ 'ആദ്യംമുതൽക്കുതന്നെ' സാധ്യതയുള്ള ചില അവസരങ്ങൾ തീർച്ചയായും ഉത്ഭവിക്കുന്നുണ്ട്; എന്നാൽക്കൂടി 'അതിന്റെ യാതൊരാവശ്യവും ഒരിക്കലും ഇല്ലെ'ന്നാണ് *റബോചെയ്യെ ദ്യെലൊ* ഉരിയാടിയത്! ('രണ്ടു കോൺഗ്രസുകൾ', പേജ് 11). സോഷ്യൽഡെമോക്രസിക്കുള്ള ട്രേഡ്യൂണിയനിസ്റ്റ് കടമകളെ 'രാഷ്ട്രീയപ്രവർത്തകന്മാ'രും വിപ്ലവകാരികളും തങ്ങളുടെ അടവുകളിൽ ഉൾപ്പെടുത്താതിരിക്കുന്നില്ലെന്നു മാത്രമല്ല, നേരെമറിച്ച് ഈ അടവുകളുടെ അടിസ്ഥാനത്തിൽ മാത്രമേ അത്തരം കടമകൾ വിട്ടുവീഴ്ചയില്ലാതെ നിർവഹിക്കപ്പെടുകയുള്ളുവെന്നുകൂടി അടുത്ത അധ്യായത്തിൽ ഞങ്ങൾ തെളിയിച്ചുതരാം.

മറിച്ചാണ് വാസ്തവം. സ്വേഛാധിപത്യത്തിൽനിന്നും, അക്രമത്തിൽനിന്നും, യാതൊരവകാശങ്ങളുമില്ലാത്ത അവസ്ഥയിൽനിന്നും തൊഴിലാളികൾക്കു വ്യക്തിപരമായോ തങ്ങളുമായി ബന്ധപ്പെട്ടവർമുഖേനയോ അനുഭവിക്കേണ്ടിവരുന്ന എണ്ണിയാലൊടുങ്ങാത്ത ദുരിതങ്ങളിൽ താരതമ്യേന വളരെക്കുറിച്ചുമാത്രമേ പ്രത്യക്ഷത്തിൽത്തന്നെ ട്രേഡ്യൂണിയൻ സമരത്തിലുള്ള പൊലീസ് താന്തോന്നിത്തത്തിന്റെ ഫലമായി ഉത്ഭവിക്കാറുള്ളുവെന്നത് തീർച്ചയാണ്. അങ്ങനെയിരിക്കേ, ഇത്തരം ഉപാധികളിൽ ഒന്നുമാത്രമാണ് 'ഏറ്റവുമധികം വിപുലമായതോതിൽ ഉപയോഗിക്കാവുന്നതെ'ന്നു പ്രഖ്യാപിച്ച് എന്തിനാണ് നാം മുൻകൂട്ടിത്തന്നെ രാഷ്ട്രീയ പ്രക്ഷോഭത്തിന്റെ വ്യാപ്തി വെട്ടിച്ചുരുക്കുന്നത്? അത്രതന്നെ 'വിപുലമായ തോതിൽ ഉപയോഗിക്കാവുന്ന'തെന്നു പൊതുവിൽപ്പറയാവുന്ന വേറെയും മാർഗങ്ങൾ സോഷ്യൽ ഡെമോക്രാറ്റുകാരുടെ കയ്യിലുള്ളപ്പോൾ എന്തിനിങ്ങനെ ചെയ്യുന്നു?

അതിവിദൂരമായ കാലത്ത് (ഒരു മുഴുവൻ സംവത്സരത്തിനു മുമ്പെ...!) *റബോച്ചെയെ ദ്യെലൊ* ഇങ്ങനെ എഴുതുകയുണ്ടായി: "ഒരു പണിമുടക്കം കഴിയുമ്പോൾ, അല്ലെങ്കിൽ നിശ്ചയമായും ഏതാനും പണിമുടക്കങ്ങൾ കഴിയുമ്പോൾ, തങ്ങൾക്കെതിരായി ഗവൺമെന്റ് പൊലീസിനെ അയയ്ക്കുന്ന നിമിഷംതൊട്ട് ബഹുജനങ്ങൾക്ക് അടിയന്തിര രാഷ്ട്രീയാവശ്യങ്ങളെക്കുറിച്ചുള്ള ധാരണ വന്നുതുടങ്ങുന്നു" (ആഗസ്ത് 1900, ലക്കം 7, പേജ് 15). പടിപടിയായി സമരംചെയ്യണമെന്ന അവസരവാദപരമായ ഈ സിദ്ധാന്തത്തെ വിദേശയൂണിയൻ ഇപ്പോൾ നിരാകരിക്കുന്നു. ഞങ്ങളോടുള്ള ഒരു വിട്ടുവീഴ്ചയെന്ന ഭാവേന അത് ഇങ്ങനെ പ്രഖ്യാപിക്കുന്നു: "ആരംഭംമുതൽക്കുതന്നെ വെറും സാമ്പത്തികാടിസ്ഥാനത്തിൽമാത്രമേ രാഷ്ട്രീയപ്രക്ഷോഭം നടത്താവൂ എന്നില്ല" ('രണ്ടു കോൺഗ്രസുകൾ', പേജ് 11). നമ്മുടെ സാമ്പത്തികസമരവാദികൾ സോഷ്യലിസത്തെ എത്രത്തോളം അധഃപതിപ്പിച്ചിരിക്കുന്നുവെന്ന വസ്തുത റഷ്യൻ സോഷ്യൽഡെമോക്രസിയുടെ ഭാവിചരിത്രകാരനെ ബോധ്യപ്പെടുത്താൻ അനേകം സുദീർഘവാദമുഖങ്ങളെക്കാൾ കൂടുതൽ ഉതകുന്നത് യൂണിയൻ തങ്ങളുടെ മുമ്പിലത്തെ തെറ്റുകൾ ഇങ്ങനെ ഭാഗികമായെങ്കിലും നിരാകരിക്കുന്നുണ്ടെന്ന സംഗതിയാണ്. എന്നാൽ രാഷ്ട്രീയപ്രവർത്തനത്തിന്റെ വ്യാപ്തി വെട്ടിച്ചുരുക്കുന്നതിനുള്ള ഒരു മാർഗം ഉപേക്ഷിച്ചാൽ അതിനുള്ള വേറൊരു മാർഗം ഞങ്ങളെക്കൊണ്ട് അംഗീകരിപ്പിക്കാമെന്ന് വിദേശയൂണിയൻ കരുതുന്നുണ്ടെങ്കിൽ അതുവെറും വ്യാമോഹമാണ്. സാമ്പത്തികസമരം കഴിയുന്നത്ര വിപുലമായ അടിസ്ഥാനത്തിൽ നടത്തേണ്ടതാണെന്നും രാഷ്ട്രീയപ്രക്ഷോഭത്തിനുവേണ്ടി അതിനെ സദാ വിനിയോഗിക്കണമെന്നും അതേ സമയം ബഹുജനങ്ങളെ സജീവരാഷ്ട്രീയസമരത്തിൽ കൊണ്ടുവരുന്നതിലേക്ക് ഏറ്റവും വിപുലമായ തോതിൽ ഉപയോഗിക്കാവുന്ന മാർഗമായി സാമ്പത്തികസമരത്തെ കരുതേണ്ട 'യാതൊരാവശ്യവുമില്ലെന്നും' പറയുന്നതല്ലേ കൂടുതൽ യുക്തിയുക്തമായിട്ടുള്ളത്?

ജൂതത്തൊഴിലാളിയൂണിയന്റെ ('ബുന്ദി'[66]ന്റെ) നാലാം കോൺഗ്രസിന്റെ പ്രമേയങ്ങളിലൊന്നിൽ അടങ്ങിയിട്ടുള്ള 'ഏറ്റവും നല്ല മാർഗം' എന്ന പദപ്രയോഗത്തെ തങ്ങൾ 'ഏറ്റവും വിപുലമായ തോതിൽ ഉപയോഗിക്കാവുന്ന മാർഗം' എന്നാക്കിമാറ്റിയെന്നതിൽ യൂണിയൻ കുറേ പ്രാധാന്യം കൽപ്പിക്കുന്നുണ്ട്. ഈ പ്രമേയങ്ങളിൽ ഏതാണ് കൂടുതൽ നല്ലതെന്നു പറയാൻ ഞങ്ങൾക്കു വലിയ പ്രയാസമുണ്ടെന്നു സമ്മതിച്ചേ തീരൂ. ഞങ്ങളുടെ അഭിപ്രായത്തിൽ രണ്ടും 'കൂടുതൽ ചീത്ത'യാണ്. രാഷ്ട്രീയകാര്യങ്ങൾക്കു കേവലം സാമ്പത്തികവും ട്രേഡ്‌യൂണിയനിസ്റ്റ് മട്ടിലുള്ളതുമായ വ്യാഖ്യാനം നൽകുകയെന്ന അബദ്ധത്തിൽ യൂണിയനും ബുന്ദും രണ്ടും ചെന്നുചാടുന്നുണ്ട് (ഒരുപക്ഷേ, ഇതു കുറെ തന്നത്താനറിയാതെയാവാം; പാരമ്പര്യത്തിന്റെ പ്രേരണകൊണ്ടാവാം). ഈ അബദ്ധം 'ഏറ്റവും നല്ല' എന്ന പദപ്രയോഗംകൊണ്ടാണോ പ്രകടിപ്പിച്ചിട്ടുള്ളത്, അതോ 'ഏറ്റവും വിപുലമായ തോതിൽ പ്രയോഗിക്കാവുന്ന' എന്ന വാക്കുകൊണ്ടോ എന്നുള്ളത് ഫലത്തിൽ യാതൊരു വ്യത്യാസവും വരുത്തുന്നില്ല. 'സാമ്പത്തികാടിസ്ഥാനത്തിലുള്ള രാഷ്ട്രീയപ്രക്ഷോഭം' ഏറ്റവുമധികം ഇതുവരെ 'ഉപയോഗിച്ചുവന്നിട്ടുള്ള' മാർഗമാണെന്നായിരുന്നു ('ഉപയോഗിക്കാവുന്ന' എന്നതിനുപകരം) യൂണിയൻ പറഞ്ഞിരുന്നതെങ്കിൽ, നമ്മുടെ സോഷ്യൽഡെമോക്രാറ്റിക് പ്രസ്ഥാനത്തിന്റെ വളർച്ചയിൽ ഒരു പ്രത്യേക കാലഘട്ടത്തെസംബന്ധിച്ചിടത്തോളം അതു വാസ്തവമാകുന്നു. 'സാമ്പത്തികസമരവാദികളെ' സംബന്ധിച്ചിടത്തോളം അതു ശരിയാവും; മിക്കവാറും സാമ്പത്തികാടിസ്ഥാനത്തിൽ മാത്രം രാഷ്ട്രീയപ്രക്ഷോഭം നടത്തിയിരുന്ന 1898–1901–ലെ പ്രായോഗികപ്രവർത്തകന്മാരിൽ ഭൂരിപക്ഷത്തെയല്ലെങ്കിൽപ്പോലും വളരെപ്പേരെസംബന്ധിച്ചിടത്തോളമെങ്കിലും അതു ശരിയായിരിക്കും. (ഇതുതന്നെ ഈ രീതിയിലുള്ള പ്രക്ഷോഭം യഥാർഥത്തിൽ നടത്തിയിരുന്നവർക്കുമാത്രമേ ബാധകമാകുന്നുള്ളു). ഇത്തരത്തിലുള്ള രാഷ്ട്രീയപ്രക്ഷോഭത്തെ *റബോച്ചയ മിസ്ലും* 'സ്വയംമോചനഗ്രൂപ്പും' അംഗീകരിക്കുക മാത്രമല്ല, ശുപാർശചെയ്യുകകൂടി ചെയ്തിരുന്നുവെന്നു നാം കണ്ടുവല്ലോ! പ്രയോജനകരമായ സാമ്പത്തികപ്രക്ഷോഭത്തോടൊപ്പം രാഷ്ട്രീയസമരത്തിന്റെ പരിധി ആപൽക്കരമാംവിധം വെട്ടിച്ചുരുക്കപ്പെടുകയാണുണ്ടായതെന്ന വസ്തുതയെ *റബോച്ചയെ ദ്യെലൊ* ശക്തിയായി ആക്ഷേപിക്കേണ്ടതായിരുന്നു; എന്നാൽ അങ്ങനെ ചെയ്യുന്നതിനു പകരം ഇതുവരെ ഏറ്റവും വിപുലമായി ഉപയോഗിക്കപ്പെട്ടുവന്നിട്ടുള്ള (എന്നുവെച്ചാൽ, സാമ്പത്തികസമരവാദികൾ ഉപയോഗിച്ചുവന്നിട്ടുള്ള) ആ പ്രക്ഷോഭരീതി ഏറ്റവും വിപുലമായി ഉപയോഗിക്കാവുന്ന രീതിയാണെന്നു പ്രഖ്യാപിക്കുകയാണതു ചെയ്യുന്നത്! ഈയാളുകളെ സാമ്പത്തികസമരവാദികളെന്നു ഞങ്ങൾ വിളിക്കുമ്പോൾ ഞങ്ങളുടെ നേരെ ശകാരം ചൊരിയുകയും, ഞങ്ങളെ 'കാപട്യക്കാരും' 'പൊളിപ്പന്മാരും' 'പോപ്പിന്റെ ഏജന്റുമാരും' 'അപവാദപ്രചാരകരു'*മായി

---

* 'രണ്ടു കോൺഗ്രസുകൾ' എന്ന ലഘുലേഖയിൽ 31, 32, 28, 30 എന്നീ പേജുകളിൽ ഉപയോഗിച്ചിട്ടുള്ള പ്രയോഗങ്ങൾ തന്നെയാണിവ.

മുദ്രകുത്തുകയും ഞങ്ങളെ ഭയങ്കരമായി ദ്രോഹിച്ചെന്നു നാടാകെ പരാതിപ്പെടുകയും 'ഒരൊറ്റ സോഷ്യൽഡെമോക്രാറ്റിക് സംഘടനയിലും സാമ്പത്തികസമരവാദത്തിന്റെ ഛായയപോലുമില്ലെ'ന്ന്* മിക്കവാറും ആണയിട്ടു പ്രഖ്യാപിക്കുകയും ചെയ്യുന്നതൊഴിച്ചാൽ മറ്റൊന്നും ഇവരെക്കൊണ്ടാവില്ലെന്നതിൽ അത്ഭുതത്തിനവകാശമില്ല. ഓ! ഈ ദുഷിച്ച നുണയൻ രാഷ്ട്രീയക്കാർ! മനുഷ്യജാതിയോടുള്ള വെറുപ്പുകൊണ്ടുമാത്രം മറ്റുള്ളവരെ ഭയങ്കരമായി ദ്രോഹിക്കാൻവേണ്ടി അവർ മനപ്പൂർവം കെട്ടിച്ചമച്ചുണ്ടാക്കിയതായിരിക്കണം ഈ സാമ്പത്തികസമരവാദം!

സോഷ്യൽഡെമോക്രസിയുടെ കടമകൾ വ്യക്തമാക്കുന്ന അവസരത്തിൽ 'സാമ്പത്തികസമരത്തിനുതന്നെ ഒരു രാഷ്ട്രീയസ്വഭാവം നൽകുക' എന്ന വാക്കുകൾക്ക് എന്തു വ്യക്തമായ അർഥമാണ് മർത്തീനൊവ് കൽപ്പിക്കുന്നത്? തൊഴിലാളികളുടെ അധ്വാനശക്തി വിൽക്കുന്നതിൽ കൂടുതൽ നല്ല വില അവർക്കു കിട്ടാറാവാൻവേണ്ടി — കൂടുതൽ നല്ല ജീവിതസൗകര്യങ്ങളും തൊഴിൽസൗകര്യങ്ങളും അവർക്കു കിട്ടാൻവേണ്ടി — അവർ തങ്ങളുടെ മുതലാളിമാർക്കെതിരായി നടത്തുന്ന കൂട്ടായ സമരമാണ് സാമ്പത്തികസമരം. ഈ സമരം അതാതു ട്രേഡിനെ (തൊഴിലിനെ) ആസ്പദിച്ചിരിക്കുമെന്നുള്ളത് നിർബന്ധമാണ്; കാരണം, വിവിധ തൊഴിലുകളിലെ തൊഴിൽവ്യവസ്ഥകൾ അന്യോന്യം വളരെയധികം വ്യത്യാസപ്പെട്ടിരിക്കും; അതുകൊണ്ട് ഈ വ്യവസ്ഥകളെ കൂടുതൽ പരിഷ്കരിക്കാൻവേണ്ടിയുള്ള സമരം അതാതു തൊഴിൽസംഘടനകളിൽക്കൂടി മാത്രമേ നടത്താൻ കഴിയുകയുള്ളൂ (ഉദാ: പാശ്ചാത്യരാജ്യങ്ങളിലെ ട്രേഡ്യൂണിയനുകൾ, റഷ്യയിലെ താൽക്കാലികതൊഴിൽരാജ്യങ്ങളിലെ തൊഴിൽസംഘങ്ങൾ, ലഘുലേഖകൾ, മറ്റും മറ്റും). അപ്പോൾ, 'സാമ്പത്തികസമരത്തിനുതന്നെ ഒരു രാഷ്ട്രീയ സ്വഭാവം നൽകുക' എന്നുവച്ചാൽ ഈ തൊഴിൽസംബന്ധമായ ആവശ്യങ്ങൾ സാധിച്ചുകിട്ടാൻവേണ്ടി, ഓരോ വ്യത്യസ്ത തൊഴിൽ വിഭാഗത്തിലുമുള്ള തൊഴിൽവ്യവസ്ഥകളെ പരിഷ്കരിക്കാൻവേണ്ടി, 'നിയമപരവും ഭരണപരവുമായ നടപടികൾ മുഖേന' യത്നിക്കുകയെന്നാണർഥം (ഇതു മർത്തീനൊവ്തന്നെ തന്റെ ലേഖനത്തിലെ അടുത്ത പേജിൽ പ്രസ്താവിച്ചിട്ടുള്ളതാണ്; പേജ് 43). ഇതുതന്നെയാണ് ട്രേഡ്യൂണിയനുകൾ നിർവഹിച്ചുവരുന്ന — എല്ലായ്പ്പോഴും നിർവഹിച്ചുപോന്നിട്ടുള്ള — പ്രവൃത്തി. തികച്ചും ശാസ്ത്രീയവും, അതേസമയംതന്നെ 'തികച്ചും' അവസരവാദമയവുമായ വെബ് ദമ്പതികളുടെ കൃതികൾ വായിച്ചുനോക്കുക; അപ്പോൾ നിങ്ങൾക്കു കാണാൻ കഴിയും, 'സാമ്പത്തികസമരത്തിനുതന്നെ ഒരു രാഷ്ട്രീയസ്വഭാവം നൽകുക'യെന്ന കടമ ബ്രിട്ടീഷ് ട്രേഡ്യൂണിയനുകൾ പണ്ടേക്കുപണ്ടേ അംഗീകരിക്കുകയും നടപ്പിൽവരുത്തുകയും ചെയ്തുപോന്നിട്ടുണ്ടെന്ന്. പണിമുടക്കാനുള്ള അവകാശത്തിനുവേണ്ടിയും, കോ-ഓപ്പറേറ്റീവ് — ട്രേഡ്യൂണിയൻപ്രസ്ഥാനങ്ങളെ തടസപ്പെടുത്തുന്ന നിയമപരമായ എല്ലാ

* 'രണ്ടു കോൺഗ്രസുകൾ', പേജ് 32.

കീറാമുട്ടികളേയും തട്ടിനീക്കുന്നതിനു വേണ്ടിയും സ്ത്രീകളേയും കുട്ടികളേയും സംരക്ഷിക്കാനുള്ള നിയമങ്ങൾക്കുവേണ്ടിയും ആരോഗ്യപരവും ഫാക്ടറിസംബന്ധവുമായ നിയമനിർമാണം മുഖേന തൊഴിൽവ്യവസ്ഥകളെ പരിഷ്കരിക്കാൻവേണ്ടിയും മറ്റും എത്രയോ കാലമായി അവർ പോരാടിവരുന്നവരാണ്.

അപ്പോൾ, 'സാമ്പത്തികസമരത്തിനുതന്നെ ഒരു രാഷ്ട്രീയസ്വഭാവം നൽകുക'യെന്ന കനത്ത മുദ്രാവാക്യം — പ്രത്യക്ഷത്തിൽ അതെത്ര 'ഭയങ്കര'മാംവിധം ഗഹനവും വിപ്ലവാത്മകവുമാണെന്നു തോന്നിയാൽപ്പോലും — യഥാർഥത്തിൽ ട്രേഡ്‌യൂണിയനിസത്തിന്റെ രാഷ്ട്രീയത്തിന്റെ നിലവാരത്തിലേക്ക് സോഷ്യൽഡെമോക്രസിയുടെ രാഷ്ട്രീയത്തെ അധഃപതിപ്പിക്കാനുള്ള ആ പരമ്പരാഗതമായ വാസനയ്ക്ക് ഒരു മറശ്ശീലയായിട്ടാണ് പരിണമിക്കുന്നത്. 'ജീവിതത്തിൽ വിപ്ലവം വരുത്തുന്നതിനേക്കാൾ ഉപരിയായി തത്വങ്ങളിൽ വിപ്ലവം വരുത്തുന്നതിനെ'* പ്രാധാന്യമായെണ്ണുന്നുവെന്നു പറയപ്പെടുന്ന *ഇസ്ക്ര*യുടെ പക്ഷപാതത്തെ തിരുത്തുവാനാണെന്ന വ്യാജേന, സാമ്പത്തികപരിഷ്കാരങ്ങൾക്കുവേണ്ടിയുള്ള സമരമാണ് (അതു തികച്ചും പുതിയ എന്തോ ഒന്നാണെന്ന മട്ടിൽ) നമ്മുടെ മുമ്പിൽ ഉന്നയിക്കപ്പെടുന്നത്. "സാമ്പത്തികസമരത്തിനുതന്നെ ഒരു രാഷ്ട്രീയസ്വഭാവം നൽകുക എന്നപദപ്രയോഗത്തിനു യഥാർഥത്തിൽ സാമ്പത്തികപരിഷ്കാരങ്ങൾക്കുവേണ്ടി സമരം നടത്തുകയെന്നതിൽ കവിഞ്ഞു യാതൊരർഥവുമില്ല. മർത്തീനൊവ്തന്നെ തന്റെ സ്വന്തം വാക്കുകളുടെ അർഥത്തെക്കുറിച്ചു ഗാഢമായാലോചിച്ചിരുന്നെങ്കിൽ ഈ അഭിപ്രായത്തിൽ എത്തുമായിരുന്നു. തന്റെ ഏറ്റവും വലിയ തോക്കുകൾ *ഇസ്ക്ര*യുടെനേരെ തിരിച്ചുകൊണ്ട് അദ്ദേഹം പറയുകയാണ്: "സാമ്പത്തികചൂഷണത്തിനെതിരായും, തൊഴിലില്ലായ്മയിൽനിന്നുള്ള നിവാരണത്തിനുവേണ്ടിയും, ക്ഷാമബാധിതരുടെ ദുരിതനിവാരണത്തിനുവേണ്ടിയും മറ്റുമുള്ള നിയമപരവും ഭരണപരവുമായ നടപടികളെടുക്കാൻ ഗവൺമെന്റിന്റെ മുമ്പാകെ നമ്മുടെ പാർട്ടിക്കു വ്യക്തമായ ആവശ്യങ്ങൾ വയ്ക്കാമായിരുന്നു; അത് അതിന്റെ കടമയുമായിരുന്നു" (*റബോച്ചെയെ ദ്യെലൊ*, ലക്കം 10, പേജ് 42–43). നടപടികളെടുക്കാൻ വ്യക്തമായ ആവശ്യങ്ങൾ — എന്നുവച്ചാൽ അർഥം സാമൂഹ്യപരിഷ്കാരങ്ങൾക്കുവേണ്ടിയുള്ള ആവശ്യങ്ങളെന്നല്ലേ? നിഷ്പക്ഷരായ വായനക്കാരോടു ഞങ്ങളിതാ, വീണ്ടും ചോദിക്കുന്നു: സാമ്പത്തികപരിഷ്കാരങ്ങൾക്കുവേണ്ടിയുള്ള പോരാട്ടം, ആവശ്യമാണെന്ന മുദ്രാവാക്യത്തിന്റെ കാര്യത്തിലാണ്

* *റബോച്ചെയെ ദ്യെലൊ*, ലക്കം 10, പേജ് 60. 'യഥാർഥപ്രസ്ഥാനത്തിന്റെ ഓരോ കാൽവയ്പും ഒരു ഡസൻ പരിപാടികളേക്കാളധികം പ്രധാനമാണെ'ന്നുള്ള ഒരു നിർവചനത്തെപ്പറ്റി മുമ്പു ഞങ്ങൾ സൂചിപ്പിച്ചിട്ടുണ്ടല്ലോ; അതിന് ഇന്നത്തെ നമ്മുടെ പ്രസ്ഥാനത്തിന്റെ അരാജകനിലയ്ക്കനുയോജ്യമായവിധം, മർത്തീനോവ് നൽകിയ രൂപാന്തരമാണിത്. യഥാർഥത്തിൽ ഇതു ബെർൺഷ്ടൈന്റെ കുപ്രസിദ്ധമായ ഒരു വാചകത്തിന്റെ റഷ്യൻ വിവർത്തനം മാത്രമാണുതാനും: 'പ്രസ്ഥാനമാണ് സർവസ്വവും, അവസാനലക്ഷ്യം അഗണ്യമത്രെ.'

*ഇസ്ക്രയു*മായി തങ്ങൾക്ക് അഭിപ്രായവ്യത്യാസമുള്ളതെന്ന ഒരു സിദ്ധാന്തം ഉന്നയിക്കുന്ന ഈ *റബോച്ചയെ ദ്യെലൊവി*സ്റ്റുകളെ (ഈ ചന്തംപോരാത്ത പ്രയോഗത്തിന് എനിക്കു മാപ്പാക്കണം) വേഷംമാറിയ ബെർൺഷ്ടൈനിസ്റ്റുകളെന്നു ഞങ്ങൾ നാമകരണം ചെയ്താൽ, അത വരെ അപലപിക്കലാവുമോ?

സാമൂഹ്യപരിഷ്കാരങ്ങൾക്കുവേണ്ടിയുള്ള പോരാട്ടത്തെ തങ്ങളുടെ പ്രവർത്തനങ്ങളുടെ കൂട്ടത്തിൽ വിപ്ലവകരമായ സോഷ്യൽഡെമോക്രസി ഏതുകാലത്തും ഉൾപ്പെടുത്തിയിട്ടുണ്ട്. എന്നാൽ ഗവൺമെന്റിന്റെ മുമ്പാകെ കേവലം പലതരം നടപടികളെടുക്കണമെന്നാവശ്യപ്പെടാൻ മാത്രമല്ല 'സാമ്പത്തിക'പ്രക്ഷോഭത്തെ അതുപയോഗപ്പെടുത്തുന്നത്; പിന്നെയോ? ഗവൺമെന്റ് അതിന്റെ ഏകാധിപത്യസ്വഭാവം നിർത്തലാക്കണമെന്നാവശ്യപ്പെടാൻകൂടിയാണ് (എന്നല്ല, ഇതാണ് മുഖ്യമായ ആവശ്യവും). തന്നെയുമല്ല: ഈ ആവശ്യം കേവലം സാമ്പത്തികസമരത്തിന്റെ അടിസ്ഥാനത്തിൽ മാത്രമല്ല, പൊതുരാഷ്ട്രീയജീവിതത്തിന്റെ എല്ലാ പ്രകടനങ്ങളുടേയും അടിസ്ഥാനത്തിൽ ഗവൺമെന്റിന്റെ മുമ്പാകെ ഉന്നയിക്കേണ്ടത് അതിന്റെ കർത്തവ്യമായി കരുതുന്നു. ചുരുക്കത്തിൽ, വ്യഷ്ടി സമഷ്ടിക്കു കീഴ്പ്പെടേണ്ടതുപോലെ, പരിഷ്കാരങ്ങൾക്കുവേണ്ടിയുള്ള സമരത്തെ സ്വാതന്ത്ര്യത്തിനും സോഷ്യലിസത്തിനുംവേണ്ടിയുള്ള സമരത്തിനു കീഴ്പ്പെടുത്തുകയാണ് അത് ചെയ്യുന്നത്. എന്നാൽ, മർത്തീനൊവാകട്ടെ, 'പടിപടിയായ സമര'ത്തിന്റെ സിദ്ധാന്തത്തെ വീണ്ടും പുതിയ രൂപത്തിൽ പൊക്കിക്കൊണ്ടുവരികയും, രാഷ്ട്രീയ സമരം കേവലം 'സാമ്പത്തിക'മായ ഒരു മാർഗത്തിലൂടെ മാത്രമേ (അങ്ങനെ പറയാമെങ്കിൽ) വളരാൻ പാടുള്ളുവെന്ന് എഴുതിവെയ്ക്കാൻ ശ്രമിക്കയും ചെയ്യുന്നു. വിപ്ലവപ്രസ്ഥാനം മുന്നോട്ടു തള്ളിവന്നുകൊണ്ടിരുന്ന ഈ അവസരത്തിൽ പരിഷ്കാരങ്ങൾക്കുവേണ്ടിയുള്ള പോരാട്ടത്തെ ഒരു പ്രത്യേക 'കടമ'യായി ഉന്നയിക്കുന്ന അദ്ദേഹം പാർട്ടിയെ പിറകോട്ടു പിടിച്ചുവലിക്കുകയും, 'സാമ്പത്തിക'വും ലിബറലുമായ രണ്ടുതരം അവസരവാദത്തിന്റെയും കയ്യിൽ പാവകളിക്കുകയുമാണ് ചെയ്യുന്നത്.

ഞങ്ങൾ തുടരട്ടെ, 'സാമ്പത്തിക സമരത്തിനുതന്നെ ഒരു രാഷ്ട്രീയ സ്വഭാവം നൽകുക'യെന്ന വമ്പിച്ച വാചകത്തിന്റെ പിന്നിൽ വെറും പരിഷ്കാരങ്ങൾക്കുവേണ്ടിയുള്ള സമരത്തെ അപരാധബോധത്തോടുകൂടി ഒളിപ്പിച്ചുനിർത്തുന്ന മർത്തീനൊവ് ഒരു പ്രത്യേകകാര്യമെന്ന വിധം ഉന്നയിക്കുന്നത് വെറും സാമ്പത്തികപരിഷ്കാരങ്ങൾ മാത്രമാണ് (യഥാർഥത്തിൽ ഫാക്ടറി പരിഷ്കാരങ്ങൾ മാത്രമാണ്). അദ്ദേഹം ഇങ്ങനെ ചെയ്തത് എന്തുകൊണ്ടാണെന്ന് ഞങ്ങൾക്കറിഞ്ഞു കൂടാ, ഒരുപക്ഷേ ഇത് അശ്രദ്ധനിമിത്തമായിരിക്കുമോ? എന്നാൽ, 'ഫാക്ടറി' പരിഷ്കാരങ്ങളല്ലാതെ മറ്റെന്തെങ്കിലും വാസ്തവത്തിലദ്ദേഹം മനസിലുദ്ദേശിച്ചിട്ടുണ്ടെങ്കിൽ, ഞങ്ങൾ ഇപ്പോൾതന്നെ ഉദ്ധരിച്ച അദ്ദേഹത്തിന്റെ വാചകത്തിനാകെ യാതൊരർഥവുമില്ലാതായിത്തീരും. ഒരുപക്ഷേ, സാമ്പത്തി

കരംഗത്തിൽ മാത്രമേ ഗവൺമെന്റ് വല്ല 'വിട്ടുവീഴ്ച'യും ചെയ്തേക്കാൻ സാധ്യതയുള്ളൂ. അതിനേ സംഭാവ്യതയുള്ളു, എന്നദ്ദേഹത്തിനു തോന്നിയതായിരിക്കുമോ ഇതിനു കാരണം?* അങ്ങനെയാണദ്ദേഹത്തിനു തോന്നിയതെങ്കിൽ അതൊരു വല്ലാത്ത അബദ്ധം തന്നെയാണ്. ചാട്ടവാർപ്രയോഗം, പാസ്പോർട്ടുകൾ, ഭൂമികൈമാറ്റം സംബന്ധിച്ചുള്ള പ്രതിഫലങ്ങൾ,[67] പ്രത്യേകമതവിഭാഗങ്ങൾ, സെൻസറിങ് മുതലായവ സംബന്ധിച്ചും നിയമങ്ങളുണ്ടാക്കുന്നതിൽ വിട്ടുവീഴ്ചകൾ സാധ്യമാണ്; അതു സാധിക്കുന്നുണ്ടുതാനും. സാമ്പത്തികമായ വിട്ടുവീഴ്ചകളാണ് — അഥവാ കള്ള വിട്ടുവീഴ്ചകളാണ് — തീർച്ചയായും ഗവൺമെന്റിന്റെ ഭാഗത്തുനിന്നു നോക്കിയാൽ ഏറ്റവും നഷ്ടമില്ലാത്തതും അതേ സമയംതന്നെ പ്രയോജനകരവുമായ വിട്ടുവീഴ്ചകൾ; തന്മൂലം തൊഴിലാളിബഹുജനങ്ങളുടെ വിശ്വാസം നേടാൻ സാധിക്കുമെന്ന് ഗവൺമെന്റാശിക്കുന്നു. ഇതേ കാരണത്താൽതന്നെയാണ്, സാമ്പത്തികപരിഷ്കാരങ്ങൾക്കു നാം കൂടുതൽ വില കൽപ്പിക്കുന്നുണ്ടെന്നോ അല്ലെങ്കിൽ അതിനു വിശേഷിച്ചു വല്ല പ്രാധാന്യവുമുണ്ടെന്നോ ഉള്ള ധാരണയ്ക്ക് — അഥവാ തെറ്റിദ്ധാരണയ്ക്ക് — സോഷ്യൽഡെമോക്രാറ്റുകാരായ നമ്മൾ ഒരിക്കലും ഒരുവിധത്തിലും ഇട കൊടുക്കാൻ പാടില്ലാത്തത്. നിയമപരവും ഭരണപരവുമായ നടപടികൾക്കുവേണ്ടിയുള്ള മുൻപറഞ്ഞ വ്യക്തമായ ആവശ്യങ്ങളെസംബന്ധിച്ചു മർത്തീനൊവ് എഴുതുകയാണ്: "അത്തരം ആവശ്യങ്ങൾ വെറും പൊള്ളയായ ഒരു ശബ്ദം മാത്രമായിരിക്കില്ല; കാരണം, അനുഭവഗോചരമായ ചില ഫലങ്ങൾ അവ വാഗ്ദാനം ചെയ്യുന്നതുകൊണ്ട് തൊഴിലാളിബഹുജനങ്ങൾ അവയെ സജീവമായി പിന്താങ്ങിയേക്കും..." നാം സാമ്പത്തികസമരവാദികളോ? ഏയ്, ഒരിക്കലുമില്ല!, 'വ്യക്ത'മായ ഫലങ്ങളുടെ 'അനുഭവഗോചരത്വ'ത്തിനുമുമ്പിൽ ബെർൺഷ്ടൈമാരേയും പ്രൊക്കൊപ്പോവിച്ച്മാരേയും സ്ട്രൂവെമാരേയും, ആർ എം പ്രഭൃതികളേയും മറ്റും മറ്റുംപോലെ നാമും അടിമകളുടെ മട്ടിൽ കൈകൂപ്പുകയും കുമ്പിടുകയും ചെയ്യുമെന്നുമാത്രം! 'അനുഭവഗോചരമായ ഫലങ്ങൾ വാഗ്ദാനം ചെയ്യാത്ത'തെല്ലാം 'പൊള്ളയായ ഒരു ശബ്ദം' മാത്രമാണെന്നു നാമും (നർത്സീസ് തുപ്പൊറീലൊവിനോടൊപ്പം) വ്യക്തമാക്കാനാഗ്രഹിക്കുന്നവെന്നുമാത്രം! അനുഭവഗോചരമായ യാതൊരു ഫലങ്ങളും വാഗ്ദാനം ചെയ്തില്ലെങ്കിൽക്കൂടി, ഏകാധിപത്യഭരണത്തിനെതിരായ എല്ലാ പ്രതിഷേധങ്ങളേയും സജീവമായി പിന്താങ്ങാൻ തൊഴിലാളിബഹുജനങ്ങൾക്കു കഴിവില്ലെന്നു തോന്നത്തക്കവിധത്തിലും, ഈ കഴിവിനെ അവർ — ചില കൂട്ടർ തങ്ങളുടെ സ്വന്തം പണ്ഡിതമൂഢത്വം അവരിലാരോപിക്കാൻ യത്നിച്ചിട്ടുകൂടി — പ്രത്യക്ഷത്തിൽ ഇതിനകം തന്നെ തെളിയി

* പേജ് 43: 'ഗവൺമെന്റിന്റെ മുമ്പാകെ സാമ്പത്തികാവശ്യങ്ങളുന്നയിക്കാൻ തൊഴിലാളികളെ ഞങ്ങളുപദേശിക്കുന്നുണ്ടെങ്കിൽ, തീർച്ചയായും അതിനു കാരണമുണ്ട്: സാമ്പത്തികരംഗത്തിൽ ചില വിട്ടുവീഴ്ചകൾ ചെയ്യാൻ ഏകാധിപത്യഭരണം തയാറായേ തീരൂ.'

ച്ചുകാട്ടിയിട്ടില്ലെന്നു തോന്നത്തക്കവിധത്തിലും ആണ് നാം വാദിച്ചുനോക്കുന്നതെന്നുമാത്രം!

തൊഴിലില്ലായ്മയിൽനിന്നും ക്ഷാമബാധയിൽനിന്നുമുള്ള ദുരിതനിവാരണത്തിനുവേണ്ടി മർത്തീനൊവ് തന്നെ മുമ്പോട്ടുവെച്ചിട്ടുള്ള 'നടപടികൾ' നമുക്ക് ഉദാഹരണമായെടുക്കാം. അനുഭവഗോചരമായ ഫലങ്ങൾ വാഗ്ദത്തം ചെയ്യുന്ന നിയമപരവും ഭരണപരവുമായ നടപടികൾക്കുവേണ്ടിയുള്ള വ്യക്തമായ ആവശ്യങ്ങളടങ്ങുന്ന ഒരു പരിപാടി (ബില്ലുകളുടെ രൂപത്തിലാണോ എന്തോ?) തയാറാക്കുന്ന ജോലിയിൽ ഏർപ്പെട്ടിരിക്കുകയാണ് *റബോച്ചെയെ ദ്യെലൊ*. അങ്ങനെയാണവർ സ്വയം പ്രഖ്യാപിച്ചിരിക്കുന്നത്. അതേസമയം 'ജീവിതത്തെ വിപ്ലവാത്മകമാക്കുന്നതിലുപരി സിദ്ധാന്തത്തെ വിപ്ലാത്മകമാക്കുന്നതിൽ സദാശ്രദ്ധചെലുത്തുന്ന' *ഇസ്ക്ര* തൊഴിലില്ലായ്മയെന്നത് മുഴുവൻ മുതലാളിത്തവ്യവസ്ഥയുമായി എങ്ങനെ അഭേദ്യമാംവണ്ണം ബന്ധപ്പെട്ടുകിടക്കുന്നുവെന്നു വിശദീകരിക്കാൻ ശ്രമിക്കുകയും 'ക്ഷാമം ആസന്നമായിരിക്കുന്നു'വെന്നു മുന്നറിയിപ്പു നൽകുകയും 'ക്ഷാമബാധിതർക്കെതിരായ പൊലീസ് മർദന[68]ത്തേ'യും 'കഠിനതടവുസംബന്ധിച്ച്' ഏർപ്പെടുത്തിയിട്ടുള്ള താൽക്കാലിക — കഠിനാധ്വാനചട്ടങ്ങളേ[69]യും തുറന്നുകാണിക്കുകയുമാണ് ചെയ്തിട്ടുള്ളത്; *സര്യാ*യാകട്ടെ, ക്ഷാമത്തെ സ്പർശിച്ചുകൊണ്ട് അതിൽ പ്രസിദ്ധപ്പെടുത്തിയ 'ആഭ്യന്തരസ്ഥിതിയെക്കുറിച്ചുള്ള റിവ്യൂ'വിന്റെ ഒരു ഭാഗം ഒരു പ്രക്ഷോഭണലഘുലേഖയായി പ്രത്യേകം അച്ചടിച്ചിറക്കിയിരിക്കുന്നു. പക്ഷേ, ഈശ്വരാ! അങ്ങേയറ്റം സങ്കുചിതമനസ്ഥരും മാമൂൽപ്രിയരുമായ ഈ സിദ്ധാന്തവാദികൾ എത്രത്തോളം 'പക്ഷപാതിക'ളാണ്! 'ജീവിതത്തിന്റെ' വിളികളെ അവർ ലവലേശം ചെവിക്കൊള്ളുന്നില്ല! 'അനുഭവഗോചരമായ ഫലങ്ങൾ വാഗ്ദത്തം ചെയ്യുന്ന' ഒരൊറ്റ 'വ്യക്തമായ ആവശ്യം'പോലും — നിങ്ങൾക്ക് ഊഹിക്കാനൊക്കുമോ? ഒരൊറ്റയെണ്ണം പോലും — ആ ലേഖനങ്ങളിൽ ഉൾക്കൊള്ളിച്ചിട്ടില്ല! പാവപ്പെട്ട സിദ്ധാന്തവാദികൾ! ക്രിച്ചേവ്സ്കിയുടേയും മർത്തീനൊവിന്റേയുമടുത്തേക്ക് അവരെ പറഞ്ഞയയ്ക്കുകയാണ് വേണ്ടത്. അപ്പോൾ, അടവെന്നു പറയുന്നത് വളർച്ചയുടെ — അതായത്, വളരുന്നതെന്തോ അതിന്റെ, മറ്റും മറ്റും — ഒരു പ്രക്രിയയാണെന്നും സാമ്പത്തികസമരത്തിനുതന്നെ രാഷ്ട്രീയസ്വഭാവം നൽകേണ്ടതാണെന്നും ആ മാന്യന്മാർ അവരെ പഠിപ്പിച്ചുകൊടുക്കും!

> മുതലാളിമാർക്കും ഗവൺമെന്റിനുമെതിരായ തൊഴിലാളികളുടെ സാമ്പത്തികസമരത്തിന് (സാമ്പത്തിക'സമരംപോലും!!), അതിന്റെ അടിയന്തരമായ വിപ്ലവപ്രാധാന്യത്തിനു പുറമെ, ഈയൊരു പ്രാധാന്യം കൂടിയുണ്ട്: യാതൊരു രാഷ്ട്രീയാവകാശങ്ങളുമില്ലാത്ത തങ്ങളുടെ അവസ്ഥയെ കൂടെക്കൂടെ അഭിമുഖീകരിക്കാൻ തൊഴിലാളികളെ അതു നിർബന്ധിക്കുന്നു (മർത്തീനൊവ്, പേജ് 44).

ഈ ഭാഗം ഞങ്ങളിവിടെ ഉദ്ധരിക്കുന്നത് ഇതിനുമുമ്പുതന്നെ ഒരായിരം പ്രാവശ്യം പറഞ്ഞുകഴിഞ്ഞ സംഗതികൾ ഇനിയും ആവർത്തിക്കാൻ വേണ്ടിയല്ല; പിന്നെയോ? 'മുതലാളിമാർക്കും, ഗവൺമെന്റിനെതിരായ തൊഴിലാളികളുടെ സാമ്പത്തികസമരം' എന്ന ഈ മനോഹരമായ പുതിയൊരു മുദ്രാവാക്യത്തിന് മർത്തീനൊവിനോട് നന്ദി പറയാനാണ്. എത്ര 'മണിമണി'യായിരിക്കുന്നു! എത്ര നിരുപമമായ ബുദ്ധിവൈഭവത്തോടും വൈദഗ്ധ്യത്തോടുംകൂടിയാണ്, സാമ്പത്തികസമരവാദികൾക്കിടയിലുള്ള എല്ലാ ചില്ലറ അഭിപ്രായഭേദങ്ങളേയും, നേരിയ വ്യത്യാസങ്ങളേയും നീക്കം ചെയ്ത്, സാമ്പത്തികസമരവാദത്തിന്റെ മർമം പ്രകാശിപ്പിക്കാൻ ഈ വ്യക്തവും സംക്ഷിപ്തവുമായ നിർവചനത്തിനു സാധിച്ചിട്ടുള്ളത്! 'എല്ലാ തൊഴിലാളികളുടേയും സ്ഥിതി പരിഷ്കരിക്കുകയെന്ന പൊതു താൽപ്പര്യത്തിനുവേണ്ടി നടത്തപ്പെടുന്ന രാഷ്ട്രീയ സമരത്തിൽ'* തൊഴിലാളികളോടു പങ്കുചേരാൻ ആഹ്വാനം ചെയ്യുക; എന്നിട്ട്, 'പടിപടിയായ സമര'ത്തിന്റെ സിദ്ധാന്തത്തിലൂടെ കടന്നുപോയി. 'ഏറ്റവും വിപുലമായ തോതിൽ ഉപയോഗിക്കുന്നത്.....' തുടങ്ങിയ കോൺഗ്രസിന്റെ പ്രമേയത്തിൽ അവസാനം എത്തിച്ചേരുകയും ചെയ്യുക! 'ഗവൺമെന്റിനെതിരായ സാമ്പത്തികസമരം' തന്നെയാണ് ട്രേഡ്‌യൂണിയനിസത്തിന്റെ രാഷ്ട്രീയപ്രവർത്തനം; ഇതും സോഷ്യൽഡെമോക്രാറ്റിക് രാഷ്ട്രീയവും തമ്മിൽ വലിയ അന്തരമുണ്ട്.

(ബി) പ്ലെഹാനൊവിനെ മർത്തീനൊവ് കൂടുതൽ 'ഗഹന'മാക്കിയതിന്റെ കഥ

'എത്രയേറെ സോഷ്യൽഡെമോക്രാറ്റിക് ലൊമൊനോസൊവ്മാരാണ് ഈയിടെയായി നമ്മുടെയിടയിൽ പ്രത്യക്ഷപ്പെടുന്നത്!' എന്നിങ്ങനെ ഒരിക്കൽ ഒരു സഖാവു പറയുകയുണ്ടായി. 'സ്വന്തം ധരണാശക്തിയിൽനിന്നുമാത്രം' മഹൽസത്യങ്ങൾ (ഉദാ: തങ്ങളുടെ അവകാശനിഷേധത്തെക്കുറിച്ചു ചിന്തിക്കാൻ സാമ്പത്തികസമരം തൊഴിലാളികൾക്ക് ഉത്തേജനം നൽകുമെന്ന സത്യം) കണ്ടെത്താൻ സാമ്പത്തികസമരവാദത്തിന്റെ അനുകൂലികൾക്കുള്ള അത്ഭുതാവഹമായ പ്രവണതയെ ഉള്ളിൽവച്ചുകൊണ്ടാണ് ആ സഖാവ് അങ്ങനെ പറഞ്ഞത്. നാളിതുവരെയുള്ള വിപ്ലവചിന്തയും വിപ്ലവപ്രസ്ഥാനവും സൃഷ്ടിച്ചിട്ടുള്ളതെല്ലാം ജന്മനായുള്ള പ്രതിഭാശാലികൾക്കു ചേർന്ന പുച്ഛഭാവത്തോടെ അവഗണിക്കാനുള്ള വാസനയും ഇക്കൂട്ടരിൽ കാണാം. ഇത്തരത്തിൽ ജന്മനാതന്നെ ഉടലെടുത്ത ഒരു പ്രതിഭാശാലിയാണ് ലൊമൊനോസൊവ് - മർത്തീനൊവ്. ആക്സെൽറൊഡ് വളരെ മുമ്പുതന്നെ പറഞ്ഞിരുന്ന അതേ കാര്യങ്ങൾ 'സ്വന്തം ധാരണാശക്തിയുടെ ഫലമായി' കണ്ടെത്താൻ അദ്ദേഹത്തിന് എങ്ങനെ സാധിച്ചുവെന്നറിയണമെങ്കിൽ അദ്ദേഹം എഴു

---

* *റബോച്ചയ മിസ്ല*, പ്രത്യേക അനുബന്ധം, പേജ് 14.

തിയ *അടിയന്തരപ്രശ്നങ്ങൾ* എന്ന ലേഖനത്തിൽക്കൂടി ഒന്നു കണ്ണോടിച്ചാൽ മതി (സ്വാഭാവികമായും ആക്സെൽറൊഡിനെപ്പറ്റി നമ്മുടെ ലൊമൊനോസൊവ് ഒരക്ഷരം മിണ്ടുന്നില്ല). ഉദാഹരണത്തിന്, ബൂർഷ്വാസിയുടെ ഇന്നയിന്ന വിഭാഗങ്ങളിൽനിന്ന് വരുന്ന എതിർപ്പിനെ അവഗണിച്ചുകൂടാ എന്നു താൻ മനസിലാക്കിത്തുടങ്ങിയതായി അദ്ദേഹം അതിൽ പ്രസ്താവിക്കുന്നു (*റബോച്ചെയെ ദ്യെലൊ*, ലക്കം 9, പേജ് 61, 62, 71. ആക്സെൽറൊഡിനുള്ള *റബോച്ചെയെ ദ്യെലൊ*വിന്റെ മറുപടി (പേജ് 22, 23–24)യുമായി ഇത് താരതമ്യപ്പെടുത്തി നോക്കുക). പക്ഷേ, കഷ്ടം! അദ്ദേഹം 'കണ്ടെത്താനും' 'മനസിലാക്കാനും' ആരംഭിച്ചിട്ടേയുള്ളൂ. അതിലപ്പുറം പോയിട്ടില്ല. 'മുതലാളിമാർക്കും ഗവൺമെന്റിനുമെതിരായ സാമ്പത്തികസമരത്തെ'ക്കുറിച്ച് അദ്ദേഹം സംസാരിക്കുന്നതിൽനിന്നുതന്നെ ആക്സെൽറൊഡിന്റെ ആശയഗതികൾ എത്ര കുറച്ചുമാത്രമേ അദ്ദേഹത്തിനു മനസിലായിട്ടുള്ളുവെന്നു കാണാം. മൂന്നു കൊല്ലക്കാലമായി (1898 –1901) *റബോച്ചെയെ ദ്യെലൊ* ആക്സെൽറൊഡിനെ മനസിലാക്കാൻ പരിശ്രമിക്കുകയാണ്, പക്ഷേ ഇതുവരെ അവരതിൽ വിജയിച്ചിട്ടില്ല!! 'മനുഷ്യരാശിയെപ്പോലെ' സോഷ്യൽഡെമോക്രസിയും നേടിയെടുക്കാവുന്ന ചുമതലകൾ മാത്രമേ എല്ലായ്പ്പോഴും മുന്നോട്ടു വയ്ക്കാറുള്ളു എന്നതായിരിക്കുമോ അതിനുള്ള ഒരു കാരണം?

പലതിനേയും പറ്റിയുള്ള അജ്ഞത മാത്രമല്ല ഈ ലൊമൊനോസൊവ്മാരുടെ പ്രത്യേകത (എങ്കിൽ പകുതിപോലും ബുദ്ധിമുട്ടില്ലായിരുന്നു!). സ്വന്തം അജ്ഞതയെക്കുറിച്ചുതന്നെ അവർ അജ്ഞരാണ്. ഇതു സത്യത്തിൽ ഒരു ദുർവിധി തന്നെയാണ്. ഈ ദുർവിധിയാണ് പ്ലെഹാനൊവിന്റെ ആശയം 'കൂടുതൽ ഗഹന'മാക്കുന്നതിനുവേണ്ടി ചാടിയിറങ്ങാൻ അവരെ പ്രേരിപ്പിക്കുന്നത്.

മർത്തീനൊവ് ഇങ്ങനെ പറയുന്നു:

> പ്ലെഹാനൊവ് ഈ പുസ്തകമെഴുതിയശേഷം (അതായത്, *റഷ്യയിലെ ക്ഷാമത്തിനെതിരായ സമരത്തിൽ സോഷ്യലിസ്റ്റുകാരുടെ കടമകൾ* എന്ന പുസ്തകം) 'സ്ഥിതിയാകെ വളരെ മാറിയിട്ടുണ്ട്, തൊഴിലാളിവർഗത്തിന്റെ സാമ്പത്തികസമരത്തെ ഒരു ദശാബ്ദക്കാലത്തോളം നയിച്ച സോഷ്യൽഡെമോക്രാറ്റുകാർക്ക്.... വിശാലമായ ഒരു താത്വികാടിസ്ഥാനത്തിൽ പാർട്ടിയുടെ അടവുകളെ ഉറപ്പിക്കാൻ ഇതുവരെ കഴിഞ്ഞിട്ടില്ല. ഈ പ്രശ്നം ഇപ്പോൾ പ്രാഥമികമായ ഒന്നായിത്തീർന്നിരിക്കുന്നു; മേൽപ്പറഞ്ഞ ഒരു താത്വികാടിസ്ഥാനം നാം നിർമിക്കാനാഗ്രഹിക്കുന്നപക്ഷം പ്ലെഹാനൊവ് ഒരു കാലത്തു വളർത്തിക്കൊണ്ടുവന്നിട്ടുള്ള അടവുസംബന്ധമായ തത്വങ്ങൾതന്നെ തീർച്ചയായും നമുക്കു വളരെയധികം വിപുലീകരിക്കേണ്ടതായിവരും..... പ്രചാരവേലയും പ്രക്ഷോഭവും തമ്മിലുള്ള വ്യത്യാസത്തെപ്പറ്റി പ്ലെഹാനൊവിന്റെ നിർവചനത്തിൽ നിന്നും ഭിന്നമായ രീതിയിൽ നമുക്കൊരു നിർവചനം നൽകേണ്ടി

വരും (ഇതിന്റെ തൊട്ടുമുമ്പുതന്നെ പ്ലെഹാനൊവിന്റെ താഴെപ്പറയുന്ന വാക്കുകൾ മർത്തീനൊവ് ഉദ്ധരിച്ചിട്ടുണ്ട്: 'ഒരു പ്രചാരകൻ അനേകം ആശയങ്ങൾ ഒരാളുടെയോ ഏതാനും ആളുകളുടെയോ അടുക്കലെത്തിക്കുന്നു; ഒരു പ്രക്ഷോഭകനാകട്ടെ, ഒരാശയമോ ഏതാനും ചില ആശയങ്ങളോ മാത്രമേ മുമ്പോട്ടുവയ്ക്കുന്നുള്ളൂ; പക്ഷേ, അവ ഒരു ജനസാമാന്യത്തിനാകെ അയാൾ പകർന്നുകൊടുക്കുന്നു. നിലവിലുള്ള വ്യവസ്ഥയെ മുഴുവനുമോ, അതിന്റെ ചില്ലറ ചില പ്രകാശനങ്ങളെയോ വിപ്ലവാത്മകമായി വിശദീകരിക്കുന്നതിനാണ് ഈ വിശദീകരണം വ്യക്തികൾക്കോ പൊതുവിൽ ബഹുജനങ്ങൾക്കോ മനസിലാകത്തക്ക രൂപത്തിലായാലും കൊള്ളാം അല്ലെങ്കിലും കൊള്ളാം — നാം പ്രചാരവേലയെന്ന വാക്കു കൊണ്ട് അർഥമാക്കുന്നത്. പ്രക്ഷോഭമെന്നു പറഞ്ഞാലാകട്ടെ, ആ വാക്കിന്റെ ശരിക്കുള്ള അർഥത്തിൽ (നോക്കണേ!), തൊഴിലാളി വർഗത്തിന് സാമൂഹ്യജീവിതത്തിൽ നേരിട്ടുതന്നെ വിപ്ലവകരമായി ഇടപെടാൻ സൗകര്യം ലഭിക്കത്തക്കവിധം ബഹുജനങ്ങളെ ചില വ്യക്തമായ സമരങ്ങളിലേക്ക് ആഹ്വാനം ചെയ്യലായി നാം മനസിലാക്കുന്നു.

മർത്തീനൊവിന്റെ പുതിയതും, കൂടുതൽ നിഷ്കൃഷ്ടവും, കൂടുതൽ ഗഹനവുമായ ഈ നിർവചനം ലഭിച്ചതിൽ റഷ്യൻ സോഷ്യൽഡെമോക്രസിയേയും സാർവദേശീയസോഷ്യൽഡെമോക്രസിയേയും ഞങ്ങൾ അനുമോദിച്ചുകൊള്ളുന്നു. തൊഴിലില്ലായ്മപ്രശ്നത്തെപ്പറ്റി പ്രതിപാദിക്കുന്ന ഒരു പ്രചാരകൻ സാമ്പത്തികക്കുഴപ്പങ്ങളുടെ മുതലാളിത്തസ്വഭാവത്തെ വിശദീകരിക്കുകയും, കുഴപ്പങ്ങൾ ആധുനികസമുദായത്തിൽ അനിവാര്യമാവുന്നതെന്തുകൊണ്ടെന്നു കാണിക്കുകയും, ഇന്നത്തെ സമുദായം ഒരു സോഷ്യലിസ്റ്റ് സമുദായമായി രൂപാന്തരപ്പെടുത്തേണ്ടതിന്റെ ആവശ്യകത ബോധ്യപ്പെടുത്തിക്കൊടുക്കുകയും മറ്റും മറ്റുമാണ് വേണ്ടിയിരുന്നതെന്നാണ് ഇതുവരെ ഞങ്ങളും (പ്ലെഹാനൊവിനെപ്പോലെതന്നെ, സാർവദേശീയ തൊഴിലാളിപ്രസ്ഥാനത്തിന്റെ നേതാക്കളെപ്പോലെതന്നെ), കരുതിയിരുന്നത്. ഒരു പ്രചാരകൻ, ചുരുക്കത്തിൽ, "അനേകം ആശയങ്ങൾ" പ്രകാശിപ്പിക്കണം; തന്മൂലം അത് മൊത്തത്തിൽ മനസിലാക്കാൻ ചുരുക്കം പേർക്കുമാത്രമേ കഴിയുകയുള്ളു; ഒരു പ്രക്ഷോഭകനാകട്ടെ, നേരെമറിച്ചു, ഇതേ വിഷയത്തെക്കുറിച്ചു സംസാരിക്കുമ്പോൾ, തന്റെ സദസ്യർക്കു പരക്കെ അറിവുള്ളതും അവരുടെ മനസിൽ മുന്തിനിൽക്കുന്നതുമായ ഒരു സംഗതി ദൃഷ്ടാന്തമായെടുക്കും; ഉദാഹരണത്തിന് തൊഴിലില്ലാതായിത്തീർന്ന ഒരു തൊഴിലാളിയുടെ കുടുംബം പട്ടിണികിടന്നു മരിച്ചതിനെപ്പറ്റി പറയും; വർധിച്ചുവരുന്ന ദാരിദ്ര്യത്തെപ്പറ്റി പറയും; എന്നിട്ട്, എല്ലാവർക്കുമറിയാവുന്ന ഈയൊരു വാസ്തവത്തെ ഉപയോഗിച്ച്, സമ്പത്തിന്റെ വർധനവും ദാരിദ്ര്യത്തിന്റെ വർധനവും തമ്മിലുള്ള വൈരുധ്യം എത്ര അർഥശൂന്യമാണെന്നുള്ള ഒരേയൊരാശയം 'ബഹുജനങ്ങളുടെ'

മുമ്പിൽ വെയ്ക്കാൻ തന്റെ എല്ലാ കഴിവുകളേയും വിനിയോഗിക്കും. ഭയങ്കരമായ ഈ അനീതിക്കെതിരായി ബഹുജനങ്ങൾക്കിടയിൽ അസ്വാസ്ഥ്യവും കോപവും ആളിക്കത്തിക്കാനയാൾ യത്നിക്കും; പക്ഷേ, ഈ വൈരുധ്യത്തെ കൂടുതൽ പൂർണമായി വിശദീകരിക്കുകയെന്ന ജോലി പ്രചാരകന് അയാൾ വിട്ടുകൊടുക്കും. പ്രചാരകൻ, അപ്പോൾ മുഖ്യമായും പ്രവർത്തിക്കുന്നത് അച്ചടിച്ച വാക്കുകൾമുഖേനയാണ്; പ്രക്ഷോഭകനാകട്ടെ പ്രസംഗത്തിൽക്കൂടിയാണ്. ഒരു പ്രക്ഷോഭകനുണ്ടായിരിക്കേണ്ട ഗുണങ്ങളും ഒരു പ്രചാരകനുണ്ടായിരിക്കേണ്ട ഗുണങ്ങളും രണ്ടും രണ്ടാണ്. ഉദാ: കൗട്സ്കിയേയും ലഫാർഗിനേയും നാം പ്രചാരകന്മാരെന്നു വിളിക്കുന്നു; ബെബലിനേയും ഗേദിനേയും നാം പ്രക്ഷോഭകന്മാരെന്നു വിളിക്കുന്നു. പ്രായോഗികപ്രവർത്തനത്തിന്റെ മൂന്നാമതൊരു രംഗത്തെ—അഥവാ, നടപടിയെ — പൊക്കിപ്പിടിച്ച് ആ മൂന്നാം ഇനത്തിൽ 'ബഹുജനങ്ങളെ ചില വ്യക്തമായ സമരങ്ങളിലേക്കാഹ്വാനം ചെയ്യുക'യെന്ന പണി ഉൾപ്പെടുത്തുന്നത് വെറും വിഡ്ഢിത്തമാണ്. കാരണം, ഈ 'ആഹ്വാന'മെന്ന ഒറ്റ പ്രവൃത്തി താത്വികമായ ഒരു തീസിസിന്റെയോ പ്രചരണപരമായ ലഘുലേഖയുടെയോ, പ്രക്ഷോഭകരമായ പ്രസംഗത്തിന്റെയോ തുടർച്ചയായിവരുന്ന സ്വാഭാവികവും അനിവാര്യവുമായ ഒരു പ്രവൃത്തിയായിരിക്കും; അല്ലെങ്കിൽ അത് വെറും ഒരെക്സിക്യൂട്ടീവ് പ്രവൃത്തിമാത്രമായിരിക്കും. ഉദാ: ജർമൻ സോഷ്യൽഡെമോക്രാറ്റുകാർ ധാന്യനികുതികൾക്കെതിരായി ഇപ്പോൾ നടത്തിക്കൊണ്ടിരിക്കുന്ന സമരം നോക്കുക. താത്വികപ്രവർത്തകന്മാർ താരിപ്പുനയം സംബന്ധിച്ചു ഗവേഷക ഗ്രന്ഥങ്ങളെഴുതുകയും വ്യാപാരക്കരാറുകൾക്കും സ്വതന്ത്രമായ കച്ചവടത്തിനുംവേണ്ടിയുള്ള ഒരു സമരത്തിനോ മറ്റോ 'ആഹ്വാനം' കൊടുക്കുകയും ചെയ്യുന്നു. പ്രചാരകൻ ഇതുതന്നെ പത്രങ്ങളിൽ ചെയ്യുന്നു; പ്രക്ഷോഭകാരി പ്രസംഗങ്ങളിൽക്കൂടി ഇക്കാര്യം നിർവഹിക്കുന്നു. ഇന്നത്തെ ഘട്ടത്തിൽ ബഹുജനങ്ങൾ സ്വീകരിച്ചിരിക്കുന്ന 'വ്യക്തമായ സമര'ത്തിന്റെ രൂപം ധാന്യനികുതികൾക്കെതിരായി റെക്സ്റ്റാഗിലേക്കുള്ള ഹർജികളിൽ ഒപ്പുവയ്ക്കുകയെന്നതു മാത്രമാണ്. ഈ സമരത്തിനുള്ള ആഹ്വാനം പരോക്ഷമായി പുറപ്പെടുന്നത് താത്വികപ്രവർത്തകന്മാരിൽനിന്നും പ്രചാരകന്മാരിൽനിന്നും പ്രക്ഷോഭകന്മാരിൽനിന്നുമാണ്, പ്രത്യക്ഷത്തിലാകട്ടെ, ഒപ്പുശേഖരണത്തിനുള്ള ഹർജിലിസ്റ്റുകളുമായി ഫാക്ടറികളിലും സ്വകാര്യവീടുകളിലും പോകുന്ന പ്രവർത്തകന്മാരിൽനിന്നുമാണതു പുറപ്പെടുന്നത്. 'മർത്തീനൊവ് ഭാഷ്യ'മനുസരിച്ചു നോക്കിയാൽ കൗട്സ്കിയും ബെബലും രണ്ടുപേരും പ്രചാരകന്മാരാണ്; ഹർജിലിസ്റ്റുകൾകൊണ്ടു നടക്കുന്നവർ പ്രക്ഷോഭകന്മാരും, അല്ലേ?

ജർമൻദൃഷ്ടാന്തം വെർബാൾഹൊർന്നുങ്ങ് (Verballhornung) എന്ന ജർമൻ വാക്കിനെ എന്റെ സ്മൃതിപഥത്തിൽ കൊണ്ടുവരുന്നു. ഈ വാക്കിന്റെ ശരിയായ തർജമ 'ബാൾഹൊർൺ ചെയ്യുക' എന്നാണ്. 16–ാം നൂറ്റാണ്ടിലെ യോഹൻ ബാൾഹൊർൺ എന്ന ലൈപ്സിഗുകാരനായ ഒരു

പ്രസിദ്ധീകരണശാലക്കാരൻ ഒരിക്കൽ ഒരു ശിശുപാഠ്യപുസ്തകം പ്രസിദ്ധീകരിച്ചിരുന്നതിൽ അന്നത്തെ പതിവനുസരിച്ച് ഒരു പൂവൻകോഴിയുടെ പടവും വരച്ചുചേർത്തിരുന്നു. പക്ഷേ, താടയുള്ള ഒരു സാധാരണ പൂവൻകോഴിക്കുപകരം ഈ പടത്തിലുണ്ടായിരുന്നത് താടയൊന്നുമില്ലാത്ത ഒരു പൂവൻകോഴിയായിരുന്നു. മാത്രമല്ല, അരികത്തു തന്നെ രണ്ടു മുട്ടയും കിടപ്പുണ്ട്. പുസ്തകത്തിന്റെ ചട്ടയിന്മേൽ അയാൾ 'യോഹൻ ബാൾഹൊർണിന്റെ പരിഷ്കരിച്ച പതിപ്പ്' എന്ന ഒരു കുറിപ്പും അച്ചടിപ്പിച്ചിരുന്നു. അന്നുമുതൽക്കാണ്, യഥാർഥത്തിൽ മുമ്പത്തേക്കാൾ കൂടുതൽ വഷളാക്കാൻ പര്യാപ്തമായ എല്ലാത്തരം 'പരിഷ്കരണ'ങ്ങൾക്കും 'ബാൾഹൊർൺചെയ്യൽ' എന്നു ജർമൻകാർ പേരിട്ടുതുടങ്ങിയത്. പ്ലെഹാനൊവിനെ കൂടുതൽ 'ഗഹന'മാക്കാനുള്ള മർത്തീനൊവിന്റെ പരിശ്രമങ്ങൾ ബാൾഹൊർണിനെയാണ് നമ്മുടെ സ്മൃതിപഥത്തിൽ അറിയാതെ ഉയർത്തിക്കൊണ്ടുവരുന്നത്.

ഈ കുഴപ്പം നമ്മുടെ ലൊമൊനോസൊവ് എന്തിനുവേണ്ടി 'സൃഷ്ടിച്ചു?' 'പതിനഞ്ചു കൊല്ലംമുമ്പ് പ്ലെഹാനൊവ് ചെയ്തപോലെ, സംഗതിയുടെ ഒരു വശത്തുമാത്രമേ *ഇസ്ക്ര*യും ശ്രദ്ധപതിപ്പിക്കുന്നുള്ളു' (പേജ് 39) എന്നു തെളിയിക്കാൻ! '*ഇസ്ക്ര*യുടെ അഭിപ്രായത്തിൽ, പ്രചരണപരമായ കടമകൾക്കാണ്, പ്രക്ഷോഭപരമായ കടമകളേക്കാൾ താൽക്കാലികമായിട്ടെങ്കിലും കൂടുതൽ പ്രാധാന്യമുള്ളത്" (പേജ് 52). ഈ അവസാനത്തെ പ്രസ്താവനയെ മർത്തീനൊവിന്റെ ഭാഷയിൽനിന്ന് സാധാരണമനുഷ്യരുടെ ഭാഷയിലേക്ക് തർജമ ചെയ്താൽ (കാരണം, പുതുതായി സൃഷ്ടിച്ചിട്ടുള്ള ഭാഷ പഠിക്കാൻ മനുഷ്യസമുദായത്തിന് ഇനിയും സാധിച്ചിട്ടില്ല), നമുക്കു കിട്ടുന്നതിതായിരിക്കും: " *ഇസ്ക്ര*യുടെ അഭിപ്രായത്തിൽ, രാഷ്ട്രീയപ്രചാരവേലയുടേയും രാഷ്ട്രീയപ്രക്ഷോഭത്തിന്റേയും കടമകൾക്കാണ്, 'അനുഭവഗോചരമായ ചില ഫലങ്ങൾ വാഗ്ദാനം ചെയ്യുന്ന' 'നിയമപരവും ഭരണപരവുമായ നടപടികൾ'ക്കുവേണ്ടി 'വ്യക്തമായ ആവശ്യങ്ങൾ ഗവൺമെന്റിന്റെ മുമ്പിൽ സമർപ്പിക്കുന്നതി'നേക്കാൾ പ്രാധാന്യമുള്ളത്" (അഥവാ, സാമൂഹ്യ പരിഷ്കാരങ്ങൾക്കുവേണ്ടിയുള്ള ആവശ്യങ്ങളേക്കാൾ പ്രാധാന്യമുള്ളതെന്നർഥം—പക്ഷേ, ഇത്, ഇനിയും മർത്തീനൊവിന്റെ നിലവാരത്തിലേക്കുയർന്നുകഴിഞ്ഞിട്ടില്ലാത്ത നമ്മുടെ പഴയ മനുഷ്യലോകത്തിന്റെ പഴഞ്ചൻഭാഷ ഒരിക്കൽക്കൂടി ഉപയോഗിക്കാൻ ഞങ്ങളെ അനുവദിക്കുന്നെങ്കിൽമാത്രമാണ്). ഈ പ്രസ്താവനയെ താഴെകൊടുക്കുന്ന വിമർശനധോരണിയുമായി ഒന്നു താരതമ്യപ്പെടുത്തിനോക്കാൻ വായനക്കാരോടു ഞങ്ങൾ ശുപാർശചെയ്യുന്നു:

> ഈ പരിപാടികളിൽ (അതായത്, വിപ്ലകാരികളായ സോഷ്യൽ ഡെമോക്രാറ്റുകാർ മുന്നോട്ടുവയ്ക്കുന്ന പരിപാടികളിൽ) ഞങ്ങളെഅത്ഭുതപരതന്ത്രരാക്കിത്തീർക്കുന്ന ഒരു സംഗതി, പാർലമെന്റിനകത്ത് (ഇതു റഷ്യയിൽ ഇന്നു നിലവിലില്ല) തൊഴിലാളി

പ്രതിനിധികൾ പ്രവർത്തിക്കുന്നതുകൊണ്ടുള്ള ഗുണങ്ങൾ ഇവർ വിടാതെ ഊന്നിക്കൊണ്ടിരിക്കുന്നുവെന്നതാണ്; എന്നാൽ റഷ്യയിൽഇന്നു നിലവിലുള്ള ഗവൺമെന്റുവക ഫാക്ടറികാര്യോപദേശകക്കമ്മിറ്റികളിൽ തൊഴിലാളികൾ പങ്കെടുക്കുന്നതിന്റെ പ്രാധാന്യവും....മുനിസിപ്പൽ ബോഡികളിലെങ്കിലും അവർ പങ്കെടുക്കേണ്ടതിന്റെപ്രാധാന്യവും.... (തങ്ങളുടെ വിപ്ലവകരമായ നിഷേധവാദത്തിന്റെഫലമായി) അവർ തീരെ അവഗണിക്കുകയും ചെയ്യുന്നു......

ലൊമൊനോസൊവ് — മർത്തീനൊവ് സ്വയം കണ്ടുപിടിച്ച അതേ ആശയംതന്നെയാണ് ഈ വിമർശനധോരണിയുടെ കർത്താവ് കൂടുതൽ ആർജവത്തോടുകൂടി — കൂടുതൽ വ്യക്തമായും കലവറയില്ലാതെയും— പ്രകാശിപ്പിച്ചിട്ടുള്ളത്. ഈ ലേഖകൻ *റബോച്ചയ മിസ്ലി*ന്റെ പ്രത്യേക അനുബന്ധത്തിലെ (പേജ് 15) ആർ എം ആണ്.

(സി) രാഷ്ട്രീയമായ തുറന്നുകാട്ടലും 'വിപ്ലവപ്രവർത്തനത്തിൽ പരിശീലനം നൽകലും'

'തൊഴിലാളിബഹുജനങ്ങളുടെ സജീവപ്രവർത്തനത്തെ വളർത്തുക'യെന്നുള്ള തന്റെ സിദ്ധാന്തം *ഇസ്ക്രയ്*ക്കെതിരായി മർത്തീനൊവ് മുന്നോട്ടു കൊണ്ടുവന്നപ്പോൾ യഥാർഥത്തിലദ്ദേഹം ആ പ്രവർത്തനത്തെ വെട്ടിച്ചുരുക്കാനുള്ള വെമ്പലാണ് പ്രദർശിപ്പിച്ചത്; കാരണം, എല്ലാ സാമ്പത്തികസമരവാദികളും അടിമകളെപ്പോലെ ആരാധിച്ചുവരുന്ന വെറും സാമ്പത്തികസമരം തന്നെയാണ് ആ പ്രവർത്തനത്തെ വളർത്താനുള്ള ഏറ്റവും അഭികാമ്യവും, ഏറ്റവും പ്രധാനവും, 'ഏറ്റവും വിപുലമായി ഉപയോഗിക്കാവുന്ന'തുമായ മാർഗമെന്നും, അതാണിതിനുള്ള ഏറ്റവും വിശാലമായ രംഗമെന്നും അദ്ദേഹം പ്രഖ്യാപിച്ചിരിക്കുന്നു. ഈ അബദ്ധം മർത്തീനൊവിന്റെ മാത്രം ഒരു പ്രത്യേകതയല്ലാത്തതുകൊണ്ടുതന്നെയാണ് അത് ഒരു പൊതുസ്വഭാവമാണെന്നു പറയേണ്ടിവന്നിരിക്കുന്നത്. യഥാർഥത്തിൽ, 'തൊഴിലാളിബഹുജനങ്ങളുടെ സജീവപ്രവർത്തനത്തെ വളർത്തുക'യെന്ന കടമ, ആ പ്രവർത്തനത്തെ വെറും 'സാമ്പത്തികാടിസ്ഥാനത്തിലുള്ള രാഷ്ട്രീയപ്രക്ഷോഭ'ത്തിനുള്ളിൽ തികച്ചും ഒതുക്കിനിർത്താതിരുന്നാൽ മാത്രമേ നിർവഹിക്കാൻ സാധ്യമാവുകയുള്ളൂ. രാഷ്ട്രീയപ്രക്ഷോഭത്തിന്റെ ഈ അത്യാവശ്യമായ വിപുലീകരണത്തിനുള്ള മൗലികമായ ഉപാധികളിലൊന്ന് എല്ലാ തുറകളിലുമുള്ള രാഷ്ട്രീയമായ തുറന്നുകാട്ടലാണുതാനും. ഇത്തരം തുറന്നുകാട്ടലുകൾ മുഖേനയല്ലാതെ മറ്റു യാതൊരു വഴിക്കും ബഹുജനങ്ങൾക്കു രാഷ്ട്രീയബോധമോ സജീവവിപ്ലവപ്രവർത്തനത്തിനുള്ള പരിശീലനമോ നൽകാൻ സാധ്യമല്ല. അതുകൊണ്ട് ഇത്തരത്തിലുള്ള പ്രവർത്തനം നടത്തുകയെന്നത് സാർവദേശീയസോഷ്യൽഡെമോക്രസിയുടെയാകെ ഏറ്റവും പ്രധാനമായ ഒരു കടമയായിരിക്കുന്നു; എന്തുകൊണ്ടെന്നാൽ, രാഷ്ട്രീയസ്വാ

തന്ത്ര്യം നിലവിലുണ്ടെങ്കിൽക്കൂടി ഇത്തരം തുറന്നുകാട്ടലിന്റെ ആവശ്യകത ഇല്ലാതായിത്തീരുന്നില്ല; അതു പ്രയോഗത്തിൽ വരുത്തേണ്ട രംഗം കുറച്ചു മാറുമെന്നു മാത്രം. ഉദാ: ജർമൻ പാർട്ടി അക്ഷീണമായ ഉഷാറോടുകൂടി നടത്തുന്ന രാഷ്ട്രീയമായ തുറന്നുകാട്ടലിന്റെ ഫലമായിട്ടാണ് അതിന് അതിന്റെ നില ഉറപ്പിക്കാനും സ്വാധീനം വളർത്താനും വിശേഷിച്ചും സാധിച്ചിട്ടുള്ളത്. എല്ലാത്തരം തോന്ന്യവാസത്തിനും മർദനത്തിനും, അക്രമത്തിനും, അഴിമതിക്കുമെതിരായി അണിനിരക്കാൻ (അതു ബാധിക്കുന്നത് ഏതു വർഗത്തെയായാലും ശരി) തൊഴിലാളികൾക്കു പരിശീലനം നൽകിയാൽ മാത്രമേ തൊഴിലാളികളുടെ വർഗബോധം യഥാർഥരാഷ്ട്രീയബോധമാവുകയുള്ളൂ. മാത്രമല്ല, ഈ പ്രതികരണം ഒരു സോഷ്യൽഡെമോക്രാറ്റിക് നിലപാടിൽനിന്നായിരിക്കണംതാനും; മറ്റു യാതൊരു നിലപാടിൽനിന്നുമുള്ളതാവാൻ പാടില്ല. വ്യക്തമായ — ആവശ്യമായും അതാതുകാലത്തു നടക്കുന്ന — രാഷ്ട്രീയസംഭവങ്ങളിൽ നിന്നും സംഗതികളിൽനിന്നും മറ്റെല്ലാ സാമൂഹ്യവർഗങ്ങളേയും നോക്കി പഠിക്കാനും, ഈ വർഗങ്ങളുടെ ബുദ്ധിപരവും, സാന്മാർഗികവും രാഷ്ട്രീയവുമായ ജീവിതത്തിന്റെ എല്ലാ പ്രകടനങ്ങളേയും വീക്ഷിക്കാനും തൊഴിലാളികൾ പരിശീലിച്ചാൽമാത്രമേ — എല്ലാ വർഗങ്ങളും ജനവിഭാഗങ്ങളും ഗ്രൂപ്പുകളും ജീവിക്കുന്നതിന്റേയും പ്രവർത്തിക്കുന്നതിന്റേയും എല്ലാ വശങ്ങളും ഭൗതികാടിസ്ഥാനത്തിൽ വിശകലനം ചെയ്യാനും, തൂക്കിനോക്കാനും, എന്നിട്ടത് പ്രായോഗികമായി ഉപയോഗിക്കാനും തങ്ങൾക്ക് കഴിഞ്ഞാൽ മാത്രമേ — തൊഴിലാളിബഹുജനങ്ങളുടെ ബോധം യഥാർഥ വർഗബോധമായിത്തീരുകയുള്ളൂ. തൊഴിലാളിവർഗത്തിന്റെ ശ്രദ്ധയും വീക്ഷണവും ബോധവും മുഴുവൻ അവരിൽമാത്രംതന്നെ (അല്ലെങ്കിൽ, മുഖ്യമായിട്ടെങ്കിലും അവരിൽതന്നെ) കേന്ദ്രീകരിപ്പിച്ചുനിർത്തുന്നവർ സോഷ്യൽഡെമോക്രാറ്റുകാരല്ല; കാരണം, തൊഴിലാളിവർഗത്തിനു സ്വയം ബോധമുണ്ടാവണമെങ്കിൽ ആധുനികസമുദായത്തിൽ എല്ലാ വിവിധവർഗങ്ങളും തമ്മിലുള്ള ബന്ധം സംബന്ധിച്ച് താത്വികമായ ജ്ഞാനമുണ്ടായിരിക്കണം — അഥവാ, താത്വികജ്ഞാനത്തേക്കാളുമധികം രാഷ്ട്രീയജീവിതത്തിന്റെ അനുഭവത്തിൽനിന്നു സിദ്ധിക്കുന്ന പ്രായോഗികമായ അറിവുണ്ടായിരിക്കണമെന്നു പറയുന്നതായിരിക്കും കൂടുതൽ ശരി. അതുകൊണ്ടാണ് നമ്മുടെ സാമ്പത്തികസമരവാദികൾ പ്രചരിപ്പിച്ചുകൊണ്ടിരിക്കുന്ന ആശയം — ബഹുജനങ്ങളെ രാഷ്ട്രീയപ്രസ്ഥാനത്തിലേക്കാകർഷിക്കാൻ ഏറ്റവും വിപുലമായ തോതിൽ ഉപയോഗിക്കാവുന്ന മാർഗമാണ് സാമ്പത്തികസമരമെന്ന ആശയം — ഫലത്തിൽ ഇത്രയേറെ ദ്രോഹകരവും പ്രതിലോമപരവുമായിത്തീരുന്നത്. ഒരു തൊഴിലാളിക്ക് ഒരു സോഷ്യൽഡെമോക്രാറ്റായിത്തീരണമെങ്കിൽ, ജന്മിയുടെയും പുരോഹിതന്റെയും ഉയർന്ന ഗവൺമെന്റുദ്യോഗസ്ഥന്റെയും കൃഷിക്കാരന്റെയും വിദ്യാർഥിയുടെയും തെരുവുതെണ്ടിയുടെയും സാമ്പത്തികപ്രകൃതിയെക്കുറിച്ചും സാമൂഹ്യ - രാഷ്ട്രീയനിലപാടുകളെക്കുറിച്ചും വ്യക്തമായ ഒരു ചിത്രം അയാളുടെ മനസിലുണ്ടായിരിക്കണം; ഇവരുടെയെല്ലാം ബലാബലങ്ങൾ അയാൾ അറിയണം; ഓരോ വർഗവും ജനവി

ഭാഗവും തങ്ങളുടെ സ്വാർഥതാൽപ്പര്യങ്ങളേയും തങ്ങളുടെ 'യഥാർഥപ്രകൃതി'യേയും മൂടിവയ്ക്കാൻവേണ്ടി ഉപയോഗിക്കുന്ന മുദ്രാവാക്യങ്ങളും കുതർക്കങ്ങളും അയാൾ ആരാഞ്ഞറിയണം; ചിലചില സ്ഥാപനങ്ങളും നിയമങ്ങളുമെല്ലാം ഏതേതു താൽപ്പര്യങ്ങളെയാണ് പ്രതിഫലിപ്പിക്കുന്നതെന്നും, അതെങ്ങനെയാണ് പ്രതിഫലിപ്പിക്കുന്നതെന്നും അയാൾ മനസിലാക്കണം. ഈ 'വ്യക്തമായ ചിത്രം' പുസ്തകങ്ങളിൽനിന്നു ലഭിക്കുകയില്ല. സജീവദൃഷ്ടാന്തങ്ങളിൽനിന്നു മാത്രമേ അതു കിട്ടുകയുള്ളു. ഓരോ അവസരത്തിലും നമ്മുടെ ചുറ്റും നടന്നുകൊണ്ടിരിക്കുന്ന സംഭവങ്ങളെത്തുടർന്നോ, ഓരോരുത്തരും അവരവരുടെ സ്വന്തം രീതിയിൽ (ഒരുപക്ഷേ, സ്വകാര്യമായി) നടത്തുന്ന ചർച്ചകളെത്തുടർന്നോ, ഏതെങ്കിലും സംഭവങ്ങളിൽക്കൂടിയും സ്ഥിതിവിവരക്കണക്കുകൾ മുഖേനയും കോടതിശിക്ഷകൾ വഴിയും മറ്റും വെളിപ്പെടുന്ന സംഗതികളെത്തുടർന്നോ നടത്തുന്ന തുറന്നുകാട്ടലുകളിൽനിന്നുമാത്രമേ അതു ലഭിക്കുകയുള്ളൂ. ഇത്തരം സർവസ്പർശിയായ രാഷ്ട്രീയതുറന്നുകാട്ടൽ ബഹുജനങ്ങൾക്കു സജീവവിപ്ലവപ്രവർത്തനത്തിൽ പരിശീലനം നൽകുന്നതിന് ആവശ്യവും മൗലികവുമായ ഒരു ഉപാധിയാണ്.

പൊലീസ് നാട്ടുകാരെ മർദിക്കുന്നതിന്റെ മൃഗീയതയും മതവിഭാഗങ്ങളെ വേട്ടയാടലും, കൃഷിക്കാരെ ചാട്ടവാറുകൊണ്ടടിക്കലും, സെൻസർഷിപ്പിന്റെ കൊള്ളരുതായ്മകളും, പട്ടാളക്കാരുടെമേലുള്ള മർദനവും, ഏറ്റവും നിരുപദ്രവമായ സാംസ്കാരികസംരംഭങ്ങളെപ്പോലും അടിച്ചമർത്തുന്നതും, മറ്റും, മറ്റും കണ്ടിട്ട് എന്തുകൊണ്ടാണ് റഷ്യൻതൊഴിലാളികൾ ഇനിയും ഇത്ര കുറച്ചുമാത്രം വിപ്ലവപ്രവർത്തനങ്ങളിലിറങ്ങുന്നതായിക്കാണുന്നത്? 'സാമ്പത്തികസമരം' അവരെ ഇതിനൊന്നും 'പ്രേരിപ്പിക്കാ'ത്തതുകൊണ്ടായിരിക്കുമോ? ഇത്തരത്തിലുള്ള രാഷ്ട്രീയപ്രവർത്തനം 'അനുഭവഗോചരമായ ഫലങ്ങൾ' വേണ്ടത്ര വാഗ്ദാനം ചെയ്യാത്തതുകൊണ്ടായിരിക്കുമോ? 'സൃഷ്ടിപരമായി' പറയത്തക്കയാതൊന്നും തന്നെ ഇതിൽനിന്നുണ്ടാവാത്തതുകൊണ്ടായിരിക്കുമോ? അല്ല. ഈ വാദം ഉന്നയിക്കുന്നത് കേവലം സ്വന്തം കുറ്റം മറ്റുള്ളവരുടെ തലയിൽ ചുമത്താനുള്ള ശ്രമമാണെന്ന് ഞങ്ങളാവർത്തിച്ചുകൊള്ളുന്നു; തങ്ങളുടെ തന്നെ പണ്ഡിതമൂഢത്വത്തിന് (ഹോരാ, ബെർൺഷ്ടൈനിസത്തിനുകൂടി) തൊഴിലാളിബഹുജനങ്ങളെ കുറ്റപ്പെടുത്താനുള്ള ശ്രമമായിരിക്കും അത്. നാം നമ്മെത്തന്നെ കുറ്റപ്പെടുത്തണം; ബഹുജനപ്രസ്ഥാനത്തിൽനിന്നുള്ള നമ്മുടെ അകൽച്ചയെ കുറ്റപ്പെടുത്തണം; നിന്ദ്യമായ ഈ നീചതകളെ വേണ്ടത്ര വേഗത്തിലും, വിപുലമായും, ശ്രദ്ധേയമായ രീതിയിലും തുറന്നുകാട്ടാൻ ഇന്നേവരെ കഴിയാതിരുന്നതിനു നമുക്ക് നമ്മെത്തന്നെ കുറ്റപ്പെടുത്തുക. അതുചെയ്യാൻ കഴിഞ്ഞാൽ (അതു നമുക്കു കഴിയണം, കഴിയും താനും), തൊഴിലാളിയെ അവന്റെ ജീവിതത്തിലെ ഓരോ കാൽവയ്പിലും പിന്തുടർന്നു മർദിക്കുകയും ഇടിച്ചമർത്തുകയും ചെയ്യുന്ന അതേ കറുത്ത ശക്തികൾതന്നെയാണ് വിദ്യാർഥികളെയും വിവിധ മതവിഭാഗങ്ങളെയും കൃഷിക്കാരെയും സാഹിത്യകാരന്മാരെയുമൊക്കെത്തന്നെ അവഹേളിക്കുകയും അപമാനിക്കുകയും ചെയ്യുന്നതെന്ന്

ഏറ്റവും പിന്നണിയിൽ കിടക്കുന്ന തൊഴിലാളിക്കുകൂടി മനസിലാവും; അഥവാ, അനുഭവപ്പെടും. അതനുഭവപ്പെടുന്നതോടുകൂടി അവനുതന്നെ ഇതിനെല്ലാം എതിരായി പ്രതിഷേധിക്കാനുള്ള അപ്രതിരോധ്യമായ ആഗ്രഹം ഹൃദയത്തിൽ തിങ്ങിവിങ്ങും; എന്നിട്ട് ഒരു ദിവസം അവൻ സെൻസറുകൾക്കെതിരായി കൂക്കിവിളി സംഘടിപ്പിക്കും, മറ്റൊരുദിവസം ഒരു കാർഷികകലാപത്തെ മൃഗീയമായി അടിച്ചമർത്തിയ ഒരു ഗവർണ്ണറുടെ വീട്ടിനുമുമ്പിൽ അവൻ പ്രകടനം നടത്തും; പിന്നീടൊരുദിവസം, 'പരിശുദ്ധ ഇൻക്വിസിഷ'ന്റെ ജോലി ഏറ്റെടുത്തിരിക്കുന്ന ളോഹയണിഞ്ഞ പൊലീസുകാരെ അവൻ ഒരു പാഠം പഠിപ്പിച്ചുകൊടുക്കും; മറ്റും മറ്റും. കഴിയുന്നത്ര പ്രശ്നങ്ങളെ തൽക്ഷണം തുറന്നുകാട്ടികൊണ്ടുള്ള സാഹിത്യങ്ങൾ തൊഴിലാളിബഹുജനങ്ങളുടെ നടുവിലേക്ക് എടുത്തെറിഞ്ഞുകൊടുക്കാൻവേണ്ടി വളരെകുറച്ചു മാത്രമേ നാളിതുവരെ നാം ശ്രമിച്ചിട്ടുള്ളൂ; മിക്കവാറും ഇല്ലെന്നുതന്നെ പറയാം. അനുപേക്ഷണീയമായ നമ്മുടെ ഈ കടമ നമ്മിൽ വളരെപ്പേർ ഇനിയും ഗൗനിക്കുന്നില്ല; 'രസശൂന്യമായ ദൈനംദിനസമര'ത്തെ 'സ്വയം പ്രവർത്തനാത്മക'മായി ചുമ്മാ പിന്തുടർന്നുകൊണ്ടിരിക്കുന്നേയുള്ളു; സങ്കുചിതമായ ഫാക്ടറിജീവിതത്തിന്റെ ചുറ്റുപാടിനുള്ളിൽ കിടന്നു കറങ്ങുന്നേയുള്ളു. അങ്ങനെയുള്ള പരിത:സ്ഥിതിയിൽ, 'ഉജ്ജ്വലവും സമ്പൂർണവുമായ ആശയങ്ങളുടെ പ്രചരണവുമായി താരതമ്യപ്പെടുത്തി നോക്കുമ്പോൾ, രസശൂന്യമായ ദൈനംദിനസമരത്തിന്റെ പുരോഗതിക്കുള്ള പ്രാധാന്യത്തെ ലഘൂകരിക്കാനുള്ള ഒരു വാസനയാണ് *ഇസ്ക്ര* പ്രദർശിപ്പിക്കുന്നതെ'ന്നു പറയുന്നത് (മർത്തീനൊവ്, പേജ് 61) പാർട്ടിയെ പിറകോട്ടു പിടിച്ചുവലിക്കലാണ്; നമ്മുടെ സന്നാഹക്കുറവിനേയും പിന്നോക്കനിലയേയും വക്കാലത്തുപിടിച്ചു വാഴ്ത്തലാണ്.

ബഹുജനങ്ങളെ പ്രവർത്തനത്തിനാഹ്വാനം ചെയ്യുന്നതുസംബന്ധിച്ചാണെങ്കിൽ, എപ്പോഴാണോ നാം നല്ല ചുണയുള്ള രാഷ്ട്രീയ പ്രക്ഷോഭവും സജീവവും ശ്രദ്ധേയവുമായ തുറന്നുകാട്ടലുകളുമാരംഭിക്കുന്നത്, ആ നിമിഷത്തിൽ അതു താനേ സംഭവിച്ചുകൊള്ളും. ഏതെങ്കിലുമൊരു കുറ്റവാളിയെ തൊണ്ടിസഹിതം പിടിച്ച് ഉടൻതന്നെ പൊതുജനസമക്ഷം തുറന്നുകാട്ടുന്നതിനാണ് കൊട്ടക്കണക്കിനുള്ള 'ആഹ്വാന'ങ്ങളേക്കാളുമധികം എത്രയോ ശക്തിയുണ്ടാവുക. ആരാണ് യഥാർഥത്തിൽ ജനക്കൂട്ടത്തോട് 'ആഹ്വാനം'പുറപ്പെടുവിച്ചതെന്നോ, ഇന്നിന്ന പ്രകടനങ്ങൾക്കുള്ള പ്ലാനുകൾ ആരാണിട്ടുകൊടുത്തതെന്നോ പിന്നെ പറയാൻ സാധിക്കില്ല—അതായിരിക്കും അതിന്റെ മെച്ചം. സമരത്തിനുള്ള ആഹ്വാനങ്ങൾ (അവയുടെ പൊതുവർഥത്തിലല്ലാതെ പ്രത്യേകാർത്ഥത്തിൽ പറഞ്ഞാൽ) സമരം നടക്കേണ്ടതായ സ്ഥലത്തുവെച്ച് മാത്രമേ നൽകാൻ നിവൃത്തിയുള്ളു; സമരത്തിലേക്ക് ഉടൻതന്നെ സ്വയമിറങ്ങുന്നവർക്കു മാത്രമേ സമരത്തിനുള്ള ആഹ്വാനം നൽകാൻ സാധിക്കുകയുള്ളു. സോഷ്യൽഡെമോക്രാറ്റിക് പ്രചാരകന്മാരെന്ന നിലയിൽ നമുക്കുള്ള ജോലി രാഷ്ട്രീയമായ തുറന്നുകാട്ടലുകളേയും രാഷ്ട്രീയപ്രക്ഷോഭത്തേയും കൂടുതൽ

വിപുലീകരിക്കുകയാണ്, കൂടുതൽ നിശിതവും സാരഗർഭവുമാക്കിത്തീർക്കുകയാണ്.

'സമരാഹ്വാനങ്ങളെ'സംബന്ധിച്ച്, കൂട്ടത്തിൽ, ഒരു വാക്കുകൂടി. തൊഴിലാളികൾക്ക് ഒട്ടുംതന്നെ അനുഭവഗോചരമായ യാതൊരുവിധഫലങ്ങളും വാഗ്ദാനം ചെയ്യാതിരുന്ന ഒരു കാര്യത്തിൽ — അതായത്, വിദ്യാർഥികളെ പട്ടാളത്തിലേക്ക് റിക്രൂട്ടുചെയ്യുന്നതു സംബന്ധിച്ച് — തൊഴിലാളികളോടു സജീവമായി ഇടപെട്ടു പ്രവർത്തിക്കാൻ വസന്തകാലസംഭവങ്ങൾ[70]ക്കുമുമ്പുതന്നെ ആഹ്വാനം ചെയ്ത ഒരേയൊരുപത്രം *ഇസ്ക്ര*യായിരുന്നു. "183 വിദ്യാർഥികളെ പട്ടാളത്തിലേക്ക് റിക്രൂട്ടുചെയ്യുന്നത്" സംബന്ധിച്ചുള്ള ജനുവരി 11–ാം തീയതിയിലത്തെ ഓർഡർ പ്രസിദ്ധീകൃതമായ ഉടൻതന്നെ *ഇസ്ക്ര* അതിനെപ്പറ്റി ഒരു ലേഖനം പുറത്തിറക്കി (ഫെബ്രുവരിയിൽ, ലക്കം 2); ഒരൊറ്റ പ്രകടനംപോലും സമാരംഭിക്കുന്നതിനുമുമ്പ്, 'വിദ്യാർഥികളുടെ സഹായത്തിനു ചെല്ലാൻ' തൊഴിലാളികളോടു നേരിട്ട് ആഹ്വാനം ചെയ്തു; 'നാട്ടുകാരോ'ടു ഗവൺമെന്റിന്റെ ധിക്കാരപരമായ വെല്ലുവിളിയെ നേരിടാൻ ആഹ്വാനം ചെയ്യുകയുമുണ്ടായി. 'സമരാഹ്വാനങ്ങളെ'പ്പറ്റി ഇത്രയധികം പറയുന്ന മർത്തീനൊവ് – 'സമരാഹ്വാനങ്ങൾ' ഒരു പ്രത്യേകരീതിയിലുള്ള പ്രവർത്തനമാണെന്നുകൂടി നിർദേശിക്കുന്ന അദ്ദേഹം — ഈ ആഹ്വാനത്തെപ്പറ്റി ഒരക്ഷരവും മിണ്ടിയിട്ടില്ലെന്ന അത്ഭുതകരമായ യാഥാർഥ്യത്തെ ഏതുവിധത്തിലാണ് ന്യായീകരിക്കുക എന്നു ഞങ്ങൾ ചോദിക്കുന്നു. ഇത്രയൊക്കെയായിട്ടും, 'അനുഭവഗോചരമായ ഫലങ്ങൾ വാഗ്ദത്തം ചെയ്യുന്ന' ആവശ്യങ്ങൾക്കുവേണ്ടി സമരം ചെയ്യാൻ വേണ്ടത്ര 'ആഹ്വാനങ്ങൾ' മുഴക്കാത്തതു നിമിത്തം *ഇസ്ക്ര* പക്ഷപാതിത്വം കാണിക്കുന്നുവെന്ന ആരോപണം മർത്തീനൊവ് ഉന്നയിച്ചത് വെറും പണ്ഡിതമൂഢത്വം കൊണ്ടല്ലേ?

റബോച്ചെയെ ദ്യെലൊ ഉൾപ്പെടെയുള്ള നമ്മുടെ സാമ്പത്തിക സമരവാദികൾ പിന്നോക്കം നിൽക്കുന്ന തൊഴിലാളികൾക്കുവേണ്ടി 'പതിഞ്ഞാടി'യതുകൊണ്ടാണ് ജയം നേടിയിട്ടുള്ളത്. പക്ഷേ, സോഷ്യൽഡെമോക്രാറ്റിക് തൊഴിലാളി – വിപ്ലവകാരിയായ തൊഴിലാളി (ഇത്തരം തൊഴിലാളികളുടെ എണ്ണം വർധിച്ചുവരികയുമാണ്) — 'അനുഭവഗോചരമായ ഫലങ്ങൾ വാഗ്ദാനം ചെയ്യുന്ന' ആവശ്യങ്ങൾക്കുവേണ്ടി പോരാടണമെന്നും മറ്റുമുള്ള ഈ ജൽപ്പനങ്ങളെ മുഴുവൻ കോപത്തോടുകൂടി നിരാകരിക്കും; കാരണം, ഓരോ റൂബിളിന്മേലും ഒരു കോപ്പെക്കുവീതം കൂട്ടിക്കിട്ടുമെന്നുള്ള ആ പഴയ പാട്ടുതന്നെ പുതിയൊരു ശ്രുതിയിൽ പാടലാണിതെന്ന് അവൻ മനസിലാക്കും. അത്തരമൊരു തൊഴിലാളി *റബോച്ചയ മിസ്ലി*ലും *റബോച്ചയെ ദ്യെലൊ*വിലുമുള്ള തന്റെ, ഉപദേശികളോടു പറയും: നിങ്ങൾ നിങ്ങളുടെ സമയം പാഴാക്കുകയാണ്, മാന്യന്മാരേ! ഞങ്ങൾക്കുതന്നെ സ്വയം ചെയ്യാൻ കഴിവുള്ള ഒരു ജോലിയിൽ നിങ്ങൾ അതിർകടന്ന ഉത്സാഹത്തോടുകൂടി അനാവശ്യമായി ഇടപെടുകയാണ്; അതേസമയംതന്നെ നിങ്ങളുടെ സ്വന്തം കടമകൾ നിങ്ങൾ വിസ്മരിക്കുകയും ചെയ്യുന്നു. സാമ്പത്തികസമരത്തിനുതന്നെ ഒരു രാഷ്ട്രീയസ്വഭാവം നൽകലാണ് സോഷ്യൽഡെമോക്രാറ്റുകാരുടെ കടമയെന്നുള്ള നിങ്ങളുടെ

പറച്ചിൽ അൽപ്പവും ബുദ്ധിപൂർവകമല്ല; കാരണം സോഷ്യൽഡെമോക്രാറ്റുകാർക്ക് നിർവഹിക്കാനുള്ള കടമയുടെ തുടക്കം മാത്രമാണത് — അതല്ല മുഖ്യമായ കടമ. റഷ്യയടക്കം ലോകത്തിലെല്ലായിടത്തുംതന്നെ പൊലീസുപോലും സാമ്പത്തികസമരത്തിന് രാഷ്ട്രീയ സ്വഭാവം കൊടുക്കാറുണ്ട്; ഗവൺമെന്റ് ആരെയാണ് പിന്താങ്ങുന്നതെന്ന് തൊഴിലാളികൾക്കുതന്നെ സ്വയം മനസിലായിത്തുടങ്ങിയിരിക്കുന്നു.* 'മുതലാളിമാർക്കും ഗവൺമെന്റിനുമെതിരായ തൊഴിലാളികളുടെ സാമ്പത്തികസമര'ത്തെക്കുറിച്ച്, അതു നിങ്ങളുടെ പുതിയ കണ്ടുപിടിത്തമോ മറ്റോ ആണെന്നു തോന്നുമാറ്, നിങ്ങൾ ഇത്രയും കോലാഹലം കൂട്ടുന്നുണ്ടല്ലോ; ആ സമരം ഇന്നു റഷ്യയിലെല്ലായിടത്തും — അങ്ങേയറ്റം വിദൂരമായ ഭാഗങ്ങളിൽപ്പോലും — പണിമുടക്കങ്ങളെപ്പറ്റി കേട്ടിട്ടുള്ള തൊഴിലാളികൾ സ്വയം നടത്തുന്നുണ്ട്; എന്നാൽ, സോഷ്യലിസത്തെക്കുറിച്ച് അവർ മിക്കവാറും യാതൊന്നുംതന്നെ കേട്ടിട്ടില്ല. അനുഭവഗോചരമായ ഫലങ്ങൾ വാഗ്ദാനം ചെയ്യുന്ന വ്യക്തമായ ആവശ്യങ്ങൾ മുന്നോട്ടുവച്ചുകൊണ്ട് ഞങ്ങൾക്കിടയിൽ നിങ്ങൾ പ്രോത്സാഹിപ്പിക്കാനാഗ്രഹിക്കുന്ന 'സജീവപ്രവർത്തനം' ഇപ്പോൾത്തന്നെ ഞങ്ങൾ നടത്തുന്നുണ്ട്. ബുദ്ധിജീവികളിൽനിന്നുള്ള യാതൊരു സഹായവും മിക്കപ്പോഴും ഇല്ലാതെതന്നെ ഞങ്ങളുടെ ദൈനംദിനമായ സാധാരണ ട്രേഡ്യൂണിയൻപ്രവർത്തനത്തിൽ വ്യക്തമായ ആവശ്യങ്ങൾ ഞങ്ങൾ മുന്നോട്ടുവയ്ക്കുന്നുണ്ട്. പക്ഷേ അത്തരം പ്രവർത്തനംകൊണ്ട് ഞങ്ങൾക്കു മതിയാവുന്നില്ല.

* 'സാമ്പത്തികസമരത്തിനുതന്നെ ഒരു രാഷ്ട്രീയസ്വഭാവം നൽകണ'മെന്ന ആവശ്യം രാഷ്ട്രീയപ്രവർത്തനരംഗത്തിൽ സ്വയംപ്രവർത്തനത്തോടുള്ള കീഴ്വഴക്കത്തെ ഏറ്റവും പ്രത്യക്ഷമാംവിധം തെളിയിച്ചുകാട്ടുന്നു. സാമ്പത്തികസമരം പലപ്പോഴും സ്വയമേവതന്നെ — അതായത്, 'ബുദ്ധിജീവികളിൽനിന്നുള്ള വിപ്ലവബീജാണുക്കളു'ടെ കുത്തിവെയ്പുകൂടാതെതന്നെ, വർഗബോധം സിദ്ധിച്ച സോഷ്യൽഡെമോക്രാറ്റുകാർ ഇടപെടാതെതന്നെ, എന്നർഥം — ഒരു രാഷ്ട്രീയസ്വഭാവം കൈക്കൊള്ളാറുണ്ട്. ഉദാ: ബ്രിട്ടീഷ് തൊഴിലാളികളുടെ സാമ്പത്തികസമരം സോഷ്യലിസ്റ്റുകാർ ഇടപെടാതെതന്നെ ഒരു രാഷ്ട്രീയസ്വഭാവം കൈക്കൊള്ളുകയുണ്ടായി. പക്ഷേ, സോഷ്യൽഡെമോക്രാറ്റുകാരുടെ കടമകൾ സാമ്പത്തികരംഗത്തിലുള്ള രാഷ്ട്രീയപ്രക്ഷോഭം കൊണ്ടുമാത്രം തീരുന്നില്ല; ട്രേഡ്യൂണിയനിസ്റ്റ് രാഷ്ട്രീയത്തെ സോഷ്യൽഡെമോക്രാറ്റിക് രാഷ്ട്രീയസമരമാക്കി രൂപാന്തരപ്പെടുത്തലും, സാമ്പത്തികസമരത്തിനിടയിൽ തൊഴിലാളികളുടെ മനസിലുദിക്കുന്ന രാഷ്ട്രീയബോധത്തിന്റെ കിരണങ്ങളെ ഉപയോഗിച്ച് സോഷ്യൽഡെമോക്രാറ്റിക് രാഷ്ട്രീയബോധത്തിന്റെ നിലവാരത്തിലേക്ക് അവരെ ഉയർത്തലുമാണ് സോഷ്യൽഡെമോക്രാറ്റുകാരുടെ കടമ. മർത്തീനൊവ് പ്രഭൃതികളാകട്ടെ, തൊഴിലാളികളിൽ സ്വയമേവ ഉദിച്ചുയരുന്ന രാഷ്ട്രീയബോധത്തെ ഉയർത്തിക്കൊണ്ടുവരികയും പ്രോത്സാഹിപ്പിക്കുകയും ചെയ്യുന്നതിനു പകരം, സ്വയപ്രവർത്തനത്തെ കുമ്പിട്ടു തൊഴുതാരാധിക്കുന്നു; സാമ്പത്തികസമരം തൊഴിലാളികളുടെ മനസിൽ തങ്ങളുടെ യാതൊരു രാഷ്ട്രീയാവകാശങ്ങളുമില്ലാത്ത അവസ്ഥയെക്കുറിച്ചു ചിന്തകൾ 'ഉദ്ദീപിപ്പിക്കു'മെന്നും മറ്റും കേട്ടു കേട്ടു മുഷിയുന്നതുവരെ വീണ്ടും വീണ്ടും ചർവിതചർവണം ചെയ്കയും ചെയ്യുന്നു! സ്വയമേവ ഉദിച്ചുയരുന്ന ട്രേഡ്യൂണിയനിസ്റ്റ് രാഷ്ട്രീയബോധം നിങ്ങളുടെ സോഷ്യൽഡെമോക്രാറ്റിക് കടമകളെക്കുറിച്ച് നിങ്ങളുടെ മനസിൽ യാതൊരുവിധചിന്തകളും 'ഉദ്ദീപിപ്പിക്കാ'ത്തതാണ് കഷ്ടം, മാന്യന്മാരേ!

കേവലം 'സാമ്പത്തിക'രാഷ്ട്രീയമായ നേർത്ത കഞ്ഞി കുടിച്ചു തൃപ്തിപ്പെടാൻ ഞങ്ങൾ കുട്ടികളൊന്നുമല്ല; മറ്റെല്ലാവർക്കും അറിയാവുന്നതൊക്കെ ഞങ്ങൾക്കും അറിയണമെന്നാണ് ഞങ്ങളുടെ ആഗ്രഹം; രാഷ്ട്രീയജീവിതത്തിന്റെ എല്ലാ വശങ്ങളും സവിസ്തരമായി മനസിലാക്കാനും, എല്ലാ രാഷ്ട്രീയസംഭവങ്ങളിലും സജീവമായി പങ്കെടുക്കാനുമാണ് ഞങ്ങളാഗ്രഹിക്കുന്നത്. ഇതിനെല്ലാമുള്ള കഴിവ് ഞങ്ങൾക്കുണ്ടാവണമെങ്കിൽ, ഇപ്പോൾത്തന്നെ ഞങ്ങൾക്കറിയാവുന്ന സംഗതികളെക്കുറിച്ച് ബുദ്ധിജീവികൾ ഞങ്ങളോടു സംസാരിക്കുന്നതു കുറയ്ക്കുകയാണാവശ്യം;* നേരെമറിച്ച്, ഞങ്ങൾക്കറിഞ്ഞുകൂടാത്തതും ഞങ്ങളുടെ

---

* ഒരു തൊഴിലാളി; ഒരു സാമ്പത്തികസമരവാദിയോടു ചെയ്യുന്നതായി സങ്കൽപ്പിക്കപ്പെടുന്ന ഈ പ്രസംഗത്തിന് യാഥാർഥ്യത്തിൽ അടിസ്ഥാനമുണ്ടെന്നു തെളിയിക്കാൻ രണ്ടു സാക്ഷികളെ ഞങ്ങൾ ഹാജരാക്കാം. രണ്ടുപേരും തൊഴിലാളി പ്രസ്ഥാനത്തെപ്പറ്റി പ്രത്യക്ഷമായ അറിവുള്ളവരാണ്; 'ഡോഗ്മാറ്റിസ്റ്റുകളാ'യ ഞങ്ങളോട് പക്ഷപാതമുള്ളതായി രണ്ടുപേരെക്കുറിച്ചും സംശയത്തിനു ലവലേശം അവകാശവുമില്ല — കാരണം, ഒരാൾ ഒരു 'സാമ്പത്തികസമരവാദി' തന്നെയാണ് (*റബോച്ചെയെ ദ്യെലൊ*പോലും ഒരു രാഷ്ട്രീയമുഖപത്രമാണെന്നാണ് ഇദ്ദേഹത്തിന്റെ ആക്ഷേപം). മറ്റേയാൾ ഒരു ഭീകരവാദിയാണ്. 'സെന്റ് പീറ്റേഴ്സ് ബർഗിലെ തൊഴിലാളിപ്രസ്ഥാനവും സോഷ്യൽഡെമോക്രസിയുടെ പ്രായോഗികകടമകളും' എന്ന തലക്കെട്ടിൽ അത്ഭുതകരമാംവിധം സത്യസന്ധവും സരസവുമായ ഒരു ലേഖനം ഒന്നാംസാക്ഷി എഴുതിയിട്ടുള്ളത്, *റബോച്ചെയെ ദ്യെലൊ* 6–ാം ലക്കത്തിൽ പ്രസിദ്ധീകരിച്ചിട്ടുണ്ട്. തൊഴിലാളികളെ ഇദ്ദേഹം താഴെപ്പറയുന്ന വകുപ്പുകളായി വിഭജിച്ചിരിക്കുന്നു. 1) വർഗബോധമുള്ള വിപ്ലവകാരികൾ; 2) മധ്യവർത്തിവിഭാഗം; 3) ബഹുജനങ്ങൾ. ഇതിൽ മധ്യവർത്തിവിഭാഗത്തിന് 'തങ്ങളുടെ സ്വന്തം അടിയന്തരസാമ്പത്തിക താൽപ്പര്യങ്ങളേക്കാളുമധികം രാഷ്ട്രീയ ജീവിതത്തെ ബാധിക്കുന്ന പ്രശ്നങ്ങളിലാണ് അഭിനിവേശമുള്ളത്. ഈ സാമ്പത്തിക താൽപ്പര്യങ്ങളും പൊതുസാമൂഹ്യപരിത:സ്ഥിതികളും തമ്മിലുള്ള ബന്ധം വളരെക്കാലമായി ഇവർക്കറിയാവുന്നതുമാണ്.....' എന്നദ്ദേഹം പ്രസ്താവിച്ചിരിക്കുന്നു. *റബോച്ചയ മിസ്ലി*നെ 'നിശിതമായി വിമർശിച്ചിട്ടുണ്ട്' "ചിരകാലമായി നമുക്ക് സുപരിചിതവും, എത്രയോ പണ്ടുമുതൽ നാം വായിച്ചിട്ടുള്ളതുമായ ഒരേ സംഗതികൾതന്നെ അതുവിടാതെ ആവർത്തിച്ചുകൊണ്ടിരിക്കുകയാണ് ചെയ്യുന്നത്." "രാഷ്ട്രീയവിമർശനത്തിൽ വീണ്ടും യാതൊന്നുമില്ല!" (പേജ് 30–31). മൂന്നാമത്തെ വിഭാഗംകൂടി, അതായത്, "...കൂടുതൽ ചെറുപ്പക്കാരും ഹൃദയാലുക്കളുമായ തൊഴിലാളികൾ —ചാരായക്കടയിൽനിന്നും പള്ളിയിൽനിന്നുമുള്ള വൃത്തികേട് അത്രതന്നെ ബാധിക്കാത്തവരും, രാഷ്ട്രീയസാഹിത്യം വായിക്കാനുള്ള അവസരം മിക്കവാറും ഒരിക്കലുംതന്നെ കിട്ടിയിട്ടില്ലാത്തവരുമായ വിഭാഗക്കാർ — രാഷ്ട്രീയസംഭവങ്ങളെക്കുറിച്ച് തോന്നിയപാടു ചർച്ച നടത്തുന്നുണ്ട്; വിദ്യാർഥി ലഹളകളെക്കുറിച്ചും മറ്റും തങ്ങൾക്കു കിട്ടുന്ന വർത്തമാനശകലങ്ങളെക്കുറിച്ച് ആഴത്തിൽ ചിന്തിക്കുന്നുണ്ട്." രണ്ടാം സാക്ഷി - ഭീകരകക്ഷിക്കാരൻ — എഴുതുന്നു: ".....തങ്ങളുടേതല്ലാത്ത മറ്റു പട്ടണങ്ങളിലെ ഫാക്ടറിജീവിതത്തിന്റെ കേവലം നിസ്സാരമായ വിശദാംശങ്ങൾ അവർ ഒന്നോ രണ്ടോ പ്രാവശ്യം വായിക്കും; പിന്നെ വായന നിർത്തും..... അവർക്കതു മുഷിപ്പനായിതോന്നും.... ഒരു തൊഴിലാളിപത്രത്തിൽ ഗവൺമെന്റിനെപ്പറ്റി യാതൊന്നും പറയാതിരിക്കുകയാണെങ്കിൽ..... തൊഴിലാളികളെ വെറും പിഞ്ചുകുട്ടികളായി മാത്രമേ ഗൗനിക്കുന്നുള്ളു എന്ന അർഥമാണ് ധ്വനിക്കുന്നത്.... തൊഴിലാളികൾ ശിശുക്കളൊന്നുമല്ല." (റവലൂഷണറി സോഷ്യലിസ്റ്റ് ഗ്രൂപ്പ് പ്രസിദ്ധീകരിക്കുന്ന *സ്വൊബോദ*", (പേജ് 69–70).

ഫാക്ടറിക്കകത്തുനിന്നും 'സാമ്പത്തികാ'നുഭവങ്ങളിൽനിന്നും ഒരിക്കലും ഞങ്ങൾക്ക് പഠിക്കാൻ കഴിയാത്തതുമായ സംഗതികൾ കൂടുതൽ അവർ ഞങ്ങൾക്കു പറഞ്ഞുതരികയും വേണം — എന്നുവെച്ചാൽ, നിങ്ങൾ ഞങ്ങൾക്കു രാഷ്ട്രീയമായ അറിവുണ്ടാക്കിത്തരണമെന്നർഥം. ബുദ്ധിജീവികളായ നിങ്ങൾക്ക് ഈ അറിവു സമ്പാദിക്കാനുള്ള കഴിവുണ്ട്; ഈ അറിവിനെ, ഇതുവരെ നിങ്ങൾ ഞങ്ങൾക്കു പകർന്നുതന്നിട്ടുള്ളതിന്റെ നൂറും ആയിരവും ഇരട്ടി വമ്പിച്ച തോതിൽ ഇനി ഞങ്ങൾക്കു പകർന്നു തരേണ്ടതു നിങ്ങളുടെ കടമയാണ്. മാത്രമല്ല, കേവലം ചില ചർച്ചകളുടേയും ലഘുലേഖകളുടേയും ലേഖനങ്ങളുടേയും രൂപത്തിൽമാത്രം ഈ അറിവ് ഞങ്ങൾക്ക് എത്തിച്ചുതന്നാൽ പോരാ (അവ പലപ്പോഴും മുഷിപ്പനാകാറുണ്ടെന്നു ഞങ്ങൾ തുറന്നു പറയുന്നതിൽ ക്ഷമിക്കണം); പിന്നെയോ? നമ്മുടെ ഗവൺമെന്റും ഭരണാധികാരിവർഗങ്ങളും ജീവിതത്തിന്റെ എല്ലാ തുറകളിലും ഇന്ന് ഈ നിമിഷത്തിൽ ചെയ്യുന്നതിനെയെല്ലാം തൊലിയുരിച്ചു കാട്ടിക്കൊണ്ടാണ് ആ അറിവ് ഞങ്ങൾക്കെത്തിച്ചുതരേണ്ടത്. ഈ കർത്തവ്യം കൂടുതൽ ഉത്സാഹത്തോടുകൂടി നിറവേറ്റുക; 'തൊഴിലാളിബഹുജനങ്ങളുടെ സജീവത വർധിപ്പിക്കണ'മെന്നും മറ്റുമുള്ള പ്രസംഗം കുറയ്ക്കുകയും ചെയ്യുക! നിങ്ങൾ വിചാരിക്കുന്നതിലുമെത്രയോ അധികം ഇന്നു ഞങ്ങൾ പ്രവർത്തിക്കുന്നുണ്ട്; 'അനുഭവഗോചരമായ യാതൊരു ഫലങ്ങളും' വാഗ്ദാനം ചെയ്യാത്ത ആവശ്യങ്ങൾക്കു വേണ്ടിപ്പോലും തുറന്ന തെരുവുയുദ്ധം നടത്താൻ ഇന്നു ഞങ്ങൾക്കു കെൽപ്പുണ്ട്! ഞങ്ങളുടെ സജീവത്വം 'വർധിപ്പിക്കാൻ' നിങ്ങൾക്കു സാധ്യമല്ല തന്നെ; കാരണം, നിങ്ങൾതന്നെ വേണ്ടിടത്തോളം സജീവമല്ല! 'സ്വയംപ്രവർത്തന'ത്തിനു മുമ്പിൽ ഭക്തിപൂർവം താണുതൊഴുന്നത് ചുരുക്കുക; എന്നിട്ടു നിങ്ങൾ സ്വയം കൂടുതൽ സജീവമായാലും, മാന്യന്മാരേ?

(ഡി) സാമ്പത്തികസമരവാദവും ഭീകരവാദവും തമ്മിൽ സാമ്യമെന്ത്?

കഴിഞ്ഞ അടിക്കുറിപ്പിൽ ഞങ്ങൾ ഒരു സാമ്പത്തികസമരവാദിയുടെ അഭിപ്രായവും, അയാളുമായി യാദൃച്ഛികമായി യോജിപ്പിലെത്തിയ (സോഷ്യൽഡെമോക്രാറ്റല്ലാത്ത) ഒരു ഭീകരകക്ഷിക്കാരന്റെ അഭിപ്രായവും ഉദ്ധരിച്ചുവല്ലോ. എന്നാൽ, പൊതുവിൽ പറഞ്ഞാൽ, ഇവരിരുവരും തമ്മിൽ ഒരു യാദൃച്ഛികബന്ധമല്ല, അനുപേക്ഷണീയമായ ഒരാഭ്യന്തരബന്ധം തന്നെയുണ്ട്. അതിനെപ്പറ്റി പിന്നീടു ഞങ്ങൾ പ്രതിപാദിക്കുന്നുണ്ട്; എന്നാൽ, ബഹുജനങ്ങൾക്കു സജീവവിപ്ലവപ്രവർത്തനത്തിൽ പരിശീലനം നൽകുകയെന്ന പ്രശ്നത്തിന്റെ പശ്ചാത്തലത്തിൽ ഇവിടെത്തന്നെ അതിനെക്കുറിച്ചു പ്രതിപാദിക്കേണ്ടതായിട്ടുണ്ട്. സാമ്പത്തികസമരവാദികളും ആധുനികഭീകരവാദികളും ഒരേ നാരായവേരിൽനിന്നാണ് ജന്മമെടുത്തത് — അതായത്, 'സ്വയംപ്രവർത്തന'ത്തിന്റെ മുമ്പിലുള്ള കുമ്പിടലിൽനിന്നത്രേ. ഇതിനെപ്പറ്റി ഒരു പൊതുസംഭവവികാസമെന്ന നിലയിൽ മുമ്പത്തെ അധ്യായത്തിൽ ഞങ്ങൾ പ്രതിപാദിച്ചു; രാഷ്ട്രീയപ്രവർത്ത

നത്തിന്മേലും രാഷ്ട്രീയസമരത്തിന്മേലും അതുണ്ടാക്കുന്ന പ്രത്യാഘാതത്തിന്റെ വെളിച്ചത്തിൽ ഇവിടെ ഞങ്ങളതിനെ പരിശോധിക്കാം. പ്രഥമദൃഷ്ടിയിൽ, ഞങ്ങളുടെ അഭിപ്രായപ്രകടനം പൂർവാപരവിരുദ്ധമായി ത്തോന്നാം; കാരണം, ഈ രണ്ടുകൂട്ടരും തമ്മിലുള്ള വ്യത്യാസം പ്രത്യക്ഷത്തിൽ അത്ര വമ്പിച്ചതാണ്. ഒരുകൂട്ടർ 'രസശൂന്യമായ ദൈനംദിന സമര'ത്തിന്മേലാണൂന്നുന്നതെങ്കിൽ, മറ്റേ വിഭാഗം വ്യക്തികളിൽനിന്ന് അങ്ങേയറ്റം ത്യാഗമോഹനമായ സമരമാണാവശ്യപ്പെടുന്നത്. പക്ഷേ, ഇതൊരു വിരോധാഭാസമല്ല. സാമ്പത്തികസമരവാദികളും ഭീകരവാദികളും 'സ്വയം പ്രവർത്തന'ത്തിന്റെ രണ്ടറ്റങ്ങളിൽ നിന്നുകൊണ്ടാണ് അതിനെ കൈകൂപ്പിവന്ദിക്കുന്നതെന്നേയുള്ളൂ; സാമ്പത്തികസമരവാദികൾ 'ശുദ്ധ തൊഴിലാളിപ്രസ്ഥാന'ത്തിന്റെ 'സ്വയംപ്രകടന'ത്തെയാണ് ആരാധിക്കുന്നതെങ്കിൽ, വിപ്ലവസമരത്തെ തൊഴിലാളിപ്രസ്ഥാനവുമായി കൂട്ടിബന്ധിപ്പിക്കാൻ ഒന്നുകിൽ കഴിവില്ലാത്ത — അല്ലെങ്കിൽ അതിനവസരം ലഭിക്കാത്ത — ബുദ്ധിജീവികളുടെ വികാരഭരിതമായ കോപത്തിന്റെ 'സ്വയം പ്രവർത്തന'ത്തെയാണ് ഭീകരകക്ഷിക്കാർ പൂജിക്കുന്നതെന്നു മാത്രം! വിപ്ലവസമരത്തെ തൊഴിലാളിപ്രസ്ഥാനവുമായി ബന്ധിപ്പിക്കാൻ സാധിക്കുമെന്നുള്ള വിശ്വാസം നശിച്ചവർക്ക് — അഥവാ ആ വിശ്വാസം ഒരിക്കലും ഉണ്ടായിരുന്നിട്ടില്ലാത്തവർക്ക് — ഭീകരപ്രവർത്തനം മുഖേനയല്ലാതെ തങ്ങളുടെ വെറുപ്പും വിപ്ലവവീര്യവും വെളിയിൽ പ്രകടിപ്പിക്കാൻ വാസ്തവത്തിൽ വളരെ വിഷമമുണ്ട്. അങ്ങനെ, 'സ്വയംപ്രവർത്തന'ത്തെ ആരാധിക്കലിന്റെ ഈ രണ്ടു രൂപങ്ങളും കുപ്രസിദ്ധമായ 'ക്രെഡോ' പരിപാടി നടപ്പിൽവരുത്തുന്നതിന്റെ പ്രാരംഭം മാത്രമായിത്തീരുന്നു: 'മുതലാളിമാർക്കും ഗവൺമെന്റിനുമെതിരായ സാമ്പത്തികസമരം' തൊഴിലാളികൾ നടത്തിക്കൊള്ളട്ടെ (ഇങ്ങനെ മർത്തീനൊവിന്റെ വാക്കുകളിൽ തന്റെ അഭിപ്രായം ഞങ്ങൾ പ്രകടിപ്പിക്കുന്നതിനു 'ക്രെഡോ'വിന്റെ കർത്താവോടു ഞങ്ങൾ ക്ഷമായാചനം ചെയ്തുകൊള്ളുന്നു! പക്ഷേ, ഇതിനു ഞങ്ങൾക്കവകാശമുണ്ടെന്നാണ് ഞങ്ങളുടെ വിശ്വാസം; കാരണം, സാമ്പത്തികസമരത്തിനിടയിൽ തൊഴിലാളികൾ 'രാഷ്ട്രീയഭരണവ്യവസ്ഥയുമായി കൂട്ടിമുട്ടുന്നുണ്ടെ'ന്ന് 'ക്രെഡോ' പോലും പറയുന്നുണ്ട്); ബുദ്ധിജീവികൾ സ്വപ്രയത്നം മുഖേന രാഷ്ട്രീയസമരവും നടത്തിക്കൊള്ളട്ടെ— എന്നുവച്ചാൽ, തീർച്ചയായും ഭീകരനടപടികൾമുഖേനതന്നെ എന്നർഥം! തികച്ചും ന്യായാനുസൃതവും അനിവാര്യവുമായ ഈ നിഗമനത്തിലാണ് ഈ പരിപാടി നടപ്പിൽവരുത്താൻ തുടങ്ങുന്നവർ ചെന്നെത്തുകയെന്നുള്ളത് സമ്മതിച്ചേതീരൂ; ഈ അനിവാര്യത അവർ സ്വയം അറിയുന്നില്ലെങ്കിൽകൂടി സമ്മതിക്കാതെ തരമില്ല. ഭീകരപ്രവർത്തനം നടത്താനോ, സാമ്പത്തികസമരത്തിനുതന്നെ ഒരു രാഷ്ട്രീയസ്വഭാവം നൽകാനോ, ആഹ്വാനം കൊടുക്കുന്നവർ അങ്ങനെ ചെയ്യുന്നത് എത്രതന്നെ നല്ല ഉദ്ദേശ്യങ്ങളോടുകൂടിയായാലും കൊള്ളാം, അവരുടെ ബോധത്തിൽനിന്നെല്ലാം ഭിന്നമായ ഒരു ന്യായശാസ്ത്രം രാഷ്ട്രീയപ്രവർത്തനത്തിനു സ്വതവേ ഉണ്ടായിരിക്കും. നരകത്തിലേക്കുള്ള പാത സദുദ്ദേശ്യങ്ങളെക്കൊണ്ടാണ് പടുത്തുകെട്ടിയിട്ടുള്ളത്; സദുദ്ദേശ്യങ്ങളുണ്ടായതുകൊണ്ടുമാത്രം

ഒരാൾക്ക് ഈ വിഷയത്തിൽ 'ഏറ്റവും കുറഞ്ഞ ചെറുത്തുനിൽപ്പിന്റെ പാതയിലേക്ക് — കേവലം ബൂർഷ്വാ ആയ 'ക്രെഡോ'വിന്റെ പരിപാടിയിലേക്ക് — സ്വയമേവ അധഃപതിക്കാതിരിക്കാൻ നിവൃത്തിയില്ല. എത്രയോ റഷ്യൻ ലിബറലുകൾ — അതായത്, ലിബറലുകളെന്നുതന്നെ സ്വയം പറയുന്നവരും, മാർക്സിസത്തിന്റെ മുഖംമൂടി ധരിച്ച ലിബറലുകളും — ഭീകരപ്രവർത്തനത്തോട് ഉള്ളഴിഞ്ഞ അനുഭാവമുള്ളവരായിരിക്കുന്നതും, ഇന്നിപ്പോൾ ഇരമ്പിക്കയറുന്ന ഭീകരപ്രസ്ഥാനത്തിന്റെ സ്പിരിട്ടിനെ അവർ ഊതിക്കത്തിക്കാൻ ശ്രമിക്കുന്നുണ്ടെന്നുള്ളതും തീർച്ചയായും യാദൃച്ഛികമല്ല.

കഴിയുന്ന എല്ലാ സഹായങ്ങളും തൊഴിലാളിപ്രസ്ഥാനത്തിനു നൽകുകയെന്ന ലക്ഷ്യത്തോടുകൂടി സമാരംഭിച്ചതും, എന്നാൽ, ഭീകരപ്രവർത്തനവും സോഷ്യൽഡെമോക്രസിയിൽനിന്നുള്ള 'സ്വാതന്ത്ര്യ'വും (അങ്ങനെ പറയാമെങ്കിൽ) തങ്ങളുടെ പരിപാടിയിലുൾപ്പെടുത്തിയിട്ടുള്ളതും ആയ 'സ്വൊബോദ' റവലൂഷണറി സോഷ്യലിസ്റ്റ് ഗ്രൂപ്പിന്റെ രൂപീകരണം പി ബി ആക്സെൽറൊഡിന്റെ അന്യാദൃശമായ ദീർഘദൃഷ്ടിയെ ഒന്നുകൂടി തെളിയിക്കുകയാണ്; സോഷ്യൽഡെമോക്രാറ്റിക് ചാഞ്ചാട്ടത്തിന്റെ ഈ അനന്തരപരിണാമങ്ങൾ 'ആധുനിക കടമകളും ആധുനിക അടവുകളു'മെന്ന തന്റെ പുസ്തകത്തിൽ - 1897ന്റെ അവസാനത്തിൽത്തന്നെ 'രണ്ടുതരം സംഭാവ്യതകൾ' എന്ന തന്റെ പ്രശ്സത നിർവചനത്തിൽ അദ്ദേഹം ശരിക്കും പ്രവചിക്കുകതന്നെ ചെയ്തുവല്ലോ. റഷ്യൻ സോഷ്യൽഡെമോക്രാറ്റുകാർക്കിടയിൽ പിന്നീടുണ്ടായിട്ടുള്ള എല്ലാ വഴക്കുകളും അഭിപ്രായവ്യത്യാസങ്ങളും — വിത്തിനകത്തു വൃക്ഷംപോലെ — ഈ രണ്ടുതരം സംഭാവ്യതകളുടെ പ്രവചനത്തിൽ അടങ്ങിയിട്ടുണ്ട്.*

---

* "കൂടുതൽ യാഥാർഥ്യബോധത്തിൽ അടിയുറച്ച (?) മറ്റൊരു വികൽപ്പത്തെ മർത്തീനൊവ് വിഭാവനം ചെയ്യുന്നുണ്ട്. ('സോഷ്യൽഡെമോക്രസിയും തൊഴിലാളിവർഗവും,' പേജ്19): "ഒന്നുകിൽ സോഷ്യൽഡെമോക്രസി തൊഴിലാളിവർഗത്തിന്റെ സാമ്പത്തികസമരം നേരിട്ടുതന്നെ ഏറ്റെടുത്തു നയിക്കും; അതുവഴി (!) അതിനെ വിപ്ലവാത്മകമായ ഒരു വർഗസമരമാക്കി രൂപാന്തരപ്പെടുത്തുകയും ചെയ്യും....." ഇവിടെ 'അതുവഴി' എന്നുവച്ചാൽ സാമ്പത്തികസമരത്തെ നേരിട്ടു നയിച്ചിട്ടുതന്നെ എന്നാണർഥം കരുതേണ്ടത്. ട്രേഡ്യൂണിയൻ സമരത്തിനു നേതൃത്വം നൽകിയതുകൊണ്ടുമാത്രം ട്രേഡ്യൂണിയൻ പ്രസ്ഥാനത്തെ ഒരു വിപ്ലാവാത്മകമായ വർഗപ്രസ്ഥാനമാക്കി മാറ്റാൻ സാധിച്ചതിന് ഒരൊറ്റ ദൃഷ്ടാന്തമെങ്കിലും മർത്തീനൊവ് എടുത്തുകാട്ടുമോ? അങ്ങനെ അതിനെ 'രൂപാന്തരപ്പെടുത്താൻ' സാധിക്കണമെങ്കിൽ എല്ലാ തുറകളിലുമുള്ള രാഷ്ട്രീയ പ്രക്ഷോഭത്തിന്റെ 'നേരിട്ടുള്ള നേതൃത്വം' നാം സജീവമായി ഏറ്റെടുത്തേ മതിയാവൂ എന്നു മനസിലാക്കാൻ അദ്ദേഹത്തിനു കഴിവില്ലെന്നോ?...... 'അല്ലെങ്കിലുള്ള സംഭാവ്യത ഇതാണ്: സോഷ്യൽഡെമോക്രസി തൊഴിലാളികളുടെ സാമ്പത്തികസമരത്തിന്റെ നേതൃത്വം ഏറ്റെടുക്കാതിരിക്കും;..... തന്റെ സ്വന്തം ചിറക് ഒടിച്ചുകളയുകയും ചെയ്യും...' മുകളിൽ ഞങ്ങളുദ്ധരിച്ച *റബോച്ചെയെ ദ്യെലൊ*വിന്റെ അഭിപ്രായപ്രകാരം *ഇസ്ക്ര*യാണ് ഇത് "ഏറ്റെടുക്കാതിരിക്കുന്നത്." പക്ഷേ, യഥാർഥത്തിൽ സാമ്പത്തികസമരത്തെ നയിക്കാൻ തക്ക പ്രവർത്തനം *ഇസ്ക്ര*യാണ് *റബോച്ചെയെ ദ്യെലൊ*വിനേക്കാളും എത്രയോ അധികം ചെയ്യുന്നതെന്നു നാം കണ്ടു. എന്നാൽ, ഇതുകൊണ്ടുമാത്രം അതു തൃപ്തിപ്പെടുന്നില്ല; ഇതിനുവേണ്ടി അത് അതിന്റെ രാഷ്ട്രീയകടമകളെ വെട്ടിച്ചുരുക്കുന്നുമില്ല.

സാമ്പത്തികസമരവാദത്തിന്റെ സ്വയമേവയുള്ള സ്വഭാവത്തെ ചെറുത്തുനിൽക്കാൻ കഴിയാത്ത *റബോച്ചെയെ ദ്യെലൊവി*നു ഭീകരപ്രവർത്തനത്തിന്റെ സ്വയമേവത്വത്തെ ചെറുത്തുനിൽക്കാൻ സാധിക്കാത്തതെന്തുകൊണ്ടാണെന്ന് ഇതിൽനിന്നു വ്യക്തമാവും. ഭീകരപ്രസ്ഥാനത്തെ അനുകൂലിച്ചുകൊണ്ട് ഏതേതു വാദങ്ങളാണ് *സ്വൊബോദ* ഉന്നയിച്ചതെന്നു പരിശോധിക്കുന്നത് ഈയവസരത്തിൽ രസാവഹമായിരിക്കും. ഭീകരപ്രസ്ഥാനത്തിനുള്ള ഭീഷണപങ്കിനെ അത് 'തീരെ നിഷേധിക്കുന്നു' (*വിപ്ലവാത്മകത്വത്തിന്റെ പുനരുത്ഥാനം* പേജ്64); എന്നാൽ, നേരെമറിച്ചു, അതിന്റെ 'വികാരപ്രചോദനപരമായ വശത്തിനുള്ള പ്രാധാന്യ'ത്തെ ഊന്നുകയും ചെയ്യുന്നു. ഒന്നാമതായി, സോഷ്യൽഡെമോക്രസിക്കുമുമ്പുണ്ടായിരുന്ന പഴയ ഭീകരവാദത്തിന്റെ മാമൂലിനനുസൃതമായ ആശയപരമ്പര ഛിന്നഭിന്നമായിപ്പോകുന്നതിന്റെയും നശിച്ചു മണ്ണടിയുന്നതിന്റെയും ഒരു ഘട്ടത്തെയാണിതു കുറിക്കുന്നത്. ആ നിലയ്ക്ക് ഇത് അർഥവത്താണ്. ഭീകരപ്രവർത്തനംകൊണ്ട് ഗവൺമെന്റിനെ 'ഭയപ്പെടുത്താൻ' സാധ്യമല്ലെന്നും അതുകൊണ്ടതിനെ തകർക്കാൻ സാധ്യമല്ലെന്നും സമ്മതിക്കുന്നത്, ഭീകരപ്രവർത്തനം ഒരു സമരരീതിയെന്ന നിലയിൽ കൊള്ളുകയില്ലെന്നു സമ്മതിക്കുന്നതിനു തുല്യമാണ്; ഒരു പരിപാടിയനുസരിച്ചുള്ള പ്രവർത്തനരംഗമെന്ന നിലയിൽ അതു കൊള്ളുകയില്ലെന്നു സമ്മതിക്കലാണ്. രണ്ടാമതായി, 'ബഹുജനങ്ങൾക്ക് സജീവവിപ്ലവപ്രവർത്തനത്തിൽ പരിശീലനം നൽകുക'യെന്ന നമ്മുടെ അടിയന്തരകടമയുടെ അർഥം മനസിലാക്കാൻ ഇവർക്കു കഴിയുന്നില്ലെന്നതിനു ദൃഷ്ടാന്തമാണിത്; ആ നിലയ്ക്ക് ഇതു കൂടുതൽഅർഥവത്താണ്. തൊഴിലാളിപ്രസ്ഥാനത്തിനു 'വികാരപ്രചോദനം' നൽകാനും, അതിനു 'ശക്തിയേറിയ ഒരാവേശം' കൊടുക്കാനുമുള്ള ഒരു മാർഗമെന്ന നിലയ്ക്കാണ് *സ്വൊബോദ* ഭീകരപ്രസ്ഥാനത്തിനുവേണ്ടി വാദിക്കുന്നത്. സ്വന്തം നിലപാടിന്റെ സാധുതയെത്തന്നെ ഇതിലുമധികം ഹനിക്കുന്ന മറ്റൊരു വാദത്തെക്കുറിച്ചു ചിന്തിക്കുവാൻ പ്രയാസം! റഷ്യയുടെ യഥാർഥജീവിതത്തിൽ എന്താ, വേണ്ടത്ര തോന്ന്യവാസങ്ങൾ ഇപ്പോൾത്തന്നെ നടക്കുന്നില്ലായിരിക്കുമോ — അതുകൊണ്ടായിരിക്കുമോ വിശേഷിച്ചൊരു 'വികാരപ്രചോദനം' സൃഷ്ടിക്കേണ്ടിവന്നിരിക്കുന്നത്? നേരെമറിച്ചു റഷ്യയിലെ താന്തോന്നിഭരണം കണ്ടിട്ടുകൂടി വികാരങ്ങൾക്കു ചൂടുപിടിക്കാത്ത ആളുകൾ — അതിനു കഴിവില്ലാത്ത ആളുകൾ — ഒരുപിടി ഭീകരവാദികൾ ഗവൺമെന്റുമായി ഒറ്റയ്ക്കേറ്റുമുട്ടുന്നതു കണ്ടാൽപ്പോലും 'അലസമായി നോക്കി നിൽക്കുകയേ ചെയ്യൂ' എന്നുള്ളതു വ്യക്തമല്ലേ? റഷ്യൻ ജീവിതത്തിൽ നടന്നുകൊണ്ടിരിക്കുന്ന തോന്ന്യവാസങ്ങളുടെ ഫലമായി തൊഴിലാളി ബഹുജനങ്ങൾ വാസ്തവത്തിൽ അങ്ങേയറ്റം വികാരക്ഷുഭിതരായിരിക്കയാണ്; റഷ്യൻ ജീവിതപരിത:സ്ഥിതികളുടെ ഫലമായി നാം വിചാരിക്കുന്നതിനേക്കാളെല്ലാം എത്രയോ വർധിച്ച തോതിൽ ഇളകി മുന്നോട്ടുവരുന്ന ബഹുജനവികാരത്തിന്റെ ഈ എല്ലാ തുള്ളികളേയും നീർച്ചാലുകളേയും

ഒന്നിച്ചുകൂട്ടാനും (അങ്ങനെ നമുക്കു പറയാമെങ്കിൽ) കേന്ദ്രീകരിക്കാനും നമുക്കു സാധിക്കുന്നില്ലെന്നതാണ് പരമാർഥം. ഇതെല്ലാം ഒന്നിച്ചുകൂട്ടി ഒരൊറ്റ വമ്പിച്ച പ്രവാഹം സൃഷ്ടിക്കുകയെന്നതുതന്നെയായിരിക്കുന്നു നമ്മുടെ കടമ. തൊഴിലാളി പ്രസ്ഥാനത്തിനുണ്ടായിട്ടുള്ള അന്യാദൃശവളർച്ചയും, രാഷ്ട്രീയസാഹിത്യത്തിനുവേണ്ടിയുള്ള തൊഴിലാളികൾക്കുള്ള ആർത്തിയും (ഇതിനെക്കുറിച്ചു മുകളിൽ ഞങ്ങൾ സൂചിപ്പിച്ചുവല്ലോ) തെളിയിക്കുന്നത് ഈ പ്രവാഹം സൃഷ്ടിക്കാൻ സാധിക്കുമെന്നുതന്നെയാണ്. ഭീകരപ്രവർത്തനത്തിനുള്ള ആഹ്വാനങ്ങളും, സാമ്പത്തികസമരത്തിനുതന്നെ രാഷ്ട്രീയസ്വഭാവം നൽകാനുള്ള ആഹ്വാനങ്ങളും, റഷ്യൻ വിപ്ലവകാരികളെ ഇന്നഭിമുഖീകരിക്കുന്ന ഏറ്റവും അടിയന്തരമായ കർത്തവ്യത്തിൽനിന്ന് — സർവവ്യാപിയായ രാഷ്ട്രീയ പ്രക്ഷോഭം സംഘടിപ്പിക്കുകയെന്ന ചുമതലയിൽനിന്നു — ഒഴിഞ്ഞുമാറാനുള്ള ശ്രമത്തിന്റെ രണ്ടു വ്യത്യസ്ത രൂപങ്ങൾ മാത്രമാണ്. പ്രക്ഷോഭത്തിനു പകരമായിട്ടാണ് ഭീകരപ്രവർത്തനത്തെ ഉന്നയിക്കാൻ *സ്വൊബോദ* ആഗ്രഹിക്കുന്നത്; 'കൂടുതൽ നിശിതവും ഊർജ്ജിതവുമായ പ്രക്ഷോഭം ബഹുജനങ്ങൾക്കിടയിൽ സമാരംഭിക്കുന്നതോടുകൂടി അതിന്റെ വികാരപ്രചോദനപരമായ കർത്തവ്യം അവസാനിക്കും' എന്ന് അതു തുറന്നു സമ്മതിക്കുന്നു (*വിപ്ലവാത്മകത്വത്തിന്റെ പുനരുത്ഥാനം*, പേജ് 68). ബഹുജനങ്ങൾക്കിടയിലുള്ള വിപ്ലവകരമായ ഇളക്കത്തെ — വസന്തകാലത്തുണ്ടായ സംഭവങ്ങ*ളുടെ പ്രത്യക്ഷദൃഷ്ടാന്തം കണ്ടിട്ടുകൂടി — ഭീകരവാദികളും സാമ്പത്തികസമരവാദികളും രണ്ടുപേരും തുഛമായിക്കരുതുന്നുവെന്നാണിതിൽനിന്നു തെളിയുന്നത്. ഒരു വിഭാഗക്കാർ കൃത്രിമമായ 'വികാരപ്രചോദനങ്ങ' ളെത്തേടി നടക്കുന്നുണ്ടെങ്കിൽ, മറ്റേ വിഭാഗം 'വ്യക്തമായ ആവശ്യങ്ങൾ' വേണമെന്നു പ്രസംഗിക്കുന്നു. എന്നാൽ രാഷ്ട്രീയപ്രക്ഷോഭത്തിലും രാഷ്ട്രീയമായ തുറന്നുകാട്ടൽ സംഘടിപ്പിക്കുന്നതിലും തങ്ങളുടെ സ്വന്തം പ്രവർത്തനത്തെ കൂടുതൽ വളർത്തേണ്ടതുണ്ടെന്ന സംഗതിയിലാണ് ഇരുകൂട്ടരും വേണ്ടത്ര ശ്രദ്ധപതിപ്പിക്കാതിരിക്കുന്നത്. ഈ പണിക്കു പകരം മറ്റെന്തു പണി ചെയ്താലും ഇക്കാലത്തെന്നല്ല മറ്റേതൊരുകാലത്തും മതിയാവുകയുമില്ല.

(ഇ) തൊഴിലാളിവർഗം : ജനാധിപത്യത്തിനുവേണ്ടിയുള്ള പോരാട്ടത്തിലെ മുന്നണിപ്പടയാളി.

വിപുലമായ രാഷ്ട്രീയപ്രക്ഷോഭവും അതിനുവേണ്ടി രാഷ്ട്രീയമായ തുറന്നുകാട്ടൽ നാനാമുഖമായി സംഘടിപ്പിക്കുകയെന്നതും പ്രവർത്തനരംഗത്തിലുള്ള അത്യന്താപേക്ഷിതവും സർവപ്രധാനവുമായ കടമയാണെന്നു നാം കണ്ടു; എങ്കിൽമാത്രമേ പ്രവർത്തനം യഥാർഥത്തിൽ

---

* 1901-ൽ വസന്തകാലത്തുണ്ടായ വമ്പിച്ച തെരുവുപ്രകടനം (1907-ലെ പതിപ്പിനുള്ള കുറിപ്പ്).

സോഷ്യൽഡെമോക്രാറ്റിക് പ്രവർത്തനമാവൂ എന്നർഥം. രാഷ്ട്രീയജ്ഞാനവും രാഷ്ട്രീയപരിശീലനവും തൊഴിലാളിവർഗത്തിന് അത്രമാത്രം അടിയന്തരമായ ആവശ്യങ്ങളായിരിക്കുന്നുവെന്നതിനെമാത്രം പരിഗണിച്ചാണ് ഈ അഭിപ്രായത്തിൽ ഞങ്ങളെത്തിയത്. പക്ഷേ, ഈ പ്രശ്നത്തെ ഈ വിധത്തിൽ ഉന്നയിക്കുന്നതുതന്നെ വളരെ സങ്കുചിതമായിരിക്കും; കാരണം, സോഷ്യൽഡെമോക്രസിക്കു പൊതുവിലും, റഷ്യൻ സോഷ്യൽഡെമോക്രസിക്കു പ്രത്യേകിച്ചും ഉള്ള പൊതുജനാധിപത്യകടമകളെ ഇവിടെ പരിഗണിച്ചിട്ടില്ല. കൂടുതൽ വ്യക്തമായ രൂപത്തിൽ ഇതു വിശദീകരിക്കാൻ സാമ്പത്തികസമരവാദികളുമായി കൂടുതൽ 'അടുപ്പ'മുള്ള ഒരു നിലപാടിൽനിന്നുകൊണ്ട് — എന്നു പറഞ്ഞാൽ, പ്രായോഗികവീക്ഷണകോണത്തിൽനിന്ന് — ഞങ്ങൾ ഈ പ്രശ്നത്തെ സമീപിക്കാം. തൊഴിലാളിവർഗത്തിന്റെ രാഷ്ട്രീയബോധം വളർത്തണമെന്നുള്ളത് 'എല്ലാവർക്കും സമ്മത'മാണ്. പക്ഷേ, എങ്ങനെയാണിതു വേണ്ടതെന്ന ചോദ്യമുത്ഭവിക്കുന്നു. ഈ കാര്യം നിർവഹിക്കാൻ എന്തു ചെയ്യണം? തൊഴിലാളിവർഗത്തോടുള്ള ഗവൺമെന്റിന്റെ നിലയെസംബന്ധിക്കുന്ന പ്രശ്നങ്ങളുമായി തൊഴിലാളികളെ കേവലം അവരുടെ സാമ്പത്തികസമരം 'കൂട്ടിമുട്ടിക്കുക'മാത്രമേ ചെയ്യുന്നുള്ളൂ. അതുകൊണ്ട്, 'സാമ്പത്തികസമരത്തിനുതന്നെ ഒരു രാഷ്ട്രീയസ്വഭാവം നൽകാൻ' എത്ര തന്നെ നാം പരിശ്രമിച്ചാലും, തൊഴിലാളികളുടെ രാഷ്ട്രീയബോധത്തെ (സോഷ്യൽഡെമോക്രാറ്റിക് ബോധത്തിന്റെ നിലവാരത്തിലോളം) വളർത്താൻ സാമ്പത്തികസമരത്തിന്റെ ചുറ്റുപാടുകളിൽ ഒതുങ്ങിനിന്നാൽ ഒരു കാലത്തും സാധ്യമാവുകയില്ല; കാരണം, ഈ ചുറ്റുപാടുകളുടെ പരിധി വളരെ സങ്കുചിതമാണ്. മർത്തീനൊവിന്റെ മുദ്രാവാക്യത്തിനു ഞങ്ങൾ കുറെ വിലകൽപ്പിക്കുന്നുണ്ട്; പക്ഷേ കാര്യങ്ങളെല്ലാം കൂട്ടിക്കുഴച്ചു വൃത്തികേടാക്കാനുള്ള മർത്തീനൊവിന്റെ പാടവത്തെ അതുദാഹരിക്കുന്നുവെന്നതുകൊണ്ടല്ല. പിന്നെയോ? എല്ലാ സാമ്പത്തികസമരവാദികൾക്കും പറ്റുന്ന മൗലികമായ അബദ്ധത്തെ — അതായത്, സാമ്പത്തികസമരത്തിന്റെ ഉള്ളിൽനിന്നുതന്നെ (എന്നുപറയട്ടെ) തൊഴിലാളികളുടെ രാഷ്ട്രീയബോധം വളർത്താൻ കഴിയുമെന്നുള്ള അവരുടെ വിശ്വാസത്തെ — സാമ്പത്തികസമരംമാത്രം മതി, അഥവാ, മുഖ്യമായും അവിടെനിന്നാണ് പ്രവർത്തനം തുടങ്ങേണ്ടത്, അതാണ് ഒരേയൊരടിത്തറ, അഥവാ, അതാണ് മുഖ്യമായ അടിത്തറ, എന്നുള്ള വിശ്വാസത്തെ — മർത്തീനൊവിന്റെ മുദ്രാവാക്യം പ്രത്യക്ഷമാംവിധം ഉദാഹരിക്കുന്നുണ്ട്. ഇത്തരമൊരഭിപ്രായം മൗലികമായി തെറ്റാണ്, ഞങ്ങളുടെ എതിർപ്പുമൂലം അഭിമാനത്തിനു ക്ഷതം പറ്റിയ സാമ്പത്തികസമരവാദികൾ ഈ അഭിപ്രായ ഭിന്നതകളുടെയെല്ലാം മൂലകാരണങ്ങളെപ്പറ്റി അഗാധമായി ചിന്തിക്കാൻ കൂട്ടാക്കുന്നില്ല. ഫലമോ? നമുക്ക് അന്യോന്യം കാര്യം മനസിലാക്കാൻതന്നെ തീരെ സാധ്യമല്ലാതായിരിക്കുന്നു. നാം സംസാരിക്കുന്നതുതന്നെ വ്യത്യസ്തഭാഷകളിലാണോ എന്നുതോന്നും.

വർഗപരമായ രാഷ്ട്രീയബോധം വെളിയിൽനിന്നുമാത്രമേ തൊഴിലാളികൾക്കുണ്ടാക്കിക്കൊടുക്കാൻ സാധിക്കുകയുള്ളൂ: എന്നുവെച്ചാൽ, സാമ്പത്തികസമരത്തിന്റെ — തൊഴിലാളികളും അവരുടെ നേരെ മുകളിലുള്ള മുതലാളിമാരും തമ്മിലുള്ള ബന്ധത്തിന്റെ — പരിധിക്കുപുറത്തുനിന്നുമാത്രമേ അതു സാധിക്കുകയുള്ളൂ. ഈ ജ്ഞാനസമ്പാദനത്തിനുള്ള ഒരേയൊരു രംഗം എല്ലാവിധ വർഗങ്ങൾക്കും ജനവിഭാഗങ്ങൾക്കും ഭരണകൂടവും ഗവൺമെന്റുമായുള്ള ബന്ധത്തിന്റെ രംഗമാണ്, എല്ലാത്തരം വർഗങ്ങളുടേയും പരസ്പരബന്ധങ്ങളുടെ പ്രകടനരംഗമാണ്. അതുകൊണ്ട്, തൊഴിലാളികൾക്കു രാഷ്ട്രീയജ്ഞാനമുണ്ടാക്കിക്കൊടുക്കാൻ എന്തു ചെയ്യണമെന്ന ചോദ്യത്തിനുള്ള ഉത്തരം, പ്രായോഗിക പ്രവർത്തകന്മാർ — വിശേഷിച്ചും സാമ്പത്തികസമരവാദത്തോടുചായ്‌വുള്ളവർ — മിക്കപ്പോഴും സ്വയം ഉച്ചരിച്ചു തൃപ്തിപ്പെടാറുള്ള ആ ഉത്തരമല്ലതന്നെ: അതായത്, 'തൊഴിലാളികളുടെ ഇടയിലേക്കിറങ്ങുക' എന്നുള്ളതല്ല കേവലം അതിനുള്ള ഉത്തരം. സോഷ്യൽഡെമോക്രാറ്റുകാർ തൊഴിലാളികൾക്കു രാഷ്ട്രീയജ്ഞാനം നൽകാൻ എല്ലാ ജനവിഭാഗങ്ങൾക്കിടയിലും ഇറങ്ങിച്ചെല്ലണം; തങ്ങളുടെ പട്ടാളത്തിന്റെ യൂണിറ്റുകളെ എല്ലാ വശത്തേക്കും അയയ്ക്കണം.

കേവലം വിരോധാഭാസങ്ങൾകൊണ്ടു പന്താടാനുള്ള ആഗ്രഹം നിമിത്തമല്ല ഇങ്ങനെയൊരു വല്ലാത്ത നിർവചനം ഞങ്ങൾ മനഃപൂർവം തെരഞ്ഞെടുക്കുന്നത്; ഇങ്ങനെ സരളവും ശക്തിയുക്തവുമായ രീതിയിൽ ഞങ്ങൾ മനഃപൂർവം സംസാരിക്കുന്നത്; പിന്നെയോ? സാമ്പത്തികസമരവാദികൾ ഇന്ന് അക്ഷന്തവ്യമാംവിധം അവഗണിക്കുന്ന തങ്ങളുടെ കടമകളെക്കുറിച്ച് ബോധ്യം വരാൻ അവർക്കു 'പ്രചോദനം' നൽകാനാണ്, ട്രേഡ്‌യൂണിയനിസ്റ്റ് രാഷ്ട്രീയവും സോഷ്യൽഡെമോക്രാറ്റിക് രാഷ്ട്രീയവും തമ്മിലുള്ള വ്യത്യാസം അവർ സ്വയം മനസിലാക്കാൻ കൂട്ടാക്കാതിരിക്കുന്നതുകൊണ്ട് അതവർക്കു മനസിലാക്കിക്കൊടുക്കാൻവേണ്ടിത്തന്നെയാണ്. അതുകൊണ്ട്, വായനക്കാരോടു ക്ഷുഭിതരാകാതിരിക്കാനും, ഞങ്ങൾ പറയുന്നത് അവസാനംവരെ ക്ഷമയോടുകൂടി കേൾക്കാനും ഞങ്ങളപേക്ഷിക്കുന്നു.

കഴിഞ്ഞ ഏതാനും കൊല്ലമായി പ്രചുരപ്രചാരമായിത്തീർന്നിട്ടുള്ള ഒരു സാധാരണ സോഷ്യൽഡെമോക്രാറ്റിക് സ്റ്റഡിസർക്കിൾ എടുത്തു പരിശോധിക്കുക; അതിന്റെ പ്രവർത്തനം പരിശോധിച്ചുനോക്കുക. അതിനു "തൊഴിലാളികളുമായി ബന്ധങ്ങളുണ്ട്;" അതു ലഘുലേഖകൾ പുറത്തിറക്കുന്നുണ്ട്; ഈ ലഘുലേഖകളിൽ ഫാക്ടറിയിലെ അഴിമതികളേയും ഗവൺമെന്റിന്റെ മുതലാളിപക്ഷപാതത്തേയും, പൊലീസിന്റെ താന്തോന്നിഭരണത്തേയും ശക്തിയുക്തം ആക്ഷേപിക്കുന്നുമുണ്ട് — പക്ഷേ, അതുകൊണ്ട് അതു തൃപ്തിപ്പെടുന്നു. തൊഴിലാളിയോഗങ്ങളിൽ നടക്കുന്ന ചർച്ചകൾ ഈ വിഷയങ്ങൾക്കപ്പുറം ഒരിക്കലും കടക്കുകയില്ല, അഥവാ, വളരെ ദുർലഭമേ കടക്കുകയുള്ളൂ. വിപ്ലവപ്രസ്ഥാനത്തിന്റെ ചരിത്രം,

നമ്മുടെ ഗവൺമെന്റിന്റെ ആഭ്യന്തര — വിദേശനയങ്ങളെ സംബന്ധിക്കുന്ന പ്രശ്നങ്ങൾ, റഷ്യയുടേയും യൂറോപ്പിന്റേയും സാമ്പത്തികവളർച്ചയെ സംബന്ധിച്ച പ്രശ്നങ്ങൾ, ആധുനികസമുദായത്തിൽ വിവിധ വർഗങ്ങൾക്കുള്ള നിലകൾ മുതലായവയെപ്പറ്റി പ്രസംഗങ്ങളോ ചർച്ചകളോ നടക്കുകയെന്നതു വളരെ അപൂർവമാണ്; സമുദായത്തിലെ ഇതരവർഗങ്ങളുമായി സംഘടിതരീതിയിൽ ബന്ധം പുലർത്തണമെന്നോ, ആ ബന്ധത്തെ വിപുലീകരിക്കണമെന്നോ ഉള്ള മനോരാജ്യംപോലും ഒരുത്തർക്കുമില്ല. ഇത്തരം സർക്കിളുകളിൽ ഭൂരിപക്ഷം അംഗങ്ങളും വിഭാവനം ചെയ്യുന്ന ഒരു മാതൃകാനേതാവ് ഒരു സോഷ്യലിസ്റ്റ് രാഷ്ട്രീയനേതാവിനേക്കാളും ഒരു ട്രേഡ്യൂണിയൻ സെക്രട്ടറിയുടെ ഛായയിലുള്ളയാളായിരിക്കും. ഏതൊരു ട്രേഡ്യൂണിയൻ സെക്രട്ടറിയും (ഉദാ: ഒരു ഇംഗ്ലീഷ് ടി യു സെക്രട്ടറി) സാമ്പത്തികസമരം നടത്താൻ തൊഴിലാളികളെ സഹായിക്കും; ഫാക്ടറിയഴിമതികൾ വെളിച്ചത്തുകൊണ്ടുവരാൻ സഹായിക്കും; പണിമുടക്കാനുള്ള സ്വാതന്ത്ര്യത്തേയും പിക്കറ്റുചെയ്യുന്നതിനുള്ള (എന്നുവെച്ചാൽ, ഒരു ഫാക്ടറിയിൽ പണിമുടക്കം നടക്കുന്നുണ്ടെന്നു പൊതുവിൽ എല്ലാവർക്കും മുന്നറിയിപ്പുനൽകാനുള്ള) സ്വാതന്ത്ര്യത്തേയും തടസപ്പെടുന്ന നിയമങ്ങളുടേയും നടപടികളുടേയും അന്യായത അയാൾ വിശദീകരിക്കും; ബൂർഷ്വാവർഗത്തിൽപ്പെട്ട മധ്യസ്ഥന്മാരുടെ പക്ഷപാതത്തെ വിശദീകരിക്കും; മറ്റും മറ്റും. ചുരുക്കത്തിൽ 'മുതലാളിമാർക്കും ഗവൺമെന്റിനുമെതിരായ സാമ്പത്തികസമരം' ഓരോ ട്രേഡ്യൂണിയൻ സെക്രട്ടറിയും സ്വയം നടത്തുന്നു, നടത്താൻ സഹായിക്കുകയും ചെയ്യുന്നു. എന്നാൽ ഇതുകൊണ്ടുമാത്രം സോഷ്യൽഡെമോക്രസിയാവുകയില്ലെന്ന് എത്രതന്നെ ഉറപ്പിച്ചുപറഞ്ഞാലും അധികമാവില്ലതന്നെ. ഒരു സോഷ്യൽഡെമോക്രാറ്റുകാരൻ വിഭാവനം ചെയ്യേണ്ട മാതൃക ഒരു ട്രേഡ്യൂണിയൻ സെക്രട്ടറിയുടേതല്ല; പിന്നെയോ? എല്ലാത്തരം സ്വേഛാധിപത്യത്തിന്റെയും മർദനത്തിന്റെയും പ്രകടനങ്ങളുടെ നേരെ — അതു സംഭവിക്കുന്നതെവിടെയായാലും തരക്കേടില്ല, അതു ബാധിക്കുന്നത് ഏതു ജനവിഭാഗത്തെയോ വർഗത്തെയോ ആയിക്കൊള്ളട്ടെ — പ്രതിഷേധം പുറപ്പെടുവിക്കാൻകെൽപ്പുള്ള ഒരു യഥാർഥ ജനകീയവക്താവിന്റേതായിരിക്കണം അയാളുടെ ആദർശം. ഇത്തരം പ്രകടനങ്ങളെയെല്ലാം കൂട്ടിച്ചേർത്ത് പൊലീസ് മർദനത്തിന്റെയും മുതലാളി ചൂഷണത്തിന്റെയുമൊക്കെ കൂട്ടായ ഒരൊറ്റ ചിത്രം രൂപീകരിക്കാൻ അയാൾക്കു കഴിയണം; ഓരോ നിസ്സാരസംഭവത്തേയും ഉപയോഗിച്ച് അതിന്റെ അടിസ്ഥാനത്തിൽ തന്റെ സോഷ്യലിസ്റ്റ് വിശ്വാസങ്ങളെയും ജനാധിപത്യപരമായ ആവശ്യങ്ങളെയും എല്ലാവർക്കും വിശദീകരിച്ചുകൊടുക്കാനും, തൊഴിലാളിവർഗത്തിന്റെ മോചനസമരത്തിനുള്ള ലോകചരിത്രപ്രാധാന്യം സകലർക്കും വിവരിച്ചുകൊടുക്കാനും അയാൾക്കു കഴിവുണ്ടായിരിക്കണം. ഉദാഹരണത്തിന്, ഇംഗ്ലണ്ടിലെ ഏറ്റവും സുശക്തമായ ട്രേഡ്യൂണിയനുകളിലൊന്നായ ബോയിലർ നിർമാണത്തൊഴിലാളി

സംഘത്തിന്റെ സുപ്രസിദ്ധസെക്രട്ടറിയും നേതാവുമായ റോബർട്ട് നൈറ്റിനെ വിൽഹെം ലീബ്ക്നെക്ടുമായി ഒന്നു താരതമ്യപ്പെടുത്തിനോക്കുക; എന്നിട്ട് മർത്തീനൊവ് *ഇസ്ക്രയു*മായുള്ള തന്റെ ചർച്ചയ്ക്കിടയിൽ ഉന്നയിക്കുന്ന വിരുദ്ധനിലപാടുകളിൽതന്നെ പരിശോധിക്കുക. അപ്പോൾ നിങ്ങൾക്കു കാണാൻ കഴിയും (ഞാൻ മർത്തീനൊവിന്റെ ലേഖനത്തിലൂടെയാണ് കണ്ണോടിക്കുന്നത്): റോബർട്ട് നൈറ്റ് 'ബഹുജനങ്ങളെ ചില വ്യക്തമായ സമരങ്ങളിലേക്കാഹ്വാനം ചെയ്യുന്ന'തിലാണ് കൂടുതൽ മുഴുകിയിരുന്നിട്ടുള്ളതെങ്കിൽ, "ആധുനിക സമുദായത്തെ മുഴുവനുമോ അതിന്റെ വിവിധവശങ്ങളെയോ വിപ്ലവാത്മകമായി വിശദീകരിക്കുന്ന" തിലാണ് ലീബ്ക്നെക്ട് കൂടുതൽ വ്യാപൃതനായിരുന്നിട്ടുള്ളത്; റോബർട്ട് നൈറ്റ് "തൊഴിലാളികളുടെ അടിയന്തരാവശ്യങ്ങൾ രൂപീകരിക്കുകയും, അവയെ ഏതുവിധത്തിൽ നേടാൻ കഴിയുമെന്നു ചൂണ്ടിക്കാട്ടുകയും" ആണ് ചെയ്തിട്ടുള്ളതെങ്കിൽ, വിൽഹെം ലീബ്ക്നെക്ട്, ഇതു ചെയ്യുന്നതോടൊപ്പം, എതിർഭാഗത്തുള്ള മറ്റു വിവിധവിഭാഗങ്ങളുടെ പ്രവർത്തനത്തിനുകൂടി 'നേതൃത്വംകൊടുക്കുക'യും, 'ക്രിയാത്മകമായ ഒരു പ്രവർത്തനപരിപാടി അവർക്കു നിർദേശിച്ചുകൊടുക്കുക'യും* കൂടി ചെയ്തു; റോബർട്ട് നൈറ്റ് "സാമ്പത്തികസമരത്തിനുതന്നെ കഴിയുന്നത്ര ഒരു രാഷ്ട്രീയസ്വഭാവം നൽകാൻ" ശ്രമിക്കുകയും "അനുഭവഗോചരമായ ചില ഫലങ്ങൾ വാഗ്ദാനം ചെയ്യുന്ന വ്യക്തമായ ആവശ്യങ്ങൾ ഗവൺമെന്റിന്റെ മുമ്പാകെ സമർപ്പിക്കുന്ന"തിൽ അന്യൂനമായ വൈദഗ്ധ്യം പ്രദർശിപ്പിക്കുകയും ചെയ്തെങ്കിൽ, ലീബ്ക്നെക്ട് "ഒരു വശത്തെമാത്രം ഊന്നിക്കൊണ്ടുള്ള" "തുറന്നുകാട്ടലുകളി"ലാണ് കൂടുതൽ ബദ്ധശ്രദ്ധനായത്; "രസശൂന്യമായ ദൈനംദിനസമരത്തിന്റെ പുരോഗതി"ക്ക് റോബർട്ട് നൈറ്റ് കൂടുതൽ പ്രാധാന്യം കൽപ്പിച്ചുവെങ്കിൽ, "ഉജ്വലവും സമ്പൂർണവുമായ ആശയങ്ങളുടെ പ്രചരണ"ത്തിനാണ് ലീബ്ക്നെക്ട് കൂടുതൽ ഗൗരവം കൽപ്പിച്ചത്; ലീബ്ക്നെക്ട്, താൻ സ്വയം നടത്തിയിരുന്ന പത്രത്തെ, "നിലവിലുള്ള വ്യവസ്ഥയെ തുറന്നുകാട്ടുന്നതും, വിശിഷ്യാ, വിവിധ ജനവിഭാഗങ്ങളുടെ താൽപ്പര്യങ്ങളെ ഹനിക്കുന്ന രാഷ്ട്രീയപരിത:സ്ഥിതികളെ തുറന്നുകാട്ടുന്നതുമായ ഒരു വിപ്ലവപ്രതിപക്ഷത്തിന്റെ പത്ര"മാക്കി മാറ്റുകയാണ് ചെയ്തതെങ്കിൽ, റോബർട്ട് നൈറ്റ് "തൊഴിലാളികളുടെ സമരവുമായി ഏറ്റവും അടുപ്പത്തിലുള്ള സജീവബന്ധം പുലർത്തിക്കൊണ്ട് തൊഴിലാളികളുടെ താൽപ്പര്യത്തിനുവേണ്ടി പ്രവർത്തിക്കുക"യും, (ഇവിടെ "ഏറ്റവും അടുപ്പത്തിലുള്ള സജീവബന്ധ"മെന്നുവെച്ചാൽ ക്രിച്ചേവ്സ്കിയുടെയും മർത്തീനൊവിന്റെയും ദൃഷ്ടാന്തങ്ങളിൽനിന്നു നാം പഠിച്ച സ്വയംപ്രവർത്തനപൂജ എന്നാണർഥം) – "തന്റെ സ്വാധീനശക്തിയുടെ പരിധി ചുരുക്കുക"യും, "തദ്വാരാ ആ സ്വാധീനശക്തിക്കു മൂർച്ച

* ഉദാ: ഫ്രഞ്ച് – പ്രഷ്യൻ യുദ്ധകാലത്ത് ജനാധിപത്യശക്തികൾക്കാകെ വേണ്ടിയുള്ള ഒരു പ്രവർത്തനപരിപാടി ലീബ്ക്നെക്ട് നിർദേശിച്ചു; 1848–ൽ മാർക്സും എംഗൽസും ഇതേകാര്യം ഇതിലും വിപുലമായ തോതിൽ ചെയ്യുകയുണ്ടായി.

കൂട്ടി"യെന്നു (തീർച്ചയായും മർത്തീനൊവിനെപ്പോലെതന്നെ) സ്വയം വിശ്വസിക്കുകയും ചെയ്തു. ചുരുക്കത്തിൽ, സോഷ്യൽഡെമോക്രസിയെ ട്രേഡ്‌യൂണിയനിസത്തിന്റെ നിലവാരത്തിലേക്കധ:പതിപ്പിക്കുകയാണ് മർത്തീനൊവ് ഫലത്തിൽ ചെയ്തിട്ടുള്ളതെന്ന് ഇതിൽനിന്നു നിങ്ങൾക്കു കാണാൻ കഴിയും. തീർച്ചയായും സോഷ്യൽഡെമോക്രസിയുടെ നന്മയെ അദ്ദേഹം കാംക്ഷിക്കാത്തതുകൊണ്ടല്ല ഇങ്ങനെ ചെയ്യുന്നത്; പിന്നെയോ? പ്ലെഹാനൊവ് പറഞ്ഞതു മനസിലാക്കാൻ മിനക്കെടുന്നതിനുപകരം പ്ലെഹാനൊവിനെ കൂടുതൽ ഗഹനമാക്കാനുള്ള അദ്ദേഹത്തിന്റെ വെമ്പൽ കുറെ കൂടിപ്പോയി — അത്രേയുള്ളൂ.

പക്ഷേ, ഞങ്ങൾ ഞങ്ങളുടെ നിർവചനത്തെ ഇനിയും വിശദീകരിക്കട്ടെ. തൊഴിലാളിവർഗത്തിന്റെ സർവതോൻമുഖമായ രാഷ്ട്രീയബോധത്തെ വളർത്തേണ്ടതാവശ്യമാണെന്ന് ആത്മാർഥമായി വിശ്വസിക്കുന്ന ഏതൊരു സോഷ്യൽഡെമോക്രാറ്റും "എല്ലാ ജനവിഭാഗങ്ങൾക്കിടയിലും ഇറങ്ങിച്ചെല്ലണ"മെന്ന് ഞങ്ങൾ പറഞ്ഞുവല്ലോ. അപ്പോൾ ചില ചോദ്യങ്ങൾ ഉത്ഭവിക്കുന്നു: ഇതെങ്ങനെയാണ് ചെയ്യാൻ കഴിയുക? ഇതിനുമാത്രമുള്ള ശക്തികൾ നമ്മുടെ കൈവശമുണ്ടോ? മറ്റെല്ലാ വർഗങ്ങൾക്കിടയിലും ഇത്തരം പ്രവർത്തനത്തിനുള്ള വല്ല അടിസ്ഥാനവുമുണ്ടോ? വർഗവീക്ഷണകോണത്തിൽനിന്നു നോക്കുമ്പോൾ ഇതൊരു പിൻവാങ്ങലാവില്ലേ? അഥവാ, പിൻവാങ്ങലിലല്ലേ ഇതു ചെന്നെത്തുക? ഈ പ്രശ്നങ്ങളെക്കുറിച്ചു ഞങ്ങൾ പ്രതിപാദിക്കാം.

താത്വികപ്രവർത്തകന്മാരെന്ന നിലയ്ക്കും പ്രചാരകന്മാരെന്ന നിലയ്ക്കും പ്രക്ഷോഭകാരികളെന്ന നിലയ്ക്കും സംഘാടകന്മാരെന്ന നിലയ്ക്കും ആണ് 'എല്ലാ ജനവിഭാഗങ്ങളുടേയും ഇടയിലേക്ക്" നാം ഇറങ്ങിച്ചെല്ലേണ്ടത്. വിവിധവർഗങ്ങൾ കൈക്കൊള്ളുന്ന സാമൂഹ്യ-രാഷ്ട്രീയനിലപാടുകളുടെ എല്ലാ സ്വഭാവവിശേഷങ്ങളേയും സംബന്ധിച്ചു പഠനം നടത്താനാണ് സോഷ്യൽഡെമോക്രാറ്റുകാരുടെ താത്വികപ്രവർത്തനം വിനിയോഗിക്കപ്പെടേണ്ടതെന്നതിനെപ്പറ്റി ആർക്കും സന്ദേഹമില്ല. എന്നാൽ, ഫാക്ടറി ജീവിതത്തിന്റെ സ്വഭാവവിശേഷങ്ങൾ പഠിക്കാൻവേണ്ടിയുള്ള നമ്മുടെ പ്രവർത്തനവുമായി തട്ടിച്ചുനോക്കുമ്പോൾ, വളരെക്കുറച്ചുമാത്രമേ ഈ വിഷയത്തിൽ നാം പ്രവർത്തിച്ചിട്ടുള്ളുവെന്നു കാണാം. കമ്മിറ്റികളിലും സ്റ്റഡിസർക്കിളുകളിലും ചെന്നാൽ ലോഹവ്യവസായത്തിന്റെ വല്ല ബ്രാഞ്ചിനെക്കുറിച്ചോ മറ്റോ ഗവേഷണത്തിൽ മുഴുകിയിരിക്കുന്ന ചില ആളുകളെ നിങ്ങൾ കാണും: എന്നാൽ, ഇത്തരം ഘടകങ്ങളുടെ അംഗങ്ങളിൽ — എന്തെങ്കിലും കാരണവശാൽ പ്രായോഗിക പ്രവർത്തനത്തിൽനിന്നു വിരമിക്കേണ്ടിവരുന്നത് സ്വാഭാവികമാണല്ലോ; അത്തരക്കാർക്കിടയിൽ — നമ്മുടെ രാജ്യത്തിന്റെ സാമൂഹ്യ-രാഷ്ട്രീയജീവിതത്തെ ബാധിക്കുന്ന ഏതെങ്കിലും അടിയന്തര പ്രശ്നത്തെ സംബന്ധിച്ച് കാര്യവിവരങ്ങൾ ശേഖരിക്കുന്ന ഒരാളെയും കാണുകയില്ല. (ഇത്തരം കാര്യവിവരങ്ങളെ ഉപയോഗിച്ചിട്ടുവേണമല്ലോ മറ്റു ജനവി

ഭാഗങ്ങൾക്കിടയിൽ സോഷ്യൽഡെമോക്രാറ്റിക് പ്രവർത്തനം നടത്താൻ). തൊഴിലാളി പ്രസ്ഥാനത്തിന്റെ ഇന്നത്തെ ഭൂരിപക്ഷം നേതാക്കന്മാരുടെയും ദൗർബല്യമായ പരിശീലനക്കുറവിനെക്കുറിച്ചു പറയുമ്പോൾ ഈ വിഷയത്തിലും പരിശീലനത്തിന്റെ അത്യാവശ്യകതയെപ്പറ്റി പറയാതിരിക്കാൻ ഞങ്ങൾക്കു സാധ്യമല്ല; കാരണം, 'തൊഴിലാളികളുടെ സമരവുമായി ഏറ്റവും അടുത്തബന്ധം പുലർത്തുക'യെന്ന 'സാമ്പത്തികസമര'ചിന്താഗതിയുമായി ഇതും ബന്ധപ്പെട്ടാണ് കിടക്കുന്നത്. എല്ലാ ജനവിഭാഗങ്ങൾക്കിടയിലും പ്രചാരവേലയും പ്രക്ഷോഭവും നടത്തുകയെന്നതുതന്നെയാണ് നിശ്ചയമായും പ്രധാനമായ കാര്യം. പടിഞ്ഞാറൻ യൂറോപ്പിലെ സോഷ്യൽഡെമോക്രാറ്റുകാർക്ക് ഈ രംഗത്തിലുള്ള പ്രവർത്തനം നടത്തുന്നതിന് പൊതുയോഗങ്ങൾ വിളിച്ചുകൂട്ടാമെന്നും പാർലമെന്റിൽ പോകാമെന്നും ഉള്ള സൗകര്യങ്ങളുണ്ട്; പൊതുയോഗങ്ങളിൽ എല്ലാവർക്കും പോകാമല്ലോ; പാർലമെന്റിൽ എല്ലാ വർഗങ്ങളുടേയും പ്രതിനിധിളോട് അവർക്ക് സംസാരിക്കുകയും ചെയ്യാം. നമ്മുടെ പാർലമെന്റാകട്ടെ, യോഗം വിളിച്ചുകൂട്ടുന്നതിനുള്ള സ്വാതന്ത്ര്യമെടുക്കുന്നില്ല; എങ്കിലും ഒരു സോഷ്യൽഡെമോക്രാറ്റ് സംസാരിക്കുന്നതുകേൾക്കാൻ താൽപ്പര്യമുള്ള തൊഴിലാളികളുടെ യോഗങ്ങൾ നടത്താൻ നമുക്കു സാധിക്കുന്നുണ്ട്. അതുപോലെ ഒരു ജനാധിപത്യവാദിക്ക് പറയാനുള്ളത് കേൾക്കാൻ ആകാംക്ഷയുള്ള എല്ലാ ജനവിഭാഗങ്ങളുടേയും പ്രതിനിധികളുടെ യോഗങ്ങളും വിളിച്ചുകൂട്ടുന്നതിനു നാം വഴികളാരായണം; കാരണം, 'കമ്യൂണിസ്റ്റുകാർ എല്ലാ വിപ്ലവപ്രസ്ഥാനങ്ങളേയും പിൻതാങ്ങുന്നു'[72]വെന്ന തത്വം ആരാണോ വിസ്മരിക്കുന്നത് — ഒരു നിമിഷനേരത്തേക്കുപോലും നമ്മുടെ സോഷ്യലിസ്റ്റ് വിശ്വാസങ്ങളെ മറച്ചുവയ്ക്കാതെതന്നെ പൊതു ജനാധിപത്യ കടമകൾ നാട്ടുകാരുടെയാകെ മുമ്പിൽ ഊന്നേണ്ടതും വിശദീകരിക്കേണ്ടതും തന്മൂലം നമ്മുടെ കർത്തവ്യമാണെന്നുള്ളത് ആരാണോ ഓർമിക്കാതിരിക്കുന്നത് — അയാൾ സോഷ്യൽഡെമോക്രാറ്റല്ല. ഏതൊരു ജനാധിപത്യപ്രശ്നത്തേയും മുന്നോട്ടുകൊണ്ടുവരുന്നതിലും, അതിനു മൂർച്ചകൂട്ടുന്നതിലും അതിനുപരിഹാരം കാണുന്നതിലും മറ്റെല്ലാവരേക്കാളുമധികം മുമ്പിൽ നിൽക്കുകയെന്നത് തന്റെ ചുമതലയായിക്കാണാത്ത ഒരാൾ സോഷ്യൽഡെമോക്രാറ്റല്ലതന്നെ.

'പക്ഷേ, ഇത് എല്ലാവർക്കും സമ്മതമാണല്ലോ!' — ക്ഷമയില്ലാത്ത വായനക്കാർ ചാടിപ്പറഞ്ഞേക്കും. മാത്രമല്ല, യൂണിയന്റെ കഴിഞ്ഞ കോൺഗ്രസ് *റബോച്ചെയെ ദ്യെലൊവി*ന്റെ പത്രാധിപസമിതിക്കുകൊടുത്ത നിർദേശങ്ങളിൽ ഇങ്ങനെ പറഞ്ഞിട്ടുമുണ്ട്:

> തൊഴിലാളി വർഗത്തെ നേരിട്ടുതന്നെ ഒരു പ്രത്യേകവർഗമെന്ന നിലയ്ക്കോ, സ്വാതന്ത്ര്യസമരത്തിലെ എല്ലാ വിപ്ലവശക്തികളുടേയും മുന്നണിവിഭാഗമെന്ന നിലയ്ക്കോ ബാധിക്കുന്ന സാമൂഹ്യ – രാഷ്ട്രീയജീവിതത്തിലെ എല്ലാ സംഭവവികാസങ്ങളും രാഷ്ട്രീ

യപ്രചാരവേലയ്ക്കും പ്രക്ഷോഭത്തിനുമുള്ള വിഷയങ്ങളായി പരിണമിക്കണം.

('രണ്ടു കോൺഗ്രസുകൾ', പേജ് 17). അതേ, വളരെ ശരിയായ വാക്കുകൾ; വളരെ നല്ല വാക്കുകൾ. *റബോച്ചെയെ ദ്യെലൊവിന്* ഇവയുടെ അർഥം മനസിലാവുകയും, അടുത്ത ശ്വാസത്തിൽത്തന്നെ ഇതിനെല്ലാം നേരെ വിപരീതമായ സംഗതികൾ അതു പറയാതിരിക്കുകയും ചെയ്തിരുന്നുവെങ്കിൽ, ഞങ്ങളെക്കൊണ്ട് ശല്യമേ ഉണ്ടാവുകയില്ലായിരുന്നു. കാരണം, നാം 'മുന്നണിവിഭാഗ'മാണെന്നു സ്വയം പറഞ്ഞതുകൊണ്ടായില്ല. നാം മുൻപന്തിയിലാണ് മാർച്ചുചെയ്യുന്നതെന്നു മറ്റെല്ലാ വിഭാഗങ്ങളും അംഗീകരിക്കത്തക്കവണ്ണം, അക്കാര്യം അവരെക്കൊണ്ട് സമ്മതിപ്പിക്കത്തക്കവണ്ണം, ആയിരിക്കണം നമ്മുടെ പെരുമാറ്റം. ഞങ്ങൾ വായനക്കാരോടു ചോദിച്ചുകൊള്ളട്ടെ: നാം 'മുന്നണിവിഭാഗ'മാണെന്ന് സ്വയമങ്ങു പറഞ്ഞാൽ അത് അപ്പടി വിശ്വസിക്കുന്ന വിഡ്ഢികളാണോ മറ്റു 'വിഭാഗങ്ങ'ളുടെ പ്രതിനിധികൾ? ഈ ചിത്രമൊന്നു മനസിൽ സങ്കൽപ്പിച്ചു നോക്കൂ: അഭ്യസ്തരായ റഷ്യൻ റാഡിക്കലുകളുടെയോ ലിബറൽ ഭരണഘടനാവാദികളുടെയോ 'വിഭാഗ'ത്തിൽച്ചെന്ന് ഒരു സോഷ്യൽ ഡെമോക്രാറ്റ് ഇങ്ങനെ പറയുന്നു: ഞങ്ങളാണ് മുന്നണിവിഭാഗം. 'കഴിയുന്നതും സാമ്പത്തികസമരത്തിനുതന്നെ രാഷ്ട്രീയ സ്വഭാവം നൽകുകയെന്നതാണ് ഞങ്ങളെ അഭിമുഖീകരിക്കുന്ന കടമ.' അയാളുടെ ശ്രോതാക്കൾ ബുദ്ധിയുള്ളവരാണെങ്കിൽ (റഷ്യൻ റാഡിക്കലുകൾക്കിടയിലും ഭരണഘടനാവാദികൾക്കിടയിലും ബുദ്ധിയുള്ള അനേകം പേരുണ്ട്) ഇത്തരം പ്രസംഗം കേട്ട് ഒന്നു പുഞ്ചിരിക്കുകയേയുള്ളൂ, എന്നിട്ടിങ്ങനെ പറയും (അതും സ്വഗതമായി പറയുകയേയുള്ളൂ; കാരണം മിക്കവാറും അവർ പാകതവന്ന നയതന്ത്രജ്ഞരായിരിക്കും): 'നിങ്ങളുടെ മുന്നണിവിഭാഗം വെറും ശുദ്ധഗതിക്കാരെക്കൊണ്ടു നിറച്ചതായിരിക്കും. തൊഴിലാളികളുടെ സാമ്പത്തികസമരത്തിനുതന്നെ ഒരു രാഷ്ട്രീയസ്വഭാവം നൽകുകയെന്നത് ഞങ്ങളുടെ ബൂർഷ്വാജനാധിപത്യത്തിന്റെ പുരോഗമനവാദികളായ പ്രതിനിധികളുടെ കടമയാണെന്നുപോലും അവർ മനസിലാക്കുന്നില്ല. പശ്ചിമയൂറോപ്യൻ ബൂർഷ്വാകളെപ്പോലെതന്നെ ഞങ്ങളും തൊഴിലാളികളെ രാഷ്ട്രീയത്തിൽ കൊണ്ടുവരാനാഗ്രഹിക്കുന്നു, പക്ഷേ, ട്രേഡ് യൂണിയനിസ്റ്റ് രാഷ്ട്രീയത്തിൽ മാത്രം, അല്ലാതെ സോഷ്യൽഡെമോക്രാറ്റിക് രാഷ്ട്രീയത്തിലല്ല. തൊഴിലാളിവർഗത്തിന്റെ ട്രേഡ്യൂണിയനിസ്റ്റ് രാഷ്ട്രീയമെന്നുവെച്ചാൽ തൊഴിലാളിവർഗത്തിന്റെ ബൂർഷ്വാരാഷ്ട്രീയമെന്നു തന്നെയാണർഥം. തങ്ങളുടെ കടമയെക്കുറിച്ചുള്ള ഈ മുന്നണിവിഭാഗത്തിന്റെ നിർവചനം ട്രേഡ്യൂണിയനിസ്റ്റ് രാഷ്ട്രീയത്തിന്റെ നിർവചനമില്ലാതെ മറ്റൊന്നുമല്ല! അവർ സ്വയം സോഷ്യൽഡെമോക്രാറ്റുകാരാണെന്നു മനം കുളിർക്കെപറഞ്ഞുകൊള്ളട്ടെ; ഒരു പേരിൽ ഭ്രമിക്കാൻ ഞാനൊരു കൊച്ചുകുട്ടിയല്ല. പക്ഷേ മാമൂൽപ്രിയരായ ആ സിദ്ധാന്തവാദികളുടെ, ആ ദുഷ്ടബുദ്ധികളുടെ, വലയിൽ അവർ അകപ്പെട്ടുകൂടാ.

സോഷ്യൽഡെമോക്രസിയെ ബോധപൂർവമല്ലെങ്കിൽക്കൂടി ട്രേഡ്യൂണിയനിസ്റ്റ് പാതകളിലേക്കു തിരിച്ചുവിടുന്നവർക്ക് അവർ വിമർശനസ്വാതന്ത്ര്യം അനുവദിക്കട്ടെ.

നമ്മുടെ പ്രസ്ഥാനം ഒട്ടുമുക്കാലും സ്വയമേവയുള്ള പ്രവർത്തനത്തിന്റെ സ്വാധീനത്തിൽപ്പെട്ടിരിക്കുന്ന ഇക്കാലത്ത് 'സ്വയമേവയുള്ള വശത്തെ തുഛമായിക്കരുതുകയും' 'ഉജ്വലവും സമ്പൂർണവുമായ ആശയങ്ങളുടെ പ്രചരണത്തെ അപേക്ഷിച്ച് രസശ്യൂന്യമായ ദൈനംദിന സമരത്തിന്റെ പുരോഗതിക്കുള്ള പ്രാധാന്യത്തെ കുറച്ചുകാണുകയും' മറ്റും ചെയ്യുന്നതിലേറെ, സോഷ്യൽഡെമോക്രസി 'മുന്നണിവിഭാഗമാണെന്നു' കൊട്ടിഘോഷിക്കുന്ന സോഷ്യൽഡെമോക്രാറ്റുകാർ മറ്റൊന്നും ഭയപ്പെടുന്നില്ലെന്നുകൂടി അറിയുമ്പോൾ നമ്മുടെ ഭരണഘടനാവാദിയുടെ പുഞ്ചിരി ഒരു പൊട്ടിച്ചിരിയായി മാറുകതന്നെ ചെയ്യും! 'ബോധം' 'സ്വയംപ്രവർത്തന'ത്തെ കവച്ചുവയ്ക്കുമെന്നു ഭയപ്പെടുകയും നാമുമായി യോജിക്കാത്തവർക്കുപോലും പൊതുവിൽ അംഗീകാര്യമായ ഒരു ധീരമായ 'പദ്ധതി'മുന്നോട്ടുവയ്ക്കാൻ അറയ്ക്കുകയും ചെയ്യുന്ന 'മുന്നണിവിഭാഗം'! 'മുന്നണിവിഭാഗവും' 'പിന്നണിവിഭാഗ'വും തമ്മിൽ കൂട്ടിക്കുഴയ്ക്കുകയല്ലേ അവർ ചെയ്യുന്നത്?

മർത്തീനൊവിന്റെ വാദരീതിയുടെ താഴെക്കൊടുക്കുന്ന ഒരു സാമ്പിൾ ഒന്നു പരിശോധിച്ചുനോക്കുക. 40–ാം പേജിൽ അദ്ദേഹം പറയുന്നു, അഴിമതികളെ തുറന്നുകാട്ടാൻ *ഇസ്ക്ര*യെടുക്കുന്ന അടവ് ഒരു വശത്തെ മാത്രമേ സ്പർശിക്കുന്നുള്ളുവെന്ന്; "ഗവൺമെന്റിന്റെ നേരെ എത്രതന്നെ അവിശ്വാസവും വെറുപ്പും നാം പ്രചരിപ്പിച്ചാലും ശരി, അതിനെ മറിച്ചിടുന്നതിനാവശ്യമായത്ര സജീവമായ സാമൂഹ്യശക്തി സംഭരിക്കാൻ നമുക്കു സാധിക്കുന്നതുവരെ നമ്മുടെ ലക്ഷ്യത്തിലെത്താൻ നമുക്കു സാധിക്കുകയില്ലെ"ന്ന്. കൂട്ടത്തിൽ പറഞ്ഞുകൊള്ളട്ടെ, ഇതു ബഹുജനങ്ങളുടെ പ്രവർത്തനം വർധിപ്പിക്കാനുള്ള ആവേശവും, അതേ അവസരത്തിൽതന്നെ സ്വന്തം പ്രവർത്തനത്തെ ലഘൂകരിക്കാനുള്ള ആകാംക്ഷയുമാണെന്നു നാം മുമ്പുതന്നെ കണ്ടുവല്ലോ! പക്ഷേ, ഇതല്ല നമ്മുടെ ഇപ്പോഴത്തെ ചർച്ചാവിഷയം. മർത്തീനൊവ്, അപ്പോൾ വിപ്ലവകരമായ ('മറിച്ചിടുന്നതിനാവശ്യമായ') ശക്തിയെക്കുറിച്ചാണ് സംസാരിക്കുന്നത്! പക്ഷേ, എവിടെയാണദ്ദേഹം ഒടുവിലെത്തുന്നത്? സാധാരണകാലഘട്ടത്തിൽ വിവിധ സാമൂഹ്യവിഭാഗങ്ങൾ വെവ്വേറെ മാർച്ചു ചെയ്യുകയെന്നതനിവാര്യമായതുകൊണ്ട്,

> പ്രതിപക്ഷത്തിലുള്ള വിവിധ വിഭാഗങ്ങളുടെ സജീവമായ പ്രവർത്തനങ്ങൾക്ക് ഒരേസമയത്തുതന്നെ നേതൃത്വം കൊടുക്കാൻ സോഷ്യൽഡെമോക്രാറ്റുകാരായ നമുക്കു സാധ്യമല്ലെന്നുള്ളതു വ്യക്തമാണ്; ക്രിയാത്മകമായ ഒരു പ്രവർത്തനപരിപാടി അവർക്കു നിർദേശിച്ചുകൊടുക്കാൻ നമുക്കു സാധ്യമല്ല; എങ്ങനെയാണവരുടെ ദൈനംദിനതാൽപ്പര്യങ്ങൾക്കുവേണ്ടി അവർ പോരാടേണ്ട

> തെന്ന് അവർക്കു ചൂണ്ടിക്കാട്ടിക്കൊടുക്കാൻ നമുക്കു സാധ്യമല്ല. ലിബറൽവിഭാഗങ്ങൾ തങ്ങളുടെ അടിയന്തരതാൽപ്പര്യങ്ങൾക്കുവേണ്ടിയുള്ള സജീവസമരം തന്നെത്താൻ നിർവഹിച്ചുകൊള്ളും; ഈ സമരം അവരെ നമ്മുടെ രാഷ്ട്രീയഭരണവ്യവസ്ഥയുമായി ഏറ്റുമുട്ടിക്കുകയും ചെയ്യും (പേജ് 41).

വിപ്ലവകരമായ ശക്തിയെക്കുറിച്ചും, ഏകാധിപത്യത്തെ മറിച്ചിടാനുള്ള സജീവസമരത്തെക്കുറിച്ചും സംസാരിക്കാൻ തുടങ്ങിയ മർത്തീനൊവ്, അപ്പോൾ, ട്രേഡ്യൂണിയൻരീതിയിലുള്ള ശക്തിയിലേക്കും അടിയന്തരതാൽപ്പര്യങ്ങൾക്കുവേണ്ടിയുള്ള സജീവസമരത്തിലേക്കുമാണ് ഉടൻതന്നെ കാലുമാറുന്നത്! വിദ്യാർഥികൾ, ലിബറലുകൾ മുതലായവരുടെ 'അടിയന്തരതാൽപ്പര്യങ്ങൾ'ക്കു വേണ്ടിയുള്ള സമരത്തിനു നേതൃത്വം കൊടുക്കാൻ നമുക്കു സാധ്യമല്ലെന്നുള്ളതു പറയാതെതന്നെ അറിയാവുന്നതാണ്; പക്ഷേ, അതിനെപ്പറ്റിയല്ല നാം വാദിച്ചത്, ഹേ സാമ്പത്തികസമരവാദിശിഖാമണേ! ഏകാധിപത്യത്തെ അട്ടിമറിക്കുന്നതിൽ വിവിധ സാമൂഹ്യവിഭാഗങ്ങൾ പങ്കുകൊള്ളേണ്ടതിന്റെ ആവശ്യകതയെപ്പറ്റിയും അതിനുള്ള സാധ്യതയെക്കുറിച്ചുമാണ് നാമിവിടെ സംസാരിക്കുന്നത്; നാം 'മുന്നണിവിഭാഗ'മാവാൻ ആഗ്രഹിക്കുന്നുണ്ടെങ്കിൽ ഈ 'പ്രതിപക്ഷത്തിലുള്ള വിവിധ വിഭാഗങ്ങളുടെ പ്രവർത്തനങ്ങൾക്ക്' നേതൃത്വം കൊടുക്കാൻ നമുക്കു കഴിവുമാത്രമല്ല, കടമ കൂടിയുണ്ട്. വിദ്യാർഥികളും ലിബറലുകളും മാത്രമല്ല 'നമ്മുടെ രാഷ്ട്രീയഭരണവ്യവസ്ഥയുമായി അവരെ ഏറ്റുമുട്ടിക്കുന്ന സമര'ത്തിൽ സ്വയം ശ്രദ്ധപതിപ്പിക്കുക; ഏകാധിപത്യഗവൺമെന്റിന്റെ പൊലീസും ഉദ്യോഗസ്ഥവൃന്ദവും മറ്റെല്ലാവരെക്കാളുമധികം അക്കാര്യത്തിൽ ശ്രദ്ധചെലുത്തിക്കൊള്ളും. പക്ഷേ, 'നാം' ഏറ്റവും മുന്നണിയിലുള്ള ജനാധിപത്യവാദികളാവാൻ ആഗ്രഹിക്കുന്നെങ്കിൽ, കേവലം സർവകലാശാലയ്ക്കകത്തും 'സെംസ്ത്വൊ'വിനകത്തും ഉള്ള പരിത:സ്ഥിതികളുമായി മാത്രം അതൃപ്തിപൂണ്ടിരിക്കുന്നവരുടെ മനസിൽ ഈ രാഷ്ട്രീയവ്യവസ്ഥയാകെ കാശിനുകൊള്ളാത്തതാണെന്ന ആശയം ഉദ്ദീപിപ്പിക്കുകയെന്നതു നമ്മുടെ പണിയായെടുക്കണം. നമ്മുടെ പാർട്ടിയുടെ നേതൃത്വത്തിൽ സർവവ്യാപിയായ ഒരു രാഷ്ട്രീയസമരം സംഘടിപ്പിക്കുകയെന്ന കടമ നാം ഏറ്റെടുക്കണം; തൽഫലമായി എല്ലാ പ്രതിപക്ഷവിഭാഗങ്ങളിൽനിന്നും കിട്ടാവുന്ന പിൻബലം മുഴുവൻ ആ സമരത്തിനും നമ്മുടെ പാർട്ടിക്കും ലഭിക്കണം. ഈ സർവവ്യാപിയായ സമരത്തിന്റെ എല്ലാ പ്രകടനങ്ങൾക്കും നേതൃത്വം കൊടുക്കാൻ കെൽപ്പുള്ള രാഷ്ട്രീയനേതാക്കന്മാരാകത്തക്കവിധം— അസ്വസ്ഥരായി ഇളകിവരുന്ന വിദ്യാർഥികൾക്കും, അസംതൃപ്തരായ സെംസ്ത്വൊ[73] പ്രവർത്തകന്മാർക്കും, ശുണ്ഠി പിടിച്ച പ്രത്യേകമതഗ്രൂപ്പുകൾക്കും, മനംമടുത്ത എലിമെണ്ടറിസ്കൂൾ അധ്യാപകർക്കും മറ്റുംമറ്റുമെല്ലാം തക്കസമയത്തു "ക്രിയാത്മകമായ ഒരു പ്രവർത്തനപരിപാടി നിർദേശിക്കാൻ" പ്രാപ്തിയുള്ളവരാകത്തക്കവിധം — നമ്മുടെ സോഷ്യൽഡെമോക്രാറ്റിക് പ്രായോ

ഗികപ്രവർത്തകന്മാരെ നാം പരിശീലനം കൊടുത്തുവളർത്തണം. അതു കൊണ്ട്, "കേവലം അഴിമതികൾ തുറന്നുകാട്ടുന്നവരെന്ന നിലയിൽ നിഷേധാത്മകമായ ഒരു പങ്കു വഹിച്ചുകൊണ്ടുമാത്രമേ നമുക്കു മുന്നോട്ടു വരാൻ കഴിയുകയുള്ളു"വെന്നും, "....നാനാതരം ഗവൺമെന്റു കമ്മീഷനുകളിൽ അവർക്ക് ഇന്നുള്ള ആശകളെ തകർക്കാൻ മാത്രമേ നമുക്കു കഴിയൂ" എന്നും ഉള്ള മർത്തീനൊവിന്റെ പ്രസ്താവന തീരെ തെറ്റാണ്. ഇങ്ങനെ പറയുന്നതുകൊണ്ട് മർത്തീനൊവ് സ്വയം തെളിയിക്കുന്നതു വിപ്ലവത്തിന്റെ 'മുന്നണിവിഭാഗം' യഥാർഥത്തിൽ വഹിക്കേണ്ട പങ്കെന്താണെന്ന് ഒട്ടുംതന്നെ അദ്ദേഹത്തിനു മനസിലായിട്ടില്ലെന്നാണ്. വായനക്കാർ ഇതു ശ്രദ്ധിക്കുന്ന പക്ഷം മർത്തീനൊവിന്റെ താഴെക്കൊടുക്കുന്ന അവസാന വാക്കുകളുടെ ശരിയായ അർഥം അവർക്കു മനസിലാവും.

> *ഇസ്ക്ര* വാസ്തവത്തിൽ നമ്മുടെ രാജ്യത്തിലെ സ്ഥിതിഗതികൾ തുറന്നുകാട്ടുന്ന — വിശേഷിച്ച് ഇവിടത്തെ അങ്ങേയറ്റം വിവിധമായ ജനവിഭാഗങ്ങൾക്കു ബാധകമായ വിധത്തിലുള്ള രാഷ്ട്രീയ സ്ഥിതിഗതികളെ തുറന്നുകാട്ടുന്ന — ഒരു വിപ്ലവപ്രതിപക്ഷത്തിന്റെ മുഖപത്രമാണ്. ഞങ്ങളാകട്ടെ, നേരെമറിച്ച്, തൊഴിലാളികളുടെ സമരവുമായി ഏറ്റവും അടുപ്പത്തിലുള്ള സജീവബന്ധം പുലർത്തിക്കൊണ്ട് തൊഴിലാളികളുടെ താൽപ്പര്യത്തിനുവേണ്ടി പ്രവർത്തിക്കുന്നു; ഇനിയും പ്രവർത്തിക്കുകയും ചെയ്യും. ഞങ്ങളുടെ സ്വാധീനശക്തിയുടെ പരിധി ചുരുക്കുന്നതിന്റെ ഫലമായി ആ സ്വാധീനശക്തിക്കു ഞങ്ങൾ മൂർച്ചകൂട്ടുന്നു.

ഈ അഭിപ്രായത്തിന്റെ ശരിയായ അർഥമിതാണ്: അജ്ഞതനിമിത്തമോ, പരിശീലനക്കുറവുമൂലമോ, ദൃഢവിശ്വാസത്തിന്റെ ഫലമായിട്ടുതന്നെയോ തൊഴിലാളിവർഗത്തിന്റെ ട്രേഡ്‌യൂണിയനിസ്റ്റ് രാഷ്ട്രീയപ്രവർത്തനംകൊണ്ടുമാത്രം നമ്മുടെ പ്രായോഗികപ്രവർത്തകന്മാർ പലപ്പോഴും തൃപ്തിപ്പെട്ടുകൊണ്ടിരിക്കെ, *ഇസ്ക്ര* അതിനെ സോഷ്യൽ ഡെമോക്രാറ്റിക് രാഷ്ട്രീയപ്രവർത്തനമാക്കി ഉയർത്താൻ ആഗ്രഹിക്കുന്നു; *റബോച്ചെയെ ദ്യെലൊ*വാകട്ടെ, സോഷ്യൽഡെമോക്രാറ്റിക് രാഷ്ട്രീയത്തെ ട്രേഡ്‌യൂണിയനിസ്റ്റ് രാഷ്ട്രീയമാക്കി അധഃപതിപ്പിക്കാനാണ് കാംക്ഷിക്കുന്നത്. മാത്രമല്ല, ഇതുചെയ്യുന്ന അവസരത്തിൽത്തന്നെ, ഈ രണ്ടു നിലപാടുകളും 'പൊതുതാൽപ്പര്യത്തിൽ തികച്ചും യോജിക്കുന്നു'വെന്നു ലോകത്തിന് അവർ ഉറപ്പുകൊടുക്കുകയും ചെയ്യുന്നു. O, sancta simplicitas! (അമ്പോ, ശുദ്ധതയുടെ ആ അടുത്തുകൂടായ്മ!)

ഞങ്ങൾ തുടരട്ടെ: എല്ലാ ജനവിഭാഗങ്ങൾക്കിടയിലും പ്രചാരവേലയും പ്രക്ഷോഭവും നടത്തുന്നതിനു നേതൃത്വം കൊടുക്കാൻ വേണ്ടത്ര ശക്തികൾ നമ്മുടെ കൈവശമുണ്ടോ? തീർച്ചയായും ഉണ്ട്. നമ്മുടെ സാമ്പത്തികസമരവാദികൾക്കു മിക്കപ്പോഴും ഇതു നിഷേധിക്കാൻ ഒരു പ്രവണതയുണ്ട്. നമ്മുടെ പ്രസ്ഥാനത്തിനു (സുമാർ) 1894 മുതൽ 1901 വരെ

യുണ്ടായിട്ടുള്ള വമ്പിച്ച പുരോഗതി അവർ കാണുന്നില്ല. തനി 'വാലിൽത്തൂങ്ങിവാദി'കളെപ്പോലെ, മിക്കപ്പോഴുമവർ വിദൂരമായ ഭൂതകാലത്തിലാണ് ജീവിക്കുന്നത്. അക്കാലത്തു തീർച്ചയായും വിസ്മയകരമാംവിധം കുറച്ചു ശക്തികൾ മാത്രമേ നമുക്കു കൈവശമുണ്ടായിരുന്നുള്ളു. അന്നു തൊഴിലാളികൾക്കിടയിൽ മാത്രം പോയി പ്രവർത്തിക്കാൻ തീരുമാനിച്ചതും, ആ മാർഗത്തിൽ നിന്നുള്ള എല്ലാ വ്യതിയാനങ്ങളേയും കഠിനമായാക്ഷേപിച്ചതും തികച്ചും സ്വാഭാവികമായിരുന്നു, ന്യായമായിരുന്നു. അന്നത്തെ കടമയാകെത്തന്നെ തൊഴിലാളിവർഗത്തിനിടയിൽ നമ്മുടെ നില ഉറപ്പിക്കുകയെന്നതായിരുന്നു. ഇന്നാകട്ടെ, വൻതോതിലുള്ള ശക്തികൾ പ്രസ്ഥാനത്തിലേക്കാകർഷിക്കപ്പെട്ടിട്ടുണ്ട്; അഭ്യസ്തവിദ്യരായ വർഗങ്ങളിൽപ്പെട്ട യുവജനങ്ങൾക്കിടയിൽനിന്ന് ഏറ്റവും നല്ല പ്രതിനിധികൾ നമ്മുടെ അടുത്തേക്കു വരുന്നുണ്ട്; പണ്ടു പ്രസ്ഥാനത്തിൽ പങ്കെടുത്തിട്ടുള്ളവരും, കൂടാതെ ഇന്നു പങ്കെടുക്കാനാഗ്രഹിക്കുകയും സോഷ്യൽഡെമോക്രസിയിലേക്ക് ആകൃഷ്ടരാവുകയും ചെയ്യുന്നവരുമായ കുറേ ആളുകൾ രാജ്യത്തിലങ്ങോളമിങ്ങോളം സംസ്ഥാനങ്ങളിൽ ജീവിക്കാൻ നിർബന്ധിതരായിട്ടുണ്ട് (1894-ൽ സോഷ്യൽഡെമോക്രാറ്റുകാരെ വിരലിലെണ്ണാമായിരുന്നു). ഈ ശക്തികളെ മുഴുവൻ ഉപയോഗപ്പെടുത്താനും അവർക്കു തക്കതായ ജോലികൊടുക്കാനും നമുക്കു കഴിയുന്നില്ലെന്നുള്ളതാണ് നമ്മുടെ പ്രസ്ഥാനത്തിന്റെ രാഷ്ട്രീയവും സംഘടനാപരവുമായ പ്രമുഖദൗർബല്യങ്ങളിലൊന്ന് (ഇതിനെപ്പറ്റി സവിസ്തരമായി അടുത്ത അധ്യായത്തിൽ ഞങ്ങൾ പ്രതിപാദിക്കുന്നുണ്ട്). ഈ ശക്തികളിൽ ബഹുഭൂരിഭാഗത്തിനും 'തൊഴിലാളികൾക്കിടയിൽ ഇറങ്ങിച്ചെല്ലാ'നുള്ള അവസരംതന്നെ ഇന്നു തീരെയില്ല. അതുകൊണ്ട്, നമ്മുടെ മുഖ്യമായ സമരരംഗത്തിൽനിന്നു നാം ഈ ശക്തികളെ വ്യതിചലിപ്പിച്ചേക്കുമെന്ന ഭയം അടിസ്ഥാനരഹിതമത്രേ. യഥാർഥവും സർവസ്പർശിയും സജീവവുമായ രാഷ്ട്രീയജ്ഞാനം തൊഴിലാളികൾക്കെത്തിച്ചു കൊടുക്കുന്നതിനു നമുക്കു 'നമ്മുടെ സ്വന്തം ആളുകൾ' — സോഷ്യൽഡെമോക്രാറ്റുകാർ — എല്ലായിടത്തും, എല്ലാ സാമൂഹ്യവിഭാഗങ്ങൾക്കിടയിലും, എല്ലാ സ്ഥാനങ്ങളിലും ഉണ്ടായേ മതിയാവൂ; ഈ സ്ഥാനങ്ങളിൽനിന്നു നമ്മുടെ ഭരണയന്ത്രത്തിന്റെ ആന്തരമായ ചരടുവലികൾ നമുക്കു മനസിലാക്കാൻ സാധിക്കും. ഇത്തരം ആളുകളെ പ്രചാരവേലയ്ക്കും പ്രക്ഷോഭത്തിനും നമുക്കാവശ്യമുണ്ട്; സംഘടനാപ്രവർത്തനത്തിന് അതിലുമധികം ആവശ്യമുണ്ട്.

എല്ലാ ജനവിഭാഗങ്ങൾക്കിടയിലും പ്രവർത്തിക്കാൻ രംഗമുണ്ടോ? ഇതു കാണാൻ കഴിയാത്തവർ (വർഗബോധത്തിന്റെ അടിസ്ഥാനത്തിൽ നോക്കിയാൽ) ബഹുജനങ്ങൾക്കു തനിയേ ഉളവായിട്ടുള്ള ഉൽബുദ്ധതയുടെ ഒപ്പമൊന്നും എത്തുന്നില്ല. തൊഴിലാളിപ്രസ്ഥാനം ചിലകൂട്ടരിലുള്ള അതൃപ്തിയെ ആളിക്കത്തിച്ചിട്ടുണ്ട്: പ്രതിപക്ഷത്തിന്റെ പിൻബലത്തെക്കുറിച്ചുള്ള ആശകൾ മറ്റു ചിലരിൽ തട്ടിയുണർത്തിയിട്ടുണ്ട്; ഏകാധി

പത്യം അസഹനീയമാണെന്നും അതു നിശ്ചയമായും പൊടിഞ്ഞു തകരുമെന്നുമുള്ള ബോധം മൂന്നാമതു ചിലരിലും ഉണർത്തിവിട്ടിട്ടുണ്ട്. ഇതെല്ലാം ഇന്നു സംഭവിച്ചുകൊണ്ടിരിക്കുന്നു. എല്ലാ അതൃപ്തിപ്രകടനങ്ങളേയും ഉപയോഗപ്പെടുത്തുകയാണു നമ്മുടെ കടമയെന്ന് — ഏറ്റവും പ്രാഥമികമായ പ്രതിഷേധങ്ങളുടെകൂടി ഓരോ പൊട്ടും പൊടിയും പെറുക്കിയെടുത്ത് അതിനെയെല്ലാം ഒന്നിച്ചുകൂട്ടി ഉപയോഗിക്കുകയാണു നമ്മുടെ ജോലിയെന്ന് — നമുക്കു മനസിലാക്കാൻ കഴിയുന്നില്ലെങ്കിൽ, നാം പേരിനുമാത്രമേ 'രാഷ്ട്രീയപ്രവർത്തകന്മാ'രും സോഷ്യൽഡെമോക്രാറ്റുകാരുമാവുകയുള്ളൂ (ഇതാണുതാനും മിക്കപ്പോഴും യാഥാർഥ്യം). ഇതിനെല്ലാം പുറമെ, വേറെയുമൊരു സംഗതി: കുറച്ചെങ്കിലും ബുദ്ധിയുള്ള ഏതൊരു സോഷ്യൽഡെമോക്രാറ്റിന്റെയും പ്രസംഗങ്ങൾ ഏതു സമയത്തും ഉത്സാഹപൂർവം കേൾക്കാൻ തയാറുള്ള അനേകലക്ഷം കൃഷിക്കാരും, കൈത്തൊഴിലുകാരും ചെറുകിടവ്യവസായികളും മറ്റും മറ്റും ഇന്നുണ്ട്. യാതൊരവകാശവുമില്ലാത്ത ഇന്നത്തെ അവസ്ഥയിലും താന്തോന്നിഭരണത്തിനും അതൃപ്തിയുള്ളവരും, ഏറ്റവും അടിയന്തരമായ പൊതുജനാധിപത്യാവശ്യങ്ങളുടെ വക്താക്കളെന്ന നിലയിൽ സോഷ്യൽ ഡെമോക്രാറ്റുകാരുടെ പ്രചാരവേലയ്ക്ക്, അതുകൊണ്ട്, വളരെപ്പറ്റിയവരുമായ വ്യക്തികളോ ഗ്രൂപ്പുകളോ സർക്കിളുകളോ ഏതെങ്കിലുമൊരു ജനവിഭാഗത്തിൽ ഇന്നില്ലാതുണ്ടോ? ഏതുപ്രകാരമുള്ള രാഷ്ട്രീയപ്രക്ഷോഭമാണ് എല്ലാ വർഗങ്ങൾക്കിടയിലും ജനവിഭാഗങ്ങൾക്കിടയിലും സോഷ്യൽഡെമോക്രാറ്റുകാർ നടത്തേണ്ടതെന്നതിനെപ്പറ്റി വ്യക്തമായ ഒരാശയം വേണമെന്നുള്ളവരോടു ഞങ്ങൾ പറയും, ഏറ്റവും വിപുലമായ അർഥത്തിലുള്ള രാഷ്ട്രീയമായ തുറന്നുകാട്ടലിന്റെ രൂപമാണ് ഈ പ്രക്ഷോഭം കൈക്കൊള്ളേണ്ടതെന്ന് (പക്ഷേ, തീർച്ചയായും ഇതുമാത്രമേ പാടുള്ളൂ എന്നൊന്നുമില്ല).

"കുറച്ചെങ്കിലും ഉൽബുദ്ധരായിട്ടുള്ള എല്ലാ ജനവിഭാഗങ്ങൾക്കിടയിലും രാഷ്ട്രീയമായ തുറന്നുകാട്ടലിനുള്ള ഒരാവേശം നാം വളർത്തണം" എന്നാണ് 'എവിടെനിന്ന് തുടങ്ങണം?' എന്ന എന്റെ ലേഖനത്തിൽ ഞാനെഴുതിയത് (*ഇസ്ക്ര* ലക്കം 4, മേയ് 1901). ആ ലേഖനത്തെപ്പറ്റി കൂടുതൽ സവിസ്തരമായി ഞാൻ പിന്നീടു പ്രതിപാദിക്കുന്നുണ്ട്. 'രാഷ്ട്രീയമായ തുറന്നുകാട്ടലിന്റെ' ശബ്ദം ഇപ്പോഴും വളരെ ദുർബലമായും, ദുർലഭമായും പേടിയോടുകൂടിയും മാത്രമേ ഉയരുന്നുള്ളുവെന്നുവച്ചിട്ട് നാം സ്വയം നിരുത്സാഹരായിത്തീരരുത്. പൊലീസിന്റെ താന്തോന്നിത്തത്തിനു പൊതുവിൽ സകലരും കീഴടങ്ങുന്നതുകൊണ്ടല്ല ഇങ്ങനെ സംഭവിക്കുന്നത്; പിന്നെയോ? കാര്യങ്ങൾ വെളിച്ചത്തുകൊണ്ടുവരാൻ കഴിവും സന്നദ്ധതയുമുള്ളവർക്കു തങ്ങളുടെ ആശയപ്രകാശത്തിന് ഒരു വേദിയില്ലാത്തതുകൊണ്ടാണ്; പ്രസംഗകർ പറയുന്നത് ഉത്സാഹഭരിതരായി ക്കേട്ടു ശരിവയ്ക്കാൻ ഒരു സദസില്ലാത്തതുകൊണ്ടാണ്; 'സർവശക്തമായ' റഷ്യൻ ഗവൺമെന്റിനെതിരായി തങ്ങൾക്കുള്ള ആവലാതികൾ

സമർപ്പിക്കുന്നതുകൊണ്ടു വല്ല പ്രയോജനവുമുണ്ടാകത്തക്കവിധം അത്രയ്ക്കു പറയത്തക്ക യാതൊരു ശക്തികളേയും ജനങ്ങൾക്കിടയിൽ അവർ കണ്ടെത്താത്തതുകൊണ്ടാണ്..... സാറിസ്റ്റ് ഗവൺമെന്റിനെ ദേശവ്യാപിയായ തോതിൽ തൊലിപൊളിച്ചുകാട്ടാനുള്ള ഒരു വേദി സ്ഥാപിക്കുന്നതിന് ഇന്നു നമുക്കു കഴിവുണ്ട്, അതു നമ്മുടെ കടമയുമാണ്. ആ വേദി ഒരു സോഷ്യൽഡെമോക്രാറ്റിക് പത്രമായിരിക്കണം.

രാഷ്ട്രീയമായ തുറന്നുകാട്ടലിനുള്ള പറ്റിയ സദസാണ് തൊഴിലാളിവർഗം; അതിനാണ് എല്ലാറ്റിനെക്കുറിച്ചുമുള്ള സജീവരാഷ്ട്രീയപരിജ്ഞാനം പ്രഥമവും പ്രധാനവുമായി ആവശ്യമായിട്ടുള്ളത്; അതിനാണ് ഈ അറിവിനെ ('അനുഭവഗോചരമായ ഫലങ്ങളൊ'ന്നും അതും വാഗ്ദാനം ചെയ്തില്ലെങ്കിൽക്കൂടി) സജീവസമരമാക്കി മാറ്റാൻ കെൽപ്പുള്ളത്. ദേശവ്യാപിയായ തുറന്നുകാട്ടലിനു പറ്റിയ ഒരേയൊരു വേദി ഒരഖിലറഷ്യൻ വൃത്താന്തപത്രമാണ്. "ആധുനികയൂറോപ്പിൽ ഒരു രാഷ്ട്രീയപ്രസ്ഥാനമെന്ന പേരിനെ അർഹിക്കുന്ന യാതൊരു പ്രസ്ഥാനവും ഒരു രാഷ്ട്രീയമുഖപത്രം കൂടാതെ സാധ്യമല്ല." ഇക്കാര്യത്തിൽ റഷ്യയെ നിശ്ചയമായും ആധുനിക യൂറോപ്പിൽ ഉൾപ്പെടുത്തണം. പത്രങ്ങൾ നമ്മുടെ നാട്ടിൽ പണ്ടേ ഒരു ശക്തിയായിത്തീർന്നിട്ടുണ്ട്; അല്ലാത്തപക്ഷം ഗവൺമെന്റ് അവയെ കോഴകൊടുത്തു സ്വാധീനിക്കാനും, കത്കോവ്മാർക്കും മെഷ്ചേർസ്കിയ്മാർക്കും കൈക്കൂലി കൊടുക്കാനും പതിനായിരക്കണക്കിനു റൂബിൾ ചെലവിടുകയില്ലായിരുന്നല്ലോ. നിയമവിരുദ്ധപത്രങ്ങൾ സെൻസർഷിപ്പിന്റെ ഭിത്തികൾ ഭേദിച്ചു നിയമവിധേയവും യാഥാസ്ഥിതികവുമായ പത്രങ്ങളെക്കൊണ്ടു തങ്ങളെപ്പറ്റി പരസ്യമായി എന്തെങ്കിലും പറയിക്കുക, അതിനവരെ നിർബന്ധിക്കുക, എന്നുള്ളത് ഏകാധിപത്യറഷ്യയിൽ ഒരു പുതുമയൊന്നുമല്ല. ഇത് 1870–80–ലേയും 1850–60–ലെപ്പോലും സ്ഥിതിയായിരുന്നു. ഇന്നാകട്ടെ നിയമവിരുദ്ധപത്രങ്ങൾ വായിക്കാനും എന്നിട്ടവയിൽനിന്ന് (*ഇസ്ക്ര*യുടെ 7–ാം ലക്കത്തിലേക്കുള്ള ഒരു കത്തിൽ ഒരു തൊഴിലാളി പറഞ്ഞപോലെ) "ജീവിക്കേണ്ടതും മരിക്കേണ്ടതും എങ്ങനെ"യെന്നു മനസിലാക്കാനും എത്രയെത്ര കൂടുതൽ വിപുലവും അഗാധവുമായ തോതിൽ ജനവിഭാഗങ്ങൾ കാംക്ഷിക്കുന്നു! സാമ്പത്തികമായ തുറന്നുകാട്ടലുകൾ ഫാക്ടറിയുടമകൾക്കെതിരായി എത്രമാത്രം ഒരു യുദ്ധപ്രഖ്യാപനമാണോ, അത്രതന്നെ രാഷ്ട്രീയമായ തുറന്നുകാട്ടലുകൾ ഗവൺമെന്റിനെതിരായും ഉള്ള യുദ്ധപ്രഖ്യാപനമാണ്. എത്രകണ്ടു കൂടുതൽ വിപുലമായും സുശക്തമായും ഈ തുറന്നുകാട്ടൽ പ്രസ്ഥാനം വളരുന്നുവോ, യുദ്ധം തുടങ്ങാൻവേണ്ടിത്തന്നെയുള്ള യുദ്ധപ്രഖ്യാപനം ചെയ്തിട്ടുള്ള സാമൂഹ്യവർഗത്തിൽ എത്രകണ്ടു കൂടുതലാളുകളുണ്ടോ, അതെത്രത്തോളം ദൃഢനിശ്ചയത്തോടുകൂടി പ്രവർത്തിക്കുന്നുവോ, അത്രയ്ക്കു കൂടുതൽ വലുതായിരിക്കും ആ യുദ്ധപ്രഖ്യാപനത്തിനുള്ള ധാർമികപ്രാധാന്യം. അപ്പോൾ, രാഷ്ട്രീയമായ തുറന്നുകാട്ടൽതന്നെ നാമെതിർക്കുന്ന വ്യവസ്ഥയെ ഛിന്നഭിന്നമാക്കാ

നുള്ള ഒരു കരുത്തേറിയ ഉപകരണമായി ഭവിക്കുന്നു; ശത്രുവിൽനിന്ന് അവന്റെ യാദൃച്ഛികബന്ധുക്കളേയും തൽക്കാലസുഹൃത്തുക്കളേയും അകറ്റാനുള്ള ഒരു ഉപകരണമായി അതു പരിണമിക്കുന്നു. ഏകാധിപത്യത്തിന്റെ അധികാരവാഴ്ചയിൽ സ്ഥിരംപങ്കാളികളായവർക്കിടയിൽ പോലും ശത്രുതയും അവിശ്വാസവും വിതയ്ക്കുന്നതിനുള്ള ഒരു ഉപകരണമായി അതു പരിണമിക്കുന്നു.

യഥാർഥത്തിൽ ദേശവ്യാപകമായ തുറന്നുകാട്ടൽ സംഘടിപ്പിക്കുവാൻ തയാറുള്ള ഒരു പാർട്ടിക്കേ നമ്മുടെ കാലത്തുള്ള വിപ്ലവശക്തികളുടെ മുന്നണിപ്പടയായിത്തീരാൻ കഴിയുകയുള്ളു. ദേശവ്യാപകം എന്ന വാക്കിനു വളരെ അഗാധമായ ഒരർഥമുണ്ട്; നാം മുന്നണിവിഭാഗമായിത്തീരണമെങ്കിൽ മറ്റു വർഗങ്ങളേയും നാമാകർഷിക്കണം; തൊഴിലാളിവർഗത്തിൽപ്പെടാത്ത ബഹുഭൂരിപക്ഷം അനാചാരാദകന്മാരുമാകട്ടെ, രാഷ്ട്രീയമായി സ്ഥിരചിത്തരും കാര്യസാധ്യത്തിനു നല്ല തന്റേടമുള്ളവരുമായിരിക്കും. ഒരു ചെറിയ ഉദ്യോഗസ്ഥനെതിരായിട്ടുപോലും എന്തെങ്കിലും 'ആവലാതി' പുറപ്പെടുവിക്കുന്നത് എത്രമേൽ ആപൽക്കരമാണെന്ന് അവർക്കു നല്ലപോലെ അറിയാം; എന്നിട്ടല്ലേ 'സർവശക്ത'മായ റഷ്യൻ ഗവൺമെന്റിനെതിരായ എന്തെങ്കിലും പറയുന്ന കാര്യം? അവർ അവരുടെ ആവലാതികളുമായി നമ്മുടെ അടുക്കൽ വരണമെങ്കിൽ അവരുടെ ആവലാതികൾകൊണ്ടു യഥാർഥത്തിൽ ഫലമുണ്ടാവുന്നുണ്ടെന്ന് അവർ കാണണം. നാം ഒരു രാഷ്ട്രീയകക്ഷിയെയാണ് പ്രതിനിധീകരിക്കുന്നതെന്ന് അവർ കാണണം — അപ്പോൾ മാത്രമേ അവർ വരൂ. മറ്റുള്ളവരുടെ ദൃഷ്ടിയിൽ ഇങ്ങനെയൊരു രാഷ്ട്രീയശക്തിയായി നാം തീരണമെങ്കിൽ, നമ്മുടെതന്നെ സ്വന്തംബോധത്തെ ഉയർത്താനും, നമ്മുടെ മുൻകയ്യും ഉഷാറും വർധിപ്പിക്കാൻവേണ്ടി ഇടതടവില്ലാതെയും വാശിയോടുകൂടിയും വളരെയധികം പ്രയത്നിക്കേണ്ടതുണ്ട്. ഇതിന്, 'മുന്നണിവിഭാഗ'മെന്ന ലേബൽ പിന്നണിവിഭാഗത്തിന്റെ സിദ്ധാന്തത്തിന്മേലും പ്രവൃത്തിയിന്മേലും ചുമ്മാ ഒട്ടിച്ചതുകൊണ്ടായില്ല.

പക്ഷേ, ഗവൺമെന്റിന്റെ തനിനിറം രാജ്യവ്യാപകമായ തോതിൽ തുറന്നുകാട്ടുകയെന്ന പണി സംഘടിപ്പിക്കാൻ നാം ഒരുങ്ങുകയാണെങ്കിൽ, എങ്ങനെയായിരിക്കും നമ്മുടെ പ്രസ്ഥാനത്തിന്റെ വർഗസ്വഭാവം നാം പ്രകടിപ്പിക്കുക? — ഇതായിരിക്കും 'തൊഴിലാളിവർഗസമരവുമായി ഏറ്റവും അടുപ്പത്തിലുള്ള സജീവബന്ധ'ത്തിന്റെ വാശിപിടിച്ച വക്കീലന്മാർക്കു ചോദിക്കാനുള്ള ഒരു ചോദ്യം; അതവർ ചോദിക്കുന്നുമുണ്ട്. അതിനു മറുപടിയിതാണ്: ഈ ദേശവ്യാപകമായ തുറന്നുകാട്ടൽ സോഷ്യൽ ഡെമോക്രാറ്റുകാരായ നാമായിരിക്കും സംഘടിപ്പിക്കുക; ഈ പ്രക്ഷോഭത്തിന്റെ ഫലമായി പൊന്തിവരുന്ന എല്ലാ പ്രശ്നങ്ങൾക്കും വിട്ടുവീഴ്ചയില്ലാത്ത സോഷ്യൽഡെമോക്രാറ്റിക് സ്പിരിട്ടിൽത്തന്നെ — അതായത്, അറിഞ്ഞോ അറിയാതെയോ മാർക്സിസത്തെ വികൃതപ്പെടുത്താനുള്ള യാതൊരുവിധ വാസനകൾക്കും കീഴ്പ്പെടാതെതന്നെ — നാം വിശദീക

രണം നൽകും; നാട്ടുകാരുടെയാകെ പേരിൽ ഗവൺമെന്റിന്റെമേൽ നാം കൊണ്ടുവരുന്ന നിർബന്ധത്തെയും, തൊഴിലാളിവർഗത്തിന്റെ രാഷ്ട്രീയമായ സ്വതന്ത്രനില ഉറപ്പിച്ചുകൊണ്ട് അതിനു നാം നൽകുന്ന വിപ്ലവ പരിശീലനത്തെയും, തൊഴിലാളിവർഗത്തിന്റെ സാമ്പത്തികസമരത്തിനു കൊടുക്കുന്ന നേതൃത്വത്തെയും, തൊഴിലാളിവർഗവും അതിന്റെ ചൂഷകന്മാരുമായി സ്വയമേവ നടക്കുന്ന ഏറ്റുമുട്ടലുകളുടെ ഫലമായി കൂടുതൽ കൂടുതൽ തൊഴിലാളികൾ ആവേശഭരിതരായി നമ്മുടെ ക്യാമ്പിലേക്കു വന്നുകൊണ്ടിരിക്കുന്നതിനെ ഉപയോഗപ്പെടുത്തേണ്ടതെങ്ങനെയെന്ന പ്രശ്നത്തെയും — എല്ലാംതന്നെ അവിഭാജ്യമായ ഒരൊറ്റ പ്രവാഹത്തിൽ അണച്ചുകൂട്ടി ഏകീകരിച്ചുകൊണ്ടായിരിക്കും പാർട്ടി ഈ സർവവ്യാപിയായ രാഷ്ട്രീയപ്രക്ഷോഭം സംഘടിപ്പിക്കുക.

പക്ഷേ, ഈ ബന്ധം മനസിലാക്കാനുള്ള കഴിവില്ലായ്മയാണ് സാമ്പത്തികസമരവാദത്തിന്റെ ഏറ്റവും സഹജമായ സ്വഭാവങ്ങളിലൊന്ന്. മാത്രമല്ല, തൊഴിലാളിവർഗത്തിന്റെ ഏറ്റവും അടിയന്തരമായ താൽപ്പര്യങ്ങളും (ഉദാ: രാഷ്ട്രീയ പ്രക്ഷോഭം മുഖേനയും രാഷ്ട്രീയമായ തുറന്നുകാട്ടൽ മുഖേനയും ഉള്ള സർവതോമുഖമായ രാഷ്ട്രീയ വിദ്യാഭ്യാസം) പൊതുജനാധിപത്യപ്രസ്ഥാനത്തിന്റെ താൽപ്പര്യങ്ങളും ഒന്നുതന്നെയാണെന്നു മനസിലാക്കാനുള്ള കഴിവും അതിനില്ല. കാര്യഗ്രഹണശക്തിയുടെ ഈ പോരായ്മയാണ് 'മർത്തീനൊവിസ്റ്റ്' പദപ്രയോഗങ്ങളിലും, ആ പ്രയോഗങ്ങൾക്കന്വർഥമായ, വർഗാധിഷ്ഠിതമെന്നു പറയപ്പെടുന്ന വീക്ഷണകോണത്തിലും പ്രകടിതമായിത്തീരുന്നത്. ഉദാ: 12–ാം ലക്കം *ഇസ്ക്രയിൽ* പ്രസിദ്ധീകരിച്ച "സാമ്പത്തികസമര"ക്കാരുടെ കത്തിന്റെ കർത്താക്കൾ ഇങ്ങനെ പ്രസ്താവിക്കുന്നു*: "ഈ മൗലിക ദൗർബല്യമാണ് (എന്നുവെച്ചാൽ, ആശയങ്ങൾക്കു വേണ്ടതിലുമധികം പ്രാധാന്യം കൽപ്പിക്കുന്ന സ്വഭാവമാണ്) സോഷ്യൽഡെമോക്രാറ്റുകാരും വിവിധ സാമൂഹ്യവർഗങ്ങളും പ്രസ്ഥാനങ്ങളും തമ്മിൽ ഉണ്ടാകേണ്ടബന്ധം സംബന്ധിച്ച് ഒരു ഉറച്ച നിലയെടുക്കാതിരിക്കാൻ *ഇസ്ക്രയെ* പ്രേരിപ്പിക്കുന്നത്. വെറും താത്വികമായ ഒരു ചർച്ചാക്രമത്തിന്റെ ഫലമായി".... (അല്ലാതെ 'പാർട്ടിയോടൊപ്പം വളർന്നുവരുന്ന പാർട്ടി കടമകളുടെ വികാസപ്രക്രിയ' കൊണ്ടല്ല!) "ഏകാധിപത്യത്തിനെതിരായ സമരം ഉടനടി ഏറ്റെടുത്തേ കഴിയൂ എന്ന തീരുമാനത്തിൽ *ഇസ്ക്ര* എത്തിയിരിക്കുന്നു; എന്നാൽ,

---

* സാമ്പത്തികസമരവാദികൾക്കു തികച്ചും അനുയോജ്യമായ ഈ കത്തിന് *ഇസ്ക്രയിൽ* വിശദമായ മറുപടിയെഴുതാൻ സ്ഥലച്ചുരുക്കം ഞങ്ങളെ അനുവദിച്ചില്ല. ഈ കത്തു പുറത്തുവന്നതിൽ ഞങ്ങൾക്കു വളരെ സന്തോഷമുണ്ട്; കാരണം, വിട്ടുവീഴ്ചയില്ലാത്ത ഒരു വർഗവീക്ഷണം *ഇസ്ക്ര* പാലിക്കുന്നില്ലെന്നും മറ്റുമുള്ള ആരോപണങ്ങൾ എത്രയോ മുമ്പുതന്നെ പലരിൽനിന്നും ഞങ്ങൾക്കു കിട്ടിയിട്ടുണ്ട്; അവയ്ക്കു മറുപടി പറയുന്നതിനു തക്കതായ ഒരു സന്ദർഭം കിട്ടാൻ — അഥവാ, ഒരു ഫാഷനായിട്ടുള്ള ഈ ആരോപണങ്ങൾ തക്കതായ വാക്കുകളിൽ രൂപപ്പെടുത്തിക്കിട്ടാൻ — ഞങ്ങൾ കാത്തിരിക്കുകയായിരുന്നു. ആക്ഷേപങ്ങൾക്കു മറുപടി പറയുന്നതിൽ ആക്രമണങ്ങളെ കേവലം ചെറുത്തുനിൽക്കലല്ല, അങ്ങോട്ടാക്രമിക്കലാണുതാനും ഞങ്ങളുടെ പതിവ്.

ഈ കടമ ഇന്നത്തെ പരിതഃസ്ഥിതിയിൽ ഏറ്റെടുക്കാൻ തൊഴിലാളികൾക്കു വിഷമമുണ്ടായിരിക്കുമെന്ന് ഒരുപക്ഷേ അതിനെങ്ങനെയോ തോന്നിയിരിക്കാം"..... (കേവലം കൊച്ചുകുട്ടികളെക്കുറിച്ചു ചിന്താകുലരായിരിക്കുന്ന ആയമാരെപ്പോലെ പ്രവർത്തിക്കുന്ന ചില 'സാമ്പത്തികസമര'ക്കാരായ ബുദ്ധിജീവികൾക്കുള്ളേടത്തോളം വിഷമമൊന്നും തൊഴിലാളികൾക്ക് ഇക്കാര്യത്തിൽ കാണുകയില്ലെന്ന് 'എങ്ങനെയോ തോന്നുക'യല്ല, തികച്ചും ഞങ്ങൾക്കറിയുകതന്നെ ചെയ്യാം; കാരണം, മർത്തീനൊവിന്റെ അവിസ്മരണീയമായ ഭാഷയിൽ "അനുഭവഗോചരമായ യാതൊരു ഫലങ്ങളും" വാഗ്ദാനം ചെയ്യാത്ത ആവശ്യങ്ങൾക്കുവേണ്ടിപോലും തൊഴിലാളികൾ പോരാടാൻ സന്നദ്ധരാണ്).... "ഈ സമരത്തിനു വേണ്ടിടത്തോളമുള്ള ശക്തി തൊഴിലാളിവർഗം സ്വയം സംഭരിക്കുന്നതുവരെ കാത്തിരിക്കാൻ അതിനു ക്ഷമയുമില്ല; അതുകൊണ്ടാണ് ലിബറലുകളുടേയും ബുദ്ധിജീവികളുടേയും അണികളിൽ ബന്ധുക്കളെ ആരായാൻ *ഇസ്ക്ര* സമാരംഭിച്ചിരിക്കുന്നത്.......

അതേ, അതേ, 'അനുരഞ്ജകന്മാർ' ഞങ്ങളുടെയടുക്കൽ വാഗ്ദാനം ചെയ്തിട്ടുള്ള ആ അനുഗൃഹീതകാലം സമാഗതമാകുന്നതുവരെ — സാമ്പത്തികസമരവാദികൾ തങ്ങളുടെ സ്വന്തം പിന്നോക്ക നിലയ്ക്കു തൊഴിലാളികളെ കുറ്റപ്പെടുത്തുന്ന സമ്പ്രദായവും, അവർ തങ്ങളുടെ സ്വന്തം പൗരുഷക്കുറവിനെ ന്യായീകരിക്കാൻ തൊഴിലാളികൾക്കു ശക്തിയില്ലെന്നു വാദിക്കുന്ന സമ്പ്രദായവും ഉപേക്ഷിക്കുന്നതുവരെ — ചുമ്മാ 'കാത്തിരിക്കാ'നുള്ള 'ക്ഷമ' തീർച്ചയായും ഞങ്ങൾക്കു നശിച്ചിരിക്കുന്നു. ഞങ്ങൾ നമ്മുടെ സാമ്പത്തികസമരക്കാരോടൊന്നു ചോദിക്കട്ടെ: എന്താണ് 'ഈ സമരത്തിനു വേണ്ടിടത്തോളമുള്ള ശക്തി തൊഴിലാളിവർഗം സംഭരിക്കുക'യെന്നുവെച്ചാൽ അർഥം? തൊഴിലാളികൾക്കു രാഷ്ട്രീയപരിശീലനം നൽകലും, നിന്ദ്യമായ നമ്മുടെ ഏകാധിപത്യഭരണത്തിന്റെ എല്ലാ വശങ്ങളും അവർക്കു കാണിച്ചുകൊടുക്കലും തന്നെയാണതെന്നു വ്യക്തമല്ലേ? മാത്രമല്ല, ഈ ജോലി നിർവഹിക്കാൻതന്നെയാണ് 'ലിബറലുകളുടേയും ബുദ്ധിജീവികളുടേയും അണികളിൽ'നിന്നുള്ള ബന്ധുക്കളെക്കൊണ്ട് — 'സെസ്ത്വൊ'വിന്റെ നേർക്കും അധ്യാപകരുടെ നേർക്കും സ്ഥിതിവിവരക്കണക്കുകൾ ശേഖരിക്കുന്നവരുടെ നേർക്കും വിദ്യാർഥികളുടെ നേർക്കും മറ്റുംമറ്റുമുള്ള രാഷ്ട്രീയാക്രമണങ്ങൾ വെളിച്ചത്തുകൊണ്ടുവരുന്നതിൽ നമ്മുടെ കൂടെ നിൽക്കാൻ തയാറുള്ള ബന്ധുക്കളെക്കൊണ്ട് — നമുക്കാവശ്യമുള്ളതെന്നും വ്യക്തമല്ലേ? ഇതിന്റെയെല്ലാം 'കൗശലം നിറഞ്ഞ ആസൂത്രണം' മനസിലാക്കാൻ വാസ്തവത്തിലിത്ര വിഷമമുണ്ടോ? 'തൊഴിലാളികളല്ലാത്ത വർഗങ്ങൾക്കിടയിൽനിന്ന് റഷ്യൻ സോഷ്യൽഡെമോക്രാറ്റുകാർ പ്രത്യക്ഷവും പരോക്ഷവുമായ ബന്ധുക്കളെ സമ്പാദിക്കേണ്ടതെങ്ങനെയെന്ന പ്രശ്നം തൊഴിലാളിവർഗത്തിനിടയിൽത്തന്നെ നാം നടത്തുന്ന പ്രചാരവേലയുടെ സ്വഭാവത്തെ ആസ്പദിച്ചായിരിക്കും മുഖ്യമായും പരിഹരിക്കപ്പെടുക'യെന്ന്

പി ബി ആക്സെൽറൊഡ് 1897 മുതൽ വീണ്ടും വീണ്ടും നിങ്ങളുടെ ചെകിട്ടിൽ ഊതിയിട്ടുള്ളതല്ലേ? എന്നിട്ടും മർത്തീനൊവും മറ്റു സാമ്പത്തികസമരവാദികളും വിഭാവനം ചെയ്യുന്നത്, തൊഴിലാളികൾ ഒന്നാമതായിത്തന്നെ 'മുതലാളിമാർക്കും ഗവൺമെന്റിനുമെതിരായ സാമ്പത്തികസമരത്തിൽ' (അതായത്, ട്രേഡ്‌യൂണിയനിസ്റ്റ് രീതിയിലുള്ള രാഷ്ട്രീയപ്രവർത്തനത്തിനുവേണ്ടി) ശക്തി സംഭരിക്കുകയാണ് വേണ്ടതെന്നും, അതിനുശേഷം മാത്രം ട്രേഡ്‌യൂണിയനിസ്റ്റ്മട്ടിലുള്ള 'പ്രവർത്തനപരിശീലന'ത്തിൽനിന്ന് സോഷ്യൽഡെമോക്രാറ്റിക് പ്രവർത്തനത്തിലേക്കു 'കടന്നാൽ മതി' എന്നുമാണ്.

"..... തങ്ങളുടെ ഗവേഷണത്തിനിടയിൽ", സാമ്പത്തികസമരവാദികൾ തുടർന്നു പറയുകയാണ്, 'മിക്കപ്പോഴും *ഇസ്ക്ര* വർഗവീക്ഷണകോണത്തിൽനിന്നു വ്യതിചലിക്കുന്നു; വർഗവൈരങ്ങളെ മൂടിവയ്ക്കുന്നു; ഗവൺമെന്റിനെതിരായി പടർന്നുപിടിച്ചിട്ടുള്ള അതൃപ്തിയുടെ പൊതുസ്വഭാവത്തെ — ഈ അതൃപ്തിയുടെ കാരണങ്ങളും കനവും ബന്ധുവിഭാഗങ്ങൾക്കിടയിൽ ഒട്ടുംതന്നെ ഒരേവിധമായിരിക്കയില്ലെങ്കിൽക്കൂടി — മുന്നോട്ടു കൊണ്ടുവന്ന് ഊന്നുകയും ചെയ്യുന്നു. ഇത്തരത്തിലുള്ളതാണ്, ഉദാഹരണത്തിന്, സെംസ്ത്വൊവിന്റെ നേരെ *ഇസ്ക്ര* എടുത്തിട്ടുള്ള നയം.......' "ഗവൺമെന്റിൽനിന്നു കിട്ടുന്ന വേതനങ്ങളിൽ അതൃപ്തിയുള്ള പ്രഭുവർഗത്തിന് തൊഴിലാളിവർഗത്തിന്റെ സഹായം" *ഇസ്ക്ര* വാഗ്ദാനം ചെയ്യുന്നുപോലും; എന്നാൽ "ഈ ജനവിഭാഗങ്ങൾക്കിടയിലുള്ള വർഗവ്യത്യാസങ്ങളെക്കുറിച്ച് അതൊരക്ഷരവും മിണ്ടുന്നില്ല" പോൽ! 'ഏകാധിപത്യവും സെംസ്ത്വൊവും' എന്ന ശീർഷകത്തിൽ *ഇസ്ക്ര*യുടെ 2-ാം 4-ാം ലക്കങ്ങളിലുണ്ടായിരുന്ന ലേഖനപരമ്പരയെക്കുറിച്ചാവാം ഈ കത്തിന്റെ കർത്താക്കൾ ഒരുപക്ഷേ സൂചിപ്പിച്ചിരിക്കുക. പ്രസ്തുത ലേഖനങ്ങൾ നോക്കിയാൽ വായനക്കാർക്ക് കാണാൻ കഴിയും, 'നാടുവാഴിമയവും ഉദ്യോഗസ്ഥമേധാവിത്വപരവുമായ സെംസ്തൊവിന്റെ സൗമ്യമായ പ്രക്ഷോഭ'ത്തിന്റെ നേർക്കും, 'സ്വത്തുടമവർഗങ്ങളുടെപോലും സ്വതന്ത്രമായ പ്രവർത്തനത്തിനെതിരായും' ഗവൺമെന്റ് കൈക്കൊള്ളുന്ന നയത്തെക്കുറിച്ചാണ് ആ ലേഖനങ്ങളിൽ പ്രതിപാദിച്ചിട്ടുള്ളതെന്നും* 'സെംസ്ത്വൊ'വിനു നേരെ ഗവൺമെന്റ് ഒരുസമരം നടത്തിക്കൊണ്ടിരിക്കുമ്പോൾ തൊഴിലാളിവർഗത്തിനു നിസ്സംഗതയോടെ നോക്കിനിൽക്കാൻ സാധ്യമല്ലെന്നും ആ ലേഖനങ്ങളിൽ പ്രസ്താവിച്ചിട്ടുണ്ട്; വിപ്ലവകരമായ സോഷ്യൽഡെമോക്രസി ഗവൺമെന്റിനെ അതിന്റെ എല്ലാ ശക്തിയോടുംകൂടി എതിരിട്ടുകൊണ്ടിരിക്കുമ്പോൾ 'സെംസ്ത്വൊ'പ്രവർത്തകന്മാർ ചന്തമുള്ള പ്രസംഗങ്ങൾ നിർത്തിവയ്ക്കണമെന്നും, ദൃഢമായും ഉറച്ച സ്വരത്തിലും അവർ സംസാരിക്കണമെന്നുമാണ് ആ ലേഖനങ്ങളിൽ ആഹ്വാനം ചെയ്തിരിക്കുന്നത്. ഇതിൽ നമ്മുടെ കത്തിന്റെ കർത്താ

* അതേ ലേഖനങ്ങളുടെ കൂട്ടത്തിൽത്തന്നെ ഉൾനാട്ടിലെ വർഗവൈരുധ്യങ്ങളെക്കുറിച്ചുള്ള ഒരു ലേഖനവും ഉണ്ടായിരുന്നുതാനും (*ഇസ്ക്ര*, ലക്കം 3).

ക്കൾക്ക് അഭിപ്രായവ്യത്യാസമുള്ള ഇനം ഏതാണെന്ന് വ്യക്തമാകുന്നില്ല. 'സ്വത്തുടമവർഗങ്ങൾ', 'നാടുവാഴിമയവും ഉദ്യോഗസ്ഥമേധാവിത്വപരവുമായ സെംസ്ത്വൊ' എന്നെല്ലാമുള്ള പദപ്രയോഗങ്ങൾ തൊഴിലാളികൾക്കു 'മനസിലാവില്ലെ'ന്നായിരിക്കുമോ അവർ കരുതുന്നത്? ചന്തമുള്ള പ്രസംഗങ്ങൾ നിർത്താനും, ദൃഢമായും ഉറച്ച സ്വരത്തിലും സംസാരിക്കാനും സെംസ്ത്വൊവിനു പ്രചോദനം കൊടുക്കുന്നത് 'ആശയങ്ങൾക്കു വേണ്ടതിലുമധികം പ്രാധാന്യം കൽപ്പിക്കലാ'ണെന്ന് അവർക്കഭിപ്രായമുണ്ടോ? ഏകാധിപത്യം സെംസ്ത്വൊവിന്റെനേരെ കൈക്കൊള്ളുന്ന നയത്തെക്കുറിച്ചു കൂടി യാതൊന്നും മനസിലാക്കാതിരുന്നാൽ ആ ഏകാധിപത്യത്തിനെതിരായ സമരത്തിനുവേണ്ടി തൊഴിലാളികൾക്കു 'ശക്തിസംഭരിക്കാൻ' കഴിയുമെന്നായിരിക്കുമോ ഇവരുടെ ധാരണ? ഇതെല്ലാം അജ്ഞാതമായിരിക്കുന്നു. ഒരു കാര്യം മാത്രം വ്യക്തമാണ്: സോഷ്യൽഡെമോക്രസിയുടെ രാഷ്ട്രീയകടമകൾ എന്തെല്ലാമാണെന്നതു സംബന്ധിച്ച് വളരെ അവ്യക്തമായൊരു ബോധമേ ഈ കത്തിന്റെ കർത്താക്കൾക്കുള്ളൂ. ഇതവരുടെ പിന്നത്തെ പ്രസ്താവനയിൽ കൂടുതൽ വ്യക്തമായിക്കാണാം: "ഇതേ നയം തന്നെയാണ് (അതായത് "വർഗവൈരങ്ങളെ മൂടിവയ്ക്കുക") വിദ്യാർഥിപ്രസ്ഥാനത്തോടും *ഇസ്ക്ര*കൈക്കൊള്ളുന്നത്." വിദ്യാർഥികളല്ല, റഷ്യൻ ഗവൺമെന്റാണ് അനിയന്ത്രിതമായ ഹിംസയുടേയും തോന്ന്യവാസത്തിന്റേയും യഥാർഥകേന്ദ്രമായിരിക്കുന്നതെന്ന് പൊതുപ്രകടനങ്ങൾമുഖേന പ്രഖ്യാപിക്കാൻ തൊഴിലാളികളോട് ഞങ്ങൾ ആഹ്വാനം ചെയ്യുന്നതിനുപകരം (*ഇസ്ക്ര*, ലക്കം 2) *റബോച്ചയ മിസ്ലി*ന്റെ രീതിയിൽ ചില വാദങ്ങളുന്നയിക്കുകയായിരുന്നു ഞങ്ങൾ വേണ്ടിയിരുന്നത് അല്ലേ? അങ്ങനത്തെ ആശയങ്ങൾ 1901–ലെ ശരൽക്കാലത്ത് – ഫെബ്രുവരി – മാർച്ചു സംഭവങ്ങൾക്കുശേഷം – വിദ്യാർഥി പ്രസ്ഥാനത്തിന്റെ പുതിയ പുനരുത്ഥാനത്തിനുമുമ്പ് സോഷ്യൽഡെമോക്രാറ്റുകാർ പ്രകടിപ്പിച്ചിരുന്നുതാനും, അതിൽനിന്നു വ്യക്തമാണ് ഈ രംഗത്തിൽപോലും ഏകാധിപത്യത്തിനെതിരായി 'സ്വയമേവ' പൊട്ടിപ്പുറപ്പെടുന്ന പ്രതിഷേധം പ്രസ്ഥാനത്തിന്റെ ബോധപൂർവമായ സോഷ്യൽ ഡെമോക്രാറ്റിക് നേതൃത്വത്തെ കവച്ചുവയ്ക്കുകയാണു ചെയ്യുന്നതെന്ന്. പൊലീസിന്റേയും കസാക്കുകളുടേയും മർദനമേറ്റ വിദ്യാർഥികൾക്കു വേണ്ടി പടക്കളത്തിലിറങ്ങാൻ തൊഴിലാളികൾക്കു സ്വയമേവ ഉണ്ടാവുന്ന ആ വെമ്പൽ സോഷ്യൽഡെമോക്രാറ്റിക് സംഘടനകളുടെ ബോധപൂർവമായ പ്രവർത്തനത്തെ കവച്ചുവയ്ക്കുകതന്നെ ചെയ്യുന്നു!

കത്തിന്റെ കർത്താക്കൾ തുടരുന്നു: "എന്നിട്ടും *ഇസ്ക്ര* മറ്റു ലേഖനങ്ങളിൽ എല്ലാം സന്ധികളെയുമാക്ഷേപിക്കുന്നു; ഉദാ: ഗേദിസ്റ്റുകളുടെ അസഹിഷ്ണുതനിറഞ്ഞ പെരുമാറ്റത്തെ ശരിവയ്ക്കുന്നു." സമകാലികരായ സോഷ്യൽഡെമോക്രാറ്റുകാർക്കിടയിലുള്ള അഭിപ്രായവ്യത്യാസങ്ങളെ പരാമർശിച്ചുകൊണ്ട് അത്തരം അഭിപ്രായവ്യത്യാസങ്ങളെല്ലാം അപ്രധാനമാണെന്നും, അതിൻഫലമായി ഒരു ഭിന്നിപ്പൊന്നും ഉണ്ടാകേണ്ടതില്ലെന്നും വലിയ തൻപ്രമാണിത്തത്തോടുകൂടി — അത്രയും അല

സഭാവത്തിൽ — പ്രഖ്യാപിക്കാറുള്ള കൂട്ടരോട് ഈ വാക്കുകളെപ്പറ്റി ഗാഢമായി ചിന്തിക്കാൻ ഞങ്ങൾ ശുപാർശ ചെയ്യുന്നു. ഏകാധിപത്യത്തിനു വിവിധവർഗങ്ങളോടുള്ള വിരോധത്തെ വിശദീകരിക്കാൻവേണ്ടിയും വിവിധജനവിഭാഗങ്ങൾക്ക് ഏകാധിപത്യത്തോടുള്ള എതിർപ്പിനെപ്പറ്റി തൊഴിലാളികൾക്കു പറഞ്ഞുകൊടുക്കാൻവേണ്ടിയും ആശ്ചര്യജനകമാകുന്നത്ര തുഛമായതോതിൽ മാത്രമേ വല്ല പ്രവൃത്തിയും നാം ഇതുവരെ ചെയ്തിട്ടുള്ളു അത്തരം പ്രവൃത്തിതന്നെ ഒരു 'സന്ധി'യാണെന്നു പറയുന്നവരോടൊപ്പം യോജിച്ച് എങ്ങനെയാണ് ഒരേയൊരു സംഘടനയിൽ ഫലപ്രദമായി പ്രവർത്തിക്കാൻ കഴിയുക? അഥവാ, അതുതന്നെ 'മുതലാളിമാർക്കും ഗവൺമെന്റിനുമെതിരായ സാമ്പത്തികസമര'ത്തിന്റെ സിദ്ധാന്തവുമായി ഒരു സന്ധിയല്ലേ?

കൃഷിക്കാർക്ക് അടിയായ്മയിൽനിന്നു മോചനം ലഭിച്ചതിന്റെ 40-ാം വാർഷികദിനാവസരത്തിൽ ഉൾനാടുകളിലെ ജില്ലകളിൽ വർഗസമരം നടത്തേണ്ടതിനെപ്പറ്റി ഞങ്ങളെഴുതുകയുണ്ടായി (ലക്കം 3)[74]; സ്വയംഭരണവും ഏകാധിപത്യവും തമ്മിൽ വിത്തെയുടെ രഹസ്യമെമ്മോറാണ്ടം[75] സംബന്ധിച്ചു വിട്ടുവീഴ്ചയില്ലാത്ത വിരോധമാണ് ഉള്ളതെന്നും ഞങ്ങൾ പറഞ്ഞു (ലക്കം 4); പുതിയ നിയമം പാസായ സന്ദർഭത്തിൽ ഞങ്ങൾ നാടുവാഴിജന്മികളേയും അവർക്ക് ഓശാന പാടി നിൽക്കുന്ന ഗവൺമെന്റിനേയും ആക്ഷേപിച്ചു (ലക്കം 8)[76]; നിയമവിരുദ്ധമായി യോഗംകൂടിയ സെംസ്ത്വൊ കോൺഗ്രസിനെ സ്വാഗതം ചെയ്യുകയും ചെയ്തു. സെംസ്ത്വൊ പ്രവർത്തകന്മാരോടു ഞങ്ങൾ അവരുടെ അപമാനകരമായ ഹർജിസമർപ്പണസമ്പ്രദായം നിർത്തലാക്കുവാനും (ലക്കം 8), വെളിയിൽ ഇറങ്ങിവന്നു പോരാടാനും അഭ്യർഥിച്ചു. രാഷ്ട്രീയസമരത്തിന്റെ ആവശ്യകത മനസിലാക്കാനും ആ സമരം സ്വയം ഏറ്റെടുക്കാനും തുടങ്ങിയ വിദ്യാർഥികളെ ഞങ്ങൾ പ്രോത്സാഹിപ്പിച്ചു (ലക്കം 3); അതേസമയം തന്നെ, വിദ്യാർഥികളോട് തെരുവു പ്രകടനങ്ങളിൽ പങ്കെടുക്കരുതെന്നാഹ്വാനം ചെയ്ത 'ശുദ്ധ' വിദ്യാർഥി പ്രസ്ഥാനത്തിന്റെ അനുയായികൾ പ്രദർശിപ്പിച്ച 'അപരിഷ്കൃതമായ ബോധശൂന്യത'യെ ഞങ്ങൾ കഠിനമായാക്ഷേപിച്ചു (ലക്കം 3; മോസ്ക്കോ വിദ്യാർഥികളുടെ എക്സിക്യൂട്ടീവ് കമ്മിറ്റി ഫെബ്രുവരി 25നു പുറപ്പെടുവിച്ച *മാനിഫെസ്റ്റോ*വിനെപ്പറ്റി എഴുതിയിട്ടുള്ളത്). '*റൊസ്സീയ*'[77]യിലെ കൗശലക്കാരായ ലിബറലുകളുടെ 'ബുദ്ധിശൂന്യമായ മനോരാജ്യങ്ങളെ'യും 'കള്ളക്കാപട്യത്തെ'യും ഞങ്ങൾ തൊലിയുരിച്ചുകാട്ടി (ലക്കം 5). അതേയവസരത്തിൽത്തന്നെ, 'സമാധാനത്തോടുകൂടിയിരിക്കുന്ന സാഹിത്യകാരന്മാരേയും പ്രായംചെന്ന പ്രൊഫസർമാരേയും ശാസ്ത്രകാരന്മാരേയും പേരുകേട്ട ലിബറൽ സെംസ്ത്വൊ പ്രവർത്തകന്മാരേയും ഗവൺമെന്റിന്റെ കാരാഗൃഹങ്ങളിലിട്ടു മർദിച്ചതി' ലുള്ള പൈശാചികത്വത്തെ ഞങ്ങൾ വിമർശിക്കുകയും ചെയ്തു. (ലക്കം 5; 'സാഹിത്യത്തിന്റെമേലുള്ള ഒരു പൊലീസുകയ്യേറ്റം'). 'തൊഴിലാളികളുടെ നന്മയ്ക്കുവേണ്ടിയുള്ള സർക്കാറിന്റെ ഉൽക്കണ്ഠ' എന്ന പരിപാടിയുടെ ശരിയായ അർഥം ഞങ്ങൾ തുറന്നുകാട്ടി; 'പരിഷ്കാരങ്ങൾ വേണമെന്നും മറ്റുമുള്ള ആവശ്യങ്ങൾ പൊന്തിവരുന്നതുവരെ കാത്തുനിൽക്കു

ന്നതിനേക്കാൾ നല്ലതാണ് അത്തരം ആവശ്യങ്ങൾ അടിയിൽനിന്നുയരുന്നതിനുമുമ്പുതന്നെ അവയെ മുകളിൽനിന്നു സാധിപ്പിച്ചുകൊടുക്കുകയെന്നത്' എന്നു സമ്മതിച്ചുതന്നിട്ടുള്ളതിൽ അടങ്ങിയിട്ടുള്ള 'വിലയേറിയ സത്യ'ത്തെ സ്വാഗതം ചെയ്കയും ചെയ്തു (ലക്കം 6). സ്ഥിതിവിവരക്കണക്കുകൾ തയാറാക്കുന്നവരുടെ പ്രതിഷേധങ്ങൾക്ക് തങ്ങൾ പ്രോത്സാഹനം നൽകി (ലക്കം 7); അവരിൽത്തന്നെയുള്ള കരിങ്കാലികളെ അധിക്ഷേപിച്ചു (ലക്കം 9). ഈ അടവുകളിലെല്ലാം തൊഴിലാളിവർഗത്തിന്റെ വർഗബോധത്തെ അധഃപതിപ്പിക്കലും ലിബറലിസവുമായുള്ള സന്ധിയും മാത്രം ദർശിക്കുന്ന ഒരാൾ സ്വയം തെളിയിച്ചുകാട്ടുന്നത്, 'ക്രെഡോ'വിന്റെ പരിപാടിയുടെ യഥാർഥതാൽപ്പര്യം തീരെ അയാൾക്കു മനസിലായിട്ടില്ലെന്നും, അതുകൊണ്ടയാൾ ആ പരിപാടിയാണ് ഫലത്തിൽ നടപ്പിൽ വരുത്തുന്നെതെന്നും ആണ്. ഇതയാൾ എത്രതന്നെ നിഷേധിച്ചാലും ഒരു വ്യത്യാസവും വരില്ല! കാരണം, ഇതുവഴി അയാൾ സോഷ്യൽഡെമോക്രസിയെ 'മുതലാളിമാർക്കും ഗവൺമെന്റിനുമെതിരായ സാമ്പത്തികസമര'ത്തിലേക്ക് പിടിച്ചുവലിക്കുന്നുവെന്നു മാത്രമല്ല, സ്വയം ലിബറിലിസത്തിനു കീഴടങ്ങുകയും ചെയ്യുന്നു; എന്നുവെച്ചാൽ, എല്ലാ 'ലിബറൽ' പ്രശ്നങ്ങളിലും സജീവമായി ഇടപെട്ട് അത്തരം പ്രശ്നങ്ങളോടെല്ലാം തന്റെ സ്വന്തം സോഷ്യൽഡെമോക്രാറ്റിക്നില വ്യക്തമാക്കുകയെന്ന കടമയിൽനിന്ന് അയാൾ വിരമിക്കുന്നുവെന്നർഥം.

(എഫ്) വീണ്ടും 'നുണപ്രചാരകന്മാർ' എന്ന്; ബുദ്ധി 'ഭ്രമം' പരത്തുന്നവരെന്ന്

ഈ മര്യാദനിറഞ്ഞ വാക്കുകൾ *റബോച്ചെയെ ദ്യെലൊ* ആണ് പറഞ്ഞത്; ഈ നിലയ്ക്കാണ്, "തൊഴിലാളിപ്രസ്ഥാനത്തെ ബൂർഷ്വാ ജനാധിപത്യത്തിന്റെ ഒരു ഉപകരണമാക്കി മാറ്റാൻ പരോക്ഷമായി അതു വഴിയൊരുക്കി" എന്ന ഞങ്ങളുടെ ആക്ഷേപത്തിന് അത് സമാധാനം നൽകുന്നത്. ഈ കുറ്റാരോപണം കേവലം ചർച്ചയ്ക്കിടയിലുണ്ടാവുന്ന ഒരു ശകാരമല്ലാതെ മറ്റൊന്നുമാവില്ലെന്ന് *റബോച്ചെയെ ദ്യെലൊ* തങ്ങളുടെ മനസിന്റെ ശുദ്ധതനിമിത്തം തീരുമാനിച്ചു; ഈ വ്യക്തിവിദ്വേഷികളായ ഡോഗ്മാറ്റിക്കുകൾക്ക് നമ്മെപ്പറ്റി അസുഖകരമായ ചിലതു പറഞ്ഞുകൊണ്ടിരിക്കലല്ലാതെ വേറെ പണിയില്ലെന്നു തോന്നും; ബൂർഷ്വാ ജനാധിപത്യത്തിന്റെ ചട്ടുകമാവുന്നതിനേക്കാൾ അസുഖകരമായി മറ്റെന്താണുള്ളത്? അതുകൊണ്ട് അവർ കനത്ത വെണ്ടയ്ക്കാ അക്ഷരങ്ങളിൽ ഒരു 'ഖണ്ഡനം' പ്രസിദ്ധീകരിക്കുന്നു: "നഗ്നമായ നുണപ്രചരണമല്ലാതെ മറ്റൊന്നുമല്ല" ('രണ്ടു കോൺഗ്രസുകൾ', പേജ് 30); 'ബുദ്ധിഭ്രമം പരത്തൽ' (പേജ് 31); "ആൾമാറാട്ടം" (പേജ് 33). ജൂപ്പിറ്ററെപ്പോലെ (ജൂപ്പിറ്ററുമായി അതിനു ലവലേശം സാമ്യമില്ലെങ്കിലും), *റബോച്ചെയെ ദ്യെലൊ*വിനും കോപം വരുന്നത് അതിന്റെ നില തെറ്റായതുകൊണ്ടാണ്: പ്രതിപക്ഷത്തിന്റെ വാദരീതി മനസിലാക്കാനുള്ള കഴിവുപോലും തങ്ങൾക്കില്ലെന്ന തങ്ങളുടെ ക്ഷമകെട്ട പുലഭ്യം പറച്ചിൽമൂലം അതുതെളിയിക്കുന്നു. എന്നാ

ൽ ബഹുജനപ്രസ്ഥാനത്തിന്റെ സ്വയമേവയുള്ള ചലനത്തിനു നൽകുന്ന എല്ലാത്തരം ആരാധനയും സോഷ്യൽ ഡെമോക്രാറ്റിക് രാഷ്ട്രീയത്തെ ട്രേഡ്യൂണിയനിസ്റ്റ് രാഷ്ട്രീയമായി അധ:പതിപ്പിക്കാനുള്ള ഏതു പരിശ്രമവും തൊഴിലാളിപ്രസ്ഥാനത്തെ ബൂർഷ്വാജനാധിപത്യത്തിന്റെ ചട്ടുകമാക്കി മാറ്റുന്നതിലേക്കുതന്നെയുള്ള വഴിയൊരുക്കലാവുന്നതെന്തുകൊണ്ടാണെന്ന് അൽപ്പം ചിന്തിച്ചുനോക്കിയാൽ *റബോച്ചെയെ ദ്യെലൊ*വിനു മനസിലാകുമായിരുന്നു. സ്വയമേവയുള്ള തൊഴിലാളിപ്രസ്ഥാനത്തിനു കേവലം ട്രേഡ്യൂണിയനിസം മാത്രമേ സൃഷ്ടിക്കാൻ കഴിവുള്ളൂ; അനിവാര്യമായും അതിനെ സൃഷ്ടിക്കുകയും ചെയ്യും. തൊഴിലാളിവർഗത്തിന്റെ ട്രേഡ്യൂണിയനിസ്റ്റ് രാഷ്ട്രീയം തൊഴിലാളിവർഗത്തിന്റെ ബൂർഷ്വാരാഷ്ട്രീയമാണുതാനും. തൊഴിലാളിവർഗം രാഷ്ട്രീയസമരത്തിലോ രാഷ്ട്രീയവിപ്ലവത്തിൽതന്നെയോ പങ്കെടുക്കുന്നുവെന്നതുകൊണ്ടുമാത്രം അതിന്റെ രാഷ്ട്രീയം സോഷ്യൽഡെമോക്രാറ്റിക് രാഷ്ട്രീയമാവുകയില്ല. ഇതു നിഷേധിക്കാൻ *റബോച്ചെയെ ദ്യെലൊ*വിനു ധൈര്യമുണ്ടോ? സാർവദേശിയസോഷ്യൽഡെമോക്രസിയേയും റഷ്യൻ സോഷ്യൽഡെമോക്രസിയേയും നേരിടുന്ന അടിയന്തരപ്രശ്നങ്ങളെ അതെങ്ങനെയാണ് മനസിലാക്കുന്നതെന്ന് ഇനിയെങ്കിലും അതൊന്നു തുറന്ന്, അസന്ദിഗ്ധമായി, പരസ്യമായി പറയുമോ? ഇല്ല. അങ്ങനെയൊന്ന് അതൊരിക്കലും ചെയ്യുകയില്ല. കാരണം, അതൊരു വിദ്യ കണ്ടുപിടിച്ചിട്ടുണ്ട്; 'ഇവിടെയില്ല' എന്നുവേണമെങ്കിൽ അതിനുപേരിടാം — "ഞാനല്ല, ഇതെന്റെ കുതിരയുമല്ല, ഞാൻ അതിനെ ഓടിക്കുന്നുമില്ല, ഞങ്ങൾ സാമ്പത്തികസമരവാദികളല്ല; *റബോച്ചയ മിസ്ലി* സാമ്പത്തികസമരവാദത്തിനുവേണ്ടി നിലകൊള്ളുന്നില്ല; സാമ്പത്തികസമരവാദം എന്നൊന്നേ റഷ്യയിലില്ല.' ഈ വിദ്യ ഒരു മികച്ച 'രാഷ്ട്രീയ' കൗശലംതന്നെയാണ്. പക്ഷേ, അതിനൊരു ചെറിയ കുഴപ്പമുണ്ടെന്നുമാത്രം: ഈ വിദ്യ പ്രയോഗിക്കുന്ന പത്രങ്ങൾ 'സർ, നിങ്ങളുടെ വിധേയൻ' എന്ന പേരിലാണ് സാധാരണയായി അറിയപ്പെടാറുള്ളത്.

റഷ്യയിൽ ബൂർഷ്വാജനാധിപത്യം വെറുമൊരു 'സങ്കൽപ്പം'മാത്രമാണെന്നാണ് *റബോച്ചെയെ ദ്യെലൊ* കരുതുന്നത്* (രണ്ടു കോൺഗ്ര

---

* ഇതിനെത്തുടർന്ന്, 'വിപ്ലവമാർഗത്തിലേക്കുതന്നെ തൊഴിലാളിവർഗത്തെ ഒരു വിധിയുടെ പ്രേരണപോലെ പിടിച്ചുന്തുന്ന പ്രത്യേക റഷ്യൻ പരിതഃസ്ഥിതികളെ'ക്കുറിച്ച് ഒരു സൂചനയും ഉണ്ട്. പക്ഷേ, തൊഴിലാളിപ്രസ്ഥാനം കൈക്കൊള്ളുന്ന ഈ വിപ്ലവമാർഗം ഒരു സോഷ്യൽഡെമോക്രാറ്റിക് മാർഗമായിക്കൊള്ളണമെന്നില്ലെന്ന് ഇവർ മനസിലാക്കുന്നില്ല! പടിഞ്ഞാറൻ യൂറോപ്പിൽ ഏകാധിപത്യം നാടുവാണിരുന്ന കാലത്ത് പടിഞ്ഞാറൻ യൂറോപ്പിലെ ബൂർഷ്വാസിയാകെ തൊഴിലാളികളെ വിപ്ലവമാർഗത്തിലേക്കു 'പിടിച്ചുന്തി', മനഃപൂർവം 'പിടിച്ചുന്തി.' പക്ഷേ, സോഷ്യൽഡെമോക്രാറ്റുകാരായ നമുക്ക് അതുകൊണ്ട് തൃപ്തിപ്പെട്ടിരുന്നുകൂടാ. സോഷ്യൽഡെമോക്രാറ്റിക് രാഷ്ട്രീയത്തെ സ്വയമേവയുള്ള ട്രേഡ്യൂണിയനിസ്റ്റ് രാഷ്ട്രീയമായി നാമും — എന്തു കാരണത്താലായാലും ശരി — അധഃപതിപ്പിക്കുന്ന പക്ഷം തദ്വാരാ നാം ചെയ്യുന്നതു ബൂർഷ്വാജനാധിപത്യത്തിന്റെ കയ്യിൽ പാവ കളിക്കുകയായിരിക്കും.

സുകൾ, പേജ് 32). ഭാഗ്യവാന്മാർ! ഒട്ടകപ്പക്ഷിയെപ്പോലെ സ്വന്തംതല മണലിൽ പൂഴ്ത്തി ചുറ്റുപാടുമുള്ളതെല്ലാം ഇല്ലാതായിരിക്കുന്നു എന്നിവർ ധ്യാനിക്കുന്നു. മാർക്സിസത്തിന്റെ അധഃപതനത്തിലും അതു നാമാവശേഷമായിത്തീരുന്നതിൽപോലും തങ്ങൾക്കുള്ള ജയഭേരി ലോകത്തിന്റെ മുമ്പാകെ മാസംതോറും മുഴക്കുന്ന കുറേ ലിബറൽ പ്രചാരകന്മാർ; തൊഴിലാളികളുടെ അടുക്കൽ ബ്രെൺടാനൊവിന്റെ മട്ടിലുള്ള വർഗസമരചിന്താഗതി[78]യും ട്രേഡ്‌യൂണിയനിസ്റ്റ് രീതിയിലുള്ള രാഷ്ട്രീയചിന്താഗതിയും പ്രചരിപ്പിക്കാൻ ലിബറലുകൾക്കു പ്രോത്സാഹനം നൽകുന്ന കുറേ ലിബറൽ പത്രങ്ങൾ (*സൻക്ത്പെതെർബുർഗ്സ്ക്കിയെ വേദൊമൊസ്തി*) ('സെന്റ് പീറ്റേഴ്സ്ബർഗ് വാർത്തകൾ'), *റൂസ്ക്കിയെ വേദൊമൊസ്തി*, മറ്റും മറ്റും); മാർക്സിസത്തെ വിമർശിക്കുന്നവരുടെ ഒരു വിദ്വൽസദസ് (ഇവരുടെ യഥാർഥ പ്രവണതകളെയാണ് എത്രയും നല്ലതിൻവണ്ണം 'ക്രെഡോ' വെളിച്ചത്തു കൊണ്ടുവന്നതും, ഇവരുടെ സാഹിത്യോൽപ്പന്നങ്ങൾക്കു മാത്രമാണ് റഷ്യയിൽ ഇന്നു പ്രചരിക്കാൻ സ്വാതന്ത്ര്യമുള്ളതും); വിശേഷിച്ചും ഫെബ്രുവരി – മാർച്ച് സംഭവങ്ങൾക്കുശേഷം സോഷ്യൽഡെമോക്രാറ്റിക്കല്ലാത്ത വിപ്ലവപ്രവണതകൾക്കു വീണ്ടും കൈവന്നിട്ടുള്ള ഉണർവ് — ഇതൊക്കെ തീർച്ചയായും വെറും 'സങ്കൽപ്പങ്ങൾ' മാത്രമാണ്! ഇതിനൊന്നുംതന്നെ തീർച്ചയായും ബൂർഷ്വാ ജനാധിപത്യവുമായി യാതൊരു ബന്ധവുമില്ല.

"വസന്തകാലസംഭവങ്ങൾ സോഷ്യൽഡെമോക്രസിയുടെ അന്തസും അധികാരശക്തിയും വർധിപ്പിക്കുന്നതിനു പകരം സോഷ്യൽ ഡെമോക്രാറ്റിക്കല്ലാത്ത വിപ്ലവപ്രവണതകളുടെ പുനരുത്ഥാനത്തിനു വഴിതെളിയിച്ചതെന്തുകൊണ്ടാ"ണെന്ന് *റബോച്ചെയ ദ്യെലൊ*വും *ഇസ്ക്ര*യുടെ 12–ാം ലക്കത്തിൽ പ്രസിദ്ധീകരിച്ച സാമ്പത്തികസമരവാദികളുടെ കത്തിന്റെ കർത്താക്കളും ഗാഢമായി ചിന്തിക്കേണ്ടിയിരിക്കുന്നു. നമുക്ക് നമ്മുടെ കടമകളെ നേരിടാൻ സാധിച്ചില്ലെന്നതാണ് ഇതിനുള്ള കാരണം. തൊഴിലാളിബഹുജനങ്ങളാണ് നമ്മേക്കാളധികം മുന്നിട്ടിറങ്ങി പ്രവർത്തിച്ചത്. പ്രതിപക്ഷവിഭാഗങ്ങളുടെയെല്ലാം മനോഭാവമറിഞ്ഞ് പ്രസ്ഥാനത്തിന്റെയാകെ മുന്നണിയിൽ മാർച്ചു ചെയ്യാനും സ്വയമേവയുള്ള പ്രകടനങ്ങളെ രാഷ്ട്രീയപ്രകടനങ്ങളായി രൂപാന്തരപ്പെടുത്താനും, അതിന്റെതന്നെ രാഷ്ട്രീയസ്വഭാവത്തെ പിന്നെ കൂടുതൽ വികസിപ്പിക്കാനും മറ്റും മറ്റും നമുക്കു സാധിക്കത്തക്കവിധം വേണ്ടിടത്തോളം പരിശീലനം ലഭിച്ച വിപ്ലവനേതാക്കളും സംഘാടകന്മാരും നമുക്കുണ്ടായിരുന്നില്ല. അങ്ങനെയൊരു പരിതഃസ്ഥിതിയിൽ നമ്മേക്കാൾ ശീഘ്രതയും ഉഷാറുമുള്ള മറ്റുള്ളവർ — സോഷ്യൽഡെമോക്രാറ്റുകാരല്ലാത്ത വിപ്ലവകാരികൾ — നമ്മുടെ പിന്നോക്കനിലയെ അനിവാര്യമായും ചൂഷണംചെയ്യുകതന്നെ ചെയ്യും. തൊഴിലാളികൾ പിന്നെ എത്രതന്നെ അക്ഷീണമായും ത്യാഗധീരതയോടുകൂടിയും, പൊലീസിനോടും പട്ടാളത്തോടും പടവെട്ടിക്കൊള്ളട്ടെ, എത്രതന്നെ വിപ്ലവകരമായി അവർ പ്രവർത്തിച്ചുകൊള്ളട്ടെ, എന്തായാലും

അവർ കേവലം ഈ വിപ്ലവകാരികളെ പിന്താങ്ങുന്ന ഒരു ശക്തിയായിട്ടേ പരിണമിക്കുകയുള്ളു, ബൂർഷ്വാ ജനാധിപത്യത്തിന്റെ പിന്നണിപ്പടയായിട്ടേ തീരുകയുള്ളൂ; അവർ സോഷ്യൽഡെമോക്രാറ്റിക് മുന്നണിവിഭാഗമാവുകയില്ല! ഉദാഹരണത്തിന് ജർമൻ സോഷ്യൽഡെമോക്രാറ്റുകാരെ എടുത്തുനോക്കുക (അവരുടെ ദുർബലവശങ്ങളെ മാത്രമാണല്ലോ നമ്മുടെ സാമ്പത്തികസമരവാദികൾ അനുകരിക്കാൻ വെമ്പുന്നത്). എന്തുകൊണ്ടാണ് ജർമനിയിൽ ഏതൊരു രാഷ്ട്രീയസംഭവം നടന്നാലും തൽഫലമായി സോഷ്യൽഡെമോക്രസിയുടെ അധികാരശക്തിയും അന്തസും വർധിക്കുന്നത്? കാരണം, ഏതൊരു സംഭവത്തേയും വിപ്ലവദൃഷ്ട്യാ തൂക്കിനോക്കുന്നതിലും താന്തോന്നിഭരണത്തിനെതിരായ എല്ലാ പ്രതിഷേധങ്ങളും നടത്തുന്നതിലും സോഷ്യൽഡെമോക്രസി അവിടെ മറ്റെല്ലാവരെക്കാളുമധികം മുമ്പിൽ നിലകൊള്ളുന്നു. സാമ്പത്തികസമരം തൊഴിലാളികളെ തങ്ങളുടെ യാതൊരവകാശങ്ങളുമില്ലാത്ത അവസ്ഥയുമായി കൂട്ടിമുട്ടിക്കുമെന്നും, പ്രത്യേക പരിതഃസ്ഥിതികൾ ഒരു വിധിയുടെ പ്രേരണപോലെ തൊഴിലാളിപ്രസ്ഥാനത്തെ വിപ്ലവമാർഗത്തിലേക്കു പിടിച്ചുന്തുമെന്നും മറ്റുമുള്ള പദങ്ങളെക്കൊണ്ട് ജർമൻ സോഷ്യൽഡെമോക്രസി സ്വയം ആശ്വാസം തേടുന്നില്ല. സാമൂഹ്യ – രാഷ്ട്രീയജീവിതത്തിന്റെ എല്ലാ തുറകളിലും എല്ലാ പ്രശ്നങ്ങളിലും അതിടപെടുന്നു. ഉദാ: ഒരു ബൂർഷ്വാ പുരോഗമനവാദിയെ നഗരത്തിലെ മേയറായെടുക്കുന്നതിനെ ശരിവയ്ക്കാൻ വിൽഹെം കൂട്ടാക്കാതിരുന്ന വിഷയത്തിൽ അതിടപെട്ടു (ഇതു ലിബറലിസവുമായി ചെയ്യുന്ന ഒരു സന്ധിയാണെന്നു ജർമൻകാർക്കു ബോധ്യപ്പെടുത്തിക്കൊടുക്കാൻ നമ്മുടെ സാമ്പത്തികസമരവാദികൾക്ക് ഇതുവരെ സാധിച്ചിട്ടില്ല!); 'അസാന്മാർഗിക'മായ സാഹിത്യങ്ങളുടേയും പടങ്ങളുടേയും പ്രസിദ്ധീകരണത്തെ വിലക്കുന്ന നിയമത്തിന്റെ സംഗതിയിൽ അതിടപെട്ടു; പ്രൊഫസർമാരുടെ തെരഞ്ഞെടുപ്പിൽ ഗവൺമെന്റ് സ്വാധീനം ചെലുത്തുന്ന കാര്യത്തിൽ ഇടപെട്ടു; മറ്റും, മറ്റും. എല്ലായിടത്തും സോഷ്യൽഡെമോക്രാറ്റുകാർ മറ്റെല്ലാവരേക്കാളുമധികം മുന്നണിയിൽ നിൽക്കുന്നതായും എല്ലാ വർഗങ്ങൾക്കുമിടയിൽ രാഷ്ട്രീയമായ അതൃപ്തി ആളിക്കത്തിക്കുന്നതായും, മടിയന്മാരെ ഉശിർപിടിപ്പിക്കുന്നതായും, പിന്നിൽപ്പെടുന്നവരെ മുന്നോട്ടുപിടിച്ചുന്തുന്നതായും, തൊഴിലാളിവർഗത്തിന്റെ രാഷ്ട്രീയബോധവും രാഷ്ട്രീയപ്രവർത്തനശേഷിയും അഭിവൃദ്ധിപ്പെടുത്തുന്നതിനാവശ്യമായ ധാരാളം ജ്ഞാനം ശേഖരിക്കുന്നതായും കാണപ്പെടുന്നു. ഇതിന്റെയെല്ലാം ഫലമായി സോഷ്യലിസത്തിന്റെ പ്രഖ്യാപിതശത്രുക്കൾക്കുപോലും ഈ പുരോഗാമിയായ രാഷ്ട്രീയയോദ്ധാവിനോടു ബഹുമാനം തോന്നുന്നു; ബൂർഷ്വാവൃത്തങ്ങളിൽനിന്നു മാത്രമല്ല, ഉദ്യോഗസ്ഥമേധാവിത്വത്തിന്റെയും കൊട്ടാരത്തിന്റെയും വൃത്തങ്ങളിൽനിന്നുകൂടി ചിലപ്പോൾ വല്ല പ്രധാനരേഖയും 'ഫോർവെർട്ട്സി'ന്റെ പത്രാധിപസമിതിയുടെ ആഫീസിൽ എന്തോ മാസ്മരവിദ്യമൂലം എത്തിച്ചേരുകയും ചെയ്യുന്നു.

പ്രത്യക്ഷത്തിലുള്ള ഈ 'വൈരുധ്യം' എങ്ങനെ പരിഹരിക്കപ്പെടുന്നുവെന്ന് *റബോചെയ്യെ ദെ്യലൊ*വിന് എത്ര ആലോചിച്ചിട്ടും പിടികിട്ടുന്നില്ല, 'ഇതെന്തൊരു ആൾമാറാട്ടമാണ്!' എന്നു നിസ്സഹായതയോടെ വിളിച്ചുപറയാനേ അതിനു കഴിയുന്നുള്ളൂ. വാസ്തവത്തിൽ ഒന്നാലോചിച്ചുനോക്കൂ: ഞങ്ങൾ, *റബോചെയ്യെ ദെ്യലൊ*, തൊഴിലാളിബഹുജന പ്രസ്ഥാനത്തെ അസ്തിവാരമായിട്ടാണ് കണക്കാക്കുന്നത് (അക്കാര്യം വെണ്ടയ്ക്ക അക്ഷരത്തിൽ കൊടുക്കുന്നുമുണ്ട്!); സ്വയമേവയുള്ള വശത്തിന്റെ പ്രാധാന്യത്തെ ലഘൂകരിച്ചു കാണരുതെന്നു ഞങ്ങൾ എല്ലാവർക്കും മുന്നറിയിപ്പു കൊടുത്തിട്ടുണ്ട്; സാമ്പത്തികസമരത്തിനുതന്നെ— അതിനുതന്നെ — രാഷ്ട്രീയസ്വഭാവം നൽകാനാണ് ഞങ്ങളാഗ്രഹിക്കുന്നത്; തൊഴിലാളിവർഗസമരവുമായി അടുത്ത സജീവബന്ധത്തിൽക്കഴിയണമെന്നതാണ് ഞങ്ങളുടെ താൽപ്പര്യം. എന്നിട്ടും പറയുന്നത് തൊഴിലാളിപ്രസ്ഥാനത്തെ ബൂർഷ്വാജനാധിപത്യത്തിന്റെ ഒരു ചട്ടുകമാക്കി മാറ്റാനുള്ള കളമൊരുക്കുകയാണ് ഞങ്ങൾ എന്നാണ്! ഇപ്പറയുന്നതാരാണെന്നോ? എല്ലാ 'ലിബറൽ' പ്രശ്നങ്ങളിലുമിടപെടുകയും ('തൊഴിലാളിവർഗസമരവുമായുള്ള സജീവബന്ധത്തെ'ക്കുറിച്ച് എന്തൊരു വലിയ തെറ്റിദ്ധാരണയാണിത്!) വിദ്യാർഥികളുടേയും സെംസ്ത്വൊക്കാരുടെ പോലും (അഹോ, ഭയങ്കരം!) കാര്യത്തിൽ വളരെയേറെ ശ്രദ്ധിക്കുകയും ചെയ്തുകൊണ്ട് ലിബറലിസവുമായി 'സന്ധി' ചെയ്യുന്നവർ! പൊതുവിൽ പറഞ്ഞാൽ സാമ്പത്തികസമരവാദികളെ അപേക്ഷിച്ച്, തൊഴിലാളികളല്ലാത്ത വർഗങ്ങൾക്കിടയിൽ കൂടുതൽ സമയവും ചെലവഴിക്കാനാഗ്രഹിക്കുന്നവർ! ഇത് 'ആൾമാറാട്ട'മല്ലെങ്കിൽ പിന്നെന്താണ്?

പാവം *റബോചെയ്യെ ദെ്യലൊ*! ഈ കുഴങ്ങിയ വിഷമപ്രശ്നത്തിന് അത് എന്നെങ്കിലും ഒരു പരിഹാരം കാണുമോ?

4

സാമ്പത്തികസമരവാദികളുടെ പ്രാകൃതത്വവും വിപ്ലവകാരികളുടെ സംഘടനയും

ഞങ്ങൾ വിശകലനം ചെയ്ത *റബോച്ചെയെ ദ്യെലൊ*വിന്റെ പിടിവാശികൾ — അതായത്, സാമ്പത്തികസമരമാണ് നമുക്കേറ്റവും വിപുലമായ തോതിൽ ഉപയോഗിക്കാവുന്ന രാഷ്ട്രീയപ്രക്ഷോഭരീതിയെന്നും, സാമ്പത്തികസമരത്തിനുതന്നെ ഒരു രാഷ്ട്രീയസ്വഭാവം കൊടുക്കുകയാണ് നമ്മുടെ ഇപ്പോഴത്തെ കടമയെന്നും മറ്റും തുടങ്ങിയ പ്രഖ്യാപനങ്ങൾ — നമ്മുടെ രാഷ്ട്രീയകടമകളെമാത്രമല്ല, സംഘടനാപരമായ കടമകളെക്കൂടി സങ്കുചിതമായി മനസിലാക്കുന്നതിനെയാണ് പ്രകടിപ്പിക്കുന്നത്. 'മുതലാളിമാർക്കും ഗവൺമെന്റിനുമെതിരായ സാമ്പത്തികസമരം' നടത്തുന്നതിന്, രാഷ്ട്രീയമായ എല്ലാത്തരം എതിർപ്പിന്റേയും പ്രതിഷേധത്തിന്റേയും രോഷത്തിന്റേയും എണ്ണമറ്റ പ്രകടനങ്ങളെ ഒരൊറ്റ സമൂലമായ ആക്രമണത്തിൽ കൂട്ടിയിണക്കാൻ പര്യാപ്തമായ ഒരഖിലറഷ്യൻ കേന്ദ്രീകൃതസംഘടന തീരെ ആവശ്യമില്ല; വിപ്ലവം തൊഴിലായി സ്വീകരിച്ചിട്ടുള്ളവരടങ്ങിയതും, നാട്ടുകാരുടെയാകെ യഥാർഥ രാഷ്ട്രീയനേതാക്കന്മാരാൽ നയിക്കപ്പെടുന്നതുമായ ഒരു സംഘടന അതിനുവേണ്ടേവേണ്ട — അതുകൊണ്ട് അത്തരം സമരത്തിൽനിന്ന് അങ്ങനെയൊരു സംഘടന ഉയരുകയുമില്ല. ഇതു മനസിലാക്കാൻ വിഷമമില്ലതാനും. ഏതൊരു സംഘടനയുടേയും സ്വഭാവത്തെ നിയന്ത്രിക്കുന്നത് ആ സംഘടന നടത്തുന്ന പ്രവർത്തനത്തിന്റെ സ്വഭാവമാണെന്നുള്ളത് പ്രകൃതിസഹജമാണ്, അനിവാര്യമാണ്. അതുകൊണ്ട്, *റബോച്ചെയെ ദ്യെലൊ* മേൽവിവരിച്ച അതിന്റെ അഭിപ്രായപ്രകടനങ്ങൾ മുഖേന രാഷ്ട്രീയപ്രവർത്തനത്തിന്റെ സങ്കുചിതത്വത്തിനുമാത്രമല്ല, സംഘടനാ പ്രവർത്തനത്തിന്റെ സങ്കുചിതത്വത്തിനുംകൂടി ഒരുതരം ആഢ്യത്വവും ന്യായതയും കൽപ്പിക്കുന്നുണ്ട്. മറ്റെല്ലാ വിഷയങ്ങളിലുമെന്നപോലെ ഇവിടേയും ആ

പത്രത്തിന്റെ 'ബോധം' സ്വയമേവയുള്ള പ്രവർത്തനത്തിന്റെ മുമ്പിൽ കുമ്പിടുകയാണ് ചെയ്യുന്നത്. എന്നാൽ, സ്വയമേവ പൊന്തിവരുന്ന സംഘടനാരൂപങ്ങളോടുള്ള ഈ ഭക്തി, നമ്മുടെ സംഘടനാപ്രവർത്തനത്തിന്റെ സങ്കുചിതത്വവും പ്രാകൃതസ്വഭാവവും കാണായ്ക, ഏറ്റവും പ്രധാനമായ ഈ രംഗത്തിൽ ഇന്നും നാം എത്രവളരെയാണ് കേവലം 'കുസ്താർ'* സമ്പ്രദായങ്ങളുപയോഗിച്ചുകൊണ്ടിരിക്കുന്നതിനെപ്പറ്റി ബോധമില്ലായ്മ – ഇതെല്ലാം മനസിലാവാതിരിക്കാൻ നമ്മുടെ പ്രസ്ഥാനത്തെ ഇന്നു ബാധിച്ചിട്ടുള്ള ഗൗരവാവഹമായ ഒരു സുഖക്കേടാണെന്ന് ഞാൻ പറഞ്ഞുകൊള്ളുന്നു. പക്ഷേ, ഈ സുഖക്കേട് തീർച്ചയായും വാർധക്യകാലത്തുണ്ടാവുന്നതല്ല; ഈ സുഖക്കേട് യൗവനത്തിന്റേതുതന്നെയാണ്. സ്വയമേവയുള്ള ഒരു രോഷത്തിന്റെ അല പ്രസ്ഥാനത്തിന്റെ നേതാക്കന്മാരും സംഘാടകരുമായ നമ്മുടെ തലയ്ക്കുമീതേ ഇരമ്പിപ്പായുംപോലെ തോന്നിക്കൊണ്ടിരിക്കുന്ന ഈയവസരത്തിൽ തന്നെയാണ് ഇക്കാര്യത്തിൽ ആലസ്യത്തിന്റെ വക്കാലത്തു പിടിക്കാനുള്ള എല്ലാ ശ്രമത്തിനുമെതിരായി — സങ്കുചിതത്വത്തെ നീതീകരിക്കാനുള്ള എല്ലാ ശ്രമത്തിനെതിരായി — ഏറ്റവും വിട്ടുവീഴ്ചയില്ലാത്ത ഒരുസമരം നടത്തേണ്ടിയിരിക്കുന്നത്. പ്രായോഗിക പ്രവർത്തനത്തിലേർപ്പെട്ടിരിക്കുന്നവരും, അതേറ്റെടുക്കാൻ, ഇപ്പോഴിതാ, ഭാവിക്കുന്നവരുമായ സകലരിലുംതന്നെ ഇന്നു നമ്മുടെയിടയിൽ പ്രചാരത്തിലിരിക്കുന്ന പ്രാകൃതസമ്പ്രദായങ്ങൾക്കെതിരായി അതൃപ്തിയും, അവ നീക്കം ചെയ്യാനുള്ള അചഞ്ചലമായ വാശിയും ആളിക്കത്തിക്കേണ്ടത് പ്രത്യേകം അത്യാവശ്യമായിരിക്കുന്നു.

(എ) എന്താണ് പ്രാകൃതസമ്പ്രദായങ്ങൾ?

ഈ ചോദ്യത്തിനുത്തരമായി 1894–1901 കാലഘട്ടത്തിലെ ഒരു സാധാരണ സോഷ്യൽഡെമോക്രാറ്റിക് സ്റ്റഡി സർക്കിളിന്റെ പ്രവർത്തനത്തെ സംക്ഷിപ്തമായൊന്നു വിവരിക്കാൻ ഞങ്ങൾ ശ്രമിക്കാം. വിദ്യാർഥിയുവാക്കന്മാർക്ക് അക്കാലത്ത് മാർക്സിസത്തിലുണ്ടായിരുന്ന വിപുലമായ അഭിരുചിയെപ്പറ്റി മുമ്പ് ഞങ്ങൾ പറഞ്ഞല്ലോ. തീർച്ചയായും ഈ വിദ്യാർഥികൾ മാർക്സിസത്തിൽ ബദ്ധശ്രദ്ധരായിരുന്നത് ഒരു സിദ്ധാന്തമെന്ന നിലയ്ക്കുമാത്രം അതിനെ കണ്ടിട്ടില്ല; അതിലുമധികം അവരതിനെ 'എന്തുചെയ്യണം' എന്ന ചോദ്യത്തിനുത്തരമായിട്ടാണ് വീക്ഷിച്ചത്; ശത്രുവിന്റെനേരെ മാർച്ചു ചെയ്യാനുള്ള ഒരാഹ്വാനമായിട്ടാണ് വീക്ഷിച്ചത്. എന്നാൽ അത്ഭുതകരമാംവിധം പ്രാകൃതമായ പടക്കോപ്പോടും പരിശീലനത്തോടും കൂടിയാണ് ഈ പുതിയ യോദ്ധാക്കൾ രണാങ്കണത്തിലേക്കു പാഞ്ഞത്. പലപ്പോഴും അവർക്ക് മിക്കവാറും യാതൊരു പടക്കോപ്പുമുണ്ടായിരുന്നില്ല; പരിശീലനം ഒട്ടുംതന്നെയില്ലായിരുന്നു. കരിയും നുക

* 'കുസ്താർമാർ' എന്നുവച്ചാൽ പ്രാകൃതരീതികളുപയോഗിച്ച് ഉൽപ്പാദനം നടത്തുന്ന ചെറുകൈത്തൊഴിലുകാരെന്നർഥം.

വുമിട്ടേച്ചുവരുന്ന കൃഷിക്കാരെപോലെ, കയ്യിൽ കിട്ടിയ ഒരു മുണ്ടൻവടിയുമേന്തി അവർ യുദ്ധത്തിനു പോയി. പ്രസ്ഥാനത്തിലെ പഴയ അംഗങ്ങളുമായോ, മറ്റു ജില്ലകളിലെ സർക്കിളുകളുമായോ, അഥവാ, ഒരേ നഗരത്തിൽതന്നെയുള്ള ഇതരസർക്കിളുകളുമായോ, മറ്റു വിദ്യാഭ്യാസസ്ഥാപനങ്ങളുമായിട്ടുപോലുമോ യാതൊരു ബന്ധവുമില്ലാത്ത ഒരു വിദ്യാർഥിസർക്കിൾ, വിപ്ലവപ്രവർത്തനത്തിന്റെ വിവിധവശങ്ങളെ യാതൊരുവിധത്തിലും സംഘടിപ്പിക്കാതെ, പ്രവർത്തനം കുറച്ചു കാലത്തേക്കെങ്കിലും നീണ്ടുനിൽക്കത്തക്കവിധം ക്രമീകൃതമായ യാതൊരു പ്ലാനുമിടാതെ, ചുമ്മാ തൊഴിലാളികളുമായി ബന്ധം സ്ഥാപിക്കുകയും, പ്രവർത്തനമാരംഭിക്കുകയും ചെയ്യുന്നു; സർക്കിൾ ക്രമേണ അതിന്റെ പ്രചാരവേലയും പ്രക്ഷോഭവും വികസിപ്പിക്കുന്നു; അതിന്റെ പ്രവർത്തനങ്ങളുടെ ഫലമായി ഏതാണ്ടു വലിയൊരു വിഭാഗം തൊഴിലാളികളുടേയും അഭ്യസ്തവിദ്യാവർഗങ്ങളിലൊരു വിഭാഗത്തിന്റേയും അനുഭാവം അതു നേടുന്നു; രണ്ടാമതു പറഞ്ഞ വിഭാഗം അതിനു പണം കൊടുക്കുന്നു; ആ വിഭാഗത്തിൽനിന്നു പുതിയ യുവാക്കന്മാരുടെ ഗ്രൂപ്പുകളെ 'കമ്മിറ്റി' റിക്രൂട്ടുചെയ്യുകയും ചെയ്യുന്നു. കമ്മിറ്റിയുടെ (അല്ലെങ്കിൽ 'സമരലീഗിന്റെ') വശ്യശക്തി വർധിക്കുന്നു; അതിന്റെ പ്രവർത്തനപരിധി കൂടുതൽ വിപുലമായിത്തീരുന്നു; അതിന്റെ പ്രവർത്തനങ്ങൾ തികച്ചും സ്വയമേവതന്നെ വികസിപ്പിക്കുന്നു. ഒരു കൊല്ലമോ ഏതാനും മാസമോ മുമ്പ് വിദ്യാർഥിസർക്കിളിന്റെ യോഗങ്ങളിൽ പ്രസംഗിക്കുകയും, 'എങ്ങോട്ട്?' എന്ന പ്രശ്നത്തെക്കുറിച്ച് ചർച്ചനടത്തുകയും ചെയ്തിരുന്ന അതേകൂട്ടർതന്നെ — തൊഴിലാളികളുമായി ബന്ധംസ്ഥാപിക്കുകയും ആ ബന്ധങ്ങൾ നിലനിർത്തുകയും, ലഘുലേഖകൾ എഴുതി പ്രസിദ്ധീകരിക്കുകയും ചെയ്തുപോന്ന അതേ ആൾക്കാർതന്നെ — ഇപ്പോൾ മറ്റു വിപ്ലവഗ്രൂപ്പുകളുമായി ബന്ധം സ്ഥാപിക്കുന്നു, സാഹിത്യങ്ങൾ ശേഖരിക്കുന്നു, ഒരു പ്രാദേശികപത്രം തുടങ്ങാനുള്ള പണിയാരംഭിക്കുന്നു, പ്രകടനങ്ങൾ സംഘടിപ്പിക്കണമെന്നും മറ്റും പറഞ്ഞുതുടങ്ങുന്നു, അവസാനം പരസ്യമായ യുദ്ധനടപടികളാരംഭിക്കുന്നു (ഈ പരസ്യമായ യുദ്ധനടപടികൾ പരിതഃസ്ഥിതിക്കനുയോജ്യമായവിധം, ആദ്യത്തെ ഒരു പ്രക്ഷോഭണലഘുലേഖയോ, ഒരു പത്രത്തിന്റെ ആദ്യലക്കമോ പുറത്തിറക്കുക എന്ന രൂപമായിരിക്കും കൈക്കൊള്ളുക; അല്ലെങ്കിൽ ആദ്യത്തെ പ്രകടനം സംഘടിപ്പിക്കുകയെന്നതായിരിക്കും). ആദ്യത്തെ ഈ പ്രവൃത്തിതന്നെ ഉത്തരക്ഷണത്തിൽ പരിപൂർണപരാജയത്തിൽ കലാശിക്കുകയാണ് പതിവ്. കാരണം വാശിപിടിച്ച ഒരു ദീർഘകാലസമരത്തെ വിഭാവനം ചെയ്തുകൊണ്ടുള്ളതോ, ക്രമീകൃതവും, നല്ലവണ്ണം ചിന്തിച്ചുറപ്പിച്ചതും, സാവധാനത്തിൽ സജ്ജീകൃതവുമായ ഒരു പ്ലാനനുസരിച്ചു തുടങ്ങിയതോ ആയിരുന്നില്ല മേൽപ്പറഞ്ഞ പരസ്യമായ യുദ്ധനടപടികൾ; പിന്നെയോ? കേവലം പരമ്പരാഗതമായ 'സർക്കിൾപ്രവർത്തന'ത്തിന്റെ 'സ്വയമേവ'യുള്ള ഒരു പരിണാമമായിരുന്നു അത്. മാത്രമല്ല, പ്രാദേശികപ്രസ്ഥാനത്തിന്റെ പ്രധാനനേതാ

ക്കന്മാരെ പൊലീസിനു മിക്കപ്പോഴും സ്വാഭാവികമായിട്ടുതന്നെ അറിയുകയും ചെയ്യാം; കാരണം മുമ്പുതന്നെ — വിദ്യാർഥികളായിരുന്നകാലത്തുതന്നെ — അവർ 'പേരെടുത്തു' കഴിഞ്ഞവരായിരിക്കും; പൊലീസാകട്ടെ, തങ്ങളുടെ കയ്യേറ്റം നടത്താൻ പറ്റിയ ഒരവസരത്തിനുമാത്രം കാത്തുനിൽക്കുകയുമായിരിക്കും. നിയമപ്രകാരം ചാർജുചെയ്യാവുന്ന വ്യക്തമായ ഒരു കുറ്റത്തിന്മേൽ തങ്ങൾക്കു പിടികിട്ടാൻവേണ്ടിയാണ് ആ സർക്കിളിന് അതിന്റെ പ്രവർത്തനം വികസിപ്പിച്ചുകൊണ്ടിരിക്കാൻ പൊലീസ് വേണ്ടിടത്തോളം സമയം കൊടുത്തത്; മറ്റുള്ളവരെക്കൂടി ആകർഷിക്കാനുള്ള 'ചൂണ്ടലുകളാ'യി പ്രവർത്തിക്കുന്നതിന് അവർ തങ്ങൾക്കറിയാവുന്ന വളരെപ്പേരെ അറസ്റ്റ് ചെയ്യാതെ വെറുതെ വിടുകയും ചെയ്തിരുന്നു. ('ചൂണ്ടൽ' എന്ന വാക്ക് നമ്മുടെ ആളുകളും പൊലീസും ഉപയോഗിക്കുന്ന സാങ്കേതികപദമാണെന്നു തോന്നുന്നു). ഇത്തരമൊരു യുദ്ധത്തെ, കേവലം മുണ്ടൻവടികളുമെടുത്ത് ആധുനികപട്ടാളവുമായി ഏറ്റുമുട്ടുന്ന ഒരു കർഷകജനക്കൂട്ടത്തിന്റെ സമരമുറയായി ഉപമിക്കാതിരിക്കാൻ നമുക്കു നിവൃത്തിയില്ല. പടയാളികൾക്കു ലവലേശംപോലും പരിശീലനമില്ലാതിരുന്നിട്ടും പ്രസ്ഥാനം വികസിക്കുകയും വളരുകയും വിജയങ്ങൾ നേടുകയും ചെയ്തുവെങ്കിൽ, അതു പ്രദർശിപ്പിച്ച ഓജസ് കണ്ട് അത്ഭുതപ്പെടാൻമാത്രമേ നമുക്കു നിർവാഹമുള്ളൂ. ചരിത്രദൃഷ്ട്യാ നോക്കിയാൽ പടക്കോപ്പുകളുടെ ഈ പ്രാകൃതസ്വഭാവം ആദ്യഘട്ടത്തിൽ അനിവാര്യമാണെന്നു മാത്രമല്ല, വിപുലമായ തോതിൽ യോദ്ധാക്കളെ റിക്രൂട്ടുചെയ്യുന്നതിനുള്ള ഒരു ഉപാധിയെന്ന നിലയിൽ ന്യായമായ ഒരാവശ്യം കൂടിയാണെന്നത് ശരിയാണ്. പക്ഷേ, കാര്യമായ യുദ്ധനടപടികൾ ആരംഭിച്ചതോടുകൂടി (ഇവ 1896–ലെ വേനൽക്കാലത്തെ പണിമുടക്കങ്ങളോടുകൂടി വാസ്തവത്തിൽ ആരംഭിച്ചു) നമ്മുടെ യുദ്ധസംഘടനകളിലുള്ള കുറവുകൾ കൂടുതൽ കൂടുതൽ സ്വയം അനുഭവപ്പെട്ടുതുടങ്ങി. ഗവൺമെന്റ് ആദ്യം അമ്പരക്കുകയും, കുറേ അബദ്ധങ്ങൾ പ്രവർത്തിക്കുകയും ചെയ്തുവെങ്കിൽകൂടി (ഉദാ: സോഷ്യലിസ്റ്റുകാരുടെ ദുഷ്ചെയ്തികൾ വിവരിച്ചുകൊണ്ട് പൊതുജനങ്ങളോടു ചെയ്ത അഭ്യർഥന, പ്രവർത്തകന്മാരെ തലസ്ഥാനത്തുനിന്നും നാട്ടിൻപുറത്തെ വ്യാവസായികകേന്ദ്രങ്ങളിലേക്കു നാടുകടത്തിയത്), ക്ഷണത്തിൽ അതുസമരത്തിന്റെ പുതിയ സാഹചര്യങ്ങൾക്കനുയോജ്യമാംവിധം പെരുമാറിത്തുടങ്ങുകയും, തികച്ചും സജ്ജീകരിച്ച തങ്ങളുടെ സമരവിഭാഗങ്ങളെ— രാഷ്ട്രീയപ്പൊലീസിനേയും ചാരന്മാരേയും ഏജന്റന്മാരേയും — വേണ്ടപ്പെട്ട സ്ഥാനങ്ങളിൽ നിർത്തുകയും ചെയ്തു. പൊലീസ് കയ്യേറ്റങ്ങൾ ഒരു പതിവായിത്തുടങ്ങി; എത്രയോ വളരെ ജനങ്ങളെ അത് ബാധിച്ചു തുടങ്ങി; പ്രാദേശികസർക്കിളുകളെ അതു പൂർണമായും തുടച്ചുനീക്കി; ഇതിന്റെയെല്ലാം ഫലമായി തൊഴിലാളിബഹുജനങ്ങൾക്ക് അവരുടെ എല്ലാം നേതാക്കന്മാരും ശരിക്കും നഷ്ടപ്പെടുകയും, പ്രസ്ഥാനത്തിന് എന്തെന്നില്ലാത്ത ഒരാകസ്മികസ്വഭാവമുളവാകുകയും, പ്രവർത്തനത്തിന്റെ അനുസ്യൂ

തിയും ആന്തരമായ ഭദ്രതയും തീരെ അസാധ്യമായിത്തീരുകയും ചെയ്തു. പ്രാദേശികപ്രവർത്തകരെല്ലാം വ്യസനകരമാംവിധം ചിന്നിച്ചിതറിപ്പോവുക, സർക്കിളുകളിലേക്കു മെമ്പർമാരെ കണ്ടമാനം റിക്രൂട്ടുചെയ്യുക, താത്വികവും രാഷ്ട്രീയവും സംഘടനാപരവുമായ പ്രശ്നങ്ങളിൽ പരിശീലനക്കുറവ്, സങ്കുചിതമനോഭാവം — ഇതൊക്കെത്തന്നെ മേൽവിവരിച്ച പരിത:സ്ഥിതികളുടെ അനിവാര്യഫലങ്ങളായിരുന്നു. നമുക്ക് ആത്മനിയന്ത്രണവും, കാര്യങ്ങൾ രഹസ്യമാക്കിവയ്ക്കാനുള്ള കഴിവുമില്ലാത്തതിന്റെ ഫലമായി തൊഴിലാളികൾക്ക് ഒടുവിൽ ബുദ്ധിജീവികളിലുള്ള വിശ്വാസം നശിക്കാനും, അവരുമായുള്ള ബന്ധം അവ വർജ്ജിക്കാനും തുടങ്ങി — സ്ഥിതിഗതികൾ അത്രത്തോളമെത്തി. ബുദ്ധിജീവികൾക്ക് തീരെ ശ്രദ്ധയില്ലെന്നും, പൊലീസ് കയ്യേറ്റങ്ങൾ അതുകൊണ്ടാണുണ്ടാകുന്നതെന്നും തൊഴിലാളികൾ പറഞ്ഞുതുടങ്ങി!

ചിന്തിക്കുന്ന എല്ലാ സോഷ്യൽഡെമോക്രാറ്റുകാരും ഒടുവിൽ ഈ പ്രാകൃതസമ്പ്രദായങ്ങളെ ഒരു രോഗമെന്നോണം കണക്കാക്കിത്തുടങ്ങിയെന്നുള്ളത് പ്രസ്ഥാനത്തെപ്പറ്റി കുറച്ചെങ്കിലും വിവരമുള്ള ആർക്കും അറിയാവുന്ന സംഗതിയാണ്. പക്ഷേ, പ്രസ്ഥാനത്തിന്റെമേൽ ഒരു പ്രത്യേകഘട്ടത്തെയോ ഒരു പ്രത്യേകരോഗത്തെയോ ഞങ്ങൾ 'ആരോപിക്കുക'യാണെന്ന് അതുമായി പരിചയമില്ലാത്ത വായനക്കാർക്ക് തോന്നാൻ ന്യായമുണ്ടാകരുതല്ലോ; അതുകൊണ്ട് ഞങ്ങൾ മുമ്പുദ്ധരിച്ച സാക്ഷിയെത്തന്നെ ഹാജരാക്കാം. ഞങ്ങളുദ്ധരിക്കുന്ന ഖണ്ഡികയുടെ ദൈർഘ്യത്തിനും തീർച്ചയായും ഞങ്ങൾക്കു മാപ്പുതരുമല്ലോ.

"കൂടുതൽ വിപുലമായ പ്രായോഗിക പ്രവർത്തനത്തിലേക്കുള്ള ക്രമാനുഗതമായ ഈ പരിവർത്തനം" (*റബോച്ചെയെ ദ്യെലൊ* 6-ാം ലക്കത്തിൽ ബെ-വ് എഴുതി)

> അതായത്, റഷ്യൻ തൊഴിലാളിപ്രസ്ഥാനമാകെ ഇന്നു തരണം ചെയ്തുകൊണ്ടിരിക്കുന്ന ആ പൊതുപരിവർത്തനഘട്ടത്തിന്റെ ഒരു ഭാഗമായ ഈ പരിവർത്തനം പ്രത്യേകമായ ഒരു സ്വഭാവവിശേഷമാണെങ്കിൽ..... റഷ്യൻ തൊഴിലാളികളുടെ വിപ്ലവത്തിന്റെ പൊതുവികാസക്രമത്തിൽ ഇത്രതന്നെ രസാവഹമായിട്ടുള്ള മറ്റൊരു സവിശേഷതകൂടി കാണാവുന്നതാണ്. പ്രവർത്തനത്തിനു പറ്റിയ വിപ്ലവശക്തികളുടെ പൊതുവിലുള്ള അഭാവത്തെക്കുറിച്ചാണ് ഞങ്ങൾ പറയുന്നത്; ഇത് സെന്റ് പീറ്റേഴ്സ്ബർഗിൽ മാത്രമല്ല, റഷ്യയിലെല്ലായിടത്തും ബാധകമാണ്. തൊഴിലാളിപ്രസ്ഥാനം പൊതുവിൽ വീണ്ടുംസജീവമായി പൊന്തിവരികയും, തൊഴിലാളിബഹുജനങ്ങൾ പൊതുവിൽ കൂടുതൽ വളർച്ച പ്രാപിക്കുകയും, പണിമുടക്കങ്ങൾ അധികമധികം അടുപ്പിച്ചടുപ്പിച്ചു നടന്നുകൊണ്ടിരിക്കുകയും തൊഴിലാളികളുടെ ബഹുജനസമരം അധികമധികം പരസ്യമായ ഒരേർപ്പാടായിത്തീരുകയും, തൽഫലമായി ഗവൺമെന്റിന്റെ പ്രോസിക്യൂഷനുകളും, അറസ്റ്റുകളും, നാടുകടത്തലു

> കളും സ്ഥലംമാറ്റക്കൽപ്പനകളും കൂടുതൽ മൂർഛിക്കുകയും ചെയ്തിട്ടുള്ള ഈ അവസരത്തിൽ ധാരാളം വൈദഗ്ധ്യം നേടിയ വിപ്ലവശക്തികളുടെ അഭാവം കൂടുതൽ പ്രത്യക്ഷമായിത്തീരുകയാണ്; മാത്രമല്ല, പ്രസ്ഥാനത്തിന്റെയാകെ ആഴത്തേയും പൊതുസ്വഭാവത്തേയും ഇതു ബാധിക്കുകയും ചെയ്യും. എത്രയോ പണിമുടക്കങ്ങൾ ഇന്നു നടക്കുന്നുണ്ട്; സുശക്തവും പ്രത്യക്ഷവുമായ യാതൊരു സ്വാധീനശക്തിയും വിപ്ലവസംഘടനകൾ അവയിൽ കുത്തിച്ചെലുത്തുന്നതേയില്ല.... പ്രക്ഷോഭണലഘുലേഖകളും രഹസ്യസാഹിത്യവും വേണ്ടത്ര ഇല്ലെന്നുള്ളതാണ് അനുഭവം..... തൊഴിലാളികളുടെ സ്റ്റഡിസർക്കിളുകളിൽ പ്രക്ഷോഭകാരികളില്ല..... ഇതോടൊപ്പംതന്നെ തുടർച്ചയായ പണമില്ലാക്കുഴപ്പവും ഉണ്ട്. ചുരുക്കത്തിൽ, തൊഴിലാളിപ്രസ്ഥാനത്തിന്റെ വളർച്ച വിപ്ലവസംഘടനകളുടെ വളർച്ചയേയും പരിപുഷ്ടിയേയും അതിലംഘിച്ചുകൊണ്ടിരിക്കയാണ്. സജീവമായി പ്രവർത്തിക്കുന്ന വിപ്ലവകാരികളുടെ സംഖ്യാബലം വളരെ ചെറുതാണ്; അതുകൊണ്ട് ഇന്നുതിളച്ചുമറിഞ്ഞുകൊണ്ടിരിക്കുന്ന തൊഴിലാളി ബഹുജനങ്ങളുടെയാകെ മുകളിൽ ചെലുത്തേണ്ട സ്വാധീനശക്തി മുഴുവൻ സ്വന്തംഹസ്തങ്ങളിൽ കേന്ദ്രീകരിക്കാനോ, ഈ അസ്വാസ്ഥ്യത്തിനു നേരിയ തോതിലെങ്കിലും ഒരു രൂപമോ സംഘടനയോ നൽകാനോ അവർക്കു സാധിക്കുന്നില്ല...... ചിന്നിച്ചിതറിയും അന്യോന്യം കൂട്ടിയിണക്കാതെയും വർത്തിക്കുന്ന പ്രത്യേകം പ്രത്യേകം സർക്കിളുകളും ഒറ്റപ്പെട്ട വിപ്ലവകാരികളും ഏകീകൃതമായ, സുശക്തമായ, സുശിക്ഷിതമായ ഒരു സംഘടനയെയല്ല—സ്വന്തം വിവിധവശങ്ങളെ പ്ലാനനുസരിച്ചു വളർത്തിക്കൊണ്ടുവരുന്ന ഒരു സംഘടനയെയല്ല — പ്രതിനിധീകരിക്കുന്നത്......

പൊളിഞ്ഞുപോയ സ്റ്റഡിസർക്കിളുകളുടെ സ്ഥാനത്തു പുതിയ സ്റ്റഡിസർക്കിളുകൾ ഉടൻതന്നെ സ്ഥാപിതമായി എന്നുള്ളത് “പ്രസ്ഥാനത്തിന്റെ ഓജസിനു തെളിവാണെ”ന്നു ലേഖകൻ സമ്മതിക്കുന്നുണ്ടെങ്കിലും, “.... പക്ഷേ, വേണ്ടത്ര പാകതയുള്ള വിപ്ലവപ്രവർത്തകന്മാർ വേണ്ടത്ര ഉണ്ടെന്നതിനു തെളിവല്ല ഇത്” എന്നദ്ദേഹം പറയുന്നു: എന്നിട്ടിങ്ങനെ അവസാനിപ്പിക്കുന്നു:

> സെന്റ് പീറ്റേഴ്സ്ബർഗിലെ വിപ്ലവകാരികളുടെ പ്രായോഗികപരിശീലനത്തിന്റെ കുറവ് അവരുടെ പ്രവൃത്തിയുടെ ഫലങ്ങളിൽ കാണാം. തൊഴിലാളികളുടെ സ്ഥിതിഗതികൾ സവിസ്തരമറിയാതെയും, തന്മൂലം ഓരോ പ്രത്യേക ഫാക്ടറിയിലും പ്രക്ഷോഭണം നടത്തേണ്ടതേതുവിധമാണെന്നതിനെപ്പറ്റി പരിചയമില്ലാതെയും, രഹസ്യപ്രവർത്തനത്തിന്റെ തത്വങ്ങളെപ്പറ്റി തീരെ വിവരമില്ലാതെയും, സോഷ്യൽഡെമോക്രസിയുടെ പൊതുതത്വങ്ങൾമാത്രം ധരി

ച്ചുവെച്ചുകൊണ്ടും (ഇതുതന്നെ എത്രത്തോളം ധരിച്ചിട്ടുണ്ടെന്നു പറയാൻ വയ്യ) പ്രവർത്തനംനടത്തുന്ന ഒരു യുവപ്രക്ഷോഭകാരിക്ക് ഒരുപക്ഷേ നാലോ, അഞ്ചോ, ആറോ മാസം വരെ മാത്രമേ തന്റെ പ്രവർത്തനം തുടർന്നുകൊണ്ടുപോകാൻ കഴിയൂ എന്നതിന് ഈയിടെ നടന്ന കേസുവിചാരണകൾ — 'സ്വയംമോചനഗ്രൂപ്പി'ന്റേയും 'തൊഴിലാളി — മുതലാളിമത്സരഗ്രൂപ്പി'[79]ന്റേയും വിചാരണകൾ വിശേഷിച്ചും — സ്പഷ്ടമായ തെളിവു നൽകിയിട്ടുണ്ട്. അപ്പോഴേക്കും അറസ്റ്റുകൾ വരും; അതിനെത്തുടർന്നു മിക്കപ്പോഴും സംഘടനയാകെ തകരും — അല്ലെങ്കിൽ അതിന്റെ കുറേ ഭാഗമെങ്കിലും നിശ്ചയമായും തകരും. അപ്പോൾ ഏതാനുംമാസത്തെ ആയുസുമാത്രമേ ഒരു ഗ്രൂപ്പിനുള്ളുവെങ്കിൽ, എങ്ങനെയാണതിനു വിജയകരവും ഫലപ്രദവുമായ പ്രവർത്തനം നടത്താൻ സാധിക്കുക എന്ന ചോദ്യം വരുന്നു... നിലവിലുള്ള സംഘടനകളുടെ പോരായ്മകൾ മുഴുവനും ഇതൊരു പരിവർത്തനഘട്ടമായതിന്റെ ഫലമാണെന്നു പറഞ്ഞുകൂടെന്നു സ്പഷ്ടമാണ്.... തീർച്ചയായും ഇന്നു പ്രവർത്തിച്ചുകൊണ്ടിരിക്കുന്ന സംഘടനകളിലുള്ള ആളുകളുടെ എണ്ണവും, സർവോപരി അവരുടെ ഗുണവുംകൂടി വളരെ പ്രധാനമായി കണക്കിലെടുക്കേണ്ട സംഗതികളാണ്; സോഷ്യൽഡെമോക്രാറ്റുകളുടെ ഒന്നാമത്തെ കർത്തവ്യമാകട്ടെ..... ഈ സംഘടനകളെയെല്ലാം ഒന്നിച്ചുകൂട്ടാനും, അവയിലേക്കുള്ള മെമ്പർമാരുടെ തെരഞ്ഞെടുപ്പു കൂടുതൽ കണിശമായ അടിസ്ഥാനത്തിൽ നടത്താനുംവേണ്ടി കച്ചകെട്ടിയിറങ്ങുകയെന്നതു തന്നെയാണ്.

(ബി) പ്രാകൃതസമ്പ്രദായങ്ങളും സാമ്പത്തികസമരവാദവും

ഇനി ഞങ്ങൾ വായനക്കാരുടെയാകെ മനസിൽ തീർച്ചയായും ഉദിച്ചുകഴിഞ്ഞിട്ടുണ്ടാകാവുന്ന ഒരു പ്രശ്നത്തിലേക്കു പ്രവേശിക്കാം. പ്രസ്ഥാനത്തിന്റെ വളർച്ചയെ മുഴുവനും ബാധിക്കുന്ന ചില രോഗനിദാനങ്ങളായ ഈ പ്രാകൃതസമ്പ്രദായങ്ങൾക്ക്, റഷ്യൻ സോഷ്യൽഡെമോക്രസിക്കകത്തുള്ള ചിന്താഗതികളിൽ ഒന്നുമാത്രമായ സാമ്പത്തികസമരവാദവുമായി വല്ല ബന്ധവുമുണ്ടോ? ഉണ്ടെന്നാണ് ഞങ്ങൾ വിശ്വസിക്കുന്നത്. പ്രായോഗികപരിശീലനത്തിലുള്ള കുറവ്, സംഘടനാപ്രവർത്തനം നിർവഹിക്കാനുള്ള കഴിവില്ലായ്മ, നമുക്കെല്ലാവർക്കും ഉള്ളതാണ്; ആദ്യംമുതൽക്കേ വിപ്ലവകരമായ മാർക്സിസത്തിന്റെ വീക്ഷണകോണിൽ അചഞ്ചലമായി നിലകൊണ്ടിട്ടുള്ളവരും ഇക്കൂട്ടത്തിൽപ്പെടും. പ്രായോഗികപ്രവർത്തകന്മാർക്കു പ്രായോഗികപരിശീലനം പോരാത്തതിനു തീർച്ചയായും അവരെ കുറ്റപ്പെടുത്താൻ പാടില്ലതാനും. പക്ഷേ, 'പ്രാകൃതസമ്പ്രദായങ്ങൾ' എന്നുപറഞ്ഞാൽ കേവലം പരിശീലനത്തിലുള്ള കുറവു മാത്ര

മല്ല അതിലുൾപ്പെടുന്നത്; പൊതുവെ വിപ്ലവപ്രവർത്തനത്തെയാകെ കെട്ടിവരിഞ്ഞുനിർത്തൽ, അത്തരം സങ്കുചിതമായ പ്രവർത്തനത്തിന്റെ അടിസ്ഥാനത്തിൽ വിപ്ലവകാരികളുടേതായ നല്ലൊരു സംഘടന കെട്ടിപ്പടുക്കാൻ സാധ്യമല്ലെന്നു മനസിലാക്കാനുള്ള കഴിവില്ലായ്മ — ഇതെല്ലാം അതിലുൾപ്പെടും; മാത്രമല്ല, അവസാനം — ഇതാണേറ്റവും പ്രധാനമായ സംഗതി — ഈ കെട്ടിവരിഞ്ഞുനിർത്തലിനെ ന്യായീകരിക്കാനും, അതിനെ ഒരു പ്രത്യേക 'സിദ്ധാന്ത'മാക്കിനിർത്താനുമുള്ള പരിശ്രമങ്ങളും ഇതിലുൾപ്പെടും; അതായത്, ഇവിടെയും പ്രത്യക്ഷപ്പെടുന്നത് സ്വയംപ്രവർത്തനത്തെ ഭക്തിപൂർവം തൊഴുതു കുമ്പിടുകയെന്ന ആ അവസ്ഥതന്നെയാണ്. ഇത്തരം പരിശ്രമങ്ങൾ കണ്ടുതുടങ്ങിയതോടുകൂടി പ്രാകൃതസമ്പ്രദായങ്ങൾക്കു സാമ്പത്തികസമരവാദവുമായി ബന്ധമുണ്ടെന്നു തീർച്ചപ്പെട്ടു; പൊതുവിൽ സാമ്പത്തികസമരവാദത്തെയാകെ — എന്നുവെച്ചാൽ മാർക്സിസ്റ്റ് സിദ്ധാന്തത്തെക്കുറിച്ചും, സോഷ്യൽഡെമോക്രസിക്കുള്ള പങ്കിനെക്കുറിച്ചും, അതിന്റെ രാഷ്ട്രീയകടമകളെക്കുറിച്ചും ഉള്ള സങ്കുചിതവീക്ഷണത്തെയാകെ—പാടെ വിപാടനംചെയ്യാതെ നമ്മുടെ സംഘടനാപ്രവർത്തനത്തിലുള്ള സങ്കുചിതത്വം നീക്കം ചെയ്യാൻ ഒരിക്കലും സാധിക്കുകയില്ലെന്നും തീർച്ചപ്പെട്ടു. മേൽപ്പറഞ്ഞ പരിശ്രമങ്ങൾ രണ്ടു രൂപത്തിൽ പ്രകടിതമായി ചിലർ പറയാൻ തുടങ്ങി; തൊഴിലാളിബഹുജനങ്ങളുടെമേൽ വിപ്ലവകാരികൾ 'വെച്ചുകെട്ടാനാ'ഗ്രഹിക്കുന്ന വിപുലവും സമരാത്മകവുമായ കടമകളൊന്നും തൊഴിലാളികൾതന്നെ സ്വയമേവ ഇതുവരെ മുന്നോട്ടുകൊണ്ടുവന്നിട്ടില്ല; തൽക്കാലം അവർ ഇനിയും തങ്ങളുടെ അടിയന്തരമായ രാഷ്ട്രീയാവശ്യങ്ങൾക്കുവേണ്ടി തന്നെ പോരാടുകയാണ് വേണ്ടത്, 'മുതലാളിമാർക്കും ഗവൺമെന്റിനുമെതിരായ സാമ്പത്തികസമരം'തന്നെ നടത്തുകയാണ് വേണ്ടത്* (തീർച്ചയായും ബഹുജനപ്രസ്ഥാനത്തിന് 'എളുപ്പത്തിൽ മനസിലാക്കാവുന്ന' ഈ സമരത്തിനനുയോജ്യമായി ഏറ്റവും പരിശീലനം കുറഞ്ഞ യുവാക്കൾക്ക് 'ഏറ്റവും എളുപ്പത്തിൽ മനസിലാക്കാവുന്ന' ഒരുതരം സംഘടനയും അത്യാവശ്യമാണല്ലോ!). 'ക്രമാനുഗത'മായ സകലതിൽനിന്നും വിദൂരസ്ഥരായ മറ്റൊരു കൂട്ടർ പറഞ്ഞുതുടങ്ങി: "ഒരു രാഷ്ട്രീയവിപ്ലവം വരുത്തിത്തീർക്കുക"യെന്നതു സാധ്യമാണ്,ആവശ്യവുമാണ്; പക്ഷേ, ഇതിന്, നീണ്ടുനിൽക്കുന്നതും വാശിപിടിച്ചതുമായ സമരത്തിൽക്കൂടി തൊഴിലാളിവർഗത്തിനു പരിശീലനം നൽകാൻ വിപ്ലവകാരികളുടേതായ ഒരു സുശക്തസംഘടന കെട്ടിപ്പടുക്കേണ്ട ആവശ്യമൊന്നുമില്ല. ഇതിന്, ആർക്കും 'എളുപ്പത്തിൽ' എടുത്തുപെരുമാറാവുന്ന നമ്മുടെ ആ പഴയ ചങ്ങാതിയായ മുണ്ടൻവടി ഒന്നു കൈയിലെടുക്കുകയേ വേണ്ടൂ. അലങ്കാരമൊന്നും കൂടാതെ പറയുകയാണെങ്കിൽ ഇതിനർഥം നാമൊരു

---

* *റബോച്ചെയെ ദ്യെലൊവും റബോച്ചയ മിസ്സും* — വിശിഷ്യാ പ്ലെഹാനൊവിനുള്ള 'മറുപടി'യിലും — പറഞ്ഞത്.

പൊതുപണിമുടക്കം സംഘടിപ്പിക്കണമെന്നതാണ്,* അല്ലാത്തപക്ഷം, തൊഴിലാളിപ്രസ്ഥാനത്തിന്റെ 'നിർജീവ'മായ പുരോഗതിയെ 'പ്രചോദനപരമായ ഭീകരപ്രവർത്തനം'കൊണ്ട് ഒന്നുശിർപിടിപ്പിക്കണമെന്നതാണ്.** ഈ രണ്ടു വാസനകളും — അവസരവാദപരമായതും, 'വിപ്ലവാത്മക'പരമായതും, രണ്ടും — ഇന്നു പ്രചാരത്തിലിരിക്കുന്ന പ്രാകൃതത്വത്തിനു കീഴ്പ്പെടുകയാണ് ചെയ്യുന്നത്; അതിനെ ദൂരീകരിക്കാൻ കഴിയുമെന്നു രണ്ടുകൂട്ടർക്കും വിശ്വാസമില്ല; രാഷ്ട്രീയസമരത്തിന്റെ ഓജസ്സും സ്ഥിരതയും അനുസ്യൂതത്വവും നിലനിർത്താൻ, പ്രാപ്തിയുള്ള വിപ്ലവകാരികളുടേതായ ഒരു സംഘടന സ്ഥാപിക്കുകയെന്നതാണ് നമ്മുടെ പ്രാഥമികവും ഒരിക്കലും ഒഴിച്ചുകൂടാത്തതുമായ കടമയെന്ന് ഇരുകൂട്ടരും മനസിലാക്കുന്നില്ല.

ബെ–വിന്റെ വാക്കുകൾ ഞങ്ങളിപ്പോൾതന്നെ ഉദ്ധരിച്ചുവല്ലോ: "തൊഴിലാളിപ്രസ്ഥാനത്തിന്റെ വളർച്ച വിപ്ലവസംഘടനകളുടെ വളർച്ചയേയും പരിപുഷ്ടിയേയും അതിലംഘിച്ചുകൊണ്ടിരിക്കയാണ്." ഒരു 'സൂക്ഷ്മനിരീക്ഷകൻ' പുറപ്പെടുവിച്ച ഈ 'വിലയേറിയ അഭിപ്രായം' (ബെ–വിന്റെ ലേഖനത്തെപ്പറ്റി *റബോച്ചെയെ ദ്യെലൊ* പറഞ്ഞതാണിത്) ഞങ്ങളെസംബന്ധിച്ചിടത്തോളം രണ്ടുവിധത്തിൽ വിലപിടിച്ചതാണ്. റഷ്യൻ സോഷ്യൽഡെമോക്രസിയിലുള്ള ഇന്നത്തെ കുഴപ്പത്തിന്റെ മുഖ്യഹേതു, നേതാക്കന്മാർ (എന്നുവെച്ചാൽ 'പ്രത്യയശാസ്ത്രജ്ഞന്മാർ, വിപ്ലവകാരികൾ, സോഷ്യൽഡെമോക്രാറ്റുകാർ') ബഹുജനങ്ങളുടെ സ്വയമേവയുള്ള മുന്നേറ്റത്തിന്റെ കിടയ്ക്കെത്തുന്നില്ലെന്നതാണെന്നുള്ള ഞങ്ങളുടെ അഭിപ്രായം ശരിയാണെന്നിതു തെളിയിക്കുന്നു. 'സ്വയമേവയുള്ള വശത്തിന്റേയും രസശൂന്യമായ ദൈനംദിന സമരത്തിന്റേയും പ്രാധാന്യത്തെ ലഘൂകരിച്ചാലുള്ള ആപത്തിനെപ്പറ്റിയും, ഒരു 'വികാസപ്രക്രിയ' യെന്നമട്ടിലുള്ള അടവുകളെപ്പറ്റിയും മറ്റും മറ്റും 12–ാം ലക്കം *ഇസ്ക്ര*യിലെ, 'സാമ്പത്തികസമര'ക്കാരുടെ കത്തിന്റെ കർത്താക്കൾ — എന്നുവച്ചാൽ ബി ക്രിച്ചേവ്സ്കിയും മർത്തീനൊവും — മുന്നോട്ടുകൊണ്ടുവന്ന വാദങ്ങളെല്ലാം കേവലം പ്രാകൃത സമ്പ്രദായങ്ങളുടെ വക്കാലത്തു പിടുത്തവും, അവയെ വാഴ്ത്തിപ്പൊക്കലുമല്ലാതെ മറ്റൊന്നുമല്ലെന്ന് ഇതു തെളിയിക്കുന്നു. പുഛത്തോടുകൂടി മുഖം കോട്ടിക്കൊണ്ടല്ലാതെ 'സൈദ്ധാന്തികൻ' എന്ന വാക്ക് ഉച്ചരിക്കാൻ സാധിക്കാത്ത ഈ കൂട്ടർ— സാധാരണ കാണുന്ന പരിശീലനക്കുറവിനേയും അജ്ഞതയേയും താണുതൊഴുതു ബഹുമാനിക്കുകയെന്ന തങ്ങളുടെ സ്വന്തം സ്വഭാവത്തെ 'ജീവിതയാഥാർഥ്യങ്ങളെപ്പറ്റിയുള്ള സഹജബോധ'മായി സ്വയം ചിത്രീകരിക്കുന്ന ഈ വിദ്വാന്മാർ — നമ്മുടെ ഏറ്റവും അടിയന്തിരമായ പ്രായോഗികകടമ

---

* *തൊഴിലാളികളുടെ സമര*മെന്ന പേരിൽ റഷ്യയിൽ പ്രസിദ്ധീകരിച്ചിട്ടുള്ള സമാഹാരത്തിലെ 'ആരാണ് രാഷ്ട്രീയവിപ്ലവം വരുത്തിത്തീർക്കുക?' എന്ന ലേഖനം നോക്കുക. കീയെവ് കമ്മിറ്റി ഇതു വീണ്ടും പ്രസാധനം ചെയ്തിട്ടുണ്ട്.

** "വിപ്ലവാത്മകത്വത്തിന്റെ പുനരുത്ഥാന"വും "സ്വൊബോദ"യും.

യെന്തെന്നു മനസിലാക്കാൻ തങ്ങൾക്കു കഴിവില്ലെന്നാണ് ഫലത്തിൽ സ്വയം പ്രഖ്യാപനം ചെയ്യുന്നത്. പിന്നിൽപ്പെടുന്നവരോടവർ നിലവിളി കൂട്ടുന്നു: ചുവടുതെറ്റരുത്! മുന്നോട്ടോടിപ്പോകേണ്ട! സംഘടനാപരമായ പ്രവർത്തനത്തിൽ ഉശിരും മുൻകൈയെടുക്കാനുള്ള കഴിവും കുറഞ്ഞ വരോട് — വിപുലമായും ധീരമായും സംഘടനാപ്രവർത്തനം നടത്താനുള്ള പ്ലാനുകളില്ലാത്തവരോട് — 'അടവുകൾ ഒരു പ്രക്രിയയാണെ'ന്നവർ നിലവിളികൂട്ടുന്നു! ദൈനംദിന സാമ്പത്തികസമരത്തിന്റെ അടിയന്തരവും, 'അനുഭവഗോചര'വും 'പ്രത്യക്ഷവു'മായ താൽപ്പര്യങ്ങളുടെ നിലവാരത്തിലേക്ക് നമ്മുടെ രാഷ്ട്രീയവും സംഘടനാപരവുമായ കടമകളെ നാം അധ:പതിപ്പിക്കുന്നുവെന്നതാണ് നാം ചെയ്യുന്ന ഏറ്റവും ഭയങ്കരമായ പാപം, എന്നിട്ടും ഇവർ ആ പാട്ടുതന്നെ നമ്മെ പാടിക്കേൾപ്പിക്കുന്നു: സാമ്പത്തികസമരത്തിനുതന്നെ രാഷ്ട്രീയ സ്വഭാവം നൽകുക! ഞങ്ങൾ വീണ്ടും പറയുന്നു: വഴിയേ പോകുന്ന ഒരു ശവസംസ്കാരഘോഷയാത്രയോട് "ഈ സുദിനം നിങ്ങൾക്കു വീണ്ടും വീണ്ടും കൈവരട്ടെ" എന്നൊരു നാടൻ ഐതിഹ്യത്തിലെ മഹാവീരൻ പണ്ടു വിളിച്ചുപറഞ്ഞുവത്രെ; 'ജീവിതയാഥാർത്ഥ്യങ്ങളെപ്പറ്റിയുള്ള' അതേ 'സഹജബോധ'മാണ് ഇവരും ഇപ്പോൾ പ്രകടിപ്പിക്കുന്നത്!

"രാഷ്ട്രീയകടമകൾ അവയുടെ ശരിയും പ്രായോഗികവുമായ അർഥത്തിൽ നിർവഹിക്കാൻ — അതായത്, രാഷ്ട്രീയാവശ്യങ്ങൾക്കുവേണ്ടി ഉചിതമായ രീതിയിലും വിജയകരമായും പ്രായോഗികസമരം നടത്താൻ"— തൊഴിലാളികളുടെ സർക്കിളുകൾക്ക് പ്രായേണ (!) കെൽപ്പില്ലെന്നും" മറ്റും എത്ര നിരുപമമായ, 'നാർസിസസ്സി'[80]ന്റേതുപോലത്തെ അഹംഭാവത്തോടുകൂടിയാണ് ഈ ബുദ്ധിമാന്മാർ പ്ലെഹാനൊവിനോട് പ്രസംഗിച്ചതെന്നോർക്കുക (*റബോച്ചെയെ ദ്യെലൊ*വിന്റെ മറുപടി, പേജ് 24). പക്ഷേ, സർക്കിളുകൾ പലതരമുണ്ട്, മാന്യന്മാരേ! കേവലം 'കുസ്താർ'മാരുടെ സർക്കിളുകൾക്ക്, അവർ തങ്ങളുടെ രീതികളുടെ പ്രാകൃതത്വം സ്വയം കണ്ടറിഞ്ഞ് അതിനെ ഉപേക്ഷിക്കാതിരിക്കുന്നിടത്തോളം, തീർച്ചയായും രാഷ്ട്രീയകടമകൾ നിർവഹിക്കാനുള്ള കെൽപ്പില്ല. അതിനുപുറമേ, തങ്ങളുടെ പ്രാകൃതസമ്പ്രദായങ്ങളോട് അവർക്ക് എന്തെന്നില്ലാത്ത ആകർഷണം തോന്നുകയും 'പ്രായോഗികം' എന്ന വാക്കിന് എല്ലായ്പ്പോഴും കീഴ്വരയിടുന്നത് അവർ നിർബന്ധമാക്കുകയും, പ്രായോഗികാവശ്യങ്ങൾക്കുവേണ്ടി പ്രവർത്തിക്കുകയെന്നുവച്ചാൽ ബഹുജനങ്ങളിൽത്തന്നെ ഏറ്റവും പിന്നണിയിൽ കിടക്കുന്ന വിഭാഗങ്ങളുടെ ബോധത്തിന്റെ നിലവാരത്തിലേക്ക് സ്വന്തം കടമകളെ അധ:പതിപ്പിക്കലാണാവശ്യമെന്ന് അവർ കരുതുകയും ചെയ്യുന്നുവെങ്കിൽ നിശ്ചയമായും പിന്നെ അവർക്ക് ആശിക്കാനവകാശമില്ല; തീർച്ചയായും പിന്നെ അവർക്ക് യാതൊരു രാഷ്ട്രീയകടമകളും നിർവഹിക്കാൻ കെൽപ്പുണ്ടാകയില്ല. എന്നാൽ അലെക്സേയെവിനെപ്പോലെയും മീഷ്കിനെപ്പോലെയും ഹൽതൂരിനെപ്പോലെയും ഷെല്യാബൊവിനെപ്പോലെയും ഉള്ള ഉശിരന്മാ

രുടെ ഒരു സർക്കിളിന് രാഷ്ട്രീയകടമകൾ അവയുടെ ശരിയും പ്രായോഗികവുമായ അർഥത്തിൽത്തന്നെ നിർവഹിക്കാൻ കെൽപ്പുണ്ട്. എത്രത്തോളമാണോ അവരുടെ ഉശിരൻ പ്രസംഗത്തിന് സ്വയമേവ ഇളകിവരുന്ന ബഹുജനങ്ങൾക്കിടയിൽ ആനുകൂല്യം ലഭിക്കുന്നത്, എത്രത്തോളമാണോ അവരുടെ തിളച്ചുപൊന്തുന്ന ആവേശത്തിന് വിപ്ലവവർഗത്തിന്റെ ആവേശത്തെ തട്ടിയുണർത്താനും അതിന്റെ പിൻബലം നേടാനും കഴിയുന്നത്, അത്രത്തോളമായിരിക്കും — ആ കാരണത്താലുമായിരിക്കും — അവർക്കും രാഷ്ട്രീയകടമകൾ നിർവഹിക്കാൻ കെൽപ്പുണ്ടാവുക. ഈ വിപ്ലവവർഗത്തിന്റെ പ്രാധാന്യമൂന്നുകമാത്രമല്ല, അതിന്റെ സ്വയമേവയുള്ള ഇളക്കം അനിവാര്യമാണെന്നു തെളിയിക്കുകമാത്രമല്ല, 'തൊഴിലാളികളുടെ സർക്കിളുകൾ'ക്ക് ശ്രേഷ്ഠവും സമുന്നതവുമായ ഒരു രാഷ്ട്രീയകടമയുണ്ടെന്ന് പ്രഖ്യാപിക്കുകകൂടി ചെയ്ത പ്ലെഹാനൊവിന്റെ അഭിപ്രായം ഒരായിരം തവണ ശരിയായിരുന്നു; പക്ഷേ, ഈ കടമയുടെ സ്വഭാവത്തെ അധഃപതിപ്പിക്കാനും 'തൊഴിലാളിസർക്കിളുകളുടെ' ഊർജസ്വലതയേയും അവയുടെ പ്രവർത്തനപരിധിയേയും കെട്ടിവരിഞ്ഞുനിർത്താനും വേണ്ടി പിന്നീടു പൊന്തിവന്ന ബഹുജനപ്രസ്ഥാനത്തെയാണ് നിങ്ങൾ വിവക്ഷിക്കുന്നത്. വിപ്ലവം ഒരു വിനോദമായെടുത്തവരും സ്വന്തം പ്രാകൃതസമ്പ്രദായങ്ങളിൽ അനുരക്തരുമായ കുറേ കൂട്ടരല്ലെങ്കിൽ പിന്നെ മറ്റാരാണ് നിങ്ങൾ? നിങ്ങൾ പ്രായോഗികമനസുകാരാണെന്നാണല്ലോ നിങ്ങളുടെ വീമ്പ്; എന്നാൽ റഷ്യയിലെ ഏതൊരു പ്രായോഗികപ്രവർത്തകനും അറിയാവുന്ന ഒരു പരമാർഥം — സർക്കിളുകളുടെയെന്നല്ല വ്യക്തികളുടെപോലും ശക്തിക്ക് വിപ്ലവത്തിനുവേണ്ടി എത്രയോ അത്ഭുതകൃത്യങ്ങൾ നിർവഹിക്കാൻ കഴിവുണ്ടെന്ന പരമാർഥം— നിങ്ങൾക്കു കാണാൻ കഴിയുന്നില്ല. അഥവാ 1870–80 കാലഘട്ടത്തിലെ പ്രസ്ഥാനത്തിൽനിന്നു പൊന്തിവന്നവരെപ്പോലുള്ള ധീരോദാത്തന്മാരെ നമ്മുടെ പ്രസ്ഥാനങ്ങൾക്കൊന്നും സൃഷ്ടിക്കാൻ സാധിക്കയില്ലെന്നായിരിക്കുമോ നിങ്ങളുടെ വിചാരം? ആണെങ്കിൽ, എന്തേ അങ്ങനെ നിങ്ങൾക്കു തോന്നാൻ? പരിശീലനം പോരാത്തതുകൊണ്ടാണോ? പക്ഷേ, നാം സ്വയം പരിശീലിക്കുകയാണ്; ഇനിയും സ്വയം പരിശീലിച്ചുകൊണ്ടിരിക്കും; അങ്ങനെ നാം പരിശീലനം സമ്പാദിക്കും! 'മുതലാളിമാർക്കും ഗവൺമെന്റിനുമെതിരായ സാമ്പത്തികസമര'മെന്ന ഈ കെട്ടിനിൽക്കുന്ന വെള്ളത്തിന്റെ മുകളിൽ കുറെ ചളി അളിഞ്ഞുകൂടിയിട്ടുണ്ടെന്നുള്ളതു നിർഭാഗ്യവശാൽ ഒരു വാസ്തവം തന്നെയാണ്; സ്വയമേവയുള്ള പ്രവർത്തനത്തിന്റെ മുമ്പിൽ മുട്ടുകുത്തിനിന്ന് ആരാധിക്കുകയും പ്ലെഹാനൊവ് പറയുന്നതുപോലെ റഷ്യൻ തൊഴിലാളിവർഗത്തിന്റെ 'പൃഷ്ഠം' നോക്കി ഭക്തിപുരസരം ധ്യാനിക്കുകയും ചെയ്യുന്ന ചില ആളുകൾ നമ്മുടെയിടയിലുണ്ട്. പക്ഷേ, ഈ ചളിയെല്ലാം നമുക്ക് നീക്കിക്കളയണം. യഥാർഥത്തിൽ വിപ്ലവകരമായ ഒരു സിദ്ധാന്തത്താൽ നയിക്കപ്പെടുന്നവരും, യഥാർഥത്തിൽ വിപ്ലവകാരിയും സ്വയമേവ ഉയർത്തെഴുന്നേൽക്കുന്നതു

മായ തൊഴിലാളിവർഗത്തിന്മേൽ സ്വയം നിലയുറപ്പിക്കുന്നവരുമായ റഷ്യൻ വിപ്ലവകാരികൾക്ക് ഇപ്പോഴെങ്കിലുമിതാ— ഇപ്പോഴെങ്കിലും! —തങ്ങൾക്കാവുന്നത്ര നിവർന്നുനിൽക്കാനും തങ്ങളുടെ വമ്പിച്ച ശക്തിയെ ആകാവുന്നത്ര പ്രയോഗിക്കാനുമുള്ള സമയം കൈവന്നിരിക്കുന്നു. ഇതു സാധ്യമാവാൻ ഒന്നുമാത്രമേ വേണ്ടൂ; നിരവധി എണ്ണം വരുന്ന നമ്മുടെ പ്രായോഗികപ്രവർത്തകന്മാരും സ്കൂളിൽ പഠിക്കുമ്പോൾതന്നെ പ്രായോഗികപ്രവർത്തനത്തെപ്പറ്റി മനോരാജ്യം വിചാരിക്കുന്ന അതിലുമധികം എണ്ണംവരുന്ന മറ്റുള്ളവരും, നമ്മുടെ രാഷ്ട്രീയകടമകളെ അധഃപതിപ്പിക്കുന്നതിനോ, നമ്മുടെ സംഘടനാപ്രവർത്തനത്തിന്റെ വ്യാപ്തി വെട്ടിച്ചുരുക്കുന്നതിനോവേണ്ടി തങ്ങളെ കരുക്കളാക്കാനുള്ള എല്ലാ നിർദേശത്തേയും പുഛത്തോടും പരിഹാസത്തോടുംകൂടി നേരിടണം — അത്രേയുള്ളൂ. അതെല്ലാം നാം സാധിക്കാൻപോകുന്നുമുണ്ട്, നിങ്ങൾ സംശയിക്കേണ്ട, മാന്യന്മാരേ!

'തുടങ്ങേണ്ടതെവിടെനിന്ന്' എന്ന ലേഖനത്തിൽ *റബോച്ചെയെ ദ്യെലൊ*വിനെ എതിർത്തുകൊണ്ട് ഞാൻ ഇങ്ങനെ എഴുതുകയുണ്ടായി:

> ഏതെങ്കിലും പ്രത്യേകപ്രശ്നത്തെസംബന്ധിച്ചോ അഥവാ പാർട്ടി സംഘടനയുടെ ഏതെങ്കിലും വിശദാംശത്തെ സംബന്ധിച്ചോ പ്രക്ഷോഭണത്തിന്റെ അടവുകൾ വെറും ഇരുപത്തിനാലു മണിക്കൂറിനകം മാറ്റാവുന്നതാണ്; എന്നാൽ ഒരു സമരസംഘടനയുടേയും രാഷ്ട്രീയപ്രക്ഷോഭത്തിന്റേയും ആവശ്യകതയെസംബന്ധിച്ച — പൊതുവെയും നിരന്തരമായും അനിവാര്യമായും അത്യാവശ്യമാണോ എന്നതിനെ സംബന്ധിച്ച തങ്ങളുടെ അഭിപ്രായം ഇരുപത്തിനാലു മണിക്കൂറെന്നല്ല ഇരുപത്തിനാലു മാസത്തിനകം പോലും മാറ്റാനാർക്കെങ്കിലും കഴിയുമെങ്കിൽ അവർക്ക് യാതൊരു തത്വദീക്ഷയുമില്ലതന്നെ.

ഇതിനു മറുപടിയായി *റബോച്ചെയെ ദ്യെലൊ* ഇങ്ങനെ എഴുതി:

> *ഇസ്ക്ര*യുടെ പല ആരോപണങ്ങളിലും വസ്തുതകളെ ആധാരമാക്കിയുള്ളതല്ലേ എന്നുസംശയം തോന്നാവുന്ന ഏക ആരോപണമാണിത്. പക്ഷേ, ഇതുതികച്ചും അടിസ്ഥാനരഹിതമാണ്. *ഇസ്ക്ര*യുടെ പ്രസിദ്ധീകരണത്തിനുവേണ്ടി കാത്തുനിൽക്കാതെ ആദ്യംമുതൽക്കുതന്നെ രാഷ്ട്രീയപ്രക്ഷോഭത്തിനുവേണ്ടി ഞങ്ങൾ ആഹ്വാനം ചെയ്യുകയുണ്ടായിയെന്നത് *റബോച്ചെയെ ദ്യെലൊ*വിന്റെ വായനക്കാർക്ക് നല്ലവണ്ണം അറിയാവുന്ന പരമാർഥമാണ്.....

(തൊഴിലാളികളുടെ സ്റ്റഡിസർക്കിളുകളുടെ മാത്രമല്ല, "തൊഴിലാളി ബഹുജനപ്രസ്ഥാനത്തിന്റെ തന്നെ ഒന്നാമത്തെ രാഷ്ട്രീയകടമ സ്വേഛാ

ധിപത്യത്തെ മറിച്ചിടുകയെന്നതല്ല," അടിയന്തരമായ രാഷ്ട്രീയാവശ്യങ്ങൾക്കുവേണ്ടി സമരംചെയ്യുകമാത്രമാണെന്നും "ഒരു പണിമുടക്കം, അല്ലെങ്കിൽ തീർച്ചയായും ഏതാനും പണിമുടക്കങ്ങൾ, കഴിയുമ്പോൾ തങ്ങളുടെ അടിയന്തരരാഷ്ട്രീയാവശ്യങ്ങളെക്കുറിച്ച് ബഹുജനങ്ങൾ മനസിലാക്കിത്തുടങ്ങു"മെന്നും *റബോച്ചെയെ ദ്യെലൊ* അതേ ശ്വാസത്തിൽ പറയുകയുണ്ടായി)..... "റഷ്യയിൽ പ്രവർത്തിക്കുന്ന സഖാക്കൾക്കുവേണ്ടി വെളിയിൽനിന്നു ഞങ്ങൾ അയച്ചുകൊടുത്തിരുന്ന പ്രസിദ്ധീകരണങ്ങളാണ് രാഷ്ട്രീയസാഹിത്യമായും പ്രക്ഷോഭണസാഹിത്യമായും സോഷ്യൽഡെമോക്രാറ്റുകാർക്ക് ആകെക്കൂടി ഉണ്ടായിരുന്നതെന്ന വസ്തുതയും വായനക്കാർക്കറിയാവുന്നതാണ്...." (ആകെക്കൂടിയുണ്ടായിരുന്ന ഈ സാഹിത്യത്തിൽ നിങ്ങൾ എഴുതിവിട്ടതോ, സാമ്പത്തികസമരത്തെ മാത്രമൂന്നിക്കൊണ്ട് ഏറ്റവും വിപുലമായ തോതിൽ രാഷ്ട്രീയപ്രക്ഷോഭം സംഘടിപ്പിക്കാമെന്നു മാത്രമല്ല സങ്കുചിതമായ ഈ പ്രക്ഷോഭരീതിയാണ് "ഏറ്റവും വിപുലമായ പ്രായോഗികമാക്കാവുന്ന"തെന്നാണ്. ഇത്തരത്തിലുള്ളതാണ് ആകെക്കൂടിയുണ്ടായിരുന്ന സാഹിത്യമെന്നു നിങ്ങൾ വാദിക്കുന്നതിൽനിന്നുതന്നെ *ഇസ്ക്ര*യുടെ പ്രസിദ്ധീകരണവും അത് *റബോച്ചയെ ദ്യെലൊ*വിനെതിരായി നടത്തുന്ന സമരവും ആവശ്യമാണെന്നു സിദ്ധിക്കുന്നില്ലേ, അല്ലയോ മാന്യന്മാരേ?)..... "കൂടാതെ ഞങ്ങളുടെ പ്രസിദ്ധീകരണപ്രവർത്തനമാണ് അടവുകളെസംബന്ധിച്ച് പാർട്ടിക്കുള്ളിലെ ഐക്യത്തിന് കളമൊരുക്കിയത്...." (പാർട്ടിയോടൊപ്പം വളർന്നുകൊണ്ടിരിക്കുന്ന പാർട്ടികടമകളുടെ ഒരു വികാസപ്രക്രിയയാണ് അടവ് എന്ന ബോധ്യത്തിലുള്ള ഐക്യമല്ലേ, നല്ല ഐക്യം തന്നെയാണ്!).... "അങ്ങനെ സമരാത്മകമായ ഒരു സംഘടനയുടെ സൃഷ്ടി സാധ്യമാക്കിത്തീർത്തു. വെളിയിലുള്ള ഒരു സംഘടനയ്ക്കു ചെയ്യാവുന്നതെല്ലാം ഇതിനുവേണ്ടി വിദേശയൂണിയൻ ചെയ്തിട്ടുണ്ട്" (*റബോച്ചെയെ ദ്യെലൊ* ലക്കം 10, പേജ് 15). ഒഴിഞ്ഞുമാറാനുള്ള ഒരു വിഫലശ്രമമാണിത്! നിങ്ങൾക്കാകാവുന്നതെല്ലാം നിങ്ങൾ ചെയ്തുവെന്ന കാര്യം ഞാൻ സ്വപ്നേപി നിഷേധിക്കുന്നില്ല. നിങ്ങളുടെ സങ്കുചിതവീക്ഷണം നിങ്ങൾക്ക് 'ആകാവുന്ന'തിന്റെ പരിധിയെ പരിമിതപ്പെടുത്തുന്നുവെന്ന് ഊന്നിപ്പറയുക മാത്രമേ ഞാൻ ചെയ്തുള്ളു. അതുതന്നെയാണ് ഞാനിപ്പോഴും ഊന്നിപ്പറയുന്നത്. 'അടിയന്തരരാഷ്ട്രീയാവശ്യങ്ങൾക്കുവേണ്ടി' പൊരുതുന്നതിനോ അല്ലെങ്കിൽ 'മുതലാളിമാർക്കും ഗവൺമെന്റിനുമെതിരായ സാമ്പത്തികസമരം' നടത്തുന്നതിനോ ഒരു 'സമരാത്മകമായ സംഘടന' വേണമെന്നു പറയുന്നത് ശുദ്ധ അസംബന്ധമാണ്.

പക്ഷേ, പ്രാകൃതസമ്പ്രദായങ്ങളോട് 'സാമ്പത്തികസമര'ക്കാർക്കുള്ള അനുരാഗാവേശത്തിന്റെ മുത്തുപോലുള്ള മാതൃകകൾ വായനക്കാർക്ക് കാണണമെങ്കിൽ, തീർച്ചയായും അവർ ഈ എക്ലെക്ടിക്കും ചാഞ്ചാടുന്നതുമായ *റബോച്ചെയെ ദ്യെലൊ*വിനെ വിട്ട്, ദൃഢവും അചഞ്ചലവുമായ *റബോച്ചയ മിസ്സി*ലേക്കു കടക്കണം. അതിന്റെ പ്രത്യേക

അനുബന്ധത്തിൽ 13-ാം പേജിൽ ആർ എം എഴുതുകയുണ്ടായി:

> ഇനി, വിപ്ലവകാരികളായ ബുദ്ധിജീവികളെന്നു പ്രത്യേകം പറയപ്പെടുന്നവരെപ്പറ്റി രണ്ടുവാക്ക്, സാറിസവുമായി വാശിപിടിച്ച ഒരു സമരത്തിലിറങ്ങാൻ ഇവർ തികച്ചും സന്നദ്ധരാണെന്ന് ഒന്നിലധികം തവണ തെളിഞ്ഞിട്ടുണ്ടെന്നുള്ളത് പരമാർഥം തന്നെ. പക്ഷേ, രാഷ്ട്രീയപ്പൊലീസിന്റെ നിർദയമായ നായാട്ടിനു വിധേയരായിത്തീർന്ന നമ്മുടെ വിപ്ലവകാരികളായ ബുദ്ധിജീവികൾ, രാഷ്ട്രീയപ്പൊലീസുമായുള്ള സമരമാണ് സ്വേഛാധിപത്യത്തിനെതിരായ രാഷ്ട്രീയസമരമെന്നു തെറ്റിദ്ധരിച്ചതാണ് നിർഭാഗ്യകരമായിപ്പോയത്. അതുകൊണ്ടാണ് സ്വേഛാധിപത്യത്തിനെതിരായ സമരശക്തികളെ എവിടെ കിട്ടുമെന്ന് ഈ നിമിഷംവരെ അവർക്ക് മനസിലാക്കാൻ സാധിക്കാത്തത്.

എത്ര നിസ്തുലവും ഗംഭീരവുമായ പുഛത്തോടുകൂടിയാണ്, ഈ സ്വയമേവയുള്ള പ്രസ്ഥാനത്തിന്റെ പൂജാരി (ഈ വാക്കിനെ അതിന്റെ ഏറ്റവും വൃത്തികെട്ട അർഥത്തിലാണിവിടെ ഉപയോഗിക്കുന്നത്) പൊലീസുമായുള്ള സമരത്തെ നോക്കിക്കാണുന്നത്! ബഹുജനപ്രസ്ഥാനത്തിന്റെ സ്വയമേവയുള്ള സ്വഭാവംകൊണ്ട് രാഷ്ട്രീയപ്പൊലീസുമായി നാം പോരാടുകയെന്നത് പ്രധാനമായ കാര്യമേയല്ലെന്നു വാദിച്ച്, അങ്ങനെ രഹസ്യമായി സംഘടിക്കാനുള്ള നമ്മുടെ കഴിവുകേടിനെ ന്യായീകരിക്കാൻ ഇയാൾ തയാറായിരിക്കുന്നു!! അസഹനീയമായ ഈ നിലപാടു ശരിയാണെന്നു സമ്മതിക്കാൻ തയാറുള്ള വളരെപ്പേരെ കാണുകയില്ല; നമ്മുടെ വിപ്ലവസംഘടനയിലുള്ള ദൗർബല്യങ്ങൾ അത്രയുമൊരടിയന്തരപ്രശ്നമായിട്ടുള്ളതുകൊണ്ട് അതു സാധ്യമല്ല. പക്ഷേ, മർത്തീനൊവ്, ഉദാഹരണത്തിന്, ഇതു ശരിവയ്ക്കാൻ കൂട്ടാക്കുന്നില്ലെങ്കിൽ, അത് അദ്ദേഹത്തിന് തന്റെ സ്വന്തം ആശയങ്ങളെ യുക്തിയുക്തമായി അവയുടെ പരമകാഷ്ഠവരെ എത്തിക്കുവാൻ ഒന്നുകിൽ കഴിവ് — അല്ലെങ്കിൽ ധൈര്യം — ഇല്ലാത്തതുകൊണ്ടുമാത്രമായിരിക്കും. അനുഭവഗോചരമായ ഫലങ്ങൾ വാഗ്ദാനം ചെയ്യുന്ന വ്യക്തമായ ആശയങ്ങൾ മുന്നോട്ടുവെക്കാൻ ബഹുജനങ്ങളെ പ്രേരിപ്പിക്കുകയെന്ന 'കടമ' നിർവഹിക്കുന്നതിനു സ്ഥിരവും കേന്ദ്രീകൃതവും സമരപരവുമായ ഒരു സംഘടന — വിപ്ലവകാരികളുടെ ഒരു സംഘടന — വാസ്തവത്തിൽ രൂപീകരിക്കാൻ വല്ല പ്രത്യേകപരിശ്രമവും നടത്തേണ്ടതുണ്ടോ? 'രാഷ്ട്രീയപ്പൊലീസുമായുള്ള സമര'മൊന്നും നടത്താത്ത ബഹുജനങ്ങൾക്കുതന്നെ അത്തരമൊരു 'കടമ' നിർവഹിക്കാവുന്നതല്ലേ? മാത്രമല്ല, ഇത്തരം കടമ നിർവഹിക്കാൻ സാധിക്കണമെങ്കിൽ, ഏതാനും ചില നേതാക്കൾക്കു പുറമെ 'രാഷ്ട്രീയപ്പൊലീസുമായി സമരം നടത്താൻ' യഥാർഥത്തിൽ കഴിവില്ലാത്ത (ബഹുഭൂരിപക്ഷം) തൊഴിലാളികൾകൂടി അതേറ്റെടുക്കേണ്ടതല്ലേ? ഇത്തരം തൊഴിലാളികൾക്ക് — അതായത്, സാധാരണക്കാരായ ബഹുജനങ്ങൾക്ക്

— പണിമുടക്കങ്ങളിലും, പൊലീസും പട്ടാളവുമായേറ്റുമുട്ടിക്കൊണ്ടുള്ള തെരുവുയുദ്ധങ്ങളിലും എന്തെന്നില്ലാത്ത ഓജസ്സും ത്യാഗധീരതയും പ്രദർശിപ്പിക്കാൻ പ്രാപ്തിയുണ്ട്, നമ്മുടെ പ്രസ്ഥാനത്തിന്റെയൊട്ടാകെ ഫലം നിർണയിക്കാനും അവർക്ക് പ്രാപ്തിയുണ്ട് (അഥവാ അവർക്കേ അതിനു പ്രാപ്തിയുള്ളു). പക്ഷേ, രാഷ്ട്രീയപ്പൊലീസിനെതിരായ സമരം നടത്താൻ ചില പ്രത്യേകഗുണങ്ങൾ ആവശ്യമാണ്; അതിനു വിപ്ലവം തൊഴിലാക്കിയവർതന്നെ ഉണ്ടായേ മതിയാവൂ. എന്നല്ല, ബഹുജനങ്ങൾ വ്യക്തമായ ആവശ്യങ്ങൾ 'മുന്നോട്ടുവെക്കണ'മെന്നുമാത്രം നാം നിഷ്കർഷിച്ചാൽപോരാ; പിന്നെയോ? വിപ്ലവത്തെ ഇത്തരത്തിൽ ഒരു തൊഴിലാക്കിയെടുത്തിട്ടുള്ള അധികമധികം പേരെ അവർ തങ്ങളുടെ സ്വന്തം അണികളിൽനിന്നു 'മുന്നോട്ടു' കൊണ്ടുവരണം — അതിലും നാം നിഷ്കർഷിക്കണം. അപ്പോൾ, വിപ്ലവം ഒരു തൊഴിലായെടുത്ത കുറേ ആളുകളുടെ ഒരു സംഘടനയും വെറും തൊഴിലാളിപ്രസ്ഥാനവും തമ്മിലുള്ള ബന്ധമെന്തെന്ന പ്രശ്നത്തിൽ നാം എത്തിച്ചേരുന്നു. സാഹിത്യത്തിൽ ഈ പ്രശ്നം വളരെ കുറച്ചേ നിഴലിച്ചിട്ടുള്ളുവെങ്കിൽക്കൂടി, സാമ്പത്തികസമരവാദത്തോട് ഏറെക്കുറെ ചായ്‌വുള്ള ചില സഖാക്കളുമായി സംഭാഷണങ്ങളോ വാദപ്രതിവാദങ്ങളോ നടത്തുന്നതിനിടയിൽ 'രാഷ്ട്രീയപ്രവർത്തകന്മാരാ'യ ഞങ്ങളുടെ ശ്രദ്ധയെ ഇതു വളരെ ആകർഷിച്ചിട്ടുണ്ട്. പ്രത്യേകപ്രതിപാദനം അർഹിക്കുന്ന ഒരു പ്രശ്നമാണിത്. പക്ഷേ, അതേറ്റെടുക്കുന്നതിനുമുമ്പായി പ്രാകൃതത്വവും സാമ്പത്തികസമരവാദവും തമ്മിലുള്ള ബന്ധം സംബന്ധിച്ചു ഞങ്ങൾക്കുള്ള നില വിശദമാക്കാൻ മറ്റൊരാളിൽനിന്നുകൂടി ഞങ്ങൾ ചിലതുദ്ധരിക്കാം:

തന്റെ 'മറുപടി'[81]യിൽ എൻ എൻ, ഇപ്രകാരമെഴുതി: "ഗവൺമെന്റിനെതിരായി നേരിട്ടുള്ള സമരമാവശ്യപ്പെടുന്ന തൊഴിലാളിവിമോചനഗ്രൂപ്പ് ഈ സമരത്തിനുള്ള ഭൗതികശക്തികൾ എവിടെയെന്നു മുൻകൂട്ടിത്തന്നെ ആലോചിക്കാതെയും, സമരത്തിന്റെ മാർഗത്തെ സംബന്ധിച്ചു യാതൊന്നും സൂചിപ്പിക്കാതെയുമാണ് ആ ആവശ്യമുയർത്തുന്നത്." 'സമരത്തിന്റെ മാർഗ'മെന്ന വാക്കുകൾക്ക് കീഴ്വരയിട്ടുകൊണ്ട് 'മാർഗ'മെന്ന വാക്കിന് അദ്ദേഹം താഴെപ്പറയുന്ന ഒരു അടിക്കുറിപ്പും കൊടുത്തിട്ടുണ്ട്: സംഗതികൾ രഹസ്യമായി വയ്ക്കേണ്ടതുകൊണ്ടല്ല ഇങ്ങനെ പറഞ്ഞിരിക്കുന്നത്; കാരണം, പരിപാടിയിൽ പറഞ്ഞിട്ടുള്ളതൊരു ഗൂഢാലോചനയെക്കുറിച്ചല്ല, ഒരു ബഹുജനപ്രസ്ഥാനത്തെക്കുറിച്ചാണ്. ബഹുജനങ്ങൾക്കു രഹസ്യമാർഗങ്ങൾ മുഖേന മുന്നോട്ടുപോകാൻ സാധ്യമല്ല. ഒരു രഹസ്യപണിമുടക്കത്തെപ്പറ്റി നമുക്ക് ചിന്തിക്കാൻ കഴിയുമോ? രഹസ്യമായ പ്രകടനങ്ങളെപ്പറ്റിയും ചിന്തിക്കുക സാധ്യമാണോ? (*വഡെമേക്കും*, പേജ് 59). ലേഖകൻ അങ്ങനെ 'ഭൗതികശക്തികൾ' എവിടെ — അതായത് പണിമുടക്കങ്ങളും പ്രകടനങ്ങളും സംഘടിപ്പിക്കേണ്ടവർ എവിടെ— എന്ന പ്രശ്നത്തിന്റേയും സമരം അനുവർത്തിക്കേണ്ട 'മാർഗ'ങ്ങളുടേയും വളരെ അടുത്തെത്തിച്ചേരുന്നു. പക്ഷേ, എന്നിട്ടുമദ്ദേഹം പരിഭ്രമത്തിൽ

ഒളിച്ചിരിക്കുകയാണ്; കാരണം, ബഹുജനപ്രസ്ഥാനത്തെ അദ്ദേഹം 'ആരാധിക്കുന്നു', എന്നുവെച്ചാൽ, വിപ്ലവപ്രവർത്തനം നടത്തേണ്ടയാവശ്യകതയിൽ നിന്നു നമ്മെ ഒഴിവാക്കിത്തരുന്ന ഏതോ ഒരു ശക്തിയായിട്ടാണ്, കൂടുതൽ നമ്മെ ഉശിർപിടിപ്പിക്കുകയും, നമ്മുടെ വിപ്ലവപ്രവർത്തനത്തെ കൂടുതൽ ഉത്തേജിപ്പിക്കുകയും ചെയ്യേണ്ട ഒരു ശക്തിയായിട്ടല്ല, ബഹുജനപ്രവർത്തനത്തെ അദ്ദേഹം വീക്ഷിക്കുന്നതെന്നു സാരം. രഹസ്യപണിമുടക്കുകൾ അസാധ്യംതന്നെ — പക്ഷേ ഇത് അവയിൽ പ്രത്യക്ഷമായും അടിയന്തരമായും പങ്കുകൊള്ളുന്നവരെ സംബന്ധിച്ചിടത്തോളം മാത്രമാണ്; എന്നാൽ റഷ്യയിലെ ബഹുഭൂരിപക്ഷം തൊഴിലാളികൾക്കും യഥാർഥത്തിൽ ഒരു പണിമുടക്കം ഒരു 'രഹസ്യം' തന്നെയായേക്കാം (മിക്കപ്പോഴും അങ്ങനെയാണുതാനും), കാരണം, പണിമുടക്കുന്നവരുമായുള്ള എല്ലാ ബന്ധങ്ങളേയും അറുത്തുകളയാനും പണിമുടക്കങ്ങളുടെ എല്ലാ വാർത്തകളും പരക്കുന്നതു തടയാനും ഗവൺമെന്റിനു ബഹുനിഷ്കർഷയാണ്. ഇവിടെയാണ് 'രാഷ്ട്രീയപ്പൊലീസുമായുള്ള ഒരു പ്രത്യേകസമരം' ശരിക്കും ആവശ്യമായിത്തീരുന്നത്. ഈ സമരം പണിമുടക്കങ്ങളിൽ സാധാരണ പങ്കെടുക്കുന്ന വമ്പിച്ച ജനക്കൂട്ടങ്ങൾക്ക് ഒരിക്കലും സജീവമായി നടത്താൻ സാധ്യമല്ലതാനും. വിപ്ലവപ്രവർത്തനം ഒരു തൊഴിലായെടുത്തവരാണ് ഈ സമരം 'വേണ്ടപോലെ' സംഘടിപ്പിക്കേണ്ടത്. ബഹുജനങ്ങൾ സ്വയമേവ പ്രസ്ഥാനത്തിലേക്കു വരുന്നുണ്ടല്ലോ എന്നുള്ളതുകൊണ്ട് ഈ സമരം സംഘടിപ്പിക്കേണ്ടതിന്റെ ആവശ്യകത കുറയുന്നില്ല. നേരെമറിച്ച് അതു കൂടുതൽ ആവശ്യമായിത്തീരുന്നു; കാരണം, ഓരോ പണിമുടക്കത്തേയും ഓരോ പ്രകടനത്തേയും രഹസ്യമാക്കിവെക്കാൻ പൊലീസിനു പറ്റാത്ത ഒരു നില നാം വരുത്തിയില്ലെങ്കിൽ — അതോടൊപ്പം ഓരോ പണിമുടക്കത്തിനും പ്രകടനത്തിനുമുള്ള ഒരുക്കങ്ങൾ ചിലപ്പോൾ നാം സ്വയം രഹസ്യമാക്കിവെക്കുകയും ചെയ്തില്ലെങ്കിൽ — സോഷ്യലിസ്റ്റുകാരായ നാം ബഹുജനങ്ങളോടുള്ള നമ്മുടെ കടമ ഉപേക്ഷിക്കലായിരിക്കും അത്. പക്ഷേ, ഇതെല്ലാം നാം വിജയകരമായി നിർവഹിക്കുകതന്നെ ചെയ്യും; കാരണം സ്വയമേവ ഇളകിവരുന്ന ബഹുജനങ്ങൾ "വിപ്ലവം തൊഴിലാക്കിയ" അധികമധികം പ്രവർത്തകന്മാരെ തങ്ങളുടെ സ്വന്തം അണികളിൽനിന്നുതന്നെ ഉയർത്തും, തീർച്ച (അതായത്, തൊഴിലാളികളോടു നിന്നേടത്തുതന്നെ നിന്നാൽ മതിയെന്ന് ഉപദേശിക്കാൻ നാം ഒരുമ്പെട്ടില്ലെങ്കിൽ എന്നർഥം!).

(സി) തൊഴിലാളികളുടെ സംഘടനയും വിപ്ലവകാരികളുടെ സംഘടനയും

രാഷ്ട്രീയസമരവും, 'മുതലാളിമാർക്കും ഗവൺമെന്റിനുമെതിരായ സാമ്പത്തികസമരവും' ഒന്നുതന്നെയാണെന്നു ധരിക്കുന്ന ഒരു സോഷ്യൽഡെമോക്രാറ്റിന്റെ ദൃഷ്ടിയിൽ 'വിപ്ലവകാരികളുടെ സംഘടന'യും 'തൊഴിലാളികളുടെ സംഘടന'യും രണ്ടും മിക്കവാറും ഒന്നുത

ന്നെയാണെന്നതു കേവലം സ്വാഭാവികമാണ്. അനുഭവത്തിൽ ഇതുതന്നെയാണ് സംഭവിക്കുന്നതും. ഫലമോ? നാം സംഘടനയെപ്പറ്റി സംസാരിക്കുമ്പോൾ ശരിക്കും രണ്ടു വ്യത്യസ്തഭാഷകളിലാണു സംസാരിക്കുന്നത്. മിക്കവാറും ഉറച്ച അഭിപ്രായക്കാരനായ ഒരു സാമ്പത്തികസമരവാദിയുമായി ഒരിക്കൽ ഞാൻ നടത്തിയ സംഭാഷണം എനിക്കോർമവരുന്നു. അദ്ദേഹവുമായി മുമ്പെനിക്കു പരിചയമുണ്ടായിരുന്നില്ല.[82] 'ആരാണു രാഷ്ട്രീയവിപ്ലവം വരുത്തിത്തീർക്കുക?' എന്ന ലഘുലേഖയായിരുന്നു ഞങ്ങളുടെ ചർച്ചാവിഷയം. സംഘടനയുടെ പ്രശ്നത്തെ ആ ലഘുലേഖ അവഗണിച്ചിരിക്കുന്നുവെന്നതാണ് അതിന്റെ മുഖ്യമായ ദോഷമെന്ന കാര്യത്തിൽ ഞങ്ങൾ തമ്മിൽ ക്ഷണത്തിൽ അഭിപ്രായൈക്യമുണ്ടായി. പൂർണമായ യോജിപ്പാണ് ഞങ്ങൾ തമ്മിൽ അന്യോന്യമുള്ളതെന്ന് ഞങ്ങൾക്കു തോന്നിത്തുടങ്ങി — പക്ഷേ, സംഭാഷണം തുടർന്നപ്പോഴേക്കും ഞങ്ങൾ രണ്ടുപേരും വ്യത്യസ്തകാര്യങ്ങളെക്കുറിച്ചാണ് സംസാരിക്കുന്നതെന്നു സ്പഷ്ടമായി. പണിമുടക്കുഫണ്ടുകൾ, പരസ്പരസഹായസൊസൈറ്റികൾ മുതലായവയെ ലഘുലേഖാകർത്താവ് അവഗണിക്കുന്നുവെന്നതായിരുന്നു എന്റെ കൂട്ടുകാരന്റെ ആക്ഷേപം; എന്റെ മനസിലാകട്ടെ, രാഷ്ട്രീയവിപ്ലവം 'വരുത്തിത്തീർക്കുന്നതി'ൽ വിപ്ലവകാരികളുടേതായ ഒരു സംഘടന ഒരു മൗലികഘടകമാണെന്ന ആശയമാണുണ്ടായിരുന്നത്. അതു വ്യക്തമായതിൽപിന്നെ ആ സാമ്പത്തികസമരവാദിയായി എനിക്ക് അഭിപ്രായൈക്യമുള്ള ഒരൊറ്റ പ്രധാനപ്രശ്നമെങ്കിലും ഓർമിക്കാൻ എനിക്കു കഴിയുന്നില്ല.

എന്തായിരുന്നു ഞങ്ങൾ തമ്മിലുള്ള അഭിപ്രായവ്യത്യാസത്തിന്റെ ഉറവിടം? സാമ്പത്തികസമരവാദികൾ സംഘടനാപ്രശ്നങ്ങളിലും രാഷ്ട്രീയപ്രശ്നങ്ങളിലും സോഷ്യൽഡെമോക്രസിയിൽനിന്നു ട്രേഡ്യൂണിയനിസത്തിലേക്കു തുടരെത്തുടരെ വഴുതിപ്പൊയ്ക്കൊണ്ടിരിക്കയാണെന്നതുതന്നെ! സോഷ്യൽഡെമോക്രാറ്റുകാർനടത്തുന്ന രാഷ്ട്രീയസമരം മുതലാളിമാർക്കും ഗവൺമെന്റിനുമെതിരായി തൊഴിലാളികൾ നടത്തിക്കൊണ്ടിരിക്കുന്ന സാമ്പത്തികസമരത്തേക്കാൾ എത്രയോ വിപുലമാണ്, സങ്കീർണമാണ്. അതുപോലെതന്നെ (അതേകാരണത്താൽതന്നെ) വിപ്ലവകരമായ ഒരു സോഷ്യൽഡെമോക്രാറ്റിക് പാർട്ടിയുടെ സംഘടനയും സാമ്പത്തികസമരത്തിനുവേണ്ടിയുള്ള തൊഴിലാളികളുടെ സംഘടനയിൽനിന്നും കണിശമായും ഭിന്നമായ രൂപത്തിലുള്ളതായിരിക്കും. ഒരു തൊഴിലാളിസംഘടന ഒന്നാമതായിത്തന്നെ ഒരു ട്രേഡ്യൂണിയൻ സംഘടനയായിരിക്കണം; രണ്ടാമതായി, അതു കഴിയുന്നത്ര വിപുലമായിരിക്കണം; മൂന്നാമതായി, പരിത:സ്ഥിതികൾ അനുവദിക്കുന്നത്ര പരസ്യമായ ഒന്നായിരിക്കണം അത് (ഇവിടെയും ഇതിൽപിന്നീടും തീർച്ചയായും എന്റെ മനസിലുള്ളത് ഏകാധിപത്യഭരണത്തിൻകീഴിലുള്ള റഷ്യ മാത്രമാണ്). നേരെമറിച്ച്; വിപ്ലവകാരികളുടേതായ ഒരു സംഘടനയിൽ പ്രഥമവും പ്രധാനവുമായുണ്ടായിരിക്കേണ്ടവർ ഒരു വിപ്ലവകാരിയെന്ന നില

യ്ക്കുള്ള പ്രവർത്തനം തങ്ങളുടെ തൊഴിലായി സ്വീകരിച്ചവരായിരിക്കണം (അതുകൊണ്ടാണ് ഞാൻ വിപ്ലവകാരികളുടെ — എന്നുവച്ചാൽ, വിപ്ലവകാരികളായ സോഷ്യൽഡെമോക്രാറ്റുകാരുടെ — സംഘടന എന്നു പറയുന്നത്.) ഇങ്ങനെയൊരു പൊതുസ്വഭാവം ഇത്തരത്തിലുള്ള ഒരു സംഘടനയിലെ എല്ലാ അംഗങ്ങൾക്കുമുള്ളതുകൊണ്ട് തൊഴിലാളികളെന്നും ബുദ്ധിജീവികളെന്നുമുള്ള നിലയ്ക്കുള്ള എല്ലാ വ്യത്യാസങ്ങളും (അതോടൊപ്പംതന്നെ തീർച്ചയായും തൊഴിലിനെയോ ഉദ്യോഗത്തെയോ അടിസ്ഥാനപ്പെടുത്തിക്കൊണ്ടുള്ള വ്യത്യാസങ്ങളും) ഉന്മൂലനം ചെയ്യണം. ഇത്തരമൊരു സംഘടന അധികം വിപുലമാവാൻ വയ്യെന്നും, കഴിയുന്നത്ര രഹസ്യമായിരിക്കണമെന്നുള്ളത് അനിവാര്യമാണല്ലോ. മൂന്നുപ്രകാരത്തിലുള്ള ഈ വ്യത്യാസങ്ങളെ ഇനി നമുക്കു പരിശോധിക്കാം.

രാഷ്ട്രീയസ്വാതന്ത്ര്യം നിലവിലുള്ള രാജ്യങ്ങളിൽ ഒരു ട്രേഡ്യൂണിയനും ഒരു രാഷ്ട്രീയസംഘടനയും തമ്മിലുള്ള വ്യത്യാസം സ്പഷ്ടമാണ്; അതുപോലെ ട്രേഡ്യൂണിയനുകളും സോഷ്യൽഡെമോക്രസിയും തമ്മിലുള്ള വ്യത്യാസം സ്പഷ്ടമാണ്. രണ്ടാമത്തേതും ആദ്യത്തേതും തമ്മിലുള്ള ബന്ധം അതാതു രാജ്യത്തിന്റെ ചരിത്രപരവും നിയമപരവും മറ്റുമായ ഉപാധികൾക്കനുയോജ്യമായവിധം പല രാജ്യങ്ങളിൽ പല തരത്തിലായിരിക്കും; അതിന്റെ അടുപ്പവും സങ്കീർണതയും മറ്റും കൂടിയോ കുറഞ്ഞോ ഇരിക്കും (ഞങ്ങളുടെ അഭിപ്രായത്തിൽ ഇത് കഴിയുന്നത്ര അടുത്തതും സുഗമവുമായ ഒരു ബന്ധമായിരിക്കണം). പക്ഷേ, ട്രേഡ്യൂണിയൻസംഘടനയും സോഷ്യൽഡെമോക്രാറ്റിക് പാർട്ടി സംഘടനയും സ്വതന്ത്രരാജ്യങ്ങളിൽ ഒരു വിധത്തിലും ഒന്നായിത്തീരുന്നില്ല. എന്നാൽ, റഷ്യയിൽ, നേരെമറിച്ച്, ഏകാധിപത്യത്തിന്റെ നുകത്തിൻകീഴിൽ, ഒരു സോഷ്യൽഡെമോക്രാറ്റിക് സംഘടനയും ട്രേഡ്യൂണിയനുകളും തമ്മിലുള്ള എല്ലാ വ്യത്യാസങ്ങളും പ്രഥമദൃഷ്ടിയിൽ ഇല്ലാതായിരുന്നതുപോലെ തോന്നും; കാരണം, എല്ലാ തൊഴിലാളിസംഘങ്ങളും എല്ലാ സ്റ്റഡിസർക്കിളുകളും ഇവിടെ നിരോധിച്ചിരിക്കുകയാണല്ലോ; തൊഴിലാളികളുടെ സാമ്പത്തികസമരത്തിന്റെ പ്രധാനപ്രകടനരൂപവും ആയുധവുമായ പണിമുടക്കം ഒരു ക്രിമിനൽ കുറ്റമായിട്ടാണ് (ചിലപ്പോൾ ഒരു രാഷ്ട്രീയക്കുറ്റമായിട്ടുകൂടിയാണ്) പരിഗണിക്കപ്പെടുന്നതും! സാമ്പത്തികസമരം നടത്തുന്ന തൊഴിലാളികൾ, അതുകൊണ്ട് നമ്മുടെ രാജ്യത്തിലെ പരിതഃസ്ഥിതികളുടെ ഫലമായി രാഷ്ട്രീയപ്രശ്നങ്ങളിലിടപെടാൻ അങ്ങേയറ്റം 'പ്രചോദിതരാ'യിത്തീരുന്നു ഇതിൻഫലമായി ട്രേഡ്യൂണിയനിസത്തേയും സോഷ്യൽഡെമോക്രസിയേയും തമ്മിൽ തമ്മിൽ മാനസികമായി കൂട്ടിക്കുഴയ്ക്കാൻ സോഷ്യൽഡെമോക്രാറ്റുകാരും പ്രചോദിതരായിത്തീരുന്നു (ആദ്യത്തെ 'പ്രചോദനത്തെപ്പറ്റി ഉത്സാഹപൂർവം' ഉരിയാടാറുള്ള ക്രിച്ചേവ്സ്കികളും, മർത്തീനൊവ്മാരും പ്രഭൃതികളും രണ്ടാമത്തെ 'പ്രചോദനത്തെപ്പറ്റി' അറിയുന്നതേയില്ല). 'മുതലാളിമാർക്കും ഗവൺമെന്റിനുമെതിരായ സാമ്പത്തികസമര'ത്തിൽ 99 ശതമാനവും മുഴു

കിക്കിടക്കുന്ന ആളുകളെപ്പറ്റി വാസ്തവത്തിൽ നിങ്ങളൊന്നു ചിന്തിച്ചു നോക്കുക. അവരിൽ ചിലർ തങ്ങളുടെ പ്രവർത്തനകാലത്തിലാകെ (4മുതൽ 6 മാസം വരെയുള്ള കാലത്തിനിടയിൽ) കൂടുതൽ സങ്കീർണ്ണ മായ ഒരു സംഘടനയുടെ ആവശ്യകതയെപ്പറ്റി — വിപ്ലവകാരികളുടേ തായ ഒരു സംഘടനയെപ്പറ്റി — ഒരിക്കലെങ്കിലും ചിന്തിച്ചിട്ടില്ല. മറ്റുചില രാകട്ടെ, ഏറെക്കുറെ വിപുലമായി പ്രചരണം ചെയ്തു കഴിഞ്ഞിട്ടുള്ള ബെർൺഷ്ടൈനിയൻ സാഹിത്യവുമായി പരിചയപ്പെട്ടു കഴിഞ്ഞിരിക്കും; അതിൽനിന്ന് 'രസശ്യൂന്യമായ ദൈനംദിനസമരത്തിന്റെ പുരോഗതി' ക്കുള്ള അനൽപ്പമായ പ്രാധാന്യം അവർക്കു ബോധ്യപ്പെട്ടിട്ടുണ്ടാവും. മൂന്നാമതു ചിലർ 'തൊഴിലാളികളുടെ സമരവുമായി ഏറ്റവും അടുപ്പത്തി ലുള്ള സജീവബന്ധം' പുലർത്തുന്നതിന്റെ — ട്രേഡ്യൂണിയൻ പ്രസ്ഥാ നവും സോഷ്യൽഡെമോക്രാറ്റിക് പ്രസ്ഥാനവും തമ്മിലുള്ള ബന്ധ ത്തിന്റെ — ഒരു മാതൃക ലോകത്തിനു കാട്ടിക്കൊടുക്കാമെന്ന മനോഹര മായ ആശയത്താൽ ആവേശഭരിതരായിത്തീരുന്നു. ഇത്തരമാളുകൾ ഒരു പക്ഷേ വാദിച്ചേക്കും, എത്രത്തോളം കാലം വൈകിയിട്ടാണോ ഒരു രാജ്യം മുതലാളിത്തഘട്ടത്തിലേക്കും തദ്വാരാ തൊഴിലാളി പ്രസ്ഥാനത്തിലേക്കും കാലെടുത്തുകുത്തുന്നത്, അത്രയും കൂടുതൽ അവിടത്തെ സോഷ്യലി സ്റ്റുകാർക്ക് അവിടത്തെ ട്രേഡ്യൂണിയൻ പ്രസ്ഥാനത്തിൽ പങ്കുകൊള്ളു കയും അതിനെ പിന്താങ്ങുകയും ചെയ്യാമെന്ന്, അത്രയും കുറച്ചുമാത്രമേ സോഷ്യൽഡെമോക്രാറ്റുകാരുടേതല്ലാത്ത ട്രേഡ്യൂണിയനുകൾ അവി ടെയുണ്ടാവാനിടയുള്ളുവെന്ന്. ഇത്രത്തോളമേ പറയുന്നുള്ളുവെങ്കിൽ ഈ വാദം തികച്ചും ശരിയാണ്; പക്ഷേ, ചിലർ നിർഭാഗ്യവശാൽ ഇതിലപ്പുറം കടന്ന് സോഷ്യൽഡെമോക്രസിയെ തികച്ചും ട്രേഡ്യൂണിയനിസത്തിൽ ലയിപ്പിക്കണമെന്ന് ധ്വനിപ്പിക്കുന്നു. ഈവക മനോരാജ്യങ്ങൾ നമ്മുടെ സംഘടനാപരമായ പ്ലാനുകൾക്ക് എന്തുപദ്രവമാണ് ചെയ്യുന്നതെന്ന് സെന്റ് പീറ്റേഴ്സ്ബർഗിലെ സമരലീഗിന്റെ നിയമാവലിയുടെ ദൃഷ്ടാന്ത ത്തിൽനിന്ന് താമസിയാതെ നമുക്കു കാണാൻ കഴിയും.

സാമ്പത്തികസമരത്തിനുവേണ്ടിയുള്ള തൊഴിലാളികളുടെ സംഘ ടനകൾ ട്രേഡ്യൂണിയൻ സംഘടനകൾതന്നെയാവണം. ഏതൊരു സോഷ്യൽഡെമോക്രാറ്റിക് തൊഴിലാളിയും കഴിയുന്നത്ര ഈ സംഘട നകളെ സഹായിക്കുകയും അവയ്ക്കകത്ത് സജീവമായി പ്രവർത്തിക്കു കയും ചെയ്യേണ്ടതാണ്; അത് വാസ്തവം തന്നെ. പക്ഷേ, ട്രേഡ്യൂണി യനുകളിൽ മെമ്പർഷിപ്പിനുള്ള അർഹത സോഷ്യൽഡമോക്രാറ്റുകാർക്കു മാത്രമേ പാടുള്ളുവെന്ന് ശഠിക്കുന്നത് നമ്മുടെ താൽപ്പര്യമല്ല; കാരണം, ഇത് ബഹുജനങ്ങളുടെമേലുള്ള നമ്മുടെ സ്വാധീനശക്തിയെ വെട്ടിച്ചുരു ക്കുകമാത്രമാണ് ചെയ്യുക. മുതലാളിമാർക്കും ഗവൺമെന്റിനുമെതിരായ സമരത്തിനുവേണ്ടി യോജിക്കേണ്ടതിന്റെ ആവശ്യകത മനസിലാക്കുന്ന എല്ലാ തൊഴിലാളികളും ട്രേഡ്യൂണിയനുകളിൽ ചേരട്ടെ. ഈ പ്രാഥമി കധാരണയെങ്കിലും സിദ്ധിച്ചിട്ടുള്ള എല്ലാവരേയും ഏകോപിപ്പിക്കാൻ

ട്രേഡ്യൂണിയനുകൾക്ക് കഴിഞ്ഞില്ലെങ്കിൽ, അവ വളരെ വിപുലമായ സംഘടനകളായില്ലെങ്കിൽ, അവയുടെ ലക്ഷ്യംതന്നെ അപ്രാപ്യമായിത്തീരും. എത്രത്തോളം ഈ സംഘടനകൾ കൂടുതൽ വിപുലമാണോ അത്രയും കൂടുതൽ വിപുലമായിരിക്കും നമുക്കവയുടെമേലുള്ള സ്വാധീനശക്തി; ഈ സ്വാധീനശക്തി കേവലം സാമ്പത്തികസമരത്തിന്റെ; 'സ്വയമേവ'യുള്ള വളർച്ചയുടെമാത്രം ഫലമായിരിക്കുകയില്ല; പിന്നെയോ? സോഷ്യലിസ്റ്റ് ട്രേഡ്യൂണിയനംഗങ്ങൾ തങ്ങളുടെ സഖാക്കളുടെമേൽ നേരിട്ടും ബോധപൂർവവുമായി സ്വാധീനം ചെലുത്താൻ ശ്രമിക്കുന്നതിന്റെ ഫലം കൂടിയായിരിക്കും. എന്നാൽ വിപുലമായ ഒരു സംഘടനയ്ക്ക് കർശനമായ രഹസ്യപ്രവർത്തനത്തിന്റെ രീതികളംഗീകരിക്കാൻ സാധ്യമല്ല (കാരണം, രഹസ്യപ്രവർത്തനം നടത്താൻ സാമ്പത്തികസമരത്തിനാവശ്യമുള്ളതിനേക്കാൾ കൂടുതൽ പരിശീലനം ആവശ്യമാണ്). വിപുലമായ ഒരു മെമ്പർഷിപ്പും കർശനമായ രഹസ്യപ്രവർത്തനരീതികളുടെ ആവശ്യകതയും തമ്മിലുള്ള വൈരുധ്യം എങ്ങനെ തീർക്കാം? എങ്ങനെയാണ് നാം ട്രേഡ്യൂണിയനുകളെ കഴിയുന്നത്ര പബ്ലിക്കാക്കുക? പൊതുവിൽ പറയുകയാണെങ്കിൽ ഇതിന് രണ്ടു വഴിയേയുള്ളൂ: ഒന്നുകിൽ ട്രേഡ്യൂണിയനുകൾക്ക് നിയമവിധേയത്വം ലഭിക്കുന്നു (ഇത് ചില രാജ്യങ്ങളിൽ സോഷ്യലിസ്റ്റ് — രാഷ്ട്രീയയൂണിയനുകൾക്ക് നിയമവിധേയത്വം കിട്ടുന്നതിനുമുമ്പുതന്നെ സാധിക്കുന്നു); അല്ലെങ്കിൽ അതിന്റെ സംഘടന രഹസ്യമാക്കിവയ്ക്കുന്നു — പക്ഷേ, അതേസമയം തന്നെ അതു വേണ്ടത്ര 'സ്വതന്ത്ര'വും വ്യക്തമായ രൂപമില്ലാത്തതുമായിരിക്കും ('അയഞ്ഞ സംഘടന' എന്ന് ജർമൻകാർ പറയും) — ഇതിൻഫലമായി ബഹുഭൂരിപക്ഷം മെമ്പർമാരെയും സംബന്ധിച്ചിടത്തോളം രഹസ്യപ്രവർത്തനരീതികൾ മിക്കവാറും അനാവശ്യമായിത്തീരും!

സോഷ്യലിസ്റ്റല്ലാത്തതും 'രാഷ്ട്രീയ'ച്ചുവയില്ലാത്തതുമായ തൊഴിലാളിയൂണിയനുകൾക്കു റഷ്യയിൽ നിയമവിധേയത്വം കിട്ടിത്തുടങ്ങിയിരിക്കുന്നു. അതിവേഗം വളർന്നുവരുന്ന നമ്മുടെ സോഷ്യൽഡെമോക്രാറ്റിക് തൊഴിലാളിപ്രസ്ഥാനത്തിന്റെ ഓരോ പുരോഗമനപരമായ കാൽവെപ്പിന്റേയും ഫലമായി ഈ നിയമവിധേയപരിശ്രമങ്ങൾ വർധിക്കുകയും, അതിനു പ്രോത്സാഹനം ലഭിക്കുകയും ചെയ്യും. ഈ പരിശ്രമങ്ങൾ ഏറിയകൂറും ഇന്നു നടത്തുന്നതു നിലവിലുള്ള വ്യവസ്ഥയെ പിന്താങ്ങുന്നവർതന്നെയാണ്; പക്ഷേ, തൊഴിലാളികളിൽനിന്നുതന്നെയും ലിബറൽ ബുദ്ധിജീവികളിൽനിന്നും കൂടി അത്തരം പരിശ്രമങ്ങൾ പുറപ്പെടും. വസീല്യെവ്മാരും സുബാത്തൊവ്[83]മാരും നിയമവിധേയത്വത്തിന്റെ പതാക നിവർത്തിക്കഴിഞ്ഞു. ഓസെറൊവ്മാരും വോർമ്സ്മാരും അതിനു പിന്തുണ വാഗ്ദാനം ചെയ്തിരിക്കുന്നു; പുതിയ പ്രവണതയുടെ അനുയായികളെ തൊഴിലാളികൾക്കിടയിൽതന്നെ കാണാം. ഇനിമുതൽ ഈ പ്രവണതയെ നാം ഗൗനിച്ചേ മതിയാവൂ. എങ്ങനെ നാമിതിനെ ഗൗനിക്കും? ഇതുസംബന്ധിച്ചു സോഷ്യൽഡെമോക്രാറ്റുകാർക്കിടയിൽ രണ്ടു

പക്ഷമുണ്ടാവാൻ പാടില്ലതന്നെ. സുബാത്തൊാവ്മാരും വസീല്യെവ്മാരും, പൊലീസുകാരും പുരോഹിതന്മാരും ഈ പ്രസ്ഥാനത്തിൽ വഹിക്കുന്ന പങ്ക് നാം ഇടതടവില്ലാതെ തുറന്നുകാട്ടണം; അവരുടെ യഥാർഥ ഉദ്ദേശ്യങ്ങളെന്താണെന്ന് തൊഴിലാളികൾക്കു വിശദീകരിച്ചുകൊടുക്കണം. തൊഴിലാളികളുടെ നിയമവിധേയയോഗങ്ങളിൽ ലിബറൽ രാഷ്ട്രീയനേതാക്കൾ തട്ടിമൂളിക്കാറുള്ള പ്രസംഗങ്ങളിലെ അനുരഞ്ജനപരവും "യോജിപ്പു"മയവുമായ ചില വ്യംഗ്യങ്ങളുടെ ഉള്ളുകള്ളിയും നാം തുറന്നുകാട്ടണം; സമാധാനപരമായ വർഗസഹകരണത്തിന്റെ അഭിലഷണീയതയിലുള്ള ആത്മാർഥമായ ഉത്തമവിശ്വാസംകൊണ്ടാണോ ഇവരിങ്ങനെ പ്രസംഗിക്കുന്നത്; അതോ മുതലാളിമാരെ കാക്കപിടിക്കാൻവേണ്ടി മാത്രമോ, അതോ കേവലം വഷളത്തത്തിന്റെ പ്രകടനം മാത്രമാണോ അത്, എന്നുള്ളതെല്ലാം അപ്രധാനമാണ്. അത്തരം പരസ്യയോഗങ്ങളിലും, അനുവദിക്കപ്പെട്ട സംഘടനകളിലും പൊലീസു വന്നു നുഴഞ്ഞുകയറി ആരാരെല്ലാമാണ് 'തീവിഴുങ്ങികൾ' എന്നു കണ്ടുവെച്ചേക്കുമെന്നും, നിയമവിധേയസംഘടനകളിലൂടെ അവർ നിയമവിരുദ്ധസംഘടനകൾക്കകത്തു ഞങ്ങളുടെ ചാരന്മാരെ കടത്തിവിടാൻ ശ്രമിച്ചേക്കുമെന്നും, അതുകൊണ്ട് പൊലീസിന്റെ കെണികൾ സൂക്ഷിക്കണമെന്നും നാം തൊഴിലാളികൾക്കു താക്കീതുകൊടുക്കുകകൂടി വേണം.

എന്നാൽ, ഇതെല്ലാം ചെയ്യുന്ന അവസരത്തിൽതന്നെ തൊഴിലാളിപ്രസ്ഥാനത്തിനു നിയമവേധയത്വം ലഭിക്കുന്നതുകൊണ്ടു കാലക്രമേണ മെച്ചമുള്ളതു നമുക്കുതന്നെയാണെന്നും, സുബാത്തൊാവ്മാർക്കല്ലെന്നും നാം വിസ്മരിക്കാൻ പാടില്ലാത്തതാകുന്നു. എന്നല്ല നമ്മുടെ തുറന്നുകാട്ടൽ ഗോതമ്പുചെടികൾക്കിടയിൽനിന്നു കള വേർതിരിക്കാൻ നമുക്കു സഹായകമാവുകയും ചെയ്യും. കള എന്നുവെച്ചാൽ എന്താണെന്നു ഞങ്ങൾ സൂചിപ്പിച്ചുകഴിഞ്ഞല്ലോ. ഗോതമ്പെന്നു പറഞ്ഞതുകൊണ്ട് ഞങ്ങളുദ്ദേശിക്കുന്നത് പിന്നണിയിൽ കിടക്കുന്ന വിഭാഗങ്ങളുൾപ്പെടെ അധികമധികം തൊഴിലാളികളുടെ ശ്രദ്ധയെ സാമൂഹ്യ-രാഷ്ട്രീയ പ്രശ്നങ്ങളിലേക്കാകർഷിക്കാനും മൗലികമായി നോക്കിയാൽ നിയമവിധേയപ്രവർത്തനത്തിലുൾപ്പെടുന്ന കടമകളിൽനിന്ന് (ഉദാ: നിയമവിധേയപുസ്തകങ്ങൾ വിതരണം ചെയ്യുക, പരസ്പരസഹായം, മറ്റും, മറ്റും) വിപ്ലവകാരികളായ നമുക്കു വിട്ടുനിൽക്കാനും കിട്ടുന്ന സന്ദർഭത്തെയാണ്. പ്രക്ഷോഭത്തിനാവശ്യമായ ധാരാളം സംഗതികൾ നമുക്ക് ഈ പ്രവർത്തനത്തിൽനിന്നു നിശ്ചയമായും ലഭിക്കും. ഈ അർഥത്തിൽ നമുക്ക് സുബാത്തൊാവ്മാരോടും ഓസെറൊവ്മാരോടും പറയാം, നാം പറയണംതാനും: വിടരുത്, മാന്യന്മാരേ! നിങ്ങളാൽ കഴിയുന്നതുചെയ്യുക! തുറന്ന പ്രകോപനംകൊണ്ടോ, 'സ്ട്രൂവിസ'[84]ത്തിന്റെ സഹായത്തോടുകൂടി തൊഴിലാളികളെ 'ആത്മാർഥമായി' കബളിപ്പിച്ചുകൊണ്ടോ അവരുടെ മാർഗത്തിൽ നിങ്ങൾ കെണിവെക്കുകയാണെങ്കിൽ, നിങ്ങളുടെ കള്ളി ഞങ്ങൾ തുറന്നുകാട്ടുമെന്നുള്ളത് കണിശമാണ്. പക്ഷേ, വല്ലപ്പോഴും നിങ്ങൾ യഥാർഥ

ത്തിൽ പുരോഗമനപരമായ ഒരു കാൽവെപ്പുവെക്കുമെങ്കിൽ — അത്ര തന്നെ പേടിച്ചുകൊണ്ടും ചാഞ്ചാടിക്കൊണ്ടുള്ളതായാലും ശരി — ഞങ്ങൾ പറയും: ദയവുചെയ്ത് ആ വഴിക്കുതന്നെ പോവുക! യഥാർഥത്തിൽ പുരോഗമനപരമായ കാൽവെപ്പെന്ന് പറഞ്ഞാലോ, തൊഴിലാളികളുടെ പ്രവർത്തനരംഗത്തെ യഥാർഥത്തിൽ (കുറച്ചായാലും ശരി) വികസിപ്പിക്കുന്ന ഒരു കാൽവെപ്പായിരിക്കണം. അത്തരത്തിലുള്ള ഓരോ വികസനവും നമുക്ക് ഗുണകരമായിരിക്കും; പൊലീസേജന്റന്മാർക്ക് സോഷ്യലിസ്റ്റുകാരെ വേട്ടയാടാനുള്ള രംഗങ്ങളാവുന്നതിനുപകരം സോഷ്യലിസ്റ്റുകാർക്ക് അനുയായികളെ തേടിപ്പിടിക്കാനുള്ള രംഗങ്ങളാകത്തക്കവിധത്തിലുള്ള നിയമവിധേയസംഘടനകളുടെ ആഗമനത്തെ അതു ത്വരിതപ്പെടുത്തും. ചുരുക്കത്തിൽ, കളയെല്ലാം വെട്ടിയും പറിച്ചും കളയുകയെന്നതാണ് നമ്മുടെ കടമ. പൂച്ചട്ടികളിലുള്ള ഗോതമ്പുകൃഷി നമ്മുടെ ഏർപ്പാടല്ല. നാം കളയെല്ലാം പറിച്ചുനീക്കി ഗോതമ്പുചെടികൾക്കു വളരാൻ വയലിനെ ശുദ്ധീകരിച്ചുകൊടുക്കുന്നു. അഫനാസിയ് ഇവാനൊവിച്ചുമാരും പുൽഹേരിയ ഇവാനൊവ്നകളും[85] അവരുടെ പൂച്ചട്ടികളിലുള്ള സസ്യങ്ങളെ താലോലിച്ചുകൊണ്ടിരിക്കുമ്പോൾ, നമുക്ക് ഇന്നത്തെ ഈ കളയെല്ലാം വെട്ടിക്കളയുവാൻ മാത്രമല്ല, നാളത്തെ ഗോതമ്പ് കൊയ്തെടുക്കുന്നതിനു കൂടിയുള്ള അരിവാളുകൾ സജ്ജീകരിക്കണം.*

അപ്പോൾ, കഴിയുന്നത്ര പരസ്യവും വിപുലമായ ഒരു ട്രേഡ്യൂണിയൻ സംഘടന സൃഷ്ടിക്കുകയെന്ന പ്രശ്നത്തിനു നിയമവിധേയത്വം പരിഹാരമാവുകയില്ല (എങ്കിലും, അങ്ങനെയുള്ള ഒരു പരിഹാരത്തിനു കൂടി ചെറിയൊരവസരം സുബാത്തൊവ്മാരും ഓസെറൊവ്മാരും തരുമെങ്കിൽ നാം വളരെ സന്തോഷിക്കും — അതിനുവേണ്ടി നാമവരോട് ആവുന്നത്ര അക്ഷീണമായി പോരാടുകയും വേണം!). രഹസ്യമായി ട്രേഡ്യൂണിയനുകൾ സംഘടിപ്പിക്കുകയെന്ന മാർഗം മാത്രമാണിപ്പോൾ അവശേഷിക്കുന്നത്; ഈ മാർഗമനുവർത്തിക്കാൻ ഇതിനകംതന്നെ തൊഴി

---

* കള പറിച്ചുനീക്കാനുള്ള *ഇസ്ക്ര*യുടെ ക്യാമ്പെയിനിൽ അരിശംകൊണ്ട *റബോച്ചെയെ ദെ്യലൊ* ഇങ്ങനെ എഴുതുകയുണ്ടായി. "(വസന്തകാലത്തെ) മഹൽസംഭവങ്ങളല്ല തൊഴിലാളി പ്രസ്ഥാനത്തെ നിയമവിധേയമാക്കാൻ സുബാത്തൊവിന്റെ ഏജന്റന്മാർ നടത്തുന്ന വിഫലശ്രമങ്ങളാണ് *ഇസ്ക്ര*യെസംബന്ധിച്ചിടത്തോളം കാലത്തിന്റെ ചൂണ്ടുപലകകളായിത്തീർന്നിരിക്കുന്നത്. തങ്ങൾ പറയുന്നത് തെറ്റാണെന്നാണ് ഈ വസ്തുതകൾ തെളിയിക്കുന്നതെന്ന കാര്യം അതു കാണുന്നില്ല. ഗവൺമെന്റിന്റെ കണ്ണിൽ തൊഴിലാളിപ്രസ്ഥാനം ഭയാനകമായ വിധത്തിൽ വളർന്നിരിക്കുന്നുവെന്നാണവ കാണിക്കുന്നത്" ('രണ്ടു കോൺഗ്രസുകൾ,' പേജ് 27). 'ജീവിതത്തിന്റെ അടിയന്തിരാവശ്യങ്ങളെ ചെവിക്കൊള്ളാൻ തയാറല്ലാത്ത' മാമൂൽപ്രിയന്മാരുടെ 'ഡോഗ്മാറ്റിസ'മാണ് ഇതിനെല്ലാം ഉത്തരവാദിത്വം വഹിക്കേണ്ടത്. മൂന്നാലടിപ്പൊക്കത്തിൽ നിൽക്കുന്ന ഗോതമ്പു ചെടികൾ കാണാൻ അവർ കൂട്ടാക്കുന്നേയില്ല; എന്നിട്ട് ഒരിഞ്ചോളം വളർന്നു നിൽക്കുന്ന കളകളോടാണ് അവരുടെ യുദ്ധം! 'റഷ്യൻ തൊഴിലാളിപ്രസ്ഥാനത്തെ സംബന്ധിച്ചുണ്ടായിരിക്കേണ്ട കാഴ്ചപ്പാടിന്റെ ഒരു വികൃതരൂപ'ത്തെയല്ലേ ('രണ്ടു കോൺഗ്രസുകൾ,' പേജ് 27) ഇത് വെളിവാക്കുന്നത്?

ലാളികൾ സമാരംഭിച്ചിട്ടുണ്ടെന്ന് നമുക്ക് വ്യക്തമായി അറിയാവുന്നതാണല്ലോ; ആ സ്ഥിതിക്ക് നാം അവർക്ക് എല്ലാവിധ സഹായങ്ങളും ചെയ്തുകൊടുക്കുകതന്നെ വേണം. ട്രേഡ്‌യൂണിയൻ സംഘടനകളെക്കൊണ്ടു സാമ്പത്തികസമരം വളർത്തുന്നതിലും ഉറപ്പിക്കുന്നതിലും മാത്രമല്ല വമ്പിച്ച പ്രയോജനമുണ്ടാവുക; രാഷ്ട്രീയപ്രക്ഷോഭത്തിനും വിപ്ലവസംഘടനയ്ക്കും ഒരു പ്രധാനപോഷകശക്തിയായിട്ടുകൂടി അവതീരാം. ഈ ഉദ്ദേശ്യം നിർവഹിക്കാനും, ശൈശവാവസ്ഥയിലുള്ള ട്രേഡ്‌യൂണിയൻ പ്രസ്ഥാനത്തെ സോഷ്യൽഡെമോക്രാറ്റുകാർ ആഗ്രഹിക്കുന്ന ലക്ഷ്യത്തിലേക്കു നയിക്കാനും നമുക്കു കഴിയണമെങ്കിൽ, സെന്റ് പീറ്റേഴ്സ് ബർഗിലെ സാമ്പത്തികസമരവാദികൾ കഴിഞ്ഞ അഞ്ചുകൊല്ലമായി താലോലിച്ചുപോന്ന സംഘടനാപരമായ പ്ലാനുകളുടെ ഭോഷത്വം ആദ്യമേതന്നെ നാം തികച്ചും മനസിലാക്കണം. ആ പ്ലാൻ 1897 ജൂലായിലെ 'തൊഴിലാളിരക്ഷാഫണ്ടിന്റെ നിയമാവലി'യിലും ('ലിസ്തോക്ക് റബൊത്നിക്ക,' ലക്കം 9–10, പേജ് 46, *റബോച്ചയ മിസ്ല്*, ലക്കം 1), 1900 ഒക്ടോബറിലെ 'ഒരു ട്രേഡ്‌യൂണിയൻ തൊഴിലാളി സംഘടനയ്ക്കുള്ള നിയമാവലി'യിലും വിവരിച്ചിട്ടുണ്ട് (രണ്ടാമത്തേത് സെന്റ് പീറ്റേഴ്സ് ബർഗിൽ പ്രസിദ്ധീകരിച്ച ഒരു പ്രത്യേകലഘുലേഖയാണ്; *ഇസ്ക്ര*യുടെ 1–ാം ലക്കത്തിൽ അതേപ്പറ്റി പരാമർശിച്ചിട്ടുണ്ട്) ഈ രണ്ടു നിയമാവലികളിലുമുള്ള അടിസ്ഥാനപരമായ തെറ്റ്. അവ രണ്ടും കണിശമായി തീരുമാനിച്ച ഒരു ചട്ടക്കൂടിൽ വിപുലമായ ഒരു തൊഴിലാളിസംഘടന രൂപീകരിക്കാനൊരുമ്പെടുകയും അതിനെ വിപ്ലവകാരികളുടെ സംഘടനയായി തെറ്റിദ്ധരിക്കുകയും ചെയ്യുന്നുവെന്നതാണ്. രണ്ടാമതു പറഞ്ഞ നിയമാവലി കൂടുതൽ സവിസ്തരമായി രൂപവൽക്കരിച്ചിട്ടുള്ളതുകൊണ്ട് അതിനെ നമുക്കു പരിശോധിക്കുക. ഒട്ടാകെ അതിൽ അമ്പത്തിരണ്ടു ഖണ്ഡികകളുണ്ട്. ഇരുപത്തിമൂന്നു ഖണ്ഡികകൾ ഘടനയെപ്പറ്റിയും, കാര്യാലോചനകൾ നടത്തേണ്ട രീതിയെപ്പറ്റിയും, 'തൊഴിലാളിസർക്കിളു'കളുടെ അധികാരങ്ങളെപ്പറ്റിയും ആണ് പ്രതിപാദിക്കുന്നത്. ഈ സർക്കിളുകളിൽ ഓരോ ഫാക്ടറിയിലും സംഘടിപ്പിക്കണം ('പത്താളുകളിലധികം ഉണ്ടാവരുത്'); ഇവയാണ് 'കേന്ദ്ര (ഫാക്ടറി) ഗ്രൂപ്പുകൾ' തെരഞ്ഞെടുക്കുക. കേന്ദ്രഗ്രൂപ്പ്, അതാതു ഫാക്ടറിയിലോ വർക്ക്ഷോപ്പിലോ നടക്കുന്നതെല്ലാം നോട്ടു ചെയ്യുകയും, സംഭവങ്ങളുടെ ഒരു റിക്കാർഡു സൂക്ഷിക്കുകയും ചെയ്യുന്നു (2–ാം ഖണ്ഡിക). 'കേന്ദ്രഗ്രൂപ്പ് വരിക്കാർക്കു മാസംതോറും ഫണ്ടിന്റെ നിലയെസംബന്ധിച്ച് ഒരു റിപ്പോർട്ടു സമർപ്പിക്കുന്നു' (17–ാം ഖണ്ഡിക), മറ്റും, മറ്റും. പത്തുഖണ്ഡികകൾ 'ഡിസ്ട്രിക്ട് സംഘടന'യെപ്പറ്റിയാണ് പ്രതിപാദിക്കുന്നത്; പത്തൊമ്പതു ഖണ്ഡികകൾ 'തൊഴിലാളിസംഘടനാക്കമ്മിറ്റി'യും 'സെന്റ് പീറ്റേഴ്സ്ബർഗ് സമരലീഗിന്റെ കമ്മിറ്റി'യും തമ്മിലുള്ള അങ്ങേയറ്റം സങ്കീർണമായ ബന്ധത്തെക്കുറിച്ചു പ്രതിപാദിക്കുന്നു (ഓരോ ജില്ലയിൽനിന്നും 'എക്സിക്യൂട്ടീവ് ഗ്രൂപ്പുകളി'ൽനിന്നും — എന്നുവെച്ചാൽ, 'പ്രചാരകഗ്രൂപ്പുകൾ, സംസ്ഥാനങ്ങളും വിദേശസം

ഘടനയുമായി ബന്ധംവയ്ക്കാനുള്ള ഗ്രൂപ്പുകൾ, സ്റ്റോറുകളുടെ മാനേജുമെന്റിനും പ്രസിദ്ധീകരണങ്ങൾക്കും ഫണ്ടിനുമുള്ള ഗ്രൂപ്പുകൾ' ഇവയിൽനിന്നെല്ലാം — പ്രതിനിധികൾ തെരഞ്ഞെടുക്കുന്നു).

സോഷ്യൽഡെമോക്രസി എന്നുവെച്ചാൽ തൊഴിലാളികളുടെ സാമ്പത്തികസമരവുമായി ബന്ധംവയ്ക്കാനുള്ള 'എക്സിക്യൂട്ടീവ് ഗ്രൂപ്പുകളാ'ണുപോലും! സാമ്പത്തികസമരവാദികളുടെ ആശയങ്ങൾ സോഷ്യൽഡെമോക്രസിയിൽനിന്നു ട്രേഡ്‌യൂണിയനിസത്തിലേക്കു പാളിപ്പോകുന്നതെങ്ങനെയെന്നും, തൊഴിലാളിവർഗത്തിന്റെ മോചനസമരത്തെ ഒന്നായി നയിക്കാൻ കെൽപ്പുള്ള വിപ്ലവകാരികളുടെ ഒരു സംഘടന കെട്ടിപ്പടുക്കലാണ് ഒരു സോഷ്യൽഡെമോക്രാറ്റിന്റെ പ്രഥമവും പ്രധാനവുമായ കടമയെന്ന ആശയം അവർക്കെത്ര മാത്രം ദഹിക്കാത്തതാണെന്നുമുള്ളതിന് ഇതിനേക്കാൾ പ്രത്യക്ഷമായ ഒരു ദൃഷ്ടാന്തം കാണാൻ ഞെരുക്കമുണ്ട്. 'തൊഴിലാളിവർഗത്തിന്റെ രാഷ്ട്രീയമോചനത്തെ'ക്കുറിച്ചും 'സാറിസ്റ്റ് സ്വേച്ഛാധിപത്യ'ത്തിനെതിരായ സമരത്തെക്കുറിച്ചും സംസാരിക്കുന്നതോടൊപ്പംതന്നെ ഇത്തരം നിയമങ്ങൾ ഇവർ തയാറാക്കുന്നതിനർഥം സോഷ്യൽഡെമോക്രസിയുടെ യഥാർഥരാഷ്ട്രീയകടമകളെന്തെന്ന് ഇവർക്കു ലവലേശം മനസിലായിട്ടില്ലെന്നാണ്. റഷ്യൻ ഏകാധിപത്യഭരണത്തിന്റെ ഓരോ വശത്തേക്കുറിച്ചും, റഷ്യയിലെ വിവിധ സാമൂഹ്യവർഗങ്ങളുടെ നിലപാടുകളെക്കുറിച്ചും പ്രതിപാദിക്കുന്ന രാഷ്ട്രീയ പ്രക്ഷോഭം ആവുന്നിടത്തോളം വിപുലമായതോതിൽ ബഹുജനങ്ങൾക്കിടയിൽ നടത്തേണ്ടതിന്റെ ആവശ്യകത ഇവരുടെ തലയിൽ അൽപ്പംപോലും ഉദിച്ചിട്ടുണ്ടെന്നതിന് ഈ അമ്പതിൽപ്പരം ഖണ്ഡികകളിൽ ഒരിടത്തും ഒരു തെളിവും ഇല്ല. രാഷ്ട്രീയലക്ഷ്യങ്ങൾ പോകട്ടെ; ട്രേഡ്‌യൂണിയൻ ലക്ഷ്യങ്ങൾ സാധിക്കാൻപോലും ഇത്തരം നിയമങ്ങളെക്കൊണ്ടു യാതൊരു പ്രയോജനവുമില്ല; കാരണം, അതിനു തൊഴിലിനെ ആസ്പദിച്ചുകൊണ്ടുള്ള ഒരു സംഘടനയാണാവശ്യം. ഈ നിയമാവലിയിലാകട്ടെ, അതു സംബന്ധിച്ച് ഒരൊറ്റ സൂചനപോലും കാണ്മാനില്ല.

എന്നാൽ, ഈ 'വ്യവസ്ഥ'യിലുടനീളമുള്ള വിചിത്രമായ സങ്കീർണസ്വഭാവമാണ് ഒരു പക്ഷേ, ഇവർക്കേറ്റവും അനുഗുണമായിരിക്കുന്നത്. നീക്കുപോക്കില്ലാത്തവിധം ഐകരൂപ്യമുള്ളതും പരിഹാസ്യമാംവിധം നിസ്സാരവുമായ കുറെ നിയമങ്ങളുടെ ഒരു ചങ്ങലകൊണ്ടും, മൂന്നു പതനത്തിനുള്ള ഒരു തെരഞ്ഞെടുപ്പുകൊണ്ടും ഓരോ ഫാക്ടറിയേയും അതിന്റെ 'കമ്മിറ്റി'യോടു കൂട്ടിനിർത്താനുള്ള ഒരു ശ്രമമാണിതിലുള്ളത്. സാമ്പത്തികസമരവാദത്തിന്റെ സങ്കുചിതവീക്ഷണത്താൽ ഇടുങ്ങിപ്പോയ മനസ്സ് നൂലാമാലയായ വ്യവസ്ഥകളെക്കൊണ്ടും ഉദ്യോഗസ്ഥമേധാവിത്വം കൊണ്ടും മലീമസമായ വെറും നുള്ളുനുറുങ്ങുകളിൽ സ്വയം ലയിച്ച് അധഃപതിച്ചുപോകുന്നു. പ്രായോഗികമായി നിശ്ചയമായും ഈ വകുപ്പുകളിൽ മുക്കാൽഭാഗവും ഒരിക്കലും നടപ്പിൽവരുത്തുന്നതേയില്ല; എന്നല്ല, നേരെമറിച്ച് ഇത്തരമൊരു 'ഗൂഢാലോചനാ' സംഘം അതിന്റെ കേന്ദ്ര

ഗ്രൂപ്പിനെ ഓരോ ഫാക്ടറിയിലും പ്രതിഷ്ഠിക്കുന്നതിന്റെ ഫലമായി പൊലീസിന് വളരെ എളുപ്പത്തിൽ വൻതോതിലുള്ള ആക്രമണങ്ങൾ നടത്താൻ സാധിക്കുന്നു. നമ്മുടെ പോളിഷ് സഖാക്കൾ അവരുടെ പ്രസ്ഥാനത്തിൽ ഇത്തരമൊരു ഘട്ടത്തെ ഇതിനകംതന്നെ തരണം ചെയ്തുകഴിഞ്ഞിട്ടുണ്ട്. തൊഴിലാളികളുടെ ഫണ്ട് വിപുലമായ തോതിൽ സംഘടിപ്പിക്കുന്നതിനെ സംബന്ധിച്ച് അവർക്കെല്ലാവർക്കും വലിയ ഉത്സാഹമായിരുന്നു; പക്ഷേ, അത്തരം സംഘടനകൾ പൊലീസിന് ഒന്നാംതരം അവസരങ്ങൾ സൃഷ്ടിച്ചുകൊടുക്കുകയേ ചെയ്യുന്നുള്ളുവെന്ന് അവർക്കു ബോധ്യപ്പെട്ടതോടുകൂടി ആവക മനോരാജ്യങ്ങൾ അവർ ഉപേക്ഷിച്ചു. വിപുലമായ അറസ്റ്റുകളല്ല, വിപുലമായ തൊഴിലാളിസംഘടനകളാണ് നമുക്കാവശ്യമെങ്കിൽ — പൊലീസിനെ തൃപ്തിപ്പെടുത്തലല്ല നമ്മുടെ ഉദ്ദേശ്യമെങ്കിൽ — ഈ സംഘടനകളെല്ലാം തികച്ചും അയഞ്ഞ സംഘടനകളായിരിക്കണം. പക്ഷേ, അത്തരം സംഘടനകൾക്കു പ്രവർത്തിക്കാൻ കഴിയുമോ? ശരി, ഈ പ്രവൃത്തികളിലേക്ക് നമുക്കൊന്നു കണ്ണോടിക്കാം; "ഫാക്ടറിക്കകത്തു നടക്കുന്നതെല്ലാം നോട്ടുചെയ്യുകയും, സംഭവങ്ങളുടെ ഒരു റിക്കാർഡു സൂക്ഷിക്കുകയും ചെയ്യുക" (നിയമാവലിയിലെ 2-ാം ഖണ്ഡിക). ഇതിനു നമുക്ക് പ്രത്യേകം ഒരു ഗ്രൂപ്പ് ആവശ്യമുണ്ടോ? ഈ ഉദ്ദേശ്യം നിയമവിരുദ്ധപത്രങ്ങളിൽ പ്രസിദ്ധീകരിക്കുന്ന കത്തുക്കൾ മുഖേനയും പ്രത്യേകം ഗ്രൂപ്പുകൾ ഇതിനായി രൂപീകരിക്കാതെയും സാധിക്കുന്നതായിരിക്കില്ലേ കൂടുതൽ ഉത്തമം? "..... വർക്കുഷോപ്പുകളിലെ തങ്ങളുടെ സ്ഥിതി നന്നാക്കാനുള്ള തൊഴിലാളിസമരങ്ങളെ നയിക്കുക" (നിയമാവലിയിലെ 3-ാം ഖണ്ഡിക). ഇതിനു പ്രത്യേകമൊരു ഗ്രൂപ്പിന്റെ ആവശ്യമില്ല. കുറച്ചെങ്കിലും ബുദ്ധിയുള്ള ഏതൊരു പ്രക്ഷോഭകനും തൊഴിലാളികൾ ഉന്നയിക്കാനാഗ്രഹിക്കുന്ന ആവശ്യങ്ങളെന്തെല്ലാമാണെന്ന് സാധാരണ സംഭാഷണത്തിൽനിന്നു മനസിലാക്കാൻ സാധിക്കും; എന്നിട്ട് ആ വിവരങ്ങൾ ഒരു ലഘുലേഖമുഖേന ക്രോഡീകരിക്കാൻ വിപ്ലവകാരികളുടേതായ ഒരു ചെറിയ സംഘടനയെ (വിപുലമായ ഒരു സംഘടനയെയല്ല) ഏൽപ്പിക്കാനും സാധിക്കും. ".... ഒരു ഫണ്ടു സംഘടിപ്പിക്കുക... അതിലേക്ക് ഒരു റൂബിളിനു രണ്ടുകോപ്പക്ക് വീതം വരിപിരിക്കണം" (9-ാം ഖണ്ഡിക).... ഫണ്ടിന്റെ നില സംബന്ധിച്ചു വരിക്കാർക്ക് മാസംതോറും റിപ്പോർട്ടുകൊടുക്കുക (17-ാം ഖണ്ഡിക).... വരിസംഖ്യ അടയ്ക്കാത്ത അംഗങ്ങളെ പുറത്താക്കുക (10-ാം ഖണ്ഡിക) മറ്റും, മറ്റും. അയ്യ! പൊലീസിന് ഇതുതനി സ്വർഗമായിരിക്കും; കാരണം, 'കേന്ദ്രഫാക്ടറിഫണ്ടി'ന്റെ ആ ഭയങ്കരരഹസ്യങ്ങളിലേക്കു കടന്നുചെല്ലാനും, പണമെല്ലാം കണ്ടുകെട്ടാനും, ഏറ്റവും നല്ല മെമ്പർമാരെ അറസ്റ്റുചെയ്യാനും ഇതിലും നല്ല മാർഗം അവർക്കു വേറെ കിട്ടുകയില്ല. വേണ്ടപ്പെട്ടവർക്കെല്ലാം അറിയുന്നതും വേണ്ടാത്തവരെ ഒഴിച്ചുനിർത്തുന്നതും, വളരെ ഗോപ്യവുമായ ഒരു സംഘടനയുടെ ഔദ്യോഗികമുദ്രയോടുകൂടിയ ഒരു കോപ്പക്കിന്റെയോ രണ്ടു കോപ്പിക്കന്റെയോ കൂപ്പണുകൾ വിതരണംചെ

യ്യുന്നതല്ലേ ഇതിലും സുഖകരമായിരിക്കുക! അല്ലെങ്കിൽ യാതൊരു കൂപ്പണും ഇല്ലാതെതന്നെ പിരിവുകൾ നടത്തി, രഹസ്യപത്രത്തിൽ മുൻ ധാരണയനുസരിച്ചുള്ള ഒരു കോഡുഭാഷയിൽ അതു റിപ്പോർട്ടുചെയ്താൽ പോരെ? ഉദ്ദേശ്യം ആ വിധത്തിൽ സാധിച്ചുകൊള്ളും; പക്ഷേ, പൊലീസിന് ഇതിന്റെ വാലും തുമ്പും പിടികിട്ടാൻ നൂറിരട്ടി പ്രയാസമുണ്ടാവുകയും ചെയ്യും.

ഇങ്ങനെ ഈ നിയമാവലിയെ ഇനിയും എനിക്കു വിശകലനം ചെയ്തുപോകാം; പക്ഷേ, ഇത്രയും പറഞ്ഞാൽ മതിയാവുമെന്നു ഞാൻ വിശ്വസിക്കുന്നു. വിശ്വസ്തരും, പഴക്കവും തഴക്കവും സിദ്ധിച്ചവരും, സുശിക്ഷിതരുമായ ഏതാനും തൊഴിലാളികളുടെ ഒരു ഗ്രൂപ്പ്; പ്രധാന ജില്ലകളിലെല്ലാം അതിന് ഉത്തരവാദപ്പെട്ട ഏജന്റന്മാരുണ്ടായിരിക്കുക; കർശനമായ രഹസ്യപ്രവർത്തനത്തിന്റെ എല്ലാ നിയമങ്ങൾക്കും അനുയോജ്യമായവിധത്തിൽ വിപ്ലവകാരികളുടെ സംഘടനയുമായി അതിനു ബന്ധമുണ്ടായിരിക്കുക; ബഹുജനങ്ങളുടെ വിപുലമായ പിൻബലം അതിനുണ്ടാവുക; എന്നാൽ ഔപചാരികമായ സംഘടനയൊന്നും ഇല്ലാതിരിക്കുകയും ചെയ്യുക — ഇങ്ങനെയൊരു സംഘടനയ്ക്ക് ഒരു ട്രേഡ്‌യൂണിയൻ സംഘടനയുടെ എല്ലാ പ്രവൃത്തികളും നിർവഹിക്കാൻ കഴിയുമെന്നു മാത്രമല്ല, സോഷ്യൽഡെമോക്രാറ്റുകാർ ആഗ്രഹിക്കുന്ന രീതിയിൽ അവയെ നിർവഹിക്കാൻകൂടി കഴിയും. ഇങ്ങനെമാത്രമേ പൊലീസിനെ കൂട്ടാക്കാതെ ഒരു സോഷ്യൽഡെമോക്രാറ്റിക് ട്രേഡ്‌യൂണിയൻ പ്രസ്ഥാനത്തെ ഭദ്രമായി ഉറപ്പിക്കാനും വളർത്താനും നമുക്ക് കഴിയുകയുള്ളു.

വ്യക്തമായ ഒരു രൂപംപോലും അതിനില്ല; പട്ടികയിൽ പേരുചേർത്ത രജിസ്റ്റർചെയ്ത മെമ്പർഷിപ്പും അതിനില്ല — ഇത്രയും അയഞ്ഞ സംഘടന ഒരു സംഘടനയെന്ന പേരുതന്നെ അർഹിക്കുന്നില്ലെന്ന് ആക്ഷേപം ഉയർന്നേക്കാം. അതു വളരെ ശരിയുമായിരിക്കാം. ഞാൻ പേരുകൾക്കു വേണ്ടിയല്ല ശാഠ്യം പിടിക്കുന്നത്. പക്ഷേ, ഈ 'മെമ്പർഷിപ്പില്ലാത്ത സംഘടന'കൊണ്ട് നമ്മുടെ എല്ലാ ആവശ്യങ്ങളും നടക്കും; ഭാവിയിലെ നമ്മുടെ ട്രേഡ്‌യൂണിയനുകളും സോഷ്യലിസവും തമ്മിലുണ്ടാകേണ്ട അഭേദ്യ ബന്ധത്തെ ആദ്യംമുതൽക്കേ ഇത് ഉറപ്പിക്കുകയും ചെയ്യും. തെരഞ്ഞെടുപ്പുകളും, റിപ്പോർട്ടുകളും, എല്ലാവർക്കും വോട്ടും, മറ്റും, മറ്റുമടങ്ങിയ ഒരു വിപുലമായ സംഘടന ഈ ഏകാധിപത്യഭരണത്തിൻകീഴിൽ വേണമെന്ന് അതിഭയങ്കരനായ ഒരു ദിവാസ്വപ്നക്കാരൻ മാത്രമേ ആവശ്യപ്പെടുകയുള്ളു.

ഇതിൽനിന്നുള്ള പാഠം വളരെ എളുപ്പത്തിൽ പഠിക്കാവുന്നതാണ്. വിപ്ലവകാരികളുടെ ഒരു സുശക്തസംഘടനയാകുന്ന ഉറച്ച അസ്തിവാരത്തിന്മേൽനിന്നു നാം തുടങ്ങുന്നപക്ഷം പ്രസ്ഥാനത്തിന്റെയാകെ ഭദ്രതയെ സംബന്ധിച്ചിടത്തോളം നമുക്കുറപ്പിച്ചിരിക്കാൻ കഴിയും; സോഷ്യൽഡെമോക്രസിയുടേയും ട്രേഡ്‌യൂണിയനിസത്തിന്റേയും രണ്ടിന്റേയും ലക്ഷ്യങ്ങൾ നമുക്കു നിർവഹിക്കാനും കഴിയും. എന്നാൽ നേരെമറിച്ച്, ബഹു

ജനങ്ങൾക്ക് ഏറ്റവുമധികം 'പ്രവേശനമനുവദിക്കുന്ന'തെന്നു പ്രത്യക്ഷത്തിൽ തോന്നുന്നതും, യഥാർത്ഥത്തിൽ പൊലീസിന് ഏറ്റവുമധികം പ്രവേശനമനുവദിക്കുന്നതും, വിപ്ലവകാരികളെ പിടിക്കാൻ പൊലീസിന് ഏറ്റവുമധികം സൗകര്യം നൽകുന്നതുമായ വിപുലമായ തോതിലുള്ള ഒരു തൊഴിലാളി സംഘടനയിൽനിന്നാണ് നാം സമാരംഭിക്കുന്നതെങ്കിൽ, സോഷ്യൽഡെമോക്രസിയുടെയാകട്ടെ, ട്രേഡ്‌യൂണിയനിസത്തിന്റെയാകട്ടെ ഉദ്ദേശ്യങ്ങളെ നാം നിറവേറ്റുകയില്ല; നാം നമ്മുടെ പ്രാകൃതസ്വഭാവത്തിൽനിന്നു കരകേറുകയില്ല; എന്നല്ല, എല്ലായ്പ്പോഴും നാം ചിന്നിച്ചിതറിക്കിടക്കുന്നതുകൊണ്ടും തച്ചുതകർക്കപ്പെടുന്നതുകൊണ്ടും ബഹുജനങ്ങൾക്കു നാം ഏറ്റവുമധികം പ്രവേശനമനുവദിക്കുന്നത് സുബാത്തൊവിന്റേയും ഓസെറൊവിന്റേയും മട്ടിലുള്ള ട്രേഡ്‌യൂണിയനുകളിലേക്കു മാത്രമായിരിക്കും.

വിപ്ലവകാരികളുടെ സംഘടനയ്ക്കുള്ള പ്രവൃത്തികൾ, ശരിക്കുനോക്കിയാൽ, എന്തെല്ലാമാണ്? അതിനെക്കുറിച്ച് ഞങ്ങൾ സവിസ്തരമായി പ്രതിപാദിച്ചുകൊള്ളാം. പക്ഷേ, ആദ്യംതന്നെ നമ്മുടെ ഭീകരവാദി ഉന്നയിക്കുന്ന വളരെ സാധാരണമായ ഒരു വാദം നമുക്കു പരിശോധിക്കുക (ഇവിടെയും അയാൾ — കഷ്ടാൽകഷ്ടതരമെന്നേ പറയേണ്ടൂ! — സാമ്പത്തികസമരവാദിയുടെ അയൽപക്കക്കാരനായിട്ടാണ് വർത്തിക്കുന്നത്). തൊഴിലാളികൾക്കുവേണ്ടി പ്രസിദ്ധീകരിക്കപ്പെടുന്ന *സ്വൊബോദ* എന്ന പത്രത്തിന്റെ 1-ാം ലക്കത്തിൽ 'സംഘടന' എന്ന ശീർഷകത്തിൽ ഒരു ലേഖനമുണ്ട്. അതിൽ അതിന്റെ ലേഖകൻ തന്റെ കൂട്ടുകാർക്കുവേണ്ടി– ഇവാനൊവൊ -- വൊസ്നസ്യേൻസ്ക്കിലെ സാമ്പത്തിക സമരവാദികളായ പ്രവർത്തകന്മാർക്കുവേണ്ടി — വക്കാലത്തുപിടിക്കുകയാണ് ചെയ്തിരിക്കുന്നത്. അദ്ദേഹമെഴുതുന്നു:

> ജനക്കൂട്ടം നിശ്ശബ്ദമായിരിക്കുക, അതിനു ബോധമില്ലാതിരിക്കുക, പ്രസ്ഥാനം അണികളിൽനിന്ന് ഇളകിവരാതിരിക്കുക — ഇതു കൊള്ളരുതാത്ത ഒരു നിലയാണ്. ഉദാഹരണത്തിന്, ഒരു സർവകലാശാല നിലവിലുള്ള പട്ടണത്തിലെ വിദ്യാർഥികൾ മധ്യവേനൽ അവധിക്കോ മറ്റൊഴിവുകാലങ്ങളിലോ തങ്ങളുടെ സ്വന്തം നാടുകളിലേക്കു മടങ്ങിയപ്പോയാൽ ഉടനെ തൊഴിലാളിപ്രസ്ഥാനം സ്തംഭിച്ചുനിൽക്കുകയാണ്. വെളിയിൽനിന്ന് ഇങ്ങനെ ഉന്തിക്കൊടുക്കേണ്ട ഒരു തൊഴിലാളിപ്രസ്ഥാനത്തിന് ശരിയായ ഒരുശക്തിയായി ഉയരാൻ സാധിക്കുമോ? തീർച്ചയായും ഇല്ല!..... അതിനിയും സ്വയം നടക്കാൻ പഠിച്ചിട്ടില്ല. മറ്റൊരാൾ അതിനെ പിടിച്ചു നടത്തണം. എല്ലാകാര്യങ്ങളിലുംസ്ഥിതിയിതാണ്. വിദ്യാർഥികൾ പോകേണ്ട താമസം, സകലവും സ്തംഭിച്ചുപോകുന്നു. ഏറ്റവും കഴിവുള്ളവരെ പൊലീസ് പിടിക്കുന്നു. നീക്കുമ്പോഴേക്കും പാൽ പുളിക്കുന്നു കമിറ്റിയെ അറസ്റ്റുചെയ്തുകഴിഞ്ഞാൽ മറ്റൊന്നുരൂപീകരിക്കപ്പെടുന്നതുവരെ യാതൊന്നും പിന്നെ

> നീങ്ങുകയില്ല. പിന്നീട് രൂപീകരിക്കപ്പെടുന്ന കമിറ്റിയാകട്ടെ, എങ്ങനെയുള്ള ഒന്നായിരിക്കുമെന്ന് ആർക്കും ഒരു നിശ്ചയവുമില്ലതാനും, ആദ്യത്തേതിന്റെ കിടയ്ക്കു നിൽക്കാൻ അതിനു പ്രാപ്തിയുണ്ടാവില്ലെന്നുവരാം. ആദ്യത്തേതു പറഞ്ഞിരുന്നത് ഒന്നും രണ്ടാമത്തേതു പറയുന്നത് അതിനു നേരേ വിപരീതവുമായെന്നു വരാം. ഇന്നലെയും നാളെയുംതമ്മിലുള്ള തുടർച്ചയായ ബന്ധം മുറിഞ്ഞുപോകുന്നു;ഭൂതകാലത്തിന്റെ പരിചയത്തിൽനിന്നു യാതൊരു വെളിച്ചവും ഭാവിക്ക് ലഭിക്കുന്നില്ല. ഇതിനെല്ലാമുള്ള കാരണം, പ്രസ്ഥാനത്തിനു അഗാധമായ യാതൊരു വേരുകളുമില്ലെന്നതാണ്. പണിയെടുക്കാൻ ഒരു നൂറു വിഡ്ഢികളുണ്ടാവുന്നതിനു പകരം ഒരു ഡസൻ ബുദ്ധിമാന്മാരാണുള്ളത്. ആ ഒരു ഡസൻ ബുദ്ധിമാന്മാരെ ഒരൊറ്റയടിക്കു റാഞ്ചിക്കൊണ്ടുപോവാൻ കഴിയും; എന്നാൽ, സംഘടന ജനക്കൂട്ടത്തിൽ വേരുറച്ചതാണെങ്കിൽ, ജനക്കൂട്ടത്തിൽനിന്നായിരിക്കും പിന്നെ സകലതും പൊട്ടിപ്പുറപ്പെടുക. ആർക്കും പിന്നെ എത്രപരിശ്രമിച്ചാലും ശരി, പ്രസ്ഥാനത്തെ തടഞ്ഞു നിർത്താൻ സാധിക്കയില്ല.

കാര്യങ്ങൾ ഇതിൽ ശരിയായി എടുത്തുപറഞ്ഞിട്ടുണ്ട്. മേലുദ്ധരിച്ച ഖണ്ഡികയിൽ നമ്മുടെ പ്രാകൃതസമ്പ്രദായങ്ങളെ ഏറെക്കുറെ നല്ലതിൻവണ്ണം ചിത്രീകരിച്ചിട്ടുണ്ട്. എന്നാൽ അതിൽനിന്നെടുത്തിട്ടുള്ള അനുമാനങ്ങൾ അവയുടെ ബുദ്ധിശൂന്യതകൊണ്ടും, രാഷ്ട്രീയമായ അപാകതകൊണ്ടും *റബോച്ചയ മിസ്സിന*നുരൂപമായിരിക്കുന്നുവെന്നുവേണം പറയാൻ. എന്തുകൊണ്ടാണവ അങ്ങേയറ്റം ബുദ്ധിശൂന്യമായിരിക്കുന്നത്? കാരണം, പ്രസ്ഥാനത്തിന്റെ 'വേരുകൾ' എത്രത്തോളം 'അഗാധ'മാണെന്നുള്ള താത്വികവും സാമൂഹ്യചരിത്രപരവുമായ പ്രശ്നത്തെ, പൊലീസിനോടു പോരാടാനുള്ള ഏറ്റവും നല്ല മാർഗമേതെന്ന സാങ്കേതികവും സംഘടനാപരവുമായ പ്രശ്നവുമായി ലേഖകൻ കൂട്ടിക്കുഴച്ചിരിക്കുന്നു. എന്തുകൊണ്ടാണ് ഈ അനുമാനങ്ങൾ അങ്ങേയറ്റത്തെ രാഷ്ട്രീയാവിവേകമായിരിക്കുന്നത്? കാരണം ചീത്ത നേതാക്കന്മാരെ വിട്ടു നല്ല നേതാക്കന്മാരിലേക്കു തന്റെ ആഹ്വാനത്തെ തിരിക്കുന്നതിനു പകരം പൊതുവിൽ നേതാക്കന്മാരെത്തന്നെ ആകെ ഉപേക്ഷിച്ച് 'ജനക്കൂട്ട'ത്തോടായി ആഹ്വാനം ചെയ്യുകയാണ് ലേഖകൻ ചെയ്യുന്നത്. രാഷ്ട്രീയപ്രക്ഷോഭം നടത്തുന്നതിനു പകരം വികാരപ്രചോദനപരമായ ഭീകരപ്രവർത്തനം നടത്തിയാൽ മതിയെന്ന ചിന്താഗതി രാഷ്ട്രീയമായി പ്രസ്ഥാനത്തെ പുറകോട്ടുപിടിച്ചു വലിക്കാനുള്ള ഒരു പരിശ്രമമാകുന്നതുപോലെ മേൽപറഞ്ഞ പരിശ്രമം പ്രസ്ഥാനത്തെ സംഘടനാപരമായും പുറകോട്ടുവലിക്കാനുള്ള ഒരു പരിശ്രമമാണ്. 'ചിന്താഗതി'കളുടെ എന്തെന്നില്ലാത്ത സമൃദ്ധിനിമിത്തം ഏതിനെയാണാദ്യം എതിരിടേണ്ടതെന്നാണ് വാസ്തവത്തിൽ എനിക്ക് നിശ്ചയമില്ലാതിരിക്കുന്നത്. *സ്വൊബോദ* ഈ വിഷയത്തിൽ കൊണ്ടുവന്നിറക്കിയിട്ടുള്ള ആശയക്കുഴപ്പത്തിന്റെ കെട്ടുകളഴിക്കാൻ ഏതു

തലയ്ക്കൽനിന്നാണ് തുടങ്ങേണ്ടതെന്നാണ് എനിക്കറിഞ്ഞുകൂടാത്തത്. ആശയവ്യക്തതയ്ക്കുവേണ്ടി ഞാനൊരു ദൃഷ്ടാന്തമുദ്ധരിച്ചുകൊണ്ടു തുടങ്ങട്ടെ. ജർമൻകാരെ എടുത്തുനോക്കുക; ജർമൻ സംഘടനകൾ ജനക്കൂട്ടത്തിൽ അടിയുറച്ചതാണെന്നും, ജർമനിയിൽ സകലതും ജനക്കൂട്ടത്തിൽനിന്നാണ് പൊന്തിവരുന്നതെന്നും, അവിടത്തെ തൊഴിലാളിപ്രസ്ഥാനം നടക്കാൻ പഠിച്ചിട്ടുണ്ടെന്നുമുള്ളതിനെ ആരും നിഷേധിക്കുകയില്ലെന്നും ഞാനാശിക്കുന്നു. എങ്കിലും നോക്കുക: ലക്ഷോപലക്ഷം ആളുകളടങ്ങിയ ഈ വമ്പിച്ച ജനക്കൂട്ടം അതിന്റെ സുശിക്ഷിതരായ 'ഒരുഡസൻ' നേതാക്കന്മാരെ എത്രമാത്രം വിലമതിക്കുന്നു! എത്ര ദൃഢമായി അതവരുടെമേൽ വിടാതെ പറ്റിനിൽക്കുന്നു! ശത്രുകക്ഷികളിലെ അംഗങ്ങൾ പാർലമെന്റിൽവച്ചുസോഷ്യലിസ്റ്റുകാരെ പലപ്പോഴും ഭർത്സിക്കും: 'നല്ല ജനാധിപത്യവാദികൾതന്നെയാണ് നിങ്ങൾ!' നിങ്ങളുടെ തൊഴിലാളിപ്രസ്ഥാനം പേരിനുമാത്രമേ തൊഴിലാളിപ്രസ്ഥാനമായിട്ടുള്ളു. യഥാർഥത്തിൽ ഒരേ നേതാക്കന്മാരുടെ 'ക്ലിക്കു' തന്നെയാണ്, ബെബലും ലീബ്ക്നെക്ടും തന്നെയാണ്, ഏതുകാലത്തും അധികാരത്തിലിരിക്കുന്നതായിക്കാണുന്നത് — ഇതും അനേകം ദശാബ്ദങ്ങളായി തുടർന്നുപോകുന്നു. തൊഴിലാളികളിൽനിന്നു തെരഞ്ഞെടുക്കപ്പെടുന്നവരായി പരിഗണിക്കപ്പെടുന്ന നിങ്ങളുടെ പാർലിമെന്റംഗങ്ങൾക്കു ചക്രവർത്തിയാൽ നിയമിതരായ ഉദ്യോഗസ്ഥന്മാരേക്കാൾ സ്ഥിരതയുണ്ട്. എന്നാൽ 'നേതാക്കന്മാ'ർക്കെതിരായി ജനക്കൂട്ടത്തെ അണിനിരത്താനും 'ജനക്കൂട്ട'ത്തിനിടയിൽ കെട്ടവാസനകളും സ്ഥാനമാനങ്ങൾക്കുള്ള കൊതിയും കുത്തിവയ്ക്കാനും ബഹുജനങ്ങൾക്ക് അവരുടെ 'ഒരു ഡസൻ ബുദ്ധിമാന്മാരി'ലുള്ള വിശ്വാസത്തെ നശിപ്പിച്ച് പ്രസ്ഥാനത്തിന്റെ അടിയുറപ്പിനേയും ഭദ്രതയേയും ഇല്ലായ്മചെയ്യാനുമുള്ള ഈ വഞ്ചനാപരമായ പരിശ്രമങ്ങൾ കണ്ടു ജർമൻകാർ പുച്ഛരസത്തിൽ പുഞ്ചിരിക്കൊള്ളുന്നതേയുള്ളു. തൊഴിൽ പരിശീലനം നേടിയവരും ദീർഘകാലം സ്കൂളിൽനിന്നു വിദ്യയഭ്യസിച്ചവരും പരിപൂർണരഞ്ജിപ്പിൽ പ്രവർത്തിച്ചുകൊണ്ടിരിക്കുന്നവരും സുശിക്ഷിതരും വൈഭവശാലികളുമായ 'ഒരു ഡസൻ' നേതാക്കന്മാർകൂടാതെ) വൈഭവമുള്ള വ്യക്തികളെ അത്ര സുലഭമായി മാതാക്കൾ പ്രസവിക്കാറുമില്ല) ആധുനികസമുദായത്തിലെ ഒരു വർഗത്തിനും ഉറച്ചുനിന്നു പോരാടാൻ സാധിക്കുകയില്ല; ഇതു മനസിലാക്കാൻ മാത്രം രാഷ്ട്രീയചിന്ത ജർമൻകാർക്കിടയിൽ വളർന്നുകഴിഞ്ഞിട്ടുണ്ട്; അതിനു മാത്രം രാഷ്ട്രീയപരിചയവും അവർക്കുണ്ടായിട്ടുണ്ട്. 'ഒരു നൂറുവിഡ്ഢികളെ' വാനോളം വാഴ്ത്തുകയും, 'ഒരു ഡസൻ ബുദ്ധിമാന്മാരേ'ക്കാൾ മീതെയാണവരെന്നു പറയുകയും ബഹുജനങ്ങളുടെ 'കരുത്തേറിയ മുഷ്ടി'യെ പ്രശംസിക്കുകയും, വിവേകശൂന്യമായ 'വിപ്ലവ'സമരങ്ങളിലേക്കവരെ (മോസ്തും ഫാസ്സൽമനും ചെയ്ത പോലെ) തള്ളിവിടുകയും ദൃഢമായി ഉറച്ചുനിൽക്കുന്ന നേതാക്കന്മാർക്കെതിരായി അവിശ്വാസത്തിന്റെ വിത്തുപാകുകയും ചെയ്തിട്ടുള്ള വാചാലന്മാർ ജർമൻ അണി

കളിലും ഉണ്ടായിട്ടുണ്ട്. സോഷ്യലിസ്റ്റുപ്രസ്ഥാനത്തിനകത്തുള്ള എല്ലാത്തരം ചതിയൻ വാചാലതയേയും വീറോടുകൂടി, വാശിയോടുകൂടി ചെറുത്തുനിന്നതുകൊണ്ടുമാത്രമാണ് ജർമൻ സോഷ്യലിസത്തിനു വളരുവാനും ഇന്നത്തെപ്പോലെ സുശക്തമായിത്തീരുവാനും കഴിഞ്ഞത്. എന്നാൽ, നമ്മുടെ ബുദ്ധിമാന്മാരാകട്ടെ, ബഹുജനങ്ങളുടെ തനിയേയുള്ള ഇളക്കത്തെ നയിക്കാൻ പരിശീലനവും രാഷ്ട്രീയവളർച്ചയും പരിചയവുമുള്ള നേതാക്കന്മാർ നമുക്കു വേണ്ടിടത്തോളമില്ലാത്തതിന്റെ മാത്രം ഫലമായി റഷ്യൻ സോഷ്യൽഡെമോക്രസി ഒരു കുഴപ്പത്തെ തരണം ചെയ്തുകൊണ്ടിരിക്കുമ്പോൾ, വിഡ്ഢികളുടെ പ്രാഗത്ഭ്യത്തോടെ വിളിച്ചു പറയുകയാണ്: “പ്രസ്ഥാനം അണികളിൽനിന്ന് ഇളകിവരാതിരിക്കുക — ഇതു കൊള്ളരുതാത്ത ഒരു നിലയാണ്.”

‘വിദ്യാർഥികളുടെ കമ്മിറ്റി കൊള്ളുകയില്ല; അതിനു ഭദ്രതപോരാ,’ വളരെ വാസ്തവം. പക്ഷേ, ഇതിൽനിന്നു രൂപീകരിക്കേണ്ട അനുമാനം വിപ്ലവം തൊഴിലായി സ്വീകരിച്ചവരുടെ ഒരു കമ്മിറ്റിയാണ് നമുക്കു വേണ്ടതെന്നാണ്. വിപ്ലവം തൊഴിലായെടുക്കാനുള്ള കഴിവു സമ്പാദിക്കുന്നത് ഒരു വിദ്യാർഥിയാണോ, അതോ തൊഴിലാളിയാണോ എന്നുള്ളതെന്ന് അപ്രധാനമാണുതാനും. എന്നാൽ, നിങ്ങളിതിൽനിന്നു രൂപീകരിക്കുന്ന അനുമാനം തൊഴിലാളിപ്രസ്ഥാനത്തെ വെളിയിൽനിന്ന് ഉന്താനേ പാടില്ല എന്നാണ്! സാമ്പത്തികസമരവാദികളുടെ കയ്യിൽ നിങ്ങൾ പാവകളിക്കുകയും, നമ്മുടെ പ്രാകൃതസ്വഭാവങ്ങൾക്കു നിങ്ങൾ വളംവച്ചുകൊടുക്കുകയുമാണ് ചെയ്യുന്നതെന്നു നിങ്ങളുടെ രാഷ്ട്രീയശുദ്ധതനിമിത്തം നിങ്ങൾ കാണുന്നില്ല. ആട്ടെ ഞാനൊന്നു ചോദിക്കട്ടെ: ഏതുവിധത്തിലാണ് വിദ്യാർഥികൾ തൊഴിലാളികളെ ‘ഉന്തി’യത്? കേവലം തന്റെ പക്കലുള്ള രാഷ്ട്രീയവിജ്ഞാനശകലങ്ങൾ — തനിക്കുസംഭരിക്കാൻ കഴിഞ്ഞിട്ടുള്ള സോഷ്യലിസ്റ്റാശയങ്ങളുടെ പൊട്ടും പൊടിയും മാത്രം — വിദ്യാർഥി തൊഴിലാളിയുടെ അടുക്കൽ കൊണ്ടുവന്നെത്തിച്ചിട്ട് (കാരണം, ഇന്നത്തെ വിദ്യാർഥിയുടെ ആ മുഖ്യമായ മാനസികഭക്ഷണപദാർഥങ്ങളിൽനിന്ന്— ‘നിയമവിധേയ മാർക്സിസ’ത്തിൽനിന്ന് — അറിവിന്റെ വെറും ‘ഹരിശ്രീ’ മാത്രമേ, വെറും പൊട്ടും പൊടിയും മാത്രമേ ലഭിക്കാൻ സൗകര്യമുള്ളു). വെളിയിൽ നിന്നുള്ള ഇത്തരം ‘ഉന്തൽ’ ഒരിക്കലും ആവശ്യത്തിലധികം ഉണ്ടായില്ലതന്നെ. നേരെമറിച്ച്, ഇതുവരെ അതു വളരെക്കുറച്ചേ — വളരെ വളരെക്കുറച്ചേ—നമ്മുടെ പ്രസ്ഥാനത്തിൽ ഉണ്ടായിട്ടുള്ളു. കണക്കിലേറെ നാളായി നാം കിണറ്റിലെ തവളകളായിക്കഴിയുന്നു. ‘മുതലാളിമാർക്കും ഗവൺമെന്റിനുമെതിരായ’ സ്വയമേവയുള്ള സാമ്പത്തികസമരത്തിനു ‘മുമ്പിൽ കണക്കിലേറെയായി നാം കീഴ്‌വണക്കത്തോടുകൂടി തൊഴുതു കുമ്പിടുന്നു. ഇത്തരത്തിലുള്ള ‘ഉന്തൽ’ ഇതേവരെയുള്ളതിനേക്കാൾ നൂറിരട്ടി ഊക്കോടുകൂടി ഇനിയും തുടരുകയെന്നത് വിപ്ലവം തൊഴിലായി സ്വീകരിച്ച നാം നമ്മുടെ കടമയായി കണക്കാക്കണം. ആ കടമ നാം നിർവഹിക്കുകയും ചെയ്യും. ‘വെളിയിൽനിന്ന് ഉന്തുക’യെന്ന പദപ്രയോഗം തൊഴിലാളികളുടെ മനസിൽ — അഥവാ, അവരിൽ നിങ്ങളെപ്പോലെതന്നെ മടയന്മാരായിരിക്കുന്നവരുടെയെല്ലാം മനസിൽ — പുറമേനിന്നു രാഷ്ട്രീയ

വിജ്ഞാനവും വിപ്ലവപരിചയവും കൊണ്ടുവന്നു കൊടുക്കുന്ന സകലരുടേയും നേരെ ഒരുതരം അവിശ്വാസം വളർത്താതിരിക്കുകയില്ല; അത്തരം എല്ലാ ആളുകളുടേയും നേരെ ഒരു ശത്രുത സ്വതവേതന്നെ അതവരിൽ വളർത്തും. ഇത്രയും നിന്ദ്യമായ ഒരു പദപ്രയോഗം നിങ്ങൾ തെരഞ്ഞെടുത്തതിൽനിന്നുതന്നെ നിങ്ങൾവെറും വഞ്ചകന്മാരായ വാചാലന്മാരാണെന്നു തെളിയുന്നു; അത്തരമൊരു വാചാലനാണുതാനും, തൊഴിലാളിവർഗത്തിന്റെ ഏറ്റവും വലിയ ശത്രു.

ഓ, വേണ്ട വേണ്ട! 'ഒരു സഖാവിനനുയോജ്യമല്ലാത്ത' എന്റെ വാദപ്രതിവാദരീതികളെ സംബന്ധിച്ചു നിങ്ങൾ നിലവിളിയൊന്നും കൂട്ടണ്ട! നിങ്ങളുടെ ഉദ്ദേശശുദ്ധിയുടെമേൽ ചളിവാരിയെറിയാൻ എനിക്കശേഷമാഗ്രഹമില്ല. ഞാൻ മുമ്പുതന്നെ പറഞ്ഞപോലെ കേവലം രാഷ്ട്രീയമായ ശുദ്ധതകൊണ്ടുമാത്രം ഒരാൾ വഞ്ചകനായ ഒരു വാചാലനായെന്നുവരാം. പക്ഷേ, അത്തരം വാചാലതയിലേക്കു നിങ്ങൾ അധഃപതിച്ചതായി ഞാൻ തെളിയിച്ചു കഴിഞ്ഞുവല്ലോ. ഇത്തരം വാചാലന്മാരാണ് തൊഴിലാളിവർഗത്തിന്റെ ഏറ്റവും വലിയ ശത്രുക്കളെന്ന് എന്റെ നാവു കഴയ്ക്കുന്നതുവരെ ഞാൻ ആവർത്തിക്കാനും ഭാവമുണ്ട്. ജനക്കൂട്ടത്തിന്റെ ചീത്ത വാസനകളെ അവർ തട്ടിയുണർത്തുന്നു; അറിവില്ലാത്ത തൊഴിലാളിക്കാകട്ടെ, തന്റെ ബന്ധുക്കളെന്നു സ്വയം ഭാവിക്കുന്ന, പലപ്പോഴും ആത്മാർഥതയോടുകൂടിത്തന്നെ അങ്ങനെ ഭാവിക്കുന്ന — ചില മനുഷ്യർ യഥാർഥത്തിൽ തന്റെ ശത്രുക്കളാണെന്നു കാണാൻ കഴിയുന്നുമില്ല; അതുകൊണ്ടാണിവർ തൊഴിലാളിവർഗത്തിന്റെ ഏറ്റവും വലിയ ശത്രുക്കളാവുന്നത്. ആളുകൾ ചിന്നിച്ചിതറിപ്പോകുകയും ചാഞ്ചാടുകയും ചെയ്യുന്ന ഈ കാലഘട്ടത്തിൽ — നമ്മുടെ പ്രസ്ഥാനം സ്വയം രൂപമെടുക്കാൻ സമാരംഭിക്കുകമാത്രം ചെയ്തിട്ടുള്ള ഒരു ദശാസന്ധിയിൽ — ജനക്കൂട്ടത്തെ വഞ്ചനാപരമായ മാർഗങ്ങളിലൂടെ വഴി തെറ്റിക്കുന്നതിൽപ്പരം എളുപ്പമായ മറ്റൊരു കാര്യമില്ല; ജനക്കൂട്ടത്തിന് അതിന്റെ തെറ്റു സ്വന്തം തിക്താനുഭവങ്ങളിലൂടെമാത്രമേ മനസിലാക്കാനും കഴിയുകയുള്ളു. അതുകൊണ്ടാണ് ഇക്കൂട്ടർ തൊഴിലാളിവർഗത്തിന്റെ ഏറ്റവും വലിയ ശത്രുക്കളാണെന്നു പറയുന്നത്. അതുകൊണ്ടാണ് റഷ്യൻ സോഷ്യൽഡെമോക്രാറ്റുകാർക്കുള്ള അടിയന്തരമുദ്രാവാക്യം *സ്വൊബോദ*യേയും *റബോച്ചെയെ ദ്യെലൊ*വിനേയും ദൃഢമായി എതിർക്കുക എന്നതാവേണ്ടിയിരിക്കുന്നത്; കാരണം, ഇവ വഞ്ചനാപരമായ വാചാലതയുടെ നിലവാരത്തിലേക്ക് അധഃപതിച്ചിരിക്കുന്നു. വഴിയേ ഞങ്ങൾ വീണ്ടും ഈ വിഷയത്തിലേക്കു മടങ്ങുന്നതാണ്.*

---

* 'വെളിയിൽനിന്നുള്ള ഉന്തലി'നെക്കുറിച്ചും *സ്വൊബോദ*യിൽ പ്രകടിപ്പിച്ചിട്ടുള്ള സംഘടനാസംബന്ധമായ മറ്റഭിപ്രായങ്ങളെക്കുറിച്ചും ഞങ്ങളിവിടെപ്പറയുന്ന അഭിപ്രായങ്ങൾ *റബോച്ചെയെ ദ്യെലൊ*വിന്റെ അനുയായികളടക്കമുള്ള എല്ലാ സാമ്പത്തികസമരവാദികൾക്കും ഒന്നടങ്കം ബാധകമാണെന്നു മാത്രം തൽക്കാലം ഞങ്ങളിവിടെ പറഞ്ഞുവയ്ക്കുന്നു. കാരണം, രണ്ടാമതു പറഞ്ഞവരും മേൽപ്പറഞ്ഞ സംഘടനാപരമായ അഭിപ്രായങ്ങൾ പ്രസംഗിച്ചുനടക്കുകയും അവയ്ക്കുവേണ്ടി വാദിക്കുകയും ചെയ്തിട്ടുണ്ട്; അല്ലെങ്കിൽ അത്തരം അഭിപ്രായങ്ങളിലേക്കു സ്വയം വഴുതിപ്പോയിട്ടുണ്ട്.

'ഒരു ഡസൻ ബുദ്ധിമാന്മാരെ ഒരു നൂറു വിഡ്ഢികളേക്കാളധികം എളുപ്പത്തിൽ റാഞ്ചിക്കൊണ്ടുപോകാൻ കഴിയും'പോലും! ഈ അത്ഭുതസത്യം കണ്ടുപിടിച്ചതിന് ഒരു നൂറു വിഡ്ഢികൾ നിങ്ങളെ പ്രശംസിക്കും; പക്ഷേ, ഇതു നിങ്ങൾക്ക് വ്യക്തമായ ഒരു പരമാർഥമായിത്തോന്നിയത് നിങ്ങൾ നിങ്ങളുടെ വാദത്തിനിടയ്ക്കുവച്ചുതന്നെ ഒരു പ്രശ്നത്തിൽനിന്നു മറ്റൊന്നിലേക്കു മാറിയതുകൊണ്ടാണ്. ഒരു 'കമ്മിറ്റി'യെ ഒരു 'സംഘടന'യെ റാഞ്ചിക്കൊണ്ടുപോകുന്നതിനെപ്പറ്റിയാണ് നിങ്ങൾ സംസാരം തുടങ്ങിയത്, അതിനെപ്പറ്റിയാണ് തുടർന്നു സംസാരിച്ചതും. എന്നിട്ടിപ്പോൾ നിങ്ങൾ പ്രസ്ഥാനത്തിന്റെ 'അഗാധ'മായ 'വേരുകൾ' പറിച്ചെടുക്കുന്ന പ്രശ്നത്തിലേക്കൊരു ചാട്ടം ചാടുന്നു. നമ്മുടെ പ്രസ്ഥാനത്തിനു ബഹുജനങ്ങളിൽ ലക്ഷോപലക്ഷം വേരുകളുണ്ടെന്ന കാരണത്താൽത്തന്നെ അതിനെ നശിപ്പിച്ചുകളയാനും തീർച്ചയായും സാധ്യമല്ല — അതാണ് പരമാർഥം; പക്ഷേ, അതല്ലല്ലോ നമ്മുടെ ഇവിടത്തെ ചർച്ചാവിഷയം. 'അഗാധമായ വേരുകളെ' സംബന്ധിച്ചാണെങ്കിലും, നമുക്കെത്രതന്നെ പ്രാകൃതസമ്പ്രദായങ്ങളുണ്ടായാലും ശരി, ഇപ്പോഴും നമ്മെ ആർക്കും 'റാഞ്ചിക്കൊണ്ടുപോകാ'നും മറ്റും സാധ്യമല്ല; പക്ഷേ 'സംഘടനകൾ' പാടെ വിപാടനം ചെയ്യപ്പെടുന്നുവെന്നും, തൽഫലമായി പ്രസ്ഥാനത്തിന്റെ തുടർച്ചയായ നിലനിൽപ്പ് അസാധ്യമായിത്തീരുന്നുവെന്നും നമുക്കെല്ലാവർക്കും പരാതിയുണ്ട് — ആ പരാതി ഉയർത്താതിരിക്കാൻ നിവൃത്തിയുമില്ല. എന്നാൽ സംഘടനകൾക്കുപറ്റുന്ന തകർച്ചയുടെ പ്രശ്നം നിങ്ങൾ എടുത്തിട്ട സ്ഥിതിക്ക്, അതേപ്പറ്റിയുള്ള നിങ്ങളുടെ അഭിപ്രായത്തിൽ നിങ്ങൾ ഉറച്ചുനിൽക്കുന്നസ്ഥിതിക്ക്, ഞാനിതാ പറയുന്നു: ഒരു നൂറു വിഡ്ഢികളേക്കാൾ ഒരു ഡസൻ ബുദ്ധിമാന്മാരെ റാഞ്ചിക്കൊണ്ടുപോകാൻ തന്നെയാണ് എത്രയോ കൂടുതൽ പ്രയാസമുള്ളത്. മാത്രമല്ല, എന്റെ 'ജനാധിപത്യ വിരുദ്ധ'മായ അഭിപ്രായങ്ങൾക്കും മറ്റുമെതിരായി എത്രവേണമെങ്കിലും നിങ്ങൾ ജനക്കൂട്ടത്തെ ഇളക്കിവിട്ടുകൊള്ളുക, ഈ ആശയം ശരിയാണെന്നു ഞാൻ സമർഥിക്കാനും ഭാവമുണ്ട്. ഞാൻ മുമ്പുതന്നെ പറഞ്ഞപോലെ, സംഘടനയെ സംബന്ധിച്ച് "ബുദ്ധിമാന്മാരെ"ന്നു പറയുമ്പോൾ ഞാനുദ്ദേശിക്കുന്നത് വിപ്ലവം തൊഴിലായി സ്വീകരിച്ചവരെയാണ്; ഇവരെ തെരഞ്ഞെടുത്ത് പരിശീലിപ്പിക്കുന്നതു വിദ്യാർഥികൾക്കിടയിൽനിന്നായാലും കൊള്ളാം തൊഴിലാളികൾക്കിടയിൽ നിന്നായാലും കൊള്ളാം. ഞാൻ പ്രഖ്യാപിക്കുന്നു: (1) തുടർച്ചയായ പ്രവർത്തനം നിലനിർത്തിക്കൊണ്ടുള്ള, നേതാക്കന്മാരുടെ ഭദ്രമായ ഒരു സംഘടനയില്ലെങ്കിൽ ഒരു വിപ്ലവപ്രസ്ഥാനത്തിനും നിലനിൽക്കാൻ കഴിയുകയില്ല; (2) എത്രത്തോളം വിപുലമായ തോതിൽ ബഹുജനങ്ങൾ സമരത്തിലേക്കു സ്വയമേവ ആകർഷിക്കപ്പെടുന്നുവോ, എത്രത്തോളമവർപ്രസ്ഥാനത്തിന്റെ അടിത്തറയായിത്തീരുകയും അതിൽ പങ്കുകൊള്ളുകയും ചെയ്യുന്നുവോ, അത്രയും അടിയന്തരമാണ് ഇത്തരമൊരു സംഘടനയുടെ ആവശ്യകത; അത്രയും ഭദ്രമായിരിക്കണം താനും ഈ സംഘടന (കാ

രണം, പിന്നണിയിൽക്കിടക്കുന്ന ബഹുജനങ്ങളെ വഴിതെറ്റിച്ചുവിടാൻ വഞ്ചകരായ വാചാലന്മാർക്ക് കൂടുതൽ സൗകര്യം ലഭിക്കുമല്ലൊ;) (3) വിപ്ലവപ്രവർത്തനം തങ്ങളുടെ തൊഴിലായെടുത്ത് അതിൽ ഏർപ്പെട്ടിരിക്കുന്നവരായിരിക്കണം മുഖ്യമായും ഈ സംഘടനയിലെ അംഗങ്ങൾ; (4) ഏകാധിപത്യപരമായ ഒരു ഭരണത്തിൻകീഴിൽ ഇങ്ങനെ വിപ്ലവപ്രവർത്തനം തൊഴിലായി സ്വീകരിച്ചവർക്കും രാഷ്ട്രീയപ്പൊലീസിനെതിരായ സമരമുറകളിൽ വിദഗ്ധമായ പരിശീലനം നേടിയവർക്കുംമാത്രം ഇത്തരമൊരു സംഘടനയിൽ നാം മെമ്പർഷിപ്പനുവദിക്കുന്നപക്ഷം അത്തരമൊരു സംഘടനയെ റാഞ്ചിക്കൊണ്ടുപോകാൻ അത്രയും വിഷമമുണ്ടായിരിക്കും; (5) അത്രയും അധികം തൊഴിലാളികൾക്കും ഇതരവർഗക്കാർക്കും പ്രസ്ഥാനത്തിൽ പങ്കുകൊള്ളാനും അതിൽ സജീവമായി പ്രവർത്തിക്കാനും ഇതിൻഫലമായി കഴിയുകയും ചെയ്യും.

ഈ നിർവചനങ്ങളെ ഖണ്ഡിക്കാൻ ഞാൻ നമ്മുടെ സാമ്പത്തികസമരവാദികളേയും ഭീകരവാദികളേയും 'സാമ്പത്തികഭീകരവാദികളേയും'* ക്ഷണിക്കുന്നു. തൽക്കാലം ഞാൻ ഒടുവിൽപ്പറഞ്ഞ രണ്ടിനങ്ങളെക്കുറിച്ചുമാത്രമേ പ്രതിപാദിക്കുന്നുള്ളൂ. 'ഒരു ഡസൻ ബുദ്ധിമാന്മാരെ' റാഞ്ചിക്കൊണ്ടുപോകാനോ, അതോ 'ഒരു നൂറു വിഡ്ഢികളെ' കൊണ്ടുപോകാനോ കൂടുതൽ എളുപ്പമെന്ന പ്രശ്നം നാം മുകളിൽ പരിഗണിച്ച പ്രശ്നത്തിലേക്ക് അവസാനം ചുരുങ്ങുന്നു: അതായത്, രഹസ്യപ്രവർത്തനം കർശനമായ അടിസ്ഥാനത്തിൽ തുടർന്നുപോകേണ്ടതത്യാവശ്യമായിരിക്കുമ്പോൾ, ഒരു ബഹുജനസംഘടനയുണ്ടാവുകയെന്നത് സാധ്യമാണോ? അക്ഷീണമായും ഇടതടവില്ലാതെയും ഗവൺമെന്റിനെതിരായി സമരം നടത്തുന്നതിന് ആവശ്യമായിടത്തോളം രഹസ്യമായി പ്രവർത്തിക്കാനുള്ള പ്രാപ്തി ഒരു ബഹുജനസംഘടനയ്ക്കുണ്ടാക്കാൻ ഒരിക്കലും നമുക്കു കഴികയില്ല. എന്നാൽ, വിപ്ലവം തൊഴിലായെടുത്ത — എണ്ണ

---

* ഈ ഒടുവിൽപ്പറഞ്ഞ വിശേഷണമാണ് അതിന്റെ മുമ്പത്തേതിനേക്കാളധികം *സ്വൊബോദയ്*ക്കു പറ്റിയത്; കാരണം, 'വിപ്ലവാത്മകത്വത്തിന്റെ പുനരുത്ഥാന'മെന്ന ഒരു ലേഖനത്തിൽ ഭീകരപ്രസ്ഥാനത്തിന്റെ വക്കാലത്തും, ഇപ്പോൾ ചർച്ചയിലിരിക്കുന്ന ലേഖനത്തിൽ സാമ്പത്തികസമരവാദത്തിന്റെ വക്കാലത്തും അതു പിടിച്ചിട്ടുമുണ്ട്. 'അതിനു കഴിയുമെങ്കിൽ അതു ചെയ്തേനെ, പക്ഷേ അതിനു കഴിയുന്നില്ല' എന്നു വേണമെങ്കിൽ *സ്വൊബോദ*യെപ്പറ്റിപ്പറയാം. അതിന്റെ ആഗ്രഹങ്ങളും ഉദ്ദേശങ്ങളും ഒന്നാംതരമാണ് — പക്ഷേ, ഫലം അങ്ങേയറ്റത്തെ ചിന്താക്കുഴപ്പമാണ്; ഇതിനുള്ള മുഖ്യകാരണമാകട്ടെ, തുടർച്ചയായ സംഘടനയ്ക്കുവേണ്ടി *സ്വൊബോദ* വാദിക്കുന്നുണ്ടെങ്കിലും, വിപ്ലവപരമായ ചിന്തയുടേയും സോഷ്യൽഡെമോക്രാറ്റിക് സിദ്ധാന്തത്തിന്റേയും തുടർച്ചയായ വികാസത്തിന്റെ ആവശ്യകത അംഗീകരിക്കുന്നില്ലെന്നതാണ്. വിപ്ലവം തൊഴിലാക്കിയവരെ പുനരുദ്ധരിക്കാൻ അതാഗ്രഹിക്കുന്നു ('വിപ്ലവാത്മകത്വത്തിന്റെ പുനരുത്ഥാനം'), അതിലേക്കു ഒന്നാമതായി വികാരാസ്പദമായ ഭീകരപ്രവർത്തനവും രണ്ടാമതായി, കഴിയുന്നത്ര കുറച്ചുമാത്രം വെളിയിൽനിന്നുമുള്ള ഉന്തലിനു വശംവദരാകുന്ന, 'സാധാരണ തൊഴിലാളികളെ സംഘടിപ്പിക്കലും' ആണതിനു നിർദേശിക്കാനുള്ളത് (*സ്വൊബോദ* ലക്കം 1, പേജ് 66 മുതൽക്ക്). ചുരുക്കത്തിൽ, തീ കായാൻ വിറകിനു പുരപൊളിക്കണമെന്നാണതിന്റെ നിർദേശം.

ത്തിൽ കഴിയുന്നത്ര കുറച്ചുമാത്രം വരുന്ന — ഏതാനും ചിലരുടെ കയ്യിൽ എല്ലാ രഹസ്യപ്രവർത്തനങ്ങളും കേന്ദ്രീകരിക്കുകയെന്നുവച്ചാൽ ഇവർ 'എല്ലാവർക്കും വേണ്ടി ചിന്തിച്ചു കൊള്ളുമെന്നോ' ജനക്കൂട്ടം പ്രസ്ഥാനത്തിൽ സജീവമായ പങ്കു വഹിക്കയില്ലെന്നോ അർഥമില്ല. നേരെമറിച്ച്, വിപ്ലവം തൊഴിലാക്കിയ അധികമധികം പേരെ ജനക്കൂട്ടം തങ്ങളുടെ അണികളിൽനിന്നു മേലോട്ടുയർത്തും; കാരണം, ഒരുപിടി വിദ്യാർഥികളും സാമ്പത്തികസമരം നടത്തുന്ന ഒരുപിടി തൊഴിലാളികളും ഒത്തുചേർന്ന് ഒരു കമിറ്റി രൂപീകരിച്ചതുകൊണ്ടു മതിയായില്ലെന്നും, വിപ്ലവപ്രവർത്തനം ഒരു തൊഴിലായി അഭ്യസിക്കാൻ ഒരാൾക്ക് അനേകം കൊല്ലം വേണ്ടിവരുമെന്നും ജനക്കൂട്ടത്തിനു മനസിലാവും; കേവലം പ്രാകൃതസമ്പ്രദായങ്ങളെക്കുറിച്ചു മാത്രമല്ല ഇത്തരം പ്രത്യേകപരിശീലനത്തിന്റെ ആവശ്യകതയെക്കുറിച്ചുകൂടി ജനക്കൂട്ടം 'ചിന്തിച്ചു' തുടങ്ങും. സംഘടനയുടെ രഹസ്യപ്രവർത്തനങ്ങളെ കേന്ദ്രീകരിക്കണമെന്നു പറഞ്ഞാൽ പ്രസ്ഥാനത്തിന്റെ എല്ലാ പ്രവർത്തനങ്ങളേയും കേന്ദ്രീക്കരിക്കണമെന്നൊന്നും അർഥമില്ല. നിയമവിരുദ്ധസാഹിത്യ പ്രവർത്തനം സംബന്ധിച്ച രഹസ്യജോലികൾക്ക് വിപ്ലവം തൊഴിലായംഗീകരിച്ച 'ഒരു ഡസൻ' ആളുകൾ കേന്ദ്രീകരണം നൽകുന്നതിന്റെ ഫലമായി ആ പ്രവർത്തനത്തിൽ സാമാന്യബഹുജനങ്ങൾ പങ്കുകൊള്ളുന്നതിനു യാതൊരു കുറവും വരില്ല; നേരെമറിച്ച് അതുപതിന്മടങ്ങു വർധിക്കും. ഈ വഴിക്കുമാത്രമാണ് നിയമവിരുദ്ധസാഹിത്യം വായിക്കലും, അവയ്ക്കുവേണ്ടി എഴുതലും ഒരതിർത്തിവരെ അവയുടെ വിതരണംപോലും മിക്കവാറും ഒരു രഹസ്യപ്രവർത്തനമല്ലാതായിത്തീരുക; കാരണം, ആയിരക്കണക്കിനു വിതരണം ചെയ്യപ്പെടുന്ന ഒരു പ്രസിദ്ധീകരണത്തിന്റെ ഓരോ കോപ്പിയും കണ്ടുകെട്ടാൻവേണ്ടി നീതിന്യായയന്ത്രത്തേയും ഭരണയന്ത്രത്തേയുമാകെ ഉപയോഗിക്കുന്നത് എത്രമാത്രം വിഡ്ഢിത്തവും വ്യർഥവുമാണെന്നു പൊലീസ് ക്ഷണത്തിൽ കണ്ടറിഞ്ഞുകൊള്ളും. ഇതു പ്രസിദ്ധീകരണങ്ങളെ സംബന്ധിച്ചിടത്തോളം മാത്രമല്ല, പ്രസ്ഥാനത്തിന്റെ എല്ലാം പ്രവൃത്തികൾക്കും — പ്രകടനങ്ങളെ സംബന്ധിച്ചിടത്തോളംകൂടി — ബാധകമാണ്. പഴക്കവും തഴക്കവുമുള്ളവരും, പൊലീസിനെപ്പോലെതന്നെ സ്വന്തം തൊഴിലിൽ അഭ്യാസംചെന്നവരുമായ 'ഒരു ഡസൻ' വിപ്ലവകാരികൾ പ്രവർത്തനത്തിന്റെ എല്ലാ രഹസ്യവശത്തേയും കേന്ദ്രീകരിക്കുന്നതിന്റെ ഫലമായി — ലഘുലേഖകൾ തയാറാക്കുക, പ്ലാനുകൾ ഏറെക്കുറെ തയാറാക്കിക്കൊടുക്കുക, ഓരോ പട്ടണജില്ലയ്ക്കും ഫാക്ടറിപ്രദേശത്തിനും, വിദ്യാഭ്യാസസ്ഥാപനത്തിനും ഓരോ നേതാക്കന്മാരുടെ ഘടകങ്ങളെ നിയമിക്കുക മുതലായ കൃത്യങ്ങൾ നിർവഹിക്കുന്നതിന്റെ ഫലമായി — ബഹുജനങ്ങളുടെ സജീവവും വിപുലവുമായ സഹകരണത്തിനു ന്യൂനതയല്ല സംഭവിക്കുക; നേരെമറിച്ചു നേട്ടമാണുണ്ടാവുക (എന്റെ 'ജനാധിപത്യവിരുദ്ധ'മായ അഭിപ്രായങ്ങൾക്കെതിരായി ആക്ഷേപമുയരുമെന്നെനിക്കറിയാം; പക്ഷേ തീരെ മുളയില്ലാത്ത ഈ ആക്ഷേപത്തിനു വഴിയേ ഞാൻ

മറുപടി നൽകിക്കൊള്ളാം). തൊഴിലാളികളുടെ ട്രേഡ്യൂണിയനുകൾ, സ്വയം വിദ്യാഭ്യാസത്തിനും രഹസ്യസാഹിത്യപാരായണത്തിനും വേണ്ടിയുള്ള തൊഴിലാളി സർക്കിളുകൾ, മറ്റെല്ലാ ജനവിഭാഗങ്ങൾക്കിടയിലുള്ള സോഷ്യലിസ്റ്റ് സർക്കിളുകൾ, ജനാധിപത്യവാദികളുടെ സർക്കിളുകൾ — ഇങ്ങനെ വിപുലമായ ജനസാമാന്യത്തിനുവേണ്ടി ഉദ്ദേശിക്കപ്പെട്ടതും, അതുകൊണ്ടു കഴിയുന്നതും അയഞ്ഞും പരസ്യമായും പ്രവർത്തിക്കുന്നതുമായ ഒട്ടനവധി മറ്റു സംഘടനകൾ, കൂടുതൽ രഹസ്യമായ എല്ലാ പ്രവൃത്തികളും വിപ്ലവകാരികളുടെ ഒരു സംഘടനയിൽ കേന്ദ്രീകൃതമാവുന്നതുകൊണ്ട്, കൂടുതൽ വിപുലമായും നന്നായും പ്രവർത്തിച്ചുവെന്നേവരൂ; മറിച്ചല്ല സംഭവിക്കുക! ഇത്തരം സർക്കിളുകളും ട്രേഡ്യൂണിയനുകളും സംഘടനകളും എല്ലായിടത്തും എണ്ണത്തിൽ കഴിയുന്നത്ര കൂടുതൽ നമുക്കു വേണം; അങ്ങേയറ്റം വിപുലമായ പ്രവൃത്തികൾ അവയ്ക്കുണ്ടാവുകയും വേണം; പക്ഷേ, ഇത്തരം സംഘടനകളെ വിപ്ലവകാരികളുടെ സംഘടനയുമായി കൂട്ടിക്കുഴയ്ക്കുന്നത്, അവ രണ്ടും തമ്മിലുള്ള അതിർത്തിവരമ്പു മാച്ചുകളയുന്നത് — ബഹുജനപ്രസ്ഥാനത്തെ 'സേവിക്കുവാൻ' സോഷ്യൽഡെമോക്രാറ്റിക് പ്രവർത്തനങ്ങളിൽമാത്രം ജാഗരൂകരായ കുറേ ആളുകൾ നമുക്കുണ്ടായേ കഴിയൂ എന്നും, അത്തരം ആളുകൾ ക്ഷമയോടുകൂടി, പതറിച്ചകൂടാതെ, വിപ്ലവപ്രവർത്തനം ഒരു തൊഴിലെന്നപോലെ അഭ്യസിക്കണമെന്നുമുള്ള, ഇപ്പോൾതന്നെ അങ്ങേയറ്റം അവ്യക്തമായ ബഹുജനബോധത്തെ ഇനിയും മാച്ചുകളയാൻ ശ്രമിക്കുന്നത്— അസംബന്ധമാണ്, ആപൽക്കരമാണ്.

വാസ്തവത്തിൽ ഈ ബോധം വിശ്വസിക്കാൻ കഴിയാത്തവിധം അവ്യക്തമായിത്തീർന്നിരിക്കുന്നു. സംഘടനാരംഗത്തിൽ നാം ചെയ്തിട്ടുള്ള ഏറ്റവും ഭയങ്കരമായ പാപം റഷ്യൻ വിപ്ലവകാരികളുടെ പ്രശസ്തിയെ നാം നമ്മുടെ പ്രാകൃതസ്വഭാവങ്ങൾ നിമിത്തം അധഃപതിപ്പിച്ചു കളഞ്ഞുവെന്നതാണ്. താത്വികപ്രശ്നങ്ങൾ ദുർബലനായി ആടിക്കളിക്കുന്ന ഒരാൾ, സങ്കുചിതവീക്ഷണകോണത്തോടുകൂടിയ ഒരാൾ, ബഹുജനങ്ങൾ തനിയേ ഉണർന്നെഴുന്നേൽക്കുന്നുണ്ടെന്നു പറഞ്ഞു സ്വന്തം മായത്തെത്തെ ന്യായീകരിക്കുന്ന ഒരാൾ, ജനങ്ങളുടെ ഒരു വക്താവെന്നതിലുമധികം ഒരു ട്രേഡ്യൂണിയൻ സെക്രട്ടറിയുടെ ഛായയുള്ള ഒരാൾ, ശത്രുക്കളുടെപോലും ബഹുമാനം ആർജിക്കത്തക്കവിധം വിപുലവും ധീരവുമായ ഒരു പ്ലാൻ ചിന്തിച്ചുണ്ടാക്കുന്നതിനു കരുത്തില്ലാത്ത ഒരാൾ, രാഷ്ട്രീയപ്പൊലീസിനോടു പോരാടുകയെന്ന — തന്റെ സ്വന്തം തൊഴിലിന്റെ ഭാഗമായ — ആ കലയിൽ പരിചയക്കുറവും കൊള്ളരുതായ്മയും പ്രദർശിപ്പിക്കുന്ന ഒരാൾ, ഒരു വിപ്ലവകാരിയല്ല; പിന്നെയോ? ഒരു വഷളൻ പൊറാട്ടുകളിക്കാരനാണ്!

ഉള്ളുതുറന്ന ഈ അഭിപ്രായപ്രകടനങ്ങൾ കണ്ട് ഒരു സജീവപ്രവർത്തകനും മുഷിച്ചിൽ തോന്നരുത്; കാരണം, പരിശീലനക്കുറവിനെ സംബന്ധിച്ചിടത്തോളമാണെങ്കിൽ ആ കുറ്റം പ്രഥമവും പ്രധാനവുമായി

എനിക്കുതന്നെയാണ് ഞാൻ ബാധകമാക്കുന്നത്. മഹനീയവും നാനാമുഖവുമായ കടമകൾ സ്വയം ഏറ്റെടുത്ത ഒരു സർക്കിളിൽ[86] പ്രവർത്തിച്ചിരുന്നവനാണ് ഞാൻ. "വിപ്ലവകാരികളുടെ ഒരു സംഘടന ഞങ്ങൾക്കു തരൂ, റഷ്യ മുഴുവൻ ഞങ്ങൾ കീഴ്മേൽ മറിക്കാം!" എന്നിങ്ങനെ (ഒരു സുപ്രസിദ്ധവാചകം അൽപ്പം മാറ്റിക്കൊണ്ട്) ഞങ്ങൾക്കു പ്രഖ്യാപിക്കാമായിരുന്ന ഒരു ചരിത്രഘട്ടത്തിൽ കേവലം പൊറാട്ടുകളിക്കാരായിട്ടല്ലേ ഞങ്ങൾ പരിണമിക്കുന്നതെന്ന ബോധം ആ സർക്കിളിലെ ഓരോ അംഗത്തിന്റെയും ഹൃദയത്തിൽ ഉമിത്തീപോലെ കിടന്നുനീറിയിരുന്നു. അന്നെനിക്കനുഭവപ്പെട്ട ആ കത്തിക്കാളുന്ന അപമാനബോധം ഞാനോർക്കുംതോറും ഈ മുറിയൻ സോഷ്യൽഡെമോക്രാറ്റുകാരുടെ നേരേ എനിക്കുള്ള വെറുപ്പ് വർധിക്കുകയാണ് ചെയ്യുന്നത്; കാരണം, ഇവരുടെ സിദ്ധാന്തങ്ങൾ 'വിപ്ലവകാരിയുടെ തൊഴിലിനുതന്നെ ഒരു ദുഷ്പേരാണ്.' ഒരു വിപ്ലവകാരിയെ ഒരു പൊറാട്ടുകളിക്കാരന്റെ നിലവാരത്തിലേക്കധഃപതിപ്പിക്കുകയല്ല; പ്രത്യുത പ്രഹസനപ്രായമായി പ്രവർത്തിക്കുന്നവരെ വിപ്ലവകാരികളുടെ നിലവാരത്തിലേക്ക് ഉയർത്തുകയാണ് നമ്മുടെ കടയെന്ന് ഈ വിദ്വാന്മാർക്കു മനസിലാക്കാൻ സാധിക്കുന്നില്ല.

(ഡി) സംഘടനാപരമായ പ്രവർത്തനത്തിന്റെ വ്യാപ്തി

"പ്രവർത്തനത്തിനു പറ്റിയ വിപ്ലവശക്തികളുടെ അഭാവം സെന്റ് പീറ്റേഴ്സ്ബർഗിൽ മാത്രമല്ല, റഷ്യയിലെല്ലായിടത്തുമുള്ള അനുഭവമാണെ"ന്ന് ബെ-വ് പറഞ്ഞത് നാം കണ്ടുവല്ലോ. ഈ പരമാർഥത്തെ ആരും ചോദ്യംചെയ്കയില്ലെന്ന് ഞങ്ങൾ വിശ്വസിക്കുന്നു. പക്ഷേ, ഇതിന് ഹേതുവെന്താണെന്നതാണ് ചോദ്യം. ബെ-വ് എഴുതുന്നു:

> ഈ സംഭവവികാസത്തിന്റെ ചരിത്രപരമായ കാരണങ്ങളിലേക്കു ഞങ്ങൾ സവിസ്തരമായി പ്രവേശിക്കുന്നില്ല; ഞങ്ങൾ ഇത്രമാത്രമേ പ്രഖ്യാപിക്കുന്നുള്ളു; രാഷ്ട്രീയപ്രതിലോമശക്തികളുടെ ദീർഘകാലത്തെ ഭരണംകൊണ്ട് മനക്കരുത്തു നശിച്ചു കിടക്കുന്നതും, പണ്ടും ഇന്നുമുള്ള സാമ്പത്തിക പരിവർത്തനങ്ങളുടെ ഫലമായി ഭിന്നിച്ചു നിൽക്കുന്നതുമായ ഒരു സമുദായം വിപ്ലവപ്രവർത്തനത്തിനുപറ്റിയവരായി എത്രയോ ദുർലഭം പേരെ മാത്രമേ അതിന്റെ സ്വന്തം അണികളിൽനിന്നുയർത്തുകയുള്ളു; നിയമവിരുദ്ധസംഘടനകളുടെ അണികളിലെ നഷ്ടം പരിഹരിക്കാൻ ഒരതിർത്തിവരെ ഉതകുന്ന വിപ്ലവപ്രവർത്തകന്മാരെ തൊഴിലാളിവർഗം അതിന്റെ സ്വന്തം അണികളിൽനിന്നു തീർച്ചയായും ഉയർത്തുന്നുണ്ടെങ്കിലും, ഇത്തരം വിപ്ലവകാരികളുടെ എണ്ണം കാലത്തിന്റെ ആവശ്യങ്ങൾക്കനുയോജ്യമാകുന്നില്ല. ഇതിനു പ്രത്യേകം കാരണമുണ്ട്: എന്തെന്നാൽ, ദിവസത്തിൽ പതിനൊന്നരമണിക്കൂർ ഫാക്ടറിയിൽ ജോലിചെയ്യുന്ന തൊഴിലാളിക്കു മുഖ്യമായും ഒരു

പ്രക്ഷോഭകന്റെ പ്രവൃത്തി ചെയ്യാനുള്ള കഴിവേ ഉണ്ടാകുന്നുള്ളൂ; ആശയപ്രചാരണം, സംഘടനാപ്രവർത്തനം, രഹസ്യസാഹിത്യത്തിന്റെ നിർമാണം, പ്രസദ്ധീകരണം, ലഘുലേഖകൾ പുറത്തിറക്കൽ മുതലായ കടമകൾ എണ്ണത്തിൽ അങ്ങേയറ്റം ചുരുങ്ങിയ ഏതാനും ബുദ്ധിജീവികളുടെ തലയിൽ മുഖ്യമായും ചെന്നുവീഴുകയെന്നത് അനിവാര്യമാണ് (*റബോച്ചെയെ ദെ്യലൊ*, ലക്കം 6, പേജ് 38–39).

മേലുദ്ധരിച്ചതിൽ പലേ സംഗതികളിലും — വിശേഷിച്ചും ഞങ്ങൾ ഊന്നിപ്പറഞ്ഞുകഴിഞ്ഞ സംഗതികളിൽ — ബെ-വുമായി ഞങ്ങൾക്കഭിപ്രായവ്യത്യാസമുണ്ട്. ഇന്നത്തെ സ്ഥിതിയെപ്പറ്റി ചിന്തിക്കുന്ന ഏതൊരു പ്രായോഗിക പ്രവർത്തകനും നമ്മുടെ പ്രാകൃത സമ്പ്രദായങ്ങളുടെനേരെ തോന്നുന്ന ആ മടുപ്പു ബെ-വിന്നും തോന്നുന്നുണ്ടെങ്കിലും, ഈ അസഹ്യപരിതസ്ഥിതിയിൽനിന്ന് ഒരു പോംവഴി കാണാൻ അദ്ദേഹത്തിനു സാധിക്കുന്നില്ലെന്നാണ് ഇതിൽനിന്ന് ഏറ്റവുമധികം പ്രത്യക്ഷമായവിധം തെളിയുന്നത്; കാരണം, സാമ്പത്തികസമരവാദം അത്രയുമധികം അദ്ദേഹത്തെയിട്ടു ഞെരിക്കുന്നു. 'പ്രവർത്തന'ത്തിനു പറ്റിയവരായി വളരെച്ചുരുക്കംപേരെ മാത്രമേ സമുദായം ഉയർത്തുന്നുള്ളുവെന്നു പറയുന്നതു ശരിയല്ല. എത്രയോപ്പേരെ അതുയർത്തുന്നുണ്ട്; അവരെയെല്ലാം ഉപയോഗപ്പെടുത്താൻ നമുക്കു സാധിക്കുന്നില്ലെന്നുമാത്രം. ഈ അടിസ്ഥാനത്തിൽ നമ്മുടെ പ്രസ്ഥാനത്തിന്റെ ഇന്നത്തെ പരിവർത്തനപരമായ വിഷമസന്ധിയെ താഴെപ്പറയും പ്രകാരം നിർവചിക്കാം: നമുക്ക് ആളുകളില്ല — എന്നാൽ എത്രയോ അസംഖ്യം ആളുകൾ ഉണ്ടുതാനും. ആളുകൾ അസംഖ്യം തന്നെയാണ്; കാരണം, തൊഴിലാളിവർഗവും മറ്റും വിവിധ സാമൂഹ്യവർഗങ്ങളും കൊല്ലംതോറും തങ്ങളുടെ അണികളിൽനിന്നും അധികമധികമെണ്ണം അസംതൃപ്തന്മാരെ മുന്നോട്ടു നയിക്കുന്നുണ്ട്. ഇവർ പ്രതിഷേധിക്കാനാഗ്രഹിക്കുന്നു; ഏകാധിപത്യത്തിനെതിരായ പോരാട്ടത്തിൽ തങ്ങളാൽ കഴിവുള്ള സഹായം ചെയ്യാൻ ഇവർ സന്നദ്ധരാണ് (ഏകാധിപത്യം അസഹനീയമാണെന്ന് ഇനിയും എല്ലാവരും അംഗീകരിച്ചുകഴിഞ്ഞിട്ടില്ലെങ്കിലും, അതിനെക്കുറിച്ച് അധികമധികം മൂർച്ചയേറിയ ഒരുതരം ബോധം ബഹുജനങ്ങളിൽ ഉയർന്നുവരുന്നുണ്ട്). എന്നാൽ, അതേസമയംതന്നെ നമുക്ക് ആളുകളില്ല; കാരണം നമുക്ക് നേതാക്കന്മാരില്ല, രാഷ്ട്രീയ നേതാക്കന്മാരില്ല; എല്ലാശക്തികൾക്കും ഏറ്റവും നിസ്സാരമായ ശക്തികൾക്കുകൂടി — പ്രവൃത്തിനൽകത്തക്കവിധം അത്രമേൽ വിപുലമായ തോതിലും, അതേസമയം തന്നെ അത്രയും ഐക്യരൂപ്യത്തോടുകൂടിയും സുഗമമായും പ്രവർത്തനം സംഘടിപ്പിക്കാൻ കെൽപ്പുള്ള വൈഭവശാലികളായ സംഘാടകന്മാർ നമുക്കില്ല. 'വിപ്ലവസംഘടനകളുടെ വളർച്ചയും അഭിവൃദ്ധിയും' തൊഴിലാളിപ്രസ്ഥാനത്തിന്റെ വളർച്ചയുടെ പിറകിലാണെന്നു ബെ-വ് പോലും സമ്മതിക്കുന്നുണ്ടല്ലോ; പക്ഷേ; അത്രയുമല്ല! എല്ലാ ജനവിഭാഗങ്ങളുടെയും ഇടയി

ലുള്ള പൊതുജനാധിപത്യപ്രസ്ഥാനത്തിന്റെപോലും പിറകിലാണിത് (കൂട്ടത്തിൽ പറയട്ടെ, തന്റെ നിഗമനത്തിന്റെ ഒരനുബന്ധമായി ഇപ്പറഞ്ഞതിനെ ബെ–വ് ഒരുപക്ഷേ കണക്കാക്കുമായിരിക്കാം). പ്രസ്ഥാനത്തിന്റെ സ്വയമേവയുള്ള വിപുലമായ അടിസ്ഥാനവുമായി താരതമ്യപ്പെടുത്തിനോക്കുമ്പോൾ വിപ്ലവപ്രവർത്തനത്തിന്റെ പരിധി വളരെ സങ്കുചിതമായിരിക്കുന്നു. 'മുതലാളിമാർക്കും ഗവൺമെന്റിനുമെതിരായ സാമ്പത്തിക സമര'മെന്ന നികൃഷ്ടമായ സിദ്ധാന്തം അതിനെ അത്യധികം കെട്ടിവരിഞ്ഞുനിറുത്തിയിരിക്കുകയാണ്. എങ്കിൽക്കൂടി, ഇന്നു രാഷ്ട്രീയപ്രക്ഷോഭകർ മാത്രമല്ല, സോഷ്യൽഡെമോക്രാറ്റിക് സംഘാടകൻകൂടി 'എല്ലാ ജനവിഭാഗങ്ങൾക്കിടയിലും ഇറങ്ങിച്ചെല്ലണം'* സോഷ്യൽഡെമോക്രാറ്റുകാർക്ക് തങ്ങളുടെ സംഘടനാപരമായ നൂറായിരം ചെറുചെറു ജോലികൾ വിവിധവർഗങ്ങളുടെ പ്രതിനിധികളായ പലേതരം ആൾക്കാർക്കിടയിൽ വിതരണം ചെയ്യാൻ സാധിക്കുമെന്നതിനെപ്പറ്റി ഒരൊറ്റ പ്രായോഗികപ്രവർത്തകനും യാതൊരു സംശയവുമുണ്ടാവുകയില്ല. പ്രത്യേകം പ്രത്യേകം ജോലികൾ വൈദഗ്ധ്യം നേടുകയാണ് നമ്മുടെ ഏറ്റവും ഗൗരവാവഹമായ സാങ്കേതിക ദൗർബല്യങ്ങളിലൊന്ന്. ന്യായമായും വൈരാഗ്യത്തോടുകൂടിയും ബെ–വ് ഇതിനെപ്പറ്റി ആവലാതി പറയുന്നുണ്ട്. നമ്മുടെ പൊതുസമരത്തിലെ ഓരോ ചില്ലറ 'പ്രവർത്തന'വും എത്രത്തോളം ചെറിയ തോതിലുള്ളതായിത്തീരുന്നുവോ, അത്രയും കൂടുതൽ ആളുകളെ — അതായത്, ഏറിയകൂറും വിപ്ലവം തൊഴിലായംഗീകരിക്കാൻ കഴിവില്ലാത്ത ആളുകളെ — ഇത്തരം പ്രവർത്തനങ്ങൾ നടത്താൻ കഴിവുള്ളവരായി നമുക്കു കിട്ടും; പൊലീസിനാകട്ടെ, ഈ 'ചില്ലറപ്രവർത്തക'ന്മാരെയെല്ലാം തങ്ങളുടെ 'വലയിൽപ്പിടിക്കാൻ' അത്രയും വിഷമമായിത്തീരും; വല്ല നിസ്സാരകാര്യത്തിനും ഒരറസ്റ്റുണ്ടായാൽ അതിന്റെ മുകളിൽ ഗവൺമെന്റിന്റെ 'രഹസ്യസർവീസ്' സംബന്ധിച്ച ചെലവുകളെയെല്ലാം ന്യായീകരിക്കത്തക്കവിധത്തിലുള്ള ഒരു 'കേസ്' കെട്ടിച്ചമയ്ക്കാൻ പൊലീസിനത്രയും വിഷമമുണ്ടായിരിക്കും. നമ്മെ സഹായിക്കാൻ തയാറുള്ളവരുടെ എണ്ണത്തെ സംബന്ധിച്ചാണെങ്കിൽ, ഇക്കാര്യത്തിൽ ഇക്കഴിഞ്ഞ ഏതാണ്ട് അഞ്ചുവർഷത്തിനകം സംഭവിച്ചിട്ടുള്ള വമ്പിച്ച മാറ്റത്തെപ്പറ്റി കഴിഞ്ഞ അധ്യായത്തിൽത്തന്നെ ഞങ്ങൾ സൂചിപ്പിച്ചുവല്ലോ. എന്നാൽ, ഈ ചെറിയ ചെറിയ ഗ്രൂപ്പുകളെയെല്ലാം ഒരൊറ്റ സംഘടനയായി ഏകീകരിക്കണമെങ്കിൽ, പ്രവൃത്തികൾ വിഭജിക്കുന്ന

* ഉദാഹരണത്തിന്, പട്ടാളവൃത്തങ്ങളിൽ ജനാധിപത്യപരമായ സ്പിരിട്ടു വീണ്ടും തലയുയർത്തുന്നത് ഇയ്യിടെ കണ്ടുവന്നിട്ടുള്ളതാണ്; വിദ്യാർഥികൾ, തൊഴിലാളികൾ മുതലായ 'ശത്രു'ക്കൾക്കെതിരായി ഇയിടെ കൂടെക്കൂടെ നടത്തേണ്ടിവരുന്ന തെരുവുയുദ്ധങ്ങളാവാം ഇതിനുള്ള കാരണങ്ങളിലൊന്ന്. വേണ്ടിടത്തോളം ശക്തി നമുക്കുണ്ടാവുന്ന നിമിഷം മുതൽ പട്ടാളക്കാർക്കും ആപ്പീസർമാർക്കുമിടയിൽ പ്രചാരവേലയും പ്രക്ഷോഭവും നടത്താനും, പാർട്ടിയോടു അഫിലിയേറ്റു ചെയ്ത 'സൈന്യസംഘടനകൾ' ഉണ്ടാക്കാനും ഉള്ള ശ്രമത്തിലേക്കു നാം ഗൗരവപൂർവമായ ശ്രദ്ധയെ നിശ്ചയമായും തിരിച്ചേ കഴിയൂ.

തിരക്കിൽ പ്രസ്ഥാനം ഛിന്നഭിന്നമായിപ്പോകാതിരിക്കണമെങ്കിൽ, ഈ വക ചില്ലറ പ്രവൃത്തികൾ നിർവഹിക്കുന്നവരിലെല്ലാം അവർ ചെയ്യുന്ന പ്രവൃത്തി അത്യാവശ്യവും പ്രധാനവുമാണെന്ന വിശ്വാസം വളർത്തണമെങ്കിൽ (കാരണം, ഈ വിശ്വാസമില്ലെങ്കിൽ അവരൊരിക്കലും പണിയെടുക്കുകയില്ല*) സുശിക്ഷിതരായ വിപ്ലവകാരികളുടെ ഒരുറച്ച സംഘടന കൂടിയേ കഴിയൂ. ഇത്തരമൊരു സംഘടന എത്രത്തോളം രഹസ്യമായിരിക്കുന്നുവോ, അത്രയും കൂടുതൽ സുദൃഢവും കൂടുതൽ വിപുലവുമായിരിക്കും ബഹുജനങ്ങൾക്കു പാർട്ടിയിലുള്ള വിശ്വാസം. ഒരു യുദ്ധകാലത്തു നമുക്കറിയാമല്ലോ: സ്വന്തം പട്ടാളത്തിൽ അതിന്റെ സ്വന്തം ശക്തിയിലുള്ള വിശ്വാസം വളർത്തേണ്ടത് അതിപ്രാധാനമാണെന്നു മാത്രമല്ല, ശത്രുവിനും നിഷ്പക്ഷവിഭാഗങ്ങൾക്കും കൂടി ഈ ശക്തി ബോധ്യപ്പെടുത്തിക്കൊടുക്കേണ്ടതു വളരെ പ്രധാനമാണ്; ചിലർ സൗഹാർദ്ദപൂർവം നിഷ്പക്ഷമായിരിക്കുന്നതുകൊണ്ടായിരിക്കും ചിലപ്പോൾ കാര്യത്തിനു തീരുമാനമുണ്ടാവുക. സിദ്ധാന്തപരമായി ഉറച്ച അടിസ്ഥാനത്തിൽ കെട്ടിപ്പടുത്ത ഇത്തരമൊരു സംഘടനയുണ്ടാവുക, അതിനൊരു

* ഒരു ഫാക്ടറി ഇൻസ്പെക്ടറെപ്പറ്റി ഒരു സഖാവ് എന്നോടൊരു കഥ പറഞ്ഞതു ഞാനോർക്കുന്നു. സോഷ്യൽഡെമോക്രാറ്റുകാരെ അയാൾ സഹായിക്കാൻ ആഗ്രഹിക്കുകമാത്രമല്ല, യഥാർഥത്തിൽ സഹായിക്കുകതന്നെ ചെയ്തിരിന്നുവെങ്കിലും, താൻ അയച്ചുകൊടുക്കുന്ന 'വിവരം' വേണ്ടപ്പെട്ട വിപ്ലവകേന്ദ്രത്തിൽ എത്തുന്നുണ്ടോ എന്നുള്ളതു തനിക്കു മനസിലാവാത്തതുസംബന്ധിച്ച് അയാൾ രൂക്ഷമായി ആവലാതി പറയുകയുണ്ടായി; തന്റെ സഹായം എത്രത്തോളമാണു യഥാർഥത്തിൽ ആവശ്യമുള്ളത്, തന്റെ ചില്ലറ സേവനങ്ങളെ ഉപയോഗപ്പെടുത്താൻ എന്തെല്ലാം സാധ്യതകളാണുള്ളത് — ഇതൊന്നും അയാൾക്കറിഞ്ഞുകൂടായിരുന്നു. നമ്മുടെ പ്രാകൃതസമ്പ്രദായങ്ങളുടെ ഫലമായി നമുക്ക് ബന്ധുക്കൾ നഷ്ടപ്പെട്ടുപോകുന്നതിന് ഇതുപോലെയുള്ള വേറെയും ഒന്നിലധികം ഉദാഹരണങ്ങൾ എല്ലാ പ്രായോഗികപ്രവർത്തകന്മാർക്കും തീർച്ചയായും അറിവുണ്ടായിരിക്കും. ഒറ്റയ്ക്കൊറ്റയ്ക്കെടുത്താൽ 'ചെറിയ'തെങ്കിലും ഒന്നായെടുത്താൽ എന്തെന്നില്ലാത്ത പ്രാധാന്യമുള്ള ഇത്തരം സഹായസഹകരണങ്ങൾ നമുക്കു ചെയ്തുതരാൻ ഫാക്ടറികളിലെ ജോലിക്കാർക്കും ഉദ്യോഗസ്ഥന്മാർക്കും മാത്രമല്ല, തപാൽ ഡിപ്പാർട്ടുമെന്റ്, റെയിൽവേകൾ, കസ്റ്റംസ്, പ്രഭുവർഗം, പുരോഹിതവർഗം, എന്നുവേണ്ട, ജീവിതത്തിന്റെ എല്ലാ തുറകളിലുമുള്ളവർക്കു സാധിക്കും; പൊലീസിലും കൊട്ടാരത്തിലുമുള്ളവർക്കുപോലും ഇതുസാധിക്കും! ശരിക്കുള്ള ഒരു പാർട്ടി — വിപ്ലവകാരികളുടെ ഒരു യഥാർഥസമരസംഘടന — നമുക്കുണ്ടായിരുന്നുവെങ്കിൽ, ഈ 'സഹായികളി'ൽ ഓരോരുത്തരേയുംകൊണ്ട് കണ്ടമാനം പണിയെടുപ്പിക്കുകയില്ല; ഓരോ അവസരത്തിലും അവരെല്ലാം നമ്മുടെ 'രഹസ്യസംഘടന'യുടെ ആസ്ഥാനമണ്ഡപത്തിലേക്കു ക്ഷണിച്ചുകൊണ്ടുവരികയുമില്ല; പിന്നെയോ? സൂക്ഷ്മതയോടുകൂടി നാമവരെ വളർത്തിക്കൊണ്ടുവരും; അത്തരം പ്രവൃത്തികൾ നിർവഹിക്കാൻ നാം ആളുകളെ പ്രത്യേകം പരിശീലിപ്പിക്കും; പല വിദ്യാർഥികളെക്കൊണ്ടും പാർട്ടിക്കു കൂടുതൽ പ്രയോജനമുണ്ടാവുക ഇത്തരം 'സഹായികളെ'ന്ന (ഉദ്യോഗസ്ഥന്മാരെന്ന) നിലയ്ക്കാണ്, അല്ലാതെ വെറും 'അൽപ്പായുസ്സു'കളായ വിപ്ലവകാരികളെന്ന നിലയ്ക്കല്ല, എന്നു നാമോർമിക്കും. പക്ഷേ, ഞാൻ ആവർത്തിക്കുന്നു, മുമ്പുതന്നെ സുസ്ഥാപിതവും, സജീവമായി പ്രവർത്തിക്കാൻ വേണ്ടിടത്തോളം ശക്തികളുള്ളതുമായ ഒരു സംഘടനയ്ക്കുമാത്രമേ അത്തരം അടവുകൾ പ്രയോഗിക്കാൻ അർഹതയുണ്ടായിരിക്കുകയുള്ളൂ.

സോഷ്യൽഡെമോക്രാറ്റിക് മുഖപത്രവുമുണ്ടാവുക — ഇത്രയും സാധിച്ചാൽ, പ്രസ്ഥാനത്തിലേക്കാകർഷിക്കപ്പെടുന്ന നിരവധി 'അന്യ'വിഭാഗക്കാരുടെ ഫലമായി അത് അതിന്റെ മാർഗത്തിൽനിന്ന് വ്യതിചലിക്കുമെന്നൊന്നും നമുക്കു ഭയപ്പെടാനവകാശമില്ല (നേരെമറിച്ച്, പ്രാകൃതസമ്പ്രദായങ്ങളെ നാമാശ്രയിച്ചുകൊണ്ടിരിക്കുന്ന ഇന്നത്തെ ഈ ഗഡുവിലാണ് പല സോഷ്യൽഡെമോക്രാറ്റുകാരും 'ക്രെഡോ'വിന്റെ ഭാഗത്തേക്കു പാളിപ്പോകുന്നത്; എന്നിട്ടും തങ്ങൾ സോഷ്യൽഡെമോക്രാറ്റുകാരാണെന്നു ധ്യാനിച്ചുകൊണ്ടിരിക്കുന്നതും!). ചുരുക്കത്തിൽ, പ്രത്യേക ജോലികളിലുള്ള വൈദഗ്ധ്യത്തിനു കേന്ദ്രീകരണം കൂടിയേ തീരൂ; അത് കേന്ദ്രീകരണം അനിവാര്യമാക്കുകയും ചെയ്യുന്നു.

പ്രത്യേകവൈദഗ്ധ്യങ്ങൾ നേടേണ്ടതിന്റെ എത്രയും ഭംഗിയായി ചൂണ്ടിക്കാട്ടുന്ന ബെ–വ്തന്നെ ഞങ്ങളുദ്ദേശിച്ച അദ്ദേഹത്തിന്റെ വാദത്തിന്റെ ഉത്തരാർധത്തിൽ അതിന്റെ പ്രാധാന്യത്തെ ലഘൂകരിക്കുന്നുവെന്നാണ് ഞങ്ങൾക്കു തോന്നുന്നത്. തൊഴിലാളിവർഗത്തിൽനിന്നുള്ള വിപ്ലവകാരികളുടെ എണ്ണം പോരാ എന്നദ്ദേഹം പറയുന്നു. ഇതു തികച്ചും പരമാർഥമാണ്. എന്നല്ല, സോഷ്യൽഡെമോക്രസിക്കകത്തുള്ള ഇന്നത്തെ കുഴപ്പത്തിന്റെ കാരണങ്ങളെസംബന്ധിച്ചിടത്തോളം ഞങ്ങൾക്കുള്ള അഭിപ്രായത്തെ തികച്ചും ശരിവെക്കുകയാണ് 'ഒരു സൂക്ഷ്മനിരീക്ഷകനിൽനിന്നുള്ള വിലയേറിയ കത്തു'ചെയ്യുന്നതെന്നും, തന്മൂലം ആ കാരണങ്ങളെ ദൂരീകരിക്കാൻ ഞങ്ങൾ നിർദേശിക്കുന്ന വഴിയെയും അതു ശരിവയ്ക്കുന്നുണ്ടെന്നും ഞങ്ങളിതാ, വീണ്ടും പ്രഖ്യാപിക്കുന്നു. ബഹുജനങ്ങളുടെ സ്വയമേവയുള്ള ഇളക്കത്തിന്റെ പിറകിലാണ് വിപ്ലവകാരികൾ പൊതുവിൽ കിടന്നുകളിക്കുന്നതതെന്നുമാത്രമല്ല, വിപ്ലവകാരികളായ തൊഴിലാളികൾപോലും തൊഴിലാളിബഹുജനങ്ങളുടെ സ്വയമേവയുള്ള ഉൽബുദ്ധതയുടെ പിറകിൽ പെട്ടിരിക്കുന്നു. തൊഴിലാളികളോടുള്ള നമ്മുടെ കടമകളെക്കുറിച്ച് ചർച്ചചെയ്യുന്നതിനിടയിൽ നമ്മുടെനേരെ എടുത്തെറിയപ്പെടാറുള്ള ആ 'ബോധനവിദ്യ' എത്രമാത്രം അസംബന്ധമാണെന്നു മാത്രമല്ല, രാഷ്ട്രീയമായി അവ എത്രത്തോളം അസംബന്ധമാണെന്നുകൂടി ഈ വസ്തുത ഏറ്റവും പ്രത്യക്ഷമായ വിധത്തിൽ തെളിയിക്കുന്നു. ഈ സംഗതി വ്യക്തമാക്കുന്നത് പാർട്ടി പ്രവർത്തനങ്ങളുടെ കാര്യത്തിൽ ബുദ്ധിജീവികളിൽനിന്നുവന്ന വിപ്ലവകാരികൾക്കിടയിൽ നിർത്താവുന്ന തൊഴിലാളികളായ വിപ്ലവകാരികളെ പരിശീലിപ്പിക്കാനായി സഹായിക്കുക എന്നതു നമ്മുടെ പ്രഥമവും പ്രധാനവുമായ കടമയായി ത്തീർന്നിട്ടുണ്ടെന്നാണ് (പാർട്ടിപ്രവർത്തനങ്ങളുടെ കാര്യത്തിൽ എന്നും നാം പ്രത്യേകിച്ച് ഊന്നിപ്പറയുവാൻ കാരണം, തൊഴിലാളികളെ, ബുദ്ധിജീവികളുടെ മറ്റുവശങ്ങളിലേക്കു ഉയർത്തിക്കൊണ്ടുവരുന്ന കാര്യം ആവശ്യമാണെങ്കിലും, അത്യാവശ്യമായതോ എളുപ്പമുള്ളതോ ആയ ഒന്നല്ലാത്തതുകൊണ്ടാണ്). അതുകൊണ്ട് ശ്രദ്ധ കാര്യമായും പതിയേണ്ടതുതൊഴിലാളികളെ വിപ്ലവകാരികളായി ഉയർത്തുന്നതിലേക്കാണ്;

അല്ലാതെ സാമ്പത്തികസമരവാദികൾ ചെയ്യാനിഷ്ടപ്പെടുന്നപോലെ, നമ്മെ 'വെറും തൊഴിലാളി'കളുടെ നിലയിലേക്ക് താഴ്ത്തിക്കൊണ്ടുവരുവാനല്ല (ഇതു നിമിത്തം *സ്വബോധ* സാമ്പത്തികസമരവാദത്തിന്റെ 'ബോധനവിദ്യ'യുടെ അടുത്തപടിയിലേക്കു സ്വയം ഉയരുകയാണ് ചെയ്യുന്നത്). തൊഴിലാളികൾക്കു വേഗം മനസിലാക്കാൻ സാധിക്കുന്ന (പക്ഷേ, ആഭാസങ്ങളടങ്ങിയതല്ല) സാഹിത്യങ്ങൾ വേണ്ടെന്നു ഞാൻ പറയുന്നേയില്ല. പക്ഷേ, ബോധനവിദ്യയും സംഘടനയുടേയും രാഷ്ട്രീയകാര്യങ്ങളുടേയും പ്രശ്നങ്ങളും കൂട്ടിക്കുഴയ്ക്കുന്നതാണ് എന്നെ വെറുപ്പിക്കുന്നത്. തൊഴിലാളിസംഘടനയുടേയും തൊഴിലാളികളുടെ രാഷ്ട്രീയപ്രശ്നങ്ങളുടേയും കാര്യങ്ങൾ അവർ വിവരമില്ലാത്തവരാണെന്നു കരുതിക്കൊണ്ട് അവരോടു സംസാരിക്കുമ്പോൾ, സാധാരണതൊഴിലാളിയുടെ കാര്യത്തിൽ അത്രയധികം തൽപ്പരരാണെന്നു വാദിക്കുന്ന മാന്യന്മാരെ, നിങ്ങൾ തൊഴിലാളികളെ അപമാനിക്കുകയാണു ചെയ്യുന്നത്. ഗൗരവതരമായ കാര്യങ്ങളെക്കുറിച്ച് ഗൗരവമായിത്തന്നെ സംസാരിക്കുക; ബോധനസംബന്ധമായ കാര്യങ്ങൾ അധ്യാപകന്മാർക്കു വിട്ടുകൊടുക്കേണ്ടതാണ്; അല്ലാതെ സംഘാടകന്മാർക്കും രാഷ്ട്രീയപ്രവർത്തകന്മാർക്കുമല്ല! ബുദ്ധിജീവികളുടെ ഇടയിലും പുരോഗതി പ്രാപിച്ചവരും സാമാന്യം അറിവുള്ളവരും, സാധാരണക്കാരുമില്ലേ? ലളിതസാഹിത്യങ്ങൾ അവർക്കും ആവശ്യമാണെന്ന് എല്ലാവർക്കും അറിവില്ലേ? അത്തരം സാഹിത്യങ്ങൾ നിർമിക്കപ്പെടുന്നില്ലേ? ഹൈസ്കൂളിലെയോ കോളേജുകളിലേയോ വിദ്യാർഥികളെ സംഘടിപ്പിക്കുന്ന കാര്യത്തെപ്പറ്റി ലേഖനമെഴുതുന്ന ഒരാൾ, താൻ പുതുതായി എന്തോ ഒന്നു കണ്ടുപിടിച്ചതുപോലെ നമുക്കു 'സാധാരണവിദ്യാർഥികളുടെ' ഒരു സംഘടന വേണമെന്നും വീണ്ടും വീണ്ടും പറയുന്നതിനെപ്പറ്റി ആലോചിച്ചുനോക്കുക. അത്തരം ഒരു ലേഖനത്തിന്റെ കർത്താവ്, ന്യായമായും അപഹസിക്കപ്പെടും. അയാളോടു ജനങ്ങൾ പറയും: നിങ്ങൾക്കു സംഘടനയെപ്പറ്റി വല്ല അഭിപ്രായവുമുണ്ടെങ്കിൽ പറയുക: ഞങ്ങളുടെ കൂട്ടത്തിൽ സാധാരണക്കാർ ആരാണെന്നും, ഉയർന്നവർ ആരാണെന്നും ഞങ്ങൾതന്നെ തീർച്ചപ്പെടുത്തിക്കൊള്ളാം. പക്ഷേ, സംഘടനാപരമായ കാര്യങ്ങളെക്കുറിച്ചു നിങ്ങൾക്കു സ്വന്തമായ അഭിപ്രായമൊന്നുമില്ലെങ്കിൽ, 'ബഹുജന'ങ്ങളെപ്പറ്റിയും സാധാരണക്കാരെപ്പറ്റിയും മറ്റുമുള്ള നിങ്ങളുടെ ബഡായികൾ മടുപ്പിക്കുന്നവയാണ്. 'രാഷ്ട്രീയകാര്യങ്ങ'ളുടെയും 'സംഘടന'യുടെയും പ്രശ്നങ്ങൾ ഗൗരവതരങ്ങളാണെന്നും അവയെ ഗൗരവതരമായ രീതിയിലല്ലാതെ സമീപിക്കുക സാധ്യമല്ലെന്നും മനസിലാക്കുവാൻ ശ്രമിക്കുക. തൊഴിലാളികളെ (കോളേജിലും ഹൈസ്കൂളിലും പഠിക്കുന്ന വിദ്യാർഥികളേയും) ഇത്തരം പ്രശ്നങ്ങൾ അവരുമായി ചർച്ചചെയ്യത്തക്കവിധത്തിൽ പഠിപ്പിക്കുവാൻ നമുക്കു സാധിക്കും; സാധിക്കണം. ഒരിക്കൽ ഈ ചോദ്യങ്ങൾ അവരുടെ മുമ്പിൽ കൊണ്ടുവന്നാൽ അവയ്ക്കു ശരിക്കും മറുപടി പറയണം; ബഹുജനങ്ങളെന്നും, സാധാരണക്കാരെന്നും പറഞ്ഞു പിൻവാങ്ങാ

തിരിക്കണം. പ്രമാണങ്ങളും പഴഞ്ചൊല്ലുകളും ഉദ്ധരിച്ചുകൊണ്ടു ഒഴിഞ്ഞു മാറിക്കൂടാ.*

സ്വന്തം കടമ നിർവഹിക്കാൻ പരിപൂർണമായും തയാറെടുക്കണമെങ്കിൽ വിപ്ലവകാരിയായ ഒരു തൊഴിലാളി വിപ്ലവം തൊഴിലായിത്തന്നെ എടുക്കേണ്ടിയിരിക്കുന്നു. തൊഴിലാളി പതിനൊന്നരമണിക്കൂറും ഫാക്ടറിയിൽ പ്രവൃത്തിയെടുക്കേണ്ടിവരുന്നതിനാൽ എല്ലാ വിപ്ലവപ്രവർത്തനങ്ങളുടേയും (പ്രക്ഷോഭമൊഴിച്ച് ബാക്കിയുള്ള) കനത്തഭാരം "വളരെ ചുരുക്കം ചില ബുദ്ധിജീവികൾ അവശ്യമായും വഹിക്കേണ്ടിവരു"മെന്ന ബെ-വിന്റെ വാദം അതുകൊണ്ടു തെറ്റാണ്. അത് "അവശ്യമായും" അങ്ങനെ വേണമെന്നില്ല. അങ്ങനെയാവുന്നത് നാം പിന്നണിയിലായതുകൊണ്ടാണ്: പ്രാപ്തനായ ഓരോ തൊഴിലാളിയേയും മുഴുവൻ സമയം സംഘാടകനായും പ്രക്ഷോഭകാരിയായും പ്രചാരകനായും സാഹിത്യ വിതരണക്കാരനായും വളരുവാൻ സഹായിക്കുകയെന്നത് നമ്മുടെ കടമയായി നാം കണക്കാക്കാത്തതുകൊണ്ടാണ്. ഇക്കാര്യത്തിൽ നാം നമ്മുടെ ശക്തി ലജ്ജാകരമാംവിധം ദുരുപയോഗപ്പെടുത്തുകയാണ്. പ്രത്യേകം ശ്രദ്ധിച്ചു വളർത്തിക്കൊണ്ടുവരേണ്ട ചിലതിനെ വളർത്തിക്കൊണ്ടുവരാൻ നമുക്ക് പ്രാപ്തിയില്ല. ജർമൻകാരെ നോക്കുക. അവർക്കു നമുക്കുള്ളതിനേക്കാൾ നൂറുമടങ്ങ് അധികം ശക്തിയുണ്ട്. പക്ഷേ അവരുടെ അണികളിലുള്ള "സാധാരണ"ക്കാരുടെയിടയിൽനിന്ന് വളരെ ചുരുക്കമായി മാത്രമേ ശരിക്കും പ്രാപ്തന്മാരായ പ്രക്ഷോഭകാരികളും മറ്റും വളർന്നുവരാറുള്ളുവെന്ന് അവർ മനസിലാക്കിയിരിക്കുന്നു. അതുകൊണ്ട് അവർ പ്രാപ്തനായ ഓരോ തൊഴിലാളിക്കും അയാളുടെ കഴിവുകളെ തികച്ചും ഉപയോഗപ്പെടുത്തത്തക്ക പരിത:സ്ഥിതികളുണ്ടാക്കിക്കൊടുക്കുന്നു: അയാളെ ഒരു മുഴുവൻ സമയപ്രക്ഷോഭകാരിയാക്കുന്നു; അയാളുടെ പ്രവർത്തനപരിധിയെ വികസിപ്പിക്കാൻ അയാൾക്കു പ്രോത്സാഹനം ലഭിക്കുന്നു; അയാളുടെ പ്രവർത്തനത്തെ ഒരു ഫാക്ടറിയിൽനിന്നു ആ വ്യവസായമൊട്ടാകെയും ഒരിടത്തുനിന്ന് രാജ്യമൊട്ടാകെയും വളർത്തുവാൻ സഹായിക്കുന്നു. അയാൾക്ക് അയാളുടെ പ്രവർത്തനത്തിൽ പരി

* *സ്വൊബോദ* ലക്കം 1, പേജ് 66–ൽ 'സംഘടന' എന്ന ലേഖനത്തിൽ: "റഷ്യൻ തൊഴിലാളികൾ മുമ്പോട്ടു കൊണ്ടുവന്നിട്ടുള്ള എല്ലാ ആവശ്യങ്ങൾക്കും തൊഴിലാളികളുടെ അടിയുറച്ച കാൽവെയ്പ്പ് ശക്തികൂട്ടുന്നു." ഇവിടെ തൊഴിലാളി എന്ന വാക്കിന് പ്രത്യേകം ശക്തികൊടുത്തിട്ടുണ്ട് എന്നോർക്കണം. ഈ ലേഖകൻതന്നെ പറയുന്നു: "ബുദ്ധിജീവികളോട് എനിക്കൽപ്പംപോലും വിരോധമില്ല; എങ്കിലും...." (ഷ്ചെദ്രിൻ തർജമചെയ്ത എങ്കിലും എന്ന അതേവാക്കാണിത്. അവിടെ എങ്കിലും എന്നതിന് 'നെറ്റിയുടെ മേലെ ഒരിക്കലും ചെവിവളരുന്നില്ല!' എന്നാണദ്ദേഹം അർഥം കൽപ്പിച്ചത്)..... "എങ്കിലും, ഒരു മനുഷ്യൻ എന്നെ സമീപിച്ച്, ആകർഷകവും സുന്ദരവുമായ കുറേ വാക്കുകൾ പറഞ്ഞശേഷം അവയെ അവയുടെ (തന്റെ?) സൗന്ദര്യത്തേയും മറ്റു ഗുണങ്ങളേയും കണക്കാക്കി സ്വീകരിക്കണമെന്നു പറയുന്നത് എന്നെ ഭയങ്കരമാംവിധം വെറുപ്പിക്കുന്നു" (62–ാം പേജിൽ). അതെ, ഇതെന്നേയും "ഭയങ്കരമാംവിധം വെറുപ്പിക്കുന്നു."

ചയവും പഴക്കവും ലഭിക്കുന്നു; അയാളുടെ വീക്ഷണം വിശാലമാകുന്നു; അയാളുടെ അറിവ് വർധിക്കുന്നു; മറ്റു സ്ഥലങ്ങളിലേയും മറ്റു കക്ഷികളുടേയും പ്രമുഖനേതാക്കന്മാരെ അയാൾ നിരീക്ഷിക്കുന്നു; അയാൾ അവരുടെ നിലയിലേക്കുയരാൻ ശ്രമിക്കുന്നു; തൊഴിലാളിവർഗസാഹചര്യത്തെക്കുറിച്ച് തനിക്കുള്ള അറിവിനേയും പുതുമ മാറാത്ത സോഷ്യലിസ്റ്റ് ബോധത്തേയും തൊഴിൽ സംബന്ധമായ തന്റെ വൈദഗ്ധ്യവുമായി കൂട്ടിയോജിപ്പിച്ചുകൊണ്ടുപോകാൻ അയാൾ യത്നിക്കുന്നു. ഒന്നാന്തരം പരിശീലനം ലഭിച്ച ശത്രുവുമായി സുശക്തമായ സമരം നടത്തണമെങ്കിൽ ഒഴിച്ചുകൂടാൻ വയ്യാത്ത ഒന്നാണിത്. ഈ വഴിയിൽക്കൂടി മാത്രമേ 'ബെബലിന്റേയും ഔവരിന്റേയും കിടയിലുള്ളവരെ'തൊഴിലാളിവർഗത്തിന്റെ അണികളിൽനിന്നു ഉയർത്തിക്കൊണ്ടുവരുവാൻ സാധിക്കുകയുള്ളൂ. രാഷ്ട്രീയസ്വാതന്ത്ര്യം നിലവിലുള്ള ഒരു രാജ്യത്തിൽ പലപ്പോഴും സ്വാഭാവികമായിത്തന്നെ രൂപമെടുക്കുന്ന ഈ കാര്യം റഷ്യയിൽ നമ്മുടെ സംഘടനകൾ കരുതിക്കൂട്ടിയും പ്ലാനിട്ടും ചെയ്യേണ്ടിയിരിക്കുന്നു. കുറച്ചെല്ലാം കഴിവുകളും അൽപ്പമെല്ലാം പ്രതിഭയും കാണിക്കുന്ന ഒരു തൊഴലാളിയെ ഒരിക്കലും ഫാക്ടറിയിൽ 11 മണിക്കൂർ പ്രവൃത്തി ചെയ്യുവാൻ അനുവദിക്കരുത്. അയാളെ പാർട്ടിയുടെ സംരക്ഷണത്തിൽ കൊണ്ടുവരുവാനും യഥാസമയം അയാൾ ഒളിവിൽപ്പോകാനും അയാളുടെ പ്രവർത്തനസ്ഥലം മാറ്റാനുമുള്ള ഏർപ്പാടുകൾ നാമുണ്ടാക്കണം. അല്ലെങ്കിൽ അയാളുടെ അനുഭവം വർധിക്കുകയില്ല; അയാളുടെ വീക്ഷണം വിശാലമാവുകയില്ല; രാഷ്ട്രീയപ്പൊലീസിനെതിരായി കുറച്ചുവർഷങ്ങൾപോലും അയാൾക്ക് സമരം ചെയ്യുക സാധ്യമല്ല. തൊഴിലാളിബഹുജനങ്ങളുടെ വളർച്ച സ്വതവേതന്നെ വിശാലവും അഗാധവുമായിത്തീരുമ്പോൾ, അവർ തങ്ങളുടെ അണികളിൽനിന്നു പ്രതിഭാശാലികളായ പ്രക്ഷോഭകാരികളെ മാത്രമല്ല പ്രതിഭാശാലികളായ സംഘാടകന്മാരേയും പ്രചാരകരേയും, 'പ്രായോഗിക പ്രവർത്തക'ന്മാരേയും അധികമധികം ഉണ്ടാക്കുന്നു ('പ്രായോഗികപ്രവർത്തകന്മാർ' എന്നു പറഞ്ഞത് ആ വാക്കിന്റെ ഏറ്റവും നല്ല അർഥത്തിലാണ്. അത്തരക്കാർ ബുദ്ധിജീവികളുടെ ഇടയിൽതന്നെ കുറച്ചു പേരേയുള്ളൂ. ബുദ്ധിജീവികളിൽ അധികംപേരും റഷ്യക്കാർക്ക് സ്വാഭാവികമായ അശ്രദ്ധയും മന്ദതയും ഉള്ളവരാണ്) തൊഴിലാളികളായ വിപ്ലവകാരികൾക്ക് വളരെക്കാലത്തെ പ്രത്യേകപരിശീലനം നൽകി (ഇത് എല്ലാ തുറകളിലുമാവാം) അവരെ തയാറെടുപ്പിക്കുന്ന പക്ഷം ലോകത്തിലെ ഒരു രാഷ്ട്രീയപ്പൊലീസിനും അവരെ എതിർത്തുനിൽക്കുവാൻ കഴിയുകയില്ല. കാരണം, വിപ്ലവത്തോടു പരിപൂർണമായ കൂറും ഭക്തിയുമുള്ള അവരുടെ സംഘടന ഏറ്റവും വിപുലമായ തോതിൽ തൊഴിലാളിബഹുജനങ്ങളുടെ പരിപൂർണവിശ്വാസവും കൂറും ആർജിച്ചിരിക്കും. നാം ചെയ്യുന്ന പാപം, ബുദ്ധിജീവികൾക്കും തൊഴിലാളികൾക്കും 'പൊതുവാ'യുള്ള ഈ മാർഗം— അതായത്, വിപ്ലവപ്രവർത്തനം ഒരു തൊഴിലായിത്തന്നെ അഭ്യ

സിക്കുകയെന്നത് — സ്വീകരിക്കാൻ തൊഴിലാളികൾക്കു വേണ്ടത്ര 'പ്രചോദനം' നൽകുന്നില്ലെന്നതാണ്; 'തൊഴിലാളിബഹുജനങ്ങൾക്കും,' 'സാധാരണതൊഴിലാളികൾക്കും' 'മനസിലാക്കാവുന്ന' കാര്യങ്ങളെപ്പറ്റി വിഡ്ഢിത്തം പ്രസംഗിച്ചു അവരെ പിന്നോട്ടുപിടിച്ചുവലിക്കുന്നുവെന്നുള്ളതാണ്.

മറ്റു കാര്യങ്ങളിലെന്നപോലെ ഇക്കാര്യത്തിലും നമ്മുടെ സംഘടനാപരമായ പ്രവർത്തനത്തിന്റെ വ്യാപ്തി കുറഞ്ഞുപോകുന്നത്, (ബഹുഭൂരിപക്ഷം 'സാമ്പത്തികസമരവാദി'കളും പ്രായോഗികപ്രവർത്തനങ്ങളിൽ പരിചയം കുറഞ്ഞവരും ഇത് അറിയുന്നില്ലെങ്കിലും) നമ്മുടെ രാഷ്ട്രീയകടമകളുടേയും സിദ്ധാന്തങ്ങളുടേയും പരിധിയെ നാം അത്യധികം പരിമിതപ്പെടുത്തുന്നതുകൊണ്ടാണ്; അവ തമ്മിൽ അത്ര അഭേദ്യമായ ബന്ധമാണുള്ളത്. സ്വയമേവ സംഭവിക്കുന്നതിനോടെല്ലാമുള്ള അത്യാദരവു സാധാരണക്കാർക്കു പൊതുവെ മനസിലാക്കാൻ സാധിക്കാത്തവിധം നമ്മളിൽ ഭയമുളവാക്കുന്നു; ബഹുജനങ്ങളുടെ നേരിട്ടുള്ളതും അടിയന്തരവുമായ ആവശ്യങ്ങൾക്കു വഴങ്ങിക്കൊടുക്കുന്നതിൽനിന്നും വളരെയധികം ഉയർന്നുപോയോ എന്ന ഭയമുളവാക്കുന്നു. മാന്യരേ, നിങ്ങൾ ഭയപ്പെടേണ്ട! സംഘടനാപരമായി നാം ഏറ്റവും താഴ്ന്ന നിലയിലാണെന്ന ആ ഒരു കാരണം കൊണ്ടുതന്നെ വളരെയധികം ഉയരുവാൻ സാധിക്കുമെന്ന വിശ്വാസം അസംബന്ധമാണ്!

(ഇ) 'ഗൂഢാലോചനാപര'മായ സംഘടനയും 'ജനാധിപത്യവും'

എന്നിട്ടും 'ജീവിതത്തിന്റെ ശബ്ദ'വുമായി അത്യധികം പരിചയപ്പെട്ടവരും അതുകൊണ്ടുതന്നെ ലോകത്തിൽ മറ്റെന്തിനേക്കാളും അധികം അതിനെ പേടിക്കുന്നവരുമായി നമ്മുടെ കൂട്ടത്തിൽ പലരുമുണ്ട്. അക്കൂട്ടർ ഇവിടെ പ്രതിപാദിച്ചിട്ടുള്ള വീക്ഷണഗതിയുള്ളവരെ 'നറോദ്നയ വോല്യ'ക്കാരാണെന്നു പറഞ്ഞാക്ഷേപിക്കുകയും അവർക്കു 'ജനാധിപത്യം' എന്തെന്നറിയാൻ വയ്യെന്നും മറ്റും പറഞ്ഞുകുറ്റപ്പെടുത്തുകയും ചെയ്യുന്നു. *റബോച്ചെയെ ദ്യെലൊ*വും ഇതേ ആക്ഷേപങ്ങൾ മുഴക്കിയിട്ടുള്ളതുകൊണ്ട് അവയെ നമുക്ക് ഒന്നു പരിശോധിക്കേണ്ടിയിരിക്കുന്നു.

സെന്റ് പീറ്റേഴ്സ്ബർഗിലെ സാമ്പത്തികസമരവാദികൾ *റബോച്ചയ ഗസേത്ത*യെപ്പോലും 'നറോദ്നയ വോല്യ'യുടെ പക്ഷക്കാരാണെന്നു പറഞ്ഞാക്ഷേപിച്ചിട്ടുണ്ടെന്ന് ഈ വരികളെഴുതുന്ന ആൾക്ക് അസലായറിയാം. (*റബോച്ചയ മിസ്ലു*മായി അതിനെ താരതമ്യപ്പെടുത്തുമ്പോൾ അതു ശരിയാണെന്നു മനസിലാക്കുകയും ചെയ്യാം). *ഇസ്ക്ര* പുറത്തുവന്ന ഉടനെ "X" എന്ന പട്ടണത്തിലെ സോഷ്യൽഡെമോക്രാറ്റുകാർ *ഇസ്ക്ര*യെ 'നറോദ്നയ വോല്യ'ക്കാരുടെ പത്രമായി പ്രഖ്യാപിച്ചിട്ടുണ്ടെന്ന് ഒരു സുഹൃത്ത് അറിയിച്ചപ്പോൾ ഞങ്ങൾക്ക് അതിൽ അൽപ്പംപോലും അത്ഭുതമുണ്ടായില്ല. തീർച്ചയായും ഈ ആരോപണം ഒരഭിനന്ദനമായിട്ടാണ് ഞങ്ങൾ കണക്കാക്കിയത്. കാരണം കൊള്ളാവുന്ന ഏതെങ്കിലുമൊരു

സോഷ്യൽഡെമോക്രാറ്റിനെ 'നറോദ്നയ വോല്യ'ക്കാരായി സാമ്പത്തികസമരവാദികൾ കുറ്റപ്പെടുത്താതിരുന്നിട്ടുണ്ടോ?

ഇത്തരം ആരോപണങ്ങൾ മുന്നോട്ടുകൊണ്ടുവരുന്നത് രണ്ടുതരം തെറ്റിദ്ധാരണകൊണ്ടാണ്. ഒന്നാമത്, വിപ്ലവപ്രസ്ഥാനത്തിന്റെ ചരിത്രം നമ്മുടെയിടയിൽ അത്രയധികമൊന്നും അറിയപ്പെടാത്തതുകൊണ്ട്, സാറിസത്തിനെതിരായി അടിപതറാത്ത സമരം പ്രഖ്യാപിക്കുന്ന സമരവീര്യമുള്ള ഏതു കേന്ദ്രീകൃതസംഘടനയും 'നറോദ്നയ വോല്യ'ക്കാരായി ചിത്രീകരിക്കപ്പെടുന്നു. പക്ഷേ, 1870–80 കാലഘട്ടത്തിൽ വിപ്ലവകാരികളുടേതായിരുന്നതും, നമുക്കെല്ലാം ഇപ്പോൾ മാതൃകയായിരിക്കേണ്ടതും ആയ മഹത്തായ സംഘടന 'നറോദ്നയ വോല്യ'ക്കാരാൽ ഉണ്ടാക്കപ്പെട്ടതല്ല. അതുണ്ടാക്കിയത് 'സെംല്യാ ഈ വോല്യ'[87]യുടെ അനുയായികളാണ്. ഇവർ പിന്നീട് 'ചോർനിയ് പെരെദ്യേൽ'കാരായും 'നറോദ്നയ വോല്യ'ക്കാരായും ഭിന്നിക്കുകയുണ്ടായി. അതുകൊണ്ട്, ഏതെങ്കിലും ഒരു സമരസംഘടനയെ 'നറോദ്നയ വോല്യ'ക്കാരായി വ്യക്തമായി ചിത്രീകരിക്കുന്നതു ചരിത്രപരമായി നോക്കിയാലും യുക്തിയുടെ അടിസ്ഥാനത്തിൽ നോക്കിയാലും, അസംബന്ധമാണ്; കാരണം, സമരംചെയ്യണമെന്നു ഗൗരവമായി തീരുമാനിച്ചിട്ടുള്ള ഏതൊരു വിപ്ലവവാഞ്ഛയ്ക്കും സംഘടന അനുപേക്ഷണീയമാണ്. 'നറോദ്നയ വോല്യ'ക്കാർക്കു പറ്റിയ തകരാറ് എല്ലാ അതൃപ്തരായവരേയും അവരുടെ സംഘടനയിലേക്കു കൊണ്ടുവന്നു, സംഘടനയെ ഏകാധിപത്യത്തിനെതിരായ സമരത്തിലേക്കാനയിച്ചതല്ല; പ്രത്യുത, അത് അവരുടെ ചരിത്രപരമായ മേന്മയായിരുന്നു. അവരുടെ തെറ്റ് തീരെ വിപ്ലവപരമല്ലാത്ത സാരാംശമുൾക്കൊള്ളുന്ന ഒരു സിദ്ധാന്തത്തെ ആസ്പദമാക്കി അവർ പ്രവർത്തിച്ചുവെന്നതാണ്. മുതലാളിത്തത്തിന്റെ വളർച്ചയോടു കൂടി നടന്നുവന്നിരുന്ന വർഗസമരവുമായി തങ്ങളുടെ പ്രസ്ഥാനത്തെ അഭേദ്യമായി എങ്ങനെ ബന്ധപ്പെടുത്തണമെന്നു അവർക്കറിഞ്ഞുകൂടായിരുന്നു, അഥവാ അവർക്കതിനുള്ള സാധ്യതയില്ലായിരുന്നു. തൊഴിലാളിപ്രസ്ഥാനത്തിന്റെ തനിയേയുള്ള വളർച്ച, 'സെംല്യാ ഈ വോല്യ'യുടെ കാലത്തു അവർക്കുണ്ടായിരുന്നതുപോലെയോ, താരതമ്യേന അതിലും എത്രയോ നല്ലതോ ആയ ഒരു സംഘടന കെട്ടിപ്പടുക്കുകയെന്ന നമ്മുടെ കടമയിൽനിന്നു നമ്മളെ ഒഴിവാക്കുന്നുവെന്ന അഭിപ്രായം പൊന്തിവരുന്നത് മാർക്സിസത്തെ തീരെ മനസിലാക്കാൻ സാധിക്കാത്തതുകൊണ്ടാണ് (അല്ലെങ്കിൽ 'സ്ട്രൂവിസ'ത്തിന്റെ വെളിച്ചത്തിൽ അതു 'മനസിലാക്കിയതു'കൊണ്ടാണ്). നേരെമറിച്ച്, ഈ പ്രസ്ഥാനം നമ്മിൽ ഈ കടമ ചുമത്തുകയാണ് ചെയ്യുന്നത്; കാരണം, സ്വയമേവയുള്ള തൊഴിലാളിസമരങ്ങൾ, വിപ്ലവകാരികളുടെ ഒരു സുശക്തസംഘടനയാൽ നയിക്കപ്പെടുന്നതുവരെ, ഒരു യഥാർഥ 'വർഗസമര'മായിത്തീരുന്നില്ല.

രണ്ടാമതായി, രാഷ്ട്രീയസമരം 'ഗൂഢാലോചനാപര'മായി നടത്തണമെന്ന അഭിപ്രായഗതിക്കെതിരായി സോഷ്യൽഡെമോക്രാറ്റുകാർ

എക്കാലവും നടത്തിപ്പോന്ന വാദപ്രതിവാദങ്ങളെ, പ്രത്യക്ഷത്തിൽ ബിക്രിച്ചേവ്സ്കിയടക്കം (*റബോച്ചെയെ ദ്യെലൊ*, ലക്കം 10, പേജ് 18) പലരും തെറ്റിദ്ധരിച്ചിരിക്കുകയാണ്. രാഷ്ട്രീയസമരത്തെ ഗൂഢാലോചനയിലൊതുക്കിക്കളയുന്നതിനെ ഞങ്ങൾ എപ്പോഴും പ്രതിഷേധിച്ചിട്ടുണ്ട്;* തീർച്ചയായും തുടർന്നു പ്രതിഷേധിക്കുകയും ചെയ്യും. പക്ഷേ, ഒരു സുശക്തമായ വിപ്ലവസംഘടന കെട്ടിപ്പടുക്കേണ്ട ആവശ്യകതയെ ഞങ്ങൾ നിരസിക്കുന്നുവെന്ന അർഥം ഇതിനു തീർച്ചയായും ഇല്ല. മുമ്പിലത്തെ ഫുട്നോട്ടിൽ പറഞ്ഞിട്ടുള്ള ലഘുലേഖയിൽ, രാഷ്ട്രീയസമരത്തെ ഗൂഢാലോചനയായി ഒതുക്കിനിർത്തുന്നതിനെ എതിർത്തുകൊണ്ടുള്ള വാദഗതികൾക്കുശേഷം സോഷ്യൽഡെമോക്രാറ്റിക് ആദർശമായിരിക്കേണ്ട സംഘടന ഏതുവിധത്തിലായിരിക്കണമെന്നു വിവരിച്ചിട്ടുണ്ട്. 'സ്വേഛാധിപത്യത്തിനെതിരായി കനത്ത പ്രഹരങ്ങളേൽപ്പിക്കുന്നതിന് 'കലാപവും' മറ്റേതു രൂപത്തിലുള്ള ആക്രമണവും... നടത്താൻ' കഴിവുണ്ടാകുമാറ് അത്ര സുശക്തമായ ഒരു സംഘടനയായിരിക്കണം അത്.** അതിന്റെ രൂപം വച്ചുനോക്കുകയാണെങ്കിൽ ഏകാധിപത്യഗവൺമെന്റുള്ള രാജ്യത്തിൽ അത്തരത്തിലുള്ള സുശക്തമായ വിപ്ലവസംഘടനയെ ഒരു ഗൂഢാലോചനാപരമായ സംഘടനയായും കണക്കാക്കാം. കാരണം, ഫ്രഞ്ചുവാക്കായ 'കോൺസ്പിരേഷൻ' (ഗൂഢാലോചന) റഷ്യൻവാക്കായ 'സാഗൊവൊർ' (ഗൂഢാലോചന)ക്കു സമമാണ്. മാത്രമല്ല, അത്തരം ഒരു സംഘടനയിൽ അങ്ങേയറ്റത്തെ രഹസ്യം പാലിക്കേണ്ടതുമുണ്ട്. അത്തരം ഒരു സംഘടനയ്ക്ക് ഏറ്റവും ആവശ്യമായത് അതിന്റെ രഹസ്യസ്വഭാവമാണ്. മറ്റു കാര്യങ്ങളെല്ലാം (അംഗങ്ങളുടെ എണ്ണം, അവരുടെ തെരഞ്ഞെടുപ്പ്, അവരുടെ ചുമതലകൾ മുതലായവ) ഇതു കഴിച്ചാൽ മാത്രമേ ശ്രദ്ധിക്കേണ്ടതുള്ളു. അതുകൊണ്ട്, സോഷ്യൽഡെമോക്രാറ്റുകാർ ഒരു ഗൂഢാലോചനാപരമായ സംഘടന രൂപീകരിക്കാനാശിക്കുന്നു എന്ന

---

* *റഷ്യൻ സോഷ്യൽഡെമോക്രാറ്റുകാരുടെ കടമകൾ*, പേജ് 21 പി എൽ ലവ്രോവിനെതിരായ വാദങ്ങൾ.

** അതേ പുസ്തകത്തിൽ, പേജ് 23. *റബോച്ചെയെ ദ്യെലൊ* സംസാരിക്കുന്നതെന്താണെന്ന് അവർക്കുതന്നെ അറിയുകയില്ലെന്നോ, അല്ലെങ്കിൽ അവർ 'കാറ്റിന്റെ ഗതിമാറുന്നതനുസരിച്ച്' അഭിപ്രായം മാറ്റുന്നവരാണെന്നോ ഉള്ളതിന് മറ്റൊരുദാഹരണം ഞങ്ങൾ ചൂണ്ടിക്കാട്ടാം. ഒന്നാംലക്കം *റബോച്ചെയെ ദ്യെലൊവിൽ* താഴെപ്പറയുന്ന ഭാഗം ഇവിടെ ചേർത്തിട്ടുണ്ട്: "ഈ ലഘുലേഖയിൽ പറഞ്ഞിരിക്കുന്ന അഭിപ്രായങ്ങൾ സാരാംശത്തിൽ *റബോച്ചെയെ ദ്യെലൊവിന്റെ* പത്രാധിപനയവുമായി പരിപൂർണമായും യോജിക്കുന്നുണ്ട്" (പേജ് 142). വാസ്തവമോ? ഏകാധിപത്യത്തെ അട്ടിമറിക്കുകയെന്നതും ബഹുജനപ്രസ്ഥാനത്തിന്റെ ഒന്നാമത്തെ കടമയാവേണ്ടതില്ലെന്ന അഭിപ്രായം ആ ലഘുലേഖയിൽ പറഞ്ഞിട്ടുള്ള അഭിപ്രായവുമായി യോജിപ്പിക്കുന്നു ണ്ടോ? 'ഗവൺമെന്റിനും മുതലാളിമാർക്കുമെതിരായി സാമ്പത്തികസമരം നടത്തണ'മെന്ന തത്വവും പടിപടിയായി സമരം നടത്തണമെന്ന സിദ്ധാന്തവും ലഘുലേഖയിലെ വാദഗതിയുമായി പൊരുത്തപ്പെടുന്നുണ്ടോ? 'പൊരുത്തപ്പെടലിന്റെ' അർഥം ഇങ്ങനെ ഒരു പ്രത്യേകമാതിരിയിൽ മനസിലാക്കുന്ന പത്രത്തിന്, ഉറച്ച ആദർശങ്ങളുണ്ടാകുമോ എന്ന കാര്യം തീർച്ചപ്പെടുത്തേണ്ടത് വായനക്കാരാണ്.

ആരോപണത്തെ ഭയപ്പെടുകയെന്നുള്ളത് അങ്ങേയറ്റത്തെ മണ്ടത്തരമാണ്. സാമ്പത്തികസമരവാദത്തിന്റെ ശത്രുക്കൾക്കെല്ലാം അത്തരമൊരു ആരോപണം, നറോദ്നയ വോല്യയുടെ അനുയായികളാണെന്ന ആരോപണംപോലെതന്നെ സ്തുതിപരമായി തോന്നേണ്ടതാണ്.

എല്ലാ രഹസ്യപ്രവർത്തനങ്ങളുടേയും നിയന്ത്രണം സ്വഹസ്തങ്ങളിൽ കേന്ദ്രീകരിച്ചിരിക്കുന്ന, സുശക്തവും തികച്ചും രഹസ്യവുമായ ഒരു സംഘടന — അകാലികമായ ആക്രമണത്തിലേക്ക് എളുപ്പം എടുത്തുചാടിയേക്കാമെന്നും അത്തരമൊരാക്രമണം സാധ്യവും ആവശ്യവുമാകത്തക്കവണ്ണം രാഷ്ട്രീയമായ അസംതൃപ്തി വർധിക്കുകയും തൊഴിലാളിവർഗത്തിന്റെ രോഷവും അസ്വാസ്ഥ്യവും ആളിക്കത്തുകയും ചെയ്യുന്നതിനുമുമ്പ് വീണ്ടുവിചാരമില്ലാതെ സമരം മൂർച്ഛിക്കുകയും ചെയ്തേക്കാമെന്നും ഇപ്പറഞ്ഞതിനെതിരായി ഒരു തടസമുന്നയിച്ചേക്കാം. ഞങ്ങൾക്ക് അതിനുള്ള മറുപടി ഇതാണ്: പൊതുവിൽ പറഞ്ഞാൽ, സമരോത്സുകമായ ഒരു സംഘടന വീണ്ടുവിചാരമില്ലാതെ പരാജയത്തിൽ കലാശിച്ചേക്കാവുന്ന ഒരു സമരം തുടങ്ങാവുന്നതും മറ്റു സാഹചര്യങ്ങളിൽ ആ പരാജയം ഒഴിവാക്കാവുന്നതുമാണെന്ന സംഗതി തീർച്ചയായും നിഷേധിക്കാൻ വയ്യ. പക്ഷേ, ഇത്തരമൊരു പ്രശ്നത്തിന്മേൽ പൊതുവിലുള്ള ന്യായവാദത്തിലൊതുങ്ങിനിൽക്കാൻ നമുക്ക് നിർവാഹമില്ല. കാരണം ഓരോ സമരത്തിലും പരാജയത്തിനുള്ള പൊതുവിലുള്ള സാധ്യതയുണ്ട്. ഈ സാധ്യതയെ ചുരുക്കിക്കൊണ്ടുവരുന്നതിന് സമരത്തിനു സംഘടിതമായി തയാറെടുക്കുകയെന്നല്ലാതെ മറ്റു വഴികളൊന്നുമില്ല. റഷ്യയിൽ ഇന്നു നിലവിലുള്ള യഥാർഥ സ്ഥിതിഗതികളെ അടിസ്ഥാനപ്പെടുത്തിയാണ് നാം വാദിക്കുന്നതെങ്കിൽ പ്രസ്ഥാനത്തിനു ഉറപ്പുകൂട്ടുവാനും അകാലികമായ സമരങ്ങളിൽച്ചെന്നുചാടുന്നതിൽ നിന്നും അതിനെ സംരക്ഷിക്കുവാനും വേണ്ടിത്തന്നെയാണ് ഒരു സുശക്തമായ വിപ്ലവസംഘടന അനുപേക്ഷണീയമായിരിക്കുന്നതെന്ന തീരുമാനത്തിൽ നമുക്ക് എത്തിച്ചേരാതെ നിവൃത്തിയില്ല. അത്തരം ഒരു സംഘടന നിലവിലില്ലാതിരിക്കുകയും വിപ്ലവപ്രസ്ഥാനം അതിവേഗത്തിൽ സ്വയമേവ വളർന്നുകൊണ്ടിരിക്കുകയും ചെയ്യുന്ന ഈ കാലഘട്ടത്തിലാണ് കടകവിരുദ്ധങ്ങളായ രണ്ടു വാദഗതികൾ നാം ഇപ്പോൾതന്നെ കാണുന്നത് (ഇവ രണ്ടും, നമുക്ക് പ്രതീക്ഷിക്കാവുന്നതുപോലെ, 'കൂട്ടിമുട്ടു'ന്നുമുണ്ട്). നിരർഥകമായ സാമ്പത്തികസമരവാദവും മിതവാദപ്രചരണവുമാണ് അതിലൊന്ന്. 'പ്രചോദനപരമായ ഭീകരപ്രവർത്തനം' വേണമെന്ന, അത്രതന്നെ നിരർഥകമായ സിദ്ധാന്തമാണ് മറ്റേത്. അതാകട്ടെ, "വളരുകയും ശക്തിപ്രാപിക്കുകയും ചെയ്തുകൊണ്ടിരിക്കുന്ന ഒരു പ്രസ്ഥാനത്തിന്റെ അവസാനഘട്ടത്തിലെ ലക്ഷണങ്ങളെ, ആ പ്രസ്ഥാനം അവസാനഘട്ടത്തേക്കാൾ കൂടുതൽ ആരംഭദശയോടടുത്തിരിക്കുന്ന അവസരത്തിൽ, കൃത്രിമമായി നിലവിൽക്കൊണ്ടുവരാൻ'' ശ്രമിക്കുന്നു (വി സസൂലിച്ച്, *സര്യായിൽ*; ലക്കം 2–3, പേജ് 353). ഈ രണ്ടു ബദ്ധവിരുദ്ധങ്ങളായ

പക്ഷങ്ങളും സ്വീകരിക്കുന്ന സോഷ്യൽഡെമോക്രാറ്റുകാരുമുണ്ടെന്നു *റബോച്ചെയെ ദ്യെലൊവി*ന്റെ ഉദാഹരണം തെളിയിക്കുന്നു. ഇത് അത്ഭുതകരമല്ല; കാരണം, മറ്റു കാരണങ്ങൾക്കു പുറമേ, 'മുതലാളികൾക്കും ഗവൺമെന്റിനുമെതിരായി നടത്തുന്ന സാമ്പത്തികസമരങ്ങൾ' വിപ്ലവകാരികളെ ഒരിക്കലും തൃപ്തിപ്പെടുത്തുകയില്ല. അതുകൊണ്ടു കടകവിരുദ്ധങ്ങളായ അഭിപ്രായങ്ങൾ അങ്ങിങ്ങായി സദാസമയവും പൊന്തിവരികയും ചെയ്യും. സോഷ്യൽഡെമോക്രാറ്റിക് നയത്തെ ഇടതടവില്ലാതെ നടപ്പിൽ വരുത്തുകയും, വിപ്ലവപരമായ എല്ലാ വാഞ്ഛകളെയും അഭിലാഷങ്ങളെയും (അങ്ങനെ പറയാമെങ്കിൽ) തൃപ്തിപ്പെടുത്തുകയും ചെയ്യുന്ന കേന്ദ്രീകൃതമായ, സമരോത്സുകമായ ഒരു സംഘടനയ്ക്കു മാത്രമേ, വീണ്ടുവിചാരം ചെയ്യാതെ നടത്തുന്ന സമരങ്ങളിൽനിന്നു പ്രസ്ഥാനത്തെ സംരക്ഷിക്കുവാനും, വിജയം കൈവരാവുന്ന സമരങ്ങൾക്കുവേണ്ടി തയാറെടുക്കുവാനും സാധിക്കുകയുള്ളൂ.

സംഘടനയെ സംബന്ധിച്ച് ഇവിടെ പറഞ്ഞിട്ടുള്ള അഭിപ്രായങ്ങൾ 'ജനാധിപത്യതത്വങ്ങൾക്കു' വിരുദ്ധമാണെന്ന് ഞങ്ങൾക്കെതിരായി വാദിച്ചേക്കാം. ആദ്യം പറഞ്ഞ കുറ്റാരോപണം തികച്ചും റഷ്യയിൽനിന്നുണ്ടായതാണെങ്കിൽ ഈ ഒരു ആരോപണം തികച്ചും വിദേശത്തിൽനിന്ന് പുറപ്പെട്ടതാണ്. താഴെക്കാണുന്ന തരത്തിൽ സ്വന്തം പത്രാധിപത്യസമിതിക്കു നിർദേശങ്ങൾ നൽകുവാൻ വിദേശത്തിലുള്ള ഒരു സംഘടനയ്ക്ക് (റഷ്യൻ സോഷ്യൽഡെമോക്രാറ്റുകാരുടെ 'യൂണിയന്') മാത്രമേ സാധ്യമാവുകയുള്ളൂ:

> **സംഘടനാതത്വങ്ങൾ**: സോഷ്യൽഡെമോക്രസിയെ വിജയകരമായി ഏകീകരിക്കുകയും വളർത്തുകയും ചെയ്യേണ്ടതിലേക്ക് പാർട്ടിസംഘടനയുടെ വിപുലമായ ജനാധിപത്യതത്വങ്ങളെ ഊന്നിക്കാട്ടുകയും വികസിപ്പിക്കുകയും, അതിനായി സമരം ചെയ്യുകയും ചെയ്യേണ്ടിയിരിക്കുന്നു. നമ്മുടെ പാർട്ടിയണികളിൽ വെളിപ്പെട്ടിട്ടുള്ള ജനാധിപത്യവിരുദ്ധപ്രവണതകൾ പരിഗണിച്ച് ഇക്കാര്യത്തിനു പ്രത്യേക പ്രാധാന്യം നൽകേണ്ടിയിരിക്കുന്നു ('രണ്ടു കോൺഗ്രസുകൾ,' പേജ്18).

അടുത്ത അധ്യായത്തിൽ *റബോച്ചെയെ ദ്യെലൊ* ഇസ്ക്രയുടെ ജനാധിപത്യവിരുദ്ധസ്വഭാവത്തെ എങ്ങനെ എതിരിടുന്നുവെന്നത് നമുക്ക് നോക്കാം. ഇവിടെ സാമ്പത്തികസമരവാദികൾ കൊണ്ടുവരുന്ന 'തത്വം' സസൂക്ഷ്മം പരിശോധിക്കാം. 'വിപുലമായ ജനാധിപത്യതത്വങ്ങൾ' താഴെപ്പറയുന്ന രണ്ടുകാര്യങ്ങൾ അധിഷ്ഠിതമായിരിക്കുമെന്ന് എല്ലാവരും സമ്മതിക്കുന്നതാണ്; ആദ്യത്തേത് പരിപൂർണമായ പ്രസിദ്ധീകരണം; രണ്ടാമത്തേത് എല്ലാ ഔദ്യോഗികസ്ഥാനങ്ങളിലേക്കുമുള്ള തെരഞ്ഞെടുപ്പ്. പ്രസിദ്ധീകരണം, അതും, സംഘടനയിലെ അംഗങ്ങളുടെ അതിർത്തിക്കപ്പുറംപോലും അറിയപ്പെടുന്ന പ്രസിദ്ധീകരണം, ഇല്ലാതെ, ജനാധിപ

ത്യത്തെപ്പറ്റി സംസാരിക്കുന്നത് അസംബന്ധമാണ്. ജർമൻ സോഷ്യലിസ്റ്റ് പാർട്ടിയെ ജനാധിപത്യസ്വഭാവമുള്ള സംഘടനയായി നാം വിളിക്കുന്നത്, അതിന്റെ പ്രവൃത്തികളെല്ലാം പൊതുജനങ്ങളുടെ അറിവോടുകൂടി ചെയ്യുന്നതുകൊണ്ടാണ്. അതിന്റെ പാർട്ടികോൺഗ്രസുകൾപോലും പൊതുജനങ്ങളുടെ മുമ്പിൽവെച്ചാണ് ചേരുന്നത്. സ്വന്തം അംഗങ്ങളൊഴിച്ച് ബാക്കി എല്ലാവരിൽനിന്നും രഹസ്യത്തിന്റെ മറപിടിച്ച് ഒളിപ്പിച്ചുവച്ചിരിക്കുന്ന ഒരു സംഘടനയെ ജനാധിപത്യസംഘടനയെന്ന് ആരും പറയുകയില്ല. ജനാധിപത്യത്തിന്റെ മൗലികതത്വങ്ങൾപോലും ഒരു രഹസ്യസംഘടനയ്ക്ക് നിറവേറ്റാൻ സാധിക്കാതെ വരുമ്പോൾ 'വിപുലമായ ജനാധിപത്യതത്വങ്ങൾ' കൊണ്ടുവരുന്നതിന്റെ ഉപയോഗമെന്താണ്? 'വിപുലമായതത്വങ്ങൾ' ഒരു നല്ല പദമാണെങ്കിലും പൊള്ളയായ ഒരു വാക്കായിത്തീരുകയാണ്. മാത്രമല്ല, സംഘടനയെ സംബന്ധിച്ച അടിയന്തരകടമകളെക്കുറിച്ച് അശേഷം ബോധമില്ലെന്നു ഇതു തെളിയിക്കുന്നു. വിപ്ലവകാരികളായ നമ്മുടെ 'ബഹുജനങ്ങൾക്ക്' രഹസ്യം സൂക്ഷിക്കാൻ തെല്ലും കഴിവില്ലെന്ന പരമാർഥം എല്ലാവർക്കുമറിയാം. ഇതുസംബന്ധിച്ചു ബെ–വിനുള്ള കടുത്ത പരാതിയും 'അംഗങ്ങളെ കണിശമായും ശ്രദ്ധിച്ചും തെരഞ്ഞെടുക്കേണ്ടതാണെ'ന്ന അദ്ദേഹത്തിന്റെ തികച്ചും ന്യായമായ ആവശ്യവും നാം അറിഞ്ഞുകഴിഞ്ഞു (*റബോച്ചെയെ ദ്യെലൊ*, ലക്കം 6, പേജ് 42). എന്നിട്ടും അങ്ങേയറ്റത്തെ "യാഥാർഥ്യബോധ"മുണ്ടെന്നു സ്വയം അവകാശപ്പെടുന്നവർ ഈയൊരു പരിത:സ്ഥിതിയിൽ നമ്മെ ഉൽബോധിപ്പിക്കുന്നതെന്താണെന്നോ? കർശനമായി രഹസ്യം പാലിക്കുകയും വളരെ സൂക്ഷിച്ചും നിയന്ത്രിച്ചും മാത്രം അംഗങ്ങളെ ചേർക്കുകയും ചെയ്യണമെന്നല്ല, 'വിപുലമായ ജനാധിപത്യതത്വങ്ങൾ' നടപ്പാക്കണമെന്നാണ്! കുറിക്കുകൊള്ളാതെ സംസാരിക്കുകയെന്നു പറയുന്നത് ഇതിനാണ്.

ജനാധിപത്യതത്വങ്ങളിൽ രണ്ടാമത്തേതായ തെരഞ്ഞെടുപ്പിന്റെ തത്വം പ്രയോഗിക്കുന്ന കാര്യത്തിലും സ്ഥിതി ഒട്ടും ഭേദമല്ല. രാഷ്ട്രീയമായി സ്വതന്ത്രമായ രാജ്യങ്ങളിൽ ഇതു സർവവിദിതമായ സംഗതിയാണ്. ജർമൻ സോഷ്യൽഡെമോക്രാറ്റിക് പാർട്ടിയുടെ നിയമാവലിയിൽ ഒന്നാമതായി പറയുന്നത്, "പാർട്ടിപരിപാടിയുടെ തത്വങ്ങൾ സ്വീകരിക്കുന്നവരും പാർട്ടിക്കു കഴിയുന്നത്ര എല്ലാ സഹായങ്ങളും ചെയ്യാൻ സന്നദ്ധരുമായ എല്ലാവർക്കും പാർട്ടിയിൽ അംഗങ്ങളായി ചേരാവുന്നതാണ്" എന്നാണ്. നാടകവേദി കാണികൾക്കെന്നപോലെ രാഷ്ട്രീയവേദി പൊതുജനങ്ങൾക്കും തികച്ചും കാണാൻ കഴിയുന്നതുകൊണ്ട്, ഇതിനെ സ്വീകരിക്കുന്നതും സ്വീകരിക്കാതിരിക്കുന്നതും, സഹായിക്കുന്നതും എതിർക്കുന്നതും ആരെല്ലമാണെന്ന് പൊതുയോഗങ്ങളിൽക്കൂടിയോ പത്രങ്ങളിൽക്കൂടിയോ എല്ലാവരും അറിയുന്നു. ഒരു രാഷ്ട്രീയപ്രവർത്തകൻ അയാളുടെ ജീവിതം ഏതുവിധത്തിൽ തുടങ്ങിയെന്നും, ഏതെല്ലാം മാറ്റങ്ങൾ അയാളിൽ ഉണ്ടായിട്ടുണ്ടെന്നും ഏറ്റവും വലിയ പരീക്ഷണഘട്ടങ്ങളിൽ അയാൾ എങ്ങനെ പെരുമാറിയെന്നും അയാൾക്കു

എന്തെല്ലാം ഗുണങ്ങളുണ്ടെന്നും എല്ലാവർക്കും അറിയാം. തന്നിമിത്തം, വാസ്തവസ്ഥിതികൾ എല്ലാം അറിയുന്നതുകൊണ്ട് ഒരു പ്രത്യേകവ്യക്തിയെ പാർട്ടിയുടെ ഒരു പ്രത്യേക ഔദ്യോഗികസ്ഥാനത്തേക്കു തെരഞ്ഞെടുക്കണമോ വേണ്ടയോ എന്ന് ഓരോ പാർട്ടി അംഗത്തിനും തീർച്ചപ്പെടുത്താം. ഒരു പാർട്ടിപ്രവർത്തകന്റെ രാഷ്ട്രീയരംഗത്തെ ഓരോ പ്രവർത്തനത്തിന്മേലുമുണ്ടാകുന്ന പൊതുനിയന്ത്രണം (അതിന്റെ ശരിയായ അർഥത്തിൽ) സ്വയമേവ പ്രവർത്തിക്കുന്ന ഒരു മെക്കാനിസം നിലവിൽവരുത്തുന്നു. ജീവശാസ്ത്രത്തിൽ ഇതുപോലെ പ്രവർത്തിക്കുന്ന മെക്കാനിസത്തിനു പറയുന്നത് 'ഏറ്റവും അർഹമായത് അതിജീവിക്കുന്നു'വെന്നാണ്. പരിപൂർണപ്രസിദ്ധീകരണത്തിന്റെ 'പ്രാകൃതനിർധാരണവും,' തെരഞ്ഞെടുപ്പിന്റെ തത്വവും പൊതുനിയന്ത്രണവും, എല്ലാ രാഷ്ട്രീയപ്രവർത്തകരും 'അവരർഹിക്കുന്ന സ്ഥാനത്തായിരി'ക്കുമെന്നും അവരുടെ പ്രാപ്തിക്കും ശക്തിക്കുമനുസരിച്ച ഏറ്റവും നല്ല പ്രവർത്തനം നടത്തുമെന്നും സ്വന്തം തെറ്റുകളുടെ ഫലം സ്വയമനുഭവിക്കുമെന്നും തെറ്റു മനസിലാക്കുവാനും അവയെ ഒഴിച്ചു നിർത്തുവാനും ഉള്ള സ്വന്തം കഴിവ് ലോകത്തിന് മുമ്പിൽ പ്രദർശിപ്പിക്കുമെന്നും അവസാനവിശകലനത്തിൽ ഉറപ്പുതരുന്നു.

നമ്മുടെ ഏകാധിപത്യത്തിന്റെ ചട്ടക്കൂടിൽ ഈ ചിത്രമൊന്നു വച്ചു നോക്കുക! 'പാർട്ടിപരിപാടിയുടെ തത്വങ്ങൾ സ്വീകരിക്കുകയും കഴിയുന്നത്ര എല്ലാ സഹായങ്ങളും പാർട്ടിക്കു ചെയ്തുകൊടുക്കുകയും ചെയ്യുന്ന ഏതൊരാൾക്കും' റഷ്യയിൽ രഹസ്യമായി പണിയെടുക്കുന്ന വിപ്ലവകാരികളുടെ ഓരോ പ്രവർത്തനത്തേയും നിയന്ത്രിക്കാമെന്നുള്ളത് ആലോചിക്കാൻകൂടി സാധ്യമാണോ? താൻ ചെയ്യുന്ന പ്രവൃത്തിയുടെ താൽപ്പര്യം വെച്ചുകൊണ്ടുതന്നെ, പത്തുപേരുള്ളതിൽ ഒമ്പതുപേരിൽനിന്നും താനാരാണെന്നുള്ള കാര്യം ഒരു വിപ്ലവകാരിക്കു മറച്ചുവയ്ക്കേണ്ടിവരുമ്പോൾ, എല്ലാവരും ചേർന്നു അയാളെ ഒരു പ്രത്യേകമായ ഔദ്യോഗിക സ്ഥാനത്തേക്കു തെരഞ്ഞെടുക്കാൻ കഴിയുമോ? *റബോച്ചെയെ ദ്യെലൊ* പുറപ്പെടുവിക്കുന്ന വമ്പൻ പ്രസ്താവനകളുടേയും പ്രസംഗങ്ങളുടേയും സാരം കുറച്ചൊന്നു ആലോചിക്കുക; ഏകാധിപത്യത്തിന്റേയും പൊലീസ് മേധാവിത്വത്തിന്റെയും മനംമടുപ്പിക്കുന്ന അന്തരീക്ഷത്തിൽ പാർട്ടി സംഘടനയിലെ 'വിപുലമായ ജനാധിപത്യം' എന്നത് ഉപയോഗശൂന്യവും ഉപദ്രവകരവുമായ ഒരു കളിപ്പാട്ടമാണെന്ന് നിങ്ങൾക്ക് മനസിലാകും. അത് ഉപയോഗശൂന്യമായ കളിപ്പാട്ടമാണ്; കാരണം ഒരൊറ്റ വിപ്ലവസംഘടനയും ഒരുകാലത്തും വിപുലമായ ജനാധിപത്യം പ്രയോഗത്തിൽ വരുത്തിയിട്ടില്ല. എത്രതന്നെ ആശിച്ചാലും അതു സാധ്യവുമല്ല. അത് ഉപദ്രവകരമായ കളിപ്പാട്ടമാണ്; കാരണം 'വിപുലമായ ജനാധിപത്യതത്വങ്ങളെ' പ്രയോഗത്തിൽ കൊണ്ടുവരാനുള്ള ശ്രമം, വമ്പിച്ച പരിശോധന നടത്തുന്നതിൽ പൊലീസിനെ സഹായിക്കുകയും, പ്രായോഗികമായി പ്രവർത്തിക്കുന്നവരെ വിപ്ലവകാരികളാക്കാൻ ഗൗരവതരവും അനുപേക്ഷണീയവു

മായ പരിശീലനത്തെക്കുറിച്ച് ചിന്തിപ്പിക്കുന്നതിനുപകരം തെരഞ്ഞെടുപ്പു സമ്പ്രദായങ്ങളെക്കുറിച്ച് സവിസ്തരമായ 'കടലാസ്' ചട്ടങ്ങളുണ്ടാക്കുവാൻ പ്രേരിപ്പിക്കുകയും ചെയ്യുന്നു. സജീവമായി പ്രവർത്തിക്കുവാൻ അവസരം കിട്ടാത്തയാളുകൾ ഒന്നിച്ചുകൂടുന്ന വിദേശത്തുമാത്രമേ 'ജനാധിപത്യത്തെച്ചൊല്ലിയുള്ള ഈ പന്താട്ടം' അങ്ങിങ്ങായി, വിശേഷിച്ചും ചെറുസംഘങ്ങളായി, നടത്താനൊക്കൂ.

വിപ്ലവകരമായ കാര്യങ്ങളിൽ; കേട്ടാൽ ഇമ്പംതോന്നുന്ന ജനാധിപത്യ 'തത്വങ്ങൾ' മുന്നോട്ടുകൊണ്ടുവരുന്ന *റബോച്ചെയെ ദ്യെലൊ*വിന്റെ പ്രിയതരമായ സൂത്രങ്ങൾ എത്രമാത്രം അവഹേളനാർഹമാണെന്നതിനു നമുക്ക് ഒരു സാക്ഷിയെ വിളിക്കാം. ഒരു ലണ്ടൻ മാസികയായ *നക്കനൂന്യെ*യുടെ പത്രാധിപരായ ഇ സെരെബ്ര്യക്കോവ് എന്ന ഈ സാക്ഷി *റബോച്ചെയെ ദ്യെലൊ*വോട് മമതയും പ്ലെഹാനൊവിനോടും അദ്ദേഹത്തിന്റെ കൂട്ടുകാരോടും വെറുപ്പുമുള്ള ആളാണ്. 'റഷ്യൻ സോഷ്യൽഡെമോക്രാറ്റുകാരുടെ വിദേശസംഘടന'യിലുണ്ടായ പിളർപ്പിനെക്കുറിച്ചു പ്രസിദ്ധീകരിക്കപ്പെട്ട ലേഖനങ്ങളിൽ *നക്കനൂന്യെ റബോച്ചെയെ ദ്യെലൊ*വിന്റെ ഭാഗം പിടിച്ചുകൊണ്ടു പ്ലെഹാനൊവിന്റെനേരെ അസഭ്യമായ ശകാരവർഷം ചൊരിഞ്ഞിട്ടുണ്ട്. അതുകൊണ്ടുതന്നെ ഈ പ്രശ്നത്തെസംബന്ധിച്ചിടത്തോളം ഈ സാക്ഷി കൂടുതൽ വിലപ്പെട്ടതാണ്. 7–ാം ലക്കം *നക്കനൂന്യെ*യിൽ (1899 ജൂലൈ) 'തൊഴിലാളികളുടെ സ്വയംവിമോചന ഗ്രൂപ്പിന്റെ പ്രകടനപത്രികയെപ്പറ്റി' എന്ന ശീർഷകത്തിൽ പ്രസിദ്ധീകരിച്ച ലേഖനത്തിൽ ഇ സെരെബ്ര്യക്കോവ്, "ഒരു ഗൗരവതരമായ വിപ്ലവ പ്രസ്ഥാനത്തിൽ, സ്വയംവഞ്ചനയെക്കുറിച്ചും നേതൃത്വത്തെക്കുറിച്ചും ന്യായാസനത്തെക്കുറിച്ചും" മറ്റും സംസാരിക്കുക എന്നുള്ളത് 'അപമര്യാദ' യാണെന്നു പറയുന്നു. മാത്രമല്ല, അദ്ദേഹം താഴെപ്പറയുന്ന തരത്തിൽ എഴുതുകയും ചെയ്തിരിക്കുന്നു:

> മീഷ്കിൻ, റൊഗച്ചോവ്, ഷെല്യാബൊവ്, മിഹൈലൊവ്, പെര്യോവസ്ക്കയ, ഫീഗ്നെർ മുതലായവർ ഒരിക്കലും നേതാക്കന്മാരാണെന്നു സ്വയം കരുതുകയോ, വല്ലവരാലും ആ സ്ഥാനത്തേക്ക് തിരഞ്ഞെടുക്കപ്പെടുകയോ നിയമിക്കപ്പെടുകയോ ചെയ്തിട്ടില്ലെങ്കിലും, അവർ വാസ്തവത്തിൽ നേതാക്കന്മാരായിരുന്നു; കാരണം, പ്രചാരവേലയുടെ കാലത്തും, ഗവൺമെന്റിനെതിരായി സമരം ചെയ്ത കാലത്തും പ്രവർത്തനത്തിന്റെ കനത്ത ഭാരം അവർ സ്വയം വഹിക്കുകയും ഏറ്റവും അപകടം പിടിച്ച സ്ഥലങ്ങളിൽ പോവുകയും ചെയ്തിട്ടുണ്ടെന്നുമാത്രമല്ല, അവരുടെ പ്രവർത്തനം ഏറ്റവും ഫലവത്തുമായിരുന്നു. അവർക്കു നേതൃത്വം ലഭിച്ചത് അവരതിനു ആശിച്ചതുകൊണ്ടല്ല, പ്രത്യുത അവർക്കുചുറ്റുമുണ്ടായിരുന്ന സഖാക്കൾക്ക് അവരുടെ ബുദ്ധിയിലും പ്രവർത്തനശേഷിയിലും കൂറിലും വിശ്വാസമുണ്ടായിരുന്നതുകൊണ്ടാണ്. പ്രസ്ഥാനം ഏതെങ്കിലും ഒരുതരത്തിലുള്ള ന്യായാസനത്തിന്റെ

ഏകാധിപത്യനിയന്ത്രണത്തിലാവുമെന്ന (നിങ്ങൾക്കു അതിൽ ഭയമില്ലെങ്കിൽ അതിനെക്കുറിച്ച് എഴുതുന്നതെന്തിനാണ്?) ധാരണ അസംബന്ധമാണ്; അത്തരം ഒരു സമ്പ്രദായത്തിനു വിധേയരാവുന്നവരാരാണ്?

ഞങ്ങൾ വായനക്കാരോടു ചോദിക്കുന്നു: ഈ ന്യായാസനവും 'ജനാധിപത്യവിരോധവും' തമ്മിൽ എവിടെയാണ് വ്യത്യാസമുള്ളത്? *റബോച്ചെയെ ദെ്യലൊ*വിന്റെ 'സ്തുത്യർഹമായ' സംഘടനാതത്വങ്ങളും അസംബന്ധവും അപമാനകരവുമാണെന്നതു വ്യക്തമല്ലേ? 'ന്യായാസനത്തെ,' അതായത്, 'ജനാധിപത്യവിരുദ്ധപ്രവണതകളുള്ള' ആളുകളെ, 'അവർക്കു ചുറ്റുമുള്ള സഖാക്കൾക്ക്' 'അവരുടെ ബുദ്ധിയിലും പ്രവൃത്തിയിലും, കൂറിലും വിശ്വാസമില്ലാത്ത' പക്ഷം ആരും അനുസരിക്കില്ലെന്നുള്ളതുകൊണ്ടാണ് അത് അസംബന്ധമാണെന്നു പറയുന്നത്. ചിലരുടെ അഹന്തയേയും നമ്മുടെ പ്രസ്ഥാനത്തിന്റെ യഥാർഥനിലയെക്കുറിച്ചുള്ള വേറെ ചിലരുടെ അജ്ഞതയേയും മറ്റു ചിലരുടെ പരിശീലനക്കുറവിനേയും വിപ്ലവപ്രസ്ഥാനത്തിന്റെ ചരിത്രത്തെക്കുറിച്ചുള്ള അജ്ഞതയേയും ചൂഷണം ചെയ്തുകൊണ്ടുള്ള വാചകമടിയായതുകൊണ്ടാണ് അത് അപമാനകരമാണെന്നു പറയുന്നത്. നമ്മുടെ പ്രസ്ഥാനത്തിന്റെ സജീവപ്രവർത്തകന്മാർക്കു സ്വീകരിക്കാവുന്ന ഒരേ ഒരു സംഘടനാതത്വം, കർശനമായ നിയന്ത്രണവും വിപ്ലവം തൊഴിലായെടുത്തവർക്കുവേണ്ടിയുള്ള പരിശീലനവുമാണ്. ഇത്രയും സംഗതികളുണ്ടെങ്കിൽ 'ജനാധിപത്യ'ത്തിലുമുപരിയായ ഒന്ന് സംജാതമാവുമെന്നു നമുക്കുറപ്പിക്കാം — വിപ്ലവകാരികൾ തമ്മിലുള്ള പരിപൂർണവും സൗഹാർദപരവുമായ പരസ്പരവിശ്വാസം. ഇതു നമുക്കു കൂട്ടിയേ കഴിയൂ. കാരണം, റഷ്യയിൽ ഇതിനുപകരം പൊതുജനാധിപത്യനിയന്ത്രണം ഏർപ്പെടുത്തുന്ന പ്രശ്നമേയില്ല. യഥാർഥ 'ജനാധിപത്യ'നിയന്ത്രണം നടപ്പിൽവരുത്താത്തതുകൊണ്ട് വിപ്ലവപ്രസ്ഥാനത്തിന്റെ അംഗങ്ങൾ കേവലം അനിയന്ത്രിതരായിത്തീരുമെന്നു കരുതുന്നത് ഒരു വമ്പിച്ച തെറ്റായിരിക്കും. അവർക്കു ജനാധിപത്യത്തിന്റെ (സഖാക്കൾ തമ്മിൽ പരിപൂർണപരസ്പരവിശ്വാസമുള്ള, ദൃഢവും ഭദ്രവുമായ ഒരു സംഘത്തിനകത്തെ ജനാധിപത്യം) കളിക്കോപ്പുസമാനമായ രൂപങ്ങളെക്കുറിച്ച് ചിന്തിക്കാൻ സമയമില്ല. പക്ഷേ, അവർക്ക് ഉത്തരവാദിത്വത്തെക്കുറിച്ച് സജീവബോധമുണ്ട്. കാരണം, യഥാർഥവിപ്ലവകാരികളുടെ ഒരു സംഘടന, അനാശാസ്യനായ ഒരു അംഗത്തെ പുറത്താക്കുന്നതിനുവേണ്ടി എന്തും ചെയ്യുമെന്ന് അവർക്ക് അനുഭവത്തിൽനിന്നു അറിയാം. കൂടാതെ സുദീർഘമായ ഒരു ചരിത്രമുള്ളതും, സഹപ്രവർത്തകമനോഭാവത്തിൽ നിന്നു (യഥാർഥത്തിൽ കളിക്കോപ്പുപോലെയുള്ളതല്ലാത്ത, ശരിയായ ജനാധിപത്യം സഹപ്രവർത്തകമനോഭാവത്തിന്റെ ഒരു ഭാഗമല്ലേ?) വഴിപിഴയ്ക്കുമ്പോഴെല്ലാം ശക്തിയായും നിർദയമായും ശിക്ഷിക്കുന്നതുമായ, ശരിക്കും വികസിച്ചിട്ടുള്ള ഒരു പൊതുജനാഭിപ്രായം റഷ്യയിലെ (സാർവദേശീയപ്രസ്ഥാനത്തിലേയും) വിപ്ലവവൃത്തങ്ങളിൽ ഉണ്ടു

താനും. ഇതേക്കുറിച്ചെല്ലാം പര്യാലോചിക്കുന്നപക്ഷം, 'ജനാധിപത്യവിരുദ്ധമായ ചിന്താഗതികളെ'ക്കുറിച്ചുള്ള എല്ലാ സംസാരത്തിനും പ്രമേയങ്ങൾക്കും പട്ടാളമേധാവികളായിച്ചമഞ്ഞുകൊണ്ട് വിദേശങ്ങളിൽ നടക്കുന്ന കളികളുടെ ചുവയുണ്ടെന്നു മനസിലാകും.

ശുദ്ധഗതിയാണ് ഇത്തരത്തിലുള്ള സംസാരത്തിന്റെ മറ്റൊരു ഹേതു. അതാകട്ടെ ജനാധിപത്യത്തിന്റെ സാരാംശത്തെസംബന്ധിച്ച ആശയക്കുഴപ്പങ്ങൾ നിമിത്തം അധികരിക്കുകയാണ് ചെയ്യുന്നതെന്നുകൂടി നാം കാണേണ്ടതുണ്ട്. വെബ് ദമ്പതിമാർ ട്രേഡ്‌യൂണിയനിസത്തെപ്പറ്റി എഴുതിയ രസാവഹമായ ഒരധ്യായമുണ്ട്. ഈ അധ്യായത്തിൽ യൂണിയനുകൾ നടത്തിക്കുവാൻ എല്ലാ അംഗങ്ങളും എല്ലാ പ്രവൃത്തികളും ചെയ്യുന്നത് ജനാധിപത്യത്തിന്റെ അവശ്യസ്വഭാവങ്ങളിൽ ഒന്നായി, തങ്ങളുടെ യൂണിയന്റെ തുടക്കത്തിൽ ബ്രിട്ടീഷ് തൊഴിലാളികൾ കരുതിയതെങ്ങനെയായിരുന്നുവെന്ന് ഗ്രന്ഥകർത്താക്കൾ എടുത്തു പറഞ്ഞിരിക്കുന്നു. എല്ലാ പ്രശ്നങ്ങളും അംഗങ്ങളുടെ വോട്ടെടുപ്പിന്റെ അടിസ്ഥാനത്തിൽ തീരുമാനിച്ചിരുന്നുവെന്നുമാത്രമല്ല, എല്ലാ അംഗങ്ങളും യൂണിയൻ നടത്തിപ്പിൽ മാറിമാറി പങ്കെടുക്കുകയും ചെയ്തിരുന്നു. ജനാധിപത്യത്തെക്കുറിച്ചുള്ള അത്തരം ഒരു ധാരണ എത്രമാത്രം അസംബന്ധമാണെന്നും, പ്രാതിനിധ്യസ്വഭാവത്തിലധിഷ്ഠിതമായ സ്ഥാപനങ്ങളും മുഴുവൻ സമയം പ്രവർത്തിക്കുന്ന ഉദ്യോഗസ്ഥഭാരവാഹികളും എത്രമാത്രം ആവശ്യമാണെന്നും അവർക്കു മനസിലാക്കുവാൻ ദീർഘകാലത്തെ ചരിത്രപരമായ അനുഭവം വേണ്ടിവന്നു. ട്രേഡ്‌യൂണിയനുകൾ സാമ്പത്തികമായി പാപ്പരായിപ്പോയ നിരവധി ഉദാഹരണങ്ങൾ കണ്ടതിനുശേഷം മാത്രമേ, വരിസംഖ്യയുടെ തോതും മറ്റു ധനകാര്യങ്ങളും ജനാധിപത്യരീതിയിലുള്ള വോട്ടെടുപ്പുകൊണ്ടു തീരുമാനിച്ചാൽമാത്രം പോരെന്നും ഇൻഷുറൻസ് വിദഗ്ധന്മാരുടെ ഉപദേശമനുസരിച്ചു തീരുമാനിക്കേണ്ടതാണെന്നും അവർ മനസിലാക്കിയുള്ളൂ. ജനങ്ങളുടെ നിയമനിർമാണത്തെക്കുറിച്ചും പാർലമെന്ററിസത്തെക്കുറിച്ചും കൗട്സ്കി എഴുതിയിട്ടുള്ള പുസ്തകവും നമുക്കിവിടെ പരിഗണിക്കാം. 'സ്വയമേവ' സംഘടിതരായിത്തീർന്ന തൊഴിലാളികൾ വളരെക്കാലത്തെ അനുഭവത്തിൽനിന്നും മനസിലാക്കിയ പാഠങ്ങൾ മാർക്സിസ്റ്റ് തത്വചിന്തകന്റെ നിഗമനങ്ങളുമായി ഒത്തുചേരുന്നുണ്ടെന്നുള്ളത് ഇതിൽനിന്നു നിങ്ങൾക്ക് മനസിലാക്കാം. ജനാധിപത്യത്തെക്കുറിച്ചുള്ള റിത്തിങ്ഹൗസെന്റെ പ്രാകൃതധാരണകളെ കൗട്സ്കി ശക്തിയായെതിർക്കുന്നു; ജനാധിപത്യത്തിന്റെ പേരിൽ, 'ജനസ്വാധീനമുള്ള പത്രങ്ങളെ ജനങ്ങളുടെ നേരിട്ടുള്ള പത്രാധിപത്യത്തിൻകീഴിലാക്കണ'മെന്ന് ആവശ്യപ്പെടുന്നവരെ അദ്ദേഹം പരിഹസിക്കുന്നു. തൊഴിലാളിവർഗസമരനേതൃത്വം സോഷ്യൽഡെമോക്രാറ്റുകാർക്കു ലഭിക്കുന്നതിനു പത്രപ്രവർത്തനവും മറ്റും തൊഴിലായെടുത്തവരുടെ ആവശ്യകത അദ്ദേഹം ചൂണ്ടിക്കാണിക്കുന്നു. 'കയ്യടി കിട്ടാൻ വേണ്ടി' ജനങ്ങൾ മുഴുവൻ നേരിട്ടു നിയമനിർമ്മാണം നടത്തണമെന്നു മുറവിളികൂട്ടുന്ന 'അരാജകവാദിക

ളുടെയും സാഹിത്യകാരന്മാരുടെയും സോഷ്യലിസ'ത്തെ അദ്ദേഹം എതിർക്കുന്നു. ആധുനിക സമുദായത്തിൽ ഈ തത്വം ആപേക്ഷികമായിട്ടേ നടപ്പിലാക്കാൻ സാധിക്കൂ എന്ന കാര്യം അവർക്കു തീരെ മനസിലാകുന്നില്ല.

വിദ്യാർഥികളുടെയും തൊഴിലാളികളുടെയും ഇടയിൽ ജനാധിപത്യത്തെക്കുറിച്ചുള്ളതായ ഈ 'പ്രാകൃതമായ'ബോധം എത്രമാത്രം പ്രചരിപ്പിച്ചിട്ടുണ്ടെന്നുള്ളത് നമ്മുടെ പ്രസ്ഥാനത്തിൽ പ്രായോഗികപ്രവർത്തനങ്ങൾ നടത്തിയവർക്ക് അറിയാവുന്നതാണ്. സംഘടനകളുടെ നിയമാവലികളിലും സാഹിത്യത്തിലും ഈ ബോധം ഉടനീളം നിഴലിക്കുന്നുവെന്നതിൽ അത്ഭുതപ്പെടേണ്ടതില്ല. ബെർൺഷ്ടൈന്റെ വാദഗതിയിൽ വിശ്വസിക്കുന്ന സാമ്പത്തികസമരവാദികൾ അവരുടെ നിയമാവലിയിൽ ഇത്രയുംകൂടെ ചേർത്തിരിക്കുന്നു: "10. യൂണിയൻ സംഘടനയെ മുഴുവൻ ബാധിക്കുന്ന എല്ലാ പ്രശ്നങ്ങൾക്കും എല്ലാ മെമ്പർമാരുടെയും വോട്ടെടുപ്പിന്റെ ഭൂരിപക്ഷതീരുമാനമനുസരിച്ച് പോംവഴി കാണേണ്ടതാണ്." ഭീകരപ്രസ്ഥാനക്കാരുടെ വഴിക്കു ചിന്തിക്കുന്ന സാമ്പത്തികസമരവാദികൾ ഇപ്രകാരം ഏറ്റുപറയുന്നു: "കമിറ്റിയുടെ തീരുമാനങ്ങൾ എല്ലാ സർക്കിളുകളിലും എത്തിച്ചതിനുശേഷം മാത്രമേ പ്രാബല്യത്തിൽ വരാൻ പാടുള്ളൂ" (*സ്വൊബോദ*, ലക്കം 1, പേജ് 67). മുഴുവൻ സംഘടനയും തിരഞ്ഞെടുപ്പിന്റെ അടിസ്ഥാനത്തിൽ സംഘടിപ്പിക്കണമെന്നതിന് പുറമേയാണ് വിപുലമായ ഹിതപരിശോധന നടത്തണമെന്ന് ആവശ്യപ്പെടുന്നതെന്നത് ശ്രദ്ധേയമാണ്. യഥാർഥജനാധിപത്യസംഘടനകളുടെ താത്വികവും പ്രായോഗികവുമായ വശങ്ങളെക്കുറിച്ചു പഠിക്കുവാൻ വളരെച്ചുരുക്കം സന്ദർഭങ്ങൾമാത്രം ലഭിച്ചിട്ടുള്ള പ്രായോഗികപ്രവർത്തകന്മാരെ ഞങ്ങളിവിടെ അധിക്ഷേപിക്കുന്നില്ല. പക്ഷേ, ഇത്തരം പരിത:സ്ഥിതികളിൽ, നേതൃത്വം നൽകുന്നുണ്ടെന്നു സ്വയം അവകാശപ്പെടുന്ന *റബോച്ചെയെ ദ്യെലൊ* വിപുലമായ ജനാധിപത്യതത്വങ്ങളെപ്പറ്റിയുള്ള ഒരു പ്രമേയത്തിൽ ഒതുങ്ങിനിൽക്കുമ്പോൾ, അത് 'കയ്യടികിട്ടാൻവേണ്ടിയുള്ള ഒരു ശ്രമ'മായിട്ടല്ലാതെ പിന്നെങ്ങിനെയാണ് വിവക്ഷിക്കേണ്ടത്?

(എഫ്) പ്രാദേശികപ്രവർത്തനവും അഖിലറഷ്യൻ പ്രവർത്തനവും

ഞങ്ങളിവിടെ നിർദേശിച്ച സംഘടനാപദ്ധതി ജനാധിപത്യവിരുദ്ധവും ഗൂഢപ്രവർത്തനാത്മകവുമാണെന്ന അടിസ്ഥാനത്തിൽ അതിനെതിരായി ഉന്നയിക്കപ്പെടുന്ന ആക്ഷേപങ്ങൾ തീരെ അസംബന്ധമാണെങ്കിൽക്കൂടി, പലപ്പോഴും ഉന്നയിക്കപ്പെടുന്ന വേറെയൊരു പ്രശ്നം പിന്നെയും അവശേഷിക്കുന്നുണ്ട്. പ്രാദേശികപ്രവർത്തനവും അഖില റഷ്യൻ പ്രവർത്തനവും തമ്മിലുള്ള ബന്ധത്തെ സംബന്ധിക്കുന്ന പ്രശ്നമാണിത്. ഒരു കേന്ദ്രീകൃതസംഘടന രൂപീകൃതമായാൽ രണ്ടാമത്തേതിനാണ് പിന്നെ ആദ്യത്തേതിനേക്കാൾ പ്രാധാന്യം ലഭിക്കുകയെന്നും, തൊഴിലാളിബഹുജനങ്ങളുമായുള്ള നമ്മുടെ ബന്ധത്തിനും പൊതുവിൽ പ്രാദേ

ശികപ്രവർത്തനത്തിനാകെയും ക്ഷീണം സംഭവിക്കുമെന്നും ഇതു പ്രസ്ഥാനത്തിനു ഹാനികരമാവുമെന്നും ചിലർ ഭയപ്പെടുന്നു. ഈ ഭയങ്ങൾക്കെതിരായി ഞങ്ങൾക്കുള്ള സമാധാനമിതാണ്: കഴിഞ്ഞ ഏതാനും കൊല്ലങ്ങളായി പ്രാദേശികപ്രവർത്തകന്മാർ പ്രാദേശികപ്രവർത്തനത്തിൽ മാത്രമായി കണക്കിലധികം മുഴുകിയിരുന്നതുകൊണ്ടുതന്നെയാണ് നമ്മുടെ പ്രസ്ഥാനത്തിനു തരക്കേടു സംഭവിച്ചത്. അതിനാൽ പ്രാദേശികപ്രവർത്തനത്തിനു കൽപ്പിക്കപ്പെടുന്ന പ്രാധാന്യത്തെ രാജ്യവ്യാപിയായ പ്രവർത്തനത്തിലേക്കു കുറേ തിരിച്ചുവിടേണ്ടതു തികച്ചും ആവശ്യമായിരിക്കുന്നു. ഇതു നമ്മുടെ ബന്ധങ്ങളെയും, തുടർച്ചയായ പ്രാദേശിക പ്രക്ഷോഭത്തിനുള്ള സാധ്യതകളെയും ക്ഷീണിപ്പിക്കുകയല്ല, പ്രത്യുത, ശക്തിപ്പെടുത്തുകയാണ് ചെയ്യുക. കേന്ദ്രത്തിൽനിന്നുള്ളതും പ്രാദേശികവുമായ പത്രങ്ങളുടെ കാര്യമെടുത്തുനോക്കുക. പത്രപ്രസിദ്ധീകരണത്തിന്റെ കാര്യം കേവലം ഒരു ദൃഷ്ടാന്തമായി മാത്രമാണ് ഞാൻ ഉന്നയിക്കുന്നതെന്നോർമവയ്ക്കാൻ ഞാൻ വായനക്കാരോടഭ്യർഥിക്കുന്നു; അതിനേക്കാളെല്ലാം എത്രയോ അപാരമാംവിധം വിപുലവും നാനാമുഖവുമായ വിപ്ലവപ്രവർത്തനത്തിന്റെ ഒരു ഉദാഹരണം മാത്രമാണത്.

ബഹുജനപ്രസ്ഥാനത്തിന്റെ ആദ്യകാലഘട്ടത്തിൽ (1896–98) പ്രാദേശികപാർട്ടി പ്രവർത്തകന്മാർ *റബോച്ചയ ഗസേത്ത* എന്ന ഒരഖിലറഷ്യൻ പത്രം പുറത്തിറക്കാൻ ഒരു പരിശ്രമം നടത്തി. പിന്നത്തെ കാലഘട്ടത്തിൽ (1898–1900) പ്രസ്ഥാനം ഗംഭീരമായ ചുവടുകൾ മുന്നോട്ടുവെച്ചു; പക്ഷേ നേതാക്കന്മാരുടെ ശ്രദ്ധ പ്രാദേശിക പ്രസിദ്ധീകരണങ്ങളിലാണ് തികച്ചും മുഴുകിയിരുന്നത്. അന്ന് പ്രസിദ്ധീകൃതമായിരുന്ന പ്രാദേശികപത്രങ്ങളെയെല്ലാം നാം കൂട്ടിനോക്കുന്നപക്ഷം മാസംതോറും ശരാശരി ഒരു ലക്കം പ്രസിദ്ധീകരിക്കപ്പെട്ടിരുന്നുവെന്നു നമുക്ക് കാണാൻ കഴിയും.* ഇത് നമ്മുടെ പ്രാകൃതസമ്പ്രദായങ്ങളെയല്ലേ തെളിയിച്ചുകാട്ടുന്നത്? പ്രസ്ഥാനത്തിന്റെ തനിയേയുള്ള വളർച്ചയുടെ പിന്നിൽക്കിടന്നു കളിക്കുകയാണു നമ്മുടെ വിപ്ലവസംഘടനയെന്നല്ലേ ഇതിൽനിന്നു വ്യക്തമായും തെളിയുന്നത്? ചിന്നിച്ചിതറിയ പ്രാദേശികഗ്രൂപ്പുകളല്ല, ഒരൊറ്റ സംഘടനയാണ് ഇത്രതന്നെ ലക്കങ്ങൾ പ്രസിദ്ധീകരിച്ചിരുന്നതെങ്കിൽ എത്രയോ വളരെ അനാവശ്യയത്നം നമുക്കു കൂടാതെ കഴിക്കാമായിരുന്നുവെന്നുമാത്രമല്ല, എത്രയും അന്യാദൃശമാംവിധം ഭദ്രതയും, തുടർച്ചയായി പ്രവർത്തിക്കുവാനുള്ള കഴിവും നമുക്ക് സംഭരിക്കാനും സാധിക്കുമായിരുന്നു. പ്രാദേശിക പ്രസിദ്ധീകരണങ്ങൾക്കുവേണ്ടി സജീവമായി — എന്നല്ല, മിക്കവാറും അതിനു മാത്രംവേണ്ടി — പ്രവർത്തനം തുടർന്നുപോരുന്ന പ്രായോഗികപ്രവർത്തകന്മാരും (ഇതാണ് ഇവരിൽ ബഹുഭൂരിപക്ഷവും

* 'പാരീസ് കോൺഗ്രസിൽ ചെയ്ത റിപ്പോർട്ടി'[**]ൽ 14–ാം പേജ് നോക്കുക: "അന്നു (1897) മുതൽ 1900–ത്തിലെ വസന്തം വരെ പലേ പ്രദേശങ്ങളിലുമായി വിവിധ പത്രങ്ങളുടെ 30 ലക്കങ്ങൾ പ്രസിദ്ധീകൃതമായിട്ടുണ്ട്.... ശരാശരി നോക്കിയാൽ മാസംപ്രതി ഒരു ലക്കത്തിലധികം പുറത്തിറങ്ങിയിരുന്നു."

ഇപ്പോഴും തുടർന്നുവരുന്ന പ്രവർത്തനം), അത്ഭുതകരമായ ഒരുതരം ബാലിശത്വം ഈ പ്രശ്നത്തിൽ പ്രദർശിപ്പിച്ചുകൊണ്ടിരിക്കുന്ന നമ്മുടെ പ്രചാരകന്മാരും എത്രയും ലഘുവായ ഇക്കാര്യം പലപ്പോഴും കാണാറില്ല. ഒരഖിലറഷ്യൻ പത്രം സംഘടിപ്പിക്കുകയെന്ന പ്രവർത്തനത്തിലേർപ്പെടാൻ പ്രാദേശികപ്രവർത്തകർക്കു പ്രയാസമുണ്ടെന്നും* യാതൊരു പത്രങ്ങളുമില്ലാത്തതിലും ഭേദമാണ് പ്രാദേശിക പത്രങ്ങളെങ്കിലും ഉണ്ടാവുന്നതെന്നും വാദിച്ചു സ്വയം തൃപ്തിയടയുകയാണ് പ്രായോഗികപ്രവർത്തകന്മാരുടെ പതിവ്. ഇതിൽ രണ്ടാമത്തെവാദം തീർച്ചയായും തികച്ചും ന്യായമായതുതന്നെ; പ്രാദേശികപത്രങ്ങളുടെ പൊതുവെയുള്ള വമ്പിച്ച പ്രാധാന്യവും പ്രയോജനവും മനസിലാക്കുന്നതിൽ ഞങ്ങൾ ഒരു പ്രായോഗികപ്രവർത്തകന്റെയും പിന്നിലല്ലതാനും. പക്ഷേ, അതല്ല പ്രശ്നം. റഷ്യയിലങ്ങോളമിങ്ങോളം കഴിഞ്ഞ രണ്ടരക്കൊല്ലക്കാലത്ത് പ്രാദേശികപത്രങ്ങളുടെ മുപ്പതു ലക്കങ്ങൾമാത്രം പ്രസിദ്ധീകരിക്കപ്പെട്ടതിൽ ശ്രദ്ധേയമാംവിധം പ്രകടമായിക്കാണുന്ന അസംഘടിതനിലയും പ്രാകൃതത്വവും നമുക്ക് ദൂരീകരിക്കാൻ കഴിയുമോ എന്നുള്ളതാണ് പ്രശ്നം. പ്രാദേശിക പത്രങ്ങൾ പൊതുവിൽ പ്രയോജനകരമാണെന്നും മറ്റുമുള്ള അവിതർക്കിതവും പക്ഷേ, എങ്ങും തൊടാത്തതുമായ പ്രസ്താവനകൾ മാത്രം പുറപ്പെടുവിച്ചു തൃപ്തിയടയുകയല്ല വേണ്ടത്; കഴിഞ്ഞ രണ്ടരക്കൊല്ലത്തെ അനുഭവത്തിനിടയിൽ പ്രത്യക്ഷമായിക്കണ്ട ന്യൂനതകൾ തുറന്നു സമ്മതിക്കാനുള്ള ധൈര്യം കൂടി ഉണ്ടാവുകയാണാവശ്യം. നാം പ്രവർത്തിക്കുന്ന ചുറ്റുപാടുകൾക്കുള്ളിൽ ഈ പ്രാദേശിക പത്രങ്ങൾ മിക്കതും തത്വങ്ങളെ സംബന്ധിച്ചിടത്തോളം ചാഞ്ചാട്ടം പ്രദർശിപ്പിച്ചു: രാഷ്ട്രീയമായി അവയ്ക്കു കനം മതിയായിട്ടില്ല; കണക്കിലധികം വിപ്ലവശക്തികളെ അവയ്ക്കുവേണ്ടി വ്യയം ചെയ്യേണ്ടിവന്നിട്ടുണ്ട്; സാങ്കേതികദൃഷ്ട്യാ നോക്കിയാൽ അവ ഒട്ടുംതന്നെ തൃപ്തികരമല്ലായിരുന്നുതാനും (അച്ചടിയുടെ സാങ്കേതികവശത്തെക്കുറിച്ചല്ല ഞാനിവിടെ തീർച്ചയായും വിവക്ഷിക്കുന്നത്; പ്രസിദ്ധീകരണം എത്രകണ്ടു ക്രമമായും ശീഘ്രമായും നടക്കുന്നുവെന്നതിനെക്കുറിച്ചാണ്) – ഇതെല്ലാമാണ് നമ്മുടെ അനുഭവം. ഈ ദൗർബല്യങ്ങൾ യാദൃഛികമൊന്നുമല്ല; ഈ ഛിന്നഭിന്നാവസ്ഥയുടെ അനിവാര്യഫലങ്ങളാണ് അവ. ഈ ഛിന്നഭിന്നാവസ്ഥയാണ് ഇത്രയുമധികം പ്രാദേശികപത്രങ്ങൾ ഇക്കാലത്തു പൊന്തിവരാനുള്ള കാരണമെങ്കിൽ, അതേ ഛിന്നഭിന്നാവസ്ഥ ഈ പ്രാദേശികപത്രങ്ങളുടെ മേധാവിത്വത്തിന്റെ ഫലമായുളവായതാണ്. ഒറ്റപ്പെട്ട ഒരു പ്രാദേശികസംഘടനയ്ക്ക് അതിന്റെ പത്രത്തെ ദൃഢമായ തത്വങ്ങളിൽ ഉറച്ചുനിൽക്കുന്ന ഒരു രാഷ്ട്രീയമുഖപത്രത്തിന്റെ നിലവാരത്തിലേക്ക് ഉയർത്താൻ സാധ്യമല്ലെന്നതു തിട്ടമാ

* ഈ പ്രയാസം ഒരു യാഥാർഥ്യത്തേക്കാളധികം ഒരു തോന്നലാണ്. യഥാർഥത്തിൽ അഖിലറഷ്യൻ പ്രവർത്തനവുമായി ബന്ധപ്പെട്ട എന്തെങ്കിലുമൊരു പ്രവൃത്തി ചെയ്യാൻ ഒരൊറ്റ പ്രാദേശികസർക്കിളിനെങ്കിലും അവസരം ലഭിക്കാതിരിക്കുന്നില്ല. 'എനിക്കു സാധ്യമല്ല എന്നു പറയണ്ട; എനിക്കു മനസില്ലെന്നു പറഞ്ഞാൽ മതി.'

ണ്; നമ്മുടെ രാഷ്ട്രീയജീവിതത്തെയാകമാനം സ്പർശിക്കുന്ന വിവരങ്ങൾ വേണ്ടിടത്തോളം ശേഖരിക്കാനോ ഉപയോഗപ്പെടുത്താനോ അതിനു സാധ്യമല്ല തന്നെ. പ്രാദേശികമായി അച്ചടിച്ചെലവു ചുരുങ്ങുമെന്നും, പ്രാദേശികപത്രങ്ങളുണ്ടെങ്കിൽ പ്രാദേശികജനതകൾക്കു കൂടുതൽ പൂർണമായും വേഗത്തിലും വർത്തമാനങ്ങളെത്തിക്കാൻ കഴിയുമെന്നും ഉള്ള വാദങ്ങൾ ഒട്ടനവധി പ്രാദേശികപത്രങ്ങളുടെ നിലനിൽപ്പിനെ ന്യായീകരിക്കാൻ സ്വതന്ത്രരാജ്യങ്ങളിൽ ധാരാളം ഉന്നയിക്കപ്പെടാറുണ്ട്; പക്ഷേ, റഷ്യയിലെ അനുഭവം നോക്കിയാൽ പ്രാദേശികപത്രങ്ങൾക്കു പ്രതികൂലമാണ്. റഷ്യൻ വിപ്ലവശക്തികളുടെ ചെലവിനെ അപേക്ഷിച്ചു നോക്കിയാൽ പ്രാദേശികപത്രങ്ങൾക്കു അധികച്ചെലവു വേണ്ടിവരുന്നുണ്ട്; എന്നിട്ടും വളരെ ദുർലഭമായി മാത്രമേ അവ പുറത്തുവരുന്നുള്ളൂ. കാരണം എളുപ്പത്തിൽ മനസിലാക്കാം: ഒരു നിയമവിരുദ്ധപത്രം പ്രസിദ്ധീകരിക്കാൻ (അതിന്റെ വലുപ്പം എത്രതന്നെ ചുരുക്കിയാലും ശരി) വൻതോതിലുള്ള ഫാക്ടറിയുൽപ്പാദനത്തിനു പറ്റിയ രീതിയിലുള്ള ഒരു വമ്പിച്ച രഹസ്യബന്തവസ് കൂടിയേ കഴിയൂ; എന്തുകൊണ്ടെന്നാൽ, അത്തരമൊരു യന്ത്രം ഒരു ചെറിയ കൈത്തൊഴിൽശാലയിൽ ഏർപ്പെടുത്തുവാൻ സാധ്യമല്ല. പലപ്പോഴും ഈ രഹസ്യസംഘടനയുടെ പ്രാകൃതത്വത്തിന്റെ ഫലമായി (ഇതുപോലത്തെ നിരവധി ദൃഷ്ടാന്തങ്ങൾ എല്ലാ പ്രായോഗിക പ്രവർത്തകന്മാർക്കും അനുഭവമുണ്ടായിരിക്കും) ഒന്നോ രണ്ടോ ലക്കം പുറത്തിറക്കി വിതരണം ചെയ്യുമ്പോഴും പൊലീസിനു നമ്മെ കൂട്ടത്തോടെ അറസ്റ്റു ചെയ്യാൻ സാധിച്ചെന്നുവരും; തൽഫലമായി പിന്നീട് എല്ലാ പണിയും പുനരാവർത്തിക്കേണ്ടിവരികയും ചെയ്യും. സുസംഘടിതമായ ഒരു രഹസ്യബന്തവസ് നിർമിക്കാൻ വിപ്ലവപ്രവർത്തനം ഒരു തൊഴിലെന്ന വിധം അഭ്യസിച്ച സുശിക്ഷിതരായ വിപ്ലവകാരികളും ശരിയായ പ്രവൃത്തിവിഭജനവും അത്യാവശ്യമാണ്; ഈ രണ്ടാവശ്യങ്ങളെയും പൂരിപ്പിക്കാൻ ഒറ്റപ്പെട്ട പ്രാദേശികഘടകങ്ങൾക്കു (ചില ചില അവസരങ്ങളിൽ അവയ്ക്കെത്ര തന്നെ ശക്തിയുണ്ടായാലും കൊള്ളാം) സാധ്യവുമല്ല. നമ്മുടെ പ്രസ്ഥാനത്തിന്റെയാകെ പൊതുതാൽപ്പര്യങ്ങൾ (അതായത്, വിട്ടുവീഴ്ചയില്ലാത്ത സോഷ്യലിസ്റ്റ് – രാഷ്ട്രീയതത്വങ്ങളിൽ പ്രവർത്തകന്മാർക്കു പരിശീലനം നൽകുകയെന്നത്) മാത്രമല്ല, അതാതു ദിക്കിന്റെ പ്രാദേശികതാൽപ്പര്യങ്ങൾകൂടി പ്രാദേശികമല്ലാത്ത പത്രങ്ങൾ മുഖേനയാണ് കൂടുതൽ നന്നായി നിർവഹിക്കപ്പെടുക. ഒറ്റനോട്ടത്തിൽ ഇതൊരു പരസ്പരവൈരുധ്യമായിത്തോന്നും; പക്ഷേ, ഞങ്ങൾ ചൂണ്ടിക്കാട്ടിയ രണ്ടരക്കൊല്ലത്തെ അനുഭവം ഇത് അങ്ങേയറ്റം ശരിയാണെന്നു തെളിയിച്ചുകഴിഞ്ഞിട്ടുണ്ട്. ഈ മുപ്പതു പത്രങ്ങളുടെ പ്രസിദ്ധീകരണത്തിൽ മുഴുകിയിരുന്ന എല്ലാ പ്രാദേശികശക്തികളും കൂടി ഒരൊറ്റ പത്രത്തിൽ പ്രവർത്തിച്ചിരുന്നുവെങ്കിൽ, അവർക്കു അതിന്റെ അറുപതോ നൂറോ ലക്കങ്ങൾ പുറത്തിറക്കാൻ എളുപ്പത്തിൽ കഴിയുമായിരുന്നുവെന്നും, തദ്വാരാ നമ്മുടെ പ്രസ്ഥാനത്തിന്റെ പ്രത്യേകം പ്രത്യേ

കമായ പ്രാദേശികവശങ്ങളെത്തന്നെ കൂടുതൽ പൂർണമായി പുറത്തു കൊണ്ടുവരാൻ അവർക്കു സാധിക്കുമായിരുന്നുവെന്നും ഉള്ളത് ഏവരും സമ്മതിക്കും. ഇത്രയും ഉയർന്ന ഒരു സംഘടനാനിലവാരത്തിലെത്താൻ വിഷമമുണ്ടെന്നതു ശരിതന്നെ; പക്ഷേ, അവിടെ എത്തേണ്ടതിന്റെ ആവശ്യകത നാം മനസിലാക്കേണ്ടിയിരിക്കുന്നു. ഓരോ പ്രാദേശികസ്റ്റഡി സർക്കിളും ഇതിനെക്കുറിച്ചാലോചിക്കേണ്ടിയിരിക്കുന്നു, പുറമേനിന്നുള്ള പ്രേരണയ്ക്കുവേണ്ടി കാത്തുനിൽക്കാതെ ഇതിനുവേണ്ടി സജീവമായി പ്രവർത്തിക്കേണ്ടിയിരിക്കുന്നു. ഒരു പ്രാദേശികപത്രം അടുത്തുള്ളതുകൊണ്ടുള്ള സുഖസൗകര്യങ്ങളാൽ ഇനിമുതൽ നാം വഞ്ചിതരായിപ്പോകരുത്; അത്തരം സൗകര്യങ്ങൾ വളരെയധികം സങ്കൽപ്പമാത്രമാണെന്നു നമ്മുടെ വിപ്ലവപ്രവർത്തനത്തിന്റെ അനുഭവം തെളിയിച്ചുകഴിഞ്ഞുവല്ലോ.

പ്രായോഗിക പ്രവർത്തകരുമായി വിശേഷിച്ചും തങ്ങൾക്കടുപ്പമുണ്ടെന്നുകരുതി ഈ സങ്കൽപ്പമാത്രമായ നില കാണാതിരിക്കുകയും, 'നമുക്കു പ്രാദേശികപത്രങ്ങൾ വേണം, നമുക്ക് ജില്ലാവ്യാപിയായ പത്രങ്ങൾ വേണം, നമുക്ക് അഖിലറഷ്യൻപത്രങ്ങളും വേണം' എന്നിങ്ങനെ വിസ്മയകരമാംവിധം ക്ഷുദ്രവും പൊള്ളയുമായ രീതിയിൽ വാദിച്ച് പൊറുതി നേടുകയും ചെയ്യുന്ന പ്രചാരകന്മാരെ സംബന്ധിച്ചിടത്തോളമാണെങ്കിൽ, അവർ പ്രായോഗികപ്രവർത്തനത്തിനു വമ്പിച്ച ദ്രോഹമാണു ചെയ്യുന്നത്. പൊതുവിൽപ്പറകയാണെങ്കിൽ തീർച്ചയായും ഈ നാനാവിധപത്രങ്ങൾ ആവശ്യംതന്നെ; പക്ഷേ സ്ഥൂലമായ ഒരു സംഘടനാപ്രശ്നത്തിനു നിങ്ങൾ പരിഹാരം കാണാനുദ്യമിക്കുമ്പോൾ, തീർച്ചയായും നിങ്ങൾ അതിന്റെ കാലവും ചുറ്റുപാടുകളും നിങ്ങളുടെ പരിഗണനയിലുൾപ്പെടുത്തണം. ഒരു പത്രത്തിന്റെ പ്രശ്നത്തെ പരാമർശിച്ചുകൊണ്ടുള്ള ഒരു പ്രത്യേകലേഖനത്തിൽ (ലക്കം 1, പേജ് 68) താഴെപ്പറയുംപ്രകാരം *സ്വൊബോദ* എഴുതിയിട്ടുള്ളതു വെറും കിറുക്കല്ലേ? "തൊഴിലാളികൾ കുറെയെങ്കിലും കേന്ദ്രീകരിച്ചിട്ടുള്ള ഏതൊരു പ്രദേശത്തിനും അതിന്റെ സ്വന്തമായി ഒരു തൊഴിലാളിപ്പത്രം വേണമെന്നു ഞങ്ങൾക്കു തോന്നുന്നു; വല്ലടിക്കിൽനിന്നും ഇറക്കുമതി ചെയ്യപ്പെടുന്ന ഒരു പത്രമല്ല, സ്വന്തമായിത്തന്നെയുള്ള ഒരു പത്രം!" ഇതെഴുതിയ പ്രചാരകൻ തന്റെ സ്വന്തം വാക്കുകളുടെ അർഥത്തെക്കുറിച്ചു ചിന്തിച്ചുനോക്കാൻ കൂട്ടാക്കുന്നില്ലെങ്കിൽ, നിങ്ങളെങ്കിലും വായനക്കാരേ! അദ്ദേഹത്തിനുവേണ്ടി ഒന്നു ചിന്തിച്ചാൽ നന്ന്. 'തൊഴിലാളികൾ കുറെയെങ്കിലും കേന്ദ്രീകരിച്ചിട്ടുള്ള' എത്രയെത്ര പ്രദേശങ്ങളാണ്, പത്തും ഇരുപതും കണക്കിനെന്നല്ല, നൂറുകണക്കിനു തന്നെ, റഷ്യയിലുള്ളത്! ഇത്തരത്തിലുള്ള ഓരോ പ്രാദേശിക സംഘടനയും അതിന്റെ സ്വന്തം പത്രം പ്രസിദ്ധീകരിക്കാൻവേണ്ടി പരിശ്രമിച്ചുതുടങ്ങുന്നപക്ഷം അതു കേവലം നമ്മുടെ പ്രാകൃതസമ്പ്രദായങ്ങളെ ശാശ്വതമായി നിലനിർത്താനുള്ള ഒരു പരിശ്രമമാവുകയില്ലേ? പ്രാദേശികപാർട്ടിപ്രവർത്തകന്മാരെ അവരുടെ പ്രവർത്തനത്തിന്റെ തുടക്കത്തിൽത്തന്നെ പൊലീസിന്റെ വലയിൽ — അതും പൊലീസിനു

'വലിയ അധ്വാന'മൊന്നും കൂടാതെ — കൊണ്ടു ചാടിക്കുന്നതിനും, അവർ യഥാർഥവിപ്ലവകാരികളായി വളർന്നുവരുന്നതിനെ തടയുന്നതിനും ഈ ഛിന്നഭിന്നാവസ്ഥ എത്രമാത്രം ഉപകരിക്കുമെന്നോ? ലേഖകൻ തുടർന്നു പറയുന്നു:

> ഒഖിലറഷ്യൻ പത്രത്തിന്റെ വായനക്കാരന് 'തന്റെ ജില്ലയ്ക്കു വെളിയിലുള്ള മറ്റുപട്ടണങ്ങളിലെ' ഫാക്ടറി ഉടമകൾ കാട്ടുന്ന അഴിമതികളുടെ വർണനകളും 'ഫാക്ടറി ജീവിതത്തിന്റെ സവിസ്തരവിവരണങ്ങളും' വായിക്കാൻ 'ഒട്ടും രസമുണ്ടാവില്ല.' എന്നാൽ, ഒര്യോലിലെ ഒരു നിവാസിക്ക് ഒര്യോലിലെ കാര്യങ്ങൾ വായിക്കാൻ മുഷിപ്പുണ്ടാവില്ല. ഓരോ ലക്കത്തിൽനിന്നും അയാൾ ആരാണ് കൂട്ടിൽക്കയറിനിൽക്കുന്നതെന്നും മനസിലാകും; അപ്പോൾ അയാളുടെ ഉത്സാഹം ഉയരുകയും ചെയ്യും (പേജ് 69).

ശരിയാണ്, ശരിയാണ്; ഒര്യോലിലെ വായനക്കാരന്റെ ഉത്സാഹം ഉയരും; പക്ഷേ, നമ്മുടെ പ്രചാരകന്റെ ഭാവനയുടെ ചിറകുകളും ഉയരത്തിലാണ് — വളരെ വളരെ ഉയരത്തിലാണ് — പറക്കുന്നത്. ക്ഷുദ്രമായ പ്രാദേശികമനോഭാവത്തിനുവേണ്ടി ഇങ്ങനെ വക്കാലത്തുപിടിക്കുന്നത് ഉചിതംതന്നെയോ എന്നദ്ദേഹം തന്നോടുതന്നെ ഒന്നു ചോദിക്കേണ്ടതായിരുന്നു. ഫാക്ടറി അഴിമതികൾ തുറന്നുകാട്ടുന്നതിന്റെ പ്രാധാന്യവും അത്യാവശ്യകതയും മനസിലാക്കുന്നതിൽ ഞങ്ങൾ മറ്റാരുടേയും പിന്നിലല്ലതന്നെ; പക്ഷേ, സെന്റ് പീറ്റേഴ്സ് ബർഗിൽനിന്നുള്ള കത്തുകൾ സെന്റ് പീറ്റേഴ്സ് ബർഗിൽനിന്നുള്ള *റബോച്ചയ മിസ്ലി*ൽത്തന്നെ വായിക്കാൻ സെന്റ് പീറ്റേഴ്സ്ബർഗുകാർക്കു മുഷിപ്പുതോന്നിത്തുടങ്ങിയിട്ടുള്ള ഒരു ഘട്ടത്തിലാണ് നാമിപ്പോൾ എത്തിയിട്ടുള്ളതെന്നു ഓർക്കേണ്ടിയിരിക്കുന്നു. പ്രാദേശിക ഫാക്ടറി അഴിമതികളെ ലഘുലേഖകൾ മുഖേനയാണ് എല്ലായ്പ്പോഴും നാളിതുവരെ തുറന്നുകാട്ടിയിട്ടുള്ളത്; ആ പ്രവൃത്തി ഇനിയും തുടരണംതാനും; പക്ഷേ പത്രത്തിന്റെ നിലവാരം നാം ഉയർത്തുകയാണു വേണ്ടത്; അല്ലാതെ ഒരു ഫാക്ടറിലഘുലേഖയുടെ നിലവാരത്തിലേക്ക് അതിനെ അധഃപതിപ്പിക്കുകയല്ല. 'ക്ഷുദ്ര'മായ തുറന്നുകാട്ടലോ നമ്മുടെ 'പത്ര'ത്തിനാവശ്യമില്ല. ഫാക്ടറി ജീവിതത്തിലെ പ്രാധാന്യമേറിയതും സാധാരണവുമായ കൊള്ളരുതായ്മകളുടെ തുറന്നുകാട്ടൽ — ഏറ്റവുമധികം മുഴച്ചുനിൽക്കുന്ന യാഥാർഥ്യങ്ങളിന്മേൽ അടിയുറച്ചതും, പ്രസ്ഥാനത്തിലെ എല്ലാ പ്രവർത്തകന്മാരെയും നേതാക്കന്മാരെയും ആവേശം കൊള്ളിക്കാൻ കെൽപ്പുള്ളതുമായ തുറന്നുകാട്ടൽ, അവരുടെയെല്ലാം അറിവു വർധിപ്പിക്കാനും, വീക്ഷണകോണം വിപുലീകരിക്കാനും പുതിയ ജില്ലകളെയും പുതിയ തൊഴിൽവിഭാഗങ്ങളിൽപ്പെട്ട തൊഴിലാളികളെയും ഉൽബുദ്ധരാക്കാനും പര്യാപ്തമായ തുറന്നുകാട്ടൽ — അതാണ് നമുക്കാവശ്യമായിട്ടുള്ളത്.

"ഇതിനു പുറമേ, ഫാക്ടറി ഉദ്യോഗസ്ഥന്മാരുടേയും മറ്റധികൃതരു

ടേയും ദുഷ്ചെയ്തികളെയെല്ലാം അവിടെവച്ചുതന്നെ ചൂടോടുകൂടി അധിക്ഷേപിക്കാൻ ഒരു പ്രാദേശികപത്രത്തിനു കഴിയും. എന്നാൽ ഒരു പൊതുപത്രത്തിന്റെ പംക്തികളിലേക്ക് ഇത്തരം വർത്തമാനമെത്തുമ്പോഴേക്കും സംഭവങ്ങൾ നടന്ന പ്രദേശങ്ങളിൽ അതു വിസ്മൃതപ്രായമായിട്ടുണ്ടാവും. പത്രം കയ്യിൽ കിട്ടുമ്പോൾ വായനക്കാരൻ പറയും: 'ദൈവത്തിനറിയാം, ഇതെപ്പോൾ സംഭവിച്ചുവെന്ന്!' (മേലുദ്ധരിച്ചതിൽനിന്നു തന്നെ). ശരിയാണ്, ദൈവത്തിനേ അറിയൂ അതെപ്പോൾ സംഭവിച്ചുവെന്ന്! ഞാൻ മുമ്പുദ്ധരിച്ച രേഖയിൽനിന്നു നമുക്കു മനസിലായപോലെ, രണ്ടരക്കൊല്ലത്തിനകം ആറു നഗരങ്ങളിൽ മുപ്പതു പത്രലക്കങ്ങളാണു പുറത്തുവന്നത് — അതായത്, ശരാശരി നോക്കിയാൽ, നഗരമൊന്നുക്ക് അരക്കൊല്ലത്തിലൊരിക്കൽ ഒരുലക്കം വീതം! ക്ഷുദ്ര ചിന്തകനായ നമ്മുടെ പ്രചാരകൻ ഇനി പ്രാദേശികപ്രവർത്തനത്തിന്റെ ഉൽപ്പാദനത്തിനുള്ള കഴിവിനെ മൂന്നിരട്ടി വലുതാക്കി കണക്കാക്കിയാൽപ്പോലും (ഇങ്ങനെ ചെയ്യുന്നത് ഒരു ശരാശരി നഗരത്തെ സംബന്ധിച്ചിടത്തോളം തെറ്റായിരിക്കും. കാരണം, നമ്മുടെ പ്രാകൃതരീതികളുടെ അടിസ്ഥാനത്തിൽ ഉൽപ്പാദനം കുറച്ചെങ്കിലും വർധിപ്പിക്കുന്നതിനുള്ള സാധ്യതയില്ല), പിന്നെയും ഈരണ്ടു മാസത്തിലൊരിക്കൽ ഒരു ലക്കം വീതമേ നമുക്കു കിട്ടുകയുള്ളൂ; ചൂടോടുകൂടി അധിക്ഷേപിക്കാനുള്ള കഴിവൊന്നും ഉണ്ടാകില്ലെന്നർഥം. നേരെമറിച്ച്, ഒരു ഡസൻ പ്രാദേശികഘടകങ്ങളെയോ മറ്റോ ഒന്നിച്ചുചേർത്ത് അവയുടെ പ്രതിനിധികൾക്ക് ഒരു പൊതുപത്രം സംഘടിപ്പിക്കാനുള്ള സജീവപ്രവൃത്തികൾ വിഭജിച്ചുകൊടുക്കുകയേ വേണ്ടൂ. ക്ഷുദ്രമായ ദുഷ്ചെയ്തികൾക്കുപകരം യഥാർഥത്തിൽ പ്രാധാന്യമേറിയതും സർവസാധാരണവുമായ അഴിമതികളെത്തന്നെ ഈരണ്ടാഴ്ച കൂടുമ്പോൾ ഒരിക്കൽ റഷ്യ മുഴുവനും കേൾക്കെ 'അധിക്ഷേപിക്കാൻ' നമുക്കു സാധിക്കും. നമ്മുടെ സംഘടനകൾക്കകത്തുള്ള സ്ഥിതിഗതികളെപ്പറ്റി കുറച്ചെങ്കിലും ജ്ഞാനമുള്ള ആർക്കും ഇതിനെപ്പറ്റി ലവലേശവും സംശയമുണ്ടാവുകയില്ല. നിയമവിരുദ്ധമായ ഒരു പത്രം ശത്രുവിനെ 'തൊണ്ടിസഹിതം' പിടിക്കണമെന്നു പറയുന്നതു കേവലം ഒരലങ്കാരമെന്ന നിലയ്ക്കല്ല, കാര്യമായിട്ടുതന്നെയാണെങ്കിൽ, അതു തികച്ചും അസംബന്ധമാണ്. ഒരു ലഘുലേഖ വഴിക്കു മാത്രമേ അതു സാധ്യമാവൂ; കാരണം, അത്തരമൊരു സംഭവം ഒന്നോ രണ്ടോ ദിവസത്തിനുള്ളിൽ തുറന്നുകാട്ടേണ്ടതാണ്. (ഉദാ: അധികകാലം നീണ്ടുനിൽക്കാത്ത സാധാരണ പണിമുടക്കങ്ങൾ, ഫാക്ടറിക്കകത്തുവെച്ചുള്ള തല്ലുകൾ, പ്രകടനങ്ങൾ, മറ്റും മറ്റും).

'തൊഴിലാളികൾ ഫാക്ടറികളിൽ മാത്രമല്ല ജീവിക്കുന്നത്, പട്ടണങ്ങളിലും ജീവിക്കുന്നുണ്ട്' — എന്നിങ്ങനെ തുടർന്നു പ്രഖ്യാപിച്ചുകൊണ്ട് നമ്മുടെ ലേഖകൻ (ബൊരീസ് പ്രിച്ചേവ്സ്കിക്കു പോലും അഭിമാനകരമായ ദൃഢചിത്തതയോടുകൂടി) പ്രത്യേകപ്രശ്നങ്ങളിൽനിന്നു പൊതുപ്രശ്നങ്ങളിലേക്കു കടക്കുന്നു; മുനിസിപ്പൽ കൗൺസിലുകൾ, മുനിസിപ്പൽ

ആസ്പത്രികൾ, മുനിസിപ്പൽ സ്കൂളുകൾ മുതലായ വിഷയങ്ങളെക്കുറിച്ചദ്ദേഹം പ്രതിപാദിക്കുന്നു; തൊഴിലാളിപ്പത്രങ്ങൾ പൊതുവിൽ മുനിസിപ്പൽകാര്യങ്ങളെ അവഗണിച്ചുകൂടെന്നു താക്കീതു ചെയ്യുകയും ചെയ്യുന്നു. ഈ ആവശ്യം സ്വതവേ വളരെ നല്ലതുതന്നെയാണ്; പക്ഷേ, പ്രാദേശികപത്രങ്ങളെക്കുറിച്ചുള്ള വാദപ്രതിവാദങ്ങളിൽ മിക്കപ്പോഴും കാണുന്ന ആ ഉള്ളുപൊള്ളയായ അവ്യക്തതയ്ക്ക് ഒന്നാം തരമൊരു ദൃഷ്ടാന്തമാണിത്. ഒന്നാമത്, 'തൊഴിലാളികൾ കുറെയെങ്കിലും കേന്ദ്രീകരിച്ചുള്ള ഏതൊരു പ്രദേശത്തും' മുനിസിപ്പൽകാര്യങ്ങളെപ്പറ്റി *സ്വൊബോദ* ആഗ്രഹിക്കുന്നത്ര സവിസ്തരവിവരങ്ങളോടുകൂടി പത്രങ്ങൾ പുറപ്പെടുന്ന പക്ഷം റഷ്യൻ ചുറ്റുപാടുകളിൽ അതു വെറും പ്രാദേശിക വാദമായി ഫലത്തിൽ അധഃപതിക്കുമെന്നതനിവാര്യമാണ്; സാറിസ്റ്റ് ഏകാധിപത്യത്തിനെതിരായ അഖിലറഷ്യൻ വിപ്ലവാക്രമണത്തിന്റെ പ്രാധാന്യത്തെക്കുറിച്ചുള്ള ബോധത്തിന് അത് ഇടിവേൽപ്പിക്കും; നിലവില്ലാത്ത പാർലമെന്റുകളെപ്പറ്റി വളരെയധികവും, എന്നാൽ നിലവിലുള്ള മുനിസിപ്പൽകൗൺസിലുകളെപ്പറ്റി വളരെക്കുറച്ചുമാത്രവും സംസാരിക്കുന്ന വിപ്ലവകാരികളെക്കുറിച്ചുള്ള ആ പേരുകേട്ട അഭിപ്രായപ്രകടനത്തിനുശേഷം[89] കുപ്രസിദ്ധമായിത്തീർന്നിരിക്കുന്ന ഒരുതരം വാസനയുടെ ഏറ്റവും സുശക്തമായി കിളിർത്തുനിൽക്കുന്ന മുളകളെ — മിക്കവാറും താൽക്കാലികമായിമാത്രം തകർന്നുപോയതും ഇനിയും കടയോടെ നീക്കംചെയ്തിട്ടില്ലാത്തതുമായ ആ മുളകളെ — അതു പുഷ്ടിപ്പെടുത്തും. ഇത് 'അനിവാര്യ'മാണെന്നു ഞങ്ങൾ മനഃപ്പൂർവമാണു പറയുന്നത്; കാരണം, ഇതല്ല, ഇതിന്റെ നേരെവിപരീതമാണു സംഭവിച്ചു കാണാൻ *സ്വൊബോദ* തീർച്ചയായും ആഗ്രഹിക്കുന്നത്, പക്ഷേ, നല്ല ഉദ്ദേശ്യങ്ങളുണ്ടായതുകൊണ്ടായില്ല. ഒട്ടാകെയുള്ള നമ്മുടെ പ്രവർത്തനത്തെ സംബന്ധിച്ചിടത്തോളം ശരിയായ ഒരു വീക്ഷണകോണത്തിൽനിന്നുകൊണ്ട് മുനിസിപ്പൽകാര്യങ്ങളെക്കുറിച്ചു പ്രതിപാദിക്കണമെങ്കിൽ ആദ്യമേതന്നെ വേണ്ടത് ഈ വീക്ഷണകോണത്തെക്കുറിച്ചു ശരിയായ ഒരു ബോധമുണ്ടാവുകയാണ്; വാദംകൊണ്ടുമാത്രമല്ല, നിരവധി ദൃഷ്ടാന്തങ്ങൾകൊണ്ടുകൂടി ഈ വീക്ഷണകോണത്തെ ദൃഢമായി ഉറപ്പിച്ചു തൽഫലമായി അത് ഒരു പാരമ്പര്യമെന്നവിധംതന്നെ ഭദ്രമായിത്തീരുകയാണാവശ്യം. നമ്മെ സംബന്ധിച്ചിടത്തോളം ഈ നില ഇനിയും വന്നു കഴിഞ്ഞിട്ടില്ല. പക്ഷേ, ഇത് ഒന്നാമതായിത്തന്നെ ചെയ്താലേ വിപുലമായ ഒരു പ്രാദേശികപത്രപരമ്പരയെക്കുറിച്ചു ചിന്തിക്കാനും സംസാരിക്കാനുംതന്നെ നമുക്കു സാധ്യമാവൂ.

രണ്ടാമതായി, മുനിസിപ്പൽകാര്യങ്ങളെപ്പറ്റി നന്നായും സരസമായും നമുക്കെഴുതാൻ കഴിയണമെങ്കിൽ, കേവലം ഈ പ്രശ്നങ്ങളെക്കുറിച്ചു പുസ്തകജ്ഞാനം മാത്രം ഉണ്ടായാൽ മതിയാവുകയില്ല, നേരിട്ടുള്ള അറിവുവേണം. യഥാർഥമായി ഈ അറിവു സമ്പാദിച്ചിട്ടുള്ള സോഷ്യൽഡെമോക്രാറ്റുകാരാകട്ടെ, റഷ്യയിൽ ഒരിടത്തും ഇല്ലെന്നു തന്നെ പറയാവു

ന്നതുമാണ്. മുനിസിപ്പൽവിഷയങ്ങളെക്കുറിച്ചോ സർക്കാർ കാര്യങ്ങളെക്കുറിച്ചോ പത്രങ്ങളിൽ എഴുതാറാവണമെങ്കിൽ (ആളുകൾക്കെളുപ്പത്തിൽ മനസിലാക്കാനുള്ള ലഘുലേഖകളെക്കുറിച്ചല്ല വിവക്ഷ), സമർഥരായ പത്രപ്രവർത്തകന്മാർ പുതിയതും നാനാമുഖവുമായ പലതരം വിവരങ്ങൾ ശേഖരിക്കുകയും, അതിന്മേൽ കുറെ പണിയെടുക്കുകയും ചെയ്തേ കഴിയൂ. ഇത്തരം വിവരങ്ങൾ ശേഖരിക്കാനും അതിന്മേൽ പണിയെടുക്കാനും കഴിയണമെങ്കിലോ, എല്ലാ പണികളും എല്ലാവരും ചെയ്യുകയും, ആളുകൾ കൂടെക്കൂടെ ചില റഫറണ്ടങ്ങൾ നടത്തി പരസ്പരം നേരംപോക്കുകയുമെന്ന കേവലമൊരു പ്രാകൃത സർക്കിളിനനുയോജ്യമായ 'പ്രാകൃതജനാധിപത്യ'ത്തേക്കാളും അൽപ്പം ഉയർന്ന എന്തോ ഒന്നു നമുക്കുണ്ടായേ കഴിയൂ. ഇതിനാകട്ടെ, വിദഗ്ധരായ എഴുത്തുകാരും, വിദഗ്ധരായ സ്വന്തം ലേഖകന്മാരുമടങ്ങിയ ഒരു സ്റ്റാഫ് ഉണ്ടാകേണ്ടതാവശ്യമാണ്; രാജ്യത്തിന്റെ നാനാഭാഗങ്ങളിലും ബന്ധം സ്ഥാപിച്ചിട്ടുള്ളവരും, റഷ്യൻ ഗവൺമെന്റുദ്യോഗസ്ഥൻ വലിയ ഘനഭാവത്തിൽ മനസിൽ സൂക്ഷിച്ചുപോരുന്ന — എന്നാൽ അതേസമയംതന്നെ എത്രയും എളുപ്പത്തിലയാൾ പുറത്തുവിടുകയും ചെയ്യാറുള്ള — പലതരം 'സ്റ്റേറ്റുരഹസ്യങ്ങൾ' തപ്പിപ്പിടിച്ചെടുക്കാൻ കഴിവുള്ളവരും, 'കർട്ടന്റെ പിന്നിൽ' കടന്നുചെല്ലാൻ സാമർഥ്യമുള്ളവരുമായ സോഷ്യൽഡെമോക്രാറ്റിക് റിപ്പോർട്ടർമാരുടെ ഒരു സൈന്യം ഇതിനാവശ്യമാണ്; എല്ലായിടത്തും ഉണ്ടാവുകയും എല്ലാമറിയുകയുമെന്നതായിരിക്കണം ഈ സൈന്യത്തിലുൾപ്പെട്ടവരുടെ 'ഔദ്യോഗികജോലി.' സാമ്പത്തികവും രാഷ്ട്രീയവും, സാമൂഹികവും, ദേശീയവുമായ എല്ലാത്തരം മർദനത്തോടും പടവെട്ടുന്ന പാർട്ടിയായ നമുക്ക് ഇങ്ങനെ എല്ലാമറിയുന്ന കുറെ ആളുകളുടെ ഒരു സൈന്യത്തെ കണ്ടുപിടിക്കുക, കേന്ദ്രീകരിക്കുക, അതിനു പരിശീലനം നൽകുക, അതിനെ അണിനിരത്തുക, മുന്നോട്ടിളക്കിവിടുക — ഇതിനെല്ലാമുള്ള കഴിവുമുണ്ട്; കടമയുണ്ട്. പക്ഷേ, ഇതെല്ലാം ഇനിയും ചെയ്യേണ്ടതായിട്ടാണിരിക്കുന്നത്! ബഹുഭൂരിപക്ഷം പ്രദേശങ്ങളിലും ഇതിലേക്ക് ഒരൊറ്റയടിപോലും ഇതുവരെ മുന്നോട്ടുവെച്ചിട്ടില്ലെന്നുമാത്രമല്ല, മിക്കദിക്കിലും ഇതിന്റെ ആവശ്യകത മനസിലാക്കുകപോലും ചെയ്തിട്ടില്ല. സരസവും സജീവവുമായ ലേഖനങ്ങൾക്കും കത്തുകൾക്കും വേണ്ടി — വിദേശവകുപ്പ്, പട്ടാളം, പള്ളി, മുനിസിപ്പൽ കാര്യങ്ങൾ, ധനകാര്യം തുടങ്ങിയ വിവിധവശങ്ങളെയും അവയിലെ അഴിമതികളെയും തുറന്നുകാട്ടുന്ന ലേഖനങ്ങൾക്കുവേണ്ടി — നിങ്ങൾ നമ്മുടെ സോഷ്യൽഡെമോക്രാറ്റിക് പത്രങ്ങളിലങ്ങോളമിങ്ങോളം പരതിക്കൊൾക; ഇതിനെക്കുറിച്ചെല്ലാം മിക്കവാറും യാതൊന്നുംതന്നെ നിങ്ങൾക്കു കണികാണാൻ കഴികയില്ല — അഥവാ, വളരെക്കുറച്ചുമാത്രമേ കാണുകയുള്ളൂ.* അതുകൊണ്ടാണ്,

* അതുകൊണ്ടാണ് സാധാരണയിൽ കവിഞ്ഞ ഗുണങ്ങളുള്ള ചില പ്രാദേശികപത്രങ്ങളുടെ ദൃഷ്ടാന്തങ്ങൾപോലും ഞങ്ങളുടെ ഈ അഭിപ്രായത്തെ തികച്ചും ഉപോൽബലപ്പെടുത്തുന്നത്. ഉദാഹരണത്തിന്, *യൂഷ്നിയ് റബോച്ചിയ്* [90] ഒരൊന്നാംതരം പത്ര

'തൊഴിലാളികൾ കുറേയെങ്കിലും കേന്ദ്രീകരിച്ചിട്ടുള്ള പ്രദേശങ്ങളിലെല്ലാം' ഫാക്ടറിയിലും മുനിസിപ്പൽഭരണത്തിലും ഗവൺമെന്റിലുമുള്ള അഴിമതികൾ തുറന്നുകാട്ടുന്ന പത്രങ്ങൾ വേണമെന്നും മറ്റും ചില 'സുന്ദരവും മനോഹരവുമായ പദങ്ങളുച്ചരിച്ചുകൊണ്ട്' ഒരാൾ എന്റെ അടുക്കൽ വരുമ്പോൾ അതെന്നെ 'ഭയങ്കരമാംവിധം വെറുപ്പിക്കുന്നത്.'

പ്രാദേശികപത്രങ്ങൾക്കു കേന്ദ്രപത്രങ്ങളെക്കാൾ പ്രാധാന്യമുണ്ടാവുന്നതു ദാരിദ്ര്യത്തിന്റെ ലക്ഷണമാവാം, സമൃദ്ധിയുടെയും ലക്ഷണമാവാം. വൻതോതിലുള്ള ഉൽപ്പാദനത്തിന്റെ ശക്തികൾ പ്രസ്ഥാനത്തിലിനിയും വളർന്നുവന്നിട്ടില്ലാതിരിക്കുകയും, പ്രാകൃതസമ്പ്രദായങ്ങളിലും 'ഫാക്ടറി ജീവിതത്തിന്റെ ക്ഷുദ്രമായ വശങ്ങളി'ലും അതുചെന്നു കറങ്ങിക്കൊണ്ടിരിക്കുകയും ചെയ്യുന്ന സമയത്ത് അതു ദാരിദ്ര്യത്തിന്റെ ലക്ഷണമാണ്. സർവതോമുഖമായ തുറന്നുകാട്ടലിന്റെയും സർവതോമുഖമായ പ്രക്ഷോഭത്തിന്റെയും കടമകൾ നിർവഹിക്കാനുള്ള കഴിവ്. അതു തികച്ചും സമ്പാദിച്ചുകഴിഞ്ഞശേഷം, കേന്ദ്രമുഖപത്രത്തിനുപുറമെ നിരവധി പ്രാദേശികപത്രങ്ങൾകൂടി പ്രസിദ്ധീകരിക്കേണ്ടിയിരിക്കുന്നുവെന്ന നില വന്നാൽ, അതു സമൃദ്ധിയുടെ ലക്ഷണമാണ്. ഇന്നത്തെക്കാലത്തു പ്രാദേശികപത്രങ്ങളുടെ ഈ ധാരാളിത്തത്തിന്റെ അർഥമെന്തെന്ന് ഓരോരുത്തരും സ്വയം തീരുമാനിച്ചുകൊണ്ടാൽ മതി. തെറ്റിദ്ധാരണകൾക്കിടം കൊടുക്കാതിരിക്കാൻവേണ്ടി എന്റെ സ്വന്തം അഭിപ്രായത്തെ മാത്രം വ്യക്തമായി രൂപവൽക്കരിക്കാനേ ഞാൻ തൽക്കാലം ഒരുങ്ങുന്നുള്ളു. ഇതുവരെ നമ്മുടെ ബഹുഭൂരിപക്ഷം പ്രാദേശികസംഘടനകളും പ്രാദേശിക പത്രങ്ങളെക്കുറിച്ചുമാത്രം ചിന്തിക്കുകയും, മിക്കവാറും തങ്ങളുടെ മുഴുവൻ പ്രവർത്തനവും അതിൽ കേന്ദ്രീകരിക്കുകയുമാണു ചെയ്തുപോന്നിട്ടുള്ളത്. ഇതു ശരിയല്ല; ഇതിന്റെ നേരെ വിപരീതമായിരിക്കണം നില. ഭൂരിപക്ഷം പ്രാദേശികസംഘടനകളും മുഖ്യമായും ഒരഖിലറഷ്യൻ പത്രത്തിന്റെ പ്രസിദ്ധീകരണത്തെക്കുറിച്ചാണു ചിന്തിക്കേണ്ടിയിരിക്കുന്നത്, അതിനുവേണ്ടിയാണ് മുഖ്യമായും തങ്ങളുടെ പ്രവർത്തനങ്ങളെ വിനിയോഗിക്കേണ്ടത്. ഇതു നാം നിർവഹിക്കുന്നതുവരെ സർവവിഷയങ്ങ

മാണ്; താത്വികമായ ചാഞ്ചല്യങ്ങൾ അതിനു തീരെ ഇല്ല. എന്നാൽ, പ്രസിദ്ധീകരണത്തിന്റെ കാലവൈകല്യംകൊണ്ടും, വിപുലമായ പൊലീസുകയ്യേറ്റങ്ങളുടെ ഫലമായും പ്രാദേശികപ്രസ്ഥാനത്തിന് അതാശിക്കുന്നത്ര സഹായം ചെയ്യാൻ അതിനു സാധിച്ചിട്ടില്ല. നമ്മുടെ പാർട്ടിക്ക് ഇക്കാലത്ത് ഏറ്റവും അടിയന്തിരമായി നിർവഹിക്കാനുള്ള കടമകൾ — അതായത്, പ്രസ്ഥാനത്തിന്റെ മൗലികപ്രശ്നങ്ങളെ ഉന്നയിക്കുക, വിപുലമായ രാഷ്ട്രീയപ്രക്ഷോഭം നടത്തുക — ഈ പ്രാദേശികപത്രത്തിനു നിർവഹിക്കാൻ സാധിച്ചിട്ടില്ല. ഏറ്റവും ആശാസ്യമാംവിധം അതു പുറത്തിറക്കിയിട്ടുള്ള ലേഖനങ്ങളാകട്ടെ (ഉദാ: ഖനിയുടമകളുടെ കോൺഗ്രസിനെപ്പറ്റിയും, തൊഴിലില്ലായ്മയെപ്പറ്റിയും മറ്റുമുള്ള ലേഖനങ്ങൾ), ശരിയായ പ്രാദേശികപ്രബന്ധങ്ങളെന്നു പറഞ്ഞുകൂടാതാനും; അവ തെക്കൻ റഷ്യക്കു മാത്രമല്ല, റഷ്യക്കാകമാനം താൽപ്പര്യമുള്ള വിഷയങ്ങളാണ്. അതുപോലുള്ള ലേഖനങ്ങൾ നമ്മുടെ സോഷ്യൽഡെമോക്രാറ്റിക് പത്രങ്ങളിലൊന്നിലും വന്നിട്ടില്ല.

ളെയും സ്പർശിക്കുന്ന പത്രപ്രക്ഷോഭംവഴിപ്രസ്ഥാനത്തെ സഹായിക്കുന്നതിനു കുറെയെങ്കിലും കെൽപ്പുള്ള ഒരൊറ്റ പത്രമെങ്കിലും സ്ഥാപിക്കാൻ ഒരിക്കലും നമുക്കു സാധിക്കുകയില്ലതന്നെ. ഇതു നാം നിർവഹിച്ചുകഴിഞ്ഞാലോ, നമുക്കാവശ്യമുള്ള കേന്ദ്രപത്രങ്ങളും ആവശ്യമുള്ള പ്രാദേശികപത്രങ്ങളും തമ്മിൽ തനിയേത്തന്നെ ഒരു സ്വാഭാവികബന്ധം സ്ഥാപിതമായിത്തീരും.

പ്രയത്നത്തിന്റെ കനം മുഴുവൻ പ്രാദേശികപ്രവർത്തനത്തിൽനിന്ന് അഖിലറഷ്യൻപ്രവർത്തനത്തിന്റെ തുറയിലേക്കു തിരിച്ചുവിടേണ്ടതിന്റെ ആവശ്യകതയെസംബന്ധിച്ച തീരുമാനം സാമ്പത്തികസമരത്തിന്റെ പ്രത്യേകതരംഗത്തിലേക്കു ബാധകമല്ലെന്നു പ്രഥമദൃഷ്ടിയിൽ തോന്നിയേക്കാം. ഈ സമരത്തിൽ തൊഴിലാളിയുടെ അടിയന്തരശത്രു കേവലമൊരു മുതലാളിയോ മുതലാളിമാരുടെ ഒരു ഗ്രൂപ്പോ ആണല്ലോ. രാഷ്ട്രീയസമരത്തിലെ നമ്മുടെ അടിയന്തരശത്രുവായ റഷ്യൻ ഗവൺമെന്റിന്റെ സംഘടനയുമായി — കേവലം മർദനപരവും, അങ്ങേയറ്റം കേന്ദ്രീകൃതവും, ഏറ്റവും നിസ്സാരകാര്യങ്ങളിൽപോലും ഒരേയൊരിച്ഛയ്ക്കൊത്ത വിധം നിയന്ത്രിക്കപ്പെടുന്നതുമായ ആ സംഘടനയുമായി — ഏറ്റവും വിദൂരമായ സാമ്യംപോലും വഹിക്കുന്ന യാതൊരു സംഘടനയും മുതലാളിമാർക്കുള്ളതായിക്കാണുകയില്ലല്ലോ.

പക്ഷേ, ഇതു ശരിയല്ല. സാമ്പത്തികസമരം ഒരു ട്രേഡ്യൂണിയൻസമരമാണെന്നു മുമ്പുതന്നെ ഞങ്ങൾ ചൂണ്ടിക്കാണിച്ചുവല്ലോ. തൊഴിലാളികളെ അവരുടെ പ്രവൃത്തിസ്ഥലത്തിന്റെ അടിസ്ഥാനത്തിൽ മാത്രമല്ല, അവരുടെ തൊഴിലനുസരിച്ചുകൂടി സംഘടിപ്പിക്കേണ്ടതായി വരുന്നത് അതുകൊണ്ടാണ്. മുതലാളിമാർ പലതരം കമ്പനികളിലും സിൻഡിക്കേറ്റുകളിലും എത്രകണ്ടു വേഗത്തിൽ സ്വയം സംഘടിതമായിത്തീരുന്നുവോ അത്രയും അടിയന്തിരമായി തൊഴിലാളികളെ തൊഴിലനുസരിച്ചു സംഘടിപ്പിക്കേണ്ടതും ആവശ്യമായിവരുന്നു. നമ്മുടെ ഛിന്നഭിന്നാവസ്ഥയും പ്രാകൃതസമ്പ്രദായങ്ങളും ഈ സംഘടനാപരമായ പ്രവർത്തനത്തെ തടസപ്പെടുത്തുന്നു. ഈ പ്രവർത്തനം നടത്താൻ നമുക്കു കഴിയണമെങ്കിൽ, അഖിലറഷ്യൻ ട്രേഡ്യൂണിയനുകളുടെ നേതൃത്വമേറ്റെടുക്കാൻ കഴിവുള്ള വിപ്ലവകാരികളുടെ ഒരൊറ്റ അഖിലറഷ്യൻസംഘടന നമുക്കുണ്ടായേ മതിയാവൂ. ഈ ഉദ്ദേശനിർവഹണത്തിനാവശ്യമായ സംഘടന ഏതുതരമായിരിക്കണമെന്നു മുകളിൽ ഞങ്ങൾ വിവരിച്ചുകഴിഞ്ഞു. ഇനി ഈ വിഷയത്തിൽ നമ്മുടെ പത്രങ്ങളെ സംബന്ധിച്ചിടത്തോളം ഏതാനും വാക്കുകൾ മാത്രമേ ഞങ്ങളിവിടെ കൂട്ടിച്ചേർക്കുന്നുള്ളൂ.

ഏതൊരു സോഷ്യൽഡെമോക്രാറ്റിക് പത്രവും ട്രേഡ്യൂണിയൻ (സാമ്പത്തിക) സമരത്തിനുവേണ്ടി പ്രത്യേകമൊരു വിഭാഗംതന്നെ വിനിയോഗിക്കേണ്ടതാവശ്യമാണെന്നതു സംബന്ധിച്ച് ആർക്കും സംശയത്തിനവകാശമില്ല. പക്ഷേ, ട്രേഡ്യൂണിയൻ പ്രസ്ഥാനത്തിന്റെ വളർച്ചയുടെ ഫലമായി ട്രേഡ്യൂണിയൻ പത്രങ്ങളെക്കുറിച്ചും ചിന്തിക്കാൻ നാം നിർബ

ന്ധിതരായിരിക്കുന്നു. എന്നാൽ അപൂർവം ചില പത്രങ്ങളെമാത്രം ഒഴിച്ചാൽ, റഷ്യയിൽ ഇക്കാലത്തു ട്രേഡ്‌യൂണിയൻ പത്രങ്ങളെപ്പറ്റി ചിന്തിക്കുന്നതുപോലും നിഷ്പ്രയോജനമാണ്: പലപ്പോഴും ദിവസത്തിലൊരിക്കൽ കഞ്ഞിക്കുപോലും നമുക്കു വകയില്ലാത്തപ്പോൾ വലിയൊരു സദ്യ നടത്തുന്നതിനു തുല്യമായിരിക്കും അത്. നിയമവിരുദ്ധപ്രവർത്തനത്തിന്റെ പരിത:സ്ഥിതികൾക്കനുയോജ്യവും, ഇന്നത്തെക്കാലത്തിനു ഇതിനകം തന്നെ അത്യന്താപേക്ഷിതമായിക്കഴിഞ്ഞതുമായ മറ്റൊരുതരം ട്രേഡ്‌യൂണിയൻ പ്രസിദ്ധീകരണമുണ്ട്; ട്രേഡ്‌യൂണിയൻ ലഘുലേഖ ഒരു പ്രത്യേകവ്യവസായത്തിനുള്ള തൊഴിൽവ്യവസ്ഥകൾ, ഇക്കാര്യത്തിൽ റഷ്യയുടെ വിവിധഭാഗങ്ങളിൽ നിലവിലുള്ള പലതരം സ്ഥിതിഗതികൾ, ഒരു പ്രത്യേകവ്യവസായത്തിൽ തൊഴിലാളികൾ മുന്നോട്ടുവെക്കുന്ന മുഖ്യമായ ആവശ്യങ്ങൾ, ആ വ്യവസായത്തെ സംബന്ധിച്ചിടത്തോളം നിയമത്തിലുള്ള ചില വൈകല്യങ്ങൾ, ആ വ്യവസായത്തിൽ തൊഴിലാളികൾ നടത്തുന്ന ചില പ്രധാനസാമ്പത്തികസമരങ്ങളുടെ മുന്തിയ ഉദാഹരണങ്ങൾ, അവരുടെ ട്രേഡ്‌യൂണിയൻ സംഘടനകളുടെ ഉത്ഭവമെങ്ങനെ, ഇന്നത്തെ നിലയെന്ത്, ഇനിയത്തെ കർത്തവ്യമെന്തെല്ലാം — ഇങ്ങനെ തുടങ്ങിയ വിഷയങ്ങളെസംബന്ധിച്ച് നിയമവിധേയവും* നിയമവിരുദ്ധമായ വിവരങ്ങൾ ശേഖരിച്ചു ഇത്തരം ലഘുലേഖകളിൽ ക്രമീകൃതമായി

---

* നിയമവിധേയമായ സ്ഥിതിവിവരങ്ങൾ ഇക്കാര്യത്തിൽ വിശേഷിച്ചും പ്രധാനമാണ്; പക്ഷേ, അതു സംഘടിതമായി ശേഖരിച്ചു ഉപയോഗിക്കാനുള്ള വൈദഗ്ധ്യത്തിൽ നാം വളരെയധികം പുറകിലാണ്. നിയമവിധേയകാര്യങ്ങൾവെച്ചുകൊണ്ടുമാത്രം ഒരു ട്രേഡ്‌യൂണിയൻ ലഘുലേഖ എങ്ങനെയെങ്കിലും തയാറാക്കാൻ കഴിഞ്ഞേക്കുമെന്നും എന്നാൽ നിയമവിരുദ്ധകാര്യങ്ങൾ മാത്രമാസ്പദമാക്കി അതുപോലെയൊന്നു തയാറാക്കാൻ കഴിയുകയില്ലെന്നും പറഞ്ഞാൽ അതിശയോക്തിയാവുകയില്ല. *റബോചെയ മിസ്സി*ന്റെ പ്രസിദ്ധീകരണങ്ങളിൽ പ്രതിപാദിക്കുന്നതു[91] പോലെത്തെ വിഷയങ്ങളെ സംബന്ധിച്ചു തൊഴിലാളികളിൽനിന്നു നിയമവിരുദ്ധവർത്തമാനങ്ങൾ ശേഖരിച്ചു അതിന്മേൽ നാം വിപ്ലവകാരികളുടെ സമയം വളരെയധികം ദുർവ്യയം ചെയ്യുന്നുണ്ട്. (ഈ പ്രവൃത്തിയിൽ അവരുടെ സ്ഥാനം നിയമവിധേയപ്രവർത്തകന്മാർക്ക് എളുപ്പത്തിൽ എടുക്കാവുന്നതാണ്); എന്നിട്ടും നമുക്ക് വേണ്ടപ്പെട്ട വിവരങ്ങളൊന്നും ലഭിക്കുന്നില്ല: കാരണം, ഒരു വലിയ ഫാക്ടറിയിലെ ഒരേയൊരു ഡിപ്പാർട്ടുമെന്റുമായിമാത്രം പരിചയമുള്ള ഒരു തൊഴിലാളിക്ക് — തന്റെ സ്വന്തം പ്രവൃത്തിയുടെതന്നെ സാമ്പത്തികഫലങ്ങളെക്കുറിച്ചല്ലാതെ അതിന്റെ പൊതുപരിത:സ്ഥിതികളെക്കുറിച്ചും നിലവാരങ്ങളെക്കുറിച്ചും പരിജ്ഞാനമില്ലാത്ത തൊഴിലാളിക്ക് — ഫാക്ടറിയിലെ ഓഫീസ് സ്റ്റാഫിനും ഇൻസ്പെക്ടർമാർക്കും, ഡോക്ടർമാർക്കും മറ്റും അറിവുള്ളതും, നിസ്സാരമായ പത്രലേഖനങ്ങളിലോ, വ്യാവസായികവും വൈദ്യസംബന്ധവും സെൻസ്തൊക്കാരുടെവകയും മറ്റുമായ പ്രസിദ്ധീകരണങ്ങളിലോ ചിന്നിച്ചിതറിക്കിടക്കുന്നതും ആയ വിവരങ്ങൾ സമ്പാദിക്കാൻ സാധിക്കുകയില്ലല്ലോ.

എന്റെ 'ആദ്യത്തെ പരീക്ഷണം' എനിക്കു വളരെ വ്യക്തമായി ഓർമിക്കാൻ കഴിയുന്നുണ്ട്; അതാവർത്തിക്കുന്നത് ഇനിയെനിക്കിഷ്ടവുമല്ല. എന്നെ കാണാൻ വന്ന ഒരു തൊഴിലാളിയെ അയാൾ ജോലി ചെയ്തിരുന്ന ഒരു കൂറ്റൻ ഫാക്ടറിയിലെ സ്ഥിതിഗതികളറിയുവാൻവേണ്ടി, നിരവധി ആഴ്ചക്കാലം ഞാൻ 'ക്രോസ്' ചെയ്തു. സ്ഥിതിവിവരങ്ങളുടെ ഒരു വർണനയ്ക്കുവേണ്ടി (ഇതും സംഗതികൾ അയാളിൽനിന്നു സംഭ

പ്രദർശിപ്പിക്കണം. ഒന്നാമതായി, ഒരു പ്രത്യേകവ്യവസായത്തിൽ പണിയെടുക്കുന്ന തൊഴിലാളികൾക്കല്ലാതെ മറ്റാർക്കും താൽപ്പര്യമില്ലാത്ത നിരവധി തൊഴിൽവിവരങ്ങൾ ഇത്തരം ലഘുലേഖകളിൽ വരുന്നതുകൊണ്ടു നമ്മുടെ സോഷ്യൽഡെമോക്രാറ്റിക് പത്രങ്ങളിൽനിന്നു അതൊഴിവാക്കാൻ സാധിക്കും. രണ്ടാമതായി, ട്രേഡ്യൂണിയൻ സമരത്തിലെ നമ്മുടെ അനുഭവത്തിന്റെ ഫലങ്ങളെ ഈ ലഘുലേഖകൾ രേഖപ്പെടുത്തും; ഇന്നു നിരവധി ഹാൻഡ് ബില്ലുകളിലും, പത്രങ്ങളിൽ നുറുങ്ങുകളായി പ്രസിദ്ധീകരിക്കുന്ന കത്തുകളിലും മാത്രം പ്രസിദ്ധീകരിച്ചു ചുമ്മാ കാണാതെപോകുന്ന വിവരങ്ങളെല്ലാം അണച്ചുകൂട്ടി ശേഖരിക്കാനും അതിൽനിന്നു പൊതുതത്വങ്ങൾ രൂപീകരിക്കാനും ഈ ലഖുലേഖകൾക്കു കഴിയും. മൂന്നാമതായി, ഈ ലഘുലേഖകൾക്കു പ്രക്ഷോഭകന്മാരെ വഴികാട്ടിക്കൊടുത്തു സഹായിക്കാൻ കഴിയും; കാരണം, തൊഴിൽവ്യവസ്ഥകൾക്കു താരതമ്യേന വളരെ സാവധാനത്തിലേ മാറ്റം വരികയുള്ളൂ. ഏതെങ്കിലുമൊരു വ്യവസായത്തിലെ തൊഴിലാളികളുടെ മുഖ്യമായ ആവശ്യങ്ങൾക്കു മിക്കവാറും മാറ്റം തന്നെ വരികയില്ല (ഉദാ: മോസ്കോജില്ലയിലെ നെയ്ത്തു തൊഴിലാളികൾ 1885-ലും[92] സെന്റ് പീറ്റേഴ്സ്ബർഗ് ജില്ലയിലെ നെയ്ത്തുകാർ - 1896-ലും ഉന്നയിച്ച ആവശ്യങ്ങൾ നോക്കുക). ഈ ആവശ്യങ്ങളെയെല്ലാം കൂട്ടിച്ചേർത്തു ക്രോഡീകരിച്ചാൽ, പിന്നണിയിൽക്കിടക്കുന്ന പ്രദേശങ്ങളിലും പിന്നോക്കം നിൽക്കുന്ന തൊഴിലാളിവിഭാഗങ്ങളിലും സാമ്പത്തികപ്രശ്നങ്ങളിന്മേൽ പ്രക്ഷോഭം നടത്തേണ്ടവർക്ക് വളരെക്കാലത്തേക്കു അതൊരൊന്നാന്തരം ടെക്സ്റ്റുബുക്കായിരിക്കും. വിജയകരമായ പണിമുടക്കങ്ങളുടെ ദൃഷ്ടാന്തങ്ങളും, ഏതെങ്കിലുമൊരു ജില്ലയിലെ തൊഴിലാളികളുടെ കൂടുതൽ ഉയർന്ന ജീവിതത്തോതിനെപ്പറ്റിയും കൂടുതൽ സുഖകരമായ തൊഴിൽവ്യവസ്ഥകളെപ്പറ്റിയും ഉള്ള വിവരങ്ങളും മറ്റു ജില്ലകളിലെ തൊഴിലാളികളെ വീണ്ടും വീണ്ടും സമരം നടത്താൻ പ്രോത്സാഹിപ്പിക്കും. നാലാമതായി, തൊഴിൽസമരങ്ങളിൽനിന്നു പൊതുപാഠങ്ങൾ ക്രോഡീകരിക്കാൻ പഠിച്ചു തുടങ്ങിയ സോഷ്യൽഡെമോക്രാറ്റുകാർ തൽഫലമായി റഷ്യൻട്രേഡ്യൂണിയൻ പ്രസ്ഥാനവും സോഷ്യലിസവും തമ്മിലുള്ള ബന്ധത്തെ ഉറപ്പിക്കും; അതേസമയംതന്നെ നമ്മുടെ പൊതുസോഷ്യൽഡെമോക്രാറ്റിക് പ്രവർത്ത

രിക്കാൻ വമ്പിച്ച ഭഗീരഥപ്രയത്നത്തിനുശേഷം അവസാനം എനിക്കു സാധിച്ചുവെന്നതു ശരിതന്നെ; പക്ഷേ, സംഭാഷണങ്ങളെല്ലാം കഴിഞ്ഞശേഷം, തൊഴിലാളി തന്റെ നെറ്റിയിലെ വിയർപ്പുതുടച്ചു ഒരു പുഞ്ചിരിയോടുകൂടി എന്നോടു പറഞ്ഞു: "നിങ്ങളുടെ ചോദ്യങ്ങൾക്ക് സമാധാനം പറയുന്നതിലുമധികം എനിക്കു സുഖം ഓവർടൈം പണിയെടുക്കുകയാണ്."

എത്രത്തോളം ജാഗ്രതയായി നാം നമ്മുടെ വിപ്ലവസമരം നടത്തുമോ, അത്രകണ്ടു നമ്മുടെ 'ട്രേഡ്യൂണിയൻപ്രവർത്തന'ത്തിന്റെ ഒരു വശത്തെയെങ്കിലും നിയമവിധേയമാക്കാൻ ഗവൺമെന്റ് നിർബന്ധിതമാവും; തന്മൂലം നമ്മുടെ ഭാരത്തിൽപ്പകുതി ചുരുങ്ങുകയും ചെയ്യും.

നത്തിനകത്തു ട്രേഡ്യൂണിയൻ പ്രവർത്തനത്തിനുള്ള പങ്ക് അമിതമായി അധികരിക്കാതെയും നന്നേ കുറഞ്ഞുപോകാതെയും സൂക്ഷിക്കാനും അവർ പഠിക്കും. മറ്റു പട്ടണങ്ങളിലെ സംഘടനകളിൽനിന്നെല്ലാം ഒറ്റപ്പെട്ടുനിൽക്കുന്ന ഒരു പ്രാദേശിക സംഘടനയ്ക്ക് ശരിയായ ഒരു കാര്യാകാര്യബോധം പുലർത്തിപ്പോരാൻ വിഷമമുണ്ടാവുമെന്നുമാത്രമല്ല, ചിലപ്പോൾ അത് അസാധ്യംതന്നെയായിരിക്കും (ട്രേഡ്യൂണിയനിസത്തെ എത്ര ഭയങ്കരമായിട്ടാണ് ചിലപ്പോൾ ചിലർ ഊതിവീർപ്പിക്കുന്നതെന്നതിനു തെളിവാണ് *റബോച്ചയ മിസ്ലി*ന്റെ ദൃഷ്ടാന്തം). എന്നാൽ മാർക്സിസത്തിന്റെ അടിസ്ഥാനത്തിൽ പതറാതെ നിലയുറപ്പിച്ചിട്ടുള്ളതും, രാഷ്ട്രീയസമരത്തിനാകെ നേതൃത്വം നൽകുന്നതും, പ്രക്ഷോഭം തൊഴിലായ ഭ്യസിച്ചവരുടെ ഒരു സ്റ്റാഫോടുകൂടിയതുമായ ഒരഖിലറഷ്യൻ വിപ്ലവസംഘടനയ്ക്ക് ശരിയായ കാര്യാകാര്യവിവേചനം നടത്താൻ ഒരിക്കലും യാതൊരു പ്രയാസവുമുണ്ടാവില്ല.

5

ഒരു അഖിലറഷ്യൻ രാഷ്ട്രീയ പത്രത്തിനുള്ള 'പ്ലാൻ'

തത്വത്തെ പ്രയോഗത്തിൽനിന്നു വേർപെടുത്തി അതിനെ ഒരു നിർജീവസിദ്ധാന്തമാക്കി മാറ്റാൻ ഞങ്ങൾക്കൊരു വാസനയുണ്ടെന്നു പറഞ്ഞു ഞങ്ങളെ ആക്ഷേപിച്ചുകൊണ്ട്, ബി ക്രിച്ചേവ്സ്ക്കിയ് (*റബോചെയെ ദെ്യലൊ*, ലക്കം 10, പേജ് 30) ഇപ്രകാരമെഴുതുന്നു: "ഈ വിഷയത്തിൽ *ഇസ്ക്ര* കാണിച്ചിട്ടുള്ള ഏറ്റവും ഭയങ്കരമായ അബദ്ധം ഒരു പൊതുപാർട്ടിസംഘടനയ്ക്കുവേണ്ടി അതൊരു 'പ്ലാൻ' ഉന്നയിച്ചിട്ടുള്ളതാണ്" (അതായത്, 'എവിടെനിന്ന് തുടങ്ങണം?' എന്ന ലേഖനം). ഈ അഭിപ്രായത്തെ ആവർത്തിച്ചുകൊണ്ടു മർത്തീനൊവും പ്രഖ്യാപിക്കുന്നു:

> ഉജ്വലവും പരിപൂർണവും ആയ ആശയങ്ങളുടെ പ്രചരണത്തെ അപേക്ഷിച്ചു നോക്കുമ്പോൾ, രസശൂന്യമായ ദൈനംദിനസമരത്തിന്റെ പുരോഗതിക്കുള്ള പ്രാധാന്യത്തെ ലഘൂകരിക്കാൻ *ഇസ്ക്രയ്*ക്കൊരു വാസനയുള്ളതിനു.... 4-ാം ലക്കത്തിൽ 'എവിടെനിന്ന് തുടങ്ങണം?' എന്ന ലേഖനത്തിൽ ഒരു പാർട്ടിസംഘടനയ്ക്കുവേണ്ടി അതുന്നയിക്കുന്ന പ്ലാൻ മകുടം ചാർത്തിയിരിക്കുന്നു (മേലുദ്ധരിച്ചതിൽനിന്നു തന്നെ, പേജ് 61).

അവസാനമായി എൽ നദേഷ്ദിനും ഈ 'പ്ലാനിനെ'തിരായ തെറിപ്പാട്ടു സംഘത്തിൽ ഇയ്യിടെ ചേർന്നിട്ടുണ്ട് (ഉദ്ധരണിചിഹ്നങ്ങൾ ഉപയോഗിച്ചിട്ടുള്ളതു പരിഹസിക്കണമെന്നുദ്ദേശിച്ചിട്ടാണ്). ഞങ്ങൾക്കിപ്പോൾ തന്നെ കിട്ടിയ അദ്ദേഹത്തിന്റെ 'വിപ്ലവത്തിന്റെ നാന്ദി' എന്ന ഒരു ലഘുലേഖയിൽ (റവലൂഷണറി സോഷ്യലിസ്റ്റ് ഗ്രൂപ്പായ *സ്വൊബോദ*യുടെ പ്രസിദ്ധീകരണം; ഇവരുമായി ഇതിനകംതന്നെ നാം പരിചയം സമ്പാദിച്ചുകഴിഞ്ഞല്ലോ) അദ്ദേഹം പ്രഖ്യാപിക്കുന്നു; "ഒരു അഖിലറഷ്യൻ പത്രവു

മായി ബന്ധപ്പെടുത്തിക്കൊണ്ടുള്ള ഒരു സംഘടനയെപ്പറ്റി ഇന്നു സംസാരിക്കുന്നതിനർഥം ചാരുകസേലമേൽക്കിടന്നുകൊണ്ടുള്ള ആശയങ്ങൾക്കും പ്രവർത്തനത്തിനുംവേണ്ടി പ്രചാരവേല ചെയ്യുകയെന്നതാണ്" (പേജ് 126); ഇതു കേവലം 'എഴുതാനുള്ള കമ്പ'ത്തിന്റെ പ്രകടനമാണ്; മറ്റും മറ്റും.

'രസശൂന്യമായ ദൈനംദിനസമരത്തിന്റെ പുരോഗതി'ക്കുവേണ്ടി വാദിക്കുന്നവരുമായി നമ്മുടെ ഭീകരവാദിക്കു യോജിപ്പുള്ളതിൽ ഞങ്ങൾക്കശേഷവും അത്ഭുതമില്ല; കാരണം, രാഷ്ട്രീയകാര്യങ്ങളേയും സംഘടനകളേയുംപറ്റി പ്രതിപാദിക്കുന്ന അധ്യായങ്ങളിൽ ഇവർ തമ്മിലുള്ള ഈ അനുരാഗത്തിന്റെ വേരുകൾ ഞങ്ങളാരാഞ്ഞിട്ടുണ്ടല്ലോ. എന്നാൽ, ഒരു പരമാർഥം ഞങ്ങളിവിടെ വായനക്കാരുടെ ശ്രദ്ധയിൽപ്പെടുത്തേണ്ടിയിരിക്കുന്നു: നദേഷ്ദിൻമാത്രമാണ് തനിക്കു രുചിക്കാത്ത ഒരു ലേഖനത്തിലെ ആശയങ്ങൾ ആത്മാർഥമായി മനസിലാക്കാൻ ശ്രമിച്ച് അതിനു കാര്യഗൗരവത്തോടുകൂടി ഒരു മറുപടി നൽകാൻ ഉദ്യമിച്ചിട്ടുള്ളത്. നേരെമറിച്ച്, *റബോച്ചെയെ ദ്യെലൊ* വിഷയത്തോടു പ്രസക്തിയുള്ള യാതൊന്നുംതന്നെ ഉരിയാടിയിട്ടില്ല; പിന്നെയോ, കേവലം നിർമര്യാദവും ആളുകളെ കബളിപ്പിക്കാനുതകുന്നതുമായ കുറെ ബഡായികൾ തട്ടിമൂളിച്ചു ആശയക്കുഴപ്പം വിതയ്ക്കാൻ മാത്രമേ അതു പണിപ്പെട്ടിട്ടുള്ളു. ഈ ഓജിയൻ തൊഴുത്തുകൾ[93] മുഴുവൻ അടിച്ചുനീക്കുകയെന്ന തൂപ്പുവേല കുറെ രസശൂന്യമായിരിക്കാമെങ്കിലും അതിൽത്തന്നെ ആദ്യം കുറെ സമയം ഞങ്ങൾ വ്യയംചെയ്യേണ്ടിയിരിക്കുന്നു.

(എ) 'എവിടെ നിന്ന് തുടങ്ങണം?' എന്ന ലേഖനം ആരെയാണ് അരിശംകൊള്ളിച്ചത്?

റബോച്ചെയെ ദ്യെലൊ ഞങ്ങൾക്കുനേരെ ചൊരിഞ്ഞ ശകാരവർഷത്തിൽനിന്നും ഏതാനും ഭാഗങ്ങൾ ഞങ്ങളിവിടെ ഉദ്ധരിക്കാം:

> ഒരു പത്രം പാർട്ടിസംഘടന സൃഷ്ടിക്കുകയല്ല ചെയ്യുന്നത്, നേരെമറിച്ചാണു സംഭവിക്കുന്നത്.... കുറേ ഏജന്റന്മാരടങ്ങുന്ന ഒരു സ്റ്റാഫ് സ്വന്തമായിട്ടുണ്ടെന്ന ഒറ്റക്കാരണത്താൽ പാർട്ടിക്കുപരി, അതിന്റെ നിയന്ത്രണത്തിനുവിധേയമാകാതെ, അതിൽനിന്നും സ്വതന്ത്രമായി നിലകൊള്ളുന്ന ഒരു പത്രം..... അതുൾപ്പെടുന്ന പാർട്ടിക്കുള്ള സോഷ്യൽഡെമോക്രാറ്റിക് സംഘടനകളെക്കുറിച്ച് — അവയെല്ലാം യഥാർഥത്തിൽ നിലനിൽക്കുന്നുണ്ടുതാനും — *ഇസ്ക്ര* വിസ്മരിച്ചുപോയത് എന്തൊരാശ്ചര്യമാണ്?.... ഉറച്ച സിദ്ധാന്തങ്ങളും തദനുസൃതമായ ഒരു പദ്ധതിയുമുള്ളവരാണ് പാർട്ടിയുടെ സമരത്തെ നിയന്ത്രിക്കുന്ന പ്രമുഖശക്തി; തങ്ങളുടെ പദ്ധതി നടപ്പിലാക്കാൻ അവർ പാർട്ടിയോട് ശാസനാരൂപത്തിൽ പറയുന്നു.....
>
> ഈ പദ്ധതി വീര്യവും ജീവസുമുള്ള നമ്മുടെ സംഘടനകളെ

> അന്ധകാരത്തിന്റെ സാമ്രാജ്യത്തിലേക്ക് ആട്ടിയോടിക്കുകയും ഏജന്റന്മാരുടെ ഒരു വിചിത്രശ്രേണി സൃഷ്ടിക്കാനൊരുമ്പെടുകയും ചെയ്യുന്നു....
>
> *ഇസ്ക്ര*യുടെ പദ്ധതി നടപ്പിൽവരികയാണെങ്കിൽ ഇന്നുടലെടുത്തുവരുന്ന റഷ്യൻ സോഷ്യൽഡെമോക്രാറ്റിക് ലേബർ പാർട്ടി പാടേ നിർമാർജനം ചെയ്യപ്പെടും... പ്രചാരവേലയ്ക്കുവേണ്ടിയുള്ള ഒരു മുഖപത്രം പ്രായോഗികവിപ്ലവസമരമാകെത്തന്നെ എങ്ങനെ നടത്തണമെന്നു തീരുമാനിക്കുന്ന ഒരു നിയമനിർമാതാവായി — യാതൊരു നിയന്ത്രണവുമില്ലാതെ സ്വേഛാധിപത്യപരമായി പെരുമാറുന്ന ഒരു നിയമ നിർമാതാവായി — ഭവിക്കുന്നു..... നമ്മുടെ പാർട്ടി പരമാധികാരമുള്ള ഒരു പത്രാധിപസമിതിക്ക് പൂർണമായും അടിപ്പെട്ടിരിക്കണമെന്ന നിർദേശത്തെ നാമെങ്ങനെയാണ് സ്വീകരിക്കേണ്ടത്?

മേലുദ്ധരിച്ചിട്ടുള്ള വാചകങ്ങളുടെ സ്വരവും ഉള്ളടക്കവും നോക്കിയാൽ ഏതൊരു വായനക്കാരനും ബോധ്യപ്പെടും *റബോച്ചെയെ ദ്യെലൊ* കോപിച്ചിരിക്കുകയാണെന്ന്. സ്വന്തം കാര്യമാലോചിച്ചല്ല, പിന്നെയോ, അന്ധകാരത്തിന്റെ സാമ്രാജ്യത്തിലേക്ക് ആട്ടിപ്പായിക്കാനും പാടേ തൂത്തുകളയാനും *ഇസ്ക്ര* വെമ്പൽകാണിക്കുന്ന പാർട്ടിക്കമ്മിറ്റികളേയും സംഘടനകളേയും ഓർത്താണ് അതു കോപിച്ചിരിക്കുന്നത്. എത്ര ഭയങ്കരമാണ്! പക്ഷേ വിചിത്രമായ ഒരു സംഗതി കാണേണ്ടതുണ്ട്. 'എവിടെനിന്ന് തുടങ്ങണം?' *റബോച്ചെയെ ദ്യെലൊ*വിലെ ലേഖനങ്ങൾ 1901 സെപ്തംബറിലും. ഇതിപ്പോൾ 1902 ജനുവരി മധ്യമാണ്. ഈ അഞ്ചുമാസങ്ങൾക്കിടയിൽ (സെപ്തംബറിനു മുമ്പും പിമ്പും) ഒരൊറ്റ പാർട്ടിക്കമ്മിറ്റിയോ ഒരൊറ്റ പാർട്ടിസംഘടനയോ തങ്ങളെ അന്ധകാരത്തിന്റെ സാമ്രാജ്യത്തിലേക്ക് ആട്ടിപ്പായിക്കാൻ തുനിയുന്ന ആ രാക്ഷസശക്തിക്കെതിരായി പരസ്യമായി പ്രതിഷേധിച്ചിട്ടില്ല! അതേസമയം *ഇസ്ക്ര*യിലും പ്രാദേശികവും അല്ലാത്തതുമായ മറ്റനവധി പ്രസിദ്ധീകരണങ്ങളിലും ഇതേ കാലഘട്ടത്തിൽ ഡസൻകണക്കിനും നൂറുകണക്കിനും കത്തുകൾ റഷ്യയുടെ എല്ലാ ഭാഗത്തുനിന്നും പ്രസിദ്ധീകരിച്ചിട്ടുണ്ട്. അന്ധകാരത്തിന്റെ സാമ്രാജ്യത്തിലേക്ക് ആട്ടിയോടിക്കപ്പെടാൻ പോകുന്നവർ അക്കാര്യം അറിയാതിരിക്കുകയും അക്കാര്യത്തിൽ വിഷമിക്കാതിരിക്കുകയും മൂന്നാമതൊരു കൂട്ടർ അതിൽ വിഷമിക്കുകയും ചെയ്തതെന്തുകൊണ്ടാണ്?

കാര്യമിതാണ്: കമ്മിറ്റികളും മറ്റു സംഘടനകളും ശരിക്കു പണിയെടുക്കുകയാണ്, അല്ലാതെ 'ജനാധിപത്യ'മെന്ന വാക്കുകൊണ്ട് പന്താടുകയല്ല, 'എവിടെനിന്ന് തുടങ്ങണം?' എന്ന ലേഖനം കമ്മിറ്റികൾ വായിക്കുകയുണ്ടായി. 'എല്ലാ വശങ്ങളിൽനിന്നും രൂപീകരിക്കത്തക്കവണ്ണം ഒരു സംഘടന പടുത്തുയർത്തുന്നതിനെസംബന്ധിച്ച് കൃത്യമായ ഒരു പദ്ധതി ആവിഷ്കരിക്കാനുള്ള' ഒരു ശ്രമമാണ് അവരതിൽ കണ്ടത്. ഏതെങ്കിലും

ഒരു 'വശ'ത്തുനിന്നു 'പണിതുടങ്ങാൻ' ആലോചിക്കുകപോലും ചെയ്യണമെങ്കിൽ അത്യാവശ്യമാണെന്നും മൊത്തത്തിലുള്ള നിർമാണപദ്ധതി ശരിയാണെന്നുമുള്ള ബോധ്യം കൂടിയേ കഴിയൂ എന്ന് അവർക്ക് ഭംഗിയായി അറിയാമായിരുന്നു. അതുകൊണ്ട് 'പ്രശ്നത്തിന്റെ ഗൗരവത്തെ പരിഗണിച്ച് പദ്ധതിയുടെ ഒരു പൊതുരൂപം സഖാക്കളുടെ മുമ്പാകെ സമർപ്പിക്കാൻ ഞങ്ങളൊരുമ്പെടുകയാണെ'ന്നും 'പ്രസിലേക്കുവേണ്ടി ഇപ്പോൾ തയാറാക്കിക്കൊണ്ടിരിക്കുന്ന ഒരു ലഘുലേഖയിൽ ഈ പദ്ധതി കൂടുതൽ വിശദമായി ചർച്ചചെയ്യുമെ'ന്നും *ഇസ്ക്രയിൽ* എഴുതിയവരുടെ 'ചങ്കൂറ്റ'ത്തിൽ അവർക്കു മുഷിച്ചിലൊന്നും തോന്നിയില്ല. തങ്ങളുടെ മുമ്പാകെ വെച്ചിട്ടുള്ള പദ്ധതി സഖാക്കൾ അംഗീകരിക്കുകയാണെങ്കിൽ അവർ 'ആജ്ഞാനുവർത്തിക'ളായതുകൊണ്ടല്ല, പ്രസ്തുത, പൊതുലക്ഷ്യത്തിന് അത്യാവശ്യമാണെന്ന് അവർക്കു ബോധ്യമായതുകൊണ്ടാണ് അവരതു നടപ്പിലാക്കുന്നതെന്നും നേരെമറിച്ച് പദ്ധതി അവർ അംഗീകരിക്കാത്തപക്ഷം അതിന്റെ 'ചട്ടക്കൂട്' (അതിശയോക്തി കലർന്ന ഒരു പ്രയോഗമാണിത്, അല്ലേ?) വെറും ചട്ടക്കൂടായി അവശേഷിച്ചുകൊള്ളുമെന്നും കാണുന്നതിനുപകരം മറ്റേതെങ്കിലും തരത്തിൽ കാര്യങ്ങൾ കാണാൻ കർത്തവ്യബോധത്തോടുകൂടി പണിയെടുക്കുന്ന ഒരാൾക്കു കഴിയുമോ? ഈ ചട്ടക്കൂടിനെ 'തകർത്തുതരിപ്പണമാക്കുക'യും അതു നിരാകരിക്കാൻ സഖാക്കളെ ഉപദേശിക്കുകയും ചെയ്യുന്നതിനു പുറമേ, 'ചട്ടങ്ങളുണ്ടാക്കാനും' 'സമുന്നതസ്ഥാനത്തിരുന്നുകൊണ്ടു നിയന്ത്രണം ചെലുത്താനും' ധൈര്യപ്പെട്ടുവെന്ന ഒരൊറ്റക്കാരണത്താൽ, അതായത്, ഒരു പദ്ധതിയുടെ പൊതുരൂപം നിർദേശിക്കാൻ ഒരുമ്പെട്ടുവെന്ന ഒറ്റക്കാരണത്താൽ അതു തയാറാക്കിയവർക്കെതിരായ വിപ്ലവപ്രവർത്തനത്തിൽ പരിചയം സമ്പാദിക്കാത്തയാളുകളെ കുത്തിപ്പൊക്കിക്കൊണ്ട് പദ്ധതിയുടെ ചട്ടക്കൂടിനെ എതിർക്കുന്നത് വെറും തട്ടിപ്പല്ലേ? പ്രാദേശികപ്രവർത്തകരെ കൂടുതൽ വിശാലമായ ചിന്താഗതികളെക്കുറിച്ചും കടമകളെക്കുറിച്ചും പദ്ധതികളെക്കുറിച്ചുമെല്ലാം മനസിലാക്കിക്കൊടുത്ത് വളർത്തിയെടുക്കാനുള്ള ശ്രമത്തെ, പ്രസ്തുത ചിന്താഗതികൾ തെറ്റാണെന്നു പറഞ്ഞുമാത്രമല്ല ഞങ്ങളെ 'വളർത്തിയെടുക്കാൻ' 'ആഗ്രഹിക്കുന്നതു'തന്നെ 'ഞങ്ങൾക്കിഷ്ടമല്ലെ'ന്നു പറഞ്ഞാണ് എതിർക്കുന്നതെങ്കിൽ നമ്മുടെ പാർട്ടി പിന്നെങ്ങനെയാണ് വളരുകയും പുരോഗമിക്കുകയും ചെയ്യുന്നത്? നദേഷ്ദിനും ഞങ്ങളുടെ പദ്ധതിയെ 'തകർത്തുതരിപ്പണ'മാക്കി, പക്ഷേ ഇത്രയും വഞ്ചനാപരമായ നിലപാടിലേക്ക് അദ്ദേഹം സ്വയം അധഃപതിച്ചില്ല, അദ്ദേഹത്തിന്റെ നിലപാട് ബാലിശത്വത്തിന്റേയും രാഷ്ട്രീയമായ അപാകതയുടേയും ഫലമായി മാത്രമുണ്ടായതാണ്. 'പാർട്ടിയുടെമേൽ ഒരു പരിശോധനാസമ്പ്രദായം' ഏർപ്പെടുത്താൻ ഞങ്ങൾ ഒരുമ്പെടുന്നുവെന്ന ആരോപണം തുടക്കത്തിൽത്തന്നെ അദ്ദേഹം ശക്തിയുക്തം നിഷേധിച്ചു. അതുകൊണ്ടാണ് നിദേഷ്ദിന്റെ വിമർശനത്തിന് അതിന്റെ തെറ്റും ശരിയും നോക്കി മറുപടി പറയേണ്ടിയിരിക്കു

മ്പോൾ *റബോച്ചെയെ ദ്യെലൊ* അവജ്ഞമാത്രം അർഹിക്കുന്നത്.

പക്ഷേ, 'സ്വേഛാധിപത്യ'ത്തെക്കുറിച്ചും 'ആജ്ഞാനുവർത്തിത്വ'ത്തെക്കുറിച്ചും മുറവിളികൂട്ടാൻമാത്രം സ്വയം അധഃപതിച്ചിട്ടുള്ള ഒരു ലേഖകൻ അവജ്ഞയർഹിക്കുന്നുവെന്നതുകൊണ്ട് അത്തരമാളുകൾ വരുത്തിക്കൂട്ടുന്ന ചിന്താക്കുഴപ്പം ഇല്ലാതാക്കുന്ന ചുമതല നമ്മിൽ നിന്നും ഒഴിയുന്നില്ല. 'വിശാലജനാധിപത്യം' തുടങ്ങിയ പദപ്രയോഗങ്ങളുടെ ശരിയായ അർഥമെന്തെന്ന് നമുക്ക് ലോകരുടെ മുമ്പാകെ വ്യക്തമായി തെളിയിച്ചുകാട്ടാനൊക്കും. കമ്മിറ്റികളെ വിസ്മരിക്കുന്നുവെന്നും അന്ധകാരത്തിന്റെ സാമ്രാജ്യത്വത്തിലേക്ക് അവയെ ആട്ടിയോടിക്കാൻ വെമ്പുകയും തുനിയുകയും ചെയ്യുന്നുവെന്നും മറ്റുമാണ് ഞങ്ങളുടെ നേരെ ഉന്നയിച്ചിരുന്ന ആരോപണം. കമ്മിറ്റികളുമായുള്ള ഞങ്ങളുടെ യഥാർഥബന്ധത്തെസംബന്ധിച്ച വസ്തുതകൾ രഹസ്യമായിരിക്കേണ്ടതുകൊണ്ട് അതേപ്പറ്റി മിക്കവാറുമൊന്നുംതന്നെ വായനക്കാരെ അറിയിക്കുവാൻ ഞങ്ങൾക്കു നിർവാഹമില്ലാത്ത സ്ഥിതിക്ക് ഈ ആരോപണത്തിന് ഞങ്ങളെങ്ങിനെ മറുപടി പറയും? ജനങ്ങളെ ഇളക്കിവിടാനുദ്ദേശിച്ചുകൊണ്ടുള്ള കടുത്ത ആരോപണങ്ങൾ ഞങ്ങൾക്കുനേരെ തൊടുത്തുവിടുന്നയാൾ ഞങ്ങളേക്കാൾ മുന്നിലാണെന്നു സമ്മതിച്ചേ തീരൂ. കാരണം, താൻ വെച്ചുപുലർത്തുന്ന ബന്ധങ്ങളും സ്ഥാപിക്കുകയോ സ്ഥാപിക്കാനുദ്യമിക്കുകയോ ചെയ്യുന്ന സമ്പർക്കങ്ങളും ലോകരുടെ ദൃഷ്ടിയിൽനിന്നും മറച്ചുവയ്ക്കാൻ ഒരു വിപ്ലവകാരിക്കുള്ള ചുമതല അവർ ധിക്കാരപൂർവം അവഗണിക്കുന്നു. തീർച്ചയായും അത്തരമാളുകളുമായി 'ജനാധിപത്യ'ത്തിന്റെ തുറയിൽ മത്സരിക്കാൻ ഞങ്ങൾ ഒരു കാലത്തും തയാറല്ല. പാർട്ടിക്കാര്യങ്ങളെക്കുറിച്ചെല്ലാം വേണ്ടത്ര ജ്ഞാനമില്ലാത്ത വായനക്കാരനെസംബന്ധിച്ചാണെങ്കിൽ, ഇപ്പോൾ സംഭവിച്ചുകൊണ്ടിരിക്കുന്നതും സംഭവിക്കാൻ പോകുന്നതുമായ സംഗതികളെക്കുറിച്ചല്ലെങ്കിലും നടന്നുകഴിഞ്ഞ ഏതാനും സംഗതികളെക്കുറിച്ചു കഴിഞ്ഞ കാലസംഭവങ്ങളെന്ന നിലയ്ക്ക് അവരെ അറിയിക്കുന്നതിൽക്കൂടി മാത്രമേ ഞങ്ങൾക്ക് അവരോടുള്ള കടപ്പാട് നിറവേറ്റാൻ കഴിയൂ.

ഞങ്ങൾ 'കാപട്യ'*ക്കാരാണെന്നാണ് '*ബുന്ദ്*' സൂചിപ്പിക്കുന്നത്. വിദേശയൂണിയനാണെങ്കിൽ പാർട്ടിയെ പാടേ തുടച്ചുനീക്കാനുദ്യമിക്കുന്നതായി ഞങ്ങളെ കുറ്റപ്പെടുത്തുന്നു. മാന്യരേ! കഴിഞ്ഞ കാലത്തെ സംബന്ധിക്കുന്ന നാലു വസ്തുതകൾ ഞങ്ങൾ പൊതുജനസമക്ഷംവെയ്ക്കുകയാണ്. നിങ്ങൾ അതുകൊണ്ട് തികച്ചും തൃപ്തിപ്പെടുമെന്നു വിശ്വസിക്കുന്നു.

ഒന്നാമത്തെ വസ്തുത.** പാർട്ടി കെട്ടിപ്പടുക്കുന്നതിലും പാർട്ടിക്കു അടിത്തറയിട്ട കോൺഗ്രസിലേക്കു ഒരു പ്രതിനിധിയെ അയക്കുന്നതിലും നേരിട്ടു പങ്കെടുത്ത ഒരു സമരലീഗിലെ അംഗങ്ങൾ പ്രസ്ഥാനത്തിനു മുഴു

* *ഇസ്ക്ര*, ലക്കം 8. ദേശീയപ്രശ്നത്തെക്കുറിച്ചുള്ള ഞങ്ങളുടെ ലേഖനത്തിനു റഷ്യയിലേയും പോളണ്ടിലേയും ജൂതയൂണിയന്റെ കേന്ദ്രക്കമ്മിറ്റി നൽകിയ മറുപടി.

* സംഭവങ്ങളെ അവ നടന്ന മുറയ്ക്ക്[94] ഞങ്ങൾ വിവരിക്കാത്തതു മന:പൂർവമാണ്.

വൻ പ്രയോജനപ്പെടത്തക്കവണ്ണം തൊഴിലാളികൾക്കുവേണ്ടി ഒരു പുസ്തകപരമ്പര പ്രസിദ്ധീകരിക്കുന്നത് സംബന്ധിച്ച് *ഇസ്ക്ര* ഗ്രൂപ്പിലെ ഒരംഗവുമായി ധാരണയിലെത്തുകയുണ്ടായി. അതു പ്രസിദ്ധപ്പെടുത്താനുള്ള ശ്രമം പരാജയപ്പെടുകയാണുണ്ടായത്. അതിനുവേണ്ടിയെഴുതിയ രണ്ടു ലഘുലേഖകൾ — 'റഷ്യൻസോഷ്യൽ ഡെമോക്രാറ്റുകാരുടെ കടമക'ളും 'പുതിയ ഫാക്ടറിനിയമ'വും — പല വളഞ്ഞ വഴിക്കും, മൂന്നാമന്മാരുടെ സഹായത്തോടെ, വിദേശത്ത് എത്തിച്ചേരുകയും അവിടെ അവ പ്രസിദ്ധപ്പെടുത്തുകയും ചെയ്തു.

രണ്ടാമത്തെ വസ്തുത. *ബുന്ദി*ന്റെ കേന്ദ്രക്കമ്മിറ്റിയംഗങ്ങൾ *ബുന്ദി*ന്റെ ഭാഷയിൽപ്പറഞ്ഞാൽ ഒരു 'സാഹിത്യപരീക്ഷണശാല' സംഘടിപ്പിക്കണമെന്ന നിർദേശവുമായി *ഇസ്ക്ര*ഗ്രൂപ്പിലെ ഒരംഗത്തെ സമീപിക്കുകയുണ്ടായി. ഈ നിർദേശം നടപ്പിലാക്കിയില്ലെങ്കിൽ പ്രസ്ഥാനത്തിനു സാരമായ ഇടിവു തട്ടുമെന്നാണ് അവർ പറഞ്ഞത്. ഈ കൂടിയാലോചനകളുടെ ഫലമായിട്ടാണ് 'റഷ്യയിലെ തൊഴിലാളിവർഗത്തിന്റെ താൽപ്പര്യം'* എന്ന ലഘുലേഖ പുറത്തുവന്നത്.

മൂന്നാമത്തെ വസ്തുത. വീണ്ടും പ്രസിദ്ധീകരണം തുടങ്ങിയ *റബോച്ചയ ഗസേത്ത*യുടെ പത്രാധിപത്യം ഏറ്റെടുക്കണമെന്ന നിർദേശവുമായി *ഇസ്ക്ര* ഗ്രൂപ്പിലെ ഒരംഗത്തെ *ബുന്ദി*ന്റെ കേന്ദ്രക്കമ്മിറ്റി ഒരു ഉൾനാടൻ നഗരം മുഖേന സമീപിക്കുകയുണ്ടായി; അദ്ദേഹമതു സമ്മതിക്കുകയും ചെയ്തു. ഈ നിർദേശത്തിൽ പിന്നീട് ഒരു ഭേദഗതി വരുത്തി: പത്രാധിപസമിതിയുടെ അംഗത്വം സംബന്ധിച്ച പുതിയ പ്ലാനിന്റെ വെളിച്ചത്തിൽ ഒരു ലേഖകനായിരിക്കാനുള്ള ക്ഷണമാണ് പ്രസ്തുത സഖാവിനു നൽകിയത്. ഈ നിർദേശത്തിനും അദ്ദേഹം സമ്മതം നൽകി. അതിലേക്കയച്ചിട്ടുള്ള ലേഖനങ്ങളിവയാണ് (അവയെല്ലാം ഞങ്ങൾ സൂക്ഷിച്ചുവെച്ചിട്ടുണ്ട്): 'നമ്മുടെ പരിപാടി' (ബെർൺഷ്‌ടൈനിസത്തിനെതിരായും നിയമവിധേയസാഹിത്യത്തിന്റേയും *റബോച്ചയ മിസ്ലി*ന്റേയും നയത്തിൽ വന്നിട്ടുള്ള മാറ്റത്തിനെതിരായുമുള്ള ഒരു തുറന്ന പ്രതിഷേധമാണിത്); 'നമ്മുടെ അടിയന്തര കടമ' (കൃത്യമായി പുറത്തുവരികയും പ്രാദേശികഗ്രൂപ്പുകളുമായി ഉറ്റ സമ്പർക്കം പുലർത്തുകയും ചെയ്യുന്ന ഒരു പാർട്ടിമുഖപത്രത്തിന്റെ പ്രസിദ്ധീകരണത്തെസംബന്ധിച്ചും നിലവിലുള്ള 'പ്രാകൃതസമ്പ്രദായങ്ങ'ളുടെ കുറവുകളെസംബന്ധിച്ചുമാണ് അതിൽ പ്രതിപാദിക്കുന്നത്); 'ഒരു അടിയന്തരപ്രശ്നം' (ഒരു കേന്ദ്രമുഖ

* തന്റെ മുൻ ലഘുലേഖകളെപ്പോലെ ഇതും താൻ വിദേശയൂണിയനു അയച്ചുകൊടുക്കുകയാണുണ്ടായതെന്നു പ്രസ്താവിക്കാൻ ലേഖകൻ എന്നോടാവശ്യപ്പെട്ടിരിക്കുന്നു. യൂണിയന്റെ പ്രസിദ്ധീകരണങ്ങളുടെ പ്രസാധകത്വം തൊഴിലാളിമോചനഗ്രൂപ്പിന്റെ മേൽനോട്ടത്തിലാണ് നടക്കുന്നതെന്ന ധാരണയിലാണിങ്ങനെ ചെയ്തത് (പ്രസാധകന്മാരിൽ വന്നിട്ടുള്ള മാറ്റത്തെക്കുറിച്ച് അന്ന് — 1899 ഫെബ്രുവരിയിൽ — അറിയാൻ ചില സാഹചര്യങ്ങൾ നിമിത്തം അദ്ദേഹത്തിനു കഴിഞ്ഞില്ല). പ്രസ്തുത ലഘുലേഖ താമസംവിനാ ലീഗ്[95] വീണ്ടും പ്രസിദ്ധപ്പെടുത്തുന്നതാണ്.

പത്രത്തിന്റെ പ്രസിദ്ധീകരണം ആരംഭിക്കുന്നതിനുമുമ്പ് പ്രാദേശികഗ്രൂപ്പുകളുടെ പ്രവർത്തനം വളർത്തിക്കൊണ്ടുവരികയാണ് ആദ്യം ചെയ്യേണ്ടതെന്ന വിമർശനത്തെ പരിശോധിക്കുകയും, ഒരു 'വിപ്ലവസംഘടന'യെന്നത് സർവപ്രധാനമാണെന്നും 'സംഘടനയും അച്ചടക്കവും രഹസ്യപ്രവർത്തനരീതിയും പരമാവധി മികച്ച നിലയിൽ വികസിപ്പിക്കേണ്ടതാവശ്യമാണെന്നും' ഊന്നുകയുമാണതിൽ ചെയ്തിട്ടുള്ളത്). *റബോച്ചയ ഗസേത്ത*യുടെ പ്രസിദ്ധീകരണം പുനരാരംഭിക്കണെന്ന നിർദേശം നടപ്പാക്കാത്തതിനാൽ ഈ ലേഖനങ്ങൾ പ്രസിദ്ധപ്പെടുത്തുകയുണ്ടായില്ല.

നാലാമത്തെ വസ്തുത. നമ്മുടെ പാർട്ടിയുടെ രണ്ടാം കോൺഗ്രസ് സംഘടിപ്പിക്കാൻ ചുമതലപ്പെട്ട കമ്മിറ്റിയിലെ ഒരു മെമ്പർ കോൺഗ്രസിന്റെ പരിപാടിയെക്കുറിച്ച് *ഇസ്ക്ര* ഗ്രൂപ്പിലെ ഒരംഗത്തെ അറിയിക്കുകയും പ്രസ്തുത ഗ്രൂപ്പ് വീണ്ടും പ്രസിദ്ധീകരണം തുടങ്ങാനിരുന്ന *റബോച്ചയ ഗസേത്ത*യുടെ പത്രാധിപസമിതിയായി പ്രവർത്തിക്കണമെന്നു പറയാവുന്ന ഈ നിർദേശം പ്രസ്തുത മെമ്പറുൾപ്പെട്ട കമ്മിറ്റിയും *ബുന്ദി*ന്റെ കേന്ദ്രക്കമ്മിറ്റിയും പിന്നീട് അംഗീകരിക്കുകയാണുണ്ടായത്. കോൺഗ്രസ് കൂടുന്ന സ്ഥലവും സമയവും *ഇസ്ക്ര* ഗ്രൂപ്പിനെ അറിയിച്ചെങ്കിലും (ചില കാരണങ്ങളാൽ ഒരു പ്രതിനിധിയെ അയയ്ക്കാനൊക്കുമോ എന്നു തീർച്ചയില്ലാത്തതുകൊണ്ട്) അതു കോൺഗ്രസിലേക്ക് ഒരു റിപ്പോർട്ട് എഴുതി തയാറാക്കുകയാണുണ്ടായത്. ഇന്നത്തെപ്പോലെ തികഞ്ഞ അരാജകത്വം നിലവിലുള്ള ഒരു സന്ദർഭത്തിൽ ഒരു കേന്ദ്രക്കമ്മിറ്റിയെ തിരഞ്ഞെടുത്തതുകൊണ്ടുമാത്രം ഐക്യത്തിന്റെ പ്രശ്നം പരിഹരിക്കപ്പെടുകയില്ലെന്നു മാത്രമല്ല, പെട്ടെന്നു അതിവേഗത്താൽ ഒരു പൊലീസാക്രമണമുണ്ടാകുന്ന പക്ഷം — രഹസ്യം സൂക്ഷിക്കുന്ന ഏർപ്പാട് തീരെയില്ലാത്ത സ്ഥിതിക്ക് അത് വളരെ സംഭാവ്യമാണുതാനും — ഒരു പാർട്ടി സ്ഥാപിക്കുകയെന്ന മഹത്തായ ആശയംതന്നെ ഫലവത്താകുകയില്ലെന്ന് ആ റിപ്പോർട്ടിൽ സൂചിപ്പിച്ചിരുന്നു. അതുകൊണ്ട് പ്രസിദ്ധീകരണം പുനരാരംഭിച്ച പൊതുമുഖപത്രത്തിന് പിന്തുണ നൽകാൻ എല്ലാ കമ്മിറ്റികളോടും എല്ലാ സംഘടനകളോടും അഭ്യർഥിച്ചുകൊണ്ട് ഒരു തുടക്കമിടുകയാണ് വേണ്ടതെന്നും അതിൽ പറഞ്ഞിരുന്നു. ഈ പൊതുമുഖപത്രമാകട്ടെ, എല്ലാ കമ്മിറ്റികളും തമ്മിൽ യഥാർഥത്തിലുള്ള ബന്ധം സ്ഥാപിക്കുകയും പ്രസ്ഥാനത്തിനാകെ നേതൃത്വം നൽകാൻകഴിവുള്ള ഒരു സംഘം നേതാക്കന്മാർക്ക് ശരിക്കും പരിശീലനം നൽകുകയും ചെയ്യും. ഈ സംഘം വളർന്നുശക്തി പ്രാപിക്കുന്നതോടുകൂടി അതിനെ കേന്ദ്രക്കമ്മിറ്റിയായി രൂപാന്തരപ്പെടുത്താൻ കമ്മിറ്റികൾക്കും പാർട്ടിക്കും നിഷ്പ്രയാസം സാധിക്കുന്നതാണ്. ഇത്രയുമാണ് ആ റിപ്പോർട്ടിൽ സൂചിപ്പിച്ചിരുന്നത്. എന്നാൽ, നിരവധി പൊലീസാക്രമണങ്ങളുടേയും അറസ്റ്റുകളുടേയും ഫലമായി കോൺഗ്രസ് കൂടാൻ കഴിഞ്ഞില്ല. റിപ്പോർട്ടാകട്ടെ പൊലീസിന്റെ കയ്യിൽ പെടാതിരിക്കാൻ നശിപ്പിക്കുകയും ചെയ്തു. ഒരു കമ്മിറ്റിയിലെ പ്രതിനിധികളടക്കം ചുരുക്കം ചില സഖാക്കൾ മാത്രമേ അതു വായിച്ചിരുന്നുള്ളൂ.

ഞങ്ങൾ കാപട്യക്കാരാണെന്നു സൂചിപ്പിക്കുന്ന *ബുന്ദു*, കമ്മിറ്റികളെ അന്ധകാരത്തിന്റെ സാമ്രാജ്യത്തിലേക്കു തള്ളിവിടാനും ഒരു പാർട്ടിസംഘടനയ്ക്കു 'പകരം' ഒരൊറ്റ പത്രത്തിന്റെ ഇഷ്ടാനുസരണമുള്ള ആശയങ്ങൾ പ്രചരിപ്പിക്കുന്ന ഒരു സംഘടന കെട്ടിപ്പടുക്കാനും ഞങ്ങൾ ശ്രമിക്കുന്നുവെന്ന ആരോപണം ചുമത്തുന്ന *റബോച്ചെയെ ദ്യെലൊ*വും സ്വീകരിച്ചിരിക്കുന്ന മാർഗത്തിന്റെ ഔചിത്യത്തെക്കുറിച്ച് ഇനി വായനക്കാർതന്നെ വിധിയെഴുതട്ടെ. പ്രവർത്തനങ്ങൾ കൂട്ടിയിണക്കിക്കൊണ്ടുപോകുന്നതിനുവേണ്ടി കൃത്യമായ ഒരു പദ്ധതി അംഗീകരിക്കേണ്ടതാവശ്യമാണെന്നു ഞങ്ങൾ പ്രസ്താവിച്ചത് കമ്മിറ്റികളോടുതന്നെയാണ്, അതും അവയുടെ തുടരെത്തുടരെയുള്ള ആവശ്യപ്രകാരം *റബോച്ചയ ഗസേത്ത*യിലേക്കയച്ചുകൊടുത്ത ലേഖനങ്ങളിലും പാർട്ടി കോൺഗ്രസിലേക്കുള്ള റിപ്പോർട്ടിലും ഈ പദ്ധതിയെക്കുറിച്ച് സവിസ്തരമായി പ്രതിപാദിച്ചതും പാർട്ടിസംഘടനയ്ക്കുവേണ്ടിത്തന്നെയാണ്. ഇത്തവണയും ഞങ്ങളിങ്ങനെ ചെയ്തത് *റബോച്ചയ ഗസേത്ത*യുടെ (യഥാർഥത്തിലുള്ള) പുന:പ്രസിദ്ധീകരണത്തിന്റെ കാര്യത്തിൽ മുൻകൈയെടുക്കത്തക്ക വണ്ണം പാർട്ടിയിൽ സ്വാധീനമുള്ളയാളുകളുടെ അഭ്യർഥന പ്രകാരമാണ്. പാർട്ടിയിൽ കേന്ദ്രമുഖപത്രം ഔദ്യോഗികമായി വീണ്ടും തുടങ്ങാൻ ഞങ്ങളുമായിച്ചേർന്നുകൊണ്ട് പാർട്ടിസംഘടന തുടരെത്തുടരെ നടത്തിയ രണ്ടു ശ്രമങ്ങളും പരാജയപ്പെട്ടതിനെത്തുടർന്നാണ് ഒരു അനൗദ്യോഗികമുഖപത്രമിറക്കുകയെന്നത് ഒഴിച്ചുകൂടാനാവാത്ത കടമയായി ഞങ്ങൾ കരുതിയത്. വെറും ഊഹാപോഹങ്ങളെ അടിസ്ഥാനപ്പെടുത്തിയ നിർദേശങ്ങൾക്കുപകരം ഇതേവരെയുള്ള അനുഭവത്തിന്റെ ഫലം മൂന്നാമത്തെ ശ്രമത്തോടുകൂടിയെങ്കിലും സഖാക്കൾക്കു ദൃശ്യമാകണമെന്നതായിരുന്നു ഞങ്ങളുടെ ഉദ്ദേശ്യം. ഈ അനുഭവത്തിന്റെ ഏതാനും ഫലങ്ങൾ ആർക്കുമിപ്പോൾ കാണാൻ കഴിയും, ഞങ്ങൾ ഞങ്ങളുടെ ചുമതലകൾ ശരിക്കു മനസിലാക്കിയോയെന്നും, 'ദേശീയ'പ്രശ്നത്തിന്മേൽ ചിലർ പ്രദർശിപ്പിച്ച അസ്ഥിരതയും മൗലികപ്രശ്നങ്ങളിന്മേൽ മറ്റു ചിലർ കാണിച്ച ചാഞ്ചാട്ടവും ഞങ്ങൾ ചൂണ്ടിക്കാണിച്ചത് ഇഷ്ടപ്പെടാത്തവരെ തെറ്റിദ്ധരിപ്പിക്കുന്നവരെക്കുറിച്ച് എന്തഭിപ്രായമാണ് രൂപീകരിക്കേണ്ടതെന്നും എല്ലാ സഖാക്കൾക്കും ഇപ്പോൾ തീരുമാനിക്കാൻ സാധിക്കും.

(ബി) ഒരു പത്രത്തിന് ഒരു പൊതുസംഘടനാശക്തിയാവാൻ കഴിയുമോ?

ഈ പ്രശ്നത്തെക്കുറിച്ചുതന്നെയാണ്, 'എവിടെനിന്ന് തുടങ്ങണം?' എന്ന ലേഖനത്തിൽ മുഖ്യമായും പ്രതിപാദിച്ചിട്ടുള്ളത്; 'കഴിയും' എന്നുതന്നെയാണതിൽ മറുപടിയും നൽകിയിട്ടുള്ളത്. ഞങ്ങളുടെ അറിവിൽപ്പെട്ടിടത്തോളം ഈ പ്രശ്നത്തെ പരിശോധിക്കാനും നിഷേധാത്മകമായ ഒരു മറുപടി അതിനു നൽകേണ്ടതാവശ്യമാണെന്നു സ്ഥാപിക്കാനും ഉദ്യമിച്ചിട്ടുള്ള ഒരാൾ എൽ നദേഷ്ദിൻ മാത്രമാണ്. അദ്ദേഹ

ത്തിന്റെ വാദം അങ്ങനെതന്നെയിതാ, പൂർണമായി ഞങ്ങൾ ഉദ്ധരിച്ചു കൊള്ളുന്നു:

> ഒരു അഖിലരഷ്യൻ പത്രത്തിന്റെ ആവശ്യകതയുടെ പ്രശ്നം 4–ാം ലക്കം *ഇസ്ക്രയിൽ* ഉന്നയിച്ചിട്ടുള്ളതിന്റെ രീതി ഞങ്ങൾക്കു വളരെ പിടിച്ചിട്ടുണ്ട്; പക്ഷേ, അത്തരമൊരുന്നയനത്തിനു ആ ലേഖനത്തിന്റെ 'എവിടെനിന്ന് തുടങ്ങണം?' എന്ന തലക്കെട്ടുമായി പൊരുത്തമുണ്ടെന്ന് സമ്മതിക്കാൻ ഞങ്ങൾക്കു നിവൃത്തിയില്ല. തീർച്ചയായും ഇതു വളരെ വളരെ പ്രധാനമായ ഒരു കാര്യം തന്നെ; പക്ഷേ, വിപ്ലവകാലഘട്ടത്തിലെ ഒരു സമരസംഘടനയ്ക്കുള്ള അടിസ്ഥാനമായി വർത്തിക്കാൻ കേവലമൊരു പത്രത്തിനോ, കുട്ടക്കണക്കിനുള്ള ജനകീയ ലഘുലേഖകൾക്കോ പ്രകടനപ്രതികകൾ കൂമ്പാരിച്ചുണ്ടാക്കിയ ഒരു മഹാപർവതത്തിനു തന്നെയോ സാധ്യമല്ല. സുശക്തമായ പ്രാദേശികരാഷ്ട്രീയസംഘടനകൾ കെട്ടിപ്പടുക്കാൻ നാം പണിയെടുക്കണം. അത്തരം സംഘടനകൾ ഇന്നു നമുക്കില്ല; നാം നമ്മുടെ പ്രവർത്തനം അധികവും നടത്തിയിട്ടുള്ളത് ബുദ്ധിപരമായി വളർന്ന തൊഴിലാളികൾക്കിടയിലാണ്; ബഹുജനങ്ങൾ മിക്കവാറും സാമ്പത്തികസമരത്തിൽമാത്രം വ്യാപൃതരായിരുന്നിട്ടേയുള്ളു. സുശക്തമായ പ്രാദേശികരാഷ്ട്രീയ സംഘടനകൾ നാം കെട്ടിപ്പടുക്കാതിരിക്കുന്ന പക്ഷം സുസംഘടിതമായ ഒരു അഖിലരഷ്യൻ പത്രമുണ്ടായിട്ടുപോലും എന്താണ് കാര്യം? കേവലം അതൊരു കുറ്റിക്കാടിനു തീപിടിച്ചപോലെയിരിക്കും; അതങ്ങനെ വീണ്ടും കത്തും; പക്ഷേ, യാതൊരാളെയും അതു ചൂടുപിടിപ്പിക്കുകയില്ല. നാട്ടുകാർ വാസ്തവത്തിൽ അതിന്റെ ചുറ്റും വന്നു അണിനിരക്കുമെന്നും അതിനുവേണ്ടിയുള്ള പ്രവർത്തനത്തിൽ പങ്കെടുക്കുമെന്നും അവർ സംഘടിച്ചുകൊള്ളുമെന്നുമാണ് *ഇസ്ക്രയുടെ* ധാരണ. പക്ഷേ, കൂടുതൽ മൂർത്തമായ വല്ലതിന്റേയും ചുറ്റും വന്നണിനിരക്കാനും സംഘടിക്കാനുമായിരിക്കും അവർക്കു കൂടുതൽ രസമുണ്ടാവുക! പ്രാദേശികപത്രങ്ങളുടെ വിപുലമായ തോതിലുള്ള പ്രസിദ്ധീകരണമാണ്, തൊഴിലാളികളുടെ ശക്തികളെ പ്രകടനങ്ങൾക്കുവേണ്ടി അണിനിരത്താനുള്ള അടിയന്തരപ്രവർത്തനമാണ്, തൊഴിലില്ലാത്തവർക്കിടയിൽ പ്രാദേശിക സംഘടനകളുടെ തുടർച്ചയായ പ്രവർത്തനമാണ് (ലഘുലേഖകളും നോട്ടീസുകളും ക്രമമായി അവർക്കിടയിൽ വിതരണം ചെയ്യുക, അവർക്കുവേണ്ടി പൊതുയോഗങ്ങൾ വിളിച്ചുകൂട്ടുക, ഗവൺമെന്റിനെ ചെറുക്കാൻ അവർക്കാഹ്വാനം നൽകുക, മറ്റും മറ്റും) കൂടുതൽ മൂർത്തമായ സംഗതിയായിരിക്കേണ്ടത്. സജീവമായ രാഷ്ട്രീയപ്രവർത്തനം നാം പ്രാദേശികമായി സംഘടിപ്പിക്കണം; എന്നിട്ട്, യഥാർഥമായ ഈ അടിസ്ഥാനത്തിൽ സംയോജനത്തിനുള്ള സമയം വരുമ്പോൾ, അതു പിന്നെ ഒരു കൃത്രിമ

സംയോജനമാവുകയില്ല, ഒരു കടലാസുസംയോജനമാവില്ല; കേവലം വർത്തമാനക്കടലാസുകളെക്കൊണ്ടല്ല പ്രാദേശിക പ്രവർത്തനങ്ങളുടെ അഖിലറഷ്യൻ സംയോജനം സാധിക്കാൻ പോകുന്നത്! (*വിപ്ലവത്തിന്റെ നാന്ദി*, പേജ് 54).

വാചാലത നിറഞ്ഞ ഈ വിമർശനപ്രവാഹത്തിൽ ഞങ്ങളുടെ പ്ലാനിനെക്കുറിച്ചുള്ള ലേഖകന്റെ തെറ്റായ അഭിപ്രായം ഏറ്റവുമധികം പ്രത്യക്ഷത്തിൽ വരുന്ന ഭാഗങ്ങൾക്കു ഞങ്ങൾ കീഴ്വരയിട്ടിട്ടുണ്ട്; *ഇസ്ക്ര*യുടെ അഭിപ്രായത്തിനെതിരായി പൊതുവിൽ അദ്ദേഹം ഉന്നയിക്കുന്ന വീക്ഷണകോണവും എത്ര തെറ്റാണെന്ന് ആ ഭാഗങ്ങളിൽ നിന്ന് തെളിയുന്നു. അതാതു പ്രദേശങ്ങളിൽ സുശക്തമായ രാഷ്ട്രീയസംഘടനകൾ നാം കെട്ടിപ്പടുത്തില്ലെങ്കിൽ സുസംഘടിതമായ ഒരു അഖിലറഷ്യൻപത്രം കൊണ്ടുതന്നെ യാതൊരു പ്രയോജനവുമില്ല. തികച്ചും ശരിതന്നെ. പക്ഷേ, ഒരു അഖിലറഷ്യൻപത്രം മുഖേനയല്ലാതെ സുശക്തരാഷ്ട്രീയ സംഘടനകളെ പരിശീലനംകൊടുത്തു വളർത്താൻ വേറെ ഉപായമില്ല— എന്നുള്ളതാണ് സംഗതി. *ഇസ്ക്ര* അതിന്റെ 'പ്ലാൻ' വിവരിക്കാൻ ആരംഭിക്കുന്നതിനു മുമ്പുതന്നെ ചെയ്ത ഏറ്റവും പ്രധാനമായ പ്രസ്താവനയാണ് ലേഖകൻ കാണാതെപോയിട്ടുള്ളത്: അതായത്, 'പേരിനുമാത്രമല്ല, കാര്യത്തിലും സകലശക്തികളേയും കൂട്ടിയിണക്കി പ്രസ്ഥാനത്തെ നയിക്കാൻ കെൽപ്പുള്ള ഒരു വിപ്ലവസംഘടന സ്ഥാപിക്കുന്നതിന് — എന്നു വച്ചാൽ, ഏതൊരു പ്രതിഷേധത്തേയും കലാപത്തേയും ഏതുനിമിഷത്തിലും പിന്താങ്ങാനും വിധിനിർണായകമായ സമരത്തിനുവേണ്ട സമരശക്തികളെ വളർത്താനും ശക്തിപ്പെടുത്താനുംവേണ്ടി ഈ പ്രകടനങ്ങളെയെല്ലാം ഉപയോഗപ്പെടുത്താനും സന്നദ്ധമായ ഒരു ഫെബ്രുവരി-മാർച്ചു സംഭവങ്ങൾക്കുശേഷം എല്ലാവരും ഇതു താത്വികമായി സമ്മതിക്കും (*ഇസ്ക്ര* തുടർന്നുപറയുന്നു); പക്ഷേ, ഈ പ്രശ്നത്തിനു കേവലം താത്വികമായ ഒരു പരിഹാരമല്ല നമുക്കാവശ്യമായിട്ടുള്ളത്; നമുക്കാവശ്യം ഇതിനൊരു പ്രായോഗികപരിഹാരമാണ്; എല്ലാവർക്കും എല്ലാ ഭാഗത്തുനിന്നും സംഘടന കെട്ടിപ്പടുത്തു തുടങ്ങാൻ സാധിക്കത്തക്കവിധത്തിൽ ഉടൻതന്നെ ഒരു വ്യക്തമായ രചനാത്മകപദ്ധതി നാം മുന്നോട്ടുകൊണ്ടുവരേണ്ടിയിരിക്കുന്നു. ഇപ്പോഴിതാ, വീണ്ടും നാം പ്രായോഗികപരിഹാരത്തിൽനിന്നു വ്യതിചലിപ്പിക്കപ്പെടുകയും, തത്വത്തിൽ വളരെ ശരിയും അവിതർക്കിതവും മഹനീയവുമാണെങ്കിലും ബഹുഭൂരിപക്ഷം തൊഴിലാളികൾക്കു തീരെ പറ്റാത്തതും തീരെ മനസിലാകാത്തതുമായ മറ്റേതോ അടിസ്ഥാനത്തിലേക്കു പിടിച്ചുവലിക്കപ്പെടുകയുമാണു ചെയ്യുന്നത്: 'സുശക്തമായ രാഷ്ട്രീയസംഘടനകൾ കെട്ടിപ്പടുക്കണം'പോലും! ഇതല്ല നമ്മുടെ വാദവിഷയം, ഹേ ലേഖകസാമ്രാട്ടേ! അവയ്ക്ക് എങ്ങനെയാണ് പരിശീലനം നൽകേണ്ടതെന്നും ആ പരിശീലനം ഏതുതരമാവണമെന്നും ഉള്ളതാണ് പ്രശ്നം.

'നാം നമ്മുടെ പ്രവർത്തനം അധികവും നടത്തിയിട്ടുള്ളത് ബുദ്ധി

പരമായി വളർന്ന തൊഴിലാളികൾക്കിടയിലാണെ'ന്നും, 'ബഹുജനങ്ങൾ മിക്കവാറും സാമ്പത്തികസമരത്തിൽമാത്രം വ്യാപൃതരായിരുന്നിട്ടേയുള്ളൂ'വെന്നും പറയുന്നത് ശരിയല്ല. ഇങ്ങനെയൊരു രൂപത്തിൽ പറഞ്ഞാൽ, *സ്വൊബോദ*യ്ക്കു എല്ലായ്പ്പോഴും പിഴവുപറ്റാറുള്ളതും, മൗലികമായിത്തന്നെ പിഴച്ചതുമായ ഒരാശയത്തിൽ ആ നിർവചനം ചെന്നെത്തുന്നു: അതായത്, ബുദ്ധിപരമായി വളർന്ന തൊഴിലാളികളെ 'ബഹുജനങ്ങൾ'ക്കെതിരായി അതു വിവക്ഷിക്കുന്നു. കഴിഞ്ഞ ഏതാനും കൊല്ലങ്ങളായിട്ടു 'മിക്കവാറും സാമ്പത്തികസമരത്തിൽമാത്രം വ്യാപൃതരായിരിക്കുക'യാണ് ബുദ്ധിപരമായി വളർന്ന തൊഴിലാളികൾപോലും ചെയ്തിട്ടുള്ളത്. ഇതാണ് ഒന്നാമത്തെ സംഗതി. മാത്രമല്ല, ബുദ്ധിപരമായി വളർന്ന തൊഴിലാളികൾക്കിടയിൽനിന്നും ബുദ്ധിജീവികൾക്കിടയിൽനിന്നും രാഷ്ട്രീയസമരനേതാക്കന്മരെ നാം പരിശീലനം കൊടുത്തു വളർത്തുന്നതുവരെ ബഹുജനങ്ങൾ രാഷ്ട്രീയസമരം നടത്താൻ ഒരിക്കലും പഠിക്കുകയുമില്ല; അത്തരം നേതാക്കന്മാർക്കു പരിശീലനം നൽകുന്നതിനുള്ള ഏകമാർഗം, നമ്മുടെ രാഷ്ട്രീയജീവിതത്തിന്റെ എല്ലാ വശങ്ങളേയും — വിവിധവർഗങ്ങൾ പലേ കാരണങ്ങളാലും പ്രേരിതമായി പ്രതിഷേധം പുറപ്പെടുവിക്കാനോ സമരംചെയ്യാനോ നടത്തുന്ന എല്ലാ പരിശ്രമങ്ങളേയും— അനുക്രമമായി, ദൈനംദിനമായി, വിശകലനം ചെയ്യുകയെന്നതാണുതാനും. അങ്ങനെയിരിക്കെ 'രാഷ്ട്രീയസംഘടനകൾ കെട്ടിപ്പടുക്കണെ'മെന്നു പറയലും, അതേസമയംതന്നെ ഒരു രാഷ്ട്രീയപത്രത്തിന്റെ 'കടലാസു സംഘടന' 'പ്രാദേശികമായ സജീവരാഷ്ട്രീയപ്രവർത്തന'ത്തിനു വിരുദ്ധമാണെന്നു പറയലും — രണ്ടും കൂടിയാൽ കേവലം പരിഹാസ്യമാണത്! നല്ല കൂത്ത്! തൊഴിലില്ലാത്തവരുടെ പ്രസ്ഥാനത്തിനും കാർഷിക കലാപങ്ങൾക്കും സെംസ്ത്വൊക്കാർക്കിടയിലുള്ള അസംതൃപ്തിക്കും 'സാറിസ്റ്റ് ബഷിബുസുക്കുകളുടെ അഴിഞ്ഞാട്ടത്തിനെതിരായ നാട്ടുകാരുടെ അരിശ'ത്തിനും മറ്റും, മറ്റും പിൻബലം നൽകത്തക്ക ഒരു 'സമരസന്നദ്ധത' സൃഷ്ടിക്കാനുള്ള ആ 'പ്ലാനു'മായി ഒത്തിണങ്ങിക്കൊണ്ടുള്ള ഒന്നാണ് *ഇസ്ക്ര*യുടെ പത്രത്തിനുള്ള 'പ്ലാൻ.' ഭൂരിപക്ഷം പ്രാദേശിക സംഘടനകളും ഈവകകാര്യങ്ങളെക്കുറിച്ച് ഒരിക്കലും മനോരാജ്യം വിചാരിക്കുകപോലും പതിവില്ലെന്നും, ഇവിടെ സൂചിപ്പിച്ചിട്ടുള്ള 'സജീവരാഷ്ട്രീയപ്രവർത്തന'ത്തിന്റെ മിക്ക പരിപാടികളും ഒരൊറ്റ സംഘടനയെങ്കിലും ഇന്നേവരെ നടപ്പിൽവരുത്തിയിട്ടില്ലെന്നും, സെംസ്ത്വൊ ബുദ്ധിജീവികൾക്കിടയിൽ അതൃപ്തിയും പ്രതിഷേധവും വളർന്നുവരുന്നതിലേക്കുള്ള പൊതുജനശ്രദ്ധയെ ക്ഷണിക്കാൻ ഞങ്ങൾ ശ്രമിച്ചപ്പോൾ നദേഷ്ദിന്റെ മനസിലും ('ദൈവമേ, ഈ പത്രം സെംത്വൊക്കാർക്കുവേണ്ടിയാണോ ഉദ്ദേശിച്ചിട്ടുള്ളത്?' - *വിപ്ലവത്തിന്റെ നാന്ദി*, പേജ് 129), സാമ്പത്തിക സമരവാദികൾക്കിടയിലും (*ഇസ്ക്ര*യ്ക്കുള്ള കത്ത്, ലക്കം 12), അനവധി പ്രായോഗികപ്രവർത്തകന്മാർക്കിടയിലും ഭയവും അമ്പരപ്പുമാണുളവായതെന്നുമുള്ള സംഗതികൾ പ്രസ്ഥാനവുമായി അൽപ്പമെങ്കിലും പരിചയമുള്ള സകലർക്കും അറിയാവുന്നതാണ്. ഇങ്ങനെയൊരു പരിത:സ്ഥിതിയിൽ ആളുകളെക്കൊണ്ട് ഇത്തരം കാര്യങ്ങളെപ്പറ്റി ചിന്തി

പ്പിച്ചിട്ടു മാത്രമേ — അസംതൃപ്തിയുടെയും സജീവസമരത്തിന്റേയും നാനാതരം ലക്ഷണങ്ങളെ ക്രോഡീകരിക്കാനും അതിൽനിന്നു പൊതു പാഠങ്ങൾ പഠിക്കാനും അവരെ പ്രോത്സാഹിപ്പിച്ചുകൊണ്ടു മാത്രമേ — നമുക്കെന്തെങ്കിലും 'തുടങ്ങാൻ' തന്നെ സാധ്യമാവൂ. സോഷ്യൽഡെമോക്രാറ്റിക് കടമകളെ നാം അധ:പതിപ്പിച്ചുകൊണ്ടിരിക്കുന്ന ഈ കാലഘട്ടത്തിൽ സജീവരാഷ്ട്രീയപ്രക്ഷോഭം വഴിക്കുമാത്രമേ 'സജീവരാഷ്ട്രീയപ്രവർത്തനം' തുടങ്ങാൻ സാധ്യമാവൂ; അതാകട്ടെ, കൂടെക്കൂടെ പുറത്തുവരുന്നതും വേണ്ടവിധം വിതരണം ചെയ്യപ്പെടുന്നതുമായ ഒരു അഖിലറഷ്യൻപത്രം നമുക്കില്ലാതെ സാധ്യവുമല്ല.

'എഴുതാനുള്ള കമ്പ'ത്തിന്റെ ഒരു പ്രകടനമാണ് *ഇസ്ക്രയുടെ* 'പ്ലാൻ' എന്നു കരുതുന്നവർക്ക് ആ പ്ലാനിന്റെ കാതൽ മനസിലാക്കുവാൻ ഒട്ടുംതന്നെ കഴിഞ്ഞിട്ടില്ല. ഇന്നത്തെ കാലത്തിനുപറ്റിയ ഏറ്റവും നല്ല ഒരു മാർഗമാണിവിടെ നിർദേശിക്കുന്നത്; അതിനെ പരമമായ ലക്ഷ്യമായി ഇവർ തെറ്റിദ്ധരിക്കുന്നു. പ്ലാൻ വിശദീകരിക്കാൻവേണ്ടി ഞങ്ങൾ രണ്ടുപമകൾ ഉന്നയിച്ചതും ഈ വിദ്വാന്മാർ ശ്രദ്ധിച്ചു പഠിക്കാൻ മിനക്കെട്ടിട്ടില്ല; *ഇസ്ക്ര* എഴുതിയതിതാണ്: ഈ സംഘടനയെ — എന്നുവച്ചാൽ, ഏതൊരു പ്രതിഷേധപ്രകടനത്തിനും കലാപത്തിനും പിൻബലം നൽകാൻ എല്ലായ്പ്പോഴും സന്നദ്ധമായിട്ടുള്ള ഒരു വിപ്ലവസംഘടനയെ – ഇടതടവില്ലാതെ വളർത്തിക്കൊണ്ടിരിക്കുകയും അതിന് ആഴവും വിസ്തൃതിയും വെപ്പിച്ചുകൊണ്ടിരിക്കുകയുമെന്ന നമ്മുടെ പണിക്ക് മാർഗനിർദേശകമായ വിധത്തിൽ മുഖ്യമായും 'ലൈൻ' (ചരടു) പിടിച്ചുതരുന്നത് ഒരു അഖിലറഷ്യൻ പത്രത്തിന്റെ പ്രസിദ്ധീകരണമായിരിക്കും. ദയവുചെയ്ത് എനിക്കൊന്നു പറഞ്ഞുതരിക. മുമ്പാരും നാളിതുവരെ കണ്ടിട്ടില്ലാത്തത്ര ഗംഭീരമായ ഒരു കെട്ടിടത്തിന്റെ വിവിധഭാഗങ്ങളിൽ കല്ലാശാരിമാർ ഇഷ്ടിക നിരത്തുമ്പോൾ, ഓരോ ഇഷ്ടികയും വയ്ക്കേണ്ട ശരിയായ സ്ഥലം കണ്ടറിയുന്നതിൽ അവരെ സഹായിക്കാനും, പണിയുടെയാകെ അവസാനലക്ഷ്യമെന്തെന്ന് അവർക്കു മനസിലാക്കിക്കൊടുക്കാനും, ഓരോ ഇഷ്ടികയുമെന്നല്ല ഓരോ ഇഷ്ടികയുടെ കഷണം കൂടി ഉപയോഗപ്പെടുത്തുന്നതിന് അവർക്കു കഴിവുണ്ടാക്കിക്കൊടുക്കാനും, അത്തരം കഷണങ്ങൾ അവയുടെ മുമ്പും പിമ്പും വയ്ക്കുന്ന ഇഷ്ടികകളുമായിണങ്ങുമ്പോൾ പരിപൂർണവും സർവതോമുഖവുമായ ഒരു നിരയായി അതു മാറുന്നത് അവർക്കു കാട്ടിക്കൊടുക്കാനുംവേണ്ടി അവർക്കൊരു 'ലൈൻ' (ചരടു) പിടിച്ചുകൊടുക്കുന്നത് വെറും 'കടലാസുപ്രവർത്തന'മാണോ? ഇഷ്ടികകളും കല്ലാശാരിമാരും നമുക്കു ധാരാളമുണ്ട്; പക്ഷേ, എല്ലാവർക്കും കാണാവുന്ന വിധത്തിലും അനുസരിക്കാവുന്ന വിധത്തിലും മാർഗനിർദേശകമായ ഒരു 'ലൈൻ' നമുക്കില്ല— ഇങ്ങനെയൊരവസ്ഥയല്ലേ ഇന്നു നമ്മുടെ പാർട്ടിജീവിതത്തിലുള്ളത്? 'ലൈൻ' പിടിച്ചു കൊടുക്കുന്നതിന്റെ ഫലമായി ഞങ്ങൾ 'കൽപ്പിക്കാ'നാണ് കാംക്ഷിക്കുന്നതെന്ന് ഇവർ മുറവിളി കൂട്ടിക്കൊള്ളട്ടെ, കൽപ്പിക്കാനാണ് ഞങ്ങൾ കാംക്ഷിച്ചിരുന്നതെങ്കിൽ, *ഇസ്ക്ര*, ലക്കം 1, എന്നല്ല, *റബോച്ചയ ഗസേത്ത*, ലക്കം 3, എന്നാണ് ഞങ്ങൾ പത്രത്തിന്റെ ടൈറ്റിൽ

പേജിൽ എഴുതുമായിരുന്നത്, മാന്യന്മാരെ! അങ്ങനെയെഴുതാൻ പല സഖാക്കളും ഞങ്ങളോട് അഭിപ്രായപ്പെടുകയുണ്ടായി; അതിനു ഞങ്ങൾക്കു പൂർണമായ അവകാശവുമുണ്ടായിരുന്നു. പക്ഷേ, ഞങ്ങളതു ചെയ്തില്ല. എല്ലാത്തരം മുറിയൻ സോഷ്യൽഡെമോക്രാറ്റുകാർക്കുമെതിരായി രാജിയില്ലാതെ സമരം നടത്തുന്നതിന് ഞങ്ങളുടെ കൈകൾ സ്വതന്ത്രമായിരിക്കണമെന്നു ഞങ്ങളാഗ്രഹിച്ചു; ഞങ്ങളുടെ 'ലൈൻ' (അതുവേണ്ടവിധം തീരുമാനിക്കപ്പെട്ടുകഴിഞ്ഞാൽ) അതു ശരിയായതുകൊണ്ടുതന്നെയാണ് മാനിക്കപ്പെടേണ്ടതെന്നും, അല്ലാതെ കേവലം അതൊരു ഔദ്യോഗികമുഖപത്രത്തിലൂടെ പുറത്തുവന്നതുകൊണ്ടാവരുതെന്നും ഞങ്ങൾക്കു നിർബന്ധമുണ്ടായിരുന്നു.

"പ്രാദേശികപ്രവർത്തനത്തെ കേന്ദ്രമുഖപത്രങ്ങളുമായി കൂട്ടിയിണക്കേണ്ട പ്രശ്നം വിഷമവൃത്തത്തിൽ കിടന്നു കറങ്ങുകയാണ്", എൽ നദേഷ്ദിൻ ഒരു പണ്ഡിതന്റെ ഭാവത്തിൽ നമുക്കു പറഞ്ഞുതരുന്നു;

> കാരണം, ഇതിനു ഐകരൂപ്യം കൂടിയേ കഴിയൂ; ഈ ഐകരൂപ്യമാകട്ടെ, കൂട്ടിയോജിപ്പിക്കാൻ കഴിവുള്ള എന്തെങ്കിലുമൊന്നിൽനിന്നേ ഉണ്ടാവുകയുള്ളൂ. എന്നാൽ ഈ കൂട്ടിയോജിപ്പിക്കാൻ കഴിവുള്ള ശക്തി സുശക്തമായ പ്രാദേശികസംഘടനകളിൽ നിന്നാവാം ഉയരുക; ഈ സംഘടകൾക്കാകട്ടെ, ഇന്നത്തെക്കാലത്ത് അത്രവലിയ ഐകരൂപ്യമൊന്നുമില്ലതാനും.

ഈ പച്ചയായ സത്യം, നാം സുശക്തരാഷ്ട്രീയസംഘടനകൾ കെട്ടിപ്പടുക്കണമെന്നും പറഞ്ഞതുപോലെതന്നെ അഭിവന്ദ്യവും അവിതർക്കിതവുമായ ഒന്നാണ്; അതുപോലെതന്നെ നിഷ്പ്രയോജനവുമാണത്. ഏതൊരു പ്രശ്നവും 'ഒരു വിഷമവൃത്തത്തിൽ കിടന്നു കറങ്ങു'ന്നുണ്ടാവും; കാരണം രാഷ്ട്രീയ ജീവിതമാകമാനം അസംഖ്യം കണ്ണികളുൾച്ചേർന്നുകൊണ്ടുള്ള ഒരനന്തമായ ചങ്ങലയാണ്. ഇതിൽ ഏതു കണ്ണിയാണോ നമ്മുടെ പിടിയിൽനിന്നു തെറിച്ചുപോകാതിരിക്കാൻ ഏറ്റവുമധികം ഇടയുള്ളത്, ഏതിനാണോ അതാതവസരത്തിൽ ഏറ്റവുമധികം പ്രാധാന്യമുള്ളത്, ഏതു കൈയിൽ കിട്ടിയാലാണോ അതോടൊപ്പം ചങ്ങല മുഴുവനും നമ്മുടെ പിടിയിൽ കിട്ടുക,* ആ കണ്ണി നാം കണ്ടുപിടിക്കണം; കണ്ടുപിടിച്ചുകഴിഞ്ഞാൽപ്പിന്നെ അതിന്മേൽത്തന്നെ ആവുന്നത്ര വിടാതെ പിടിച്ചുകൊണ്ടിരിക്കുകയും വേണം — ഇതിലാണ് രാഷ്ട്രീയപ്രവർത്തനത്തിന്റെ കല മുഴുവൻ കിടക്കുന്നത്. മാർഗനിർദേശകമായ

---

* സഖാവ് ക്രിച്ചേവ്സ്കിയ്! സഖാവ് മർത്തീനൊവ്! 'സ്വേഛരാധികാര'ത്തിന്റേയും 'അനിയന്ത്രിതമായ ആധിപത്യ'ത്തിന്റേയും 'പരമമായ ക്രമീകരണ'ത്തിന്റേയും മറ്റും ധിക്കാരപരമായ ഈ പ്രകടനത്തിലേക്കു നിങ്ങളുടെ ശ്രദ്ധ ക്ഷണിച്ചുകൊള്ളുന്നു. ഒന്നാലോചിച്ചുനോക്കൂ! ചങ്ങല മുഴുവനും കൈക്കലാക്കാനാണ് ആഗ്രഹം! ഉടനൊരു പരാതി അയയ്ക്കുക. *റബോച്ചെയെ ദ്യെലൊ*വിന്റെ 12-ാം ലക്കത്തിൽ രണ്ടു മുഖപ്രസംഗങ്ങൾക്കുള്ള വക ഇതു നൽകുന്നുണ്ട്.

ഒരു 'ലൈൻ' (ചരടു) കൂടാതെതന്നെ തങ്ങളുടെ ഇഷ്ടികകൾ തക്ക സ്ഥാനങ്ങളിൽ ശരിയായി പ്രതിഷ്ഠിക്കാറാവുകയും, അങ്ങനെയൊരു 'ലൈൻ' അതുകൊണ്ട് തീരെ അനാവശ്യമായിത്തീരുകയും ചെയ്ത — അതായത് ഏകീകൃതപ്രവർത്തനത്തിൽ അത്രയുമധികം പരിശീലനവും പരിചയവും നമുക്കുണ്ടാകുന്ന പക്ഷം (സ്ഥൂലപ്രപഞ്ചത്തെ നാം വിസ്മരിച്ചാൽ ഇത് അസംഭാവ്യമൊന്നുമല്ല) ഒരു പക്ഷേ അപ്പോൾ നമുക്ക് മറ്റു വല്ല കണ്ണിയിന്മേലും കടന്നുപിടിക്കാം. പക്ഷേ, സംഘം ചേർന്നുനിന്നു പ്രവർത്തിച്ച് പഴക്കവും തഴക്കവും നേടിയ കല്ലാശാരിമാർ നമുക്കില്ല; വേണ്ടാത്ത സ്ഥാനങ്ങളിലാണ് ഇഷ്ടികകൾ മിക്കപ്പോഴും നാമിന്നു വച്ചു പോരുന്നത്; പൊതുവിലുള്ള 'ലൈനു'മായി പൊരുത്തമില്ലാത്തവിധത്തിലാണവ നിരത്തപ്പെടുന്നത്; ശത്രുവിന് ഈ കെട്ടിടത്തെയാകെ — അത് ഇഷ്ടികയ്ക്കു പകരം മണലുകൊണ്ടായിരിക്കുമോ നിർമിച്ചതെന്നു തോന്നുമാറ് — അത്രയും എളുപ്പത്തിൽ തട്ടിത്തകർത്തുകളയാൻ സാധിക്കാത്തവിധം അത്രയും ചിന്നിച്ചിതറിയ രീതിയിലാണതിൽ ഇഷ്ടികകൾ നിരത്തിയിരിക്കുന്നത്: ഇതാണിന്നത്തെ നിർഭാഗ്യകരമായ അവസ്ഥ.

രണ്ടാമത്തെ ഉപമ ഇതാണ്: 'കൂട്ടായ പ്രചാരവേലയോ' കൂട്ടായ പ്രക്ഷോഭമോ മാത്രമല്ല, കൂട്ടായ സംഘടനാപ്രവർത്തനവും ഒരുപത്രം നടത്തും. ഇക്കാര്യത്തിൽ അതിനെ ഒരു കെട്ടിടനിർമാണാവസരത്തിൽ കെട്ടിടത്തിനുചുറ്റും നാം ഉയർത്താറുള്ള ചട്ടക്കൂടിനോട് ഉപമിക്കാം; സംഘടനയുടെയാകെ പൊതുവിൽ ഒരാകൃതി അത് നൽകുന്നു; പുരപണിയുന്നവരെ തമ്മിൽതമ്മിൽ ബന്ധമുണ്ടാക്കാൻ സഹായിക്കുന്നു; ജോലി തമ്മിൽ തമ്മിൽ വീതിച്ചുകൊടുക്കാനും, തങ്ങളുടെ സംഘടിതമായ അധ്വാനത്തിന്റെ കൂട്ടായ ഫലങ്ങൾ കണ്ടറിയാനും അവർക്കവസരം നൽകുന്നു."* ചാരുകസാലമേൽക്കിടക്കുന്ന ഒരു സാഹിത്യകാരൻ തന്റെ സ്വന്തം പ്രാധാന്യത്തെ പർവതീകരിക്കാൻ ശ്രമിക്കുന്നതിന്റെ വല്ല ഛായയും മേലെഴുതിയതിനുണ്ടോ? ഒരു കെട്ടിടത്തിനു ചുറ്റും കെട്ടിപ്പൊക്കുന്ന ചട്ടക്കൂട് ആർക്കും താമസിക്കാനുള്ളതല്ല; ഏറ്റവും വിലകുറഞ്ഞ സാധനങ്ങൾകൊണ്ടാണതു നിർമിക്കുക; കെട്ടിടത്തിന്റെ രൂപം ഉയർന്നു കഴിഞ്ഞാൽ അതെല്ലാം അടിച്ചുകൂട്ടി വിറകായുപയോഗിക്കും. വിപ്ലവസംഘടനകളുടെ നിർമാണത്തെക്കുറിച്ചു പറയുകയാണെങ്കിൽ, ചിലപ്പോൾ ചട്ടക്കൂടില്ലാതെതന്നെ അതുണ്ടാക്കാം — ഉദാ: 1870–80 കാലഘട്ടത്തിൽ അങ്ങനെയാണ് സംഭവിച്ചത്. പക്ഷേ, ഇന്നത്തെക്കാലത്ത് നാമാവശ്യപ്പെടുന്ന തരത്തിലുള്ള കെട്ടിടം നിർമിക്കാൻ ചട്ടക്കൂടു വേണ്ട എന്നു കരുതുക വയ്യതന്നെ.

---

* മർത്തീനൊവ് ഈ ഖണ്ഡികയിലെ ആദ്യത്തെ വാചകം *റബോച്ചെയെ ദ്യെലൊവിൽ* ഉദ്ധരിക്കുമ്പോൾ (ലക്കം 10, പേജ് 62) രണ്ടാമത്തെ വാചകം വിട്ടുകളയുകയുണ്ടായി: തദ്വാരാ ഒന്നുകിലദ്ദേഹം ഈ പ്രശ്നത്തിന്റെ കാതലായ വശങ്ങളെപ്പറ്റി താൻ ചർച്ച ചെയ്യാൻ തയാറില്ലെന്നു വ്യക്തമാക്കുകയാണ് ചെയ്തിരിക്കുന്നത്; അല്ലെങ്കിൽ ഇതു മനസിലാക്കാനുള്ള തന്റെ കഴിവില്ലായ്മ വ്യക്തമായിരിക്കുന്നു.

നദേഷ്ദിൻ ഇതിനോടു വിയോജിച്ചുകൊണ്ടു പറയുകയാണ്:

> നാട്ടുകാർ വാസ്തവത്തിൽ അതിന്റെ ചുറ്റും വന്ന് അണിനിരക്കുമെന്നും, അതിനുവേണ്ടിയുള്ള പ്രവർത്തനത്തിൽ പങ്കുകൊള്ളുമെന്നും അവർ സംഘടിച്ചുകൊള്ളുമെന്നും ആണ് *ഇസ്ക്രയുടെ* ധാരണ. പക്ഷേ, കൂടുതൽ സ്ഥൂലമായ വല്ലതിന്റേയും ചുറ്റും വന്നണിനിരക്കാനും സംഘടിക്കാനുമായിരിക്കും അവർക്കു കൂടുതൽ രസമുണ്ടാവുക!

ഇരിക്കട്ടെ, ഇരിക്കട്ടെ! "കൂടുതൽ സ്ഥൂലമായ വല്ലതിന്റേയും ചുറ്റും വന്നണിനിരക്കാനായിരിക്കും അവർക്കു കൂടുതൽ രസമുണ്ടാവുക....." ഒരു റഷ്യൻ പഴഞ്ചൊല്ലുണ്ട്: "കിണറ്റിലേക്കു തുപ്പരുത്; അതിലെ വെള്ളം നിങ്ങൾക്കു കുടിക്കേണ്ടിവന്നേക്കാം." എന്നാൽ ആളുകൾ തുപ്പിയിട്ടുള്ള കിണറ്റിൽനിന്നും വെള്ളം കുടിക്കാൻ വിരോധമില്ലാത്ത ചിലരുണ്ട്. എത്രയെത്ര വ്യത്തികേടുകളാണ്, നമ്മുടെ മഹാഗംഭീരന്മാരായ 'നിയമവിധേയമാർക്സിയൻ വിമർശകന്മാ'രും, നിയമവിരുദ്ധമായി *റബോച്ചയ മിസ്ലിനെ* ആരാധിക്കുന്നവരും ഈ 'കൂടുതൽ സ്ഥൂലമായ' വല്ലതിന്റെയും പേരിൽ എഴുതിക്കൂട്ടിയിട്ടുള്ളത്! നമ്മുടെതന്നെ സങ്കുചിതത്വംകൊണ്ടും ചുണക്കേടുകൊണ്ടും സംശയാലുത്വംകൊണ്ടും എത്ര ഇടുങ്ങിപ്പോയിരിക്കുന്നു. നമ്മുടെ പ്രസ്ഥാനം! എന്നിട്ടും 'കൂടുതൽ സ്ഥൂലമായ വല്ലതിന്റേയും ചുറ്റും അണിനിരക്കുന്നതാണ് കൂടുതൽ രസകര'മെന്ന യാഥാസ്ഥിതിക വാദം തട്ടിമൂളിച്ചു ഇതിനെ ന്യായീകരിക്കാനുള്ള ശ്രമമാണ് നടക്കുന്നത്! 'ജീവിതയാഥാർഥ്യങ്ങളെ'പ്പറ്റി തികഞ്ഞ ബോധമുണ്ടെന്നു വിശേഷിച്ചും സ്വയം അഭിമാനിക്കുന്ന നദേഷ്ദിൻ — 'ചാരകസേലയിൽക്കിടക്കുന്ന' സാഹിത്യകാരന്മാരെ ഇത്രയും കഠിനമായാക്ഷേപിക്കുന്ന നദേഷ്ദിൻ — എല്ലായിടത്തും സാമ്പത്തികസമരവാദം കാണുകയെന്ന ഒരു ദൗർബല്യം (ഇതൊരു ഫലിതമാണെന്നാണ് ധ്യാനം) *ഇസ്ക്രയ്ക്കു* ണ്ടെന്നു പറഞ്ഞാക്ഷേപിക്കുകയും താനാകട്ടെ, 'പഴങ്കൂറ്റകാ'രും 'വിമർശകന്മാരു'മെന്ന ഈ വ്യത്യാസത്തിൽനിന്നെല്ലാം ഉപരിയാണെന്നു സങ്കൽപ്പിക്കുകയും ചെയ്യുന്ന നദേഷ്ദിൻ — ഇത്തരം വാദത്തിന്റെ ഫലമായി സ്വയം ചെന്നെത്തുന്നതു താൻതന്നെ എത്രയും കോപത്തോടുകൂടി എതിർക്കുന്ന ആ സങ്കുചിതത്വത്തിൽത്തന്നെയാണ്; ആളുകൾ ഏറ്റവുമധികം തുപ്പിയിട്ടുള്ള കിണറ്റിൽനിന്നാണദ്ദേഹം വെള്ളം കോരിക്കുടിക്കുന്നത്. ഇതദ്ദേഹത്തിനു സ്വയം കാണാൻ കഴിയുന്നില്ല! സങ്കുചിതത്വത്തിനുനേരെ എത്രതന്നെ ആത്മാർഥമായ കോപമുണ്ടായാലും ശരി, സങ്കുചിതത്വത്തെ മുട്ടുകുത്തിയാരാധിക്കുന്നവരെ കൈപിടിച്ചുയർത്താൻ എത്രതന്നെ വികാരനിർഭരമായ ആഗ്രഹമുണ്ടായാലും ശരി, കോപിഷ്ഠൻ 1870–80 കാലത്തെ വിപ്ലവകാരികളെപ്പോലെ 'സ്വയമേവ', യാതൊരെത്തും പിടിയുമില്ലാതെ വെള്ളത്തിലൊഴുകിപ്പോകാനാണ് ഭാവമെങ്കിൽ — 'വികാരപ്രചോദകമായ ഭീകരനടപടികൾ', 'കാർഷികഭീകരനടപടികൾ', 'രണഭേരി മുഴക്കുക'

മുതലായ ചിലതിന്മേൽ തൂങ്ങിപ്പിടിച്ചുനിൽക്കാനാണ് അയാൾ ഒരുക്കമെങ്കിൽ — അതുകൊണ്ട് തീരെ മതിയാവുന്നതല്ല. 'കൂടുതൽ സ്ഥൂലമായ' എന്തിന്റെയെല്ലാം ചുറ്റുമാണിദ്ദേഹം 'കൂടുതൽ രസകര'മായി അണിനിരക്കാനും സംഘടിക്കാനുമാഗ്രഹിക്കുന്നതെന്നു നോക്കുക: 1) പ്രാദേശികപത്രങ്ങൾ, 2) പ്രകടനങ്ങൾക്കുവേണ്ടിയുള്ള ഒരുക്കങ്ങൾ; 3) തൊഴിലില്ലാത്തവർക്കിടയിലുള്ള പ്രവർത്തനം. ഏതെങ്കിലുമൊന്നു പറയാൻവേണ്ടിമാത്രം ഇവയിന്മേലദ്ദേഹം കയറിപ്പിടിച്ചതാണെന്ന് പ്രഥമദൃഷ്ടിയിൽതന്നെ കാണാൻ പ്രയാസമില്ല; കാരണം, ഏതുനിലയ്ക്കു നോക്കിയാലും കൊള്ളാം, 'അണിനിരക്കാനും സംഘടിക്കാനും' പ്രത്യേകം ഉപയുക്തമായ യാതൊരു സവിശേഷതയും ഈ ഇനങ്ങളിലൊന്നുംതന്നെ കാണുകയില്ല. ഇതേ നദേഷ്ദിൻതന്നെ ഏതാനും പേജുകൾക്കപ്പുറം പറയുന്നുണ്ട്:

> പ്രാദേശികമായി ഇന്നു നടക്കുന്ന പ്രവർത്തനം അങ്ങേയറ്റം ക്ഷുദ്രമാണെന്നും, കമ്മിറ്റികൾ തങ്ങൾക്കു ചെയ്യാൻ കഴിവുള്ളതിന്റെ പത്തിലൊരംശമേ ചെയ്യുന്നുള്ളുവെന്നും ഉള്ള പരമാർഥം നമുക്കു പച്ചയായിപ്പറയാൻ കാലമായിരിക്കുന്നു.... നമുക്കിന്നുണ്ടെന്നു പറയുന്ന സംയോജന കേന്ദ്രങ്ങൾ കേവലമൊരു കെട്ടുകഥയാണ്; വിപ്ലവകാരികളുടെ ഒരുവക ഉദ്യോഗസ്ഥമേധാവിത്വത്തെയാണവ പ്രതിനിധീകരിക്കുന്നത്; അതിലെ അംഗങ്ങൾ തങ്ങളെത്തന്നെ അന്യോന്യം പടത്തലവന്മാരുടെ സ്ഥാനങ്ങളിലേക്കു നിയമിക്കുന്നു; സുശക്തമായ പ്രാദേശികസംഘടനകൾ വളർന്നുവരുന്നതുവരെ ഇതെല്ലാം ഇങ്ങനെതന്നെ തുടരുകയും ചെയ്യും.

ഈ അഭിപ്രായപ്രകടനങ്ങളിൽ കുറേ അതിശയോക്തിയുണ്ടെങ്കിലും, കയ്പേറിയ പല പരമാർഥങ്ങളും ഇതിൽ പുറത്തുവരുന്നുണ്ട്; പക്ഷേ, പ്രാദേശികപ്രവർത്തനത്തിന്റെ ഈ ക്ഷുദ്രതയും പാർട്ടിപ്രവർത്തകന്മാരുടെ സങ്കുചിതവീക്ഷണവും, അവരുടെ പ്രവർത്തനങ്ങളുടെ ഇടുങ്ങിയ പരിധിയും തമ്മിൽതമ്മിലുള്ള ബന്ധം നദേഷ്ദിനു കാണാൻ കഴിയുന്നില്ലേ? പ്രാദേശികസംഘടനകളിലൊതുങ്ങിനിന്നു പ്രവർത്തിക്കുന്ന പാർട്ടിപ്രവർത്തകർക്കു വേണ്ടത്ര പരിശീലനം സിദ്ധിക്കാത്തിടത്തോളം കാലം ഇതെല്ലാം അനിവാര്യമാണ്. 1898-ൽ പ്രാദേശികപത്രങ്ങളിലേക്കുള്ള വിപുലമായ മാറ്റത്തോടുകൂടി സാമ്പത്തികസമരവാദവും 'പ്രാകൃതസമ്പ്രദായ'ങ്ങളും എങ്ങനെയാണ് വളരെയധികം ശക്തിപ്പെട്ടതെന്ന്, *സ്വൊബോദ*യിലെ സംഘടനാസംബന്ധമായ ലേഖനത്തിന്റെ കർത്താവിനെപ്പോലെ, അദ്ദേഹവും മറന്നുകളഞ്ഞോ? 'പ്രാദേശികപത്രങ്ങളെ വിപുലമായ തോതിൽ' തൃപ്തികരമാംവിധം സംഘടിപ്പിക്കാൻ കഴിഞ്ഞാൽക്കൂടി (ഇതു വളരെ ദുർലഭം അവസരങ്ങളിലല്ലാതെ സാധ്യമല്ലെന്നു മുകളിൽ ഞങ്ങൾ തെളിയിച്ചുവല്ലോ) ഏകാധിപത്യത്തിനുനേരെ കൂട്ടായ ഒരാക്രമണം നടത്താനും, ഏകീകൃതമായ ഒരു സമരത്തിന്റെ

നേതൃത്വമേറ്റെടുക്കുവാനും വേണ്ടി ഈ പ്രാദേശികമുഖപത്രങ്ങൾക്ക് എല്ലാ വിപ്ലവശക്തികളേയും 'അണിനിരത്താനും സംഘടിപ്പിക്കാനും' സാധിക്കുകയില്ല. ശക്തികളെ 'അണിനിരത്തുന്ന'തിലും സംഘടിപ്പിക്കുന്നതിലും ഒരു പത്രത്തിനുള്ള പങ്കിനെക്കുറിച്ചാണ് നാമിവിടെ ചർച്ച നടത്തുന്നതെന്ന സംഗതി മറക്കരുത്. ഛിന്നഭിന്നാവസ്ഥയ്ക്കുവേണ്ടി വക്കാലത്തുപിടിക്കുന്ന നദേഷ്ദിനോട്, അദ്ദേഹം തന്നെ പുച്ഛരസത്തിൽ ഉന്നയിച്ചിട്ടുള്ള അതേ ചോദ്യം ഞങ്ങൾക്കും ചോദിക്കാൻ സാധിക്കും: 'ആരെങ്കിലും നമുക്ക് ഒരു രണ്ടുലക്ഷം വിപ്ലവസംഘാടകന്മാരെ ഒസ്യത്തായി തന്നിട്ടുണ്ടോ?' പിന്നെ *ഇസ്ക്ര*യുടെ പ്ലാനിനു വിരുദ്ധമായനിലയിൽ 'പ്രകടനങ്ങൾക്കുവേണ്ടിയുള്ള ഒരുക്കങ്ങളെ' വിവക്ഷിക്കുന്നതിനും അർഥമില്ല; കാരണം, ആവുന്നത്ര വിപുലമായ തോതിൽ പ്രകടനങ്ങൾ സംഘടിപ്പിക്കുകയെന്നത് ഈ പ്ലാനിൽത്തന്നെ അതിന്റെ പല ലക്ഷ്യങ്ങളിലൊന്നായി ഉൾപ്പെടുത്തിയിട്ടുണ്ട്. അതിനുള്ള പ്രായോഗികമാർഗം ഏതാണെന്നുള്ളതാണ് വാദവിഷയം. ഈ പ്രശ്നത്തിന്മേലും നദേഷ്ദിനു ചിന്താക്കുഴപ്പം ബാധിച്ചിട്ടുണ്ട്. ഇപ്പോൾത്തന്നെ 'അണിനിരക്കുകയും സംഘടിക്കുകയും' ചെയ്തുകഴിഞ്ഞിട്ടുള്ള ശക്തികൾക്കുമാത്രമേ പ്രകടനങ്ങൾക്കുവേണ്ടി 'ഒരുക്കങ്ങളുണ്ടാ'ക്കാൻ സാധ്യമാവൂ എന്നദ്ദേഹം ഓർക്കുന്നില്ല (നാളിതുവരെ ഇത്തരത്തിലുള്ള ബഹുഭൂരിപക്ഷം പ്രകടനങ്ങളും കേവലം സ്വയമേവ പൊട്ടിപ്പുറപ്പെടുകയാണ് ചെയ്തിട്ടുള്ളത്). നാട്ടുകാരെ അണിനിരത്താനും സംഘടിപ്പിക്കാനുമുള്ള ഈ വൈദഗ്ധ്യം തന്നെയാണ് നമുക്കിന്നില്ലാത്തത്. 'തൊഴിലില്ലാത്തവർക്കിടയിൽ പ്രവർത്തിക്കുക.' ഇവിടെയും അതേ ചിന്താക്കുഴപ്പം തന്നെ; കാരണം ഇവിടെയുള്ള പ്രശ്നം നാം സജ്ജീകരിച്ചുകഴിഞ്ഞ ശക്തികളെക്കൊണ്ടുള്ള സമരനടപടിയെസംബന്ധിച്ച ഒരു പ്രശ്നമാണ്; ശക്തികളെത്തന്നെ അണിനിരത്താനുള്ള ഒരു പ്ലാൻ ഇവിടെ വിഷയമേയല്ല. നമ്മുടെ ഛിന്നഭിന്നാവസ്ഥയുടെ — 'രണ്ടുലക്ഷം സംഘാടകന്മാർ' നമുക്കില്ലാത്തതിന്റെ — ഫലമായിട്ടുണ്ടായിട്ടുള്ള ദ്രോഹത്തിന്റെ ഗൗരവത്തെ നദേഷ്ദിൻ എത്ര കുറച്ചേ ഗൗനിക്കുന്നുള്ളുവെന്നുള്ളത് താഴെകൊടുക്കുന്ന ഉദാഹരണങ്ങളിൽനിന്നുതെളിയും. തൊഴിലില്ലായ്മയെ സംബന്ധിച്ചിടത്തോളം വളരെ ദുർലഭമായിട്ടേ *ഇസ്ക്ര* വർത്തമാനങ്ങൾ കൊടുക്കാറുള്ളുവെന്നും, ഗ്രാമീണജീവിതത്തിലെ സാധാരണകാര്യങ്ങളെക്കുറിച്ച് ഇടയ്ക്കും തലയ്ക്കും ചില കത്തുകൾ മാത്രമേ അതു പ്രസിദ്ധീകരിക്കുന്നുള്ളുവെന്നും നദേഷ്ദിനടക്കം പലരും ആക്ഷേപിച്ചിട്ടുണ്ടല്ലോ. ഈ ആക്ഷേപം ന്യായമാണുതാനും; പക്ഷേ, *ഇസ്ക്ര* 'പാപംചെയ്യാത്ത ഒരു കുറ്റവാളി'യാണ്. ഉൾനാടുകളിലേക്കും ഞങ്ങൾ 'ലൈൻപിടിച്ചുകൊടുക്കാൻ' ശ്രമിക്കുന്നുണ്ട്; പക്ഷേ, അവിടെ കല്ലാശാരിമാർ മിക്കവാറും ഇല്ലെന്നുതന്നെ പറയാം. ഏറ്റവും സാധാരണസംഭവങ്ങളെക്കുറിച്ചുപോലും ഞങ്ങൾക്കു വർത്തമാനങ്ങളായിച്ചുരുങ്ങുന്നതിന് എല്ലാവരേയും പ്രോത്സാഹിപ്പിക്കാൻ ഞങ്ങളവിടെ നിർബന്ധിതരായിരിക്കയാണ്; ഇതിൻഫലമായി

ഈ രംഗത്തിൽ ഞങ്ങളുടെ ലേഖകന്മാരുടെ എണ്ണം വർധിക്കുമെന്നും, അവസാനം ഇതുമൂലം യഥാർഥത്തിലേറ്റവും പ്രധാനമായ സംഗതികൾ തെരഞ്ഞെടുക്കുന്നതിൽ ഞങ്ങളെല്ലാവർക്കും പരിശീലനം ലഭിക്കുമെന്നും ആണ് ഞങ്ങളുടെ ആശ. പക്ഷേ, പരിശീലനത്തിനു കിട്ടുന്ന സാമഗ്രികൾ വളരെ കുറവാണ്. അവയിൽനിന്നു റഷ്യക്കു മുഴുവനുംവേണ്ടി പൊതുതത്വങ്ങൾ രൂപവൽക്കരിക്കാൻ നമുക്ക് കഴിയാത്തപക്ഷം വളരെ ച്ചെറിയൊരടിസ്ഥാനമേ നമ്മുടെ പരിശീലനത്തിനുണ്ടാവുകയുള്ളൂ. തീർച്ചയായും ഒരു പ്രക്ഷോഭകനു വേണ്ടിടത്തോളമെങ്കിലും കഴിവും, തൊഴിലില്ലാതെ അലഞ്ഞുതിരിഞ്ഞു നടക്കുന്നവരുടെ ജീവിതത്തെക്കുറിച്ച് പ്രത്യക്ഷത്തിൽ നദേഷ്ദിനുള്ളിടത്തോളമെങ്കിലും ജ്ഞാനവും ഉള്ള ഒരാൾക്ക് തൊഴിലില്ലാത്തവർക്കിടയിൽ പ്രക്ഷോഭം നടത്തുന്നതിന്റെ ഫലമായി അമൂല്യമായ സഹായം പ്രസ്ഥാനത്തിനു നൽകാൻ സാധിക്കും — പക്ഷേ, അങ്ങനെയൊരാൾ താൻ തന്റെ പ്രവർത്തനത്തിലെടുക്കുന്ന ഓരോ നടപടിയേയുംപറ്റി എല്ലാ റഷ്യൻസഖാക്കൾക്കും വിവരം നൽകാത്തപക്ഷം അയാൾ തന്റെ വൈഭവങ്ങളെ കേവലം മണ്ണിനടിയിൽ കുഴിച്ചുമൂടുകയായിരിക്കും ചെയ്യുക. വിവരം മറ്റുള്ളവർക്കു പകർന്നുകൊടുത്താൽ മാത്രമേ പുതിയതരം പ്രവൃത്തികളേറ്റെടുക്കാൻ ഇതുവരെ പ്രാപ്തിയുണ്ടായിട്ടില്ലാത്ത ബഹുഭൂരിപക്ഷം സഖാക്കൾക്കും ഇയാളുടെ മാതൃക കണ്ടുപഠിക്കാൻ കഴിയുകയുള്ളൂ.

ഐക്യത്തിന്റെ പ്രാധാന്യത്തെക്കുറിച്ചും, 'അണിനിരക്കുന്നതിന്റെയും സംഘടിക്കുന്നതിന്റെയും' ആവശ്യകതയെക്കുറിച്ചും എല്ലാവരും ഒന്നൊഴിയാതെ ഇന്നു സംസാരിക്കുന്നുണ്ട്; പക്ഷേ ഭൂരിപക്ഷം ആളുകൾക്കും എവിടെനിന്നാണ് തുടങ്ങേണ്ടതെന്നും, ഏതുവിധമായാണ് ഈ ഐക്യം ഉണ്ടാകേണ്ടതെന്നുമുള്ളതിനെപ്പറ്റി വ്യക്തമായ ഒരാശയമില്ല. ഉദാ: ഏതെങ്കിലുമൊരു പട്ടണത്തിലെ ജില്ലാസർക്കിളുകളെ നാം 'ഏകീകരിക്കു'കയാണെങ്കിൽ, അതു സാധ്യമാവാൻ കൂട്ടായ ചില സ്ഥാപനങ്ങൾ കൂടിയേ കഴിയൂ എന്നു ഒരു പക്ഷേ സകലരും സമ്മതിക്കും; അതായത്, കേവലം 'ലീഗ്' എന്നു പൊതുവിലൊരു പേരുണ്ടായാൽമാത്രം പോരാ, യഥാർഥത്തിൽ കൂട്ടായ പ്രവർത്തനംതന്നെ വേണം: വിവിധ ജില്ലകളിൽ മാത്രമല്ല പട്ടണത്തിലാകെ തന്നെ പ്രത്യേകം ജോലികളുടെ അടിസ്ഥാനത്തിൽ വിവരങ്ങളും അനുഭവങ്ങളും ശക്തികളും പരസ്പരം കൈമാറുന്നതും, ജോലികൾതന്നെ വീതിച്ചുകൊടുക്കുന്നതും എല്ലാം കൂട്ടായ ഒരടിസ്ഥാനത്തിൽ വേണമെന്നർഥം. ഒരേയൊരു ജില്ലയുടെ മാത്രം 'വിഭവങ്ങളു'ണ്ടായാൽ (ആളും സാധനങ്ങളുമുണ്ടായാൽ) വലിയൊരു രഹസ്യബന്തവസ് 'മുതലാവുകയില്ലെ'ന്നും (കച്ചവടഭാഷയിൽത്തന്നെ പറയട്ടെ), ഒരൊറ്റ ജില്ലയ്ക്കുള്ളിൽ ഒരു വിദഗ്ധപ്രവർത്തകനു തന്റെ കഴിവുകൾ വികസിപ്പിക്കാൻ വേണ്ടത്ര രംഗം ലഭിക്കുകയില്ലെന്നും എല്ലാവരും സമ്മതിക്കും. പക്ഷേ ഇതുതന്നെ കുറെയധികം പട്ടണങ്ങളെ ഒന്നിച്ചു ചേർത്താലും ബാധകമാണ്; കാരണം, ഒരു പ്രത്യേക

പ്രദേശംപോലും ഒരു ജില്ലപോലെതന്നെ അത്യധികം സങ്കുചിതമാണെന്ന് അനുഭവപ്പെടും; നമ്മുടെ സോഷ്യൽഡെമോക്രാറ്റിക് പ്രസ്ഥാനചരിത്രത്തിൽ ഇത് ഇതിനകംതന്നെ അനുഭവപ്പെട്ടുകഴിഞ്ഞതാണ്. രാഷ്ട്രീയ പ്രക്ഷോഭത്തെയും സംഘടനാപരമായ പ്രവർത്തനത്തെയും സംബന്ധിച്ചിടത്തോളം മുകളിൽ ഞങ്ങളിതു തെളിയിച്ചുതരികയും ചെയ്തുവല്ലോ. പ്രഥമവും പ്രധാനവുമായി നാം രംഗം വിപുലീകരിക്കണം; ക്രമമായും കൂട്ടായും ഉള്ള പ്രവർത്തനത്തിന്റെ അടിസ്ഥാനത്തിൽ പട്ടണങ്ങൾ തമ്മിൽ യഥാർഥബന്ധങ്ങൾ സ്ഥാപിക്കണം; എന്തുകൊണ്ടെന്നാൽ, *ഇസ്ക്രയ്*ക്കുള്ള ഒരു കത്തിൽ ഒരു ലേഖകൻ ഈയിടെ എഴുതിയപോലെ "ഒരു കുണ്ടിലെന്നവണ്ണം വീണുകിടക്കുന്ന" നമ്മുടെ നാട്ടുകാരുടെ പ്രവർത്തനപരിധിയെ ഈ ഛിന്നഭിന്നാവസ്ഥ സങ്കുചിതപ്പെടുത്തുന്നു; ലോകത്തിൽ നടക്കുന്നതെന്താണെന്ന് അവരറിയുന്നില്ല; ആരിൽ നിന്നും അവർക്കു പഠിക്കാനില്ല; എങ്ങനെയാണ് കൂടുതൽ പരിചയം സമ്പാദിക്കേണ്ടതെന്നോ, വിപുലമായ പ്രവർത്തനങ്ങൾക്കുള്ള തങ്ങളുടെ അഭിലാഷം പൂരിപ്പിക്കേണ്ടതെന്നോ അവർക്കറിഞ്ഞുകൂടാ. ചിട്ടയായി പ്രവർത്തിക്കുന്ന — ഒരൊറ്റ അഖിലറഷ്യൻ സംരംഭമെന്ന നിലയ്ക്കുള്ള — ഒരു പൊതുപത്രം മുഖേന മാത്രമേ യഥാർഥബന്ധങ്ങൾ സ്ഥാപിക്കുകയെന്ന ജോലി തുടങ്ങാൻപോലും നമുക്കു കഴിയൂ എന്ന് ഇനിയും ഞാൻ സിദ്ധാന്തിക്കുന്നു. നാനാതരം പ്രവർത്തനഫലങ്ങളെയെല്ലാം ഈ പത്രം സംഗ്രഹിക്കും; എല്ലാ വഴിയും റോമിലേക്കുള്ളതാണെന്നു പറയാറുള്ളതുപോലെ വിപ്ലവത്തിലേക്കും അസംഖ്യം വഴികളുണ്ട് — ഇത്തരത്തിലുള്ള എല്ലാ പാതകളിലൂടെയും അക്ഷീണമായി മുന്നോട്ടു മാർച്ചു ചെയ്യാൻ ഈ പത്രം അങ്ങനെ നമ്മുടെ നാട്ടുകാർക്കു പ്രചോദനം നൽകും, പേരിനു മാത്രമുള്ള ഐക്യമല്ല നമുക്കു വേണ്ടതെങ്കിൽ, കൂട്ടായ താൽപ്പര്യത്തിനുവേണ്ടി സജീവമായി പ്രവർത്തിക്കാൻ ഓരോ പ്രാദേശികസ്റ്റഡിസർക്കിളും അതിന്റെ ശക്തികളിൽ നാലിലൊരുഭാഗമോ മറ്റോ ഉഴിഞ്ഞുവയ്ക്കുന്നതിനു ഉടൻ ഏർപ്പാടുചെയ്യണം, പത്രമാകട്ടെ, ഉടൻതന്നെ അവർക്ക്* ഈ പൊതു താൽപ്പര്യത്തിന്റെ മൊത്തത്തിലുള്ള രൂപത്തെക്കുറിച്ചും വ്യാപ്തിയെക്കുറിച്ചും, സ്വഭാവത്തെക്കുറിച്ചും വിവരങ്ങൾ നൽകും; അഖിലറഷ്യൻ പ്രവർത്തനത്തിലെ ഏറ്റവും കാര്യമായ തകരാറുകളെന്തെല്ലാമാണെന്ന് — പ്രക്ഷോഭം എവിടെയാണ് പോരാത്തതെന്ന്, ബന്ധങ്ങൾ എവിടെയാണ് അയഞ്ഞുകിടക്കുന്നതെന്ന്— അത

* പക്ഷേ ഒരു വ്യവസ്ഥയുണ്ട്: അതായത്, ആ സ്റ്റഡിസർക്കിളിനു പ്രസ്തുതപത്രത്തിന്റെ നയത്തോടനുഭാവമായിരിക്കുകയും അതുമായുള്ള സഹകരണം — സാഹിത്യപരമായ സഹകരണം മാത്രമല്ല, പൊതുവിൽ വിപ്ലവാത്മകമായ സഹകരണം — പ്രയോജനകരമാണെന്നു അത് കരുതുകയും ചെയ്യുന്ന പക്ഷം. *റബോച്ചെയെ ദ്യെലൊവി*ന്റെ ശ്രദ്ധയ്ക്ക്: ജനാധിപത്യക്കസർത്തിനുപകരം ലക്ഷ്യത്തിനു പ്രാധാന്യം കൽപ്പിക്കുകയും 'അനുഭാവ'ത്തെ ഏറ്റവും സജീവമായ പങ്കാളിത്തത്തിൽനിന്നു വേർതിരിച്ചുകാണാതിരിക്കുകയും ചെയ്യുന്ന വിപ്ലവകാരികളെസംബന്ധിച്ചിടത്തോളം ഈ വ്യവസ്ഥ പറയാതെ തന്നെ അറിവുള്ളതാണ്.

വർക്ക് വ്യക്തമായി ചൂണ്ടിക്കാട്ടിക്കൊടുക്കും; മഹത്തായ ആ പൊതുയന്ത്രത്തിൽ ഏതേതു ചെറുചക്രങ്ങളാണ് റിപ്പയർ ചെയ്യേണ്ടതെന്ന് — അഥവാ, ഏതിന്റെ സ്ഥാനത്താണ് അതിലും നല്ല ചക്രങ്ങൾ വെയ്ക്കേണ്ടതെന്ന് — പത്രം ഉൽബോധിപ്പിക്കും. പ്രവർത്തനമിനിയും ആരംഭിച്ചിട്ടില്ലാത്തതും അതിനുള്ള അന്വേഷണംമാത്രം തുടങ്ങിയിട്ടുള്ളതുമായ ഒരു സർക്കിളിന്, അപ്പോൾ, തന്നേക്കാൾ മുമ്പ് 'വ്യവസായ'ത്തിലെന്തെല്ലാം അഭിവൃദ്ധിയുണ്ടായിട്ടുണ്ടെന്നോ, വ്യവസായത്തിലെ നിലവിലുള്ള ഉൽപ്പാദനരീതികളെന്തെല്ലാമാണെന്നോ പരിജ്ഞാനമില്ലാത്ത ഒരൊറ്റപ്പെട്ട ചെറുകിട വർക്ക്ഷോപ്പിലെ കൈത്തൊഴിൽ വ്യവസായിയെപ്പോലെയല്ല തങ്ങളുടെ പ്രവർത്തനമാരംഭിക്കേണ്ടിവരിക; പിന്നെയോ? ഏകാധിപത്യത്തിന്റെ നേർക്കുള്ള പൊതു വിപ്ലവാക്രമണത്തെയാകെ നിഴലിച്ചുകാട്ടുന്ന ഒരു വിപുലമായ സംരംഭത്തിൽ സ്വയം പങ്കെടുക്കുന്നവരെപ്പോലെ അവർക്കു പ്രവർത്തനം തുടങ്ങാം. ഓരോ ചെറിയ ചക്രത്തിനുമുള്ള മിഴിവും വടിവും എത്രകണ്ടു പരിപൂർണമാണോ, എത്രത്തോളം പ്രായോഗികപ്രവർത്തകന്മാർ പൊതുതാൽപ്പര്യത്തിനുവേണ്ടി പ്രവർത്തിക്കുമോ; അത്രകണ്ടു കൂടുതൽ പരസ്പരനിബദ്ധമായിരിക്കും നമ്മുടെ സംഘടന; അത്രകണ്ടു കുറച്ചുമാത്രമേ പൊലീസുകയ്യേറ്റങ്ങളുടെ അനിവാര്യതയ്ക്കു മുമ്പിൽ നമ്മുടെ അണികൾ പൊതുവിൽ പരിഭ്രമിക്കുകയുമുള്ളൂ.

വെറുമൊരു പത്രം വിതരണംചെയ്യുകയെന്ന ജോലിതന്നെ യഥാർഥബന്ധങ്ങൾ ഊട്ടിയുണ്ടാക്കാൻ സഹായകമായിത്തീരും (പക്ഷേ, ഇത് ആ പത്രം; പത്രമെന്ന പേരിനെ അർഹിക്കുന്നുണ്ടെങ്കിൽ മാത്രമാണ് — എന്നുവച്ചാൽ, ഒരു മാസികപോലെ മാസത്തിലൊരിക്കലല്ല, മാസത്തിൽ നാലുതവണയോ മറ്റോ കൃത്യമായി അതു പുറത്തു വരുന്നുണ്ടെങ്കിൽ മാത്രമാണ്). ഇന്ന് വിപ്ലവാവശ്യങ്ങൾക്കുവേണ്ടി പട്ടണങ്ങൾ തമ്മിൽത്തമ്മിൽ ബന്ധംവയ്ക്കുകയെന്നത് അങ്ങേയറ്റം അപൂർവമാണ്; എന്തായാലും അതൊരു നിയമമല്ല, നിയമവ്യതിയാനമാണ്. എന്നാൽ, ഒരു പത്രം നമുക്കുണ്ടെങ്കിൽ, ഇത്തരം ബന്ധസ്ഥാപനം നിയമംതന്നെയായിത്തീരും; തീർച്ചയായും തൽഫലമായി പത്രം വിതരണംചെയ്യപ്പെടുമെന്നു മാത്രമല്ല, അതിലും പ്രധാനമായ മറ്റൊന്നുകൂടിയുണ്ടാവും. അനുഭവങ്ങൾ, വിവരങ്ങൾ, വിഭവങ്ങൾ — ഇതെല്ലാം കൈമാറാൻ ഇതുമൂലം കഴിയും. സംഘടനാപ്രവർത്തനത്തിന്റെ പരിധി ഉടൻതന്നെ എത്രയോ കൂടുതൽ വിപുലമായി വികസിക്കും; ഏതെങ്കിലുമൊരു പ്രദേശത്തുണ്ടാവുന്ന വിജയം കൂടുതൽ നന്നാവാനുള്ള ഒരവിതർക്കിതമായ പ്രോത്സാഹനമായിരിക്കും; രാജ്യത്തിലെ മറ്റുഭാഗങ്ങളിൽ പ്രവർത്തിക്കുന്ന സഖാക്കളുടെ അനുഭവത്തെ ഉപയോഗപ്പെടുത്താൻ ആഗ്രഹം വളരും. പ്രാദേശികപ്രവർത്തനം ഇന്നത്തേക്കാൾ എത്രയോ അധികം ഫലപുഷ്ടവും കൂടുതൽ നാനാമുഖവുമായിത്തീരും: റഷ്യയിലെല്ലായിടത്തുനിന്നും അടിച്ചുകൂട്ടിക്കൊണ്ടുവരുന്ന രാഷ്ട്രീയവും സാമ്പത്തികവുമായ അഴിമതിക്കഥകളുടെ തുറ

ന്നുകാട്ടൽ എല്ലാവിധ തൊഴിലുകളിലുമുള്ള തൊഴിലാളികൾക്കു — വളർച്ചയുടെ വിവിധപതനങ്ങളിലുള്ള തൊഴിലാളികൾക്ക് — മാനസികഭക്ഷണം നൽകും; പല പല വിഷയങ്ങളെക്കുറിച്ചും പിന്നീടു വാദപ്രതിവാദം നടത്താനും വായിക്കാനും അത് വസ്തുതകൾ നൽകുകയും അവസരമുണ്ടാക്കിത്തീർക്കുകയും ചെയ്യും; ഇതിനെല്ലാമുള്ള സൂചനകൾ നിയമവിധേയപത്രങ്ങളിൽനിന്നും, വെളിയിലുള്ള സംഭാഷണങ്ങളിൽനിന്നും, ഗവൺമെന്റിന്റെ തന്നെ 'ലജ്ജയോടുകൂടിയ' അറിയിപ്പുകളിൽനിന്നുംകൂടി നിശ്ചയമായും ലഭിക്കുകയും ചെയ്യും. ഓരോ കലാപത്തിന്റേയും ഓരോ പ്രകടനത്തിന്റെയും എല്ലാ വശങ്ങളും റഷ്യയിൽ സർവത്ര ആളുകളുടെ കൂലങ്കഷമായ വാദപ്രതിവാദത്തിന് വിഷയീഭവിക്കും. അതിൻ ഫലമായി, മറ്റുള്ളവരുടെ ഒപ്പമെത്താനും അവരെ കവച്ചുവയ്ക്കാനുമുള്ള ഒരാഗ്രഹം (സോഷ്യലിസ്റ്റുകാരായ നാം തീർച്ചയായും എല്ലാത്തരം ഇണക്കുത്തും 'മത്സര'വുമുപേക്ഷിക്കുന്നവരല്ല) — ആദ്യമാദ്യം തനിയേ രൂപംകൊണ്ട കാര്യങ്ങൾക്കുവേണ്ടി ബോധപൂർവംതന്നെ തയാറെടുക്കാനുള്ള ഒരു വാസന, ഏതെങ്കിലുമൊരു പ്രത്യേക ജില്ലയിലോ ഒരു പ്രത്യേക നിമിഷത്തിലോ ഉളവാകുന്ന അനുകൂലപരിത:സ്ഥിതികളെ ഉപയോഗിച്ച് ആക്രമണത്തിന്റെ പ്ലാനിൽത്തന്നെയും ഭേദഗതികൾ വരുത്താനുള്ള വെമ്പൽ — ഇതെല്ലാം അതു പ്രചോദിപ്പിക്കും. അതേ സമയംതന്നെ, ഓരോരോ പ്രകടനത്തിനും, പ്രാദേശികപത്രത്തിന്റെ ഓരോരോ ലക്കം പുറത്തിറക്കുന്നതിനുംവേണ്ടി എല്ലാ ആളുകളെയും ശക്തികളെയും കേവലം നൈരാശ്യത്തോടുകൂടി — ഒരുതരം 'മരണവെപ്രാള'ത്തോടുകൂടി — വ്യയം ചെയ്യുന്ന സമ്പ്രദായം പ്രാദേശികപ്രവർത്തനത്തിന്റെ ഈ പുനരുത്ഥാനത്തോടുകൂടി അനാവശ്യമായിത്തീരുകയും ചെയ്യും. ഒന്നാമത്, മണ്ണിനടിയിൽ ഇതിന്റെ 'വേരുകൾവരെ' കുഴിച്ചുനോക്കാൻ പൊലീസിനു കൂടുതൽ പ്രയാസമുണ്ടാവും; കാരണം, ഏതു ജില്ലയിലാണ് ഈ 'വേരുകളെ' ആരായേണ്ടതെന്ന് അവർ അറിയുകയില്ല. രണ്ടാമത്, പൊതുസേനയുടെ അതാതു പ്രാദേശികയൂണിറ്റിനുള്ള ശക്തികൾക്കനുയോജ്യമായ വിധത്തിൽ ഓരോ പ്രത്യേകമായ ആക്രമണത്തിന്റെയും ഊക്കിനെ ക്രമീകരിക്കാൻ കൂട്ടായതും ചിട്ടയോടുകൂടിയതുമായ പ്രവർത്തനംവഴി നമ്മുടെ നാട്ടുകാർ പഠിക്കും (ഇന്ന് ഇതിനെപ്പറ്റി ഒരാളും ഒരിക്കലും ചിന്തിക്കുന്നില്ല; ഇന്ന് 90 ശതമാനം ആക്രമണങ്ങളും സ്വയമേവ പൊട്ടിപ്പുറപ്പെടുകയാണെന്നതുകൊണ്ടുതന്നെ); പിന്നെ, ഒരു സ്ഥലത്തുനിന്നു മറ്റൊരു സ്ഥലത്തേക്ക്, സാഹിത്യത്തിന്റെ മാത്രമല്ല, വിപ്ലവശക്തികളുടെകൂടി, 'ഗതാഗത'ത്തിന് ഇതു സൗകര്യം നൽകും.

മിക്കപ്പോഴും ഇന്ന് ഈ ശക്തികൾ രക്തം ബലിയർപ്പിക്കുന്നതു സങ്കുചിതമായ പ്രാദേശികപ്രവർത്തനത്തിനുവേണ്ടിയാണ്; എന്നാൽ നാമിപ്പോൾ ചർച്ചചെയ്യുന്ന ആ പരിത:സ്ഥിതിയിൽ സമർത്ഥനായ ഒരു പ്രക്ഷോഭകനെയോ സംഘാടകനെയോ നാട്ടിന്റെ ഒരറ്റത്തുനിന്നു മറ്റൊരറ്റത്തേക്കു സ്ഥലമാറ്റം ചെയ്യാൻ സാധിക്കും. അതിനുള്ള അവസരം

കൂടെക്കൂടെ ഉണ്ടാവുകയും ചെയ്യും. പാർട്ടിയുടെ കാര്യത്തിനുവേണ്ടി പാർട്ടിയുടെ ചെലവിന്മേൽ ചില്ലറ യാത്രകൾ നിർവഹിക്കുകയെന്ന അവസ്ഥയിൽനിന്നു തുടങ്ങി പാർട്ടിയുടെ മാത്രം ചെലവിന്മേൽ ജീവിക്കാൻ നമ്മുടെ ആളുകൾ ശീലിച്ചുതുടങ്ങും; വിപ്ലവം അവർ തങ്ങളുടെ തൊഴിലായി സ്വീകരിക്കും; യഥാർഥരാഷ്ട്രീയനേതാക്കളായിത്തീരാനുള്ള പരിശീലനം അവർ സ്വയം നേടിത്തുടങ്ങും.

എല്ലാ പ്രാദേശികക്കമ്മിറ്റികളും പ്രാദേശികഗ്രൂപ്പുകളും സ്റ്റഡി സർക്കിളുമില്ലെങ്കിൽ വേണ്ട, അവയിലൊരു നല്ല ഭൂരിപക്ഷമെങ്കിലും ഈ കൂട്ടായ താൽപ്പര്യത്തിനുവേണ്ടിയുള്ള പ്രവർത്തനം സജീവമായേറ്റെടുത്തുതുടങ്ങുന്ന ഒരു പതനത്തിൽ നാം യഥാർഥത്തിലെത്തിക്കഴിഞ്ഞാൽ, പിന്നെ നമുക്കു റഷ്യയിലങ്ങോളമിങ്ങോളം പതിനായിരക്കണക്കിനു കൃത്യമായി വിതരണം ചെയ്യാവുന്ന ഒരു പ്രതിവാരവൃത്താന്തപത്രംതന്നെ അനതിവിദൂരഭാവിയിൽ സ്ഥാപിക്കാൻ സാധിക്കും. വർഗസമരത്തിന്റെയും ജനകീയരോഷത്തിന്റെയും ഓരോ തീപ്പൊരിയേയും ഊതിയൂതി പൊതുവിലൊരു കാട്ടുതീയായി ആളിക്കത്തിക്കാൻ കെൽപ്പുള്ള ഒരു കൂറ്റൻ ഉലയുടെ ഭാഗമായിത്തീരും ഈ പത്രം. സ്വയവേ വളരെ നിരുപദ്രവവും നിസ്സാരവുമാണെങ്കിലും അനുക്രമമായി ഉന്നയിക്കപ്പെടുന്നതും കൂട്ടായതുമായ ഒരു പൊതുതാൽപ്പര്യത്തിന്റെ ചുറ്റും ('കൂട്ടായ' എന്ന വാക്ക് അതിന്റെ പൂർണമായ അർഥത്തിൽത്തന്നെ ഉപയോഗിക്കുന്നു) സമരവീര്യമുള്ള പടയാളികളുടെ ഒരു പട്ടാളം സംഘടിതമായി അണിനിരന്ന് തങ്ങളുടെ പരിശീലനം നേടും. ഈ പൊതുസംഘടനയാകുന്ന കെട്ടിടത്തിന്റെ ചട്ടക്കൂടിന്റേയും ഏണികളുടേയും മുകളിൽ, നമ്മുടെ വിപ്ലവകാരികൾക്കിടയിൽനിന്നുയർന്നുവരുന്ന സോഷ്യൽഡെമോക്രാറ്റിക് ഷെല്യാബ്ബാവ്മാരും, നമ്മുടെ തൊഴിലാളികളിൽനിന്നുയർന്നുവരുന്ന ബെബൽമാരും ആരോഹണം ചെയ്യും; നമ്മുടെ സജ്ജീകൃതസൈന്യത്തിന്റെ നേതൃസ്ഥാനം അവർ ഏറ്റെടുക്കും; റഷ്യയുടെ തലയിലുള്ള അപമാനത്തോടും ശാപത്തോടും പകവീട്ടാൻ നമ്മുടെ നാട്ടുകാരെയാകെ അവർ തട്ടിയുണർത്തും.

അതിനെക്കുറിച്ചാണ് നാം മനോരാജ്യം വിചാരിക്കേണ്ടിയിരിക്കുന്നത്!

'നാം മനോരാജ്യം വിചാരിക്കണം'പോൽ! ഈ വാക്കുകൾ എഴുതിക്കഴിഞ്ഞപ്പോഴേക്കും എനിക്കു ഭയമായി. ഞാൻ ഒരു 'ഏകീകരണ കോൺഗ്രസി'ലാണിരിക്കുന്നതെന്നും, എന്റെ എതിർവശത്തു *റബോച്ചെയെ ദ്യെലൊ*വിന്റെ പത്രാധിപന്മാരും ലേഖകന്മാരും ഇരിപ്പുണ്ടെന്നും എനിക്കു തോന്നി. സഖാവ് മർത്തീനൊവ് അതാ, എഴുന്നേറ്റ്, എന്റെ നേരെ തിരിഞ്ഞുനിന്ന്, ഭീഷണിപ്പെടുത്തുന്ന മട്ടിൽ പറയുന്നു: 'ഞാനൊരു ചോദ്യം നിങ്ങളോടു ചോദിച്ചുകൊള്ളട്ടെ; സ്വയംഭരണാധികാരമുള്ള ഒരു പത്രാധിപസമിതിക്ക് പാർട്ടിക്കമ്മിറ്റിയുടെ അനുവാദം മുൻകൂട്ടി വാങ്ങാതെ മനോരാജ്യം വിചാരിക്കാൻ അധികാരമുണ്ടോ?' അദ്ദേഹത്തെത്തുടർന്ന്

സഖാവ് ക്രിച്ചേവ്സ്കിയ് എഴുന്നേൽക്കുന്നു; (സഖാവ് പ്ലെഹാനൊവിനെ പണ്ടുതന്നെ 'ഗഹന'മാക്കിയ മർത്തീനമൊവിനെ ഒന്നുകൂടി താത്വിക മായി 'ഗഹന'മാക്കിക്കൊണ്ടും) അതിലുമധികം ഭീഷണിപ്പെടുത്തുന്ന വിധത്തിലും, ക്രിച്ചേവ്സ്കിയ് അതേ തോതിൽ തുടരുന്നു: 'ഞാൻ ഒന്നു കൂടി കടത്തിച്ചോദിക്കും. ഞാൻ ചോദിക്കുന്നു: മനുഷ്യസമുദായം അതിനു നിർവഹിക്കാൻ കഴിവുള്ള കടമകൾ മാത്രമേ എല്ലായ്പ്പോഴും സ്വയം ഏറ്റെടുക്കുകയുള്ളൂ എന്ന് മാർക്സ് പറഞ്ഞിട്ടുള്ളതോർമയുള്ള ഒരു മാർക്സിസ്റ്റിന് — അടവുകളെന്നു പറയുന്നത് പാർട്ടിയോടൊപ്പം വളർന്നു വരുന്ന പാർട്ടികടമകളുടെ ഒരു വികാസപ്രക്രിയയാണെന്നു മനസിലാ ക്കിയിട്ടുള്ള ഒരു മാർക്സിസ്റ്റിന് — മനോരാജ്യം വിചാരിക്കാൻതന്നെ അധി കാരമുണ്ടോ?'

> ഈ ഭയങ്കരചോദ്യങ്ങളെപ്പറ്റി വിചാരിക്കുമ്പൊഴേക്കുംതന്നെ എനിക്ക് എന്റെ കഴുത്തിനു കീഴ്പോട്ടു മുഴുവൻ ഒരുതരം കുളിരും കിടുകിടുപ്പും തോന്നുന്നു; വല്ല മുക്കിലുംപോയി ഒളിച്ചിരുന്നാൽമതി എന്നെനിക്കു തോന്നിപ്പോകുന്നു. ഞാൻ പീസരെവിന്റെ പിന്നിൽച്ചെന്നു പതുങ്ങിക്കൂടാൻ പറ്റുമോ എന്നൊന്നു നോക്കട്ടെ. മനോരാജ്യങ്ങളും യാഥാർഥ്യവും തമ്മിലുള്ള അകൽച്ചയുടെ പ്രശ്നത്തെപ്പറ്റി പീസരെവ് ഇങ്ങനെയെഴുതി: അകൽച്ചതന്നെ പലേവിധത്തിലുമാവാം. എന്റെ മനോരാജ്യം സംഭവങ്ങളുടെ സ്വ ഭാവികപുരോഗതിയെ കുറേ അതിക്രമിച്ചു മുമ്പിൽ കടന്നുവെന്നു വരാം; പ്രത്യുത, സംഭവങ്ങളുടെ സ്വഭാവികപുരോഗതിക്ക് ഒരിക്ക ലും എത്താൻ കഴിയാത്ത ഒരു മാർഗത്തിലേക്ക് അതു വ്യതിചലി ച്ചില്ലെന്നു വരാം. ആദ്യത്തേതാണ് സംഭവിക്കുന്നതെങ്കിൽ എന്റെ മനോരാജ്യംകൊണ്ട് ഒരു വൈഷമ്യവുമുണ്ടാവുകയില്ല; അധ്വാനി ക്കുന്ന മാനവസമുദായത്തിന്റെ പ്രയത്നങ്ങൾക്ക് അതു താങ്ങാ യിട്ടും പിൻബലമായിട്ടും തീരാൻകൂടി ഇടയുണ്ട്..... തൊഴിലാളി കളെ കുഴിയിൽ ചാടിക്കാനോ അവരുടെ ശക്തിയെ തണുപ്പി ക്കാനോ പര്യാപ്തമായ യാതൊരു ദോഷവും അത്തരം മനോരാ ജ്യങ്ങൾക്കില്ല; നേരെമറിച്ച്, ഇങ്ങനെ മനോരാജ്യം വിചാരിക്കാ നുള്ള ശക്തി മനുഷ്യനിൽനിന്നു തീരെ എടുത്തുകളയുന്ന പക്ഷം– താൻ ചെയ്തുതുടങ്ങിയിട്ടുള്ള പ്രവൃത്തിയുടെ ഫലങ്ങളെ, അവ യുടെ പൂർണവും പരിണിതവുമായ രൂപത്തിൽ, മനസാ വിഭാവനം ചെയ്യത്തക്കവിധം മുൻകൂട്ടിത്തന്നെ കുറേ 'കടന്നു' ചിന്തിക്കാൻ മനുഷ്യനൊരിക്കലും കഴിയാത്തപക്ഷം — കലയുടേയും ശാസ്ത്ര ത്തിന്റേയും പ്രായോഗികപ്രവർത്തനത്തിന്റേയും രംഗങ്ങളിൽ വിപു ലവും ആയാസമേറിയതുമായ പ്രവൃത്തികൾ ഏറ്റെടുക്കാനും പൂർത്തിയാക്കാനും മനുഷ്യനു പ്രചോദകമായിട്ടു പിന്നെന്താണു ണ്ടാവുകയെന്നു ഊഹിക്കാൻ എനിക്കു സാധിക്കുന്നില്ല..... ഒരു മനോരാജ്യക്കാരൻ തന്റെ മനോരാജ്യത്തിൽ കാര്യമായി വിശ്വസി

> ക്കുന്നുണ്ടെങ്കിൽ — ജീവിതത്തെ അയാൾ സശ്രദ്ധം നിരീക്ഷിച്ചു കൊണ്ടിരിക്കുകയും, തന്റെ നിരീക്ഷണങ്ങളെ തന്റെ ആകാശക്കോട്ടകളുമായി താരതമ്യപ്പെടുത്തിക്കൊണ്ടിരിക്കുകയും ചെയ്യുന്നുണ്ടെങ്കിൽ— പൊതുവിൽ പറഞ്ഞാൽ, തന്റെ സ്വപ്നങ്ങളെ യാഥാർത്ഥ്യങ്ങളാക്കിത്തീർക്കാൻ ആത്മാർഥതയോടുകൂടി അയാൾ പരിശ്രമിക്കുന്നുണ്ടെങ്കിൽ — യാഥാർത്ഥ്യവും മനോരാജ്യവും തമ്മിലുള്ള അകൽച്ചകൊണ്ട് യാതൊരു ഹാനിയും നേരിടുകയില്ല. മനോരാജ്യങ്ങളും ജീവിതവും തമ്മിൽ ബന്ധമുണ്ടാവുകയേ വേണ്ടൂ, പിന്നെ യാതൊരു കുഴപ്പവും ഇല്ല.

ഇത്തരത്തിലുള്ള മനോരാജ്യം വിചാരിക്കാൻ നിർഭാഗ്യവശാൽ ഇന്നു നമ്മുടെ പ്രസ്ഥാനത്തിനകത്ത് വളരെവളരെക്കുറച്ചേയുള്ളൂ. തങ്ങളുടെ സമചിത്തതയെക്കുറിച്ചും 'സ്ഥൂലത'യോടുള്ള 'സാമീപ്യ'ത്തെക്കുറിച്ചും സ്വയം വീമ്പിളക്കുന്ന കൂട്ടരാണുതാനും ഈ സ്ഥിതിക്ക് ഏറ്റവുമധികം ഉത്തരവാദികൾ -- എന്നുവച്ചാൽ, നിയമവിധേയമായ 'വിമർശന'ത്തിന്റേയും നിയമവിരുദ്ധമായ 'വാലിൽതൂങ്ങലി'ന്റേയും പ്രതിനിധികളാണെന്നർഥം.

(സി) ഏതുതരം സംഘടനയാണ് നമുക്കാവശ്യം?

അടിയന്തരമായ ഒരാക്രമണത്തിനുവേണ്ടിയുള്ള ആഹ്വാനം വേണ്ടെന്നുവയ്ക്കുക; 'ശത്രുവിന്റെ കോട്ടയെ സംഘടിതമായി ഉപരോധിക്കാൻ' ആവശ്യപ്പെടുക; മറ്റുവാക്കുകളിൽ പറഞ്ഞാൽ, സ്ഥിരംസേനയെ അണിനിരത്താനും സംഘടിപ്പിക്കുന്നതിനും സജ്ജീകരിക്കുന്നതിനുംവേണ്ടിയാണ് സർവപരിശ്രമങ്ങളേയും കേന്ദ്രീകരിക്കേണ്ടതെന്നാവശ്യപ്പെടുക — ഇതാണ് ഞങ്ങളുടെ 'പ്ലാനനുസരിച്ച അടവെ'ന്ന് ഇത്രയും പറഞ്ഞതിൽ നിന്ന് വായനക്കാർ മനസിലാക്കിയിരിക്കുമല്ലൊ. സാമ്പത്തികസമരവാദത്തിൽനിന്ന് ഒരാക്രമണത്തിനുള്ള മുറവിളിയിലേക്ക് *റബോച്ചെയെ ദ്യെലൊ* ചാടിയ ചാട്ടത്തിന് (ഏപ്രിൽ 1901, ലിസ്കോക്ക് *റബോച്ചെവൊ ദ്യെല*[96], ലക്കം 6) ഞങ്ങളതിനെ പരിഹസിച്ചപ്പോൾ, ഞങ്ങൾ 'സിദ്ധാന്തവാദികളാ'ണെന്നും, ഞങ്ങളുടെ വിപ്ലവകരമായ കടമ ഞങ്ങൾ മനസിലാക്കുന്നില്ലെന്നും, അടങ്ങിയിരിക്കാനുള്ള ആഹ്വാനമാണ് ഞങ്ങൾ നൽകുന്നതെന്നും, മറ്റും മറ്റും പറഞ്ഞ് തീർച്ചയായും അതു ഞങ്ങളുടെ നേരെ ആക്ഷേപവർഷം ചൊരിഞ്ഞു. യാതൊരു തത്വങ്ങളിലും ഉറച്ചുനിൽക്കാത്ത കൂട്ടരിൽനിന്ന് — 'അടവുകളെന്നത് ഒരു വികാസപ്രക്രിയ'യാണെന്ന അഗാധത്വം ഉച്ചരിച്ചു എല്ലാ വാദങ്ങളിൽനിന്നും ഒഴിഞ്ഞുമാറുന്ന കൂട്ടരിൽനിന്ന് — ഈ ആക്ഷേപങ്ങൾ കേട്ടപ്പോൾ തീർച്ചയായും ഞങ്ങൾക്ക് ഒട്ടും അതിശയം തോന്നിയില്ല. നീണ്ടുനിൽക്കുന്ന പരിപാടികളേയും അടവുകളുടെ അടിസ്ഥാനതത്വങ്ങളേയും അങ്ങേയറ്റത്തെ പുച്ഛത്തോടുകൂടി വീക്ഷിക്കുന്ന നദേഷ്ദിൻ ഈ ആക്ഷേപങ്ങളെ

ആവർത്തിച്ചപ്പോഴും കൂടുതൽ അതിശയമൊന്നും ഞങ്ങൾക്കു തോന്നിയില്ല.

ചരിത്രം ഒരിക്കലും ആവർത്തിക്കുകയില്ലെന്നു പറയപ്പെടുന്നു. എന്നാൽ, അതിനെ ഒന്നാവർത്തിപ്പിക്കാനാണ് നദേഷ്ദിൻ തന്റെ എല്ലാ കഴിവുകളേയും വിനിയോഗിക്കുന്നത്: 'വിപ്ലവസംസ്കാരവാദ'ത്തെ അദ്ദേഹം കഠിനമായാക്ഷേപിക്കുമ്പോഴും 'രണഭേരിമുഴക്കണ'മെന്നും 'വിപ്ലവത്തിനുമുമ്പ് ഒരു പ്രത്യേകവീക്ഷണകോണം വേണ'മെന്നും മറ്റും അദ്ദേഹം മുറവിളികൂട്ടുമ്പോഴും ത്കച്ചോവിനെയാണദ്ദേഹം ഉത്സാഹപൂർവം അനുകരിക്കുന്നത്. ആദ്യത്തെ ചരിത്രസംഭവം ഒരു ശോകാത്മകനാടകമാണെങ്കിൽ, അതിന്റെ ആവർത്തനം ഒരു പ്രഹസന[97]മാണെന്നൊരു സുപ്രസിദ്ധമായ ചൊല്ലുണ്ട് — ഇതദ്ദേഹം വിസ്മരിച്ചതുപോലെ തോന്നുന്നു. ത്കച്ചോവിന്റെ സിദ്ധാന്തംകൊണ്ട് അരങ്ങൊരുക്കിയശേഷം യഥാർഥത്തിൽ ഭീകരമായ 'ഭീകരപ്രവർത്തന'ത്താൽ അധികാരം പിടിച്ചുപറ്റാൻ പണ്ടുണ്ടായ ആ പരിശ്രമം ഒരു ഗംഭീരയത്നം തന്നെയായിരുന്നു; എന്നാൽ, ഒരു കുട്ടിത്കച്ചോവിന്റെ 'വികാരപ്രചോദ'മായ ഭീകരപ്രവർത്തനം കേവലം പരിഹാസ്യമത്രേ. 'ശരാശരി തൊഴിലാളികളു'ടെ ഒരു സംഘടന വേണമെന്ന ആശയംകൂടി അതിനോടുചേർന്നാൽ അതു വിശേഷിച്ചും പരിഹാസമർഹിക്കുന്നു.

"എഴുതാനുള്ള തങ്ങളുടെ കമ്പത്തിന്റെ ആ ചുറ്റുപാടിൽനിന്ന് *ഇസ്ക്ര* ഒന്നു വെളിയിൽവരികയേ വേണ്ടൂ" - നദേഷ്ദിൻ എഴുതുകയാണ്:

> ആക്രമണത്തിനുള്ള സമയം അടുത്തിരിക്കുന്നു, വളരെ അടുത്തിരിക്കുന്നു, എന്നതിന്റെ ലക്ഷണങ്ങളാണതെല്ലാം (അതായത്, 7–ാം ലക്കം *ഇസ്ക്ര*യിലെ തൊഴിലാളിയുടെ കത്തും മറ്റും) എന്നും അതിനു മനസിലാവും; ഒരു അഖില റഷ്യൻ പത്രവുമായി ബന്ധപ്പെടുത്തിക്കൊണ്ടുള്ള ഒരു സംഘടനയെപ്പറ്റി ഇന്നു സംസാരിക്കുന്നതിനുതന്നെ അർഥം ചാരുകസാലമേൽക്കിടന്നുകൊണ്ടുള്ള ആശയങ്ങൾക്കും പ്രവർത്തനത്തിനും വേണ്ടി പ്രചാരവേലചെയ്യുകയെന്നതാണ്.

എത്ര വിചാരിക്കുവാൻകൂടി വയ്യാത്തത്ര ഭയങ്കരമായ ആശയക്കുഴപ്പമാണിത്! ഒരുവശത്തു വികാരപ്രചോദകമായി ഭീകരപ്രവർത്തനവും, 'ശരാശരി തൊഴിലാളികളുടെ സംഘടന'യും, അതോടൊപ്പംതന്നെ ഒരു പ്രാദേശികപത്രംപോലെ 'കൂടുതൽ സ്ഥൂലമായ'വല്ലതിന്റേയും ചുറ്റും അണിനിരക്കുന്നതാണ് 'കൂടുതൽ രസകരമായിരിക്കുക' എന്ന അഭിപ്രായവും; മറുവശത്താകട്ടെ, ഒരു അഖില റഷ്യൻ സംഘടനയെപ്പറ്റി 'ഇപ്പോൾ' സംസാരിക്കുന്നതിനർഥം ചാരുകസാലമേൽക്കിടന്നുകൊണ്ടുള്ള ചിന്തകൾക്കു പ്രകാശനം നൽകുകയെന്നാണുപോലും! അഥവാ, കുറേക്കൂടി പച്ചയായി പറയുകയാണെങ്കിൽ 'ഇപ്പോൾ' അതിനുള്ള

സമയം കഴിഞ്ഞിരിക്കുന്നുപോലും! പക്ഷേ, 'പ്രാദേശികപത്രങ്ങളുടെ വിപുലമായ സംഘടന'യോ? അതിന്നും ഇപ്പോൾതന്നെ സമയം കഴിഞ്ഞുപോയില്ലേ, എന്റെ പ്രിയപ്പെട്ട എൽ നദേഷ്ദിൻ? ഇനി ഈ അഭിപ്രായഗതിയെ *ഇസ്ക്ര*യുടെ വീക്ഷണകോണവും അടവുകളുമായി താരതമ്യപ്പെടുത്തി നോക്കുക: വികാരപ്രചോദകമായ ഭീകരപ്രവർത്തനം — വെറും കിറുക്കാണത്; ശരാശരി തൊഴിലാളികളുടെ സംഘടനയെപ്പറ്റിയും പ്രാദേശികപത്രങ്ങളുടെ വിപുലമായ സംഘടനയെപ്പറ്റിയും സംസാരിക്കുകയെന്നുവെച്ചാലോ, സാമ്പത്തികസമരവാദത്തിന് വാതിൽ മലർക്കെത്തുറന്നിട്ടു കൊടുക്കുകയെന്നർഥവുമാണ്. വിപ്ലവകാരികളുടെ ഏകീകൃതമായ ഒരു അഖിലറഷ്യൻ സംഘടനയെപ്പറ്റി നാം സംസാരിക്കുകതന്നെ വേണം; യാഥാർഥമായ (കടലാസിലുള്ളതല്ല) ആക്രമണം ആരംഭിക്കുന്നതുവരെ അതിനെപ്പറ്റി എത്ര സംസാരിച്ചാലും അതിനുള്ള കാലം കഴിയുകയുമില്ല. ശരിയാണ്, സംഘടനയെ സംബന്ധിച്ചിടത്തോളമുള്ള നമ്മുടെ നില നോക്കിയാൽ സ്ഥിതി ഒട്ടുംതന്നെ കേമമല്ല", നദേഷ്ദിൻ തുടരുന്നു:

> ശരിയാണ്, വോളണ്ടിയർമാരും കലാപക്കാരും മാത്രമാണ് നമ്മുടെ ഭൂരിഭാഗം സൈനികശക്തിയുമെന്ന് *ഇസ്ക്ര* പറയുന്നതും തികച്ചും ശരിയാണ്.... നമ്മുടെ ശക്തികളുടെ നിലയെക്കുറിച്ചു നിങ്ങൾ ഒരു യഥാർഥചിത്രം നൽകുന്നത് വളരെ നല്ലതുതന്നെ. പക്ഷേ, ഇങ്ങനെ ചെയ്യുന്ന അവസരത്തിൽ ജനക്കൂട്ടം നമുക്കു കൈവശമല്ലെന്നും, സൈനികനടപടികൾ ആരംഭിക്കേണ്ടതെപ്പോഴാണെന്ന് അതു നമ്മോടാലോചിച്ചല്ല തീരുമാനിക്കുകയെന്നും, ചുമ്മാ അങ്ങുചെന്ന് അത് 'ലഹള' തുടങ്ങുമെന്നും എന്തുകൊണ്ടാണ് നിങ്ങൾ ഓർമിക്കാത്തത്? ...... ജനക്കൂട്ടം അതിന്റെ സ്വയമേവയുള്ള നശീകരണശക്തിയോടുകൂടി തനിയേ അണപൊട്ടിച്ചുമുന്നേറുമ്പോൾ സ്ഥിരം പടയാളികളെ അത് കവച്ചുവച്ച് അമർത്തിക്കളഞ്ഞുവെന്നു വരാം, സ്ഥിരം പടയാളികൾക്കിടയിലാണെങ്കിൽ ഏറ്റവും ചിട്ടയോടുകൂടിയ സംഘടനയുണ്ടാക്കാൻ നാം ഇക്കാലമത്രയും പരിശ്രമിച്ചുകൊണ്ടിരുന്നുവെങ്കിലും ഒരിക്കലും അതുണ്ടാക്കാൻ നമുക്ക് സാധിച്ചിട്ടില്ല താനും.

വിചിത്രമായ വാദരീതി! 'ജനക്കൂട്ടം നമുക്കു കൈവശമല്ലെ'ന്ന കാരണത്താൽത്തന്നെയാണ് ഇതേ നിമിഷത്തിൽത്തന്നെ 'ആക്രമണ'ത്തിനുള്ള ആഹ്വാനം കൊടുക്കുന്നത് ബുദ്ധിശൂന്യവും അധിക്ഷേപാർഹവുമാവുന്നത്; കാരണം, ഒരാക്രമണം നടത്തേണ്ടത് സ്ഥിരംപടയാളികൾ മുഖേനയാണ്, ജനക്കൂട്ടത്തിന്റെ സ്വയമേവയുള്ള തള്ളിക്കയറ്റം മുഖേനയല്ല. ജനക്കൂട്ടം സ്ഥിരം പടയാളികളെ കവച്ചുവച്ച് അമർത്തിക്കളഞ്ഞെന്നു വരാവുന്നതുകൊണ്ടുതന്നെയാണ് ബഹുജനങ്ങളുടെ തനിയേയുള്ള തള്ളിക്കയറ്റത്തിനനുയോജ്യമായ തോതിൽ സ്ഥിരം പടയാളികൾക്കിട

യിൽ 'ഏറ്റവും ചിട്ടയോടുകൂടിയ സംഘടനയുണ്ടാക്കാൻ' നമുക്കു കണിശമായും 'സാധിക്കണ'മെന്നു പറയുന്നത്; കാരണം, സംഘടനയുണ്ടാക്കാൻ എത്രത്തോളം നമുക്കു സാധിക്കുമോ, അത്രത്തോളമാണ് ജനക്കൂട്ടം സ്ഥിരംപടയാളികളെ കവച്ചുകടന്നേക്കാവുന്ന സാധ്യത കുറയുകയും, നേരെമറിച്ച് സ്ഥിരംപടയാളികൾ ജനക്കൂട്ടത്തിന്റെ നേതൃത്വമേറ്റെടുക്കുകയും ചെയ്യുക. ചിട്ടയായി സംഘടിപ്പിച്ച ഈ പടയാളികൾ ജനക്കൂട്ടത്തിൽനിന്ന് തങ്ങളെ ഒറ്റപ്പെടുത്തുന്നവിധത്തിലുള്ള എന്തോ ഒരു പ്രവർത്തനത്തിലാണ് വ്യാപൃതരാവുന്നതെന്ന് നദേഷ്ദിൻ കരുതുന്നതുകൊണ്ടാണ് അദ്ദേഹത്തെ ചിന്താക്കുഴപ്പം ബാധിക്കുന്നത്. യഥാർഥത്തിലിവർ ചെയ്യുന്ന പ്രവർത്തനം സർവതോൻമുഖവും സർവവ്യാപിയുമായ രാഷ്ട്രീയപ്രക്ഷോഭം മാത്രമാണ്; എന്നുവച്ചാൽ ജനക്കൂട്ടത്തിന്റെ സ്വയമേവയുള്ള നശീകരണശക്തിയെ വിപ്ലവകാരികളുടെ സംഘടനയ്ക്കുള്ള ബോധപൂർവമായ നശീകരണശക്തിയുമായി അടുപ്പിക്കുകയും സംയോജിപ്പിക്കുകയും ചെയ്യുന്ന പ്രവർത്തനമെന്തോ, അതുതന്നെയാണവർ ചെയ്യുന്നതെന്നർഥം. നിങ്ങൾ നിങ്ങളുടെ സ്വന്തം പാപഭാരം മറ്റുള്ളവരെക്കൊണ്ട് ചുമപ്പിക്കാൻ മാത്രമാണ് നോക്കുന്നത്, മാന്യന്മാരേ! കാരണം, *സ്വൊബോദ* ഗ്രൂപ്പുതന്നെയാണ് ഭീകരപ്രവർത്തനം തങ്ങളുടെ പരിപാടിയിലുൾപ്പെടുത്തുന്നതും തദ്വാരാ ഒരു ഭീകരസംഘടയ്ക്കുള്ള ആഹ്വാനം മുഴക്കുന്നതും; അത്തരമൊരു സംഘടനയാണ്, നിർഭാഗ്യവശാൽ, ഇനിയും നമുക്ക് കൈവശമായിക്കഴിഞ്ഞിട്ടില്ലാത്ത ജനക്കൂട്ടവുമായി — എപ്പോൾ ഏതുവിധത്തിൽ സൈനികനടപടികളാരംഭിക്കണമെന്നും മറ്റും നിർഭാഗ്യവശാൽ ഇനിയും നമ്മോടു ചോദിക്കാൻ തുടങ്ങിയിട്ടില്ലാത്ത (അഥവാ വളരെ ദുർലഭമായി മാത്രം ചോദിക്കുന്ന) ജനക്കൂട്ടവുമായി — നമ്മുടെ പടയാളികൾ അടുക്കുന്നത് വാസ്തവത്തിൽ തടയുക!

"ഓർക്കാപ്പുറത്തു കിട്ടിയ ഒരടിപോലെ നമ്മുടെ തലയ്ക്കു വന്നുവീണ ഈയിടത്തെ സംഭവങ്ങളിന്മേൽ ഏതുപ്രകാരം നമുക്കു പിടികിട്ടാതെ പോയോ, അതേപ്രകാരത്തിൽ വിപ്ലവംതന്നെയും നമ്മുടെ കയ്യിൽനിന്നു ചോർന്നുപോകും" — എന്നുപറഞ്ഞ് *ഇസ്ക്രയെ* പരിഭ്രമിപ്പിക്കാനുള്ള തന്റെ പരിശ്രമം നദേഷ്ദിൻ പിന്നെയും തുടരുന്നു. *സ്വൊബോദ* ഉന്നയിച്ച 'വിപ്ലവത്തിനുമുമ്പുണ്ടാവേണ്ട വീക്ഷണകോണം'* എത്ര അബദ്ധജടിലമാണെന്ന് ഈ വാചകത്തിൽനിന്നും ഇതിന്റെ മുമ്പത്തെ ഉദ്ധാരണത്തിൽനിന്നും തെളിയുന്നുണ്ട്. വാസ്തവം പറഞ്ഞാൽ ഈ 'വീക്ഷണകോണ'ത്തിനു ഇത്രമാത്രമേ അർഥമുള്ളു: ചർച്ച നടത്താനും സന്നാഹമൊരുക്കാനും എല്ലാമുള്ള സമയം 'ഇപ്പോൾ' കഴിഞ്ഞുപോയി! അങ്ങനെയാണെങ്കിൽ, 'എഴുതാനുള്ള കമ്പ'ത്തെ എത്രയുമധികം എതിർത്ത

* *വിപ്ലവത്തിന്റെ നാന്ദി*, പേജ് 62.

അല്ലയോ അങ്ങുന്നേ, എന്തിനാണവിടുന്നു 'സിദ്ധാന്തപരവും* അടവു സംബന്ധവുമായ പ്രശ്നങ്ങളെ'പ്പറ്റി 132 പേജുവരുന്ന ഒരു ലഘുലേഖ എഴുതിയത്? കേവലം 'അവരെ കൊല്ലുക!' എന്ന സംക്ഷിപ്തമായ ആഹ്വാനമടങ്ങിയ 1,32,000 നോട്ടീസുകളടിച്ചു വിതരണം ചെയ്യുന്നതായിരിക്കയില്ലേ 'വിപ്ലവത്തിനു മുമ്പുണ്ടാവേണ്ട വീക്ഷണകോണ'ത്തിൽ നിന്നു നോക്കുമ്പോൾ കൂടുതൽ ഉചിതം?

ദേശവ്യാപിയായ രാഷ്ട്രീയപ്രക്ഷോഭത്തെ തങ്ങളുടെ പരിപാടിയുടേയും അടവുകളുടേയും സംഘടനാപ്രവർത്തനത്തിന്റേയുമെല്ലാം മൂലക്കല്ലായി പരിഗണിക്കുന്നവരാരോ (ഇതാണ് *ഇസ്ക്ര* ചെയ്യുന്നത്), അവരുടെ കയ്യിൽനിന്നാണ് വിപ്ലവം ചോർന്നുപോവാൻ ഏറ്റവും കുറച്ച് ഇടയുള്ളത്. ഒരു അഖിലറഷ്യൻ പത്രവുമായി കൂട്ടിയിണക്കത്തക്കവിധം റഷ്യയിലങ്ങോളമിങ്ങോളം സംഘടനകളുടെ വിപുലമായ ചട്ടക്കൂട് നിർമിക്കുകയെന്ന പ്രവൃത്തിയിൽ ജാഗരൂകരമായി മുഴുകിയിരുന്ന ആളുകൾക്ക് വസന്തത്തിൽ നടന്ന സംഭവങ്ങളിന്മേൽ പിടികിട്ടാതെ പോയിട്ടൊന്നുമില്ല: എന്നല്ല നേരെമറിച്ച് ആ സംഭവങ്ങളെ മുൻകൂട്ടിക്കാണാൻ അവർ നമ്മെ സഹായിച്ചിട്ടുണ്ട്. *ഇസ്ക്ര*യുടെ 13, 14 ലക്കങ്ങളിൽ വിവരിച്ചിട്ടുള്ള പ്രകടനങ്ങളും[98] അവരുടെ കയ്യിൽനിന്നു ചോർന്നുപോയൊന്നുമില്ല; നേരെമറിച്ച്, സ്വയമേവ ഇളകിവരുന്ന ജനക്കൂട്ടത്തെ സഹായിക്കാൻ ചെല്ലേണ്ടത് തങ്ങളുടെ കടമയാണെന്ന് വ്യക്തമായും മനസിലാക്കിക്കൊണ്ടുതന്നെ അവർ ആ പ്രകടനങ്ങളുമായി കൂടുതൽ അടുത്തുപരിചയപ്പെടാനും അവയുടെ അനുഭവത്തെ ഉപയോഗപ്പെടുത്താനും അവർ പത്രം മുഖേന റഷ്യയിലെ എല്ലാ സഖാക്കൾക്കും കഴിവുണ്ടാക്കിക്കൊടുക്കു

---

* 'വിപ്ലവത്തിനുമുമ്പുണ്ടാവേണ്ട വീക്ഷണകോണ'ത്തിൽനിന്നു നോക്കുമ്പോൾ വളരെ ആശ്ചര്യകരമായിത്തോന്നുന്ന താഴെപ്പറയുന്ന ഒരു ഖണ്ഡിക ഒഴിച്ചാൽ, എൽ നദേഷ്ദിൻ അദ്ദേഹത്തിന്റെ 'സിദ്ധാന്തപ്രശ്നങ്ങളുടെ പുനഃപരിശോധന'യിൽ സിദ്ധാന്തപ്രശ്നങ്ങളെസംബന്ധിക്കുന്ന ചർച്ചയിലേക്കു സഹായകമായ പറയത്തക്ക യാതൊരു സംഭാവനയും നൽകിയിട്ടില്ല: "ബെർൺഷ്ടൈനിസത്തെ സംബന്ധിച്ചിടത്തോളം ആകപ്പാടെ നോക്കിയാൽ, തൽക്കാലം നമുക്കു പരിഭ്രമിക്കാനില്ലെന്ന നിലയാണ് വന്നിട്ടുള്ളത്. അതുപോലെ മി. സ്ട്രൂവെ ഇപ്പോൾത്തന്നെ വിശ്രമത്തിനു അർഹനായിക്കഴിഞ്ഞിരിക്കുന്നുവെന്ന് മി. അദമോവിച്ച് സ്ഥാപിച്ചുകഴിഞ്ഞുവോ; അതോ നേരെമറിച്ച് മി. സ്ട്രൂവെ മി. അദമോവിച്ച് ഖണ്ഡിച്ചിട്ട് രാജിവയ്ക്കാൻ കൂട്ടാക്കാതിരിക്കുമോ — ഇക്കാര്യത്തിലും രണ്ടായാലും വലിയ വ്യത്യാസമൊന്നും വരാനില്ല. കാരണം, വിപ്ലവത്തിന്റെ മണി അടിച്ചുകഴിഞ്ഞിരിക്കുന്നു." സിദ്ധാന്തത്തിന്റെ നേർക്കുള്ള എൽ. നദേഷ്ദിന്റെ അപാരമായ പുച്ഛത്തിന് ഇതിലുമധികം പ്രത്യക്ഷമായ ഒരുദാഹരണം ചിന്തനീയമല്ല. "വിപ്ലവത്തിന്റെ നാന്ദി" ഞങ്ങൾ പ്രഖ്യാപിച്ചു കഴിഞ്ഞു; അതുകൊണ്ട് ഇനി "യാഥാസ്ഥിതിക" മാർക്സിസ്റ്റുകാർ 'വിമർശകന്മാ'രെ അവരുടെ നിലപാടുകളിൽനിന്ന് പുഴക്കുന്നതിൽ ജയം നേടിയാലും കൊള്ളാം, ഇല്ലെങ്കിലും കൊള്ളാം, 'രണ്ടായാലും വലിയ വ്യത്യസമൊന്നും വരാനില്ല'പോൽ! വിപ്ലവാവസരത്തിൽത്തന്നെയാണ് വിമർശകന്മാരുടെ പ്രായോഗിക നിലപാടുകളെ വിട്ടുവീഴ്ചകൂടാതെ എതിർക്കുന്നതിന് അവരുമായി നാം നടത്തിയ താത്വികസമരങ്ങളുടെ ഫലങ്ങൾ നമുക്കാവശ്യമായിവരുന്നതെന്ന് നമ്മുടെ ബുദ്ധിമാൻ കാണുന്നില്ല!

കയും ചെയ്തു. അവർക്കായുസുണ്ടെങ്കിൽ വിപ്ലവവും അവരുടെ കയ്യിൽ നിന്നു ചോർന്നുപോവുകയില്ല. പ്രക്ഷോഭത്തിൽ പരിചയം, ഓരോ പ്രതിഷേധത്തിനും (സോഷ്യൽഡെമോക്രാറ്റിക് രീതിയിൽ) പിൻബലം നൽകാനുള്ള സാമർഥ്യം, സ്വയമേവയുള്ള പ്രസ്ഥാനത്തെ നയിക്കാനുള്ള കെൽപ്പ്, ബന്ധുക്കളുടെ അബദ്ധങ്ങളിൽനിന്നും ശത്രുക്കളുടെ കെണികളിൽനിന്നും അതിനെ കാത്തുരക്ഷിക്കാനുള്ള കൗശലം — ഇതെല്ലാമായിരിക്കും വിപ്ലവം നമ്മോടാവശ്യപ്പെടുക!

ഇതോടുകൂടിയാണ്, ഒരു അഖിലറഷ്യൻ പത്രത്തിനു ചുറ്റും കേന്ദ്രീകരിച്ചുകൊണ്ടുള്ള ഒരു സംഘടനയുടെ പ്ലാനിനുവേണ്ടി — ഒരു പൊതു പത്രത്തിനുവേണ്ടിയുള്ള കൂട്ടായ പ്രവർത്തനംമുഖേന കെട്ടിപ്പടുക്കേണ്ടതായ ഒരു സംഘടനയുടെ പ്ലാനിനുവേണ്ടി — ഞങ്ങളിത്ര വാശിപിടിക്കുന്നതിനുള്ള അവസാനത്തെ കാരണത്തിലേക്കു നാം എത്തിച്ചേരുന്നത്. ഈ രീതിയിലുള്ള ഒരു സംഘടനയുണ്ടെങ്കിൽ മാത്രമേ സോഷ്യൽഡെമോക്രാറ്റിക് സമരസംഘടനയ്ക്ക് അത്യന്താപേക്ഷിതമായ അയവു ലഭിക്കുകയുള്ളു; എന്നുവച്ചാൽ, സമരത്തിന്റെ തന്നെ പലതരത്തിലുള്ളതും അതിവേഗം മാറിക്കൊണ്ടിരിക്കുന്നതുമായ പരിത:സ്ഥിതികൾക്കനുയോജ്യമായ വിധത്തിൽ സ്വയം വളയാനും തിരിയാനുമുള്ള കഴിവ്; "ശത്രുവിന്റെ പ്രബലവും, കേന്ദ്രീകൃതവുമായ, ശക്തികളുമായി ഒരു തുറന്ന യുദ്ധംകൂടാതെ കഴിക്കാനും, അതേയവസരത്തിൽത്തന്നെ, ശത്രുവിന്റെ അയവില്ലായ്മയെ ചൂഷണം ചെയ്ത്, അവൻ തീരെ പ്രതീക്ഷിക്കാത്ത സമയത്തും സ്ഥലത്തും അവനെ അങ്ങോട്ടാക്രമിക്കാനും"* ഉള്ള കഴിവ്— അതാണിത്. കലാപങ്ങളും തെരുവുയുദ്ധങ്ങളും പ്രതീക്ഷിച്ചുകൊണ്ടു മാത്രമോ, "രസശ്യൂന്യമായ ദൈനംദിനസമരത്തിന്റെ പുരോഗതി"യെ മാത്രം ലാക്കാക്കിയോ പാർട്ടിസംഘടന കെട്ടിപ്പടുക്കുന്നത് ശോചനീയ

* *ഇസ്ക്ര*, ലക്കം 4. 'എവിടെനിന്ന് തുടങ്ങണം?' എന്ന ലേഖനത്തിൽനിന്ന്. "വിപ്ലവത്തിനുമുമ്പുണ്ടാവേണ്ട വീക്ഷണകോണമംഗീകരിക്കാത്ത വിപ്ലവസംസ്കാരപ്രിയന്മാർക്കു വളരെ നീണ്ട ഒരു കാലത്തേക്ക് പ്രവർത്തനം തുടരേണ്ടിവരുമെന്നചിന്ത ഒട്ടും പരിഭ്രമജനകമല്ല" എന്നു നദേഷ്ദിൻ പറയുന്നു. ഇതിനു ഞങ്ങൾ ഇങ്ങനെ മറുപടി പറയും: നീണ്ട ഒരു കാലത്തേക്കു പ്രവർത്തിക്കേണ്ടിവരുമെന്നുതന്നെ കണക്കാക്കിക്കൊണ്ടുള്ള രാഷ്ട്രീയ അടവുകളും സംഘടനാപ്ലാനും രൂപീകരിക്കാനും, അതോടൊപ്പംതന്നെ — ഈ വിധത്തിൽ പ്രവർത്തിക്കുന്നതിനിടയ്ക്കുതന്നെ -- ഏതു ചുറ്റുപാടിലും, സംഭവഗതികൾ ശീഘ്രതരമാകുന്ന അവസരങ്ങളിലെല്ലാംതന്നെ, യഥാസ്ഥാനത്തുനിന്നു കർത്തവ്യം നിർവഹിക്കുവാൻ പാർട്ടിക്കു കഴിവുണ്ടാക്കാനും നമുക്കു സാധിക്കാത്തപക്ഷം, നാം രാഷ്ട്രീയമായി കേവലം കൊള്ളരുതാത്ത എടുത്തു ചാട്ടക്കാരാണെന്നതു വ്യക്തമാവും. മനുഷ്യസമുദായത്തിന്റെയാകെ ജീവിതപരി:സ്ഥിതികളെ സമൂലം മാറ്റിമറിക്കലാണ് സോഷ്യൽഡെമോക്രസിയുടെ ലക്ഷ്യമെന്നും, അതുകൊണ്ട് പ്രവർത്തനത്തിന്റെ കാലദൈർഘ്യത്തെയോർത്തു 'പരിഭ്രമിക്കുക'യെന്നത് സോഷ്യൽഡെമോക്രാറ്റുകാർക്ക് അനുവദനീയമല്ലെന്നും ഉള്ള സംഗതികൾ ഇന്നലെ മാത്രം ഒരു സോഷ്യൽഡെമോക്രാറ്റെന്നു സ്വയം വിളിക്കാൻ തുടങ്ങിയ നദേഷ്ദിൻ മാത്രമേ വിസ്മരിക്കുകയുള്ളു.

മായ ഒരബദ്ധം തന്നെയായിരിക്കും, നിശ്ചയം. നാം നമ്മുടെ ദൈനംദിന പ്രവർത്തനം എല്ലായ്പ്പോഴും നടത്തിക്കൊണ്ടിരിക്കണം; എല്ലാറ്റിനും എല്ലായ്പ്പോഴും നാം തയാറായിരിക്കണം; കാരണം, എപ്പോഴാണ് ഏറ്റുമുട്ടലുകളുടെ കാലംപോയി സമാധാനപരമായ കാലഘട്ടം വരികയെന്നു മുൻകൂട്ടി പ്രവചിക്കാൻ മിക്കപ്പോഴും ഏതാണ്ട് അസാധ്യമായിരിക്കും. ഇനി വല്ലപ്പോഴും അതു സാധിച്ചാൽകൂടി ഈ ദീർഘദർശനത്തെ ഉപയോഗപ്പെടുത്തിക്കൊണ്ട് നമ്മുടെ സംഘടനയെ പെട്ടെന്നു മാറ്റിപ്പടുക്കാൻ സാധ്യമാവില്ല, കാരണം ഏകാധിപത്യഭരണത്തിൻകീഴിലുള്ള ഒരു രാജ്യത്ത് ഈവക മാറ്റങ്ങൾ അത്ഭുതാവഹമായ വേഗതയോടുകൂടിയാണ് വന്നുകൊണ്ടിരിക്കുക; ചിലപ്പോൾ അവ ഒരൊറ്റ രാത്രിയിൽ സാറിസ്റ്റ് പൊലീസ് നടത്തുന്ന ഒരു കയ്യേറ്റത്തിൽനിന്നുമാത്രമായിരിക്കും പൊട്ടിപ്പുറപ്പെടുക. പിന്നെ വിപ്ലവത്തെത്തന്നെ കേവലം ഒരൊറ്റ ആക്രമണമായിട്ടില്ല ഒരിക്കലും വിഭാവനം ചെയ്യേണ്ടത് (അങ്ങനെയാണ് നദേഷ്ദിൻ കരുതുന്നതെന്നു തോന്നുന്നു), പിന്നെയോ? ഏറെക്കുറെ ശക്തിയുക്തമായ കുറെ കലാപങ്ങളുടെ ഒരു പരമ്പരയായിട്ടുവേണം അതിനെ കരുതാൻ; ഏറെക്കുറെ പൂർണമായ ശാന്തതയുമായി അതു ഇടകലർന്നിരിക്കുകയും ചെയ്യും. അങ്ങനെയിരിക്കെ, നമ്മുടെ പാർട്ടിസംഘടനയുടെ പ്രവർത്തനത്തിന്റെ മുഖ്യഘടകം — അതിന്റെ മർമപ്രധാനമായ പോയിന്റ്– ഏറ്റവും സുശക്തമായ ഏറ്റുമുട്ടലുകളുടെ കാലത്തും തികഞ്ഞ ശാന്തതയുടെ കാലഘട്ടത്തിലും ഒരുപോലെ സാധ്യവും ആവശ്യവുമായ പ്രവർത്തനം തുടർന്നു നടത്തിക്കൊണ്ടിരിക്കുകയെന്നതാവണം; എന്നുവച്ചാൽ ജീവിതത്തിന്റെ എല്ലാ വശങ്ങളിലും വെളിച്ചം വീശിക്കൊണ്ടും ബഹുജനങ്ങളുടെ ഏറ്റവും വിപുലമായ എല്ലാ വിഭാഗങ്ങളിലും ഇറങ്ങിച്ചെന്നുകൊണ്ടുള്ള രാഷ്ട്രീയപ്രക്ഷോഭം റഷ്യയിൽ അങ്ങോളമിങ്ങോളം കൂട്ടിയിണക്കി നടത്തുകയാണ് ആവശ്യമെന്നുസാരം. എന്നാൽ, ഇന്നത്തെ റഷ്യയിൽ ഈ പ്രവൃത്തി നിർവഹിക്കണമെങ്കിൽ കൂടക്കൂടെ പുറത്തുവരുന്ന ഒരു അഖിലറഷ്യൻ പത്രമില്ലാതെ സാധ്യമല്ലതന്നെ. ഈ പത്രത്തിനുചുറ്റും തനിയേ പൊന്തിവരുന്ന ഒരു സംഘടന (എന്നുവച്ചാൽ, വിപുലമായ ഒരർഥത്തിൽ ഈ പത്രവുമായി സഹകരിക്കുന്നവരുടെയാകെ — ഒരു സംഘടന) എല്ലാറ്റിനും തയാറായിരിക്കും. കഠിനമായ വിപ്ലവ'ത്തളർച്ച'യുടെ കാലഘട്ടങ്ങളിൽ പാർട്ടിയുടെ മാനവും അന്തസും തുടർച്ചയായ പ്രവർത്തനവും കാത്തുരക്ഷിക്കുകയെന്ന കടമമുതൽ ആയുധമേന്തിയ ദേശീയകലാപത്തിനുള്ള സന്നാഹങ്ങളൊരുക്കുകയും അതിനുള്ള സമയം നിശ്ചയിക്കുകയും അതു നടത്തുകയുമെന്ന ചുമതലവരെയുള്ള എന്തിനും അതു തയാറായിരിക്കും.

വാസ്തവത്തിൽ എത്രയും സാധാരണമായി നമുക്കുണ്ടാവാറുള്ള ഒരൊറ്റ അനുഭവം നിങ്ങൾ ആലോചിച്ചാൽ മതി: ഒന്നോ ഒന്നിലധികമോ സ്ഥലങ്ങളിൽ നമ്മുടെ സഖാക്കളെതന്നെ കണ്ടുപിടിക്കപ്പെടുന്നതും അറസ്റ്റ് ചെയ്യപ്പെടുന്നതും പതിവാണല്ലോ. എല്ലാ പ്രാദേശികസംഘടന

കൾക്കുംകൂടി ക്രമമായി നിർവഹിക്കാനുള്ള കൂട്ടായ ഒരൊറ്റ പ്രവൃത്തിയും ഇല്ലാത്തതുകൊണ്ട് ഇത്തരം പൊലീസാക്രമണങ്ങളുടെ ഫലമായി മിക്കപ്പോഴും നമ്മുടെ പ്രവർത്തനമാകെ അനേകം മാസങ്ങളോളം തടയപ്പെടാറുണ്ട്. എന്നാൽ, ഈ പ്രാദേശികഘടകങ്ങൾക്കെല്ലാം കൂട്ടായ ഒരു പ്രവൃത്തിയുണ്ടെങ്കിൽ, കാര്യമായ വല്ല പൊലീസാക്രമണവും നടന്നാലുടൻതന്നെ ചുണയുള്ള രണ്ടുമൂന്നുപേർക്ക് ഏതാനും ആഴ്ചകൾക്കുള്ളിൽ പുതിയ ചെറുപ്പക്കാരുടെ സർക്കിളുകൾ സ്ഥാപിക്കുവാനും (ഇത്തരം സർക്കിളുകൾ ഇപ്പോഴും വളരെ വേഗത്തിൽ പൊന്തിവരുന്നുണ്ട്) അവയെ കേന്ദ്രവുമായി കൂട്ടിയിണക്കാനും സാധിക്കും; പൊലീസാക്രമണം കൊണ്ടു തടയപ്പെട്ട പൊതുജോലി എല്ലാവർക്കും വ്യക്തമായിക്കഴിഞ്ഞാൽ പിന്നെ പുതിയ സർക്കിളുകൾക്കും ഇതിലുമധികം വേഗത്തിൽ സ്വയം പൊന്തിവരാനും ഈ ജോലിയുമായി സ്വയം ബന്ധപ്പെടാനും കഴിയുകയും ചെയ്യും.

പ്രത്യുത, ഒരു ജനകീയകലാപം നിങ്ങൾ മനസാ വിഭാവനം ചെയ്തുനോക്കുക. ഇതിനെപ്പറ്റി നാം ചിന്തിക്കേണ്ടതുണ്ടെന്നും ഇതിനു തയാറെടുക്കേണ്ടതുണ്ടെന്നും ഇന്നൊരുപക്ഷേ എല്ലാവരും സമ്മതിക്കുമായിരിക്കും. പക്ഷേ, എങ്ങനെയാണതിനു തയാറെടുക്കുക? തീർച്ചയായും കലാപത്തിനുള്ള ഒരുക്കങ്ങൾ ചെയ്യാൻവേണ്ടി കേന്ദ്രക്കമ്മിറ്റി എല്ലാ ജില്ലകളിലും ഏജന്റുമാരെ നിയമിക്കുകയെന്നത് സാധ്യമല്ല. ഒരു കേന്ദ്രക്കമ്മിറ്റി നമുക്കുണ്ടായാൽകൂടി അത്തരം നിയമനങ്ങൾ മുഖേന യാതൊന്നും സാധിക്കാൻ അതിനു കഴികയില്ല; കാരണം അങ്ങനെയുള്ള പരിത:സ്ഥിതികളാണ് റഷ്യയിൽ ഇന്നുള്ളത്. എന്നാൽ ഒരു പൊതുപത്രം സ്ഥാപിക്കുകയും വിതരണം ചെയ്യുകയുമെന്ന പ്രവർത്തനത്തിനിടയിൽ അങ്ങോളമിങ്ങോളം തനിയേ ഉയർന്നുവരുന്ന ഏജന്റന്മാരുടെ* സംഘട

* ഹാ! കഷ്ടം! 'ഏജന്റന്മാ'രെന്ന ആ ഭയങ്കരപദം, മർത്തീനൊവ്മാരുടെ ജനാധിപത്യ കാതുകൾക്ക് അസഹ്യതയുണ്ടാക്കുന്ന ആ വാക്ക്, ഞാൻ ഓർക്കാതെ ഉപയോഗിച്ചുപോയി! എന്തുകൊണ്ടാണ് ഈ വാക്ക് 1870–80 കാലഘട്ടത്തിലെ മഹാരഥന്മാരെ മുഷിപ്പിക്കാതിരുന്നിട്ടും 1890–1900–ലെ പ്രാകൃതസമ്പ്രദായക്കാർക്കിടയിൽ ഇതേ വാക്ക് മുഷിച്ചിൽവരുത്തുന്നതെന്ന് ഞാനത്ഭുതപ്പെടുകയാണ്. എനിക്ക് ഈ വാക്ക് ഇഷ്ടമാണ്. കാരണം, എല്ലാ ഏജന്റന്മാരും തങ്ങളുടെ ചിന്തയും പ്രവൃത്തിയും ഏതു പൊതുതാൽപ്പര്യത്തെ ലാക്കാക്കിയാണ് കേന്ദ്രീകരിക്കുന്നതെന്നു വ്യക്തമായും സ്പഷ്ടമായും അതു വെളിപ്പെടുത്തുന്നു. ഇതിനുപകരം മറ്റൊരു വാക്ക് ഉപയോഗിച്ചേതീരൂവെന്നുണ്ടെങ്കിൽ ഞാൻ തെരഞ്ഞെടുക്കുന്ന ഒരേയൊരു വാക്ക് 'സഹകാരി'യെന്നതായിരിക്കും — പക്ഷേ കുറെയൊക്കെ അവ്യക്തതയും അച്ചടിഭാഷയും അതു ദ്യോതിപ്പിക്കുന്നില്ലേയെന്നാണ് സംശയം. ഏജന്റന്മാരുടെ ഒരു സൈനികസംഘടനയാണ് നമുക്കാവശ്യം. എന്നാൽ, 'പരസ്പരം ജനറൽ സ്ഥാനം നൽകുക'യെന്ന നേരമ്പോക്കിലേർപ്പെട്ടിരിക്കുന്ന അനേകം മർത്തീനൊവ്മാർ (പ്രത്യേകിച്ചു വിദേശത്തുള്ളവർ) 'പാസ്പോർട്ടേജന്റ്' എന്നു പറയുന്നതിനു പകരം 'വിപ്ലവകാരികൾക്കു പാസ്പോർട്ടു നൽകുന്നതിനുള്ള പ്രത്യേക വകുപ്പിന്റെ മേലധികാരി' എന്നു പറയാനായിരിക്കും കൂടുതലിഷ്ടപ്പെടുക.

നയ്ക്ക് കലാപത്തിനുള്ള ആഹ്വാനം കിട്ടുന്നതുവരെ "ചമ്രമിട്ടു കാത്തിരിക്കേ"ണ്ടിവരില്ല; പിന്നെയോ? ഒരു കലാപമുണ്ടായാൽ അതിന്റെ വിജയത്തിനുള്ള സാധ്യത ഏറ്റവുമധികം ചിട്ടയായ പ്രവർത്തനം അതിനു നടത്തിക്കൊണ്ടിരിക്കാൻ കഴിയും. തൊഴിലാളിബഹുജനങ്ങളുടെ ഏറ്റവും വിപുലമായ വിഭാഗങ്ങളും ഏകാധിപത്യഭരണത്തോടു അതൃപ്തിയുള്ള മറ്റെല്ലാ ജനവിഭാഗങ്ങളുമായി നമുക്കുള്ള ബന്ധങ്ങളെ ശക്തിപ്പെടുത്തുവാൻ ഈ വിധത്തിലുള്ള പ്രവർത്തനം പര്യാപ്തമാകും; കലാപത്തിന്റെ ഘട്ടത്തിൽ വളരെ പ്രാധാന്യമുള്ള ഒരു കാര്യമാണല്ലോ ഇത്. ഇത്തരം പ്രവർത്തനത്തിലൂടെ മാത്രമേ പൊതു രാഷ്ട്രീയപരിത:സ്ഥിതിയെ ശരിയാംവിധം തുലനം ചെയ്തുനോക്കാനുള്ള കഴിവും, തദ്വാരാ കലാപത്തിനുപറ്റിയ സമയം തീരുമാനിക്കാനുള്ള പ്രാപ്തിയും സമ്പാദിക്കാൻ നമുക്കു കഴിയുകയുള്ളു. ഇത്തരം പ്രവർത്തനത്തിലൂടെമാത്രമേ റഷ്യയെ മുഴുവൻ പിടിച്ചുകുലുക്കുന്ന ഒരേ രാഷ്ട്രീയപ്രശ്നങ്ങളേയും സംഭവങ്ങളേയുംപറ്റി ഒരേ സമയംതന്നെ അഭിപ്രായങ്ങൾ രൂപീകരിക്കാനും, എന്നിട്ട് ഈ 'സംഭവ'ങ്ങളുടെ വെളിച്ചത്തിൽ ഏറ്റവും ചുണയോടുകൂടിയും ഉചിതമായ വിധത്തിലും ഐകരൂപ്യത്തോടുകൂടിയും വേണ്ടതു പ്രവർത്തിക്കാനുമുള്ള പരിശീലനം എല്ലാ പ്രാദേശികഘടകങ്ങളും സമ്പാദിക്കുകയുള്ളു; കാരണം, ഗവൺമെന്റിന്റെ നടപടിക്രമത്തെ സംബന്ധിച്ചിടത്തോളം ഏറ്റവുമധികം ചുറുചുറുക്കോടുകൂടി, ഐകരൂപ്യത്തോടുകൂടി, ഔചിത്യബോധത്തോടുകൂടി, ജനസാമാന്യമാകെ നൽകുന്ന 'മറുപടി'യല്ലേ വാസ്തവത്തിൽ കലാപം? അവസാനമായി, റഷ്യയിലങ്ങോളമിങ്ങോളമുള്ള എല്ലാ വിപ്ലവസംഘടനകൾക്കും ഏറ്റവും തുടർച്ചയായ വിധത്തിൽ (അതേ സമയംതന്നെ ഏറ്റവും രഹസ്യമായ വിധത്തിലും) പരസ്പരബന്ധം നിലനിർത്തുന്നതിൽ ഇത്തരം പ്രവർത്തനം പരിശീലനം നൽകും; ഇതു പാർട്ടിയുടെ യഥാർഥമായ ഐക്യം സൃഷ്ടിക്കും — കാരണം, ഇത്തരം പരസ്പരബന്ധങ്ങൾ നിലനിർത്താതെ കലാപത്തിനുള്ള പ്ലാനിനെപ്പറ്റി കൂട്ടായി ചർച്ചനടത്താനും, കലാപം തുടങ്ങുന്നതിനു മുമ്പു അത്യാവശ്യമായ ഒരുക്കങ്ങൾ ചെയ്തുവെയ്ക്കാനും സാധിക്കുകയില്ല (ഇതെല്ലാം അങ്ങേയറ്റം ഗോപ്യമായി വയ്ക്കേണ്ടതാണല്ലോ).

ചുരുക്കിപ്പറഞ്ഞാൽ, 'സിദ്ധാന്തവാദ'വും 'എഴുതാനുള്ള കമ്പ'വും മുഴുത്ത ചില ചാരുകസാലപ്രവർത്തകന്മാരുടെ പ്രവർത്തനഫലമൊന്നുമല്ല 'ഒരു അഖിലറഷ്യൻ രാഷ്ട്രീയപത്രത്തിനുള്ള പ്ലാൻ' (അങ്ങനെ തോന്നിയത് അതു വേണ്ടത്ര നോക്കിപ്പഠിക്കാതിരുന്നിട്ടുള്ളവർക്കു മാത്രമാണ്). നേരെമറിച്ച്, കലാപത്തിനു വേണ്ടിയുള്ള ഒരുക്കങ്ങൾ ഉടൻതന്നെ എല്ലാ വശങ്ങളിൽനിന്നും തുടരാനുള്ള പ്രായോഗികമായ ഒരു പ്ലാനാണിത്; പക്ഷേ, അതേസമയംതന്നെ നമുക്കു സാധാരണ ചെയ്യാനുള്ള ദൈനംദിനപ്രവർത്തനത്തെ ഒരു നിമിഷനേരത്തേക്കെങ്കിലും അതു വിസ്മരിക്കുന്നുമില്ല.

സമാപ്തി

റഷ്യൻ സോഷ്യൽഡെമോക്രസിയുടെ ചരിത്രം മൂന്നു വ്യക്തമായ കാലഘട്ടങ്ങളായി വിഭജിക്കാം:

ഒന്നാം കാലഘട്ടം സുമാർ പത്തുവർഷക്കാലമുണ്ട്. ഏകദേശം 1884 മുതൽ 1894 വരെയുണ്ട്. ഈ കാലഘട്ടത്തിലാണ് സോഷ്യൽഡെമോക്രസിയുടെ സിദ്ധാന്തവും പരിപാടിയും ഉയർന്നുവന്നുറച്ചുവശായത്. റഷ്യയിൽ പുതിയ പരിപാടിയെ അനുകൂലിച്ചിരുന്നവരുടെ എണ്ണം വിരലിലെണ്ണാമായിരുന്നു. ഒരു തൊഴിലാളിപ്രസ്ഥാനമില്ലാത്ത സോഷ്യൽഡെമോക്രസിയായിരുന്നു അത്; ഒരു രാഷ്ട്രീയപ്പാർട്ടിയെന്ന നിലയ്ക്ക് അത് ഗർഭത്തിലിരുന്ന കാലമാണെന്നു പറയാം.

രണ്ടാംകാലഘട്ടം മൂന്നോ നാലോ കൊല്ലത്തേക്കാണ്; 1894–1898. ഈ കാലഘട്ടത്തിൽ സോഷ്യൽഡെമോക്രസി ഒരു സാമൂഹ്യപ്രസ്ഥാനമെന്ന നിലയിൽ, ബഹുജനങ്ങളുടെ ഒരു മുന്നേറ്റമെന്ന നിലയിൽ, ഒരു രാഷ്ട്രീയപാർട്ടിയെന്ന നിലയിൽ, രംഗപ്രവേശം ചെയ്തു. ഇത് അതിന്റെ ബാല്യവും കൗമാരദശയുമായിരുന്നു. നറോദിസത്തിനെതിരായി സമരം ചെയ്യാനും തൊഴിലാളികൾക്കിടയിലിറങ്ങി പ്രവർത്തിക്കാനുമുള്ള ഉത്സാഹം ബുദ്ധിജീവികൾക്കിടയിൽ ഒരു പകർച്ചവ്യാധിപോലെ വ്യാപിച്ചു; തൊഴിലാളികൾക്കിടയിൽ പണിമുടക്കങ്ങളും അതേ തോതിൽ വ്യാപിച്ചു. പ്രസ്ഥാനം നീണ്ട കാൽവയ്പ്പുകൾ മുന്നോട്ടുവച്ചു. എൻ മിഹൈലോവ്സ്കിയുടെ അഭിപ്രായപ്രകാരമാണെങ്കിൽ പ്രകൃതിയുടെ ഒരതിർത്തിവരമ്പായ 'മുപ്പത്തഞ്ചാം വയസി'നെ സമീപിക്കുകപോലും ചെയ്തിട്ടില്ലാത്ത അങ്ങേയറ്റത്തെ ഇളംപ്രായക്കാരായിരുന്നു നേതാക്കന്മാരിൽ ഭൂരിപക്ഷവും. അവരുടെ ചെറുപ്പംനിമിത്തം പ്രായോഗിക പ്രവർത്തനത്തിലുള്ള പരിശീലനം അവർക്കുപോരാ എന്നു വ്യക്തമായി

ആശ്ചര്യകരമായ വേഗതയോടുകൂടി അവർ രംഗത്തുനിന്നു തിരോധാനം ചെയ്യുകയും ചെയ്തു. പക്ഷേ, അവരിൽ മിക്കവരുടേയും പ്രവർത്തനപരിധി വളരെ വിപുലമായിരുന്നു. 'നറോദ്നയ വോല്യ'ക്കാരെന്ന നിലയ്ക്കായിരുന്നു അവരിൽപ്പലരും തങ്ങളുടെ വിപ്ലവചിന്ത സമാരംഭിച്ചതുതന്നെ. ഏതാണ്ടെല്ലാവരുംതന്നെ തങ്ങളുടെ യൗവനത്തിന്റെ ആരംഭത്തിൽ ഭീകരപ്രസ്ഥാനത്തിലെ വീരന്മാരെ ആവേശപൂർവം ആരാധിച്ചിട്ടുള്ളവരാണ്. ഈ വീരപാരമ്പര്യങ്ങളുടെ മനോഹരസ്മരണകളുമായി യാത്രചൊല്ലിപ്പിരിയാൻ ഒരു സമരംതന്നെ വേണ്ടിവന്നു; മാത്രമല്ല, 'നറോദ്നയ വോല്യ'യോടുള്ള കൂറു കൈവിടാൻ തയാറില്ലാത്തവരും ചെറുപ്പക്കാരായ സോഷ്യൽഡെമോക്രാറ്റുകാർക്കു വളരെ ബഹുമാനമുണ്ടായിരുന്നവരുമായ പലേ ആളുകളുമായി വ്യക്തിപരമായ ബന്ധങ്ങളും ഇതോടൊപ്പം മുറിക്കേണ്ടിവന്നു. ഈ സമരം നിമിത്തം അവർ സ്വയം കാര്യങ്ങൾ പഠിക്കാൻ നിർബന്ധിതരായി; എല്ലാത്തരം നിയമവിരുദ്ധസാഹിത്യങ്ങളും വായിക്കാനും, നിയമവിധേയ നറോദിസത്തിന്റെ പ്രശ്നങ്ങളെ കൂലങ്കഷമായി പരിശോധിക്കാനും അവർ നിർബന്ധിതരായി. ഈ സമരത്തിൽനിന്നു പരിശീലനമാർജിച്ച സോഷ്യൽഡെമോക്രാറ്റുകാർ, തങ്ങളുടെ മാർഗത്തിൽ വെളിച്ചംവീശിയ മാർക്സിയൻ സിദ്ധാന്തത്തെയാകട്ടെ, ഏകാധിപത്യഭരണത്തെ മറിച്ചിടേണ്ട കടമയെയാകട്ടെ 'ഒരു നിമിഷനേരത്തെക്കെങ്കിലും' വിസ്മരിക്കാതെ, തൊഴിലാളിപ്രസ്ഥാനത്തിലേക്കിറങ്ങിച്ചെന്നു. സോഷ്യൽഡെമോക്രാറ്റുകാർ ഈ കാലഘട്ടത്തിൽ ചെയ്ത ഏറ്റവും മുഴച്ചുനിൽക്കുന്നതും അതേസമയംതന്നെ ഒടുവിലത്തേതുമായ പ്രവൃത്തിയാണ് 1898-ലെ വസന്തത്തിൽ പാർട്ടിയുടെ രൂപീകരണം.[99]

മൂന്നാംകാലഘട്ടം, നാം മുമ്പുകണ്ടപോലെ, 1897-ൽ ആരംഭിച്ചു; 1898-ൽ വ്യക്തമായും രണ്ടാംകാലഘട്ടത്തെ തുടച്ചുമാറ്റി (1898-?). ശിഥിലതയുടേയും വിഘടനത്തിന്റേയും ചാഞ്ചല്യങ്ങളുടേയും കാലഘട്ടമാണിത്. കൗമാരത്തിൽ ചെറുപ്പക്കാരന്റെ ശബ്ദം ഇടറുന്നു. അങ്ങനെ ഈ കാലഘട്ടത്തിൽ റഷ്യൻ സോഷ്യൽഡെമോക്രസിയുടെ ശബ്ദവും ഇടറാൻ തുടങ്ങി, അപസ്വരങ്ങൾ പുറപ്പെടുവിക്കാൻ തുടങ്ങി; ഒരു വശത്തു മെസ്സേഴ്സ് സ്ട്രൂവെ, പ്രൊക്കൊപ്പോവിച്ച്, ബുൽഗാക്കൊവ്, ബോർദ്യായെവ് എന്നിവരുടേയും മറുഭാഗത്തു വി ഐ, ആർ എം, ബി ക്രിച്ചേവ്സ്കിയ്, മർത്തീനൊവ് എന്നിവരുടെയും പ്രസിദ്ധീകരണങ്ങളിൽ ഇതു പ്രത്യക്ഷമായി. പക്ഷേ, നേതാക്കന്മാർ മാത്രമാണ് ഒറ്റപ്പെട്ടു ചുറ്റിത്തിരിഞ്ഞതും പിറകോട്ടടിച്ചതും; പ്രസ്ഥാനമാണെങ്കിൽ പിന്നെയും വളരുകതന്നെ ചെയ്തു; നീണ്ട കാൽവെപ്പുകൾ അതു മുന്നോട്ടുവെച്ചു. തൊഴിലാളികളുടെ സമരം റഷ്യയിലെല്ലായിടത്തും പുതിയ തൊഴിലാളി വിഭാഗങ്ങളിലേക്കും പരക്കുകയും, അതേസമയംതന്നെ വിദ്യാർഥികൾക്കിടയിലും മറ്റു ജനവിഭാഗങ്ങൾക്കിടയിലും ജനാധിപത്യബോധത്തെ പരോക്ഷമായി പുനരുജ്ജീവിപ്പിക്കുകയും ചെയ്തു. എന്നാൽ, നേതാക്കന്മാരുടെ ബോധത്തിന് ഈ തനിയെയുള്ള മുന്നേറ്റത്തിന്റെ വൈപുല്യത്തി

ന്റെയും ഊക്കിന്റെയും ഒപ്പമെത്താൻ കഴിഞ്ഞില്ല. സോഷ്യൽഡെമോക്രാറ്റുകാർക്കിടയിൽ മറ്റൊരുതരം ആളുകൾ മുൻപന്തിയിൽ വന്നു — 'നിയമവിധേയമാർക്സിസ്റ്റ്' സാഹിത്യത്തിന്റെ അടിസ്ഥാനത്തിൽമാത്രം പരിശീലനം സിദ്ധിച്ച ഒരുവിഭാഗം പ്രവർത്തകർ. ബഹുജനങ്ങളുടെ തനിയെയുള്ള മുന്നേറ്റത്തിന്റെ ഫലമായി നേതാക്കന്മാർക്ക് കൂടുതൽ കൂടുതൽ രാഷ്ട്രീയബോധം ആവശ്യമായി വന്നതോടുകൂടി ഇത്തരം സാഹിത്യത്തിന്റെ പോരായ്മ കൂടുതൽ കൂടുതൽ അനുഭവപ്പെട്ടുതുടങ്ങി. നേതാക്കന്മാർ താത്വികമായും ('വിമർശനസ്വാതന്ത്ര്യം') പ്രായോഗികമായും ('പ്രാകൃതത്വം') പുറകിലായി എന്നുമാത്രമല്ല, പൊങ്ങച്ചം നിറഞ്ഞ പലവിധ വാദങ്ങളുംകൊണ്ട് അവർ തങ്ങളുടെ പിന്നോക്കനിലയെ സാധൂകരിക്കാൻ യത്നിക്കുകപോലും ചെയ്തു. സോഷ്യൽഡെമോക്രസിയെ ബ്രെൺടാനൊവിസ്റ്റുകൾ നിയമവിധേയസാഹിത്യത്തിൽ ട്രേഡ്യൂണിയനിസത്തിന്റെ നിലവാരത്തിലേക്ക് അധഃപതിപ്പിച്ചു; ഹ്വാസ്തിസ്റ്റുകൾ ('വാലിൽത്തൂങ്ങിവാദികൾ') അതുതന്നെ നിയമവിരുദ്ധസാഹിത്യത്തിലും ചെയ്തു. 'ക്രെഡോ'വിന്റെ പരിപാടി നടപ്പിലാക്കപ്പെട്ടുതുടങ്ങി; സോഷ്യൽഡെമോക്രാറ്റുകാരുടെ 'പ്രാകൃതത്വ'ത്തിന്റെ ഫലമായി സോഷ്യൽഡെമോക്രാറ്റിക്കല്ലാത്ത ചിലതരം വിപ്ലവപ്രവണതകൾ വീണ്ടും തലപൊക്കിത്തുടങ്ങിയപ്പോഴാണ് വിശേഷിച്ചും ഇതു സംഭവിച്ചത്.

ഏതോ ഒരു *റബോച്ചെയെ ദ്യെലൊ*വിനെപ്പറ്റി ആവശ്യത്തിലധികം വിസ്തരിച്ചു ഞാൻ പ്രതിപാദിച്ചുവെന്നു വായനക്കാർക്കാക്ഷേപമുണ്ടെങ്കിൽ, അതിനു ഞാൻ ഇങ്ങനെ മറുപടി പറയും: *റബോച്ചെയെ ദ്യെലൊ* ഈ മൂന്നാം കാലഘട്ടത്തിന്റെ 'സ്പിരിട്ടി'നെ ഏറ്റവും പ്രത്യക്ഷമായി പ്രതിബിംബിച്ചുകൊണ്ട് അതിനു 'ചരിത്രപ്രാധാന്യം' ഉണ്ടായി.* ശിഥിലത, ചാഞ്ചല്യങ്ങൾ, 'വിമർശന'ത്തോടും 'സാമ്പത്തികസമരവാദ'ത്തോടും ഭീകരവാദത്തോടും വിട്ടുവീഴ്ചകൾ ചെയ്യാനുള്ള സന്നദ്ധത — ഈ വാസനകളെ ശരിയാംവിധം പ്രകടിപ്പിക്കാൻ അഭിപ്രായസ്ഥൈര്യമുള്ള ആർ. എമ്മിനല്ല കഴിവുണ്ടായത്; പിന്നെയോ? ഓന്തുപോലെ നിറംമാറുന്ന ക്രിച്ചേവ്സ്കിയ്കൾക്കും മർത്തീനൊവ്മാർക്കുമാണ്. 'കേവലശക്തി'യുടെ ആരാധകന്മാർ പ്രായോഗികപ്രവർത്തനത്തിന്റെ നേരെ കാട്ടാറുള്ള, ഉന്നതമായ ആ അവജ്ഞയല്ല, നക്കാപ്പിച്ച പ്രവർത്തനവും സിദ്ധാന്തത്തെ തീരെ അവഗണിക്കലും കൂടിച്ചേർന്നുകൊണ്ടുള്ള ഒരവ

* 'തല്ലുന്നതു ചാക്കിന്മേലാണ്, പക്ഷേ അതു കൊള്ളണമെന്നുദ്ദേശിക്കുന്നതു കഴുതയുടെമേലാണ്' എന്ന ജർമൻ പഴമൊഴിമുഖേനയോ അഥവാ 'തല്ലുന്നതു പൂച്ചയെ, ഉദ്ദേശിക്കുന്നത് മരുമകളെ' എന്ന റഷ്യൻ പഴമൊഴിമുഖേനയോ മറുപടി തരാൻ എനിക്കു കഴിയും. *റബോച്ചെയെ ദ്യെലൊ* മാത്രമൊന്നുമല്ല, സാധാരണക്കാരായ പ്രായോഗികപ്രവർത്തകന്മാരും താത്വികാചാര്യന്മാരും കൂടി 'വിമർശന'മെന്ന ഫാഷന്റെ ഒഴുക്കിൽപ്പെട്ടിട്ടുണ്ട്; സ്വയമേവയുള്ള മുന്നേറ്റത്തിന്റെ പ്രശ്നത്തിൽ അവരെ ആശയക്കുഴപ്പം ബാധിച്ചു; നമ്മുടെ രാഷ്ട്രീയവും സംഘടനാപരവുമായ കടമകളെ സംബന്ധിച്ചിടത്തോളം അവർ സോഷ്യൽഡെമോക്രാറ്റിക് ചിന്താഗതിയിൽ നിന്നു ട്രേഡ്യൂണിയൻ ചിന്താഗതിയിലേക്കു വ്യതിചലിച്ചു.

സ്ഥയാണ് ഈ കാലഘട്ടത്തിന്റെ സവിശേഷത. 'ഗംഭീരമുദ്രാവാക്യങ്ങളെ' പുല്ലുപോലെ നിരാകരിക്കുന്നതിനേക്കാളധികം അവയെ വൈകൃതപ്പെടുത്തി വ്യാഖ്യാനിക്കുകയാണ് ഈ കാലഘട്ടത്തിന്റെ പ്രതിനിധികൾ ചെയ്തത്; ശാസ്ത്രീയസോഷ്യലിസം അവിഛിന്നമായ ഒരു വിപ്ലവസിദ്ധാന്തമല്ലെന്ന നിലവന്നു; പുതുതായി പുറത്തുവരുന്ന ഏതൊരു ജർമൻ പാഠപുസ്തകത്തിന്റെ ഉള്ളടക്കത്തിൽനിന്നും 'സ്വതന്ത്ര'മായി ഓരോന്നെടുത്തു കൂടുകൂട്ടിയുണ്ടാക്കിയ ഒരവിയൽച്ചിന്താഗതിയായി അത്; 'വർഗസമര'മെന്ന മുദ്രാവാക്യം കൂടുതൽ വിപുലവും ഊർജിതവുമായ പ്രവർത്തനത്തിലേക്കവരെ പ്രേരിപ്പിക്കുകയല്ല, മധുരമുള്ള ഒരു ഉറക്കുമരുന്നായിപ്പരിണമിക്കുകയാണ് ചെയ്തത് — കാരണം, 'സാമ്പത്തികസമരം രാഷ്ട്രീയസമരവുമായി അഭേദ്യമാംവിധം ബന്ധപ്പെട്ടുകിടക്കുന്നു'; ഒരു പാർട്ടിവേണമെന്ന ആശയം വിപ്ലവകാരികളുടേതായ ഒരു സമരസംഘടന സൃഷ്ടിക്കാനുള്ള ആഹ്വാനമാവുന്നതിനുപകരം ഒരുതരത്തിലുള്ള 'വിപ്ലവകരമായ ഉദ്യോഗസ്ഥമേധാവിത്വ'ത്തെയും 'ജനാധിപത്യ'രൂപങ്ങളെക്കൊണ്ടുള്ള കുട്ടിക്കളികളെയും ന്യായീകരിക്കുന്നതിനുള്ള ഒരൊഴികഴിവായിത്തീർന്നു.

എപ്പോഴാണ് ഈ മൂന്നാംകാലഘട്ടം അവസാനിച്ചു നാലാമത്തേതു തുടങ്ങുകയെന്നു നമുക്കു നിശ്ചയമില്ല (എന്തായാലും അതു തുടങ്ങാൻ പോകുന്നുണ്ടെന്നതിനു പലേ ലക്ഷണങ്ങളും ഇന്നു കാൺമാനുണ്ട്). ചരിത്രത്തിന്റെ മേഖലയിൽനിന്നും നാം വർത്തമാനകാലത്തിന്റെ മേഖലയിലേക്കും ഭാഗികമായി ഭാവിയുടെ മേഖലയിലേക്കും കടക്കുകയാണ്. പക്ഷേ, നാലാം കാലഘട്ടത്തിൽ ഉശിരൻ മാർക്സിസം ഉറച്ചുവശാവുമെന്നും, റഷ്യൻ സോഷ്യൽഡെമോക്രസി ഈ കുഴപ്പത്തിൽനിന്നു തികച്ചുമൊരു മുതിർന്ന മനുഷ്യന്റെ ഓജസോടുകൂടി പുറത്തുവരുമെന്നും, അവസരവാദികളുടെ പിന്നണിപ്പടയുടെ സ്ഥാനത്തു ഒരു 'പുതിയ പട്ടാളം' — ഏറ്റവും വിപ്ലവകാരിയായ വർഗത്തിന്റെ യഥാർഥമുന്നണിപ്പട്ടാളം തന്നെ — ആവിർഭവിക്കുമെന്നും ഞങ്ങൾ ദൃഢമായി വിശ്വസിക്കുന്നു.

അത്തരമൊരു 'മാറ്റ'ത്തിനുള്ള ആഹ്വാനത്തിന്റെ അർഥത്തിലും ഇതുവരെ വിവരിച്ചതിന്റെയെല്ലാം ഒരു രത്നച്ചുരുക്കമെന്ന നിലയ്ക്കും 'എന്തുചെയ്യണം?' എന്ന ചോദ്യത്തിന് എന്റെ ഉത്തരം ഇങ്ങനെ ചുരുക്കിപ്പറയാം:

"മൂന്നാം കാലഘട്ടമവസാനിപ്പിക്കുക."

അനുബന്ധം

ഇസ്ക്രയേയും റബോച്ചെയെ ദ്യെലൊവിനേയും രഞ്ജിപ്പിക്കാനുള്ള സംരംഭം

*റബോച്ചെയെ ദ്യെലൊവു*മായുള്ള സംഘടനാപരമായ ബന്ധങ്ങളിൽ *ഇസ്ക്ര* സ്വീകരിക്കുകയും ഇടതടവില്ലാതെ പിന്തുടരുകയും ചെയ്തുപോന്ന അടവുകളെപ്പറ്റി ഞങ്ങൾ അടുത്തതായി വിശദീകരിക്കും. 'വിദേശത്തുള്ള റഷ്യൻ സോഷ്യൽഡെമോക്രാറ്റുകാരുടെ യൂണിയനിലെ ഭിന്നിപ്പ്' എന്ന ശീർഷകത്തിൽ 1-ാം ലക്കം *ഇസ്ക്ര*യിൽ പ്രസിദ്ധീകരിച്ച ലേഖനത്തിൽ ഈ അടവുകൾ പൂർണമായി വിവരിച്ചിട്ടുണ്ട്. വിദേശത്തുള്ള റഷ്യൻ സോഷ്യൽഡെമോക്രാറ്റുകാരുടെ യഥാർഥ യൂണിയൻ — അതായത്, നമ്മുടെ പാർട്ടിയുടെ വിദേശപ്രതിനിധിയായി ഒന്നാം പാർട്ടി കോൺഗ്രസിൽ അംഗീകരണം നൽകിയ യൂണിയൻ — രണ്ടു സംഘടനകളായി ഭിന്നിച്ചിരിക്കുകയാണെന്നും, അതിനാൽ പാർട്ടിയുടെ വിദേശ പ്രാതിനിധ്യത്തിന്റെ പ്രശ്നം തീരുമാനിക്കപ്പെടാതെ കിടക്കുകയാണെന്നും, സാർവദേശീയസോഷ്യലിസ്റ്റ് ബ്യൂറോ[100]വിൽ റഷ്യയെ പ്രതിനിധീകരിക്കുവാൻ രണ്ടംഗങ്ങളെ — ഭിന്നിച്ചുനിൽക്കുന്ന വിദേശയൂണിയനിലെ രണ്ടു വിഭാഗങ്ങളിൽനിന്നും ഓരോരുത്തരെ — പാരീസിൽ കൂടിയ സാർവദേശീയകോൺഗ്രസിൽവെച്ചു തെരഞ്ഞെടുത്തതുകൊണ്ടു പ്രശ്നം താൽക്കാലികവും സോപാധികവുമായി മാത്രമേ പരിഹരിക്കപ്പെട്ടിട്ടുള്ളുവെന്നുമുള്ള അഭിപ്രായമാണ് ആദ്യം മുതൽക്കുതന്നെ ഞങ്ങൾക്കുണ്ടായിരുന്നത്. *റബോച്ചെയെ ദ്യെലൊവി*നു മൗലികമായിത്തന്നെ തെറ്റുപറ്റിയിരിക്കുകയാണെന്ന് ഞങ്ങൾ തുറന്നു പറഞ്ഞു. അടിസ്ഥാനപരമായി തൊഴിലാളിമോചനഗ്രൂപ്പിന്റെ ഭാഗത്ത് ഞങ്ങൾ ഉറച്ചു നിലകൊണ്ടു. അതേ അവസരത്തിൽത്തന്നെ ഭിന്നിപ്പിന്റെ വിശദാംശങ്ങളിലേക്കു കടക്കാൻ ഞങ്ങൾ കൂട്ടാക്കിയില്ല, പ്രായോഗികപ്രവർത്തന

ത്തിന്റെ മണ്ഡലത്തിൽമാത്രം വിദേശയൂണിയൻ നൽകിയിട്ടുള്ള സംഭാവനകൾ ഞങ്ങൾ ചൂണ്ടിക്കാണിക്കുകയും ചെയ്തു.*

തൽഫലമായി ഒരതിർത്തിവരെ ഞങ്ങളുടേത് ഒരു 'കാത്തിരിപ്പുനയ'മായിരുന്നു. സിദ്ധാന്തത്തേയും അടവുകളേയും സംബന്ധിക്കുന്ന മൗലികപ്രശ്നങ്ങളിൽ സ്വതന്ത്രമായൊരു നിലപാടെടുക്കാതെതന്നെ തൊഴിലാളിമോചനഗ്രൂപ്പുമായി തത്വത്തിൽ തങ്ങൾക്കു യോജിപ്പാണുള്ളതെന്നു വിദേശയൂണിയൻ പലവുരു പ്രഖ്യാപിച്ചിരിക്കെ, സാമ്പത്തികസമരവാദത്തിന്റെ ഏറ്റവും കടുത്ത വിരോധികൾക്കുപോലും വിദേശയൂണിയനുമായി യോജിച്ചുപ്രവർത്തിക്കാമെന്നു ഭൂരിപക്ഷം റഷ്യൻ സോഷ്യൽ ഡെമോക്രാറ്റുകാർക്കിടയിലുണ്ടായിരുന്ന അഭിപ്രായഗതിയോടു വിട്ടുവീഴ്ച കാണിക്കുകയാണ് ഞങ്ങൾ ചെയ്തത്. *ഇസ്ക്ര*യുടെ ആദ്യലക്കം പുറത്തുവന്ന ഏതാണ്ടതേ സന്ദർഭത്തിൽത്തന്നെ (1900 ഡിസംബർ) മൂന്നംഗങ്ങൾ യൂണിയനിൽനിന്നും വിട്ടുമാറിക്കൊണ്ട് 'മുൻകൈപ്രവർത്തകഗ്രൂപ്പ്' എന്നു പറയപ്പെടുന്ന ഒരു സംഘം രൂപീകരിച്ചുവെന്നതിൽനിന്നുതന്നെ ഞങ്ങളുടെ നിലപാടു ശരിയായിരുന്നുവെന്ന് പരോക്ഷമായി തെളിയുന്നുണ്ട്. രഞ്ജിപ്പിനുവേണ്ടിയുള്ള കൂടിയാലോചനകളിൽ തങ്ങൾ മധ്യസ്ഥം വഹിക്കാൻ തയാറാണെന്നു പറഞ്ഞുകൊണ്ട് പ്രസ്തുതഗ്രൂപ്പ് (1) *ഇസ്ക്ര* സംഘടനയുടെ വിദേശവകുപ്പിനും (2) 'സൊത്സിയാൽദെമോക്രാത്' വിപ്ലവസംഘടന[101]യ്ക്കും (3) വിദേശയൂണിയനും അവരുടെ സേവനങ്ങളർപ്പിക്കുകയുണ്ടായി. ആദ്യത്തെ രണ്ടു സംഘടനകളും അവരുടെ അംഗീകാരം അറിയിച്ചു. മൂന്നാമത്തെ സംഘടന ആ നിർദേശം നിരാകരിക്കുകയാണുണ്ടായത്. കഴിഞ്ഞ വർഷത്തെ 'ഐക്യ'സമ്മേളനത്തിൽ ഒരു പ്രാസംഗികൻ ഈ വസ്തുതകൾ വിവരിച്ചപ്പോൾ 'മുൻകൈപ്രവർത്തകഗ്രൂപ്പി'ന്റെ ഘടനയിലുള്ള അതൃപ്തികൊണ്ടുമാത്രമാണ് വിദേശയൂണിയൻ ആ നിർദേശം നിരസിച്ചതെന്ന് യൂണിയൻ ഭരണസമിതിയിലെ ഒരംഗം പ്രസ്താവിക്കുകയുണ്ടായിയെന്നതു ശരിതന്നെ. ഈ വിശദീകരണം ഇവിടെപ്പറയുകയെന്നത് എന്റെ ചുമതലയായി ഞാൻ കരുതുന്നുണ്ടെങ്കിലും അത് തൃപ്തികരമല്ലാത്ത ഒരു വിശദീകരണമാണെന്നു പറയാതിരിക്കാൻ നിർവാഹമില്ല: കാരണം മറ്റു രണ്ടു സംഘടനകളും കൂടിയാലോചനകൾക്കു തയാറാണെന്ന് അറിയാമായിരിക്കെ വിദേശയൂണിയന് വേറൊരു മധ്യസ്ഥൻ മുഖേനയോ അല്ലെങ്കിൽ നേരിട്ടുതന്നെയോ അവയെ സമീപിക്കാമായിരുന്നു.

1901–ലെ വസന്തത്തിൽ *സര്യാ*യും (ലക്കം 1, ഏപ്രിൽ) *ഇസ്ക്ര*യും (ലക്കം 4, മേയ്) *റബോച്ചെയെ ദ്യെലൊ*വുമായി തുറന്ന വാദപ്രതിവാദത്തിൽ ഏർപ്പെടുകയുണ്ടായി. *റബോച്ചെയെ ദ്യെലൊ*വിൽ വന്ന 'ചരി

---

* ഭിന്നിപ്പിനെക്കുറിച്ചുള്ള ഞങ്ങളുടെ അഭിപ്രായം പ്രസ്തുത വിഷയത്തെസംബന്ധിച്ചു പുറത്തിറങ്ങിയിട്ടുള്ള സാഹിത്യം പരിശോധിച്ചതിൽനിന്നു മാത്രമല്ല നമ്മുടെ സംഘടനയിലെ പല അംഗങ്ങളും വിദേശത്തുനിന്നു ശേഖരിച്ച വിവരങ്ങളെ അടിസ്ഥാനപ്പെടുത്തിയിട്ടുകൂടിയാണ് രൂപീകരിച്ചിട്ടുള്ളത്.

ത്രപ്രധാനമായ വഴിത്തിരിവാ'ണ് *ഇസ്ക്രയുടെ* വിമർശനത്തിനു പ്രത്യേകിച്ചും പാത്രമായത്. അതിന്റെ ഏപ്രിൽ സപ്ലിമെന്റിൽ — വസന്തകാല സംഭവങ്ങൾക്കുശേഷമാണ് ഇത് പ്രസിദ്ധീകരിച്ചതെന്നോർക്കണം — *റബോച്ചെയെ ദ്യെലൊ* ഭീകരപ്രവർത്തനത്തേയും 'രക്തത്തിനു'വേണ്ടിയുള്ള മുറവിളികൂട്ടലിനെയും — അന്നു പലരും ഇതിൽ ഭ്രമിച്ചുവശായിരുന്നു — സംബന്ധിച്ച് ഉറച്ചൊരു നിലപാട് എടുത്തിട്ടില്ല. വാദപ്രതിവാദങ്ങളാരംഭിച്ചുകഴിഞ്ഞെങ്കിലും, പുതിയൊരു സംഘം, 'മധ്യസ്ഥന്മാർ'[102] മുഖേന രഞ്ജിപ്പിക്കാനുള്ള കൂടിയാലോചനകൾ പുനരാരംഭിക്കാമെന്ന് വിദേശയൂണിയൻ സമ്മതിച്ചു. മുൻപറഞ്ഞ മൂന്നു സംഘടനകളിൽനിന്നുമുള്ള പ്രതിനിധികളുടെ ഒരു പ്രാരംഭസമ്മേളനം ജൂണിൽ ചേരുകയും വളരെ വിപുലമായ 'താത്വികപ്രശ്നങ്ങളിന്മേലുള്ള യോജിപ്പി'ന്റെ അടിസ്ഥാനത്തിൽ ഒരു കരാറിന്റെ കരടുരൂപമുണ്ടാക്കുകയും ചെയ്തു. ഈ 'താത്വികപ്രശ്നങ്ങളിന്മേലുള്ള യോജിപ്പ്' വിദേശയൂണിയൻ 'രണ്ടു കോൺഗ്രസുകൾ' എന്ന ലഘുലേഖയിലും 'വിദേശലീഗ് ഐക്യസമ്മേളനത്തിന്റെ രേഖകൾ' എന്ന ലഘുലേഖയിലും പ്രസിദ്ധീകരിച്ചിട്ടുണ്ട്.

പൊതുവിൽ അവസരവാദത്തിന്റേയും പ്രത്യേകിച്ച് റഷ്യൻ അവസരവാദത്തിന്റേയും എല്ലാ ലക്ഷണങ്ങളേയും സർവകഴിവുമുപയോഗിച്ച് എതിർക്കുകയെന്നത് ഐക്യത്തിനുള്ള ഒരു പ്രധാനോപാധിയായി ഞങ്ങൾ മുന്നോട്ടുവെക്കുകയുണ്ടായിയെന്ന് 'താത്വികപ്രശ്നത്തിന്മേലുള്ള യോജിപ്പി'ന്റെ ('ജൂൺ സമ്മേളനത്തിന്റെ പ്രമേയങ്ങൾ' എന്ന പേരിലാണ് ഇത് കൂടുതലും അറിയപ്പെടാറ്) ഉള്ളടക്കത്തിൽനിന്നു വളരെ സ്പഷ്ടമാണ്. ഒന്നാം ഖണ്ഡികയിൽ ഇങ്ങനെ പറയുന്നു:

> തൊഴിലാളി വർഗസമരത്തിൽ അവസരവാദം കുത്തിച്ചെലുത്തുന്നതിനുള്ള എല്ലാ സംരംഭങ്ങളേയും — സാമ്പത്തികസമരവാദം, ബെർൺഷ്ടൈനിസം, മില്യെറാനിസം തുടങ്ങിയ പേരുകളിലറിയപ്പെടുന്ന എല്ലാ സംരംഭങ്ങളേയും — ഞങ്ങൾ നിരാകരിക്കുന്നു. ..... വിപ്ലവകരമായ മാർക്സിസത്തിന്റെ എല്ലാ വൈരികൾക്കുമെതിരായുള്ള താത്വികസമരം...... സോഷ്യൽഡെമോക്രാറ്റിക് പ്രവർത്തനമണ്ഡലത്തിൽ ഉൾപ്പെടുന്നു (4, സി); ...... സ്വേഛാധിപത്യത്തെ അട്ടിമറിക്കുകയെന്നതാണ് റഷ്യൻ തൊഴിലാളിവർഗത്തിന്റെ അടിയന്തര കടമയെന്നത് സംഘടനയുടേയും പ്രക്ഷോഭത്തിന്റേയും ഏതു തുറകളിലുമുള്ള പ്രവർത്തനം നടത്തുമ്പോഴും സോഷ്യൽ ഡെമോക്രസി നിമിഷനേരത്തേക്കുപോലും വിസ്മരിച്ചുകൂടാത്തതാകുന്നു (5, എ); .... കൂലിവേലയും മുടക്കുമുതലും തമ്മിലുള്ള ദൈനംദിനസമരത്തിന്റെ മാത്രം അടിസ്ഥാനത്തിലുള്ള പ്രക്ഷോഭമല്ല (5, ബി); ....തികച്ചും സാമ്പത്തികാവശ്യങ്ങൾക്കുവേണ്ടി മാത്രവും ഭാഗികമായ രാഷ്ട്രീയാവശ്യങ്ങൾക്കുവേണ്ടിയും സമരം ചെയ്യുന്ന ഒരു ഘട്ടമുണ്ടാവുമെന്ന്..... അംഗീകരിക്കാതെ (5, സി); ..... പ്രസ്ഥാനത്തിന്റെ താണ രൂപങ്ങളുടെ പ്രാകൃതത്വ

ത്തേയും.... സങ്കുചിതത്വത്തേയും ഒരു തത്വമായി ഉയർത്തിപ്പിടിക്കാനുള്ള പ്രവണതകളെ വിമർശിക്കുകയെന്നത് പ്രസ്ഥാനത്തെ സംബന്ധിച്ചിടത്തോളം പ്രധാനമാണെന്ന് ഞങ്ങൾ കരുതുന്നു (5, ഡി).

അവസരവാദികളും സാമ്പത്തികസമരവാദികളുമായിരിക്കുകയും സ്വേഛാധിപത്യത്തെ അട്ടിമറിക്കുകയെന്ന കടമ നിമിഷനേരത്തേക്കെങ്കിലും വിസ്മരിക്കുകയും പടിപടിയായ സമരത്തിന്റെ സിദ്ധാന്തം അംഗീകരിക്കുകയും സങ്കുചിതത്വത്തെ ഒരു തത്വമായി ഉയർത്തിപ്പിടിക്കുകയും മറ്റും ചെയ്യുന്നവർക്കെതിരായിട്ടാണ് ഈ പ്രമേയങ്ങൾ ഉന്നംവച്ചിരിക്കുന്നതെന്ന് അവ സശ്രദ്ധം വായിച്ചിട്ടുള്ള ഏതൊരാൾക്കും, തികച്ചും വെളിയിൽ നിൽക്കുന്ന ഒരാൾക്കുപോലും അവയിലെ നിഗമനങ്ങളിൽനിന്നും ബോധ്യമാകും. *റബോച്ചെയെ ദ്യെലൊ* വരുത്തിയ അതേ തെറ്റുകളെയാണ് ഈ പ്രമേയങ്ങൾ ഒന്നൊന്നായി നിരാകരിച്ചിരിക്കുന്നതെന്ന്, തൊഴിലാളിമോചനഗ്രൂപ്പും *സര്യാ*യും *ഇസ്ക്ര*യും *റബോച്ചെയെ ദ്യെലൊ*വിനെതിരായി നടത്തിയിട്ടുള്ള വാദപ്രതിവാദങ്ങളെക്കുറിച്ച് അൽപ്പമെങ്കിലും വിവരമുള്ള ആർക്കും തെല്ലും സംശയത്തിനിടവരില്ല. അതുകൊണ്ട്, വിദേശയൂണിയനെ സംബന്ധിച്ചിടത്തോളം ഒരു പുതിയ 'ചരിത്രപ്രധാനമായ വഴിത്തിരിവ്' ഉണ്ടായതുകൊണ്ടല്ല, പ്രത്യുത, പ്രമേയങ്ങളുടെ അത്യധികമായ 'അവ്യക്തത'മൂലമാണ്* *റബോച്ചെയെ ദ്യെലൊ*വിന്റെ 10-ാം ലക്കത്തിലെ ലേഖനങ്ങൾ പ്രസിദ്ധീകരിക്കേണ്ടി വന്നതെന്ന് വിദേശയൂണിയനിലെ ഒരംഗം 'ഐക്യ'സമ്മേളനത്തിൽ പ്രഖ്യാപിച്ചപ്പോൾ അത് ഒരു പ്രാസംഗികന്റെ ന്യായമായ പരിഹാസത്തിനു പാത്രമായി. പ്രമേയങ്ങൾ അൽപ്പംപോലും അവ്യക്തമല്ലെന്നുമാത്രമല്ല അവിശ്വസനീയമാംവണ്ണം സമൂർത്തമാണെന്ന് — അവ "ആരെയോ പിടികൂടാ"നുദ്ദേശിച്ചുകൊണ്ടുള്ളവയാണെന്ന് ഒറ്റനോട്ടത്തിൽത്തന്നെ വ്യക്തമാണെന്ന് — അദ്ദേഹം പ്രസ്താവിച്ചു.

ഈ പ്രസ്താവം സമ്മേളനത്തിൽവെച്ച് ശ്രദ്ധേയമായ ഒരു സംഭവത്തിനു വഴിതെളിച്ചു. 'പിടികൂടുക' എന്ന വാക്ക് അബദ്ധത്തിൽ പറഞ്ഞുപോയതാണെന്നും അത് ഞങ്ങളുടെ ദുരുദ്ദേശ്യത്തെ ('കെണിയിൽ ചാടിക്കുക'യെന്ന ദുരുദ്ദേശ്യത്തെ) വെളിവാക്കുകയാണ് ചെയ്യുന്നതെന്നും കരുതി ക്രിച്ചേവ്സ്കിയ് ആ വാക്കിൽ കടന്നുപിടിച്ചു. ദയനീയമായി അദ്ദേഹം വിളിച്ചു ചോദിച്ചു: "അവർ ആരെയാണ് പിടികൂടാൻ കച്ചകെട്ടിയിറങ്ങിയിരിക്കുന്ന"തെന്ന്. "ആരെയാണ്?" പ്ലെഹാനൊവ് അതേചോദ്യം പരിഹാസസ്വരത്തിൽ തിരിച്ചു ചോദിച്ചു. "സഖാവ് പ്ലെഹാനൊവിന് സൂക്ഷ്മദൃഷ്ടിയില്ലാത്തതിനാൽ ഞാൻ അദ്ദേഹത്തിന്റെ സഹായത്തിനെത്താം," ക്രിച്ചേവ്സ്കിയ് മറുപടി പറഞ്ഞു. "ഈ കെണി ഒരുക്കിയത് *റബോച്ചെയെ ദ്യെലൊ*വിന്റെ പത്രാധിപസമിതിയെ ഉദ്ദേശിച്ചാ

---

* 'രണ്ടു കോൺഗ്രസുകളി'ലും (പേജ് 25) ഇതേ അഭിപ്രായം ആവർത്തിച്ചിട്ടുണ്ട്.

ണെന്നും (സദസിൽ ചിരി) എന്നാൽ ഞങ്ങൾ ആ കെണിയിൽ വീണി ല്ലെന്നും ഞാൻ അദ്ദേഹത്തെ ബോധിപ്പിച്ചുകൊള്ളട്ടെ!" (ഇടതു ഭാഗ ത്തുനിന്നും ഒരു അഭിപ്രായപ്രകടനം: "അതു കഷ്ടമായിപ്പോയല്ലൊ!") ഇതേ അവസരത്തിൽ, നമ്മുടെ പ്രസംഗികനെ ന്യായീകരിക്കണമെന്ന ഉദ്ദേശ്യത്തോടുകൂടിയും പ്രമേയങ്ങൾക്ക് വിദേശയൂണിയൻകൊണ്ടുവന്ന ഭേദഗതികളെ എതിർത്തുകൊണ്ടും ബൊർബാ ഗ്രൂപ്പിലെ (ഒരു അനുര ഞ്ജകസംഘമായിരുന്നു ഇത്) ഒരംഗം പറയുകയുണ്ടായി 'പിടികൂടുക' എന്ന വാക്ക് വാദപ്രതിവാദത്തിന്റെ ചൂടിൽ യദൃച്ഛയാ പറഞ്ഞുപോയ താണെന്ന് സ്പഷ്ടമാണെന്ന്.

എന്റെ അഭിപ്രായത്തിൽ ഈ 'ന്യായീകരണം' ഈ വാക്കുപയോ ഗിച്ച പ്രാസംഗികന് രുചിക്കുമോ എന്നു സംശയമാണ്. 'ആരെയോ പിടി കൂടാൻ ഉദ്ദേശിച്ചുകൊണ്ടുള്ളതാണ്' എന്ന വാക്കുകൾ 'തമാശരൂപത്തി ലാണെങ്കിലും കാര്യമായിപ്പറഞ്ഞവ'യാണെന്നാണ് എന്റെ വിശ്വാസം: ഞങ്ങൾക്ക് *റബോച്ചെയ ദ്യെലൊ*വിനെപ്പറ്റി എല്ലായ്പ്പോഴുമുള്ള ആക്ഷേപം അത് അസ്ഥിരതയും ചാഞ്ചല്യവും കാണിക്കുന്നുവെന്നാണ്. അപ്പോൾ സ്വാഭാവികമായും ഈ ചാഞ്ചല്യത്തിനു വിരാമമിടാൻവേണ്ടി ഞങ്ങൾ അതിനെ പിടികൂടാൻ ശ്രമിച്ചേ പറ്റൂ എന്ന നിലവന്നു. ദുരുദ്ദേ ശ്യത്തിന്റെ ഒരു ലാഞ്ചനപോലും ഇപ്പറയുന്നതിലടങ്ങിയിട്ടില്ല. കാരണം അടിസ്ഥാനപ്രമാണങ്ങളെസംബന്ധിച്ച അസ്ഥിരതയായിരുന്നു ചർച്ചാവി ഷയം. ക്രിച്ചേവ്സ്കിയും യൂണിയൻഭരണസമിതിയിലെ മറ്റൊരംഗവും ജൂൺ പ്രമേയങ്ങളിൽ ഒപ്പുവയ്ക്കത്തക്കവണ്ണം അത്ര സൗഹൃദത്തോടു കൂടി* വിദേശയൂണിയനെ 'പിടികൂടുന്നതിൽ' ഞങ്ങൾ വിജയിക്കുകയും ചെയ്തു.

*റബോച്ചെയ ദ്യെലൊ*വിന്റെ 10-ാം ലക്കത്തിലെ ലേഖനങ്ങ ളിൽനിന്നും (പ്രസ്തുതലക്കം നമ്മുടെ സഖാക്കൾ ആദ്യം കാണുന്നത്

---

* ഇതുതന്നെയാണ് സംഭവിച്ചത്. തൊഴിലാളിമോചനഗ്രൂപ്പിന്റെ തത്വങ്ങളിന്മേലാണ് റഷ്യൻ സോഷ്യൽഡെമോക്രസി മൊത്തത്തിൽ എപ്പോഴും നിലകൊണ്ടിട്ടുള്ളതെന്നും വിദേ ശയൂണിയന്റെ സേവനങ്ങൾ വിശിഷ്യാ പ്രസദ്ധീകരണപ്രവർത്തനത്തിന്റേയും സംഘ ടനാപ്രവർത്തനത്തിന്റേയും തുറകളിലാണെന്നും ജൂൺ പ്രമേയങ്ങൾക്കുള്ള മുഖവുര യിൽ ഞങ്ങൾ പ്രസ്താവിക്കുകയുണ്ടായി. മറ്റു വാക്കുകളിൽ പറഞ്ഞാൽ, ഞങ്ങൾ 'പിടികൂടാൻ' ശ്രമിച്ച ചാഞ്ചാട്ടങ്ങൾക്കു വിദേശയൂണിയൻ പൂർണവിരാമമിടുന്നപക്ഷം കഴിഞ്ഞതെല്ലാം മറക്കാനും യൂണിയനിലെ സഖാക്കളുടെ പ്രവർത്തനം (ലക്ഷ്യത്തെ സംബന്ധിച്ചിടത്തോളം) പ്രയോജനകരമാണെന്ന് അംഗീകരിക്കാനും ഞങ്ങൾ തികച്ചും തയാറാണെന്ന് ഞങ്ങൾ വ്യക്തമാക്കുകയുണ്ടായി. ജൂൺ പ്രമേയങ്ങൾ പക്ഷഭേദമി ല്ലാതെ വായിക്കുന്ന ഏതൊരാളും ഈ രീതിയിൽ മാത്രമേ അവയെ മനസിലാക്കുക യുള്ളൂ. സാമ്പത്തികസമരവാദത്തിലേക്കു പുതുതായി തിരിഞ്ഞതിന്റെ ഫലമായി (പത്താം ലക്കത്തിലെ ലേഖനങ്ങളിലും ഭേദഗതികളിലും) ഒരു ഭിന്നിപ്പു വരുത്തിയ ശേഷം വിദേശയൂണിയൻ ഞങ്ങളുടെ നേരെ തിരിഞ്ഞു അതിന്റെ സേവനങ്ങളെപ്പറ്റി ഞങ്ങൾ പറഞ്ഞത് അസത്യമാണെന്ന് ('രണ്ടു കോൺഗ്രസുകൾ,' പേജ് 30) ഗൗരവ ത്തിൽ പറയുകയാണെങ്കിൽ അത്തരമൊരു ആരോപണം ഞങ്ങളിൽ പുഞ്ചിരി ഉളവാ ക്കാൻമാത്രമേ പര്യാപ്തമാകുകയുള്ളൂ.

സമ്മേളനത്തിനുവേണ്ടി അവർ വന്നപ്പോഴാണ്, അതായത് സമ്മേളന നടപടികളാരംഭിക്കുന്നതിന് ഏതാനും ദിവസങ്ങൾക്കു മുമ്പാണ്) വേനൽക്കാലത്തിനും ശരത്ക്കാലത്തിനുമിടയ്ക്കുള്ള സമയത്ത് വിദേശ യൂണിയനിൽ ഒരു പുതിയ വഴിത്തിരിവുണ്ടായെന്ന സംഗതി വ്യക്തമായി: സാമ്പത്തികസമരവാദികൾ വീണ്ടും പ്രാബല്യത്തിൽ വന്നു; 'കാറ്റിന്റെ' ഗതിയനുസരിച്ച് ആടിക്കൊണ്ടിരുന്ന പത്രാധിപസമിതിയാകട്ടെ, 'ഏറ്റവും അടിയുറച്ച ബെർൺഷ്ടൈനിസ്റ്റുകൾക്കു'വേണ്ടിയും 'വിമർശനസ്വാതന്ത്ര്യ'ത്തിനുവേണ്ടിയും 'സ്വയമേവയുള്ള പ്രവർത്തനത്തിനു' വേണ്ടിയും വക്കാലത്തുപിടിക്കാനും നമ്മുടെ രാഷ്ട്രീയസ്വാധീനവലയം 'പരിമിതപ്പെടുത്തുകയെന്ന സിദ്ധാന്തം' (ഈ സ്വാധീനം കൂടുതൽ സങ്കീർണമാക്കുകയെന്ന ലക്ഷ്യത്തോടുകൂടിയാണെന്ന വ്യാജേന) മർത്തീനൊവ് മുഖേന പ്രചരിപ്പിക്കാനും തുടങ്ങി. ഒരു ഫോർമുലയിൽക്കൂടി ഒരു അവസരവാദിയെ പിടികൂടാൻ പ്രയാസമാണെന്ന പാർവുസിന്റെ ഉചിതമായ പ്രസ്താവം എത്രകണ്ടു ശരിയാണെന്നു വീണ്ടും തെളിഞ്ഞിരിക്കുകയാണ്. ഒരു അവസരവാദി ഏതു ഫോർമുലയും എളുപ്പത്തിൽ അംഗീകരിക്കും, അത്രയുമെളുപ്പത്തിൽ അതു നിരസിക്കുകയും ചെയ്യും. കാരണം, അവസരവാദമെന്നു പറഞ്ഞാൽത്തന്നെ വ്യക്തവും ദൃഢവുമായി തത്വങ്ങളുടെ അഭാവമെന്നാണല്ലോ അർഥം. അവസരവാദത്തെ കടത്തിവിടാനുള്ള എല്ലാ സംരംഭങ്ങളേയും, എല്ലാ സങ്കുചിതത്വത്തേയും അവസരവാദികൾ ഇന്ന് എതിർക്കുന്നുണ്ട്. "സ്വേഛാധിപത്യത്തെ അട്ടിമറിക്കുകയെന്ന കടമ നിമിഷനേരത്തേക്കുപോലും വിസ്മരിക്കുകയില്ലെ"ന്നും "കൂലിവേലയും മൂലധനവും തമ്മിലുള്ള ദൈനംദിനസമരത്തിന്റെ അടിസ്ഥാനത്തിൽ മാത്രമല്ല പ്രക്ഷോഭണം നടത്തുക"യെന്നും മറ്റും അവർ സഗൗരവം വാഗ്ദാനം ചെയ്യുന്നുണ്ട്. എന്നാൽ നാളെ അവർ പറയുന്നതിന്റെ വിധം മാറ്റും. സ്വയമേവയുള്ള പ്രവർത്തനത്തേയും രസശൂന്യമായ ദൈനംദിനസമരത്തിന്റെ ഗതിയേയും ന്യായീകരിക്കാനെന്ന ഭാവേന, അനുഭവഗോചരമായ ഫലങ്ങൾ വാഗ്ദാനം ചെയ്യുന്ന ആവശ്യങ്ങളെ ഉയർത്തിപ്പിടിക്കാനെന്ന ഭാവേന, അവർ അവരുടെ പഴയവിദ്യകൾ വീണ്ടും പ്രയോഗിക്കും. "സമ്മേളനത്തിൽ അംഗീകരിച്ച കരടുരേഖയിലെ പൊതുതത്വങ്ങളിൽനിന്നും സത്യത്തിനുനിരക്കാത്ത എന്തെങ്കിലും മാറ്റങ്ങൾ" പത്താം ലക്കത്തിലെ ലേഖനങ്ങളിൽ വരുത്തിയതായി "വിദേശയൂണിയൻ കണ്ടിട്ടില്ല, കാണുന്നുമില്ല" ('രണ്ടു കോൺഗ്രസുകൾ,' പേജ് 26) എന്ന് യൂണിയൻ വീണ്ടും ഉറപ്പിച്ചു പറയുന്നതിൽനിന്നും അഭിപ്രായഭിന്നതകളുടെ കാതലായ വശങ്ങൾ ഗ്രഹിക്കാൻ അതിനു കഴിവില്ലെന്നോ അഥവാ താൽപ്പര്യമില്ലെന്നോ മാത്രമേ തെളിയുന്നുള്ളൂ.

*റബോച്ചെയെ ദ്യെലൊ*വിന്റെ പത്താംലക്കം പുറത്തുവന്നതിൽപ്പിന്നെ ഞങ്ങൾക്കു ഒരു കാര്യം മാത്രമേ ചെയ്യേണ്ടതായിട്ടുണ്ടായിരുന്നുള്ളൂ: വിദേശയൂണിയനിലെ എല്ലാ അംഗങ്ങളും ഈ ലേഖനങ്ങളുമായും പത്രാധിപസമിതിയുമായും യോജിക്കുന്നുണ്ടോ എന്നറിയാൻവേണ്ടി

ഒരു പൊതുചർച്ച ആരംഭിക്കുക. ഇക്കാരണത്താൽ വിദേശയൂണിയൻ ഞങ്ങളോട് വിശേഷിച്ചും കോപിച്ചിരിക്കുകയാണ്. അതിന്റെ അണികളിൽ ഭിന്നിപ്പുണ്ടാക്കുന്നുവെന്നും മറ്റുള്ളവരുടെ കാര്യങ്ങളിൽ തലയിടുന്നുവെന്നും മറ്റും ഞങ്ങളെ കുറ്റപ്പെടുത്തുന്നുമുണ്ട്. ഈ ആരോപണങ്ങൾ പ്രത്യക്ഷത്തിൽത്തന്നെ അടിസ്ഥാനരഹിതങ്ങളാണ്. കാരണം, ഒരു ഇളംകാറ്റടിച്ചാൽപ്പോലും അതിന്റെ ഗതിക്കൊപ്പം 'ആടിക്കൊണ്ടിരിക്കുന്ന,' ഒരു തെരഞ്ഞെടുക്കപ്പെട്ട പത്രാധിപസമിതിയുള്ളപ്പോൾ സർവതും കാറ്റിന്റെ ഗതിയെങ്ങോട്ട് എന്നതിനെ ആശ്രയിച്ചാണിരിക്കുന്നത്. ഈ ഗതി നാം നിർണയിച്ചത് യോജിക്കാൻ താൽപ്പര്യമുള്ള സംഘടനകളിലെ അംഗങ്ങളൊഴികെ മറ്റാരും സന്നിഹിതരല്ലാത്ത സ്വകാര്യയോഗങ്ങളിൽ വച്ചായിരുന്നു. ജൂൺ പ്രമേയങ്ങൾക്ക് വിദേശയൂണിയന്റേപേരിൽ സമർപ്പിച്ചിട്ടുള്ള ഭേദഗതികൾ യോജിപ്പിലെത്താമെന്ന ആശയുടെ അവസാനത്തെ തുമ്പും നീക്കിക്കഴിഞ്ഞിരിക്കുന്നു. സാമ്പത്തികസമരവാദത്തിലേക്ക് പുതുതായി വഴിതിരിഞ്ഞിരിക്കുന്നുവെന്നും ഭൂരിപക്ഷം യൂണിയനംഗങ്ങളും *റബോച്ചെയെ ദ്യെലൊ*വിന്റെ പത്താംലക്കത്തോടു യോജിക്കുന്നുവെന്നുമുള്ളതിന്റെ രേഖാമൂലമായ തെളിവാണ് ഈ ഭേദഗതികൾ. അവസരവാദത്തിന്റെ പ്രകടനങ്ങളെ പരാമർശിക്കുന്ന ഭാഗത്തുനിന്ന് 'സാമ്പത്തികസമരവാദമെന്നു പറയപ്പെടുന്ന' എന്ന വാക്കുകൾ നീക്കം ചെയ്യണമെന്നും (ഈ വാക്കുകളുടെ "അർഥം" "വ്യക്തമല്ലെ"ന്നാണ് വാദം. അങ്ങനെയാണെങ്കിൽ, വളരെ വിപുലമായ തോതിൽ പടർന്നുപിടിച്ചിരിക്കുന്ന ഈ തെറ്റിന്റെ രൂപത്തെക്കുറിച്ച് കുറേക്കൂടി കൃത്യമായ ഒരു നിർവചനം നൽകുകമാത്രമേ ആവശ്യമുണ്ടായിരുന്നുള്ളൂ) 'മില്ല്യെറാനിസം' എന്ന വാക്ക് എടുത്തുകളയണമെന്നും (*റബോച്ചെയെ ദ്യെലൊ*വിന്റെ 2–3 ലക്കത്തിൽ 83–84 പേജുകളിലും കൂറേക്കൂടി പച്ചയായി *ഫോർവെർട്ട്സി*ലും* ക്രിച്ചേവ്സ്കിയ് ഇതിനെ ന്യായീകരിച്ചിട്ടുണ്ടെങ്കിൽക്കൂടി) ഉള്ള ഭേദഗതികൾ അവർ കൊണ്ടുവന്നു. 'രാഷ്ട്രീയവും സാമ്പത്തികവും സാമൂഹ്യവുമായ മർദനത്തിന്റെ സർവവിധ രൂപങ്ങൾക്കുമെതിരായി തൊഴിലാളിവർഗം നടത്തുന്ന സമരത്തിന്റെ എല്ലാ പ്രകടനങ്ങൾക്കും നേതൃത്വം നൽകുക'യെന്നതാണ് സോഷ്യൽഡെമോക്രസിയുടെ കടമയെന്ന് ജൂൺ പ്രമേയങ്ങളിൽ അസന്ദിഗ്ധമായി പ്രസ്താവിച്ചിട്ടുണ്ടെങ്കിലും ഇത്തരത്തിലുള്ള എല്ലാ പ്രകടനങ്ങളിലും ചിട്ടയും ഐക്യവും കൈവരുത്താൻ അവ ആഹ്വാനം നൽകുന്നുണ്ടെങ്കിലും, 'സാമ്പത്തികസമരം ബഹുജനപ്രസ്ഥാനത്തിനു ശക്തിമത്തായ ഉത്തേജനം നൽകുന്നു'വെന്ന വാക്കുകൾ യാതൊരാവശ്യവുമില്ലാതെ വിദേശയൂണിയൻ കൂട്ടിച്ചേർത്തിരിക്കുകയാണ് (ഈ പ്രസ്താവന അതേ രൂപത്തിലെടുക്കുകയാണെങ്കിൽ അതിനെ നിഷേധിക്കാനാവില്ല. എന്നാൽ സങ്കുചിതമായ സാമ്പത്തിക

* ഈ വിഷയത്തെപ്പറ്റി *ഫോർവെർട്ട്സിൽ* അതിന്റെ ഇപ്പോഴത്തെ പത്രാധിപസമിതിയും കൗട്സ്കിയും *സര്യാ*യുടെ പത്രാധിപസമിതിയും തമ്മിൽ ഒരു വാദപ്രതിവാദം ആരംഭിച്ചിട്ടുണ്ട്.[103]

സമരവാദം നിലനിൽക്കുമ്പോൾ അത് ദുർവ്യാഖ്യാനങ്ങൾക്കു ഇടകൊടുക്കാതിരിക്കാൻ നിർവാഹമില്ലായിരുന്നു). മാത്രമല്ല, 'നിമിഷനേരത്തേക്കുപോലും' എന്നവാക്കുകൾ (സ്വേഛാധിപത്യത്തെ അട്ടിമറിക്കുകയെന്ന ലക്ഷ്യം വിസ്മരിച്ചുകൂടാ എന്നു പറയുന്നിടത്തുനിന്ന്) നീക്കം ചെയ്യുകയും 'ബഹുജനങ്ങളെ സജീവരാഷ്ട്രീയസമരത്തിലേക്ക് ആകർഷിക്കാൻ ഏറ്റവും വിപുലമായ തോതിൽ പ്രയോഗിക്കാവുന്ന മാർഗം സാമ്പത്തികസമരമാണെ'ന്ന് കൂട്ടിച്ചേർക്കുകയും ചെയ്തുകൊണ്ട് ജൂൺപ്രമേയങ്ങളിൽ 'രാഷ്ട്രീയം' നേരിട്ടു വെട്ടിച്ചുരുക്കാൻ നിർദേശിക്കുകപോലും ചെയ്തു. സ്വാഭാവികമായും ഇത്തരത്തിലുള്ള ഭേദഗതികൾ അവതരിപ്പിച്ചതോടെ ഞങ്ങളുടെ ഭാഗത്തുനിന്നുള്ള വക്താക്കൾ പ്രസംഗിക്കാനേ കൂട്ടാക്കിയില്ല. സാമ്പത്തികസമരവാദത്തിലേക്കു വീണ്ടും തിരിയുകയും ചാഞ്ചാടാനുള്ള സ്വാതന്ത്ര്യവും നേടാൻ ശ്രമിക്കുകയും ചെയ്യുന്ന ആളുകളുമായി കൂടിയാലോചന തുടരുന്നതു വെറുതെയാണെന്ന് അവർക്കു തോന്നി.

"*റബോച്ചെയെ ദ്യെലൊ* അതിന്റെ സ്വതന്ത്രസ്വഭാവവും പരമാധികാരവും വച്ചുപുലർത്തിയെന്നതുതന്നെയാണ് — യൂണിയന്റെ അഭിപ്രായത്തിൽ ഭാവിയിലെ നമ്മുടെ യോജിപ്പിന് ഒഴിച്ചുകൂടാൻ വയ്യാത്ത ഒരു ഉപാധിയാണിത് — യോജിപ്പിനുള്ള തടസ്സമായി *ഇസ്ക്ര* കരുതിയിത്" ('രണ്ടു കോൺഗ്രസുകൾ,' പേജ് 25). ഇത് ഒട്ടും ശരിയല്ല. *റബോച്ചെയെ ദ്യെലൊ*വിന്റെ പരമാധികാരം ഇല്ലാതാക്കണമെന്ന് ഞങ്ങൾ ചിന്തിച്ചിട്ടേയില്ല.* 'സ്വതന്ത്രസ്വഭാവമെ'ന്നതുകൊണ്ട് തത്വത്തേയും അടവുകളേയും ബാധിക്കുന്ന മൗലികപ്രശ്നങ്ങളിൽ സ്വാതന്ത്ര്യം വേണമെന്നാണ് ഉദ്ദേശിക്കുന്നതെങ്കിൽ അങ്ങനെയുള്ള സ്വതന്ത്രസ്വഭാവം അംഗീകരിക്കാൻ ഞങ്ങൾ അങ്ങേയറ്റം വിസമ്മതിക്കുകതന്നെ ചെയ്തു. അത്തരത്തിലുള്ള സ്വതന്ത്രസ്വഭാവത്തെ ജൂൺ പ്രമേയങ്ങളിൽ പാടേ നിഷേധിക്കുകയാണ് ചെയ്തിട്ടുള്ളത്. എന്തുകൊണ്ടെന്നാൽ, ഞങ്ങൾ ചൂണ്ടിക്കാണിച്ചതുപോലെ, അത്തരം സ്വതന്ത്രസ്വഭാവംകൊണ്ട് ഫലത്തിൽ ഉദ്ദേശിക്കുന്നത് നമ്മുടെയിടയിൽ ഇന്നു നിലവിലുള്ള അനൈക്യത്തെ — പാർട്ടിയുടെ വീക്ഷണകോണത്തിൽനിന്നു നോക്കിയാൽ തികച്ചും അസഹ്യമായ ഒരു സ്ഥിതിയെ — വളർത്താനുതകുന്ന സർവപ്രകാരേണയുള്ള ചാഞ്ചാട്ടങ്ങളെയാണ്. *റബോച്ചെയെ ദ്യെലൊ*വിന്റെ 10–ാം ലക്കത്തിലെ ലേഖനങ്ങളും അതിന്റെ 'ഭേദഗതികളും' ഒന്നിച്ചുചേർത്തുനോക്കുമ്പോൾ ഈ രീതിയിലുള്ള സ്വതന്ത്രസ്വഭാവം വെച്ചുപുലർത്താനാണ് ആഗ്രഹിക്കുന്നതെന്നു വ്യക്തമാകുന്നുണ്ട്. അത്തരമൊരു ആഗ്രഹം സ്വാഭാവികമായും അനിവാര്യമായും ഭിന്നിപ്പിനും യുദ്ധപ്രഖ്യാപനത്തിനും വഴിതെളിച്ചു. കൃത്യ

---

* അതായത്, സംയോജിതസംഘടനകൾക്ക് ഒരു ജോയിന്റ് സുപ്രീം കൗൺസിൽ രൂപീകരിക്കുന്നതുസംബന്ധിച്ച് പത്രാധിപസമിതികൾ തമ്മിൽ ചർച്ചകൾ നടത്തുന്നത് പരമാധികാരത്തിന്മേലുള്ള കൈവെപ്പായി കരുതിയില്ലെങ്കിൽ; *റബോച്ചെയെ ദ്യെലൊ* ജൂണിൽ ഇതിനു സമ്മതിക്കുകയാണുണ്ടായത്.

മായ ചില സാഹിത്യപരമായ ചുമതലകൾ നിറവേറ്റുന്നതിൽ ശ്രദ്ധ കേന്ദ്രീകരിക്കേണ്ടതാണെന്ന അർഥത്തിൽ *റബോച്ചെയെ ദ്യെലൊ*വിന്റെ 'സ്വതന്ത്രസ്വഭാവം' അംഗീകരിക്കാൻ ഞങ്ങളെല്ലാവരുംതന്നെ തയാറായിരുന്നു. ഈ ചുമതലകൾ വേണ്ടവണ്ണം വിഭജിക്കേണ്ടത് ഏതുവിധത്തിലാണെന്ന് വ്യക്തമായിരുന്നു: (1) ഒരു താത്വികമാസിക, (2) ഒരു രാഷ്ട്രീയവൃത്താന്തപത്രം, (3) ലളിതമായി എഴുതിയിട്ടുള്ള ലേഖനസമാഹാരങ്ങളും ലഘുലേഖകളും. ഇത്തരത്തിലുള്ള ഒരു പ്രവൃത്തിവിഭജനത്തെ അനുകൂലിച്ചുകൊണ്ടുമാത്രമേ *റബോച്ചെയെ ദ്യെലൊ*വിനു ജൂൺ പ്രമേയങ്ങളിൽ ചൂണ്ടിക്കാട്ടിയിട്ടുള്ള അതിന്റെ തെറ്റുകളെ എന്നെന്നേക്കുമായി കൈവെടിയാൻ അത് ആത്മാർഥമായി ആഗ്രഹിക്കുന്നുവെന്നു തെളിയിക്കാനൊക്കുമായിരുന്നുള്ളു. ഇത്തരത്തിലുള്ള പ്രവൃത്തിവിഭജനം മാത്രമേ ഉരസലുകൾക്കുള്ള സാധ്യതകൾ പാടേ ഇല്ലാതാക്കുകയും ശാശ്വതമായ ഒരു യോജിപ്പുകൈവരുത്താനും ഫലപ്രദമായി ഉറപ്പുനൽകുകയും അതേ സമയം നമ്മുടെ പ്രസ്ഥാനത്തിന്റെ പുനരുത്ഥാനത്തിനും പുതിയ നേട്ടങ്ങൾക്കും അടിത്തറപാകുകയും ചെയ്യുമായിരുന്നുള്ളൂ.

'സംഘടനാപരമായ' സാഹചര്യങ്ങളൊന്നുമല്ല, നേരെമറിച്ച്, അവസരവാദത്തിന്റെ സ്വതന്ത്രസ്വഭാവത്തെ അരക്കിട്ടുറപ്പിക്കാനും ക്രിച്ചേവ്സ്ക്കിമാരുടേയും മർത്തീനൊവ്മാരുടേയും പ്രസംഗങ്ങൾ മുഖേന തുടർച്ചയായി ആശയക്കുഴപ്പമുണ്ടാക്കാനുള്ള അവസരവാദികളുടെ വ്യഗ്രതയാണ് വിപ്ലവപ്രവണതകളും അവസരവാദപരമായ പ്രവണതകളും തമ്മിൽ അവസാനം തെറ്റിപ്പിരിയാനുള്ള കാരണമെന്ന കാര്യത്തിൽ ഇപ്പോൾ ഒരൊറ്റ റഷ്യൻ സോഷ്യൽഡെമോക്രാറ്റിനും സന്ദേഹത്തിനവകാശമില്ല.

'എന്തുചെയ്യണം?' എന്ന ലഘുലേഖയ്ക്ക് ഒരു തിരുത്തൽ

'എന്തുചെയ്യണം?' എന്ന ലഘുലേഖയുടെ 141–ാം പേജിൽ* 'മുൻകൈഗ്രൂപ്പിനെ'പ്പറ്റി ഞാൻ പ്രസ്താവിച്ചിട്ടുണ്ടല്ലോ. വിദേശത്തുള്ള സോഷ്യൽഡെമോക്രാറ്റിക് സംഘടനകൾ തമ്മിൽ രഞ്ജിപ്പുണ്ടാക്കാനുള്ള ശ്രമത്തിൽ അവർ വഹിച്ച പങ്കിനെക്കുറിച്ച് ഞാൻ വിവരിച്ചിട്ടുള്ളതിൽ താഴെകൊടുക്കുന്ന തിരുത്ത് എഴുതിച്ചേർക്കണമെന്ന് അവർ ആവശ്യപ്പെട്ടിരിക്കുന്നു: ഗ്രൂപ്പിലുണ്ടായിരുന്ന മൂന്നംഗങ്ങളിൽ ഒരാൾമാത്രമേ 1900–ത്തിന്റെ അവസാനത്തിൽ വിദേശയൂണിയൻ വിട്ടുപിരിഞ്ഞുള്ളൂ; മറ്റു രണ്ടുപേരും വിട്ടുപിരിഞ്ഞത് 1901–ലാണ്. അതും 'മുൻകൈപ്രവർത്തകഗ്രൂപ്പ്' നിർദേശിച്ചപ്രകാരം വിദേശത്തുള്ള *ഇസ്ക്ര* സംഘടനയും 'സൊത്സിയാൽദെമോക്രാത് വിപ്ലവസംഘടന'യുമായിച്ചേർന്ന് ഒരു സമ്മേളനം കൂടാൻ യൂണിയന്റെ സമ്മതം കിട്ടുകയില്ലെന്നു ബോധ്യമായതിനുശേഷം മാത്രമേ അവർ അതിൽനിന്നും വിട്ടുപിരിഞ്ഞുള്ളൂ. 'മുൻകൈപ്രവർത്തകഗ്രൂപ്പി'ലെ ആളുകൾ മാധ്യസ്ഥം വഹിക്കാൻ 'യോഗ്യരല്ലെ'ന്നും പറഞ്ഞ് വിദേശയൂണിയന്റെ ഭരണസമിതി ഈ നിർദേശം ആദ്യം തള്ളിക്കളയുകയാണുണ്ടായത്. വിദേശത്തുള്ള *ഇസ്ക്ര* സംഘടനയുമായി നേരിട്ടു ബന്ധം സ്ഥാപിക്കാൻ അവർ താൽപ്പര്യം കാണിക്കുകയും ചെയ്തു. എന്നാൽ അധികം താമസിയാതെ, യൂണിയനിലെ ഭിന്നിപ്പിനെക്കുറിച്ചുള്ള റിപ്പോർട്ടടങ്ങുന്ന *ഇസ്ക്ര*യുടെ പ്രഥമലക്കം പുറത്തുവന്നതിനെത്തുടർന്ന് തങ്ങൾ തീരുമാനം മാറ്റിയെന്നും *ഇസ്ക്ര*യുമായി ബന്ധംപുലർത്താൻ തങ്ങൾക്കുമേലിൽ താൽപ്പര്യമില്ലെന്നും വിദേശയൂണിയന്റെ ഭരണസമിതി 'മുൻകൈപ്രവർത്തകഗ്രൂപ്പി'നെ അറിയിക്കുകയുണ്ടായി. ഇങ്ങനെയിരിക്കെ, 'മുൻകൈപ്രവർത്തകഗ്രൂപ്പി'ലെ അംഗ

---

* ഈ പുസ്തകത്തിലെ 229–ാം പേജ് നോക്കുക.

ത്വം സംബന്ധിച്ച അതൃപ്തികൊണ്ടു മാത്രമാണ് തങ്ങൾ ഒരു സമ്മേളനത്തിനു സമ്മതിക്കാതിരുന്നതെന്ന് വിദേശയൂണിയൻ ഭരണസമിതിയിലെ ഒരംഗം ചെയ്ത പ്രസ്താവയുടെ അർഥമെന്താണ്? കഴിഞ്ഞ വർഷം ജൂണിൽ ഒരു സമ്മേളനം കൂടാൻ വിദേശയൂണിയന്റെ ഭരണസമിതി സമ്മതം നൽകിയതിന്റെ അർഥം മനസിലാക്കാനും അത്രതന്നെ പ്രയാസമാണെന്നതും നേരാണ്. എന്തുകൊണ്ടെന്നാൽ, *ഇസ്ക്രയുടെ* ഒന്നാം ലക്കത്തിലെ ലേഖനം അന്നും പ്രാബല്യത്തിലുണ്ടായിരുന്നു. എന്നുമാത്രമല്ല, വിദേശയൂണിയനോടുള്ള, *ഇസ്ക്രയുടെ* 'നിഷേധാത്മകമായ' മനോഭാവം കുറെക്കൂടി ശക്തിയേറിയ ഭാഷയിൽ *സര്യായുടെ* ഒന്നാംലക്കത്തിലും *ഇസ്ക്രയുടെ* നാലാം ലക്കത്തിലും പ്രകടമാക്കുകയും ചെയ്തിരുന്നു. ഇവ രണ്ടും ജൂൺ സമ്മേളനത്തിനു മുമ്പാണ് പുറത്തു വന്നതും.

ഇസ്ക്ര, ലക്കം 19, ഏപ്രിൽ 1, 1902. വി ഐ ലെനിൻ

കുറിപ്പുകൾ

1. **'എവിടെ നിന്ന് തുടങ്ങണം?'** എന്ന ലേഖനം നാലാം ലക്കം *ഇസ്ക്ര*യുടെ മുഖപ്രസംഗമായിട്ടാണ് ആദ്യം പ്രസിദ്ധീകരിച്ചത്. റഷ്യയിലെ സോഷ്യൽഡെമോക്രാറ്റിക് പ്രസ്ഥാനത്തെ സംബന്ധിച്ചിടത്തോളം അക്കാലത്ത് ഏറ്റവും പ്രാധാന്യമർഹിച്ചിരുന്ന ചോദ്യങ്ങൾക്കുള്ള ഉത്തരം — രാഷ്ട്രീയപ്രക്ഷോഭത്തിന്റെ സ്വഭാവവും മുഖ്യമായ പൊരുളും, സംഘടനാപരമായ കടമകൾ, സമരാത്മകമായ ഒരു അഖിലറഷ്യൻ മാർക്സിസ്റ്റ് പാർട്ടി കെട്ടിപ്പടുക്കാനുള്ള പദ്ധതി എന്നിവയെ സംബന്ധിച്ച പ്രശ്നങ്ങൾക്കുള്ള ഉത്തരം — അതിലടങ്ങിയിരുന്നു. പിൽക്കാലത്ത് *എന്തു ചെയ്യണം?* എന്ന പുസ്തകത്തിന്റെ രൂപത്തിൽ പുറത്തുവന്ന ഒരു പ്ലാനിന്റെ നക്കലാണ് ഈ ലേഖനമെന്ന് ലെനിൻ പ്രസ്താവിക്കുകയുണ്ടായി.
   വിപ്ലവകാരികളായ സോഷ്യൽഡെമോക്രാറ്റുകാർക്ക് ഒരു പരിപാടി നിർദേശിച്ച പ്രസ്തുതലേഖനം റഷ്യക്കകത്തും പുറത്തും വിപുലമായി വിതരണം ചെയ്യപ്പെട്ടു.
2. ***ഇസ്ക്ര*** (*തീപ്പൊരി*) : നിയമവിരുദ്ധമായി പ്രസിദ്ധീകരിച്ച ആദ്യത്തെ അഖിലറഷ്യൻ മാർക്സിസ്റ്റ് വൃത്താന്തപത്രം. 1900–ൽ ലെനിൻ സ്ഥാപിച്ച ഈ പത്രം തൊഴിലാളിവർഗത്തിന്റേതായ ഒരു മാർക്സിസ്റ്റ് വിപ്ലവപ്പാർട്ടി രൂപീകരിക്കുന്നതിൽ സുപ്രധാനമായ പങ്കു വഹിക്കുകയുണ്ടായി.
   ഒരു വിപ്ലവവൃത്താന്തപത്രം റഷ്യയിൽ പ്രസിദ്ധീകരിക്കുകയെന്നത് പൊലീസ് മർദനം നിമിത്തം അസാധ്യമായതിനാൽ ലെനിൻ, സൈബീരിയയിൽ ബഹിഷ്കൃതനായിരിക്കുമ്പോൾത്തന്നെ, വിദേശത്തുനിന്നും ഒരു പത്രം പുറപ്പെടുവിക്കാനുള്ള ഒരു പ്ലാനിന്റെ എല്ലാ വിശദാംശങ്ങളും തയാറാക്കിക്കഴിഞ്ഞിരുന്നു. ബഹിഷ്കരണത്തിന്റെ കാലാവധി 1900 ജനുവരിയിൽ അവസാനിച്ചയുടനെ ലെനിൻ തന്റെ

പ്ലാൻ നടപ്പിലാക്കാനുള്ള നടപടികളാരംഭിച്ചു.
ലെനിന്റെ *ഇസ്ക്ര*യുടെ പ്രഥമലക്കം 1900 ഡിസംബറിൽ ലൈപ്സിഗിൽ പ്രസിദ്ധീകരിച്ചു. ശേഷമുള്ള ലക്കങ്ങൾ ആദ്യം മൂനിക്കിലും 1902 ജൂലൈ മുതൽ ലണ്ടനിലും 1903–ലെ വസന്തം മുതൽ ജനീവയിലുമാണ് പ്രസിദ്ധം ചെയ്തത്.
വി ഐ ലെനിൻ, ജി വി പ്ലെഹാനൊവ്, എൽ മാർത്തൊവ്, പി ബി ആക്സെൽറൊഡ്, എ എൻ പൊത്രേസൊവ്, വി ഐ സസൂലിച്ച് എന്നിവരാണ് പത്രാധിപസമിതിയിലുണ്ടായിരുന്നത്. *ഇസ്ക്ര*യുടെ മുഖ്യപത്രാധിപരും ഏറ്റവും പ്രധാനപ്പെട്ട വ്യക്തിയും യഥാർഥത്തിൽ ലെനിനായിരുന്നു. അദ്ദേഹം റഷ്യയിലെ പാർട്ടിസംഘടനയേയും തൊഴിലാളിവർഗസമരത്തേയും സംബന്ധിച്ച എല്ലാ പ്രധാനപ്രശ്നങ്ങളേയും കുറിച്ച് ലേഖനങ്ങളെഴുതി പ്രസിദ്ധപ്പെടുത്തുകയും ലോകരംഗത്തു നടക്കുന്ന ഏറ്റവും പ്രധാനപ്പെട്ട സംഗതികൾ കൈകാര്യം ചെയ്യുകയും ചെയ്തു.
ഇസ്ക്ര പാർട്ടിയുടെ ശക്തികളെ അണിനിരത്താനും പാർട്ടി അംഗങ്ങൾക്കു പരിശീലനം നൽകാനുമുള്ള ഒരു കേന്ദ്രമായിത്തീർന്നു. ലെനിന്റെ *ഇസ്ക്ര*യുടെ നിയമമനുസരിച്ച് അനേകം റഷ്യൻ നഗരങ്ങളിൽ (സെന്റ് പീറ്റേഴ്സ്ബർഗ്, മോസ്കോ, സമാറ തുടങ്ങിയവ) റഷ്യൻ സോഷ്യൽഡെമോക്രാറ്റിക് ലേബർ പാർട്ടിയുടെ ഗ്രൂപ്പുകളും കമ്മിറ്റികളും സംഘടിപ്പിക്കപ്പെടുകയുണ്ടായി. 1902 ജനുവരിയിൽ സമാറയിൽ ചേർന്ന *ഇസ്ക്ര* അനുയായികളുടെ സമ്മേളനത്തിൽ വച്ച് *ഇസ്ക്ര*യുടെ ഒരു റഷ്യൻ സംഘടന രൂപീകരിക്കപ്പെട്ടു.
ലെനിൻ മുൻകയ്യെടുത്തുകൊണ്ടും നേരിട്ടു പങ്കെടുത്തുകൊണ്ടും *ഇസ്ക്ര*യുടെ പത്രാധിപസമിതി പാർട്ടിയുടെ ഒരു കരടുപരിപാടി തയാറാക്കുകയും (*ഇസ്ക്ര* 21–ാം ലക്കത്തിൽ ഇതു പ്രസിദ്ധീകരിച്ചു) 1903 ജൂലൈ – ആഗസ്റ്റിൽ കൂടിയ ആർ എസ് ഡി എൽ പിയുടെ രണ്ടാം കോൺഗ്രസ് കൂടിയ സമയമായപ്പോഴേക്കും റഷ്യയിലെ ഭൂരിപക്ഷം സോഷ്യൽഡെമോക്രാറ്റിക് പ്രാദേശിക സംഘടനകളും *ഇസ്ക്ര*യുടെ ഭാഗത്തു ചേരുകയും അതിന്റെ പരിപാടിയും സംഘടനാപദ്ധതിയും അടവിനെ സംബന്ധിച്ച നയവും അംഗീകരിക്കുകയും അതിനെ തങ്ങളുടെ പ്രധാനപത്രമായി സ്വീകരിക്കുകയും ചെയ്തു. പാർട്ടി കെട്ടിപ്പടുക്കാനുള്ള സമരത്തിൽ *ഇസ്ക്ര* വഹിച്ച സുപ്രധാനപങ്ക് എടുത്തുപറയുന്ന ഒരു പ്രത്യേകപ്രമേയം വഴി കോൺഗ്രസ് പ്രസ്തുതപത്രത്തെ ആർ. എസ്. ഡി. എൽ. പിയുടെ കേന്ദ്രമുഖപത്രമായി അംഗീകരിക്കുകയും ലെനിൻ, പ്ലെഹാനൊവ്, മാർത്തൊവ് എന്നിവരടങ്ങുന്ന ഒരു പത്രാധിപസമിതി രൂപീകരിക്കുകയും ചെയ്തു. കോൺഗ്രസിന്റെ തീരുമാനമുണ്ടായിട്ടും മാർത്തൊവ് ആ സമിതിയിൽ പങ്കെടുക്കാൻ കൂട്ടാക്കിയില്ല. 46 മുതൽ 51 വരെയുള്ള ലക്കങ്ങൾ ലെനിന്റേയും പ്ലെഹാനൊവിന്റേയും പത്രാധിപത്യത്തിലാണ് പുറത്തിറക്കിയത്. പിൽക്കാലത്ത് പ്ലെഹാനൊവ് മെൻഷെവിക്ക് നിലപാടിലേക്കു മാറുകയും മുമ്പുണ്ടായിരുന്ന എല്ലാ മെൻഷെവിക്ക് പത്രാധിപസമിതിയംഗങ്ങളേയും, കോൺഗ്രസ്

അവരെ നിരാകരിച്ചിട്ടുണ്ടെങ്കിൽക്കൂടി, പത്രാധിപസമിതിയിലെടുക്കണമെന്ന് വാദിക്കുകയുമുണ്ടായി. ഇതിനോടു യോജിക്കാൻ ലെനിനു നിർവാഹമില്ലായിരുന്നു. ഒക്ടോബർ 19–ാം നു (പുതിയ കലണ്ടറനുസരിച്ചു നവംബർ 1–നു) അദ്ദേഹം *ഇസ്ക്രയുടെ* പത്രാധിപസമിതിയിൽനിന്നും ഒഴിയുകയും കേന്ദ്രക്കമ്മിറ്റിയിലേക്കു കോപ്റ്റ് ചെയ്യപ്പെടുകയും ചെയ്തു. അവിടെയിരുന്നുകൊണ്ട് ലെനിൻ മെൻഷെവിക്ക് അവസരവാദികൾക്കെതിരായി സമരം നടത്തി. പ്ലെഹാനൊവിന്റെ മാത്രം പത്രാധിപത്യത്തിലാണ് *ഇസ്ക്രയുടെ* 52–ാം ലക്കം പുറത്തിറങ്ങിയത്. 1903 നവംബർ 13 (26)–ാം നു പ്ലെഹാനൊവ് സ്വയം മുൻകയ്യെടുത്തുകൊണ്ട്, കോൺഗ്രസിന്റെ ഹിതത്തിനു വിപരീതമായി, മുമ്പുണ്ടായിരുന്ന എല്ലാ മെൻഷെവിക്ക് പത്രാധിപന്മാരേയും പത്രാധിപസമിതിയിലേക്കു കോപ്റ്റ് ചെയ്തു. മെൻഷെവിക്കുകൾ 52–ാമത്തെ ലക്കം മുതൽ *ഇസ്ക്രയെ* അവരുടെ മുഖപത്രമാക്കി മാറ്റി.

3. **വിദേശങ്ങളിലുള്ള സോഷ്യൽഡെമോക്രാറ്റിക് സംഘടനകളെയും**: റഷ്യൻ സോഷ്യൽ ഡെമോക്രാറ്റുകാരുടെ യൂണിയൻ, വിദേശബുന്ദ് കമ്മിറ്റി, 'സൊത്സിയാൽ ഡെമോക്രാറ്റ്' എന്ന സംഘടന, *ഇസ്ക്രയുടേയും സര്യായുടേയും* വിദേശസംഘടന എന്നിവയുടെ — സംയോജനത്തെക്കുറിച്ച് ധാരണയിലെത്താൻവേണ്ടി 1901–ലെ വസന്തത്തിലും വേനൽക്കാലത്തും 'ബൊർബാ' ഗ്രൂപ്പിന്റെ മധ്യസ്ഥതയിൽ അവതമ്മിൽ കൂടിയാലോചനകൾ നടത്തുകയുണ്ടായി. ഒരു ഐക്യസമ്മേളനത്തിനുള്ള കളമൊരുക്കുന്നതിനുവേണ്ടി ഈ സംഘടനകളുടെ പ്രതിനിധികൾ ജൂണിൽ ജനീവയിൽ സമ്മേളിച്ചു ('ജൂൺ സമ്മേളനം' അഥവാ 'ജനീവാ സമ്മേളനം' എന്ന പേരിലാണ് ഇത് അറിയപ്പെടുന്നത്.) സോഷ്യൽഡെമോക്രാറ്റിക് സംഘടനകളെയെല്ലാം അരക്കിട്ടുറപ്പിക്കേണ്ടതിന്റെ ആവശ്യകത അംഗീകരിക്കുകയും, സാമ്പത്തികസമരവാദം, ബെർൺഷ്ടൈനിസം, മില്യെറാനിസം തുടങ്ങി എല്ലാ രൂപത്തിലും ഛായയിലുമുള്ള അവസരവാദത്തെ അപലപിക്കുകയും ചെയ്തുകൊണ്ടുള്ള ഒരു പ്രമേയം (അടിസ്ഥാനപ്രമാണങ്ങളെസംബന്ധിച്ച് യോജിപ്പ്) സമ്മേളനം തയ്യാറാക്കുകയുണ്ടായി. എന്നാൽ, റഷ്യൻ സോഷ്യൽഡെമോക്രാറ്റുകാരുടെ യൂണിയനും അതിന്റെ മുഖപത്രമായ *റബോച്ചെയെ ദ്യെലൊവും* അവസരവാദത്തിന്റെ മാർഗത്തിലേക്കു പുതുതായി വഴിതിരിഞ്ഞതോടെ ഐക്യത്തിനുള്ള ശ്രമം പരാജയപ്പെടുമെന്നു തീർച്ചയായി.

വിദേശത്തുള്ള ആർ എസ് ഡി എൽ പി സംഘടനകളുടെ ഐക്യകോൺഗ്രസ് സൂറിക്കിൽവെച്ചു സെപ്തംബർ 21–ഉം 22–ഉം (ഒക്ടോബർ 4–ഉം 5–ഉം) തീയതികളിൽ ചേർന്നു. *ഇസ്ക്രയുടേയും സര്യായുടേയും* വിദേശസംഘടനയുടെ ആറു പ്രതിനിധികളും (ലെനിൻ, ക്രൂപ്സ്കായ, മാർത്തൊവ് തുടങ്ങിയവർ) തൊഴിലാളിമോചനഗ്രൂപ്പിന്റെ മൂന്ന് അംഗങ്ങൾ (പ്ലെഹാനൊവ്, ആക്സെൽറൊഡ്, സസൂലിച്ച്) ഉൾപ്പെടെ 'സൊത്സിയാൽഡെമോക്രാറ്റ്' വിപ്ലവസംഘടനയു

ടെ എട്ടു മെമ്പറന്മാരും വിദേശബുന്ദ്സമിതിയുടെ അഞ്ചംഗങ്ങളുൾപ്പെടെ റഷ്യൻ സോഷ്യൽഡെമോക്രാറ്റുകാരുടെ യൂണിയന്റെ 16 മെമ്പറന്മാരും, 'ബൊർബാ' ഗ്രൂപ്പിലെ മൂന്നംഗങ്ങളുമാണ് ഈ സമ്മേളനത്തിൽ സംബന്ധിച്ചത്. ഫ്രേയ് എന്ന പേരിൽ അതിൽ പങ്കെടുത്ത ലെനിൻ അജണ്ടയിലെ ഒന്നാമത്തെ ഇനത്തെക്കുറിച്ച് ('അടിസ്ഥാനപ്രമാണങ്ങളെ സംബന്ധിച്ച യോജിപ്പും പത്രാധിപസമിതികൾക്കുള്ള നിർദേശങ്ങളും') ഉജ്വലമായ ഒരു പ്രസംഗം ചെയ്തു. വിദേശത്തുള്ള റഷ്യൻ സോഷ്യൽ ഡെമോക്രാറ്റുകാരുടെ യൂണിയന്റെ മൂന്നാം കോൺഗ്രസ് നിർദേശിച്ച അവസരവാദപരമായ ഭേദഗതികളും അനുബന്ധങ്ങളും സമ്മേളനത്തിൽ പ്രഖ്യാപിക്കപ്പെട്ടു. ഈ സ്ഥിതിക്ക് സംയോജനം സാധ്യമല്ലെന്നു കാണിച്ചുകൊണ്ടുള്ള ഒരു പ്രസ്താവന വായിച്ചതിനുശേഷം സമ്മേളനത്തിലെ വിപ്ലവകാരികളുടെ വിഭാഗം (*ഇസ്ക്രയുടേയും സര്യായുടേയും* സൊത്സിയാൽഡെമോക്രാറ്റിന്റേയും സംഘടനകളിലെ അംഗങ്ങൾ) അതിൽനിന്നും ഇറങ്ങിപ്പോയി. ലെനിൻ മുൻകയ്യെടുത്തതിന്റെ ഫലമായി ഈ സംഘടനകൾ 1901 ഒക്ടോബറിൽ റഷ്യൻ വിപ്ലവസോഷ്യൽ ഡെമോക്രസിയുടെ വിദേശലീഗ് എന്ന പേരിൽ ഒന്നിച്ചുചേരുകയുണ്ടായി.

4. ***റബോച്ചെയെ ദ്യെലൊ*** (*തൊഴിലാളി ലക്ഷ്യം*): റഷ്യൻ സോഷ്യൽ ഡെമോക്രാറ്റുകാരുടെ വിദേശയൂണിയന്റെ മുഖപത്രമായിരുന്ന ഒരു മാസിക – ഇത് ജനീവയിൽനിന്നും 1899 ഏപ്രിൽ മുതൽ 1902 ഫെബ്രുവരി വരെ ക്ലിപ്തമായ കാലയളവൊന്നും കൂടാതെ പ്രസിദ്ധപ്പെടുത്തിവന്നു. മൂന്ന് ഇരട്ടപ്പതിപ്പുകളുൾപ്പെടെ ആകെക്കൂടി ഒമ്പതു ലക്കങ്ങൾ പുറത്തിറങ്ങി. *റബോച്ചെയെ ദ്യെലൊവിന്റെ* പത്രാധിപസമിതിയായിരുന്നു സാമ്പത്തികസമരവാദികളുടെ വിദേശത്തുള്ള കേന്ദ്രം. മാർക്സിസത്തെ 'വിമർശിക്കാനുള്ള സ്വാതന്ത്ര്യം' വേണമെന്ന ബെർൺഷ്ടൈന്റെ മുദ്രാവാക്യത്തെ അത് അനുകൂലിക്കുകയും അടവുകളുടേയും സംഘടനയുടേയും കാര്യത്തിൽ റഷ്യൻ സോഷ്യൽഡെമോക്രാറ്റിക് പ്രസ്ഥാനത്തെ നേരിടുന്ന പ്രശ്നങ്ങളിന്മേൽ അവസരവാദപരമായ നിലപാടെടുക്കുകയും ചെയ്തു. തൊഴിലാളിവർഗത്തിന്റെ രാഷ്ട്രീയസമരം സാമ്പത്തികസമരത്തിന് അധീനപ്പെടുത്തണമെന്ന അവസരവാദപരമായ ചിന്താഗതി ആ പത്രം പ്രചരിപ്പിക്കുകയും പാർട്ടിയുടെ നേതൃത്വപരമായ പങ്കിനെ നിഷേധിച്ചുകൊണ്ട് തൊഴിലാളിപ്രസ്ഥാനത്തിലെ 'സ്വയമേവയുള്ള പ്രവർത്തന'ത്തെ കുമ്പിട്ടാരാധിക്കുകയും ചെയ്തു. ആർ. എസ് ഡി എൽ പി യുടെ രണ്ടാം കോൺഗ്രസിൽ *റബോച്ചെയെ ദ്യെലൊവിന്റെ* അനുയായികൾ പാർട്ടിയുടെ ഏറ്റവും വലത്തെ അറ്റത്തു നിൽക്കുന്ന അവസരവാദികളുടെ പക്ഷത്തെയാണ് പ്രതിനിധീകരിച്ചത്.

5. **സാമ്പത്തികസമരവാദം**: റഷ്യൻ സോഷ്യൽഡെമോക്രാറ്റിക് പ്രസ്ഥാനത്തിനകത്ത് 19–ാം നൂറ്റാണ്ടിന്റെ അവസാനത്തിലും 20–ാം നൂറ്റാണ്ടിന്റെ ആരംഭത്തിലും പ്രത്യക്ഷപ്പെട്ട ഈ അവസരവാദപ്രവണത സാർവദേശീയ അവസരവാദത്തിന്റെ ഒരു വകഭേദമായി

രുന്നു. കൂലിക്കൂടുതലിനും കൂടുതൽ നല്ല തൊഴിൽവ്യവസ്ഥകൾക്കും മറ്റും വേണ്ടിയുള്ള സാമ്പത്തികസമരം നടത്തുകയെന്നതിൽ തൊഴിലാളിവർഗം അതിന്റെ കടമ ഒതുക്കിവയ്ക്കണമെന്ന് സാമ്പത്തികസമരവാദികൾ ഉൽബോധിപ്പിക്കുകയും രാഷ്ട്രീയസമരം നടത്താനുള്ള ചുമതല ലിബറൽ ബൂർഷ്വാസിക്കു വിട്ടു കൊടുക്കേണ്ടതാണെന്ന് അവകാശപ്പെട്ടുകൊണ്ട് സാമ്പത്തികസമരവാദികൾ വിപ്ലവസിദ്ധാന്തത്തിന്റെ പ്രാധാന്യം കുറച്ചുകാണുകയും തൊഴിലാളി പ്രസ്ഥാനത്തിൽ സോഷ്യലിസ്റ്റ് ബോധം ഉളവാക്കേണ്ടതിന്റെ ആവശ്യകത നിഷേധിക്കുകയും സ്വതന്ത്രവും കേന്ദ്രീകൃതവുമായ ഒരു തൊഴിലാളിപ്പാർട്ടി രൂപീകരിക്കുന്നതിനെ എതിർക്കുകയും ചെയ്തു.

6. ***റബോച്ചെയ ഗസേത്ത*** (*തൊഴിലാളിപത്രം*) : സോഷ്യൽഡെമോക്രാറ്റുകാരുടെ കീയെവ്ഗ്രൂപ്പിന്റെ നിയമവിരുദ്ധമുഖപത്രം. രണ്ടു ലക്കങ്ങൾ മാത്രമേ പുറത്തിറങ്ങിയുള്ളൂ — ആദ്യത്തേത് 1897 ആഗസ്റ്റിലും രണ്ടാമത്തേത് അതേ വർഷം ഡിസംബറിലും (നവംബറെന്നാണ് അതിൽ കൊടുത്തിരുന്നത്). 1898 മാർച്ചിൽ കൂടിയ ആർ എസ് ഡി എൽ പി യുടെ ഒന്നാം കോൺഗ്രസ് *റബോച്ചെയെ ഗസേത്ത*യെ പാർട്ടിയുടെ ഔദ്യോഗികമുഖപത്രമായി അംഗീകരിക്കുകയുണ്ടായി. കോൺഗ്രസിനെത്തുടർന്ന് കേന്ദ്രക്കമ്മിറ്റിയും *റബോച്ചെയെ ഗസേത്ത*യുടെ പത്രാധിപസമിതിയംഗങ്ങളും അറസ്റ്റ് ചെയ്യപ്പെടുകയും പ്രസ് നശിപ്പിക്കപ്പെടുകയും ചെയ്തതിനാൽ പ്രസിദ്ധീകരണത്തിനുവേണ്ടി ഒരുക്കിക്കഴിഞ്ഞ മൂന്നാം ലക്കം പുറത്തിറങ്ങിയതേയില്ല. പത്രം വീണ്ടുമിറക്കാനുള്ള ഒരു ശ്രമം 1899–ൽ നടന്നു.

7. **ലസ്സാൽപക്ഷക്കാരും ഐസനക്ക് ഗ്രൂപ്പുകാരും** : 1860–70–ലും അതേത്തുടർന്നുള്ള ഏതാനും വർഷങ്ങളിലും ജർമൻ തൊഴിലാളിപ്രസ്ഥാനത്തിൽ നിലനിന്നിരുന്ന രണ്ടു പാർട്ടികൾ. അടവുകളെസംബന്ധിച്ച പ്രശ്നങ്ങളിന്മേൽ, പ്രത്യേകിച്ചും ജർമനിയുടെ ഏകീകരണത്തിനുള്ള മാർഗങ്ങളെന്തായിരിക്കണമെന്നതിനെക്കുറിച്ച് — അന്ന് ആ രാജ്യത്തെ ഏറ്റവും അടിയന്തര രാഷ്ട്രീയപ്രശ്നം അതായിരുന്നു — ഇരുകക്ഷികളും തമ്മിൽ ഉഗ്രമായ സമരം നടന്നുകൊണ്ടിരുന്നു.

ലസ്സാൽപക്ഷക്കാർ : ഒരു ജർമൻ പെറ്റിബൂർഷ്വാ സോഷ്യലിസ്റ്റായ ഫെർദിനാന്റ് ലസ്സാലിന്റെ അനുയായികളും അനുകൂലികളും. 1863–ൽ ലൈപ്സിഗിൽ ചേർന്ന തൊഴിലാളിയൂണിയനുകളുടെ കോൺഗ്രസിൽവച്ച് സ്ഥാപിതമായ 'ജർമൻ തൊഴിലാളികളുടെ പൊതുയൂണിയനി'ലെ അംഗങ്ങളായിരുന്നു അവർ. യൂണിയന്റെ ആദ്യത്തെ പ്രസിഡന്റ് ലസ്സലായിരുന്നു. അദ്ദേഹമാണ് അതിന്റെ പരിപാടികൾ തയാറാക്കുകയും അടവുകളുടെ മൗലികതത്വങ്ങൾ നിർണയിക്കുകയും ചെയ്തത്. ലസാലും അനുയായികളും തങ്ങളുടെ പ്രായോഗികപ്രവർത്തനങ്ങളിൽ ബിസ്മാർക്കിന്റെ 'വൻകിടശക്തിരാഷ്ട്രീയ'ത്തെ അനുകൂലിക്കുകയാണ് ചെയ്തത്. 1865 ജനുവരി 27–ാം നു മാർക്സിനെഴുതിയ ഒരു കത്തിൽ എംഗൽസ് ഇങ്ങനെ എഴുതുകയുണ്ടായി: "വസ്തുനിഷ്ഠമായി നോക്കിയാൽ, നിന്ദ്യവും തൊഴി

ലാളിപ്രസ്ഥാനത്തെയാകെ പ്രഷ്യക്കാർക്ക് ഒറ്റിക്കൊടുക്കുന്നതുമായിരുന്നു അത്." ലസാൽപക്ഷക്കാരുടെ സിദ്ധാന്തത്തേയും അടവുകളേയും സംഘടനാപ്രമാണങ്ങളേയും, ജർമൻ തൊഴിലാളിപ്രസ്ഥാനത്തിലെ അവസരവാദത്തെയാണ് അവ കുറിക്കുന്നതെന്നു പറഞ്ഞുകൊണ്ട്, മാർക്സും എംഗൽസും പല സന്ദർഭങ്ങളിലും നിശിതമായി വിമർശിച്ചിട്ടുണ്ട്.

ഐസനക്ക് ഗ്രൂപ്പുകാർ : 1869–ൽ ഐസനക്കിൽ ചേർന്ന പ്രാരംഭ സമ്മേളനത്തിൽവെച്ചു ജർമൻ സോഷ്യൽഡെമോക്രാറ്റിക് തൊഴിലാളിപാർട്ടിയിലെ അംഗങ്ങൾ. ആശയപരമായി മാർക്സിന്റെയും എംഗൽസിന്റേയും സ്വാധീനത്തിലായിരുന്ന ഔഗുസ്ത് ബെബലും വിൽഹെം ലിബ്ക്നെക്ടുമായിരുന്നു ഐസനക്കുകാരുടെ നേതാക്കൾ. ജർമൻ സോഷ്യൽ ഡെമോക്രാറ്റിക് തൊഴിലാളിപ്പാർട്ടി 'ഇന്റർനാഷണൽ വർക്കിങ് മെൻസ് അസോസിയേഷന്റെ ഭാഗ'മായിട്ടാണ് സ്വയം കരുതുന്നതെന്നും 'അതിന്റെ ലക്ഷ്യങ്ങൾ പങ്കുചേരുന്നതെ' ന്നും ഐസനക്ക് പരിപാടിയിൽ പ്രസ്താവിച്ചിട്ടുണ്ട്. ജർമൻ ഏകീകരണത്തിന്റെ പ്രശ്നത്തിന്മേൽ, 'പ്രഷ്യനിസത്തോടും ബിസ്മാർക്കിസത്തോടും ദേശീയ സങ്കുചിതത്വത്തോടും എള്ളിട വിട്ടുവീഴ്ച കാണിക്കുന്നതിനെപ്പോലും ചെറുത്തുകൊണ്ട്, ജനാധിപത്യത്തിന്റേയും തൊഴിലാളിവർഗത്തിന്റേതുമായ പാത' (വി ഐ ലെനിൻ) സ്വീകരിക്കുകയെന്നതായിരുന്നു ഐസനക്കുകാരുടെ നിലപാട്. 1871–ൽ ജർമൻ സാമ്രാജ്യം സ്ഥാപിതമായതോടെ, അടവുകളെ സംബന്ധിച്ചിടത്തോളം ലസാൽപക്ഷക്കാരും ഐസനക്ക്ഗ്രൂപ്പുകാരും തമ്മിലുണ്ടായിരുന്ന അഭിപ്രായഭേദം അവസാനിച്ചു. 1875–ൽ, തൊഴിലാളിപ്രസ്ഥാനം കൂടുതൽ സജീവമാകുകയും ഗവൺമെന്റിന്റെ ഭാഗത്തുനിന്നും മർദനമുറകൾ വർധിക്കുകയും ചെയ്തപ്പോൾ, ഇരു പാർട്ടികളും ഗോഥാ കോൺഗ്രസിൽവച്ച് ജർമൻ സോഷ്യലിസ്റ്റ് തൊഴിലാളിപാർട്ടി എന്ന പേരിൽ ഒരൊറ്റ പാർട്ടിയായി യോജിച്ചു (ജർമൻ സോഷ്യൽ ഡെമോക്രാറ്റിക് പാർട്ടിയെന്നു പിന്നീട് ഇതിന്റെ പേരു മാറ്റുകയുണ്ടായി).

8. **'ഗേദിസ്റ്റുകളും സാധ്യതാവാദികളും'** : ഫ്രഞ്ചുസോഷ്യലിസ്റ്റ് പ്രസ്ഥാനത്തിലെ വിപ്ലവാത്മകവും അവസരവാദപരവുമായ രണ്ടു പ്രവണതകൾ. 1882–ൽ സേൻ ഏത്യേൻ കോൺഗ്രസിൽ വച്ച് ഫ്രാൻസിലെ തൊഴിലാളിപാർട്ടിയിലുണ്ടായ ഭിന്നിപ്പിനെത്തുടർന്ന് അവ രണ്ടു പാർട്ടികളായി രംഗത്തുവന്നു.

ഗേദിസ്റ്റുകൾ : ജൂൽ ഗേദിന്റേയും പോൾ ലഫാർഗിന്റേയും അനുയായികൾ. തൊഴിലാളിവർഗത്തിന് സ്വതന്ത്രവും വിപ്ലവാത്മകവുമായ രാഷ്ട്രീയം വേണമെന്ന നിലപാടുള്ള ഒരു ഇടതുപക്ഷ മാർക്സിസ്റ്റ് ചിന്താഗതിയെയാണ് അവർ പ്രതിനിധാനം ചെയ്തത്. 'ഫ്രാൻസിലെ തൊഴിലാളിപാർട്ടി' എന്ന പേർതന്നെ അവർ തുടരുകയും 1880–ൽ അംഗീകരിച്ച ഹാവർ പാർട്ടിപരിപാടിയിൽ (അതിന്റെ താത്വികപ്രശ്നങ്ങളെ പരാമർശിക്കുന്ന ഭാഗമെഴുതിയത് മാർക്സാണ്) ഉറച്ചുനിൽക്കുകയും ചെയ്തു. അവർ ഫ്രാൻസിലെ വ്യാവ

സാസിയകേന്ദ്രങ്ങളിൽ ഗണ്യമായ സ്വാധീനം നേടുകയും ഫ്രഞ്ചു തൊഴിലാളിവർഗത്തിലെ പുരോഗമനവിഭാഗങ്ങളെ ഏകീകരിക്കുകയുമുണ്ടായി. 1901–ൽ ഗേദ്പക്ഷക്കാർ 'ഫ്രാൻസിലെ സോഷ്യലിസ്റ്റ് പാർട്ടി' എന്ന സംഘടന രൂപീകരിച്ചു.

സാധ്യതാവാദികൾ (പി ബ്രൂസ്, ബി മലോൻ തുടങ്ങിയവർ) : തൊഴിലാളിവർഗത്തിന്റെ ശ്രദ്ധയെ വിപ്ലവപരമായ സമരമാർഗങ്ങളിൽ നിന്നും തിരിച്ചുവിടാനുദ്യമിച്ച ഒരു പെറ്റിബൂർഷ്വാ മിതവാദപ്രവണത. 'വർക്കേഴ്സ് സോഷ്യൽ റവലൂഷനറി പാർട്ടി' എന്നൊന്ന് അവർ രൂപീകരിക്കുകയുണ്ടായി. തൊഴിലാളിവർഗത്തിന് വിപ്ലവകരമായ പരിപാടിയും അടവുകളും ആവശ്യമാണെന്ന വസ്തുത അവർ നിഷേധിക്കുകയും തൊഴിലാളിപ്രസ്ഥാനത്തിന്റെ സോഷ്യലിസ്റ്റ് ലക്ഷ്യങ്ങൾ മറച്ചുവയ്ക്കുകയും സാധ്യത എന്തെന്നു നോക്കി അതിന്റെ ചട്ടക്കൂടിൽ തൊഴിലാളിസമരത്തെ ഒതുക്കിനിർത്തണമെന്ന് (അങ്ങനെയാണ് അവർക്ക് സാധ്യതാവാദികളെന്ന പേർ കിട്ടിയത്) നിർദേശിക്കുകയും ചെയ്തു. ഫ്രാൻസിലെ സാമ്പത്തികമായി ഏറ്റവും പിണിയിൽ കിടന്നിരുന്ന പ്രദേശങ്ങളിലാണ് സാധ്യതാവാദികൾക്ക് മുഖ്യമായും സ്വാധീനമുണ്ടായിരുന്നത്. 1902–ൽ അവർ മറ്റു മിതവാദിഗ്രൂപ്പുകളുമായി ചേർന്നുകൊണ്ട് ഴൊറേസിന്റെ നേതൃത്വത്തിൽ 'ഫ്രഞ്ചുസോഷ്യലിസ്റ്റ്പാർട്ടി' എന്നൊന്നു സ്ഥാപിച്ചു.

1905–ൽ 'ഫ്രാൻസിലെ സോഷ്യലിസ്റ്റ് പാർട്ടി'യും 'ഫ്രഞ്ചുസോഷ്യലിസ്റ്റ്പാർട്ടി' എന്ന പേരിൽ ഒന്നിക്കുകയുണ്ടായി. 1914–1918–ലെ സാമ്രാജ്യത്വയുദ്ധത്തിന്റെ കാലഘട്ടത്തിൽ പ്രസ്തുതപാർട്ടിയുടെ നേതാക്കൾ (ഗേദ്, സമ്പാ തുടങ്ങിയവർ) തൊഴിലാളിവർഗതാൽപ്പര്യത്തെ വഞ്ചിക്കുകയും സാമൂഹ്യസങ്കുചിതത്വത്തിന്റെ നിലപാടിലേക്കു വഴുതിമാറുകയും ചെയ്തു.

9. **ഫേബിയന്മാരും സോഷ്യൽ ഡെമോക്രാറ്റുകാരും** : ഒരു ബ്രിട്ടീഷ് മിതവാദിസംഘടനയായ ഫേബിയൻ സൊസൈറ്റിയിലെ അംഗങ്ങൾ. ഹന്നിബാളിനെതിരെ നിർണായകമായി പടപൊരുതുന്നതിൽനിന്നും ഒഴിഞ്ഞുമാറുകയും സംഗതികൾ നീട്ടിക്കൊണ്ടു പോവുകയും ചെയ്ത റോമൻ സേനാപതിയെന്ന നിലയ്ക്ക് പ്രസിദ്ധി നേടിയ ഫാബിയുസ് മാക്സിമുസിന്റെ — ഇക്കാരണത്താൽ കുങ്ക്റ്റേറ്റർ (കാലവിളംബം വരുത്തുന്നവൻ) എന്നാണ് അയാൾ അറിയപ്പെട്ടിരുന്നത് — പേരിനെ ആധാരമാക്കിയാണ് ഈ സംഘടനയ്ക്ക് പേരിട്ടത്. 1884–ൽ അതു സ്ഥാപിതമായി. ഫേബിയൻ സൊസൈറ്റിയിലെ അംഗങ്ങളിൽ അധികംപേരും ബൂർഷ്വാ ബുദ്ധിജീവികളായിരുന്നു (ഉദാഹരണത്തിന്, വെബ് ദമ്പതികൾ, ബെർനാർഡ് ഷാ, ആർ മക്ഡൊനാൾഡ് എന്നിവരായിരുന്നു അവരിൽ ചിലർ). 'അങ്ങേയറ്റത്തെ അവസരവാദപരമായ പ്രവണത'യായിട്ടാണ് ലെനിൻ ഫേബിയൻ പ്രസ്ഥാനത്തെ ചിത്രീകരിച്ചിരിക്കുന്നത്. 1900–ൽ ഫേബിയൻ സൊസൈറ്റി ലേബർപാർട്ടിയിൽ ചേർന്നു. ലേബർപാർട്ടിയുടെ തത്വസംഹിതയുടെ ഉറവിടങ്ങളിലൊന്ന് 'ഫേബിയൻ സോഷ്യലിസ'മാണ്.

സോഷ്യൽഡെമോക്രാറ്റുകാർ : ഇംഗ്ലണ്ടിലെ സോഷ്യലിസ്റ്റ് ഫെഡ

റേഷനിലെ അംഗങ്ങളെയാണ് ഇവിടെ പരാമർശിക്കുന്നത്. 1884–ലാണ് ഫെഡറേഷൻ രൂപീകൃതമായത്. മിതവാദികളും (ഹൈൻഡ്മാൻ പ്രഭൃതികൾ) അരാജകവാദികളും മാർക്സിസത്തിന്റെ അനുകൂലികളായ വിപ്ലവസോഷ്യൽ ഡെമോക്രാറ്റുകാരും (ഹറി ക്വെൽച്, ടോം മാൻ, എഡ്വാർഡ് എവലിങ്, എലിയനോർ മാർക്സ് തുടങ്ങിയവർ) അതിൽ അംഗങ്ങളായിരുന്നു. ഒടുവിൽപ്പറഞ്ഞ കൂട്ടരാണ് ബ്രിട്ടനിലെ സോഷ്യലിസ്റ്റ് പ്രസ്ഥാനത്തിന്റെ ഇടതുപക്ഷമായി പ്രവർത്തിച്ചത്. വരട്ടുതത്വവാദവും സെക്ടേറിയനിസവും പ്രകടിപ്പിക്കുകയും ബ്രിട്ടനിലെ തൊഴിലാളിബഹുജനപ്രസ്ഥാനവുമായി ബന്ധം പുലർത്താതിരിക്കുകയും പ്രസ്തുത പ്രസ്ഥാനത്തിന്റെ സവിശേഷതകൾ അവഗണിക്കുകയും ചെയ്തുകൊണ്ട് സോഷ്യലിസ്റ്റ് ഫെഡറേഷൻ എംഗൽസിന്റെ നിശിതവിമർശനത്തിനു പാത്രമാകുകയുണ്ടായി. 1907–ൽ അത് സോഷ്യൽഡെമോക്രാറ്റിക് പാർട്ടി എന്നു പേരുമാറ്റുകയും 1911–ൽ ഇൻഡിപ്പെൻഡന്റ് ലേബർ പാർട്ടിയിലെ ഇടതുപക്ഷവിഭാഗങ്ങളുമായി യോജിച്ചുകൊണ്ട് ബ്രിട്ടീഷ് സോഷ്യലിസ്റ്റ് പാർട്ടി രൂപീകരിക്കുകയും ചെയ്തു. 1920–ൽ അതിലെ അംഗങ്ങളിലധികംപേരും ബ്രിട്ടീഷ് കമ്യൂണിസ്റ്റ് പാർട്ടി സ്ഥാപിക്കുന്നതിൽ സഹായിച്ചു.

10. **'നറോദ്നയ വോല്യ' (ജനഹിതം) പക്ഷക്കാരും സോഷ്യൽ ഡെമോക്രാറ്റുകാരും** : 'സെംല്യാ ഇ വോല്യ' എന്ന സംഘടനയിലുണ്ടായ ഭിന്നിപ്പിനെത്തുടർന്നു 1879 ആഗസ്റ്റിൽ രൂപീകൃതമായ നറോദ്നിക്ക് ഭീകരപ്രവർത്തകരുടെ രഹസ്യരാഷ്ട്രീയസംഘടന. നറോദ്നിക് സാങ്കൽപ്പികസോഷ്യലിസ്റ്റ് സിദ്ധാന്തങ്ങൾ കൈവെടിയാതെതന്നെ രാഷ്ട്രീയസമരത്തിന്റെ മാർഗം 'നറോദ്നയ വോല്യ' സ്വീകരിച്ചു. സ്വേഛാധിപത്യത്തെ അട്ടിമറിക്കുകയും രാഷ്ട്രീയസ്വാതന്ത്ര്യം നേടുകയും ചെയ്യുകയെന്നത് തങ്ങളുടെ ഒരു സുപ്രധാന ലക്ഷ്യമായി അവർ സ്വീകരിച്ചു.

'നറോദ്നയ വോല്യ' സാറിസ്റ്റ് സ്വേഛാധിപത്യത്തിനെതിരെ ധീരമായി പൊരുതി. എന്നാൽ 'സജീവ'വീരന്മാരും 'നിർജീവ' ബഹുജനങ്ങളുമെന്ന തെറ്റായ സിദ്ധാന്തത്തിൽ വിശ്വസിച്ചുകൊണ്ട്, ജനങ്ങളെ പങ്കെടുപ്പിക്കാതെ, സ്വപ്രയത്നത്താൽ മാത്രം, ഗവൺമെന്റിനെ ഭയപ്പെടുത്തുകയും കുഴക്കുകയും ചെയ്യുമാറ് വ്യക്തിപരമായ ഭീകരപ്രവർത്തനങ്ങളിലേർപ്പെടുന്നതിൽക്കൂടി സമുദായം പുനഃസംഘടിപ്പിക്കാനൊക്കുമെന്ന് അവർ പ്രതീക്ഷിച്ചു. 1881 – മാർച്ച് 1–ാംനു സാർ ചക്രവർത്തിയായ അലക്സാണ്ടർ രണ്ടാമൻ വധിക്കപ്പെട്ടതിനെത്തുടർന്ന്, ഭീകരമായ മർദനമുറകളും പ്രകോപനങ്ങളും മുഖേന ആ സംഘടനയെ നാമാവശേഷമാക്കാൻ ഗവൺമെന്റിനു കഴിഞ്ഞു.

സോഷ്യൽഡെമോക്രാറ്റുകാർ : ജി പി പ്ലെഹാനൊവും വി ഐ ലെനിനും മറ്റു റഷ്യൻ മാർക്സിസ്റ്റുകാരുമാണ് പരാമർശിക്കുന്നത്. കഴിഞ്ഞ നൂറ്റാണ്ടിന്റെ 80–90'കളിൽ അവർ തങ്ങളുടെ പുസ്തകങ്ങളിലും ലേഖനങ്ങളിലും 'നറോദ്നയ വോല്യ' പക്ഷക്കാരുടെ പ്രത്യയശാസ്ത്രവും രാഷ്ട്രീയസമരരീതികളും വിമർശിക്കുകയുണ്ടായി.

11. **മിനിസ്റ്റീരിയലിസ്റ്റുകൾ** (മില്യെറാനിസ്റ്റുകൾ) : പത്തൊമ്പതാം ശതാബ്ദത്തിന്റേയും ഇരുപതാം ശതാബ്ദത്തിന്റേയും ദശാസന്ധിയിൽ പശ്ചിമയൂറോപ്യൻ രാഷ്ട്രങ്ങളിലെ സോഷ്യലിസ്റ്റ് പാർട്ടികളിൽ നില നിന്നിരുന്ന, അവസരവാദപരമായ ഒരു പ്രവണതയുടെ പ്രതിനിധികളായിരുന്നു ഇവർ. ഫ്രെഞ്ചു സോഷ്യലിസ്റ്റായ മില്യെറാനിൽനിന്നാണ് ഈ പേരിന്റെ ഉത്ഭവം. 1899–ൽ അദ്ദേഹം ഫ്രാൻസിലെ പിന്തിരിപ്പൻ ബൂർഷ്വാഗവൺമെന്റിൽ ചേരുകയും ബൂർഷ്വാസിയോടൊപ്പം സാമ്രാജ്യത്വം നടപ്പാക്കുകയും ചെയ്തു.

12. **ബെർൺഷ്റ്റൈനിസ്റ്റുകൾ** : പത്തൊമ്പതാം ശതകത്തിന്റെ അവസാനത്തോടുകൂടി ജർമൻ സോഷ്യൽഡെമോക്രസിയിലും സാർവദേശീയ സോഷ്യൽഡെമോക്രസിയിലും പ്രത്യക്ഷപ്പെട്ട ഒരു മാർക്സിസ്റ്റ് വിരുദ്ധപ്രവണതയെയാണ് ഇവർ പ്രതിനിധീകരിച്ചിരുന്നത്. അവർക്ക് ആ പേര് സിദ്ധിച്ചത് പ്രസ്തുത പ്രവണതയുടെ സ്ഥാപകനും ജർമൻ സോഷ്യൽഡെമോക്രാറ്റിക് പാർട്ടിയിലെ വലതുപക്ഷ അവസരവാദപ്രവണതകളുടെ ഏറ്റവും പ്രധാനപ്പെട്ട പ്രതിനിധിയുമായ ഇ ബെർൺഷ്റ്റൈനിൽനിന്നാണ്. എംഗൽസിന്റെ ചരമത്തിനുശേഷം മാർക്സിന്റെ വിപ്ലവസിദ്ധാന്തത്തെ ബൂർഷ്വാ ലിബറലിസത്തിനനുയോജ്യമായ രീതിയിൽ പരസ്യമായി തിരുത്തിയെഴുതാൻ അദ്ദേഹം ആരംഭിക്കുകയും സോഷ്യൽഡെമോക്രാറ്റിക് പാർട്ടിയെ സാമൂഹ്യപരിഷ്കാരങ്ങൾക്കുവേണ്ടി വാദിക്കുന്ന ഒരു പെറ്റിബൂർഷ്വാ പാർട്ടിയായി മാറ്റാൻ യത്നിക്കുകയും ചെയ്തു.
റഷ്യയിൽ ബെർൺഷ്റ്റൈനിസത്തെ അനുകൂലിച്ചത് 'നിയമവിധേയ മാർക്സിസ്റ്റു'കളും സാമ്പത്തികസമരവാദികളും ബുന്ദിസ്റ്റുകളും മെൻഷെവിക്കുകളുമായിരുന്നു.

13. **റഷ്യൻ വിമർശകർ** : നിയമവിധേയപ്രസിദ്ധീകരണങ്ങളിൽ വിപ്ലവകരമായ മാർക്സിസത്തെ എതിർത്ത 'നിയമവിധേയമാർക്സിസ്റ്റു'കളെന്നു പറയപ്പെടുന്നവർ (സ്ട്രൂവെ, ബുൽഗാക്കൊവ്, ബെർദ്യായെവ് തുടങ്ങിയവർ).

14. **ജൂപ്പിറ്റർ, മിനർവ** : റോമാപുരാണത്തിലെ ദൈവങ്ങൾ. ജൂപ്പിറ്റർ നഭോമണ്ഡലത്തെ അടക്കിഭരിക്കുന്ന വജ്രപാണിയും റോമാക്കാരുടെ ദേവേന്ദ്രനും. മിനർവ — യുദ്ധദേവതയും ശാസ്ത്ര – കലാദികളുടെ സംരക്ഷകയും.

15. **റഷ്യൻ സോഷ്യൽഡെമോക്രാറ്റുകാരുടെ വിദേശയൂണിയൻ** : തങ്ങളുടെ ഗ്രൂപ്പിന്റെ പരിപാടി എല്ലാ അംഗങ്ങളും അംഗീകരിക്കണമെന്ന വ്യവസ്ഥയിൽ തൊഴിലാളിമോചനഗ്രൂപ്പ് മുൻകൈയ്യെടുത്തുകൊണ്ട് 1894–ൽ സ്ഥാപിച്ച സംഘടനയാണിത്. യൂണിയന്റെ പ്രസിദ്ധീകരണങ്ങൾ പ്രസാധനം ചെയ്യാനുള്ള ചുമതല ഈ ഗ്രൂപ്പിനെയാണ് ഭാരമേൽപ്പിച്ചത്. 1895 മാർച്ചിൽ അവർ തങ്ങളുടെ പ്രസ് യൂണിയന്റെ ആവശ്യത്തിലേക്കായി കൊടുത്തു. 1895–ലെ വേനൽക്കാലത്ത്, ലെനിൻ വിദേശത്തായിരുന്ന സന്ദർഭത്തിൽ, *റബോത്നിക്ക്* ('തൊഴിലാളി') എന്ന പേരിൽ ലേഖനസമാഹാരങ്ങൾ യൂണിയൻ പ്രസിദ്ധപ്പെടുത്തുമെന്ന് തീരുമാനിക്കുകയുണ്ടായി.

*റബോത്‌നിക്കി*ന്റെ ആറുലക്കങ്ങളും ലിസ്തോക്ക് റബോത്നിക്ക' യുടെ (*റബോത്‌നിക്ക്* ലഘുലേഖകൾ) പത്തു ലക്കങ്ങളും യൂണിയൻ പ്രസിദ്ധീകരിക്കുകയുണ്ടായി.' 'പിഴചുമത്തൽനിയമത്തെക്കുറിച്ച് ഒരു വ്യാഖ്യാനം' (1897) എന്ന ലെനിന്റെ ലഘുലേഖയും മറ്റു പ്രസിദ്ധീകരണങ്ങളും അത് അച്ചടിച്ചിറക്കി.

ആർ എസ് ഡി എൽ പി യുടെ ഒന്നാം കോൺഗ്രസ് (1898 മാർച്ച്) യൂണിയനെ പാർട്ടിയുടെ വിദേശപ്രതിനിധിയായി അംഗീകരിക്കുകയുണ്ടായി. പിൽക്കാലത്ത് യൂണിയൻ അവസരവാദികളായ സാമ്പത്തികസമരവാദികളുടെ ('യുവാക്കൾ' എന്ന പേരിലും ഇവർ അറിയപ്പെട്ടിരുന്നു) അധീനതയിലകപ്പെട്ടു. രാഷ്ട്രീയസ്വാതന്ത്ര്യം നേടുകയെന്നത് സോഷ്യൽഡെമോക്രാറ്റുകാരുടെ അടിയന്തരകടമയാണെന്ന് ഒന്നാം കോൺഗ്രസിന്റെ മാനിഫെസ്റ്റോ പ്രഖ്യാപിച്ചുവെന്ന കാരണത്താൽ അവർ അതിനെ അനുകൂലിക്കാൻ വിസമ്മതിച്ചു.

'റബോത്നിക്ക്' ലക്കം 5–6 ലെനിനെഴുതിയ 'റഷ്യൻ സോഷ്യൽഡെമോക്രാറ്റുകാരുടെ കടമകൾ,' 'പുതിയ ഫാക്ടറി നിയമം' എന്നീ ലഘുലേഖകൾ, ഇവയൊഴികെ യൂണിയന്റെ പ്രസിദ്ധീകരണങ്ങളൊന്നും പ്രസാധനം ചെയ്യാൻ നവംബറിൽ സൂറിക്കിൽ ചേർന്ന യൂണിയന്റെ ഒന്നാം കോൺഗ്രസിൽവെച്ചു പ്രഖ്യാപിക്കുകയുണ്ടായി (മേൽപ്പറഞ്ഞ പ്രസിദ്ധീകരണങ്ങൾ മാത്രം അച്ചടിക്കാമെന്ന് അവർ സമ്മതിച്ചു). 1899 ഏപ്രിൽ മുതൽ സാമ്പത്തികസമരവാദികളുടെ പത്രമായ *റബോച്ചെയെ ദ്യെലൊ* യൂണിയൻ പ്രസിദ്ധീകരിച്ചുതുടങ്ങി. ബെർൺഷ്ടൈൻ, മിലെറാൻ തുടങ്ങിയവരോട് അനുഭാവം രേഖപ്പെടുത്തിക്കൊണ്ടുള്ള പ്രസ്താവനകൾ യൂണിയൻ ഇറക്കിയിട്ടുണ്ട്.

യൂണിയനിലെ ആഭ്യന്തരസമരം അതിന്റെ രണ്ടാം കോൺഗ്രസ് (ജനീവ, 1900 ഏപ്രിൽ) വരെ നീണ്ടുനിന്നു. കോൺഗ്രസിൽ അതുതുടരുകയും ചെയ്തു. തൽഫലമായി, തൊഴിലാളിമോചനഗ്രൂപ്പും അവരുടെ അനുകൂലികളും കോൺഗ്രസിൽനിന്നും ഇറങ്ങിപ്പോകുകയും 'സൊത്സിയാൽ ഡെമോക്രാറ്റ്' എന്ന പേരിൽ ഒരു സ്വതന്ത്ര സംഘടന രൂപീകരിക്കുകയും ചെയ്തു.

1903–ൽ കൂടിയ ആർ എസ് ഡി എൽ പി യുടെ രണ്ടാം കോൺഗ്രസിൽ യൂണിയൻ പ്രതിനിധികൾ (*റബോച്ചെയെ ദ്യെലൊ* ഗ്രൂപ്പ്) അങ്ങേയറ്റത്തെ അവസരവാദപരമായ നിലപാടാണ് സ്വീകരിച്ചത്. 'റഷ്യൻ വിപ്ലവസോഷ്യൽഡെമോക്രസിയുടെ വിദേശലീഗി'നെ പാർട്ടിയുടെ ഏകവിദേശസംഘടനയായി കോൺഗ്രസ് അംഗീകരിച്ചതിനെത്തുടർന്ന് അവർ അതിൽനിന്നും ഇറങ്ങിപ്പോയി. പാർട്ടിയുടെ രണ്ടാം കോൺഗ്രസ് യൂണിയൻ പിരിച്ചുവിടപ്പെട്ടിരിക്കുന്നതായി പ്രഖ്യാപിച്ചു.

16. **'മൊൺടാണും ജിറോണ്ടും'** : പതിനെട്ടാം ശതകത്തിന്റെ അന്ത്യത്തിൽ നടന്ന ഫ്രഞ്ചു ബൂർഷ്വാ വിപ്ലവത്തിന്റെ സമയത്ത് ബൂർഷ്വാസിക്കുള്ളിൽ ഈ പേരുകളിൽ രണ്ടു രാഷ്ട്രീയഗ്രൂപ്പുകളുണ്ടായിരുന്നു. ഏകാധിപത്യവും ഫ്യൂഡലിസവും അവസാനിപ്പിക്കണമെന്ന്

വാദിച്ച, അന്നത്തെ വിപ്ലവവർഗമായിരുന്ന ബൂർഷ്വാസിയുടെ കൂടുതൽ ദൃഢചിത്തരായ പ്രതിനിധികൾക്കു നൽകപ്പെട്ട പേരാണ് 'മൊൺടാൺ' (ഈ ഫ്രഞ്ചുപദത്തിന്റെ അർഥം 'മല' എന്നാണ്) അഥവാ 'ജക്കോബിൻപക്ഷക്കാർ' എന്നത്. ജക്കോബിൻപക്ഷക്കാർക്കു വിപരീതമായി, ജിറോണ്ടിസ്റ്റുകൾ വിപ്ലവത്തിനും പ്രതിവിപ്ലവത്തിനുമിടയ്ക്കു ആടിക്കളിക്കുകയും രാജവാഴ്ചയുമായി സന്ധി ചെയ്യുകയുമുണ്ടായി.

സോഷ്യൽഡെമോക്രസിക്കകത്തെ അവസരവാദപരമായ പ്രവണതയെ 'സോഷ്യലിസ്റ്റ് ജിറോണ്ടെ'ന്നും വിപ്ലവസോഷ്യൽഡെമോക്രാറ്റുകാരെ തൊഴിലാളി ജക്കോബിൻ പക്ഷക്കാർ അഥവാ 'മോൺടാണെ'ന്നും ലെനിൻ വിളിക്കുകയുണ്ടായി. ബോൾഷെവിക്കുകളായും മെൻഷെവിക്കുകളായും ആർ എസ് ഡി എൽ പി ഭിന്നിച്ചതിനുശേഷം ലെനിൻ പലപ്പോഴും ഊന്നിപ്പറയുമായിരുന്നു മെൻഷെവിക്കുകൾ റഷ്യൻ തൊഴിലാളി പ്രസ്ഥാനത്തിലെ ജിറോണ്ടിസ്റ്റ് പ്രവണതയെയാണ് പ്രതിനിധീകരിക്കുന്നതെന്ന്.

17. *സര്യാ* (*ഉഷസ്*) : *ഇസ്ക്രയുടെ* പത്രാധിപസമിതി 1901, 1902 എന്നീ വർഷങ്ങളിൽ ഷ്റ്റുട്ട്ഗർട്ടിൽ നിന്നും പ്രസിദ്ധപ്പെടുത്തിവന്നിരുന്ന ഒരു മാർക്സിസ്റ്റ് താത്വിക – രാഷ്ട്രീയപത്രം. ആകെക്കൂടി മൂന്നു തവണയായി നാലു ലക്കങ്ങൾ പുറത്തിറങ്ങി. സാർവദേശീയവും റഷ്യക്കകത്തുള്ളതുമായ റിവിഷനിസത്തെ *സര്യാ* വിമർശിക്കുകയും മാർക്സിസത്തിന്റെ താത്വികനിലപാടുകൾ ശരിയാണെന്ന് സമർഥിക്കുകയും ചെയ്തു.

18. **കോൺസ്റ്റിറ്റ്യൂഷണൽ ഡെമോക്രാറ്റുകാർ (കേഡറ്റുകൾ)** : റഷ്യയിലെ ലിബറൽ – മൊണാർക്കിസ്റ്റ് ബൂർഷ്വാസിയുടെ ഏറ്റവും പ്രധാനപ്പെട്ട രാഷ്ട്രീയപ്പാർട്ടിയായ കോൺസ്റ്റിറ്റ്യൂഷൻ ഡെമോക്രാറ്റിക് പാർട്ടിയിലെ അംഗങ്ങൾ. 1905 ഒക്ടോബറിലാണ് ഈ പാർട്ടി സ്ഥാപിതമായത്. 'ജനാധിപത്യ'ത്തെക്കുറിച്ചുള്ള പൊള്ളയായ പദപ്രയോഗങ്ങൾ മുഖേന കർഷകജനതയെ തങ്ങളിലേക്കു ആകർഷിക്കാനുദ്യമിച്ച, ബൂർഷ്വാസിയുടെ പ്രതിനിധികളും ഭൂവുടമകളിൽപ്പെട്ട സെംസ്ത്വൊ പ്രവർത്തകരും ബൂർഷ്വാബുദ്ധിജീവികളും ആയിരുന്നു ഇതിലെ അംഗങ്ങൾ.

സാറിസവുമായി ധാരണയിലെത്താനായിരുന്നു കേഡറ്റുകളുടെ ശ്രമം. വ്യവസ്ഥാപിതരാജവാഴ്ചയാണാവശ്യമെന്നു പറഞ്ഞുകൊണ്ട് റിപ്പബ്ലിക്കെന്ന മുദ്രാവാക്യം അവർ തിരസ്കരിച്ചു. ഭൂവുടമകൾക്ക് ഭൂമിയിന്മേലുള്ള ഉടമാവകാശം തുടർന്നു പോകേണ്ടതാണെന്നും അവർ വാദിക്കുകയും വിപ്ലവപ്രസ്ഥാനത്തിനെതിരെ സാറിസം അഴിച്ചുവിട്ട മർദനമുറകളെ ശരിവയ്ക്കുകയും ചെയ്തു.

ഒന്നാം ലോകമഹായുദ്ധത്തിനിടയ്ക്ക് കേഡറ്റുകൾ സാമ്രാജ്യത്വത്തിന്റെ തത്വശാസ്ത്രജ്ഞന്മാരായും മറ്റു പ്രദേശങ്ങൾ പിടിച്ചടക്കുകയെന്ന സാറിസ്റ്റ് നയത്തിന്റെ അനുകൂലികളായുമാണ് പ്രത്യക്ഷപ്പെട്ടത്.

മഹത്തായ ഒക്ടോബർ സോഷ്യലിസ്റ്റ് വിപ്ലവത്തിനുശേഷം കേഡ

റ്റുകൾ സോവിയറ്റു ഭരണത്തിന്റെ കൊടുംവൈരികളായിത്തീർന്നു. പ്രതിവിപ്ലവകരമായ എല്ലാ സായുധപ്രവർത്തനങ്ങളിലും ഇടങ്കോലിടൽക്കാരുടെ എല്ലാ നീക്കങ്ങളിലും അവർ പങ്കെടുത്തു. ഇടങ്കോലിൽ സേനകളുടേയും വൈറ്റ് ഗാർഡുകളുടേയും പരാജയത്തെത്തുടർന്നു അന്യനാടുകളിലേക്ക് പോയതിനുശേഷവും കേഡറ്റുകൾ സോവിയറ്റ് യൂണിയനെതിരായ പ്രതിവിപ്ലവപ്രവർത്തനങ്ങൾ തുടരുകയുണ്ടായി.

19. ***ബെസ് സഗ്ലാവിയ* എന്ന പത്രത്തിന്റെ അനുയായികൾക്കും മെൻഷെവിക്കുകൾക്കും** (റഷ്യൻ ഭാഷയിൽ ഇതുവരെ 'ബെസ്സ ഗാവ്ത്സി' എന്നാണ് വിളിച്ചിരുന്നത്) : 1905–07– ലെ വിപ്ലവം പരാജയമടഞ്ഞ സന്ദർഭത്തിൽ റഷ്യൻ ബൂർഷ്വാബുദ്ധിജീവികൾ ചേർന്നുണ്ടാക്കിയ, പകുതി കേഡറ്റും പകുതി മെൻഷെവിക്കുമായ ഒരു ഗ്രൂപ്പ്. 'ബെസ് സഗ്ലാവിയ' എന്ന രാഷ്ട്രീയവാരിക പ്രൊക്കോപ്പോവിച്ചിന്റെ പത്രാധിപത്യത്തിൽ 1906 ജനുവരി മുതൽ മേയ്‌വരെ സെന്റ് പീറ്റേഴ്സ്ബർഗിൽനിന്നും പുറപ്പെടുകയുണ്ടായി; ഔപചാരികമായിയാതൊരു കക്ഷിയോടും പ്രത്യേകമമതയില്ലെന്നതിന്റെ മറപിടിച്ചുകൊണ്ട് ബെസ്സഗാവ്ത്സി ബൂർഷ്വാ ലിബറലിസത്തിന്റേയും അവസരവാദത്തിന്റേയും പ്രചാരകരായും, സാർവദേശീയവും റഷ്യക്കകത്തുള്ളതുമായ സോഷ്യൽഡെമോക്രസിയിലെ റിവിഷനിസത്തിന്റെ അനുകൂലികളായും വർത്തിക്കുകയാണ് ചെയ്തത്.

മെൻഷെവിക്കുകൾ : റഷ്യൻ സോഷ്യൽഡെമോക്രാറ്റിക് പ്രസ്ഥാനത്തിലെ ഒരു അവസരവാദപ്രവണത.

1903–ലെ രണ്ടാം ആർ എസ് ഡി എൽ പി കോൺഗ്രസിൽവച്ച് കേന്ദ്രഘടകങ്ങളിലേക്കു നടന്ന തിരഞ്ഞെടുപ്പിൽ ലെനിന്റെ നേതൃത്വത്തിലുള്ള വിപ്ലവസോഷ്യൽഡെമോക്രാറ്റുകൾക്കു ഭൂരിപക്ഷം വോട്ടു കിട്ടി ('ഭൂരിപക്ഷം' എന്നതിനുള്ള റഷ്യൻ വാക്ക് 'ബൊൾഷിൻസ്ത്വോ' എന്നാണ്. അങ്ങനെയാണ് 'ബോൾഷെവിക്കുകൾ' എന്ന പേർ വന്നത്). അവസരവാദികൾ ന്യൂനപക്ഷമായി ('മെൻഷിൻസ്ത്വോ' — ന്യൂനപക്ഷം — എന്ന റഷ്യൻ വാക്കിൽനിന്നു വന്ന പേരാണ് 'മെൻഷെവിക്കുകൾ').

1905–07–ലെ വിപ്ലവത്തിന്റെ കാലത്ത് മെൻഷെവിക്കുകൾ വിപ്ലവത്തിന്റെ തൊഴിലാളിവർഗനേതൃത്വമെന്നും തൊഴിലാളി – കർഷക സഖ്യമെന്നുമുള്ള ആശയങ്ങളെ എതിർക്കുകയും അവരുടെ അഭിപ്രായത്തിൽ വിപ്ലവത്തിന്റെ തലപ്പത്തുവരേണ്ട ലിബറൽബൂർഷ്വാസിയുമായി സഹകരിക്കണമെന്നു ശഠിക്കുകയും ചെയ്തു. 1905–07 –ലെ വിപ്ലവത്തിന്റെ പരാജയത്തെത്തുടർന്നുള്ള പിന്തിരിപ്പത്തത്തിന്റെ കാലഘട്ടത്തിൽ മിക്ക മെൻഷെവിക്കുകളും പിരിച്ചുവിടൽവാദികളായിത്തീർന്നു. നിയമവിരുദ്ധവിപ്ലവപ്പാർട്ടിയെ പിരിച്ചുവിടണമെന്ന് അവർ ആവശ്യപ്പെട്ടു. 1917 ഫെബ്രുവരിയിലെ ബൂർഷ്വാജനാധിപത്യവിപ്ലവത്തിന്റെ വിജയത്തിനുശേഷം മെൻഷെവിക്കുകൾ താൽക്കാലിക ഗവൺമെന്റിൽ ചേർന്നു. അവർ അതിന്റെ സാമ്രാജ്യത്വനയത്തെ അനുകൂലിക്കുകയും ആസന്നമായ സോഷ്യലിസ്റ്റ്

വിപ്ലവത്തിനെതിരെ പൊരുതുകയും ചെയ്തു.
ഒക്ടോബർ സോഷ്യലിസ്റ്റ് വിപ്ലവത്തെത്തുടർന്നു മെൻഷെവിക്കുകൾ ഒരു തുറന്ന പ്രതിവിപ്ലവകക്ഷിയായിത്തീർന്നു. സോവിയറ്റ് ഭരണത്തെ തകിടം മറിക്കണമെന്ന ലക്ഷ്യംവച്ചുകൊണ്ട് അവർ ഗൂഢാലോചനകൾ നടത്തുകയും കലാപങ്ങൾ സംഘടിപ്പിക്കുകയും ചെയ്തു.

20. **പാരീസ് കമ്യൂൺ** : വിപ്ലവത്തിലൂടെ 1871 മാർച്ച് 18–ാംനു പാരീസിൽ സ്ഥാപിതമായ തൊഴിലാളിവർഗഭരണം — തൊഴിലാളിവർഗ സർവാധിപത്യത്തിന്റെ ആദ്യത്തെ ചരിത്രാനുഭവമായിരുന്നു. കമ്യൂൺ 1871 മേയ് 28 വരെ നിലനിന്നു.

21. **സോഷ്യലിസ്റ്റ് വിരുദ്ധനിയമം** : ജർമനിയിലെ തൊഴിലാളി പ്രസ്ഥാനത്തേയും സോഷ്യലിസ്റ്റ് പ്രസ്ഥാനത്തേയും നേരിടുന്നതിനുവേണ്ടി 1878–ൽ ബിസ്മാർക്കിന്റെ ഗവൺമെന്റ് നടപ്പിലാക്കിയ നിയമം. എല്ലാ സോഷ്യൽഡെമോക്രാറ്റിക് സംഘടനകളേയും തൊഴിലാളിബഹുജനസംഘടനകളേയും തൊഴിലാളിവർഗത്തിന്റെ പ്രസിദ്ധീകരണങ്ങളേയും അതു നിരോധിച്ചു. സോഷ്യലിസ്റ്റ് സാഹിത്യങ്ങൾ കണ്ടുകെട്ടുകയും സോഷ്യൽഡെമോക്രാറ്റുകാരെ വേട്ടയാടുകയും നാടുകടത്തുകയും ചെയ്തു. എന്നാൽ ഈ മർദനം കൊണ്ടൊന്നും സോഷ്യൽഡെമോക്രാറ്റിക് പാർട്ടി തകർന്നില്ല. അത് ഒളിപ്രവർത്തനം സംഘടിപ്പിക്കുകയാണുണ്ടായത്. വർധിച്ചുവന്ന തൊഴിലാളിബഹുജനപ്രസ്ഥാനത്തിന്റെ സമ്മർദം നിമിത്തം 1890–ൽ സോഷ്യലിസ്റ്റ് വിരുദ്ധനിയമം റദ്ദാക്കപ്പെട്ടു.

22. ***ഫോർവെർട്ട്സ്* ('മുന്നോട്ട്')** : ജർമൻ സോഷ്യൽഡെമോക്രാറ്റിക് പാർട്ടിയുടെ മുഖപത്രമായ ഒരു ദിനപത്രം. 1876–ൽ വിൽഹെം ലീബ്നെക്ടിന്റേയും മറ്റും പത്രാധിപത്യത്തിൽ അതു ലൈപ്സിഗിൽ സ്ഥാപിതമായി. 1878–ൽ സോഷ്യലിസ്റ്റു വിരുദ്ധനിയമപ്രകാരം നിരോധിക്കപ്പെട്ടെങ്കിലും 1891 ജനുവരിയിൽ അതുവീണ്ടും ബർലിനിൽ പ്രസിദ്ധീകരണമാരംഭിച്ചു. അവസരവാദത്തിന്റെ എല്ലാ പ്രകടനങ്ങൾക്കുമെതിരെ എംഗൽസ് പടവെട്ടിയത് *ഫോർവെർട്ട്സി*ന്റെ പംക്തികളിൽക്കൂടിയായിരുന്നു. എന്നാൽ ഒമ്പതാം ദശകത്തിന്റെ അവസാനവർഷങ്ങളിൽ എംഗൽസിന്റെ ചരമാനന്തരം പത്രം പാർട്ടിയിലെ വലതുപക്ഷത്തിന്റെ കയ്യിൽപ്പെടുകയും തുടർന്നു ജർമൻ സോഷ്യൽഡെമോക്രാറ്റിക് പ്രസ്ഥാനത്തിലും രണ്ടാം ഇന്റർനാഷണലിലും ആധിപത്യം സ്ഥാപിച്ചിരുന്ന അവസരവാദികളുടെ ലേഖനങ്ങൾ അതിൽ മുറയ്ക്ക് പ്രസിദ്ധീകരിച്ചുവരികയും ചെയ്തു.
ഒന്നാം ലോകമഹായുദ്ധക്കാലത്ത് *ഫോർവെർട്ട്സ്* സോഷ്യൽ ഷോവിനിസത്തിന്റെ നിലപാടാണെടുത്തത്. റഷ്യയിലെ ഒക്ടോബർ വിപ്ലവത്തിനുശേഷം അത് സോവിയറ്റ് വിരുദ്ധപ്രചരണത്തിന്റെ പ്രധാന ഉറവിടങ്ങളിലൊന്നായിത്തീർന്നു.

23. **1877ലെ കോൺഗ്രസ്** : ജർമനിയിലെ സോഷ്യലിസ്റ്റ് തൊഴിലാളി പാർട്ടിയുടെ ഒരു കോൺഗ്രസ് 1877 മേയ് 27 മുതൽ 29 വരെ ഗോഥായിൽ സമ്മേളിക്കുകയുണ്ടായി. പാർട്ടിപ്രസിദ്ധീകരണങ്ങളുടെ

പ്രശ്നം ചർച്ചയ്ക്കെടുത്ത അവസരത്തിൽ, ദൂറിങ്ങിനെതിരായ എംഗൽസിന്റെ ലേഖനങ്ങൾ പ്രസിദ്ധപ്പെടുത്തിയതിന് പാർട്ടിയുടെ കേന്ദ്രമുഖപത്രമായ *ഫോർവെർട്ട്സി*നെ കോൺഗ്രസിനെക്കൊണ്ടു താക്കീതു ചെയ്യിപ്പിക്കാനുള്ള ഒരു ശ്രമം ഏതാനും പ്രതിനിധികൾ (മോസ്ത്, വാൾട്ടൈക്ക്) നടത്തിയെങ്കിലും അവരതിൽ പരാജയപ്പെടുകയാണുണ്ടായത്. (1878–ൽ ഈ ലേഖനങ്ങൾ ഒരു പുസ്തകരൂപത്തിൽ *ആന്റി – ദൂറിങ്, ഹെർഒയ്ഗെൻ ദൂറിങ് ശാസ്ത്രമണ്ഡലത്തിൽ വരുത്തിക്കൂട്ടിയ വിപ്ലവം* എന്ന പേരിൽ പ്രസിദ്ധീകരിക്കപ്പെട്ടു; മൂർച്ചയേറിയ ഭാഷയിൽ ചർച്ചയിലേർപ്പെട്ടുവെന്നു പറഞ്ഞുകൊണ്ട് എംഗൽസിനു താക്കീതുനൽകാനുള്ള ശ്രമവും പരാജയമടഞ്ഞു.

24. **കത്തേഡർ സോഷ്യലിസ്റ്റുകൾ** : 1870 മുതൽ 1890 വരെയുള്ള വർഷങ്ങളിൽ ബൂർഷ്വാധനതത്വശാസ്ത്രത്തിൽ നിലനിന്നിരുന്ന ഒരു പ്രവണതയുടെ പ്രതിനിധികൾ. സർവകലാശാലാ പീഠങ്ങളിൽ (ജർമൻ ഭാഷയിൽ 'കത്തേഡർ') ഇരുന്നുകൊണ്ട് സോഷ്യലിസമെന്ന പേരിൽ ബൂർഷ്വാ ലിബറൽ റിഫോമിസം പ്രചരിപ്പിക്കുകയാണവർ ചെയ്തത്. വർഗങ്ങൾക്കെല്ലാമുപരിയായി ഒരു സ്ഥാപനമാണ് ബൂർഷ്വാ ഭരണകൂടമെന്നും വിരുദ്ധവർഗങ്ങളെ രഞ്ജിപ്പിക്കാനും മുതലാളികളുടെ താൽപ്പര്യങ്ങൾക്കു കോട്ടംതട്ടാതെയും തൊഴിലാളിബഹുജനങ്ങളുടെ ആവശ്യങ്ങൾ കഴിയുന്നത്ര പരിഗണനയിലെടുത്തുകൊണ്ടും ക്രമേണ സോഷ്യലിസം നടപ്പാക്കാനും അതിനു കഴിയുമെന്നും കത്തേഡർ സോഷ്യലിസ്റ്റുകാർ വാദിച്ചു.
കത്തേഡർ സോഷ്യലിസത്തിന്റെ പ്രതിലോമസ്വഭാവത്തെ മാർക്സും എംഗൽസും പല സന്ദർഭങ്ങളിലും തുറന്നുകാട്ടിയിട്ടുണ്ട്. റഷ്യയിൽ നിയമവിധേയമാർക്സിസ്റ്റുകാരാണ് കത്തേഡർ സോഷ്യലിസ്റ്റുകാരുടെ ആശയങ്ങൾ പ്രചരിപ്പിച്ചിരുന്നത്.

25. **നൊസ്ദ്ര്യോവ്** : ഈ പേരുള്ള ഒരു കഥാപാത്രത്തിലൂടെ അപകീർത്തികരമായ പെരുമാറ്റത്തിനും വഞ്ചനയ്ക്കും കുപ്രസിദ്ധിനേടിയ ഒരു ഭൂവുടമയെ എൻ വി ഗോഗൊൾ *അന്തരിച്ചുപോയ ആത്മാവുകൾ* എന്ന കൃതിയിൽ ചിത്രീകരിച്ചിട്ടുണ്ട്. അയാൾ എവിടെച്ചെന്നാലും എന്തെങ്കിലും കഥകളും വഴക്കുകളുമുണ്ടാകുമെന്നതുകൊണ്ട് ഒരു 'കഥാപുരുഷ'നെന്നാണ് ഗോഗൊൾ നൊസ്ദ്ര്യോവിനെ വിളിച്ചിരിക്കുന്നത്.

26. **ഹാനോവർ പ്രമേയം** : "പാർട്ടിയുടെ മൗലികമായ വീക്ഷണത്തിനും അടവുകൾക്കുമെതിരെയുള്ള ആക്ഷേപങ്ങളെ"സംബന്ധിച്ച് ഹാനോവർപ്രമേയത്തെയാണ് ലെനിൻ ഇവിടെ പരാമർശിക്കുന്നത്. 1899 ഒക്ടോബർ 9–നും 14–നുമിടയ്ക്ക് ഹാനോവിൽ ചേർന്ന ജർമൻ സോഷ്യൽഡെമോക്രാറ്റിക് പാർട്ടിയുടെ കോൺഗ്രസിലാണ് ഈ പ്രമേയം അംഗീകരിച്ചത്. പ്രമേയത്തിൽ പ്രതിപാദിച്ചിട്ടുള്ള പ്രശ്നത്തെ സംബന്ധിച്ച ഔദ്യോഗികറിപ്പോർട്ട് അവതരിപ്പിച്ചത് ഔഗുസ്ത് ബെബൽ ആയിരുന്നു. സിദ്ധാന്തപരമായും അടവുസംബന്ധമായും സോഷ്യൽഡെമോക്രസിക്കുള്ള മൗലികപ്രമാണങ്ങൾ

തിരുത്തിയെഴുതാനുള്ള സംരംഭങ്ങളെ നിരാകരിച്ചുകൊണ്ട് ബെബൽ ഒരു പ്രമേയം അവതരിപ്പിക്കുകയും കോൺഗ്രസിലെ ഭൂരിപക്ഷം അത് അംഗീകരിക്കുകയും ചെയ്തു. എന്നാൽ ബെർൺഷ്ടൈനിസ്റ്റുകളെപ്പറ്റി പരുഷമായ വിമർശനം അതിലടങ്ങാതിരുന്നതിനാൽ ബെർൺഷ്ടൈനും കൂട്ടരും അതിനുവേണ്ടി വോട്ടുചെയ്യുകയാണുണ്ടായത്.

27. **ലുബെക്ക് പ്രമേയം** : ജർമൻ സോഷ്യൽഡെമോക്രാറ്റിക് പാർട്ടിയുടെ ലൂബെക് കോൺഗ്രസ് (സെപ്തംബർ 22–28, 1901) മുഖ്യമായി എഡ്വാർഡ് ബെർൺഷ്ടൈനെതിരായി അംഗീകരിച്ച പ്രമേയത്തെയാണ് ലെനിൻ ഇവിടെ പരാമർശിക്കുന്നത്. 1899–ലെ ഹാനോവർ കോൺഗ്രസിനുശേഷം ബെർൺഷ്ടൈൻ സോഷ്യൽഡെമോക്രാറ്റുകാരുടെ പരിപാടിക്കും അടവുകൾക്കുമെതിരായുള്ള ആക്ഷേപവർഷം അവസാനിപ്പിച്ചില്ലെന്നു മാത്രമല്ല, അതു കൂടുതൽ ശക്തിയോടെ തുടരുകയും പാർട്ടിയുമായി ബന്ധമില്ലാത്ത വൃത്തങ്ങളിലേക്ക് വ്യാപിപ്പിക്കുകയും ചെയ്തു. ചർച്ചയ്ക്കിടയിലും, ബെബൽ അവതരിപ്പിച്ച് ബഹഭൂരിപക്ഷം പ്രതിനിധികളുമംഗീകരിച്ച പ്രമേയത്തിലും ബെർൺഷ്ടൈനു ഒരു കർശനമായ താക്കീതു നൽകുകയുണ്ടായി. വിമർശനസ്വാതന്ത്ര്യം ആവശ്യപ്പെട്ടുകൊണ്ടും ബെർൺഷ്ടൈന്റെ പ്രശ്നത്തിൽ മൗനമവലംബിച്ചുകൊണ്ടുള്ള ഒരു എതിർപ്രമേയം അവസരവാദിയായ ഹൈനെ അവതരിപ്പിച്ചത് കോൺഗ്രസ് തള്ളിക്കളഞ്ഞു. എന്നിരുന്നാൽക്കൂടി, റിവിഷനിസ്റ്റ് പ്രചരണം പാർട്ടി അംഗത്വവുമായി പൊരുത്തപ്പെട്ടുപോകാൻ നിർവാഹമില്ലെന്ന സംഗതി ഒരു മൗലികപ്രശ്നമെന്ന നിലയ്ക്ക് ഉന്നയിക്കപ്പെട്ടിരുന്നില്ല.

28. **ജർമൻ സോഷ്യൽഡെമോക്രാറ്റിക് പാർട്ടിയുടെ ഷ്റ്റുട്ട്ഗർട്ട് കോൺഗ്രസ്** (1898 ഒക്ടോബർ 3–8) : ജർമൻ സോഷ്യൽഡെമോക്രസിക്കകത്തെ റിവിഷനിസത്തെക്കുറിച്ച് ചർച്ചചെയ്ത ആദ്യത്തെ കോൺഗ്രസായിരുന്നു ഇത്. ബെർൺഷ്ടൈന്റെ ഒരു പ്രസ്താവന കോൺഗ്രസിൽ വായിക്കുകയുണ്ടായി (അദ്ദേഹം ഹാജരായിരുന്നില്ല). നേരത്തെതന്നെ പല ലേഖനങ്ങളിലും അദ്ദേഹം പ്രകടമാക്കിയിരുന്ന അവസരവാദപരമായ അഭിപ്രായങ്ങളുടെ ഒരു വിശദീകരണവും ന്യായീകരണവുമായിരുന്നു അത്. കോൺഗ്രസിൽ അദ്ദേഹത്തിന്റെ എതിരാളികൾ തമ്മിൽ യോജിപ്പുണ്ടായിരുന്നില്ല. ആശയസമരം നടത്തുകയും ബെർൺഷ്ടൈന്റെ തെറ്റുകളെ വിമർശിക്കുകയുമാണാവശ്യമെന്നു ചിലർ (ബെബൽ, കൗട്സ്ക്കി തുടങ്ങിയവർ) വാദിച്ചു. അതേസമയം അദ്ദേഹത്തിനെതിരെ സംഘടനാപരമായ നടപടികൾ കൈക്കൊള്ളുന്നതിനെ അവർ അനുകൂലിച്ചില്ല. റോസ ലുക്സംബർഗിന്റെ നേതൃത്വത്തിൽ മറ്റുചിലർ (അവർ ന്യൂനപക്ഷമായിരുന്നു) ബെർൺഷ്ടൈനിസത്തിനെതിരായി കൂടുതൽ ഊർജിതമായ സമരത്തിനുവേണ്ടി ആഹ്വാനം ചെയ്തു.

29. **നിയമവിധേയ മാർക്സിസം** : റഷ്യയിലെ ബൂർഷ്വാ ലിബറൽ ബുദ്ധിജീവികൾക്കിടയിൽ 1890'കളിൽ നിലനിന്നിരുന്ന ഒരു സാമൂ

ഹ്യ–രാഷ്ട്രീയപ്രവണത. 'നിയമവിധേയ മാർക്സിസ്റ്റുകൾ' എന്നു സ്വയം പ്രഖ്യാപിച്ചുകൊണ്ട് അവർ, ഫ്യൂഡൽ സാമൂഹ്യസാമ്പത്തികവ്യവസ്ഥിതിയുടെ സ്ഥാനത്ത് മുതലാളിത്തവ്യവസ്ഥിതിയുടെ സ്ഥാപനം അനിവാര്യമാണെന്നതിനെക്കുറിച്ചുള്ള സിദ്ധാന്തം മാത്രമേ മാർക്സിന്റെ അനുശാസനത്തിൽനിന്നു സ്വീകരിച്ചുള്ളൂ. മാർക്സിസത്തിന്റെ 'വിപ്ലവത്മാവിനെ' — മുതലാളിത്തത്തിന്റെ തകർച്ചയുടെ അനിവാര്യതയേയും സോഷ്യലിസ്റ്റ് വിപ്ലവത്തേയും സോഷ്യലിസത്തിലേക്കുള്ള പരിവർത്തനത്തേയും സംബന്ധിച്ച അനുശാസനത്തെ — അവർ പാടേ നിരാകരിച്ചു. പിന്നീട് 'നിയമവിധേയ മാർക്സിസ്റ്റുകൾ' മാർക്സിസത്തിന്റെ ശത്രുക്കളും ബൂർഷ്വാ കേഡറ്റ് പാർട്ടിയുടെ നേതാക്കളുമായി.

30. **'തലക്കനംവെച്ച ഒരു ഗ്രന്ഥകാരൻ'**......മാക്സിം ഗോർക്കി ആദ്യകാലത്തെഴുതിയ കഥകളിലൊന്നാണിത്.

31. ***നമ്മുടെ സാമ്പത്തികവികസനം നിർണയിക്കുന്നതിനു സഹായകമായ വസ്തുതകൾ*** എന്ന പേരിൽ 1895 ഏപ്രിൽമാസത്തിൽ നിയമവിധേയമായി അച്ചടിച്ചിറക്കിയ ഒരു സമാഹാരത്തെയാണ് ലെനിൻ ഇവിടെ പരാമർശിക്കുന്നത്. അതിന്റെ രണ്ടായിരം പ്രതികളാണ് അച്ചടിച്ചത്. കെ തൂലിൻ എന്ന തൂലികാനാമത്തിൽ ലെനിൻ എഴുതിയ ഒരു ലേഖനം — 'നരേദിസത്തിന്റെ സാമ്പത്തികസത്ത'യും മി. സ്ട്രൂവെയുടെ കൃതിയിൽ (*ബൂർഷ്വാസാഹിത്യത്തിൽ മാർക്സിസത്തിന്റെ പ്രതിബിംബം*) അതേപ്പറ്റിയുള്ള വിമർശനവും — അതിലടങ്ങിയിരുന്നു. 'നിയമവിധേയ മാർക്സിസ്റ്റു'കൾക്കെതിരായ ഒരു ലേഖനമായിരുന്നു അത്.

സാറിസ്റ്റ് ഗവൺമെന്റ് പ്രസ്തുതസമാഹാരത്തിന്റെ വിതരണം നിരോധിക്കുകയും അതിന്റെ പ്രതികൾ കണ്ടുകെട്ടി ഒരു കൊല്ലത്തോളം പൊലീസ് ബന്തവസ്സിൽ വയ്ക്കുകയും അനന്തരം അവ കത്തിച്ചുകളയാൻ ഉത്തരവിടുകയും ചെയ്തു. കഷ്ടിച്ച് നൂറുകോപ്പിമാത്രമാണ് രക്ഷിക്കാൻ കഴിഞ്ഞത്. അവ സെന്റ് പീറ്റേഴ്സ്ബർഗിലും മറ്റും നഗരങ്ങളിലുമുള്ള സോഷ്യൽ ഡെമോക്രാറ്റുകാർക്കിടയിൽ രഹസ്യമായി വിതരണം ചെയ്യപ്പെടുകയും ചെയ്തു.

32. **മൂന്ന് പതിപ്പുകളായി റഷ്യയിൽ പുറത്തുവന്നത്** : എഡ്വാർഡ് ബെർൺഷ്ടൈനെഴുതിയ *സോഷ്യലിസത്തിന്റെ തത്വങ്ങൾ* എന്ന ഗ്രന്ഥത്തെയാണ് ഇവിടെ പരാമർശിച്ചിരിക്കുന്നത്. ബൂർഷ്വാമിതവാദിത്വത്തിന്റെ സ്പിരിട്ടിൽ മാർക്സിസത്തെ തിരുത്തിയെഴുതുകയാണ് അതിൽ ചെയ്തിട്ടുള്ളത്.

ബെർൺഷ്ടൈന്റെ ഈ പുസ്തകം പല പേരുകളിലും റഷ്യൻ ഭാഷയിലേക്കു വിവർത്തനം ചെയ്യപ്പെട്ടിട്ടുണ്ട്: (1) '*ചരിത്രപരമായ ഭൗതികവാദം*' (2) '*സാമൂഹ്യപ്രശ്നങ്ങൾ*' (3) '*സോഷ്യലിസത്തിന്റെ പ്രശ്നങ്ങളും സോഷ്യൽഡെമോക്രസിയുടെ കടമകളും.*'

33. **'റഷ്യൻ സോഷ്യൽഡെമോക്രാറ്റുകാരിൽനിന്നും ഒരു പ്രതിഷേധക്കുറിപ്പ്'** : നാടുകടത്തപ്പെട്ടിരുന്ന അവസരത്തിൽ ലെനിൻ 1899 ആഗസ്തിലെഴുതിയതാണിത്. 'സാമ്പത്തികസമരവാദിക'ളുടെ

ഗ്രൂപ്പിന്റെ (എസ്സ് എൻ പ്രൊക്കൊപ്പോവിച്ച്, വൈ ഡി കുസ്ക്കോവ തുടങ്ങിയവർ, ഇവർ പിന്നീട് കേഡറ്റുകാരുടെ കൂട്ടത്തിൽ ചേർന്നു) പ്രകടനപത്രികയായ 'ക്രെഡോ'വിനെതിരായിട്ടാണ് ലെനിൻ ഇതെഴുതിയത്.

മിനുസിൻസ്ക്ക് പ്രദേശത്തുള്ള യെർമകോവ്സ്ക്കൊയെ എന്ന ഗ്രാമത്തിൽവെച്ച് നാടുകടത്തപ്പെട്ട പതിനേഴു മാർക്സിസ്റ്റുകാരുടെ ഒരു സമ്മേളനം ലെനിൻ വിളിച്ചുകൂട്ടുകയും പ്രസ്തുത സമ്മേളനം 'പ്രതിഷേധക്കുറിപ്പ്' ചർച്ച ചെയ്തു ഐകകണ്ഠ്യേന അംഗീകരിക്കുകയുമുണ്ടായി. തുറുഹാൻസ്ക്കിലും ഒർലോവിലും (വ്യാത്ക ഗുബേർണിയ) നാടുകടത്തപ്പെട്ടവരുടെ സംഘങ്ങളും 'പ്രതിഷേധക്കുറിപ്പി'നെ അനുകൂലിച്ചു.

ലെനിൻ ഈ 'പ്രതിഷേധക്കുറിപ്പ്' തൊഴിലാളിമോചനഗ്രൂപ്പിനു വിദേശത്തേക്ക് അയച്ചുകൊടുക്കുകയുണ്ടായി. 1900–ത്തിന്റെ ആരംഭത്തിൽ ജി വി പ്ലെഹാനൊവ് അത് '*റബോച്ചെയെ ദ്യെലൊവി*ന്റെ പത്രാധിപന്മാർക്കുവേണ്ടിയുള്ള വഡെമേക്കും' എന്ന സമാഹാരത്തിൽ പ്രസിദ്ധീകരിച്ചു.

34. ***റബോച്ചയ മിസ്ലി* ('തൊഴിലാളി ചിന്ത')** : 1897 ഒക്ടോബർ മുതൽ 1902 ഡിസംബർ വരെ പ്രസിദ്ധീകരിച്ച സാമ്പത്തികസമരവാദികളുടെ പത്രം. ആകെക്കൂടി പതിനാറു ലക്കങ്ങൾ പുറത്തിറങ്ങി.

*റബോച്ചയ മിസ്ലി*ന്റെ അഭിപ്രായങ്ങളെ, സാർവദേശീയ അവസരവാദത്തിന്റെ റഷ്യൻപാഠഭേദത്തെയാണ് അവ കുറിക്കുന്നതെന്നു പറഞ്ഞുകൊണ്ട്, ലെനിൻ തന്റെ പല കൃതികളിലും — പ്രത്യേകിച്ചും *ഇസ്ക്രയി*ലെ ലേഖനങ്ങളിലും ഈ ഗ്രന്ഥത്തിലും — വിമർശിച്ചിട്ടുണ്ട്.

35. ***'റബോച്ചെയെ ദ്യെലൊവിന്റെ പത്രാധിപന്മാർക്കുവേണ്ടിയുള്ള വഡെമേക്കും'*- തൊഴിലാളിമോചനഗ്രൂപ്പ് പ്രസിദ്ധപ്പെടുത്തിയ സമാഹാരം. ജി വി പ്ലെഹാനൊവിന്റെ മുഖവുരയോടുകൂടിയത്.** (ജനീവ, ഫെബ്രുവരി 1900) ആർ എസ് ഡി എൽ പി യ്ക്കുള്ളിലെ അവസരവാദത്തിനു - മുഖ്യമായും റഷ്യൻ സോഷ്യൽഡെമോക്രാറ്റുകാരുടെ വിദേശയൂണിയനും അതിന്റെ മുഖപത്രമായ *റബോച്ചെയെ ദ്യെലൊവും* പ്രകടിപ്പിച്ച സാമ്പത്തികസമരവാദത്തിനു — എതിരായിട്ടാണ് ഈ പ്രസിദ്ധീകരണം തയാറാക്കിയത്.

36. **'പ്രൊഫെസ്യോൻ ഡിഫാ'** ('വിശ്വാസപ്രഖ്യാപനം') : ആർ എസ് ഡി എൽ പി യുടെ കീയെവ്കമ്മിറ്റിയുടെ അവസരവാദപരമായ അഭിപ്രായങ്ങൾ വിവരിച്ചുകൊണ്ട് 1899–ന്റെ അവസാനത്തിൽ തയാറാക്കിയ ഒരു ലഘുലേഖ. സാമ്പത്തികസമരവാദികളുടെ 'ക്രെഡോ'വുമായി അതിനു വളരെയേറെ സാദൃശ്യമുണ്ടായിരുന്നു. 'പ്രൊഫെസ്യോൻ ഡിഫാ'യെസംബന്ധിച്ച്' എന്ന തന്റെ ലേഖനത്തിൽ ലെനിൻ ഈ രേഖയെ വിമർശിച്ചിട്ടുണ്ട്.

37. **"*റബോച്ചയ മിസ്ലിന്റെ* പ്രത്യേക അനുബന്ധം'** : സാമ്പത്തികസമരവാദികളുടെ മുഖപത്രമായ *റബോച്ചയ മിസ്ലി*ന്റെ പത്രാധിപന്മാർ 1899 സെപ്തംബറിൽ പ്രസിദ്ധപ്പെടുത്തിയ ഒരു ലഘുലേഖ. അവ

സരവാദപരമായ പ്രവണതകളുടെ പ്രത്യക്ഷമായ പ്രകടനമായിരുന്നു അത്. പ്രത്യേകിച്ചും ആർ എം എഴുതിയ 'ഇന്നത്തെ യാഥാർഥ്യം' എന്ന ലേഖനം. റഷ്യൻ സോഷ്യൽ ഡെമോക്രസിക്കുള്ളിലെ പിന്തിരിപ്പൻപ്രവണത എന്ന ലേഖനത്തിലും ഈ പുസ്തകത്തിലും പ്രസ്തുതലഘുലേഖയെ ലെനിൻ വിമർശിച്ചിട്ടുണ്ട്.

38. **തൊഴിലാളിമോചനഗ്രൂപ്പ്** : ആദ്യത്തെ റഷ്യൻ മാർക്സിസ്റ്റ് ഗ്രൂപ്പ്: 1883–ൽ ജി വി പ്ലെഹാനൊവ് ഈ ഗ്രൂപ്പ് ജനീവയിൽ സ്ഥാപിച്ചു. റഷ്യയിൽ മാർക്സിസം പ്രചരിപ്പിക്കാൻ ഇത് വളരെയധികം യത്നിക്കുകയുണ്ടായി. 1903 വരെ ഇതു നിലനിന്നു. 1903 ആഗസ്തിൽ ചേർന്ന ആർ എസ് ഡി എൽ പി യുടെ രണ്ടാം കോൺഗ്രസിൽവെച്ചു തങ്ങൾ സ്വയം പിരിച്ചുവിടപ്പെട്ടതായി ഈ ഗ്രൂപ്പ് പ്രഖ്യാപിച്ചു.

39. **റഷ്യൻ സോഷ്യൽഡെമോക്രാറ്റുകാരുടെ വിദേശയൂണിയന്റെ മൂന്നാം കോൺഗ്രസ്** : 1901 സെപ്തംബറിന്റെ ഉത്തരാർധത്തിൽ സൂറിക്കിൽ സമ്മേളിച്ചു. വിദേശത്തുള്ള റഷ്യൻ സോഷ്യൽഡെമോക്രാറ്റിക് സംഘടനകളുടെ സംയോജനം സംബന്ധിച്ച്, 1901 ജൂണിൽ നടന്ന ജനീവസമ്മേളനം തയാറാക്കിയ കരാറിന്റെ നക്കൽ രൂപത്തിനു ഈ കോൺഗ്രസ് ഭേദഗതികളും അനുബന്ധങ്ങളും അംഗീകരിക്കുകയുണ്ടായി. അത് *റബോച്ചെയെ ദ്യെലൊ*വിന്റെ പത്രാധിപന്മാർക്കുള്ള നിർദേശങ്ങൾക്ക് അംഗീകാരം നൽകി. ഈ നിർദേശങ്ങൾ റിവിഷനിസ്റ്റുകൾക്ക് പ്രോത്സാഹനം നൽകുന്നവയായിരുന്നു. അവസരവാദപരമായ പ്രവണതയാണ് യൂണിയൻ നേതാക്കളിൽ മുന്തിനിന്നിരുന്നതെന്നും ജൂൺ സമ്മേളനത്തിന്റെ നിശ്ചയങ്ങൾ അവർ നിരസിക്കുകയാണുണ്ടായതെന്നും കോൺഗ്രസിൽ എടുത്ത തീരുമാനങ്ങൾ വ്യക്തമാക്കി (നാലാമത്തെ കുറിപ്പ് നോക്കുക).

40. 1875 മേയ് 5നു വിൽഹെൽം ബ്രാക്കെയ്ക്ക് മാർക്സ് എഴുതിയ കത്തു നോക്കുക.

41. **ഗോഥാ പരിപാടി** : 1875–ൽ ഗോഥാ കോൺഗ്രസിൽവെച്ച് അംഗീകരിക്കപ്പെട്ട, ജർമനിയിലെ സോഷ്യലിസ്റ്റ് തൊഴിലാളിപ്പാർട്ടിയുടെ പരിപാടി. മുമ്പു വേറിട്ടുനിന്നിരുന്ന രണ്ടു ജർമൻ സോഷ്യലിസ്റ്റു പാർട്ടികൾ തമ്മിലുള്ള ലയനം ഇവിടെവെച്ചാണ് നടന്നത്. ഐസനക്ക് ഗ്രൂപ്പുകാരും ലസാൽപക്ഷക്കാരുമായിരുന്നു അവർ. ഇതിൽ ആദ്യത്തെ കൂട്ടർ ബെബലിന്റെയും ലീബ്ക്നെക്ടിന്റെയും നേതൃത്വത്തിലും മാർക്സിന്റെയും എംഗൽസിന്റെയും ആശയപരമായ സ്വാധീനത്തിലുമായിരുന്നു. സൗകര്യവാദാധിഷ്ഠിതവും അവസരവാദപരവുമായിരുന്നു ആ പരിപാടി. കാരണം, സുപ്രധാനമായ പല സംഗതികളിലും ഐസനക്കർമാർ ലസാലിയന്മാർക്കു വിട്ടുവീഴ്ചകൾ ചെയ്യുകയും അവരുടെ നിർവചനങ്ങൾ സ്വീകരിക്കുകയും ചെയ്തു. ഗോഥാപരിപാടിയുടെ നക്കൽ മാർക്സിന്റേയും എംഗൽസിന്റേയും രൂക്ഷമായ വിമർശനത്തിനു പാത്രമായി. എന്തുകൊണ്ടെന്നാൽ, 1869–ലെ ഐസനക്ക് പരിപാടിയെ അപേക്ഷിച്ച് വളരെയേറെ പുറകോട്ടുള്ള ഒരു കാൽവെപ്പായിട്ടാണ് അവർ അതിനെ കരുതിയത്.

42. **പ്രുദോനിസം** : പെറ്റിബൂർഷ്വാ സോഷ്യലിസത്തിന്റെ ഒരു മാർക്സിസ്റ്റ് വിരുദ്ധപ്രവണത. അതിന്റെ പ്രത്യയശാസ്ത്രജ്ഞനായ ഫ്രഞ്ച് അരാജകവാദി പ്രുദോന്റെ പേരിൽ അറിയപ്പെടുന്നു. വൻകിടമുതലാളിത്ത സ്വത്തുടമസമ്പ്രദായത്തെ ചെറുകിട സ്വത്തുടമകളുടെ നിലപാടിൽനിന്നു വിമർശിക്കുകയും സ്വകാര്യസ്വത്തുടമസമ്പ്രദായത്തെ എന്നെന്നേക്കും നിലനിർത്താമെന്ന് സ്വപ്നം കാണുകയും ചെയ്തു. 'ജനകീയ' ബാങ്കുകളും 'കൈമാറ്റ' ബാങ്കുകളും സംഘടിപ്പിക്കാൻ അദ്ദേഹം നിർദേശിച്ചു. അത്തരം ബാങ്കുകളുടെ സഹായത്തോടെ തൊഴിലാളികൾക്ക് സ്വന്തമായി ഉൽപ്പാദനോപാധികൾ നേടാനും കൈത്തൊഴിലുകാരായിത്തീരാനും തങ്ങളുടെ ഉൽപ്പന്നങ്ങൾ "നീതിപൂർവ"മായി വിറ്റഴിക്കാനും കഴിയുമെന്ന് അദ്ദേഹം കരുതി. തൊഴിലാളിവർഗത്തിന്റെ ചരിത്രപരമായ പങ്കിനെ പ്രുദോൻ മനസിലാക്കിയിരുന്നില്ല. വർഗസമരത്തോടും തൊഴിലാളിവർഗവിപ്ലവത്തോടും തൊഴിലാളിവർഗസർവാധിപത്യത്തോടും നിഷേധാത്മകമായ മനോഭാവമാണ് അദ്ദേഹം കൈക്കൊണ്ടത്. അരാജകവാദത്തിന്റെ നിലപാടിൽ നിന്നുകൊണ്ട് ഭരണകൂടത്തിന്റെ ആവശ്യകതയെ അദ്ദേഹം നിഷേധിച്ചു. മാർക്സും എംഗൽസും പ്രുദോനിസത്തിനെതിരായി ചിട്ടയായ സമരം നടത്തി.

43. **വ്യാവസായിക യുദ്ധം** : 1896–ൽ സെന്റ് പീറ്റേഴ്സ് ബർഗിലെ തൊഴിലാളികൾ നടത്തിയ ബഹുജനപണിമുടക്കങ്ങളെയാണ് ലെനിൻ പരാമർശിക്കുന്നത്. മേയ് 25–ാംനു കലിൻകിൻ പരുത്തിനൂൽനൂൽപ്പുമില്ലിൽ ആരംഭിച്ച പണിമുടക്കം സെന്റ്പീറ്റേഴ്സ്ബർഗിലെ എല്ലാ പ്രധാന നൂൽനൂൽപ്പ് – നെയ്ത്തുമില്ലുകളിലേക്കും എഞ്ചിനീയറിങ് വർക്സ്, റബർ ഫാക്ടറി, പേപ്പർ ഫാക്ടറി, പഞ്ചസാര ശുദ്ധീകരണശാല എന്നിവയിലേക്കും ത്വരിതഗതിയിൽ വ്യാപിച്ചു. ചൂഷകർക്കെതിരായ സമരം ഇത്രയും വിപുലമായ തോതിൽ ആ നഗരത്തിലെ തൊഴിലാളികൾ നടത്തുന്നത് അതാദ്യമായിട്ടാണ്. മുപ്പതിനായിരത്തിൽപ്പരം തൊഴിലാളികൾ അതിൽ പങ്കെടുത്തു. സെന്റ് പീറ്റേഴ്സ്ബർഗിലെ തൊഴിലാളിവർഗ വിമോചനസമരലീഗിന്റെ നേതൃത്വത്തിലാണ് അവർ പണിമുടക്കിയത്.

സെന്റ് പീറ്റേഴ്സ്ബർഗിലെ പണിമുടക്കങ്ങൾ മോസ്ക്കോവിലേയും മറ്റു റഷ്യൻനഗരങ്ങളിലേയും തൊഴിലാളി പ്രസ്ഥാനത്തിനു ഉണർച്ച നൽകുകയുണ്ടായി. ഫാക്ടറി നിയമങ്ങൾ ത്വരിതഗതിയിൽ പുനഃപരിശോധിക്കാനും ഫാക്ടറികളിലേയും മില്ലുകളിലേയും തൊഴിൽദിവസം 1½മണിക്കൂറായി ചുരുക്കിക്കൊണ്ടുള്ള നിയമം (ജൂൺ 2(14), 1895) കൊണ്ടുവരാനും അവ സാറിസ്റ്റ് ഗവൺമെന്റിനെ നിർബന്ധിക്കുകയും ചെയ്തു.

44. **തൊഴിലാളിവർഗവിമോചന സമരലീഗ്** : 1895–ലെ ശരൽക്കാലത്ത് ലെനിൻ സംഘടിപ്പിച്ച ഈ സംഘടനയിൽ സെന്റ് പീറ്റേഴ്സ്ബർഗിലെ ഉദ്ദേശം 20 മാർക്സിസ്റ്റ് തൊഴിലാളി സ്റ്റഡിസർക്കിളുകൾ ഉൾപ്പെട്ടിരുന്നു. കേന്ദ്രീകരണത്തിന്റെയും കർശനമായ അച്ചടക്കത്തിന്റെയും തത്വങ്ങളിന്മേലാണ് ലീഗിന്റെ പ്രവർത്തനം അടിമുടി സംഘ

ടിപ്പിക്കപ്പെട്ടത്. വി ഐ ലെനിന്റെ നേതൃത്വത്തിലുള്ള ഒരു കേന്ദ്ര ഗ്രൂപ്പാണ് ലീഗിനെ നയിച്ചിരുന്നത്.

സോഷ്യലിസത്തെ തൊഴിലാളിപ്രസ്ഥാനവുമായി കൂട്ടിയോജിപ്പിച്ച, റഷ്യയിലെ ആദ്യത്തെ സംഘടനയായിരുന്നു സമരലീഗ്. തൊഴിലാളികളുടെ സാമ്പത്തികസമരത്തെ സാറിസത്തിനെതിരായ രാഷ്ട്രീയസമരവുമായി കൂട്ടിയിണക്കിക്കൊണ്ട് അതു തൊഴിലാളി വർഗ പ്രസ്ഥാനത്തിനു മാർഗദർശനം നൽകി. തൊഴിലാളികൾക്കു വേണ്ടി പല ലഘുലേഖകളും അതു പ്രസിദ്ധീകരിക്കുകയുണ്ടായി. ലീഗിന്റെ പ്രസിദ്ധീകരണങ്ങൾ പ്രസാധനത്തിനുവേണ്ടി തയാറാക്കിയത് ലെനിനായിരുന്നു. *റബോച്ചെയെ ദ്യെലൊ* എന്ന പേരിൽ ഒരു തൊഴിലാളിവൃത്താന്തപത്രം പുറപ്പെടുവിക്കാനുള്ള ഒരുക്കങ്ങളും അദ്ദേഹത്തിന്റെ നേതൃത്വത്തിലാണ് നടന്നത്. സമരലീഗിന്റെ സ്വാധീനശക്തി സെന്റ് പീറ്റേഴ്സ്ബർഗിൽനിന്നും വളരെയകലെപ്പോലും വ്യാപിച്ചിരുന്നു. അതിന്റെ മാതൃകയെപ്പിന്തുടർന്ന്, മോസ്ക്കോവിലും കീയെവിലും യെക്കതെറീനൊസ്ലാവിലും റഷ്യയിലെ മറ്റു പട്ടണങ്ങളിലും പ്രദേശങ്ങളിലുമുള്ള തൊഴിലാളികളുടെ സ്റ്റഡി സർക്കിളുകൾ സമരലീഗുമായി ഒന്നിച്ചുചേർന്നു.

1895 ഡിസംബറിൽ ലീഗിന്റെ നേരെ സാറിസ്റ്റ് ഗവൺമെന്റിന്റെ ഭാഗത്തുനിന്നും വമ്പിച്ച ഒരു ആക്രമണമുണ്ടായി. ഡിസംബർ 9–ന് (20–ന്) രാത്രി ലെനിനുൾപ്പെട്ട ലീഗിന്റെ അനേകം അംഗങ്ങൾ അറസ്റ്റുചെയ്യപ്പെട്ടു. അച്ചടിക്കാൻവേണ്ടി തയാറാക്കിയിരുന്ന *റബോച്ചെയെ ദ്യെലൊ*വിന്റെ പ്രഥമലക്കം പൊലീസ് കയ്യടക്കി.

ലെനിൻ നിർവചിച്ചതുപോലെ, തൊഴിലാളിവർഗത്തിന്റെ പിന്തുണ നേടുകയും അവരുടെ വർഗസമരം നയിക്കുകയും ചെയ്യുന്ന ഒരു വിപ്ലവപാർട്ടിയുടെ ബീജമെന്ന നിലയ്ക്കാണ് സെന്റ് പീറ്റേഴ്സ്ബർഗിലെ തൊഴിലാളിവർഗവിമോചന സമരലീഗ് പ്രാധാന്യമർഹിക്കുന്നത്. 1898–ന്റെ ഉത്തരാർധത്തിൽ, തങ്ങളുടെ പത്രമായ *റബോച്ചയ മിസ്ലി*ൽക്കൂടി ട്രേഡ്യൂണിയനിസത്തിന്റേയും ബെർൺഷ്ടൈനിസത്തിന്റെയും പ്രവണതകളുടെ വിത്തുകൾ റഷ്യൻ മണ്ണിൽ പാകിയ സാമ്പത്തികസമരവാദികൾ ലീഗ് കൈയ്യടക്കുകയുണ്ടായി. സൈബീരിയയിലേക്കു നാടുകടത്തപ്പെട്ട ലീഗ് നേതാക്കളുടെ, പ്രഥമവും, പ്രധാനവുമായി ലെനിന്റെ, ദീർഘകാലത്തെ അഭാവമായിരുന്നു അതിനു കാരണം. എന്നാൽ 1898–ൽത്തന്നെ, അറസ്റ്റിൽനിന്നും രക്ഷപ്പെട്ട ലീഗിന്റെ പഴയ അംഗങ്ങൾ ആർ എസ് ഡി എൽ പി യുടെ ഒന്നാം കോൺഗ്രസിനുവേണ്ടി ഒരുക്കങ്ങൾ ചെയ്യുന്നതിലും അതിന്റെ പ്രകടനപത്രിക തയാറാക്കുന്നതിലും പങ്കെടുക്കുകയും അങ്ങനെ ലെനിന്റെ സമരലീഗിന്റെ പാരമ്പര്യം തുടരുകയും ചെയ്തു.

45. ***റുസ്ക്കയ സ്തറിനാ* (*റഷ്യൻ പൗരാണികത്വം*)** : ഒരു ചരിത്രമാസിക. 1870 മുതൽ 1918 വരെ അത് സെന്റ് പീറ്റേഴ്സ്ബർഗിൽനിന്നു പ്രസിദ്ധീകരിക്കപ്പെട്ടു. റഷ്യൻരാജ്യതന്ത്രജ്ഞരുടെയും സാംസ്കാരികമണ്ഡലത്തിലെ പ്രമാണികരുടേയും ഓർമക്കുറിപ്പുകളും ഡയ

റികളും കുറിപ്പുകളും കത്തുകളും മറ്റു പല രേഖകളും പ്രസിദ്ധപ്പെടുത്താൻ അത് വളരെയധികം പേജുകൾ നീക്കിവെച്ചിരുന്നു.

46. **യറൊസ്ലാവ്ൽ പ്രദേശത്ത് തൊഴിലാളികളുടെ നേരെ നടന്ന ആക്രമണം** : 1895 ഏപ്രിൽ 27–ാംനു (മേയ് 9–ാംനു) യറൊസ്ലാവ്ൽ ടെക്സ്റ്റൈൽ തൊഴിലാളികളുടെ പണിമുടക്കത്തെ മൃഗീയമായി മർദിച്ചൊതുക്കിയതിനെയാണ് ഇവിടെ പരാമർശിക്കുന്നത്. പുതിയ വേതന നിരക്കു നടപ്പിൽവരുത്തിക്കൊണ്ട് തൊഴിലാളികളുടെ കൂലി മില്ലധികാരികൾ വെട്ടിച്ചുരുക്കിയതിനെത്തുടർന്നാണ് നാലായിരത്തിലധികംപേർ പങ്കെടുത്ത ആ പണിമുടക്കമുണ്ടായത്.
1895–ലെ യറൊസ്ലാവ് പണിമുടക്കത്തെപ്പറ്റി ലെനിൻ ഒരു ലേഖനമെഴുതുകയുണ്ടായെങ്കിലും അതിതേവരെ കണ്ടുകിട്ടിയിട്ടില്ല.

47. ***സൻക്ത് പ്യെത്യെർബുർഗ്സ്കിയ് റബോച്ചിയ് ലിസ്തോക് (സെന്റ് പീറ്റേഴ്സ്ബർഗിലെ തൊഴിലാളികളുടെ പത്രം)*** : സെന്റ് പീറ്റേഴ്സ്ബർഗിലെ തൊഴിലാളി വർഗവിമോചനസമരലീഗിന്റെ മുഖപത്രം. രണ്ടുലക്കങ്ങൾ പുറത്തിറങ്ങി: ഒന്നാം ലക്കം 1897 ഫെബ്രുവരിയിലും (ജനുവരി ലക്കമായി ഇത് റഷ്യയിൽ സൈക്ലോസ്റ്റൈൽ ചെയ്യപ്പെടുകയുണ്ടായി): രണ്ടാം ലക്കം 1897 സെപ്റ്റംബറിലും (ഇത് ജനീവയിലാണ് അച്ചടിച്ചത്).
തൊഴിലാളിവർഗത്തിന്റെ സാമ്പത്തികസമരത്തെ വിപുലമായ രാഷ്ട്രീയാവശ്യങ്ങളുമായി കൂട്ടിയോജിപ്പിച്ചുകൊണ്ടുപോകണമെന്ന ആശയം പ്രസ്തുതപത്രം മുന്നോട്ടുവയ്ക്കുകയും ഒരു തൊഴിലാളിവർഗപ്പാർട്ടി സംഘടിപ്പിക്കേണ്ടതിന്റെ ആവശ്യകത ഊന്നിപ്പറയുകയുണ്ടായി.

48. **പ്രകടനപത്രിക** : ഒന്നാം ആർ എസ് ഡി എൽ പി കോൺഗ്രസിന്റെ നിർദേശപ്രകാരം ആർ. എസ് ഡി എൽ പി കേന്ദ്രക്കമ്മിറ്റിയുടെ പേരിൽ 1898–ൽ ഇറക്കിയ "റഷ്യൻ സോഷ്യൽഡെമോക്രാറ്റിക് ലേബർ പാർട്ടിയുടെ പ്രകടനപത്രിക"യെയാണ് ഇവിടെ പരാമർശിക്കുന്നത്. ഈ പ്രകടനപത്രിക രാഷ്ട്രീയസ്വാതന്ത്ര്യത്തിനും ഏകാധിപത്യത്തിന്റെ നിഷ്കാസനത്തിനും വേണ്ടിയുള്ള സമരത്തെ റഷ്യൻ സോഷ്യൽഡമോക്രസിയുടെ മുഖ്യകടമയായി കരുതുകയും രാഷ്ട്രീയസമരത്തെ തൊഴിലാളിപ്രസ്ഥാനത്തിന്റെ പൊതുകടമകളുമായി ബന്ധപ്പെടുത്തുകയും ചെയ്തു.

49. **ഒരു രഹസ്യ യോഗത്തിൽ** : ഇവിടെ സൂചിപ്പിച്ചിരിക്കുന്ന രഹസ്യയോഗം 1897 ഫെബ്രുവരി 14–നും 17–നുമിടയ്ക്ക് (ഫെബ്രുവരി 26–ാംനും മാർച്ച് 1–നുമിടയ്ക്ക്) സെന്റ് പീറ്റേഴ്സ്ബർഗിൽവെച്ചാണ് നടന്നത്. വി ഐ ലെനിൻ, എ എ വന്യേയെവ്, ജി എം കിർഷിഷനോവ്സ്കിയ് തുടങ്ങിയ, സെന്റ് പീറ്റേഴ്സ്ബർഗിലെ തൊഴിലാളിവർഗവിമോചനസമരലീഗിലെ അംഗങ്ങളും — അതായത്, സൈബീരിയയിലേക്ക് നാടുകടത്തപ്പെടുന്നതിനുമുമ്പ് മൂന്നു ദിവസത്തേക്ക് ജയിൽമോചനം നേടിയ 'തഴക്കവും പഴക്കവും സിദ്ധിച്ചവരും' — ലെനിന്റെ അറസ്റ്റിനെത്തുടർന്ന് ലീഗ്നേതൃത്വം ഏറ്റെടുത്ത, ലീഗിലെ "യുവ" അംഗങ്ങളും അതിൽ സംബന്ധിച്ചിരുന്നു.

50. ***ലിസ്തോക്ക് റബോത്നിക്ക് (തൊഴിലാളിപ്പത്രം)*** : റഷ്യൻ സോഷ്യൽഡെമോക്രാറ്റുകാരുടെ വിദേശയൂണിയൻ 1896–നും 1898 –നുമിടയ്ക്ക് ജനീവയിൽനിന്നും കൃത്യമായ മുറയൊന്നുമില്ലാതെ പുറപ്പെടുവിച്ചുകൊണ്ടിരുന്ന പത്രം. ആകെക്കൂടി പത്തു ലക്കങ്ങൾ പുറത്തിറങ്ങി. 1 മുതൽ 8 വരെയുള്ള ലക്കങ്ങൾ തൊഴിലാളിമോചനഗ്രൂപ്പിന്റെ പത്രാധിപത്യത്തിലാണ് ഇറങ്ങിയത്. എന്നാൽ വിദേശയൂണിയനിലെ ഭൂരിപക്ഷം 'സാമ്പത്തികസമരവാദ'ത്തിന്റെ നിലപാടിലേക്കു മാറിയതിനുശേഷം പത്രാധിപച്ചുമതലകൾ തുടർന്നു നിർവഹിക്കാൻ തൊഴിമോചനഗ്രൂപ്പ് വിസമ്മതിച്ചു. സാമ്പത്തികസമരവാദക്കാരുടെ പത്രാധിപസമിതിയാണ് 9–ഉം 10–ഉം ലക്കങ്ങൾ പുറത്തിറക്കിയത് (1898 നവംബർ).

51. **'വി ഐ'** : വി പി ഇവാൻഷിൻ. 'സാമ്പത്തികസമരവാദ'ത്തിന്റെ നേതാക്കളിലൊരാൾ.

52. **നീലക്കുപ്പായക്കാർ** : സാറിസ്റ്റ് ജെൻഡാർമുകൾ നീല യൂണിഫോറമാണ് ധരിച്ചിരുന്നത്.

53. **'വി വി'** : 1880–നും 1900–നുമിടയ്ക്ക് നിലനിന്നിരുന്ന ലിബറൽ നറോദിസത്തിന്റെ തത്വശാസ്ത്രജ്ഞന്മാരിലൊരാളായ വി പി വൊറാൻത്സോവിന്റെ തൂലികാനാമം. 'റഷ്യൻ സോഷ്യൽഡെമോക്രസിയിലെ വി വി മാർ' എന്നതുകൊണ്ട് ലെനിൻ വിവക്ഷിക്കുന്നത് റഷ്യൻ സോഷ്യൽഡെമോക്രസിക്കുള്ളിലെ ഒരു അവസരവാദപ്രവണതയായ സാമ്പത്തികസമരവാദത്തിന്റെ പ്രതിനിധികൾ എന്നാണ്.

54. ***നോയെ ത്സൈറ്റ് (പുതിയ കാലം)*** : ജർമൻ സോഷ്യൽഡെമോക്രസിയുടെ താത്വികമുഖപത്രം. 1883 മുതൽ 1923 വരെ ഷ്റ്റുട്ട്ഗർട്ടിൽനിന്നും പ്രസിദ്ധീകരിച്ചു. 1917 ഒക്ടോബറിനുമുമ്പ് കാൾകൗട്സ്കിയും പിന്നീട് ഹൈന്റിക്ക് കൂനൊവും ആയിരുന്നു പത്രാധിപന്മാർ. 1885–നും 1895–നുമിടയ്ക്ക് മാർക്സിന്റെയും എംഗൽസിന്റെയും ലേഖനങ്ങൾ അതിന്റെ പംക്തികളിൽ വന്നിരുന്നു. '*നോയെ ത്സൈറ്റി*'ന്റെ പത്രാധിപന്മാർക്ക് എംഗൽസ് പലപ്പോഴും നിർദേശങ്ങൾ നൽകുകയും മാർക്സിസത്തിൽ നിന്നും വ്യതിചലിച്ചുപോകുന്നതിന് അവരെ വിമർശിക്കുകയും ചെയ്തിരുന്നു. എംഗൽസിന്റെ ചരമാനന്തരം, 1890–1900–ന്റെ അവസാനവർഷങ്ങളിൽ റിവിഷനിസ്റ്റുകളുടെ ലേഖനങ്ങൾ പ്രസിദ്ധപ്പെടുത്തുകയെന്നത് ഈ പത്രം ഒരു പതിവാക്കിത്തീർത്തു. മാർക്സിസ്റ്റുകാർക്കെതിരായ റിവിഷനിസ്റ്റുകളുടെ സമരം ഉൽഘാടനം ചെയ്തുകൊണ്ട് *സോഷ്യലിസത്തിന്റെ പ്രശ്നങ്ങൾ* എന്ന ശീർഷകത്തിൽ ബെർൺഷ്ടൈൻ എഴുതിയ ലേഖനപരമ്പരയും ഇക്കൂട്ടത്തിൽപ്പെടും. ഒന്നാം ലോകമഹായുദ്ധകാലത്ത് (1914–1918) കൗട്സ്ക്കിയെപ്പോലെ, സോഷ്യൽഷോവിനിസ്റ്റുകളെ അനുകൂലിച്ചുകൊണ്ടുള്ള ഒരു മധ്യവർത്തിനയമാണ് അത് സ്വീകരിച്ചത്.

55. **ആസ്ത്രിയൻ സോഷ്യൽഡെമോക്രാറ്റിക് പാർട്ടിയുടെ വിയന്നാ കോൺഗ്രസ്** (1901 നവംബർ 2–6) : പഴയ, 1888–ലെ ഹൈൻഫെൽഡ് പരിപാടിക്കു പകരം ഈ കോൺഗ്രസ് ഒരു പുതിയ പാർട്ടിപരിപാടി

അംഗീകരിക്കുകയുണ്ടായി. 1899–ൽ കൂടിയ ബ്രൂൺകോൺഗ്രസിന്റെ നിർദേശപ്രകാരം ഒരു പ്രത്യേക കമ്മീഷൻ തയാറാക്കിയ പുതിയ പരിപാടിയുടെ കരടിൽ ബെർൺഷ്ടൈനിസത്തോട് ഗണ്യമായ പല വിട്ടുവീഴ്ചകളും ചെയ്തിരുന്നു.

56. **സുബാത്തൊവിസ**ത്തെക്കുറിച്ചാണ് പരാമർശം. സ്വേഛാധിപത്യത്തിനെതിരായ രാഷ്ട്രീയസമരത്തിൽനിന്നു തൊഴിലാളികളുടെ ശ്രദ്ധ തിരിക്കുന്നതിനുവേണ്ടി സാറിസ്റ്റ് ജെൻഡാർമുകളുടെ ശിങ്കിടികളുടെ നേതൃത്വത്തിൽ "തൊഴിലാളി സമാജങ്ങൾ" സ്ഥാപിക്കാൻ ഒരു ശ്രമം നടത്തുകയുണ്ടായി. ജെൻഡാർമുകളുടെ കേണലായ എസ് വി സുബത്തൊവാണ് അതിനു മുൻകയ്യെടുത്തത്. ആദ്യത്തെ സുബാത്തൊവ് സംഘടന "യന്ത്രത്തൊഴിലാളികളുടെ പരസ്പരസഹായ സംഘം" എന്ന പേരിൽ 1901–ൽ മേയിൽ മോസ്ക്കോയിൽ സ്ഥാപിതമായി. സെന്റ് പീറ്റേഴ്സ്ബർഗ്, മിൻസ്ക്ക്, കീയെവ് തുടങ്ങിയ നഗരങ്ങളിലും സുബാത്തൊവ് സംഘടനകൾ സ്ഥാപിക്കപ്പെട്ടു.
സുബാത്തൊവിസത്തിന്റെ പിന്തിരിപ്പൻസ്വഭാവത്തെ തുറന്നുകാട്ടുമ്പോൾത്തന്നെ, സാറിസത്തിന്നെതിരായ സമരത്തിലേക്ക് തൊഴിലാളിവർഗത്തിൽപ്പെട്ട വിപുലവിഭാഗങ്ങളെ ആകർഷിക്കുന്നതിനുവേണ്ടി വിപ്ലവസോഷ്യൽഡെമോക്രാറ്റുകാർ നിയമവിധേയതൊഴിലാളി സംഘടനകളെ ഉപയോഗപ്പെടുത്തി. വിപ്ലവപ്രസ്ഥാനത്തിന്റെ മുന്നേറ്റത്തിന്റെ സമ്മർദഫലമായി സുബാത്തൊവ് സംഘടനകളെ അടച്ചുപൂട്ടാൻ 1903–ൽ സാറിസ്റ്റ് ഗവൺമെന്റ് നിർബന്ധിതമായി.

57. **ഹിർഷ് – ദുങ്കർ യൂണിയനുകൾ** : പ്രൊഗ്രെസിസ്റ്റ് എന്ന ബൂർഷ്വാ പാർട്ടിയിലെ പ്രമുഖ അംഗങ്ങളായ മാക്സ് ഹിർഷും ഫ്രാൻസ് ഡുങ്കറും ചേർന്ന് 1868–ൽ ജർമനിയിൽ സ്ഥാപിച്ച മിതവാദി ട്രേഡ് യൂണിയനുകൾ. തൊഴിലാളികൾക്ക് പുറമെ മുതലാളികളെയും ട്രേഡ് യൂണിയനുകളിൽ ചേർക്കാമെന്നു ഈ യൂണിയനുകളുടെ സംഘാടകർ അഭിപ്രായപ്പെട്ടു. പണിമുടക്കിന്റെ ആവശ്യകത അവർ നിഷേധിച്ചു. ബൂർഷ്വാഭരണകൂടത്തിന്റെ നിയമനിർമാണം മുഖേനയും ട്രേഡ് യൂണിയൻ സംഘടനയുടെ സഹായത്തോടും, മുതലാളിത്തസമുദായത്തിന്റെ ചട്ടക്കൂടിനുള്ളിൽനിന്നുകൊണ്ടുതന്നെ തൊഴിലാളികളെ മൂലധനനുകത്തിൽനിന്നും സ്വതന്ത്രരാക്കാൻ കഴിയുമെന്നായിരുന്നു അവരുടെ വാദം. അവരുടെ അഭിപ്രായത്തിൽ തൊഴിലാളികൾക്കും മുതലാളികൾക്കുമിടയ്ക്ക് മധ്യസ്ഥം പറയുകയും ഫണ്ടുശേഖരിക്കുകയുമാണ് ട്രേഡ് യൂണിയനുകളുടെ മുഖ്യ കടമകൾ. പരസ്പരസഹായസംഘങ്ങളുടെയും സാംസ്കാരിക – വിദ്യാഭ്യാസസംഘടനകളുടെയും പ്രവർത്തനങ്ങളാണ് ഈ യൂണിയനുകൾ നടത്തിവന്നിരുന്നത്. 1933 മേയ് വരെ ഈ യൂണിയനുകൾ നിലനിന്നു. എന്നാൽ, ബൂർഷ്വാസി എത്ര ശ്രമിച്ചിട്ടും, ഗവൺമെന്റ് അവയെ എത്ര സഹായിച്ചിട്ടും, ജർമൻ തൊഴിലാളിപ്രസ്ഥാനത്തിൽ അവ. ഒരു കാലത്തും ഒരു പ്രധാനശക്തിയായിരുന്നില്ല. ഹിർഷ് – ഡുങ്കർയൂണിയനുകളുടെ അവസരവാദികളായ നേതാക്കൾ 1933–ൽ നാസി ലേബർ ഫ്രണ്ടിൽചേർന്നു.

58. **തൊഴിലാളികളുടെ സ്വയംമോചനഗ്രൂപ്പ്** : 1898–ലെ ശരൽക്കാലത്ത് സെന്റ് പീറ്റേഴ്സ്ബർഗിൽ ഉടലെടുക്കുകയും ഏതാനും മാസത്തേക്കുമാത്രം നിലനിൽക്കുകയും ചെയ്ത, 'സാമ്പത്തികസമരവാദി' കളുടെ ഒരു ചെറിയ വൃത്തം. തങ്ങളുടെ ലക്ഷ്യങ്ങൾ പ്രഖ്യാപിച്ചു കൊണ്ടുള്ള ഒരു പ്രകടനപത്രിക അവർ 1899 മാർച്ചിൽ തയാറാക്കി. *നക്കനൂന്യെ (പടിവാതുക്കൽ)* എന്ന പത്രത്തിൽ അത് 1899 ജൂലൈ മാസത്തിൽ പ്രസിദ്ധീകരിച്ചു. കൂടാതെ നിയമാവലിയും തൊഴിലാളികളെ അഭിസംബോധന ചെയ്തുകൊണ്ടുള്ള വിജ്ഞാപനങ്ങളും അവർ ഇറക്കിയിട്ടുണ്ട്.

59. ***നക്കനൂന്യെ*** (പടിവാതുക്കൽ) : നറോദ്നിക് പ്രവണത പ്രകാശിപ്പിച്ചിരുന്ന ഒരു മാസിക. 1899 ജനുവരി മുതൽ 1902 ഫെബ്രുവരി വരെ അത് ലണ്ടനിൽനിന്നു റഷ്യൻ ഭാഷയിൽ പ്രസിദ്ധപ്പെടുത്തി. ആകെക്കൂടി 37 ലക്കങ്ങൾ പുറത്തിറങ്ങി.

60. **നറോദിനിക്കുകൾ** (നറോദിസം) : 1860–കളിലും 1870–കളിലും റഷ്യൻ വിപ്ലവപ്രസ്ഥാനത്തിലുണ്ടായിരുന്ന ഒരു പെറ്റിബൂർഷ്വാപ്രവണത. സ്വേച്ഛാധിപത്യത്തെ അവസാനിപ്പിക്കാനും ജന്മിമാരുടെ കൈവശമുള്ള ഭൂമി കൃഷിക്കാരിലേക്കു കൈമാറാനും നറോദ്നിക്കുകൾ ആഗ്രഹിച്ചു. സാമ്പത്തികനിയമങ്ങൾക്കനുസൃതമായി റഷ്യയിൽ മുതലാളിത്തബന്ധങ്ങൾ വളർന്നുവരുന്നുണ്ടെന്നകാര്യം അവർ വകവച്ചുകൊടുത്തില്ല. അതിന്റെ ഫലമായി അവർ മുഖ്യവിപ്ലവശക്തിയായി കരുതിയത് തൊഴിലാളിവർഗത്തെയല്ല, കൃഷിക്കാരെയാണ്. വില്ലേജ് കമ്യൂണിലാണ് അവർ സോഷ്യലിസത്തിന്റെ ബീജകേന്ദ്രം കണ്ടത്. സ്വേച്ഛാധിപത്യത്തിനെതിരായ സമരത്തിനു കൃഷിക്കാരെ തട്ടിയുണർത്താൻ ശ്രമിച്ചുകൊണ്ട് നറോദ്നിക്കുകൾ ഗ്രാമങ്ങളിലേക്കു പോയെങ്കിലും അവിടെ അവർക്കു പിന്തുണ ലഭിച്ചില്ല. നറോദ്നിക്കുകളുടെ സോഷ്യലിസം സങ്കൽപ്പവാദമായിരുന്നു. കാരണം അത് യഥാർഥസാമൂഹ്യവികാസത്തെ അടിസ്ഥാനപ്പെടുത്തിയതായിരുന്നില്ല. വിപ്ലവജനാധിപത്യവാദം തൊട്ട് ലിബറലിസം വരെ പല പതനങ്ങളിലൂടെയും നറോദ്നിസം കടന്നുപോയി. 80–90'കളിൽ നറോദ്നിക്കുകൾ സാറിസവുമായി രഞ്ജിപ്പെന്ന മാർഗം സ്വീകരിക്കുകയും കുലാക്കുകളുടെ താൽപ്പര്യങ്ങൾ പ്രകാശിപ്പിക്കുകയും മാർക്സിസത്തിനെതിരായി പൊരുതുകയും ചെയ്തു.

61. **ഒരു രഹസ്യ പത്രത്തിന്റെ പ്രസിദ്ധീകരണം** : സോഷ്യലിസ്റ്റ് വിരുദ്ധനിയമം നിലവിലിരുന്ന സന്ദർഭത്തിൽ ജർമൻ സോഷ്യൽ ഡെമോക്രാറ്റിക് പാർട്ടിയുടെ കേന്ദ്രമുഖപത്രമായിരുന്ന *ഡെർ സോറ്റ്സിയാൽ ഡെമോക്രാറ്റ്* ആണ് ഇവിടെ നിയമവിരുദ്ധപത്രമായി പരാമർശിക്കപ്പെട്ടിരിക്കുന്നത്. 1879 സെപ്തംബർ 28 മുതൽ 1888 സെപ്തംബർ 22 വരെ സൂറിക്കിൽനിന്നും 1888 ഒക്ടോബർ 1 മുതൽ 1890 സെപ്തംബർ 27 വരെ ലണ്ടനിൽനിന്നുമാണ് അതു പ്രസിദ്ധീകരിച്ചത്. 1879, 1880 എന്നീ വർഷങ്ങളിൽ ഗേവോർഗ് ഫൊൻ ഫോൽമറും 1881 ജനുവരി മുതൽ അക്കാലങ്ങളിൽ എംഗൽസിന്റെ ഗണ്യമായ സ്വാധീനത്തിലായിരുന്ന എഡ്വാർഡ് ബെർൺഷ്ടൈനുമായിരുന്നു

പത്രാധിപന്മാർ. എംഗൽസിന്റെ ആശയപരമായ നേതൃത്വം *ഡെർ സൊറ്റ്സിയാൽ ഡമോക്രാറ്റി*നു ഒരു മാർക്സിസ്റ്റ് നയം നൽകി. സോഷ്യലിസ്റ്റ് വിരുദ്ധനിയമം റദ്ദാക്കിയതോടെ ഈ പത്രം നിർത്തലാക്കുകയും *ഫോർവെർട്ട്സ്* വീണ്ടും പാർട്ടിയുടെ കേന്ദ്രമുഖപത്രമായിത്തീരുകയും ചെയ്തു.

62. **എൻ ബേൽത്തൊവ്** എന്ന തൂലികാനാമത്തിലാണ് പ്ലെഹാനൊവ് *ചരിത്രത്തെക്കുറിച്ചുള്ള അദ്വൈതവീക്ഷണത്തിന്റെ പരിണാമത്തെ സംബന്ധിച്ച്* എന്ന തന്റെ പ്രശസ്തഗ്രന്ഥം പ്രസിദ്ധപ്പെടുത്തിയത്. അത് 1895–ൽ സെന്റ് പീറ്റേഴ്സ്ബർഗിൽനിന്നും നിയമവിധേയമായി പ്രസിദ്ധീകരിച്ചു.

63. **നർത്സീസ് തുപ്പൊറീലൊവ്** : സ്വയമേവയുള്ള പ്രസ്ഥാനത്തോടു സാമ്പത്തികസമരവാദികൾ കാണിക്കുന്ന കമ്പത്തെ കളിയാക്കിക്കൊണ്ട് *സര്യാ*യുടെ ഒന്നാം ലക്കത്തിൽ (1901 ഏപ്രിൽ) പ്രസിദ്ധപ്പെടുത്തിയ *ആധുനിക റഷ്യൻസോഷ്യലിസ്റ്റിന്റെ സ്തുതിഗീതം* എന്ന ഹാസ്യകവിതയെയാണ് ഇവിടെ പരാമർശിച്ചിരിക്കുന്നത്. 'നർത്സീസ് തുപ്പൊറീലൊവ്' ('പതിമൂക്കനായ നാർസിസ്') എന്ന പേരിൽ ഈ 'സ്തുതിഗീതം' രചിച്ചത് മാർത്തൊവായിരുന്നു.

64. **യൂണിയൻ** : റഷ്യൻ സോഷ്യലിസ്റ്റുകാരുടെ വിദേശയൂണിയനാണ് ഇവിടെ പരാമർശിക്കപ്പെട്ടിരിക്കുന്നത്. (16–ാമത്തെ കുറിപ്പ് നോക്കുക).

65. **സെംസ്ക്കിയ് നച്ചാൽനിക്ക്** (ഗ്രാമസൂപ്രണ്ട്) : ഭൂവുടമകൾക്ക് കർഷകരുടെ മേലുള്ള അധികാരം ഉറപ്പിക്കുന്നതിന് 1889–ൽ സാറിസ്റ്റ് ഗവൺമെന്റ് സൃഷ്ടിച്ചതാണ് ഈ തസ്തിക. അതാതിടത്തെ ഭൂപ്രഭുക്കന്മാർക്കിടയിൽനിന്നും നിയമിതരായിരുന്ന ഇവർക്ക് വിപുലമായ ഭരണപരമായ അധികാരങ്ങൾ മാത്രമല്ല, കൃഷിക്കാരെ അറസ്റ്റ്ചെയ്തു ദണ്ഡനശിക്ഷ നൽകാനുള്ള അധികാരമുൾപ്പെടെ ജുഡീഷ്യൽ അധികാരങ്ങളുമുണ്ടായിരുന്നു.

66. **ബുന്ദ്** (ലിത്വേനിയ, പോളണ്ട്, റഷ്യ എന്നിവിടങ്ങളിലെ ജൂതത്തൊഴിലാളികളുടെ പൊതുയൂണിയൻ) : 1897–ൽ വിൽനോയിൽ ചേർന്ന ജൂതസോഷ്യൽ ഡെമോക്രാറ്റിക് ഗ്രൂപ്പുകളുടെ സ്ഥാപനസമ്മേളനത്തിൽവെച്ചാണ് ഈ സംഘടന രൂപീകരിച്ചത്. റഷ്യയുടെ പടിഞ്ഞാറുഭാഗത്തുള്ള ജൂതന്മാരായ കൈത്തൊഴിൽക്കാരായിരുന്നു (ഇവർ അർധതൊഴിലാളികളായിരുന്നു) അതിൽ പ്രധാനമായും ഉണ്ടായിരുന്നത്. റഷ്യൻ തൊഴിലാളിപ്രസ്ഥാനത്തിൽ ദേശീയസങ്കുചിതത്വത്തേയും വിഭാഗീയചിന്താഗതിയേയുമാണ് ബുന്ദ് പ്രകടിപ്പിച്ചിരുന്നത്. സോഷ്യൽഡെമോക്രാറ്റിക് പ്രസ്ഥാനത്തെസംബന്ധിക്കുന്ന സുപ്രധാനപ്രശ്നങ്ങളിൽ അത് അവസരവാദപരമായ നിലപാടാണെടുത്തത്.

67. **ഭൂമികൈമാറ്റം സംബന്ധിച്ചുള്ള പ്രതിഫലങ്ങൾ** : റഷ്യയിൽ അടിയായ്മ അവസാനിപ്പിച്ചുകൊണ്ടുള്ള 'നിയമ'പ്രകാരം തങ്ങൾക്കു വീതിച്ചുകിട്ടിയ ഭൂമിക്കുവേണ്ടി കർഷകർ ഭൂവുടമകൾക്കു കൊടുക്കേണ്ടിവന്ന പണം, മൊത്തത്തിൽ ഇരുനൂറുകോടി റൂബിളോളം വന്ന ഈ സംഖ്യ കർഷകർക്കു വീതിച്ചുകിട്ടിയ ഭൂമിയുടെ യഥാർഥ

വിലയേക്കാൾ വളരെയേറെ കൂടുതലായിരുന്നു. ഈ പ്രതിഫലം കൊടുക്കുന്നതിൽക്കൂടി തങ്ങൾ പണ്ടുകാലം മുതൽക്കേ കൃഷി ചെയ്തുവന്നിരുന്ന ഭൂമിക്കുവേണ്ടിമാത്രമല്ല തങ്ങളുടെ സ്വന്തം മോചനത്തിനുവേണ്ടിയും കൂടി ഭൂവുടമകൾക്കു പണം കൊടുക്കുകയാണ് കർഷകർ വാസ്തവത്തിൽ ചെയ്തത്. ഈ പ്രതിഫലം കൊടുക്കുകയെന്നത് അവരെസംബന്ധിച്ചിടത്തോളം അങ്ങേയറ്റം പ്രയാസകരവും മിക്കവാറും അസാധ്യംതന്നെയുമായിരുന്നു. അവർ കൂട്ടത്തോടെ പാപ്പരാകുന്നതിലേക്കാണ് അതു വഴിതെളിച്ചത്.

1905–1907–ലെ ഒന്നാം റഷ്യൻ വിപ്ലവത്തിന്റെ കാലത്തുണ്ടായ കർഷകസമരങ്ങളുടെ ഫലമായി 1907 ജനുവരി മുതൽ ഭൂമികൈമാറ്റം സംബന്ധിച്ചുള്ള പ്രതിഫലങ്ങൾ കൊടുക്കുന്നതു റദ്ദാക്കാൻ സാറിസ്റ്റ് ഗവൺമെന്റ് നിർബന്ധിതമായി.

68. **ക്ഷാമബാധിതർക്കെതിരായ പോലീസ് മർദനം** : 1891–92–ലെ ക്ഷാമത്തിനുശേഷം ക്ഷാമങ്ങൾ റഷ്യയിൽ ഒരു സ്ഥിരം സംഭവമായിത്തീർന്നു. സ്വയം മുൻകൈയെടുത്ത് പണവും ഭക്ഷ്യപദാർഥങ്ങളും ശേഖരിച്ചും ഭക്ഷ്യകേന്ദ്രങ്ങളും വൈദ്യശുശ്രൂഷാകേന്ദ്രങ്ങളും സംഘടിപ്പിച്ചും മറ്റും വിശന്നുവലയുന്നവരെ സഹായിക്കാനിറങ്ങിത്തിരിച്ച പൊതുജനസംഘടനകൾക്കും സെംസ്ത്വൊകൾക്കും (1864 മുതൽ 1917 വരെ റഷ്യയിൽ നിലനിന്നിരുന്ന തിരഞ്ഞെടുക്കപ്പെട്ട ജില്ലാസമിതികൾ) ഡോക്ടർമാർക്കും മറ്റു സ്വകാര്യവ്യക്തികൾക്കുമെതിരെ സമരം ചെയ്യുന്നതിലാണ്, ക്ഷാമബാധിതരായ ജനങ്ങളെ സഹായിക്കുന്നതിനുപകരം സാറിസ്റ്റ് ഗവൺമെന്റ് മുഖ്യമായും ശ്രദ്ധിച്ചത്. 1901–ൽ ക്ഷാമം വീണ്ടും അനേകം ജില്ലകളിൽ വ്യാപിച്ചപ്പോൾ സാറിസ്റ്റ് ആഭ്യന്തരമന്ത്രി സിപ്യാഗിൻ ജില്ലാത്തലവന്മാർക്കൊരു ഉത്തരവു നൽകി. അതിൽ പട്ടിണിക്കാർക്ക് പൊതുജനസംഘടനകളും സ്വകാര്യവ്യക്തികളും നൽകുന്ന സഹായത്തെ അപലപിക്കുകയും ആ സംഘടനകളുടേയും വ്യക്തികളുടേയും പ്രവർത്തനത്തെ കർശനമായി നിയന്ത്രിക്കണമെന്ന് ഗവർണർമാരോട് ആവശ്യപ്പെടുകയും ചെയ്തിരുന്നു. “പൂർണമായി നിറവേറ്റപ്പെടാത്ത ആവശ്യങ്ങളും, അനിവാര്യമായുണ്ടാകുന്ന രോഗങ്ങളും സാമ്പത്തികവിഷമതകളും സർക്കാർവിരുദ്ധ പ്രക്ഷോഭണത്തിനു സാമാന്യം അനുകൂലമായ അന്തരീക്ഷം സൃഷ്ടിക്കുന്നു” എന്നാണ് ഇതിനു കാരണമായി അതിൽ പറഞ്ഞിരുന്ന ന്യായം. പല ക്ഷാമബാധിതജില്ലകളിലും വ്യക്തികളും സംഘടനകളും ഭക്ഷ്യശാലകൾ തുറക്കുന്നതിനേയും വിശന്നുവലയുന്നവരെ സഹായിക്കാനുദ്ദേശിച്ചുകൊണ്ടുള്ള മറ്റു നടപടികളേയും ഗവർണർമാർ നിരോധിച്ചു.

69. **കഠിനാധ്വാന ചട്ടങ്ങൾ** : ക്ഷാമബാധിതജില്ലകളിലെ കൃഷിക്കാരെ റെയിൽവേപ്പണിക്കും മറ്റു ജോലികൾക്കും അയയ്ക്കണമെന്നു സെംസ്ത്വൊ നേതാക്കളോട് നിർദേശിച്ചുകൊണ്ട് 1901 സെപ്തംബർ 15–ാംനു സാറിസ്റ്റ് ഗവൺമെന്റ് പുറപ്പെടുവിച്ച “താൽക്കാലികചട്ടങ്ങളെ”യാണ് ഇവിടെ പരാമർശിക്കുന്നത്. അന്നുതന്നെ പരിമിതമായിരുന്ന കൃഷിക്കാരുടെ അവകാശങ്ങളെ ഇത് കൂടുതൽ വെട്ടിച്ചുരു

ക്കി. കഠിനാധ്വാനത്തിനു ശിക്ഷിക്കപ്പെട്ട കുറ്റവാളികളെപ്പോലെ പ്രത്യേക ഉദ്യോഗസ്ഥന്മാരുടെ മേൽനോട്ടത്തിൽ പണിയെടുക്കാൻ അവരെ ജോലിസ്ഥലങ്ങളിലേക്ക് അയച്ചു.

70. **വസന്തകാല സംഭവങ്ങൾ** : 1901 ഫെബ്രുവരി – മാർച്ച് മാസങ്ങളിൽ സെന്റ് പീറ്റേഴ്സ്ബർഗ്, മോസ്ക്കോ, കീയെവ്, ഖാർക്കൊവ്, കസാൻ, തോസ്ക്ക് തുടങ്ങിയ റഷ്യയിലെ വിവിധനഗരങ്ങളിൽ തൊഴിലാളികളും വിദ്യാർഥികളും നടത്തിയ ബഹുജനവിപ്ലവപ്രവർത്തനങ്ങളാണ് — രാഷ്ട്രീയപ്രകടനങ്ങൾ, യോഗങ്ങൾ, പണിമുടക്കങ്ങൾ തുടങ്ങിയവ — ഇവിടെ പരാമർശിച്ചിരിക്കുന്ന സംഭവങ്ങൾ.

71. ***സ്വൊബോദ*** (സ്വാതന്ത്ര്യം) : 1901 മേയ് മാസത്തിൽ സ്ഥാപിതമായ *സ്വൊബോദ* ഗ്രൂപ്പ് 1901–02 വർഷങ്ങളിൽ സ്വിറ്റ്സർലണ്ടിൽനിന്നും പുറപ്പെടുവിച്ചിരുന്ന മാസിക. 'വിപ്ലവസോഷ്യലിസ്റ്റ്' ഗ്രൂപ്പെന്നാണ് ഈ ഗ്രൂപ്പ് സ്വയം വിളിച്ചിരുന്നത്. പത്രത്തിന്റെ രണ്ടു ലക്കങ്ങളാണ് ആകെക്കൂടി പുറത്തിറങ്ങിയത്: ആദ്യത്തേത് 1901–ലും രണ്ടാമത്തേത് 1902–ലും.

സ്വൊബോദ ഗ്രൂപ്പിന് "ഗൗരവമുള്ള ഉറച്ച അഭിപ്രായങ്ങളോ പരിപാടിയോ, അടവുകളോ സംഘടനകളോ ബഹുജനങ്ങൾക്കിടയിൽ വേരുകളോ ഉണ്ടായിരുന്നില്ല" (വി ഐ ലെനിൻ). *സ്വൊബോദ* ഗ്രൂപ്പ് അതിന്റെ പ്രസിദ്ധീകരണങ്ങളിൽ ഭീകരവാദത്തിന്റെയും സാമ്പത്തികസമരവാദത്തിന്റെയും ആശയങ്ങൾക്കുവേണ്ടി വാദിക്കുകയും റഷ്യയിലെ *ഇസ്ക്ര* വിരുദ്ധ ഗ്രൂപ്പുകളെ അനുകൂലിക്കുകയും ചെയ്തിരുന്നു. 1903–ൽ ഈ ഗ്രൂപ്പ് ഇല്ലാതായി.

72. മാർക്സും എംഗൽസും എഴുതിയ *കമ്യൂണിസ്റ്റ് മാനിഫെസ്റ്റോയുടെ* നാലാം അധ്യായം നോക്കുക.

73. **സെംസ്ത്വൊ** : 1864–ൽ സാറിസ്റ്റ് റഷ്യയുടെ കേന്ദ്രപ്രദേശങ്ങളിൽ രൂപീകൃതമായ പ്രാദേശികഭരണസമിതികൾക്കു നൽകപ്പെട്ട പേര്. പ്രഭുക്കളുടെ നേതൃത്വത്തിലായിരുന്നു അവ. ആശുപത്രികളും റോഡുകളും പണിയുക, സ്ഥിതിവിവരക്കണക്കുകൾ ശേഖരിക്കുക, ഇൻഷ്വറൻസ് ഏർപ്പെടുത്തുക തുടങ്ങി തികച്ചും പ്രാദേശികമായ സാമ്പത്തികപ്രശ്നങ്ങൾ കൈകാര്യം ചെയ്യാനുള്ള അവകാശമേ അവയ്ക്കുണ്ടായിരുന്നുള്ളു. പ്രാദേശികഗവർണർമാരും ആഭ്യന്തരവകുപ്പുമന്ത്രിയുമാണ് അവയുടെ പ്രവർത്തനങ്ങൾ നിയന്ത്രിച്ചുപോന്നിരുന്നത്. ഗവൺമെന്റിനിഷ്ടമില്ലാത്ത അവയുടെ ഏതു തീരുമാനവും ഇവർക്കു റദ്ദാക്കാൻ കഴിയുമായിരുന്നു.

74. റഷ്യയിൽ അടിയായ്മസമ്പ്രദായം നിർത്തലാക്കിക്കൊണ്ടുള്ള അലക്സാണ്ടർ രണ്ടാമന്റെ വിജ്ഞാപനം 1861 ഫെബ്രുവരി 19–ാംനു പുറപ്പെടുവിക്കപ്പെട്ടു. അതിന്റെ 40–ാം വാർഷികം പ്രമാണിച്ചു *ഇസ്ക്രയുടെ* 3–ാം ലക്കത്തിൽ വി ഐ ലെനിൻ എഴുതിയ *തൊഴിലാളി പ്പാർട്ടിയും കർഷകരും* എന്ന ലേഖനം പ്രസിദ്ധീകരിക്കപ്പെട്ടു.

75. **വിത്തെയുടെ രഹസ്യ മെമ്മോറാണ്ടം** : ധനകാര്യമന്ത്രി എസ് വൈ വിത്തെ സാറിനയച്ചതും ആർ എൻ എസ് (പി ബി സ്ട്രൂവെയുടെ തൂലികാനാമം) എഴുതിയ ഒരു മുഖവുരയോടെ 'സ്വേഛാധിപത്യം

സെംസ്ത്വൊയും' എന്ന ശീർഷകത്തിൽ 1901–ൽ ഷ്റ്റുട്ട്ഗർട്ടിൽനിന്ന് *സര്യാ* (പുലരി) എന്ന പത്രികയുടെ പത്രാധിപന്മാർ പ്രസിദ്ധീകരിച്ചതുമായ ഒരു രഹസ്യക്കുറിപ്പിനെയാണ് ഇവിടെ പരാമർശിക്കുന്നത്. സെംസ്ത്വൊകളോടുള്ള കടുത്ത ശത്രുത നിഴലിച്ചിരുന്ന പ്രസ്തുത കുറിപ്പിൽ സെംസ്ത്വൊകളുടെ നിലനിൽപ്പിനെ സ്വേച്ഛാധിപത്യവുമായി പൊരുത്തപ്പെടാൻ സാധ്യമല്ലെന്നു തെളിയിക്കാൻ ശ്രമിച്ചു. സെംസ്ത്വൊകളെ ഏർപ്പെടുത്തിയ നാൾതൊട്ടുതന്നെ അവയുടെ അവകാശങ്ങളെ നിയന്ത്രിക്കുകയും വെട്ടിച്ചുരുക്കുകയുമെന്ന ഒരു നയമാണ് സാറിസ്റ്റ് ഗവൺമെന്റ് അചഞ്ചലമായി അനുവർത്തിച്ചുപോന്നതെന്ന് അതു വെളിപ്പെടുത്തി. സ്ട്രൂവെയുടെ മുഖവുര ബൂർഷാലിബറലിസത്തിന്റെ നിലപാടിൽനിന്നു കുറിപ്പിനെ വിമർശിച്ചു. വിത്തെയുടെ കുറിപ്പിനേയും സ്ട്രൂവെയുടെ മുഖവുരയേയും സംബന്ധിച്ച് *സെംസ്ത്വൊയുടെ ദ്രോഹികളും ലിബറലിസത്തിന്റെ സരമാംസഭുക്കുകളും* എന്ന വി ഐ ലെനിന്റെ ലേഖനം നോക്കുക.

76. സ്വകാര്യവ്യക്തികൾക്ക് സൈബീരിയൻ പ്രദേശത്തെ സർക്കാർ ഭൂമികൾ അനുവദിച്ചുകൊണ്ട് 1901 ജൂൺ 8–ാംനു സാറിസ്റ്റ് ഗവൺമെന്റ് പുറപ്പെടുവിച്ച നിയമത്തെക്കുറിച്ചാണ് പരാമർശം. സൈബീരിയയിൽ ഭൂമി വാങ്ങാനും പാട്ടത്തിനു കൊടുക്കാനും പ്രഭുവർഗത്തിനു വമ്പിച്ച ആനുകൂല്യങ്ങൾ ഇതുവഴി കിട്ടി. 'അടിയാള – ഉടമകളുടെ പ്രവർത്തനം' എന്ന പേരിൽ ഈ നിയമത്തെക്കുറിച്ച് ലെനിൻ എഴുതിയ ഒരു ലേഖനം 8–ാം ലക്കം *ഇസ്ക്ര*യിൽ വന്നു.

77. ***റൊസ്സീയ*** (റഷ്യ) : സെന്റ്പീറ്റേഴ്സ്ബർഗിൽനിന്നു 1899–1902 കാലത്ത് ഇറങ്ങിയ ഒരു മിതവാദി – ലിബറൽ പത്രം.

78. **ബ്രെൺടാനൊവിന്റെ മട്ടിലുള്ള വർഗസമരചിന്താഗതി**, 'ബ്രെൺടാനൊവിസം': "തൊഴിലാളിവർഗത്തിന്റെ വിപ്ലവകരമല്ലാത്ത 'വർഗസമരത്തെ' അംഗീകരിക്കുന്ന ഒരു ലിബറൽ ബൂർഷ്വാ അനുശാസനം" (ലെനിൻ). തൊഴിൽനിയമങ്ങളിലൂടെയും തൊഴിലാളികളെ ട്രേഡ്യൂണിയനുകളിൽ സംഘടിപ്പിക്കുന്നതിലൂടെയും തൊഴിലാളി പ്രസ്ഥാനത്തിനു മുതലാളിത്തചട്ടക്കൂട്ടിനുള്ളിൽ പരിഹാരം കാണാൻ സാധ്യമാണെന്നു അതു വാദിക്കുന്നു. ബൂർഷ്വാ അർഥശാസ്ത്രത്തിൽ കത്തേഡർ സോഷ്യലിസമെന്ന പ്രവണതയുടെ മുഖ്യപ്രതിനിധികളിലൊരാളായിരുന്ന എൽ ബ്രെൺടാനൊവിൽനിന്നാണ് അതിന് ഈ പേരു കിട്ടിയത്.

79. **തൊഴിലാളി – മുതലാളിമത്സരഗ്രൂപ്പ്** : 1899–ലെ വസന്തത്തിൽ സെന്റ് പീറ്റേഴ്സ്ബർഗിൽ സംഘടിപ്പിച്ച തൊഴിലാളി – മുതലാളി മത്സര ഗ്രൂപ്പിനെയാണ് ഇവിടെ പരാമർശിക്കുന്നത്. സെന്റ് പീറ്റേഴ്സ്ബർഗിലെ തൊഴിലാളികളുമായി കാര്യമായ ബന്ധമൊന്നുമില്ലാത്ത കുറെ ബുദ്ധിജീവികളും തൊഴിലാളികളുമാണ് ഈ ഗ്രൂപ്പിലുണ്ടായിരുന്നത്. 1899–ലെ വേനൽക്കാലത്ത് അതിലെ മിക്ക അംഗങ്ങളെയും അറസ്റ്റുചെയ്തതോടുകൂടി അതു നാമാവശേഷമായി. ഈ ഗ്രൂപ്പിന്റെ അഭിപ്രായഗതികൾക്ക് സാമ്പത്തികസമരവാദികളുടേതുമായി സാമീപ്യമുണ്ടായിരുന്നു. *ഞങ്ങളുടെ പരിപാടി* എന്നൊരു

ലഘുലേഖ അത് അച്ചടിച്ചിറക്കിയെങ്കിലും ആ ഗ്രൂപ്പിനുതന്നെ സംഭ വിച്ച പരാജയം നിമിത്തം പ്രസ്തുത ലഘുലേഖയ്ക്ക് വിപുലമായ പ്രചാരം സിദ്ധിച്ചില്ല.

80. **നാർസിസസ്** : യവനപുരാണത്തിലെ സുന്ദരനായ യുവാവ്. വെള്ള ത്തിൽ തന്റെ പ്രതിബിംബം കണ്ടപ്പോൾ അയാൾക്കു തന്നിൽ ത്തന്നെ പ്രേമം ജനിച്ചു.

81. 'റഷ്യൻസോഷ്യൽഡെമോക്രാറ്റുകാരുടെ ഇന്നത്തെ കടമകളേയും അടവുകളേയും പറ്റി' എന്ന ആക്സെൽറൊഡിന്റെ ലഘുലേഖയെ സാമ്പത്തികസമരവാദത്തിന്റെ നിലപാടിൽനിന്നു വിമർശിച്ചുകൊ ണ്ടുള്ള എൻ എനിന്റെ (എസ് എൽ പ്രൊക്കൊപ്പോവിച്ചിന്റെ തൂലി കാനാമം) മറുപടി *റബോച്ചെയെ ദ്യെലൊവിന്റെ വാഡെമേക്കുമിൽ* 1900–ൽ ജി വി പ്ലെഹാനൊവ് പ്രസിദ്ധീകരിച്ചു.

82. 1901–ൽ എ എസ്സ് മർത്തിനൊവുമായുള്ള ലെനിന്റെ ആദ്യത്തെ കൂടി ക്കാഴ്ചയാണ് ഇവിടെ പ്രത്യക്ഷത്തിൽ പരാമർശിക്കുന്നത്.

83. **സുബാത്തൊവിസത്തെപ്പറ്റി** 56–ാം കുറിപ്പു നോക്കുക.

84. **സ്ട്രൂവിസം** : ലിബറൽ – ബൂർഷ്വാ നിലപാടിൽനിന്നുകൊണ്ട് മാർക് സിസത്തെ വികൃതപ്പെടുത്തൽ. ഈ ചിന്താഗതിക്ക് ഈ പേരു കിട്ടി യത് അതിന്റെ പ്രമുഖപ്രതിനിധിയായിരുന്ന സ്ട്രൂവെയിൽനിന്നാണ്.

85. **അഫനാസിയ് ഇവാനൊവിച്ചും പുൽഹേരിയ ഇവാനൊവ്നയും**: പഴയ ആചാരങ്ങൾ അനുഷ്ഠിച്ചുവന്ന ഈ ചെറുകിട പ്രാദേശിക ഭൂവുടമകുടുംബത്തെ *പഴമക്കാരായ ഭൂവുടമകൾ* എന്ന കൃതിയിൽ ഗോഗൊൾ വിവരിച്ചിട്ടുണ്ട്.

86. തന്റെ നേതൃത്വത്തിൽ സെന്റ് പീറ്റേഴ്സ്ബർഗിലുണ്ടായിരുന്ന സോ ഷ്യൽഡമോക്രാറ്റുകാരുടെ വൃത്തത്തെയാണ് ("പഴമക്കാ"രെന്നാണ് ഇവർ അറിയപ്പെട്ടിരുന്നത്) ലെനിൻ ഇവിടെ പരാമർശിക്കുന്നത്. ഈ വൃത്തമാണ് 1895–ൽ സ്ഥാപിതമായ തൊഴിലാളി വർഗവിമോചന സമരലീഗിന്റെ അടിസ്ഥാനമിട്ടത്.

87. **'സെംല്യാ ഇ വൊല്യാ'** ('ഭൂമിയും സ്വാതന്ത്ര്യവും') : നറോദ്നിക് വിപ്ലവകാരികൾ 1876–ലെ ശരൽക്കാലത്ത് സെന്റ് പീറ്റേഴ്സ്ബർഗിൽ സ്ഥാപിച്ച ഒരു രഹസ്യസംഘടന.

റഷ്യയിലെ മുഖ്യവിപ്ലവശക്തി കർഷകരാണെന്ന ധാരണയിൽ, സാ റിസത്തിനെതിരായ കലാപം നടത്തുന്നതിനു അവരെ ഇളക്കിവി ടാൻ ഈ ഗ്രൂപ്പ് പരിശ്രമിക്കുകയുണ്ടായി. തംബോവ്, വൊറോന്യെഷ് തുടങ്ങി റഷ്യയിലെ പല പ്രദേശങ്ങളിലും അവർ വിപ്ലവപ്രവർത്ത നം നടത്തി.

കർഷകർക്കിടയിലുള്ള വിപ്ലവപ്രവർത്തനം പരാജയമടയുകയും ഗവൺമെന്റിന്റെ ഭാഗത്തുനിന്നുള്ള മർദനമുറകൾ വർധിച്ചുവരി കയും ചെയ്യുകയാൽ 1879–ൽ ഈ സംഘടനയ്ക്കകത്ത് ഭീകര പ്രവർത്തനത്തിൽ വിശ്വസിക്കുന്ന ഒരു ഫ്രാക്ഷൻ പ്രത്യക്ഷപ്പെട്ടു. കർഷകർക്കിടയിൽ വിപ്ലവപ്രവർത്തനം നടത്താൻ അവർ വിസമ്മ തിച്ചു. സാറിസ്റ്റ് ഗവൺമെന്റിലെ വ്യക്തികൾക്കെതിരായി ഭീകരനട പടികൾ കൈക്കൊള്ളുന്നതിൽക്കൂടിയാണ് മുഖ്യമായും സാറിസ

ത്തിനെതിരായ വിപ്ലവസമരം നടത്തേണ്ടതെന്ന് അവർ വിശ്വസിച്ചു. അക്കൊല്ലം വൊറോനെഷിൽ കൂടിയ കോൺഗ്രസിൽവച്ച് "സെംല്യാ ഇ വൊല്യ" രണ്ടു സംഘടനകളായി ഭിന്നിച്ചു: ഭീകരപ്രവർത്തനം പൊതുനയമായി സ്വീകരിച്ച *നറോദ്നയ വൊല്യ*യും "സെംല്യാ ഈ വൊല്യ"യുടെ നയം തുടർന്നു വന്ന "ചോർനിയ് പെര്യെരെദ്യേലും" (പൊതുവായ പുനർവിതരണം). രണ്ടാമത്തെ ഗ്രൂപ്പിലെ ഒരു വിഭാഗം (പ്ലെഹാനൊവ്, ആക്സെൽറൊഡ്, സസൂലിച്ച്, ദോയ്ച്, ഇഗ്നാത്തൊവ് എന്നിവർ) പിന്നീട് മാർക്സിസ്റ്റ് നിലപാടിലേക്കു മാറുകയും 1883-ൽ (സ്വിറ്റ്സർലണ്ടിൽവെച്ച്) ആദ്യത്തെ റഷ്യൻ മാർക്സിസ്റ്റ് സംഘടനയായ തൊഴിലാളിവിമോചന ഗ്രൂപ്പ് സ്ഥാപിക്കുകയും ചെയ്തു.

88. **1900-ത്തിൽ പാരീസിൽ ചേർന്ന അന്തർദേശീയ സോഷ്യലിസ്റ്റ് കോൺഗ്രസിൽ റഷ്യൻ സോഷ്യൽഡെമോക്രാറ്റിക് പ്രസ്ഥാനത്തെക്കുറിച്ച് സമർപ്പിച്ച റിപ്പോർട്ട്** : ലഘുലേഖാരൂപത്തിൽ റഷ്യൻ സോഷ്യൽഡെമോക്രാറ്റുകാരുടെ വിദേശയൂണിയൻ 1901-ൽ ജനീവയിൽനിന്നും പ്രസിദ്ധപ്പെടുത്തിയ ഈ റിപ്പോർട്ടിനെയാണ് ഇവിടെ പരാമർശിച്ചിരിക്കുന്നത്. യൂണിയന്റെ നിർദേശപ്രകാരം *റബോച്ചെയെ ദ്യെലൊ*വിന്റെ പത്രാധിപന്മാരാണ് പ്രസ്തുതറിപ്പോർട്ട് തയാറാക്കിയത്.

89. **ആ പേരു കേട്ട അഭിപ്രായപ്രകടനം** : 1899 സെപ്തംബറിൽ *റബോച്ചെയെ മിസ്ലി*നുള്ള പ്രത്യേക അനുബന്ധമായി ഇറക്കിയ *നമ്മുടെ യാഥാർഥ്യം* എന്ന ലേഖനത്തിലെ വിവാദരൂപത്തിലുള്ള കുറിപ്പിനെയാണ് ലെനിൻ ഇവിടെ പരാമർശിക്കുന്നത്. മൂന്നാം അധ്യായത്തിലെ ഖണ്ഡം (ബി)യിൽ അദ്ദേഹം അത് ഉദ്ധരിക്കുന്നുണ്ട്.

90. ***യൂഷ്നിയ് റബോച്ചിയ്*** (തെക്കൻ തൊഴിലാളി) : ഇതേ പേരിലുള്ള ഒരു ഗ്രൂപ്പ് 1900 ജനുവരിക്കും 1903 ഏപ്രിലിനുമിടയ്ക്ക് നിയമവിരുദ്ധമായി പ്രസിദ്ധീകരിച്ചുവന്നിരുന്ന ഒരു സോഷ്യൽഡെമോക്രാറ്റിക് പത്രം. പന്ത്രണ്ടു ലക്കങ്ങൾ പുറത്തിറങ്ങി. ദക്ഷിണ റഷ്യയിലെ സോഷ്യൽഡമോക്രാറ്റിക് സംഘടനകൾക്കിടയിലായിരുന്നു അത് മുഖ്യമായും പ്രചരിച്ചിരുന്നത്.

91. **റബോച്ചെയെ മിസ്ലിന്റെ പ്രസിദ്ധീകരണങ്ങളിൽ പ്രതിപാദിക്കുന്നത്** : പ്രസിദ്ധപ്പെടുത്തിയ 'റഷ്യയിലെ തൊഴിലാളിവർഗത്തിന്റെ സ്ഥിതിസംബന്ധിച്ച ചോദ്യങ്ങൾ' (1898), 'റഷ്യയിലെ തൊഴിലാളികളുടെ സ്ഥിതിയെസംബന്ധിച്ചു വിവരങ്ങൾ ശേഖരിക്കുന്നതിനുവേണ്ടിയുള്ള ചോദ്യങ്ങൾ' (1899) എന്ന രണ്ടു ലഘുലേഖകളാണ് ഇവിടെ പരാമർശിച്ചിട്ടുള്ള പ്രസിദ്ധീകരണങ്ങൾ. ഇവയിൽ ആദ്യത്തേതിൽ തൊഴിലാളികളുടെ തൊഴിൽ വ്യവസ്ഥകളെക്കുറിച്ചും ജീവിതസാഹചര്യങ്ങളെക്കുറിച്ചും 17 ചോദ്യങ്ങളും രണ്ടാമത്തേതിൽ 158 ചോദ്യങ്ങളുമുണ്ടായിരുന്നു.

92. വ്യവസായമേഖലയിലുള്ള വ്ളദീമിർ, മോസ്ക്കോ, ത്വേർ തുടങ്ങിയ പ്രദേശങ്ങളിലെ പല ടെക്സ്റ്റൈൽ മില്ലുകളേയും 1885-ലെ പണിമുടക്കുപ്രസ്ഥാനം ബാധിക്കുകയുണ്ടായി. 1885 ജനുവരിയിൽ സാവ്വ

മൊറോസൊവിന്റെ മില്ലിൽ നടന്ന പണിമുടക്കം (മൊറോസൊവ് പണിമുടക്കം) ആണ് അവയിൽ ഏറ്റവുമധികം അറിയപ്പെടുന്നത്. പിഴ കുറയ്ക്കുക, തൊഴിലാളികളെ ജോലിക്കെടുക്കുന്ന സമ്പ്രദായത്തിൽ ചിട്ടവരുത്തുക എന്നിവയായിരുന്നു തൊഴിലാളികൾ ഉന്നയിച്ചിരുന്ന പ്രധാന ആവശ്യങ്ങൾ. മുന്നണിയിൽ നിന്നിരുന്ന തൊഴിലാളികളാണ് പണിമുടക്കം നയിച്ചത്. എണ്ണായിരത്തോളം തൊഴിലാളികൾ പങ്കെടുത്ത ആ പണിമുടക്കം പട്ടാളത്താൽ അടിച്ചമർത്തപ്പെട്ടു. അതിൽ പങ്കെടുത്ത 33 തൊഴിലാളികളെ വിസ്തരിക്കുകയും മറ്റു 600 പേരെ നാടുകടത്തുകയും ചെയ്തു. 1885–86–ലെ പണിമുടക്കുപ്രസ്ഥാനത്തിന്റെ സമ്മർദം നിമിത്തം സാറിസ്റ്റ് ഗവൺമെന്റ് 1886 ജൂൺ 3–ാംനു (15–ാംനു) ഒരു നിയമം കൊണ്ടുവരാൻ നിർബന്ധിതമായി (പിഴയൊടുക്കൽനിയമം എന്ന പേരിലാണ് ഇതറിയപ്പെടുന്നത്).

93. **ഓജിയൻ തൊഴുത്ത്** : അനേകവർഷമായി വെടിപ്പാക്കാതിട്ടിരുന്ന, എലിസ്സിലെ രാജാവായ ഓജിയസിന്റെ കൂറ്റൻ തൊഴുത്ത് ഹെറക്ലസ് ഒരൊറ്റ ദിവസംകൊണ്ടു വൃത്തിയാക്കിയെന്ന് യവനപുരാണം.

94. ലെനിൻ ഈ രീതിയിൽ ഒരു ഫുട്നോട്ട് കൊടുത്തത് രഹസ്യപ്രവർത്തനത്തിന്റെ താൽപ്പര്യത്തെ ഉദ്ദേശിച്ചാണ്. ആ സംഭവങ്ങളുണ്ടായ അതേ മുറയ്ക്കാണ് അവയെപ്പറ്റി പ്രതിപാദിച്ചിരിക്കുന്നത്.

95. **റഷ്യൻ വിപ്ലവസോഷ്യൽഡെമോക്രസിയുടെ വിദേശലീഗ്** : ലെനിൻ മുൻകൈയ്യെടുത്തുകൊണ്ട് 1901 ഒക്ടോബറിൽ ഇതു സ്ഥാപിച്ചു. *ഇസ്ക്രയുടെ* വിദേശസംഘടനയും *സൊറ്റ്സിയാൽ ഡമോക്രാറ്റ്* എന്ന വിപ്ലവസംഘടനയും (അതിൽ തൊഴിലാളിമോചനഗ്രൂപ്പും ഉൾപ്പെട്ടിരുന്നു) ആയിരുന്നു അതിലെ ഘടകങ്ങൾ. വിപ്ലവകരമായ സോഷ്യൽഡമോക്രസിയുടെ ആശയങ്ങൾ പ്രചരിപ്പിക്കുകയും സമരാത്മകമായ ഒരു സോഷ്യൽഡമോക്രാറ്റിക് സംഘടന കെട്ടിപ്പടുക്കാൻ സഹായിക്കുകയും ചെയ്യുകയെന്നതായിരുന്നു ലീഗിന്റെ ലക്ഷ്യം. അത് *ഇസ്ക്ര* സംഘടനയുടെ വിദേശപ്രതിനിധിയായി വർത്തിച്ചു. അത് വിദേശത്തുള്ള *ഇസ്ക്ര* അനുഭാവികളെ അണിനിരത്തുകയും ആ പത്രത്തിനു ധനസഹായമെത്തിച്ചുകൊടുക്കുകയും റഷ്യയിലേക്ക് അതു കടത്തിക്കൊണ്ടുപോകുന്നതിനുള്ള ഏർപ്പാടുണ്ടാക്കുകയും ലളിതമായ ഭാഷയിൽ രചിച്ചിട്ടുള്ള മാർക്സിസ്റ്റ് സാഹിത്യങ്ങൾ പ്രസിദ്ധീകരിക്കുകയും ചെയ്തുവന്നു. ഏതാനും ബുള്ളറ്റിനുകളും ലഘുലേഖകളും ലീഗ് പ്രസിദ്ധപ്പെടുത്തുകയുണ്ടായി. ആർ എസ് ഡി എൽ പിയുടെ രണ്ടാം കോൺഗ്രസ് ലീഗിനെ പാർട്ടിയുടെ ഏക വിദേശപ്രതിനിധിയായി അംഗീകരിക്കുകയും ഒരു കമ്മിറ്റിയുടെ പദവി അതിനു നൽകുകയും ആർ. എസ്സ്. ഡി. എൽ. പിയുടെ കേന്ദ്രക്കമ്മിറ്റിയുടെ നേതൃത്വത്തിലും നിയന്ത്രണത്തിലും പ്രവർത്തിക്കണമെന്ന നിർദേശം അതിനു നൽകുകയും ചെയ്തു.

ആർ എസ് ഡി എൽ പിയുടെ രണ്ടാം കോൺഗ്രസിനെത്തുടർന്നു മെൻഷെവിക്കുകൾക്ക് ലീഗിൽ ഒരു ഉറച്ച നിലകൈവരികയും ലെനിനും ബോൾഷെവിക്കുകൾക്കുമെതിരായി അവർ അപവാദം

ചൊരിഞ്ഞപ്പോൾ ലെനിനും അദ്ദേഹത്തെ അനുകൂലിച്ചവരും കോൺഗ്രസിൽനിന്നും ഇറങ്ങിപ്പോയി. ആർ എസ് ഡി എൽ പിയുടെ രണ്ടാം കോൺഗ്രസ് സ്വീകരിച്ച പാർട്ടിനിയമാവലിക്കുവിരുദ്ധമായ ഒരു പുതിയ നിയമാവലിയാണ് ലീഗിനുവേണ്ടി മെൻഷെവിക്കുകൾ അംഗീകരിച്ചത്. അന്നുമുതൽ ലീഗ് മെൻഷെവിസത്തിന്റെ ഒരു നെടുങ്കോട്ടയായിത്തീർന്നു. 1905 വരെ അതു നിലനിന്നു.

96. ***ലിസ്തോക് റബോച്ചെവൊ ദ്യേല*** : *റബോച്ചെയെ ദ്യെലൊവിന്റെ* ഒരു സപ്ലിമെന്റ്. 1900 ജൂണിനും 1901 ജൂലായ്ക്കുമിടയ്ക്ക് അതു ജനീവയിൽനിന്നും കൃത്യമായ മുറയൊന്നും പാലിക്കാതെ പ്രസിദ്ധീകരിച്ചുവന്നു. ആകെക്കൂടി എട്ടുലക്കങ്ങൾ പുറത്തിറങ്ങി.

97. *ലൂയി ബോണപ്പാർട്ടിന്റെ പതിനെട്ടാമത്തെ ബ്രൂമെർ* എന്ന മാർക്സിന്റെ കൃതിയിലുള്ള, ചുവടെ ചേർക്കുന്ന ഭാഗത്തെയാണ് ലെനിൻ പരാമർശിക്കുന്നത്: "ലോകചരിത്രത്തിൽ വമ്പിച്ച പ്രാധാന്യമർഹിക്കുന്ന വസ്തുതകളും വ്യക്തികളും രണ്ടു തവണ ആവിർഭവിക്കുമെന്നു പറയാവുന്നതാണെന്ന് ഹെഗൽ എവിടെയോ പറഞ്ഞിട്ടുണ്ട്. പക്ഷേ ഇതുകൂടി കൂട്ടിച്ചേർക്കാൻ അദ്ദേഹം വിട്ടുപോയി: ആദ്യത്തെ തവണ ഒരു ശോകാത്മകനാടകമായും രണ്ടാമത്തെ തവണ ഒരു പ്രഹസനമായും."

98. **ഇസ്ക്രയുടെ 13, 14 ലക്കങ്ങളിൽ വിവരിച്ചിട്ടുള്ള പ്രകടനങ്ങൾ**: 1901 നവംബർ – ഡിസംബർ മാസങ്ങളിൽ തൊഴിലാളികളുടെ പിന്തുണയോടെ വിദ്യാർഥിപ്രകടനങ്ങളുടെ ഒരു വേലിയേറ്റം റഷ്യയിലുടനീളം ഉണ്ടായി.

99. ഒന്നാം ആർ എസ് ഡി എൽ പി കോൺഗ്രസ് 1898 മാർച്ച് 1–3 (13–15) തീയതികളിൽ മിൻസ്ക്കിൽ സമ്മേളിച്ചു. ആറു സംഘടനകളിൽ നിന്നുള്ള 9 പ്രതിനിധികൾ അതിൽ സംബന്ധിച്ചു. കോൺഗ്രസ്, പാർട്ടിയുടെ കേന്ദ്രക്കമ്മിറ്റി തിരഞ്ഞെടുക്കുകയും ഒരു പ്രകടനപത്രികപുറപ്പെടുവിക്കുകയും ചെയ്തു. കോൺഗ്രസു കഴിഞ്ഞയുടനെ കേന്ദ്രക്കമ്മിറ്റി അംഗങ്ങൾ അറസ്റ്റുചെയ്യപ്പെട്ടു. പ്രാദേശിക സംഘടനകളെ ഒരൊറ്റ പാർട്ടിയിൽ ഏകോപിപ്പിക്കാൻ വാസ്തവത്തിൽ ആ സമയത്തു കഴിഞ്ഞിരുന്നില്ല.

100. **സാർവദേശീയ സോഷ്യലിസ്റ്റ് ബ്യൂറോ** : രണ്ടാം ഇന്റർനാഷണലിന്റെ സ്ഥിരം പ്രവർത്തകസമിതിയും വാർത്താവിനിമയകേന്ദ്രവുമായിരുന്നു ഇത്. ഇന്റർനാഷനിൽപ്പെട്ട എല്ലാ പാർട്ടികളുടേയും പ്രതിനിധികൾ അതിൽ അംഗങ്ങളായിരുന്നു. ജി വി പ്ലെഹാനൊവും ബി എൻ ക്രിച്ചേവ്സ്കിയുമായിരുന്നു റഷ്യൻസോഷ്യൽഡെമോക്രാറ്റുകാർ തിരഞ്ഞെടുത്ത പ്രതിനിധികൾ. റഷ്യൻസോഷ്യൽഡെമോക്രാറ്റിക് ലേബർ പാർട്ടിയുടെ പ്രതിനിധിയെന്ന നിലയ്ക്ക് 1905 മുതൽ ലെനിൻ അതിലെ അംഗമായിരുന്നു. 1914–ൽ ബ്യൂറോയുടെ പ്രവർത്തനം നിലച്ചു.

101. **'സൊത്സിയാൽ ദെമോക്രാത്' വിപ്ലവസംഘടന** : റഷ്യൻസോഷ്യൽഡെമോക്രാറ്റുകാരുടെ വിദേശയൂണിയൻ അതിന്റെ രണ്ടാം കോൺഗ്രസിൽവെച്ച് (മേയ് 1900) ഭിന്നിപ്പുണ്ടായതിനെത്തുടർന്നു

തൊഴിലാളിമോചനഗ്രൂപ്പും അതിന്റെ അനുഭാവികളും ചേർന്നുണ്ടാക്കിയ സംഘടനയാണിത്. 'റഷ്യൻ തൊഴിലാളി വർഗത്തിനിടയിൽ സോഷ്യലിസ്റ്റ് പ്രസ്ഥാനം വളർത്തുക'യും മാർക്സിസത്തെ വളച്ചൊടിക്കാനുള്ള അവസരവാദപരമായ ഏതു സംരംഭത്തിനുമെതിരായി പൊരുതുകയും ചെയ്യുകയെന്നതാണ് തങ്ങളുടെ ലക്ഷ്യമെന്നു ഒരു ലഘുലേഖയായി അച്ചടച്ചിറക്കിയ പ്രകടനപത്രികയിൽ ആ സംഘടന പ്രഖ്യാപിക്കുകയുണ്ടായി. *കമ്യൂണിസ്റ്റ് മാനിഫെസ്റ്റോ*യുടെ ഒരു റഷ്യൻ വിവർത്തനം പ്ലെഹാനൊവ്, കൗട്സ്കി തുടങ്ങിയവരെഴുതിയ ഏതാനും ലഘുലേഖകളും അതു പ്രസിദ്ധപ്പെടുത്തി. 1901–ൽ ലെനിൻ മുൻകയ്യെടുത്തതിന്റെ ഫലമായി, 'സൊറ്റ്സിയാൽ ഡമോക്രാറ്റ്' സംഘടനയും *ഇസ്ക്ര*യുടെ വിദേശസംഘടനയും കൂടിച്ചേർന്നുകൊണ്ട് റഷ്യൻ വിപ്ലവസോഷ്യൽഡെമോക്രസിയുടെ വിദേശലീഗ് എന്ന സംഘടന രൂപീകരിക്കുകയുണ്ടായി.

102. മധ്യസ്ഥന്മാർ : 'ബൊർബാ' എന്ന വിദേശസോഷ്യൽഡെമോക്രാറ്റിക് ഗ്രൂപ്പിനെയാണ് ലെനിൻ ഇവിടെ സൂചിപ്പിക്കുന്നത്. 1900–ൽ പാരീസിൽവെച്ച് രൂപീ കൃതമായ പ്രസ്തുത ഗ്രൂപ്പ് 1901 മേയ് മാസത്തിൽ 'ബൊർബാ' (സമരം) എന്ന പേർ സ്വീകരിക്കുകയുണ്ടായി. റഷ്യൻ സോഷ്യൽഡെമോക്രസിക്കുള്ളിലെ വിപ്ലവാത്മകവും അവസരവാദപരവുമായ പ്രവണതകളെ രഞ്ജിപ്പിച്ചുകൊണ്ടുപോകാനുള്ള ശ്രമത്തിൽ വിദേശത്തുള്ള സോഷ്യൽഡെമോക്രാറ്റിക് സംഘടനകളെല്ലാംകൂടി ഒന്നിച്ചുചേരണമെന്ന് ഈ ഗ്രൂപ്പ് നിർദേശിക്കുകയും അതിലേക്ക് *ഇസ്ക്ര-സര്യാ, സൊറ്റ്സിയാൽ ഡെമോക്രാറ്റ്* എന്നീ സംഘടനകളുമായും റഷ്യൻ സോഷ്യൽഡെമോക്രാറ്റുകാരുടെ വിദേശസംഘടനയുമായും കൂടിയാലോചനകളിൽ ഏർപ്പെടുകയുമുണ്ടായി. ജനീവാസമ്മേളനത്തിലും (ജൂൺ 1901) 'ഐക്യ' സമ്മേളനത്തിലും (ഒക്ടോബർ 1901) ഈ ഗ്രൂപ്പ് സംബന്ധിച്ചു. സോഷ്യൽഡെമോക്രാറ്റിക് ചിന്താഗതികളിൽനിന്നും അടവുകളിൽനിന്നും വ്യതിചലിക്കുകയും ശിഥിലീകരണപ്രവർത്തനങ്ങളിൽ ഏർപ്പെടുത്തുകയും റഷ്യക്കുള്ളിലെ സോഷ്യൽഡെമോക്രാറ്റിക് സംഘടനകളുമായി സമ്പർക്കം പുലർത്താതിരിക്കുകയും ചെയ്തുവെന്ന കാരണത്താൽ ആർ എസ് ഡി എൽ പി യുടെ രണ്ടാം കോൺഗ്രസിൽ അതിനെ പങ്കെടുപ്പിക്കുകയുണ്ടായില്ല. രണ്ടാം കോൺഗ്രസിന്റെ തീരുമാനപ്രകാരം ബൊർബാഗ്രൂപ്പ് പിരിച്ചുവിടപ്പെട്ടു.

103. '*ഫോർവെർട്ട്സി*ന്റെ പത്രാധിപന്മാരുമായുള്ള *സര്യാ*യുടെ വിവാദം' എന്ന ശീർഷകത്തിൽ 18–ാം ലക്കം *ഇസ്ക്ര* (1902 മാർച്ച് 10–ാംനു) 'പാർട്ടിജീവിതം' എന്ന പംക്തിയിൽ ഒരു ലേഖനം പ്രസിദ്ധീകരിക്കുകയുണ്ടായി. ഈ വിവാദത്തെസംബന്ധിച്ച *ഇസ്ക്ര*യുടേയും *സര്യാ*യുടെ നിലപാട് പ്രസ4തുത ലേഖനത്തിൽ വ്യക്തമാക്കിയിരുന്നു.

നാമസൂചിക

അലെക്സേയെവ്, പി എ (1849 –1891) : റഷ്യൻ വിപ്ലവത്തൊഴിലാളി. 1875–ൽ അറസ്റ്റു ചെയ്തു കഠിനാധ്വാനത്തിനു ശിക്ഷിച്ചു.

ആക്സെൽറൊഡ്, പി ബി (1850–1928) : കഴിഞ്ഞ നൂറ്റാണ്ടിന്റെ 70–കൾമുതൽ വിപ്ലവപ്രസ്ഥാനത്തിൽ പങ്കെടുത്തു. 1883–ൽ "തൊഴിലാളിമോചന"ഗ്രൂപ്പിനെ സംഘടിപ്പിക്കുന്നതിൽ പങ്കെടുത്തു. 1900 മുതൽ *ഇസ്ക്രയുടേയും* *സര്യായുടേയും* പത്രാധിപസമിതികളിലെ അംഗമായിരുന്നു. ആർ എസ് എൽ ഡി പിയുടെ രണ്ടാം കോൺഗ്രസിനു (1903) ശേഷം മെൻഷെവിക്കായി.

ആർ എം (R M) : 1899 സെപ്തംബറിൽ *റബോച്ചയ മിസ്ലിന്റെ* പ്രത്യേക അനുബന്ധമായി പ്രസിദ്ധപ്പെടുത്തുകയും സാമ്പത്തിക സമരവാദികളുടെ അവസരവാദപരമായ വീക്ഷണങ്ങളെ പരസ്യമായി പ്രകാശിപ്പിച്ചതുമായ *നമ്മുടെ യാഥാർഥ്യം* എന്ന ലേഖനത്തിന്റെ കർത്താവ്.

ഇലൊവായ്സ്കിയ, ഡി ഐ (1832–1920) : പ്രഭുവർഗങ്ങളുടേയും രാജവാഴ്ചയുടേയും അനുകൂലിയായ ഒരു ചരിത്രകാരനും പ്രചാരവേലക്കാരനും. വിപ്ലവത്തിനുമുമ്പ് റഷ്യയിലെ പ്രൈമറി–സെക്കണ്ടറി വിദ്യാലയങ്ങളിലേക്കു ചരിത്രസംബന്ധമായ ഔദ്യോഗിക ടെക്സ്റ്റു ബുക്കുകൾ ഇദ്ദേഹം രചിച്ചിട്ടുണ്ട്. ഈ പുസ്തകങ്ങളിൽ അദ്ദേഹം സ്വേച്ഛാധിപത്യത്തെ പാടിപ്പുകഴ്ത്തുകയാണ് ചെയ്തിട്ടുള്ളത്. സാർചക്രവർത്തിമാരുടേയും സൈന്യാധിപന്മാരുടേയും പ്രവർത്തനങ്ങളായിരുന്നു അവയിലെ പ്രധാനപ്രതിപാദ്യവിഷയം.

ഇവാൻഷിൻ, വി പി (വി ഐ) (1869–1904) : സോഷ്യൽഡെമോക്രാറ്റ്. സാമ്പത്തികസമരവാദത്തിന്റെ നേതാക്കളിലൊരാൾ.

എംഗൽസ്, ഫ്രെഡറിക് (Engels, Friedrich, 1820- 1895) : ശാസ്ത്രീയ കമ്യൂണിസത്തിന്റെ സ്ഥാപകരിലൊരാൾ. കാൾ മാർക്സിന്റെ സുഹൃത്തും സഹചാരിയും.

എൻ എൻ : പ്രൊക്കൊപ്പോവിച്ച്, എസ് എൻ നോക്കുക.

ഓവെൻ, റോബർട്ട് (Owen, Robert, 1771- 1858) : മഹാനായ ഇംഗ്ലീഷ് സാങ്കൽപ്പികസോഷ്യലിസ്റ്റ്.

ഓസറൊവ്, ഐ എച്ച് (1869–1942) : ബൂർഷ്വാധനശാസ്ത്രജ്ഞൻ, മോസ്ക്കോയിലെയും സെന്റ് പീറ്റേഴ്സ്ബർഗിലേയും സർവകലാശാലകളിലെ പ്രൊഫസർ.

ഔവർ, ഇഗ്നാത്സ് (Auer, Ignatz, 1846 - 1907) : ജർമൻ സോഷ്യൽഡമോക്രസിയുടെ ഒരു പ്രമുഖനേതാവ്.

കത്കോവ്, എം എൻ (1818–1887) : പിന്തിരിപ്പൻ പ്രചാരകൻ.

കരേയെവ്, എൻ ഐ (1850–1931) : ലിബറൽ ബൂർഷ്വാ ചരിത്രകാരനും പ്രചാരകനും. സാമൂഹ്യശാസ്ത്രത്തിലെ വ്യക്തിനിഷ്ഠചിന്താഗതിയുടെ ഒരു പ്രതിനിധി.

കുസ്കോവ, ഇ ഡി (1869–1958) : റഷ്യൻ ബൂർഷ്വാ പൊതുജനപ്രവർത്തകയും പ്രചാരകയും. ബെർൺഷ്ടൈനിസത്തിന്റെ സ്പിരിട്ടിൽ അവരെഴുതിയ "ക്രെഡോ" എന്ന രേഖ സാമ്പത്തികസമരവാദത്തിന്റെ അവസരവാദപരമായ സത്തയെ ഏറ്റവും വ്യക്തമായി പ്രകാശിപ്പിച്ചു.

കൗട്സ്കി, കാൾ (Kautsky, Karl, 1854-1938) : ജർമൻ സോഷ്യൽഡെമോക്രസിയുടെയും രണ്ടാം ഇന്റർനാഷണലിന്റെയും നേതാക്കന്മാരിലൊരാൾ. ആദ്യം ഒരു മാർക്സിസ്റ്റായിരുന്നുവെങ്കിലും പിന്നീട് മാർക്സിസത്തിൽനിന്നും കാലുമാറുകയും അവസരവാദത്തിന്റെ ഏറ്റവും അപകടകരവും ഹാനികരവുമായ ഒരു വകഭേദമായ മധ്യവർത്തിവാദത്തിന്റെ (കൗട്സ്കിയിസം) പ്രത്യയശാസ്ത്രജ്ഞനാവുകയും ചെയ്തു.

ക്രിച്ചേവ്സ്കിയ്, ബി എൻ (1866–1919) : റഷ്യൻ സോഷ്യൽഡെമോക്രാറ്റ്. സാമ്പത്തികസമരവാദത്തിന്റെ നേതാക്കളിലൊരാൾ. 1899–ൽ *റബോച്ചെയെ ദ്യെലൊ*വിന്റെ പത്രാധിപൻ.

ഗേദ്, ജൂൽ (Guesde, Jules - 1845-1924) : ഫ്രഞ്ച് സോഷ്യലിസ്റ്റ് പ്രസ്ഥാനത്തിന്റേയും രണ്ടാം ഇന്റർനാഷണലിന്റേയും സംഘാടകന്മാരിലും നേതാക്കന്മാരിലുമൊരാൾ.

ഗേർത്സെൻ, എ ഐ (1812–1870) : മഹാനായ റഷ്യൻ ജനാധിപത്യവിപ്ലവകാരി. ഭൗതികവാദിയായ ദാർശനികൻ. പ്രചാരകനും സാഹിത്യകാരനും.

ചെർനിഷേവ്സ്കിയ്, എൻ ജി (1828–1889) : റഷ്യൻ വിപ്ലവജനാധിപത്യവാദി. സാങ്കൽപ്പിക സോഷ്യലിസ്റ്റ്. എഴുത്തുകാരനും സാഹിത്യനിരൂപകനും.

ത്കച്ചോവ്, പി എൻ (1844–1885) : വിപ്ലവനറോദിനിസത്തിന്റെ പ്രത്യയശാസ്ത്രജ്ഞരിലൊരാൾ. പ്രചാരകൻ, സാഹിത്യനിരൂപകൻ.

ദൂറിംഗ്, ഒയ്ഗെൻ (Duhring, Eugen, 1833-1921) : ജർമൻ ദാർശനികനും ധനശാസ്ത്രജ്ഞനും, പോസിറ്റിവിസം, ആധ്യാത്മികഭൗതികവാദം, ആശയവാദം എന്നിവയുടെ ഒരു സമ്മിശ്ര തത്വസംഹിതയായിരുന്നു അദ്ദേഹത്തിന്റേത്.

നദേഷ്ദിൻ, എൽ (സെലെൻസ്കിയ്, ഇ ഒ, 1877–1905) : റഷ്യൻ സോഷ്യൽഡെമോക്രാറ്റ്, സാമ്പത്തികസമരവാദികളെ അനുകൂലിക്കുമ്പോൾത്തന്നെ "ബഹുജനങ്ങളെ ഉത്തേജിപ്പിക്കാ"നുള്ള ഫലപ്രദമായ മാർഗമെന്ന നിലയ്ക്ക് ഭീകരപ്രവർത്തനത്തിനുവേണ്ടി വാദിച്ചു. ലെനിനിസ്റ്റ് *ഇസ്ക്രയെ* എതിർത്തു.

നർത്സീസ്സ് തുപ്പൊറീലൊവ് : മാർത്തൊവ്, എൽ നോക്കുക.

നൈറ്റ്, റോബർട്ട് (Knight, Robert) : ബ്രിട്ടീഷ് ട്രേഡ്യൂണിയൻ പ്രസ്ഥാനത്തിലെ പ്രമുഖനേതാവ്.

പീസരെവ്, ഡി ഐ (1840–1868) : പ്രമുഖറഷ്യൻ ജനാധിപത്യവിപ്ലവകാരി, പ്രാചരകൻ, സാഹിത്യനിരൂപകൻ, ഭൗതികവാദിയായ ദാർശനികൻ.

പൊത്രേസൊവ്, എ എൻ (സ്തറൊവേർ, 1869–1934) : 1890–കളിൽ മാർക്സിസ്റ്റുകാരോടു ചേർന്നു. *ഇസ്ക്രയേയും സര്യായേയും* സ്ഥാപിക്കുന്നതിൽ പങ്കെടുത്തു. പിൽക്കാലത്തുള്ള മെൻഷെവിസത്തിന്റെ നേതാക്കളിലൊരാൾ.

പ്രുദോൻ, പ്യേർ, ജോസഫ് (Proudhon, Pierre Joseph, 1809-1865) : ഫ്രാൻസിലെ രാഷ്ട്രീയലേഖകനും ധനശാസ്ത്രജ്ഞനും സാമൂഹ്യശാസ്ത്രജ്ഞനും, പെറ്റിബൂർഷാസിയുടെ പ്രത്യയശാസ്ത്രജ്ഞൻ, അരാജകവാദത്തിന്റെ സ്ഥാപകരിലൊരാൾ.

പ്രൊക്കൊപ്പോവിച്ച്, എസ് എൻ (എൻ എൻ, 1871–1955) : ബൂർഷ്വാ ധനശാസ്ത്രജ്ഞനും പ്രചാരവേലക്കാരനും, സജീവ സാമ്പത്തികസമരവാദികളിലൊരാൾ.

പ്ലെഹാനൊവ്, ജി വി (ബേൽത്തൊവ്, എൻ, 1856–1918) : റഷ്യൻ- സാർവ

ദേശീയതൊഴിലാളിപ്രസ്ഥാനത്തിന്റെ ഒരു സമുന്നതനേതാവ്. റഷ്യയിൽ ആദ്യമായി മാർക്സിസം പ്രചരിപ്പിച്ചയാൾ. 1883-ൽ ജനീവയിൽ ആദ്യത്തെ റഷ്യൻ മാർക്സിസ്റ്റ് സംഘടനയായ തൊഴിലാളിവിമോചനഗ്രൂപ്പ് സ്ഥാപിച്ചു. ലെനിനോടൊപ്പം *ഇസ്ക്ര* ദിനപ്പത്രത്തിന്റെയും *സര്യാ* മാസികയുടേയും പത്രാധിപനായിരുന്നു. പിന്നീട് മെൻഷെവിക്കായി.

ഫുറ്യേ, ഷാറൽ (Fourier, Charles, 1772-1837) : മഹാനായ ഫ്രഞ്ച് സാങ്കൽപ്പികസോഷ്യലിസ്റ്റ്.

ഫോൽമർ, ഗെയോർഗ് ഹൈൻരിഹ് (Vollmar, Georg Heinrich, 1850-1922) : ജർമൻ സോഷ്യൽഡെമോക്രാറ്റിക് പാർട്ടിയിലെ അവസരവാദിപക്ഷത്തിന്റെ നേതാക്കളിലൊരാൾ, പത്രപ്രവർത്തകൻ.

ബക്കൂനിൻ, എം എ (1814–1876) : റഷ്യൻ വിപ്ലവകാരി. 1848–1849-ൽ ജർമനിയിലെ വിപ്ലവത്തിൽ പങ്കെടുത്തു. അരാജകവാദത്തിന്റെ പ്രത്യയശാസ്ത്രജ്ഞൻ. ഒന്നാം ഇന്റർനാഷണലിൽ മാർക്സിസത്തിന്റെ ബദ്ധശത്രുവായി രംഗത്തുവന്നു. പിളർപ്പൻ പ്രവർത്തനങ്ങൾ കാരണം 1872-ൽ കൂടിയ ഹേഗ് കോൺഗ്രസിൽവച്ചു ഇന്റർനാഷണലിൽനിന്നു പുറത്താക്കി.

ബാൾഹൊർൺ, യോഹൻ (Balhorn, Johann) : 16-ാം നൂറ്റാണ്ടിലെ ഒരു ജർമൻ പുസ്തകപ്രസാധകൻ.

ബുൽഗാക്കൊവ്, എസ് എൻ (1871–1944) : ബൂർഷ്വാ ധനശാസ്ത്രജ്ഞനും ആശയവാദിയായ ദാർശികനും.

ബെബൽ, ഔഗുസ്ത് (Bebel, August, 1840-1913) : ജർമൻ സോഷ്യൽഡെമോക്രസിയുടെയും രണ്ടാം ഇന്റർനാഷണലിന്റെയും പ്രമുഖനേതാക്കന്മാരിലൊരാൾ.

ബെർൺഷ്ടൈൻ, എഡുവാർഡ് (Bernstein, Eduard) : ജർമൻ സോഷ്യൽ ഡെമോക്രസിയുടെയും രണ്ടാം ഇന്റർനാഷണലിന്റെയും ഏറ്റവും അവസരവാദപരമായ പക്ഷത്തിന്റെ നേതാവ്. റിവിഷനിസത്തിന്റേയും പരിഷ്കരണവാദത്തിന്റേയും താത്വികൻ.

ബെർദ്യായെവ്, എൻ എ (1874–1948) : പിന്തിരിപ്പൻ ആശയവാദിയായ ദാർശനികൻ. 1890-കളുടെ അവസാനത്തിൽ സോഷ്യൽഡെമോക്രാറ്റിക് പ്രസ്ഥാനത്തിനു പിന്തുണ നൽകുകയുണ്ടായി. പിൽക്കാലത്തു മാർക്സിസത്തിന്റെ പ്രത്യക്ഷശത്രുവായിത്തീർന്നു.

ബെലീൻസ്കിയ്, വി ജി (1811–1848) : റഷ്യൻ വിപ്ലവജനാധിപത്യവാദി, സാഹിത്യനിരൂപൻ, രാഷ്ട്രീയലേഖകൻ, ഭൗതികവാദിയായ ദാർശനികൻ.

ബെ–വ് : സാവിൻകൊവ്, ബി വി നോക്കുക.

ബേൽത്തൊവ്, എൻ : പ്ലെഹാനൊവ്, ജീ വി നോക്കുക.

ബ്രെൺടാനൊ, യൂയോ (Brentano, Lujo, 1844-1931) : ജർമൻ ബൂർഷ്വാ സാമ്പത്തികശാസ്ത്രജ്ഞൻ. "സ്റ്റേറ്റ് സോഷ്യലിസ"ത്തിനുവേണ്ടി വാദിച്ചു. പരിഷ്കാരങ്ങൾമുഖേനയും മുതലാളികളുടേയും തൊഴിലാളികളുടേയും താൽപ്പര്യങ്ങൾ പൊരുത്തപ്പെടുത്തിക്കൊണ്ടും മുതലാളിത്തത്തിന്റെ ചട്ടക്കൂടിനുള്ളിൽത്തന്നെ സാമൂഹ്യസമത്വം നേടാൻ കഴിയുമെന്നു സമർഥിക്കാൻ അദ്ദേഹം തുനിഞ്ഞു. മാർക്സിസ്റ്റ് പദപ്രയോഗങ്ങളുടെ മറപിടിച്ചുകൊണ്ട് തൊഴിലാളിപ്രസ്ഥാനത്തെ ബൂർഷ്വാസിയുടെ താൽപ്പര്യങ്ങൾക്കു അധീനപ്പെടുത്താൻ ബ്രെൺടാനൊയും അനുചരന്മാരും ശ്രമിക്കുകയുണ്ടായി.

മർത്തീനൊവ്, എ (പിക്കെർ, എ എസ്, 1865–1935) : സാമ്പത്തികസമരവാദത്തിന്റെ നേതാക്കളിലൊരാൾ. പ്രമുഖ മെൻഷെവിക്ക്.

മാർക്സ്, കാൾ (Marx, Karl, 1818-1883) : ശാസ്ത്രീയ കമ്യൂണിസത്തിന്റെ സ്ഥാപകൻ, ലോകതൊഴിലാളിവർഗത്തിന്റെ നേതാവും ആചാര്യനും.

മാർത്തൊവ്, എൽ (ത്സെദെർബൗം, വൈ ഒ, നർത്സീസ്സ് തുപ്പൊറീലൊവ്, 1873–1923) : മെൻഷെവിസത്തിന്റെ നേതാക്കളിലൊരാൾ 1890–കൾ മുതൽ സോഷ്യൽ ഡെമോക്രാറ്റിക് പ്രസ്ഥാനത്തിൽ പങ്കെടുത്തു. 1895–ൽ പീറ്റേഴ്സ്ബർഗിലെ 'തൊഴിലാളിവർഗവിമോചന ലീഗി'നെ സ്ഥാപിക്കുന്നതിലും 1900–ൽ *ഇസ്ക്ര* സംഘടിപ്പിക്കുന്നതിലും പ്രസിദ്ധീകരിക്കുന്നതിലും പങ്കെടുത്തു. അതിന്റെ പത്രാധിപസമിതിയംഗമായിരുന്നു. ആർ എസ് ഡി എൽ പിയുടെ രണ്ടാം കോൺഗ്രസിനുശേഷം മെൻഷെവിക് നേതാക്കളിലൊരാൾ.

മില്ല്യെറാൻ, അലെക്സാന്ദർ എത്യേൻ (Millerand, Alexandre Etienne, 1859-1943) : ഫ്രഞ്ച് രാഷ്ട്രീയനേതാവ്. ഫ്രഞ്ച് സോഷ്യലിസ്റ്റ് പ്രസ്ഥാനത്തിലെ അവസരവാദപ്രവണതയുടെ നേതാവ്. 1899–ൽ വൽദേക്ക് – റുസ്സോയും പിന്തിരിപ്പൻ ബൂർഷ്വാഗവൺമെന്റിൽ ചേർന്നു.

മിഹൈലോവ്സ്കിയ്, എൻ കെ (1842–1904) : ലിബറൽ നരോദിസത്തിന്റെ ഏറ്റവും പ്രമുഖനായ സൈദ്ധാന്തികൻ, പ്രചാരകൻ, സാഹിത്യനിരൂപകൻ, പോസിറ്റിവിസ്റ്റ് ദാർശനികൻ.

മീഷ്ക്കിൻ, ഐ എൻ (1848–1885) : നരോദിസത്തിന്റെ പ്രമുഖപ്രതിനിധി.

മെഷ്ചേർസ്കിയ്, വി പി (1839–1914) : പിന്തിരിപ്പൻ പ്രചാരകൻ.

മേറിംഗ്, ഫ്രാന്റ്സ് (Mehring, Franz, 1846-1919) : ജർമൻ തൊഴിലാളിപ്രസ്ഥാനത്തിലെ സമുന്നതനേതാവ്. ജർമൻ സോഷ്യൽഡെമോക്രസിയുടെ ഇടതുപക്ഷത്തിന്റെ പ്രമുഖസൈദ്ധാന്തികൻ.

മോസ്ത്, യോഹൻ യോസെഫ് (Most, Johann Joseph, 1846-1906) : ജർമൻ സോഷ്യൽഡെമോക്രാറ്റ്. പിന്നീട് അരാജകവാദിയായി.

മ്യൂൽബെർഗെർ, ആർതുർ (Mulberger, Arthur, 1847-1907) : ജർമൻ പെറ്റിബൂർഷ്വാ രാഷ്ട്രീയലേഖകൻ, പ്രുദോന്റെ അനുയായി.

ലഫാർഗ്, പോൽ (Lafargue, Paul, 1842-1911) : സാർവദേശീയതൊഴിലാളി പ്രസ്ഥാനത്തിലെ ഒരു പ്രമുഖനേതാവ്. ഗേദിനോടൊപ്പം ഫ്രഞ്ച് ലേബർ പാർട്ടി സ്ഥാപിച്ചു. ഫ്രാൻസിൽ ശാസ്ത്രീയകമ്യൂണിസത്തിന്റെ ആദ്യത്തെ അനുയായികളിലൊരാൾ. മാർക്സിന്റെയും എംഗൽസിന്റേയും ഉറ്റ സുഹൃത്തും സഹപ്രവർത്തകനും.

ലവ്രോവ്, പി എൽ (1823–1900) : നറോദിസത്തിന്റെ പ്രമുഖപ്രത്യയശാസ്ത്രജ്ഞൻ. സാമൂഹ്യശാസ്ത്രത്തിലെ വ്യക്തിനിഷ്ഠ ചിന്താഗതിയുടെ പ്രതിനിധി.

ലസ്സാൽ, ഫെർദിനാന്ദ് (Lassale, Ferdinand, 1825-1864) : ജർമൻ പെറ്റിബൂർഷ്വാ രാഷ്ട്രീയലേഖകനും വക്കീലും. ജർമൻ തൊഴിലാളികളുടെ പൊതുയൂണിയൻ സ്ഥാപിച്ചവരിലൊരാൾ. ജർമൻ തൊഴിലാളിപ്രസ്ഥാനത്തിലെ അവസരവാദപരമായ പ്രവണതയുടെ സ്ഥാപകൻ.

ലീബ്നെക്ക്ട്, വിൽഹെം (Libknecht, Wilhelm, 1826-1900) : ജർമനിയിലും ലോകമാസകലവുമുള്ള തൊഴിലാളിപ്രസ്ഥാനത്തിലെ ഒരു പ്രമുഖനേതാവ്. ജർമൻ സോഷ്യൽഡെമോക്രാറ്റിക് പാർട്ടിയുടെ സ്ഥാപകനേതാക്കളിലൊരാൾ. മാർക്സിന്റേയും എംഗൽസിന്റെയും സുഹൃത്തും സഹപ്രവർത്തകനും.

വനേയെവ്, എ എ (1872–1899) : റഷ്യൻ സോഷ്യൽഡെമോക്രാറ്റ്. 1895–ൽ സെന്റ് പീറ്റേഴ്സ്ബർഗിൽ തൊഴിലാളിവർഗവിമോചനസമരലീഗ് സംഘടിപ്പിക്കുന്നതിൽ സജീവമായി പങ്കെടുത്തു. തൊഴിലാളികൾക്കിടയിലെ സോഷ്യൽഡെമോക്രാറ്റിക് സ്റ്റഡിസർക്കിളുകളിൽ പ്രചാരവേല നടത്തി. 1897–ൽ സൈബീരിയയിലേക്കു നാടുകടത്തപ്പെട്ടു.

വസീല്യെവ്, എൻ വി (1855–ൽ ജനിച്ചു) : ജെൻഡാർമറിയിലെ കേണൽ. സുബാത്തൊവിന്റെ "പൊലീസ് സോഷ്യലിസ"ത്തിന്റെ അനുകൂലി.

വാൾറ്റൈക്ക്, കാൾ യൂലിയുസ് (Vahlteich, Karl Julius, 1893-1915) : ജർമൻ വലതുപക്ഷ സോഷ്യൽഡെമോക്രാറ്റ്.

വി ഐ : ഇവാൻഷിൻ, വി പി നോക്കുക.

വി വി : വൊറൊൻത്സോവ്, വി പി നോക്കുക.

വിത്തെ, എസ് വൈ (1849–1915) : 19–ാം നൂറ്റാണ്ടവസാനത്തിലും 20–ാം നൂറ്റാണ്ടാരംഭത്തിലും ഉണ്ടായിരുന്ന ഒരു പിന്തിരിപ്പൻ റഷ്യൻ രാജ്യതന്ത്രജ്ഞൻ.

വിൽഹെം രണ്ടാമൻ (ഹോഹെൻത് സൊല്ലെർൻ) (Wilhelm II) (Hohenzollern) (1859–1941) : ജർമൻ ചക്രവർത്തിയും പ്രഷ്യൻ രാജാവും (1888–1918).

വെബ് (ദമ്പതിമാർ), സിഡ്നി (Webb, Siney, 1859-1947) : ബിയാട്രിസ് (Beatrice, 1858-1943) – പ്രശസ്തനായ ബ്രിട്ടീഷ് സാമൂഹ്യപ്രവർത്തകർ, പരിഷ്കരണവാദികൾ. ഇംഗ്ലണ്ടിലെ തൊഴിലാളിപ്രസ്ഥാനത്തിന്റെ ചരിത്രത്തേയും സിദ്ധാന്തത്തേയും കുറിച്ചുള്ള അനേകം കൃതികളുടെ രചയിതാക്കൾ.

വൈത്‌ലിങ്, വിൽഹെം (Weitling, Wilhelm, 1808-1871) : ജർമൻ തൊഴിലാളിപ്രസ്ഥാനത്തിന്റെ ആരംഭകാലത്തെ പ്രമുഖനേതാവ്, സാങ്കൽപ്പികമായ "സമത്വവാദ" കമ്യൂണിസത്തിന്റെ താത്വികന്മാരിലൊരാൾ.

വൊറൊൻത്സോവ്, വി പി (വി വി, 1847–1918) : ധനശാസ്ത്രജ്ഞൻ, പ്രചാരകൻ. 1980–90 കളിലെ ലിബറൽ നറോദിസത്തിന്റെ പ്രത്യയശാസ്ത്രജ്ഞരിലൊരാൾ. റഷ്യയിലെ മുതലാളിത്തവികാസത്തെ അംഗീകരിക്കാൻ വിസമ്മതിക്കുകയും കർഷകകമ്യൂണിനെ ആദർശമായെടുക്കുകയും ചെയ്തു. സാറിസ്റ്റ് ഗവൺമെന്റുമായുള്ള അനുരഞ്ജനത്തിനുവേണ്ടി വാദിക്കുകയും മാർക്സിസത്തെ എതിർക്കുകയും ചെയ്തു.

വോൾട്ട്മൻ, ലുദ്വിഗ് (Woltmann, Ludwig, 1871-1907) : ജർമനിയിലെ പിന്തിരിപ്പൻ സാമൂഹ്യശാസ്ത്രജ്ഞനും നരവംശശാസ്ത്രജ്ഞനും. സാമ്പത്തികസമരത്തെ തൊഴിലാളിപ്രസ്ഥാനത്തിന്റെ മുഖ്യകടമയായി കരുതി.

വോർമ്സ്, എ ഇ (1868–1937) : മോസ്കോ സർവകലാശാലയിലെ പ്രൊഫസർ, ലിബറൽ.

ഷുൽത്സെ–ദെലിച്ച്, ഹെർമൻ (Schultze-Delitzch, Hermann, 1808-1883) : ജർമനിയിലെ ഒരു പ്രാകൃതസാമ്പത്തികശാസ്ത്രജ്ഞനും പൊതുപ്രവർത്തകനും. മുതലാളികളുടേയും തൊഴിലാളികളു

ടേയും വർഗതാൽപ്പര്യങ്ങൾ തമ്മിൽ പൊരുത്തപ്പെട്ടുപോകേണ്ട താണെന്ന് അദ്ദേഹം ഉൽബോധിപ്പിച്ചിരുന്നു

ഷെല്യാബൊവ്, എ ഐ (1850–1881) : പ്രമുഖറഷ്യൻ വിപ്ലവകാരി. "നറോദ്നയ വോല്യ" പാർട്ടിയുടെ സംഘാടകനും നേതാവും.

ഷ്വൈറ്റ്സർ, യോഹൻ ബാപ്തിസ്ത് (Schweitzer, Johann Baptist, 1833-1875) : ജർമനിയിലെ പൊതുജനപ്രവർത്തകൻ. ലസ്സാലിന്റെ അനുയായി. തൊഴിലിൽ അഭിഭാഷകൻ.

ഷ്റാം, കാൾ ഔഗുസ്ത് (Schramm, Karl August) : ജർമൻ ധനശാസ്ത്രജ്ഞൻ.

സൽത്തിക്കോവ് – ഷ്ചെദ്രീൻ, എം ഇ (1826–1889) : മഹാനായ റഷ്യൻ ഹാസ്യസാഹിത്യകാരൻ, വിപ്ലവജനാധിപത്യവാദി.

സസൂലിച്ച്, വി ഐ (1849–1919) : റഷ്യയിൽ നറോദിസത്തിന്റെ ഒരു ഉറച്ച അനുയായി. പിന്നീട് സോഷ്യൽഡെമോക്രാറ്റിക് പ്രസ്ഥാനത്തിൽ സജീവമായി പങ്കെടുത്തു.

സാവിൻകൊവ്, ബി വി (1879–1925) : സോഷ്യലിസ്റ്റ് റവലൂഷണറി പാർട്ടിയുടെ ഒരു പ്രമുഖനേതാവ്. ഭീകരവാദി.

സുബാത്തൊവ്, എസ് പി (1864–1917) : 'പൊലീസ് സോഷ്യലിസം' നടപ്പാക്കാൻ ശ്രമിച്ച, സായുധപൊലീസ് സേന (ജെണ്ടാർമറി)യിലെ ഒരു കേണൽ. വിപ്ലവപ്രസ്ഥാനത്തിൽ നിന്നു തൊഴിലാളികളുടെ ശ്രദ്ധ തിരിച്ചുവിടുന്നതിനുവേണ്ടി അയാൾ പെണ്ടാർമറിയുടേയും പൊലീസിന്റെയും മേൽനോട്ടത്തിൽ തൊഴിലാളികളുടെതന്നെ പേരിൽ വ്യാജസംഘടനകളുണ്ടാക്കി.

സെരെബ്രക്കോവ്, ഇ എ (1854–1921) : റഷ്യൻ വിപ്ലവകാരി, നറോദ്നിക്ക്. 1879–ൽ "നറോദ്നയ വോല്യ" പാർട്ടിയിൽ ചേർന്നു. 1883–ൽ നാടുവിട്ടു. 1899–1902–ൽ ലണ്ടനിൽനിന്ന് *നക്കനൂനെ* (പടിവാതുക്കൽ) എന്ന പത്രിക പ്രസിദ്ധപ്പെടുത്തി.

സേൻ – സിമോൻ, അൻരി ക്ലോദ് (Saint Simon, Henri Calude, 1760-1825) : മഹാനായ ഫ്രഞ്ച് സാങ്കൽപ്പികസോഷ്യലിസ്റ്റ്.

സ്ട്രൂവെ, പി ബി (1870–1944) : റഷ്യൻ ബൂർഷ്വാ ധനശാസ്ത്രജ്ഞനും രാഷ്ട്രീയലേഖകനും. 90–കളിൽ "നിയമവിധേയ മാർക്സിസ"ത്തിന്റെ പ്രമുഖപ്രതിനിധി.

സ്തറൊവേർ : പൊത്രേസൊവ്, എ എൻ നോക്കുക.

ഹൽത്തുരിൻ, എസ് എൻ (1856–1882) : റഷ്യയിലെ വിപ്ലവകാരികളായ ആദ്യത്തെ തൊഴിലാളികളിലൊരാൾ.

ഹാസ്സെൽമൻ, വിൽഹെൽം (Hasselmann, Wilhelm, 1844ൽ ജനിച്ചു): ജർമൻ സോഷ്യൽഡമോക്രാറ്റ്. പിന്നീട് അരാജകവാദി.

ഹിർഷ്, മാക്സ് (Hirsch, Max, 1832-1905) : ജർമൻ ബൂർഷ്വാ ധനശാസ്ത്രജ്ഞനും പ്രചാരകനും. തന്റെ കൃതികളിൽ മൂലധനവും അധ്വാനവും തമ്മിലുള്ള 'രഞ്ജിപ്പ്' എന്ന ആശയം മുന്നോട്ടുവച്ചു. പരിഷ്കരണവാദത്തെ അനുകൂലിച്ചു.

ഹെഗൽ, ഗെയോർഗ് വിൽഹെൽം (Hegel, George Wilhelm, 1770-1831) : മഹാനായ ജർമൻ ദാർശനികൻ. വസ്തുനിഷ്ഠമായ ആശയവാദിയായിരുന്നു അദ്ദേഹത്തിന്റെ ധനതത്വശാസ്ത്രം. വൈരുധ്യാത്മകമായ ഭൗതികവാദത്തിന്റെ താത്വിക ഉറവിടങ്ങളിലൊന്നായിത്തീർന്ന വൈരുധ്യവാദത്തെ സംബന്ധിച്ച അദ്ദേഹത്തിന്റെ അവഗാഢവും സമഗ്രവുമായ പഠനത്തിന് വമ്പിച്ച ചരിത്രപ്രാധാന്യമുണ്ടായിരുന്നു.

ഹെർത്സ്, ഫീദ്രിഹ് ഒട്ടൊ (Hertz, Friedrich Otto, 1878-ൽ ജനിച്ചു) : ആസ്ത്രിയൻ ധനശാസ്ത്രജ്ഞൻ. സോഷ്യൽഡെമോക്രാറ്റ്, റിവിഷനിസ്റ്റ്.

ഹോഹ്ബെർഗം, കാൾ (Hochberg, Karl, 1853-1885) : ജർമൻ വലതുപക്ഷ സോഷ്യൽഡെമോക്രാറ്റ്, പത്രപ്രവർത്തകൻ.

റിത്തിംഗ്ഹൗസൻ, മോരിത്സ് (Rittinghausen, Moritz, 1814-1890) : ജർമൻ ജനാധിപത്യവാദി.

www.ingramcontent.com/pod-product-compliance
Lightning Source LLC
LaVergne TN
LVHW101408051026
849519LV00005BC/1701
* 9 7 8 9 3 8 2 3 2 8 0 0 1 *